நொய்யல்

தேவிபாரதி

நற்றிணை பதிப்பகம்

நொய்யல் * தேவிபாரதி * முதல் பதிப்பு: ஆகஸ்ட் 2024 * வெளியீடு: நற்றிணை பதிப்பகம் (பி) லிமிடெட் * எண். 136, தரைத்தளம், சோழன் தெரு, ஆழ்வார்திருநகர், சென்னை – 600 087.

* மின்னஞ்சல் : natrinaipathippagam@gmail.com
* கைபேசி : 94861 77208
* தொலைபேசி : 044 – 4273 2141
* அச்சாக்கம் : துர்கா பிரிண்டர்ஸ், சென்னை – 600 005.

முன்னுரை

ஏறத்தாழ இருபத்தெட்டாண்டுகால உழைப்பைக் கோரிய நாவல் நொய்யல். நொய்யல் முதலில் சிறுகதையாகவே மனத்தில் உருப்பெற்றது. ஐம்பது, அறுபது பக்கங்களுக்குள் சிறுகதை ஒன்றை எழுத நினைத்தேன்.

பேருந்து ஒன்றில் ஒரு பெண்ணைப் பார்த்தேன். களையான முகம். நான் சற்றுநேரம் அவளைப் பார்த்துக்கொண்டிருந்தேன். அவள் அழகாக இருந்தாள். கிராமத்துப் பெண்களுக்கே உரிய அழகு. பார்த்துக்கொண்டிருந்தபோதே, அவளது முகம் மாறியது. முகத்தின் ஒரு பாதி கறுப்பாகவும் மறுபாதி வெண்மையாகவும் தென்பட்ட அந்த முகத்தைப் பார்த்தபோது, நான் அதிர்ச்சி யடைந்தேன். அவளைத் தேடிக்கொண்டு பேருந்து நிலையத்துக்கு அப்பால் வெகுதூரம் நடந்தேன். ஆனால், வழியைத் தவறவிட்டு விட்டேன். பிறகு அம்மாவிடம் அப்படியொரு முகத்தைப் பார்த்ததைப் பற்றிச் சொன்னேன். அது தோணைபடர்ந்த முகமாயிருக்கும் என்றார் அம்மா.

அந்த முகம் என்னை அலைக்கழித்தது. பலநாள்கள்வரை அந்த முகத்தைப் பற்றி நினைத்தேன். பிறகு அந்த முகம் என் நினைவுகளிலிருந்து மறைந்தது. அப்போது தாத்தாவுக்குத் துணையாய் எங்கள் வீட்டில் ஒரு பெண் இருந்தாள். கரிய நிறம். அகன்ற விழிகள். அவள் என் தாத்தாவின் வீட்டில் ஆடு மேய்த்துக் கொண்டிருப்பாள், நான் அவளுடைய ஆடுகளுக்கு வேலாங்காய்களை உலுக்கித் தருவேன். அவள் எனக்கு ஆட்டுப் பால் பீய்ச்சித் தருவாள். ஏனோ அந்த முகம் அழைத்துக் கொண்டிருந்தது.

நான் அப்போது எழுதிக்கொண்டிருந்த நாவலைப் பற்றி யோசித்தேன்.

வெள்ளையைப் பற்றியும் காரிச்சியைப் பற்றியும். பிறகு வேம்பனக் கவுண்டரைப் பற்றி, சாமியாத்தாளைப் பற்றி, குமாரசாமியைப் பற்றி, பூபதியைப் பற்றி, அவனைக்கொன்று

பலிதீர்த்த குமாரசாமியைப் பற்றி, தவறாமல் நொய்யல்கரைக்கு வந்துசெல்லும் வளந்தாங்கோட்டைப் பாட்டுக்காரனைப் பற்றி, ஆறுமுகப்பண்டாரத்தைப் பற்றி, நரிப்பழனிக் கவுண்டனைப் பற்றி, தன் காளைமாட்டில் உதட்டில் ஒரு மர்மப் புன்னகையுடன் வந்து நின்ற தேவனாத்தாளைப் பற்றி, லச்சுமியைப் பற்றி.. பிறகு குமரப்ப பண்டிதன், பிறகு சென்னிமூப்பன், பிறகு வேலம்மா, பிறகு பார்வதி ... இப்படி நொய்யல்கரையில் வாழ்ந்து தீர்த்த மனிதர்கள் ஒவ்வொருவரையும் பற்றி நினைத்தேன். அந்த நதியில் வசிக்கும் பறவைகளைப் பற்றியும் மீன்களைப் பற்றியும் பாம்புகளைப் பற்றியும் சொல்ல விரும்பினேன்.

நொய்யல்கரை வாழ்வு எனக்குச் சொல்லிச் சென்றிருக்கும் வாழ்வைப் பற்றிச் சொல்ல எவ்வளவோ இருக்கிறது. சொல்லித் தீராத கதைகள் அவை. நான் அவற்றிலிருந்து ஒரு சின்னஞ்சிறிய வாழ்வை எடுத்துக்கொண்டேன்.

இந்த நாவல் முற்றுப்பெற்றுவிட்டதாக நான் நினைக்க வில்லை. ஒருபோதும் முற்றுப்பெற்றுவிட முடியாத கதைகள் அவை.

நான் வெள்ளி கதாபாத்திரத்தைத் தஸ்தாயெவ்ஸ்கியின் மிஸ்கின் போல உருவாக்க விரும்பினேன். நீங்கள் இந்த நாவலைப் படிக்கும் போது அதை உணர முடியும். அதற்காக என் அன்பு தஸ்தாயெவ்ஸ்கிக்கு நன்றி சொல்ல விரும்புகிறேன்.

....

முதலில் இந்த நாவல் தன்னறம் பதிப்பக வெளியீடாக வந்தது. அதற்காக அவர்களுக்கு நன்றி சொல்லக் கடமைப் பட்டுள்ளேன். ஜெயமோகன் இந்த நாவலுக்கு எழுதிய முன்னுரை எனக்கு மதிப்புமிக்கது. அவரை நன்றியுடன் நினைவுகூர்கிறேன். இந்த நாவலுக்குப் பலர் துணை நின்றிருக்கிறார்கள். குறிப்பாக செல்லப்பா, சிவப்பிரசாத், மைதிலி எனப் பலரைச் சொல்ல வேண்டும்.

நாவலைப் புதிதாகப் பதிப்பித்துள்ள நற்றிணை பதிப்பகத்தின் யுகனுக்கு நன்றி.

புதுவெள்ளம்

சில அடிப்படையான படிமங்கள் எழுத்தாளர்களின் உள்ளத்தில் எவ்வாறு எழுகின்றன என்பது எப்போதும் ஆர்வமூட்டும் ஒரு வினா. பெரும்பாலான படிமங்கள் அந்த எழுத்தாளனின் உளநிலையையும் கனவுகளையும் பொறுத்தவை. அவனுக்கே உரியவை. அவன் வெளிப்படும் அத்தருணத்துக்குரிய மொழியை அக்கணம் கண்டுகொண்டவை. ஊற்று மண்சுவை பெறுவது போல. ஆயினும் அவற்றை அகழ்ந்து அகழ்ந்து செல்வோமென்றால் நீண்ட மரபு உருவாக்கி நனவிலியின் ஆழத்தில் எங்கோ புதைத்து வைத்திருக்கும் ஆழ்படிமங்களைச் சென்றடைய முடியும். அந்த எழுத்தாளன் தன்னை எழுத்தாளன் என்று உணர்வதற்கு முன்னரே மொழியினூடாக, தெய்வ உருவங்களினூடாக, நூறுநூறு கதைகளினூடாக அவை அவனுக்குள் சென்று குடியேறியிருக்கும். அவை அவன் எலும்பின் மஜ்ஜை போல. அவன் குருதி முழுக்க அங்கிருந்தே ஊறி வருகிறது.

வளருந்தோறும் அவன் தன் பிரக்ஞையை வளர்த்துக்கொள்ள ஆரம்பிக்கிறான். கற்றறிகிறான். கற்றவற்றைக் கலைத்தும், கோர்த்தும் சிந்திக்க ஆரம்பிக்கிறான். தனக்கென ஓர் அடையாளத்தை உருவாக்கிக் கொள்கிறான். அந்த அடையாளத்தைப் பேணும் பொருட்டு சிந்திக்கத் தொடங்குகிறான். நான் இத்தகையவன் என்று தன்னுடைய எல்லா எழுத்தினூடாகவும் அவன் அறை கூவிக் கொண்டே இருக்கிறான். ஆனால் பாறை இடுக்குகளினூடாக கசிந்துவரும் ஆழ்நிலத்து ஊற்று போல் அவனுள்ளிருந்து அவனறியாத அந்த ஆழம் வெளிப்பட்டுக் கொண்டும் இருக்கிறது. எங்கோ ஓரிடத்தில் ஊற்றுப்பெருகி அப்பாறைகளை அது பெயர்த்து வெளியே தள்ளுமெனில் அங்கொரு அருவிப் பீறிடலை நாம் பார்ப்போம்.

தேவிபாரதியின் முந்தைய நாவல்களிலிருந்து நொய்யல் எனும் இந்த நாவல் முற்றிலும் வேறுபட்டிருப்பது, அது இந்நாவல்

வரை தேவிபாரதி தனக்கென உருவாக்கி வைத்திருந்த அறிவார்ந்ததும், எதிர்மனநிலை கொண்டதும், சற்றே தத்துவார்த்த சோர்வு கொண்டதுமான நவீனக் கதைசொல்லி என்னும் தன்னடையாளத்தை இந்நாவலில் அவருக்கு உள்ளிருந்து எழும் ஓர் ஊற்றுப் பெருகி எழுந்து உருட்டி அப்பால் தள்ளி வெளியாகி யிருக்கிறது என்பதனால்தான். இந்நாவல் தேவிபாரதி அவருடைய வழக்கமான செறிவான யதார்த்தவாதத்தைப் பெரும்பாலும் கைவிட்டிருக்கிறார். அவருடைய நாவல்களில் எப்போதும் ஊடாடிக்கொண்டிருக்கும் இருத்தலியல் தத்துவமும் அதிலிருந்து எழும் விலகல் கொண்ட அங்கதமும் இந்நாவலில் இல்லை. இதுவரைக்கும் அவர் நாவல்களில் இல்லாத தொன்மங் களையும், தொன்மங்கள் சார்ந்த தீவிர உணர்ச்சிகளையும் வெளிப்படுத்தும் படைப்பாக இது உள்ளது.

முன்பொருமுறை லா.ச. ராமாமிர்தத்தின் ஒரு கதையை முன்வைத்து நண்பர்கள் நடுவே ஒரு விவாதம் நடந்தது. அக்கதையில் சீற்றமடைந்த ஒரு பிராமணக் குடும்பத்துப் பெண் ஓடிச்சென்று தன் வீட்டுக் கொல்லைக்கிணற்றில் குதித்து விடுகிறாள். கிணற்றிலிருந்து நீர்பொங்கி வெளிவருகிறது. பெருவெள்ளமாகி அந்தத் தெருவையே மூழ்கடிக்கிறது. ஊரை மூழ்கடித்துச் செல்கிறது. நண்பர் "இந்தக் கதை எப்போது எழுதப் பட்டது?" என்று கேட்டார். நான் "1950 வாக்கில் எழுதப்பட்ட கதை" என்று சொன்னதும் "அப்படியென்றால் மாய எதார்த்தவாதத்தை லா.ச.ரா முன்னரே எழுதிவிட்டாரல்லவா?" என்றார்.

மாய யதார்த்தவாதமென்பது லத்தீன் அமெரிக்கா தன்னுடைய தொல்மரபை நவீன சூழலில் வெளிப்படுத்துவதற்காகக் கண்டுபிடித்த ஒரு கதைசொல்லும் முறை. ஏதோ ஒருவகையில் எல்லா மரபுகளுக்கும் தங்களுக்கான மாயங்கள் உள்ளன. தங்களுக்கான நவீன கதை சொல்லும் முறைகளையும் அவை உருவாக்கிக்கொள்ள முடியும். ஏனெனில் மானுட உள்ளம் செயல்படும் சில ஆழங்களை மாயத்தினூடாக மட்டுமே சொல்ல முடியும். பிரபஞ்சத்திற்கும் மனிதனுக்குமுள்ள உறவின் சில பகுதிகள் மாயத்தினூடாக அன்றி தொடமுடியாதவை. மானுட உறவே மாயங்களின் விளையாட்டுதான்.

சொல்லப்போனால் மாயத்தைச் சொல்வதற்காக மட்டுமே மனிதன் கதை என்னும் வடிவத்தை உருவாக்கியிருக்கிறான்.

அதீதங்களைச் சொல்வதற்காக கட்டின்மையைச் சொல்வதற்காக மட்டுமே உலகெங்கும் கதைகள் பயன்படுத்தப்பட்டிருக்கின்றன. அன்றாடத்தை யதார்த்தத்தை, தர்க்கத்திற்குள் சிக்குவதைச் சொல்வதற்கு கதையைப் பயன்படுத்தலாம் என்பதே பதினெட்டாம் நூற்றாண்டு உலகத்திற்கு அளித்த ஒரு புதிய அறிதல்தான். ஒரு மாறுதலுக்காக அதைச் சொல்லிப்பார்த்தார்கள். அதன் உச்சங்களைத் தொட்டார்கள். ஆனால் இப்போது எண்ணிப்பார்க்கையில் அந்த உச்சகட்ட யதார்த்த படைப்புகளில் கூட நரம்பென ஊடாடி அவற்றை ஒருங்கிணைத்து அவற்றின் சாராம்சத்தை வெளிக்காட்டுவதாக இருந்தது அவற்றிலுள்ள மாயத் தன்மைதான். யதார்த்தவாத நாவல்களில் உள்ளது உள்ளார்ந்த மாயத்தன்மை. ஆசிரியனால் பூடகமாக்கி வைக்கப்பட்ட மாயத்தன்மை என்று அதைச் சொல்லலாம். டால்ஸ்டாயின் போரும் வாழ்வும் நாவலில் ஒரு குன்றின்மேல் ஏறி நின்று பனிமூடிய ராணுவ அணிகளைப் பார்வையிடும் நெப்போலியனின் காட்சியும் சரி, போர்க்களத்தில் மல்லாந்து படுத்து மேகங்களைப் பார்த்து அங்கே எவ்வளவு அமைதி என்று வியக்கும் ஆண்ட்ரூவின் காட்சியும் சரி அந்தத் தருணங்களில் சென்றடைவது ஒரு மாயநிலையைத்தான். அந்தப் புள்ளிகளை மட்டும் கதையாக ஆக்குவதென்றால் மாயப்புனைவே தேவைப்படும்.

மாயக்கதைகள் வாழ்வின் சாரமெனத் திகழும் புரியாத சிலவற்றை, அவை வெளிப்படும் தருணத்தை மட்டுமே கதையாக்க முயல்கின்றன என்று தோன்றுகிறது. நம்முடைய பண்பாட்டுக்கே உரிய மாயத்தன்மை லா.ச.ராவின் அக்கதையில் வெளிப்படுகிறது. ஆறு, கிணறு, பாம்பு, தீ என நாம் எப்போதும் சொல்லிச் சொல்லி வளர்த்துக்கொண்டே இருக்கும் சில தொல்படிமங்களைச் சார்ந்து லா.ச.ராவின் மனம் இயங்குகிறது. நவீன எழுத்தாளர்கள் பலருக்கு அது அவர்கள் இளமையில் கேட்ட குழந்தைக் கதைகளின் சாயலில் உள்ளதனாலேயே, தாங்கள் வளர்ந்து விட்டோம் என்று அவர்கள் எண்ணிக்கொள்வதனாலேயே அவற்றிலிருந்து விலக்கம் ஏற்படுகிறது. எதிர்த்திசையில் சென்று, தூய யதார்த்தத்தைத் தொட்டு, அங்கே எஞ்சும் ஒன்றைத் தொட எம்பி மாயத்தை அடைகிறார்கள். வளைந்து மீண்டும் தங்கள் குழந்தைமைக்கு வந்து சேர்கிறார்கள் போலும். தந்தையிடமிருந்து விலக்கத்தை உருவாக்கிக்கொள்ள முயன்று, ஐம்பது வயதுக்கு

மேல் தந்தையைப் போலவே தானுமாகும் வாழ்க்கையைத்தான் மைந்தர்கள் அனைவரும் கொண்டிருக்கிறோம் என்பது போல.

தேவிபாரதியின் நாவலில் அவர் சென்றடைந்திருக்கும் இடம் எனக்கு பலவகையான எண்ணங்களை உருவாக்குகிறது. தமிழின் மிக முதிர்ந்த, மிகச் சரியான யதார்த்தவாத படைப்பாளிகளில் ஒருவர் காரிச்சி போன்ற அதீதத்தின் விளிம்பிலேயே நடமாடும் ஒரு கதாபாத்திரத்தை ஏன் உருவாக்குகிறார்? இத்தனை ஆண்டுகளில் அவர் எழுதி எழுதி அடைய முடியாத எதை இந்நாவலில் அவர் அடைய எண்ணுகிறார். எஞ்சியது என்ன? இந்நாவல் முழுக்க அவருக்கு இயல்பே இல்லாத வியப்பின் மொழி உருவாகி வந்திருக்கிறது. நாவலின் தொடக்கத்தில் நொய்யலில் வெள்ளம் வரும் சித்தரிப்பின் மொழியில் நான் முதல் முறையாக தேவிபாரதியில் உறையும் சிறுவனைப் பார்த்தேன். ஏற்கனவே எனக்கு ஐந்து வயதான சுந்தர ராமசாமியை, மூன்று வயதான லா.ச.ராவை, ஒரு வயதான பிரமிளைத் தெரியும்.

நொய்யலில் வெள்ளமா? ஆமாம் நொய்யலிலேதான். சாயக் கழிவும் உடைமுள்புதர்களும், குப்பைகளுமாக வறண்டு கிடக்கும் அந்த மணல் தடத்தில்தான் வெள்ளம். இத்தனை ஆண்டுகளுக்குப்பின் தேவிபாரதிக்கு அப்பெருவெள்ளம் தேவைப்பட்டிருக்கிறது. அதுவும் ஓர் அன்னை சொல்ல, அவள் சொல் பொய்யாமல் எழும் வெள்ளம். அன்னை தெய்வம். பிச்சியவள் காண் எங்கள் அன்னை, பெரும் பேயவள்காண் எங்கள் அன்னை என தேவிபாரதி கண்டுகொண்ட அன்னை. "மலையுருகிப் பெருக்கெடுத்த நதி மடியுமோ நிரந்தரமாய்? அத்தனை பெரிய ஆற்றலை வெளிப்படுத்த வல்லதோ ஒரு சிறுசொல்?" என நாம் கண்டடையும் பெருநதி.

நொய்யல் என்றாலே நொய்தல், தேய்தல் என்று பொருள். நொய்யல் ஆறு வெள்ளம் பெருகி ஊரை நிரப்பி தெய்வங்களையும் கோயில்களையும் சுருட்டிக்கொண்டு செல்கிறது. அந்த ஆற்றின் கரையில் அமைந்திருக்கும் இன்னொரு தெய்வம் தேவனாத்தா. பூசாரியின் உள்ளிருந்து கிளம்பி உடலெங்கும் ஆவேசித்து அவன் சொல்லில் திகழ்ந்து அருளும் மருளும் எனத் திகழ்ந்து வாழ்த்தி வரங்கொடுத்து நின்றிருக்கும் பேயுரு. காரிச்சி எளிய பெண். அவளுடைய பிறப்பு எளிதிலும் எளிது ஆனால் நொய்யலிலிருந்து தேவனாத்தா முதலான அதன் தெய்வங்களிலிருந்து ஒரு

மர்மச்சரடு காரிச்சிக்குள் வந்து புகுந்துகொள்கிறது. அவள் சுட்டிக்காட்டி ஆணையிட்டால் நொய்யல் வெள்ளம் பெருக்கெடுக்கிறது. பெய்யெனப் பெய்யும் மழை என்பது போல "காரிச்சி, பாரு, தேவனாத்தா நொய்யல் எல்லாம் ஒன்றா?" என்னும் ஒரு திகைப்பு இந்நாவலில் உள்ளது. அதுவே இக்கதைப் பரப்பு முளைத்தெழுந்த முதல்விதை போலும்.

இந்நாவல் முழுக்க ஆதிக்கம், சாதி இழிவுகள், தொல் நிலத்தின் ஒடுக்குமுறைகள், அவற்றினூடாக மீறி எழும் மானுடத் தருணங்கள் உள்ளன. தனித்தனி நிகழ்வுகளாகச் சொல்லப்படும் அவை அனைத்துமே இந்நாவலில் மையச்சரடான உருவாக்கும் இந்த மாயத்தால் ஒன்றெனக் கோர்க்கப்பட்டுள்ளன. "நீ என்ன தேவனாத்தாளா? நீ வான்னு சொன்னா வாரதுக்கு?" "ஆமாங்க கிரிக்கவுண்டரே, நான் தேவனாத்தா தே. தேவனாத்தா வேற காரிச்சி வேறயில்ல" எனும் இடம் ஓர் உதாரணம். நொய்யல் பெருகி வருகிறது. ஏனென்றால் நொய்யலும் காரிச்சியேதான். இந்த மனிதர்கள் அனைவருக்குள்ளும் ஓடும் ஒன்றையே தேவிபாரதி இந்நாவலில் நொய்யல் எனக் கண்டடைகிறார்.

ஒரு புனைவில் வரும் அதீத்தன்மை கொண்ட கதாபாத்திரங் களின் பெறுமதி என்ன என்று எப்படி மதிப்பிடுவது? அதீதத்தன்மை பெரும்பாலான யதார்த்தவாத நோக்குள்ள வாசகர்களுக்கு ஒருவித ஒவ்வாமையை உருவாக்குகிறது. அது ஆசிரியர் உரத்துப் பேச முற்படுவதாக அவனுக்குத் தோன்றுகிறது. அப்படித் தோன்றுவது ஒரு குறிப்பிட்ட வகையான உளப்பாங்கின் விளைவே ஒழிய அதற்கு பொதுமதிப்பு எதுவுமில்லை. ஏனெனில் நம் வாழ்க்கையில் தொடர்ந்து அதீதமான மனிதர்களைப் பார்த்துக்கொண்டிருக்கிறோம். ஒரு கணத்தில், ஏதோ ஒரு, ஊரில், நாம் கண்டு மறந்த மனிதரை வாழ்நாள் முழுக்க நினைவு கூர்ந்துகொண்டிருக்கிறோம். அது அவர்களிலிருக்கும் ஓர் அதீதப்பண்பை நாம் அடையாளம் கண்டு கொண்டதனால்தான். நாம் நினைவில் சேமித்திருக்கும் எல்லா கணங்களும் அதீதங்கள் மட்டுமே. அவற்றால்தான் நாம் நம் வாழ்க்கையையே நினைவுச்சரடாகக் கோத்து உருவாக்கிக் கொண்டிருக்கிறோம்.

அதீதமென்பது ஒருவகை பொங்கி வழிதல் என்று கொள்ளலாம். ஒவ்வொருவருக்கும் அவருடைய உடலால், சூழலால் அளிக்கப்பட்டிருக்கும் ஓர் அளவு உள்ளது. அந்த அளவைத் தாண்டி அவருள்ளிருந்து ஒன்று பீரிடுவதே அதீதத்

தன்மை. அந்த அதீதத்தன்மைதான் உண்மையில் அவருடைய சாரம். அது எந்த அளவிற்குள்ளும் நிற்காதது. எந்தக்கட்டுக்குள்ளும் அடங்காது. ஒருவரிடம் எப்படி ஒடுக்கினாலும் ஒடுக்க முடியாத ஒன்று இருக்குமெனில் அதுவே அவருடைய சாராம்சம் எனலாம். அந்த அதீதத்தன்மையை நோக்கிக் கலைஞர்கள் ஈர்க்கப்படுவது மிக இயல்பானது. ஏனெனில் அது மானுட சாராம்சம் நோக்கிய பயணம். அனைத்து வகையிலும் சாதாரணமான, ஒவ்வொரு தெருமுனையிலும் சந்திக்கத் தகுந்த ஒருவரை உண்மையில் புனைவாக்கத்தான் வேண்டுமா என்ற ஐயம் எனக்கு உண்டு. ஒரு புனைவில் அவர் எங்கோ ஓரிடத்தில் ஒரு வகைமாதிரியாக நிகழ்த்தப்படலாமே ஒழிய புனைவென்னும் கலை அவருக்காக உருவாக்கப்பட்டதல்ல. அது சாராம்சம் நோக்கிச் செல்வது. சாராம்சம் என்பது அதீதமாக வெளிப்படுவது. இன்று திரும்பிப் பார்க்கையில் உலகப் புனைவுலகில் அதீதங்களினூடாக தங்களை நிகழ்த்திக்கொண்ட பெருங்கதாபாத்திரங்களே நினைவில் நிற்கிறார்கள். அந்தந்த தருணங்களில் நான் பொருத்தி நான் மகிழ்ந்த சிறு சிறு கதாபாத்திரங்கள் எல்லாருமே வெறும் முகங்களாக மங்கின புகைப்படங்களாக மாறிப் பின்னகர்ந்து விட்டிருக்கின்றனர்.

ஒவ்வொரு அதீதத்துடனும் என் உள்ளம் சென்று தொடும் ஒரு புள்ளி உள்ளது. ஏனெனில் அந்த அதீதங்கள் அனைத்தும் ஒரு மானுடனாக என்னுடையவையேதான். என்னால் ஜோன் ஆஃப் ஆர்க்கைப் புரிந்துகொள்ள முடிகிறது. நெப்போலியனைப் புரிந்துகொள்ள முடிகிறது. பித்தனும் விவேகியுமான காந்தியையும் புரிந்துகொள்ள முடிகிறது. இவை அனைவருமாக ஆகும் ஒரு சாத்தியத்தை எனக்கு புனைவு திறந்து காட்ட வேண்டும். எனில் மட்டுமே புனைவை வாசிப்பதற்கான ஊதியத்தை நான் அடைகிறேன்.

தேவிபாரதியின் இந்நாவல் முக்கியமானதென்று எனக்குத் தோன்றுவது இதில் அந்த அதீதங்கள் வெளிப்படும் கதாபாத்திரங்களின் எண்ணிக்கையும் அவர்களின் தீவிரமும் அதிகம் என்பதனால்தான். காரிச்சிக்கு நிகராகவே முக்கியமானவர் குமரப்ப பண்டிதன். அவர் வாழ்க்கையின் ஒரு வரைகோட்டுச் சித்திரத்தைத் தேவிபாரதி அளிக்கிறார். அதனூடாக தன்னுடைய ஒவ்வொரு எல்லையையும் அவர் கடந்து போவதைக் காண முடிகிறது. எளிய குடிநாசுவனாகப் பிறந்து, கல்வியினூடாக அடுத்த கட்டத்துக்கு நகர்ந்து, உள்ளுணர்வையும் கல்வியையும்

இணைத்துக்கொள்ள முடிந்தமையால் ஜோதிடம் வழியாக காலங்களைக் கடந்து பார்க்கும் கண்கள் பெற்று, அதன் பின்னரும் தன்னை ஒரு எளிய நாசுவனாகவே பார்க்கும் சூழலில் காலூன்றி நின்றிருக்க வேண்டிய குமரப்ப பண்டிதன் ஒரு காலகட்டத்தின் முழுத்துயரத்தையும் வெளிப்படுத்துபவராகவும், மானுடத் துயரங்கள் அனைத்தையும் கடந்து தன் ஞானத்தால் அனைத்தையும் கடந்து நின்றிருக்கும் உச்சத்தைக் காட்டுபவராகவும் இந்நாவலில் வெளிப்படுகிறார்.

இந்நாவல் தேவிபாரதியின் வேறெந்த நாவலிலும் இல்லாத அளவுக்கு அதீத தருணங்களைக் கொண்டிருக்கிறது. ஆகவே வேறெந்த நாவலிலும் இல்லாத அளவுக்கு மானுட உச்சங்களும் அவை வெளிப்படும் அழகிய சொற்தருணங்களும் கொண்டுள்ளது. ஆனால் அந்தச் சொற்தருணங்கள் நாம் செவ்வியல்தன்மை மேலோங்கிய நாவல்களில் காணும் சொற்றொடர்களால் ஆனவை அல்ல. அவை ஒரு நாட்டார்ப்பாடலில் வருவன போலிருக்கின்றன. ஒரு பயணத்தை நாடோடி ஒருவனின் வாயில் இருந்து வெளிப்படுவன போலிருக்கின்றன.

தேவிபாரதியின் இந்நாவலில் உள்ள மாயத்தை லா.ச.ராவின் நாவலில் உள்ள மாயத்துடன் ஒப்பிட்டுப் பார்ப்பது அதைப் புரிந்துகொள்ளுவதற்கான வழி. காரிச்சியை நாம் அபிதாவுடன் ஒப்பிட்டுப்பார்க்கலாம். லா.ச.ராவின் அபிதா அவளுடைய அதீதத்தை அடைவது தொடப்படாத தூய்மையினூடாக, பேரழகினூடாக, நெருப்புக்கிணையான ஒன்றாக லா.ச.ரா அபிதாவை உருவாக்குகிறார். தொட முடியாதவள் என்னும் பொருளில் அவளுக்கு அபிதகுசலாம்பாள் என்று பெயர் வைக்கிறார்.

நேர்மாறாக காரிச்சி அவலட்சணமானவள், கன்னங்கரியவள், ஓங்கு தாங்கானவள், நம் மரபு அரக்க குணம் என்று அரக்க தோற்றம் என்று சொல்லக்கூடிய அனைத்துத் தன்மைகளையும் கொண்டவள். அவளில் வெளிப்படும் தெய்வீகத்தையே தேவி பாரதி இதில் எழுதுகிறார். லா.ச.ரா மாயம் காட்டிய அந்த டாரட் கார்ட் அப்படியே புரண்டு மறுபக்கத்தைக் காட்டுகிறது. நேரெதிரான குணங்களுடன் அதே தெய்வத்தன்மையுடன் காரிச்சி அமர்ந்திருக்கிறாள். குமரப்ப பண்டிதனின் கதையும் அதுவே. அவன் ஏறிச்செல்லும் உயரங்கள் அகவயமானவை, ஆனால் புறவுலகில் அவன் கீழ்மையின் எல்லைகள் வரை செலுத்தப்பட்டு அவமதிக்கப்படுகிறான். நம் நாட்டார் தெய்வங்களில் பல கீழ்ச்

சாதி எனக் கருதப்பட்ட குலங்களைச் சேர்ந்தவை, அவமதிப்பை அடைந்து அதனூடாகவே தெய்வமானவை. இந்த விந்தையான முரண்நிகழ்வை இந்நவீன நாவலும் சுட்டிச்செல்கிறது.

இந்நாவல் முழுக்க திகழும் மீபொருண்மை அல்லது ஆன்மிகத் தன்மை என்பது முழுக்க முழுக்க நம்முடைய நாட்டார் மரபு சார்ந்தது. நாட்டார் மரபுத்தெய்வங்கள் காரிச்சியையும் குமரப்ப பண்டிதனையும் போன்றவை. நாவல் முழுக்க ஓடிக் கொண்டிருக்கும் ஆக்ரோஷமான அந்த நாட்டார் தன்மையே இதை ஒரு தனித்த படைப்பாக மாற்றுகிறது. கிரிக்கவுண்டனுக்கு இருக்கும் நீரில்கண்டம் எனும் பிறவிச்சாயமும், மீள மீள அவன் நொய்யல் நோக்கியே ஈர்க்கப்படுவதும், அங்கே அவன் கண்டடையும் தருணங்களும் எதைக் காட்டுகின்றன? நொய்யல் என்னும் ஆற்றை முழுக்க விளக்கிவிட முடியாத ஒரு ஆழ்ப்பெருக்காக இந்நாவல் ஆக்கிவிடுகிறது. அதுவே இந்நாவலை முக்கியமானதாக ஆக்குகிறது.

எப்போதும் என்னை உத்வேகமூட்டும் அம்சமென்பது ஒரு எழுத்தாளன் தன்னுடைய சாத்தியங்களைத் தானே மீறுவது. தான் அதுவரை எழுதியவற்றை ஆடைபோல் களைந்துவிட்டு பிறிதொருவனாக வெளிப்படுவது. நான் வாசித்த எல்லா தேவிபாரதி நாவல்களிலிருந்தும் முற்றிலும் விடுபட்டு வேறொருவராக தேவிபாரதி நிகழ்ந்திருப்பது பெரும் உவகையை அளிக்கிறது. அவருக்கு என் வணக்கம்.

— ஜெயமோகன்

பகுதி 1

1

கரைகொள்ளாமல் பொங்கிச் சீறும் நொய்யலின் ஹோவென்ற பேரிரைச்சலைத் தவிர வேறு ஓசைகளில்லை. அவளது சீற்றத் துக்குப் பயந்து பறவைகளெல்லாம்கூடத் தொலைவிடம் தேடிப் பறந்திருக்க வேண்டும். அவற்றின் கூடுகளையெல்லாம் வாரிச் சுருட்டித் தன்னோடு கொண்டுபோயிருக்கும் வன்மமும் சீற்றமும் கொண்ட இந்த நதி இல்லையென்றால் பொழுதிறங்கும் இந்நேரத்துக்கெல்லாம் அனலாங்குருவிகள் எழுப்பும் சத்தத்துக்குக் காதுச்சவ்வெல்லாம் கிழிந்துபோயிருக்கும்.

சீறிப்பாயும் வெள்ளப் பரப்புக்குமேலே கருவேல மரங்களின் நுனிக்கிளைகள் எம்பியெம்பித் தணிந்துகொண்டிருந்தன. வெள்ளம் பாறை பாறையாய்ப் புரண்டுவந்து மருதங்குழிக்குள் விழுந்து சிதறியது. மேற்கே வழுக்கி வழுக்கி இறங்கிக்கொண்டிருந்த சாயங்காலச் சூரியனின் ஒளிக்கற்றைகள் பட்டுத் தகதகவென மின்னினாள் நொய்யல். வெள்ளத்தில் புரண்டுவந்த மாடுகளுக்கும் பன்றிகளுக்கும் கணக்கில்லை. இந்நேரத்துக்கெல்லாம் எல்லோரும் வண்ணாமடையில் திரண்டிருப்பார்கள். எந்த வெள்ளத்தையும் எதிர்த்து நீந்திப் புரண்டுவரும் மாடுகளையும் பன்றிகளையும் கரைக்குக் கொண்டுவந்துவிடும் சாமர்த்தியம் நொய்யல்கரை மனிதர்களுக்கு உண்டு. பன்றிக்கறியும் புளித்த கள்ளும் உண்டு, பறைகொட்டி, வெறிகொண்டாடும் அவர்களுக்குத்தான் நொய்யலின் சீற்றத்தால் கொண்டாட்டம்.

இன்றைக்கு இவளுக்கு என்னாயிற்று? எதனால் இவ்வளவு சீற்றம்? இவ்வளவு வெள்ளத்தையும் எங்கிருந்து பெற்றாள்?

தேவனாத்தா கோயில் குதிரைத்திட்டிலிருந்து பார்க்கக் கண் கொள்ளவில்லை வெள்ளிக்கு. இனி இப்போதைக்குச் சீற்றம் தணிந்து வழிவிடமாட்டாள் நொய்யல். உருக்குலைந்துபோன

நற்றிணை பதிப்பகம் ❖ 13

இக்குதிரைத் திட்டில் கால்நீட்டி உட்கார்ந்தபடி விடியவிடியக் காத்திருப்பதைத் தவிர வேறு வழியில்லை.

கண்ணுக்கெட்டிய தொலைவுக்கு நடமாட்டமேயில்லை. பக்கத்தில் ஊரொன்று இருப்பதற்கான தடயமேயின்றி வெறிச் சோடிக் கிடந்தது நொய்யல்கரை. இவ்வளவு காலத்துக்குள் ஊரே கலைந்துபோயிருக்கலாம். சபிக்கப்பட்டு இந்நதியின் சீற்றம் கொண்ட கைகளால் விரட்டப்பட்டவர்கள் இன்னும் எத்தனை பேரோ? தேவனாத்தா கோயில்கூடக் கவனிப்பாரற்றுத்தான் கிடந்தது. சுற்றுச் சுவரெல்லாம் பெயர்ந்து வெறும் மண்திட்டு மட்டும் கறையான் புற்றாய் எஞ்சி நின்றது. பாதக்குறடேறி, குத்தீட்டியும் குறுந்தடியும் கொண்டு வேட்டைக்குப் போகும் நரிப்பழனிக் கவுண்டனின் குதிரைகூடத் தலையொரு பக்கமும் முண்டமொரு பக்கமுமாகத்தான் புரண்டுகிடந்தது. தேவனாத்தாளின் கழுத்தில் மட்டும் உலர்ந்த செவ்வரளி மாலை. கிடைகொண்ட காலங்களிலும் தவழ்ந்து தவழ்ந்தாவது வந்து அவளுடைய கழுத்துக்குச் செவ்வரளி மாலை சாத்திக் கும்பிட்டுக் கொஞ்ச நேரமாவது அவளுடைய காலடியில் உட்கார்ந்திருந்துவிட்டுப் போகும் பழக்கம் கொண்ட ஆறுமுகப் பண்டாரத்தைப் போல இன்னும்கூட யாராவது நொய்யல் கரையில் இருந்துகொண்டுதான் இருப்பார்கள் போலிருக்கிறது.

தேவனாத்தாளை வெறும் சாமியாகப் பார்த்தவனா அவன்?

“என்னப் பெத்த ஆத்தாளுங்க சாமி அவ” என மூச்சுக்கு மூச்சு சொல்லிக் கிடந்தவனாயிற்றே?

வைகாசியில் தேவனாத்தாளுக்குப் பூச்சாட்டு. அப்போது பார்க்க வேண்டும் அவளை. சிவப்புப் பட்டுடுத்திச் செவ்வரளி மாலை சாத்தி, நெற்றி நிறைய திலகமிட்டுக் குண்டத்து நெருப்பில் தணலோடு தணலாய்ச் சிவந்துகிடப்பாள். சித்திரை மாதத் தொடக்கத்திலிருந்தே பண்டாரத்துக்குத் தூக்கமிருக்காது. சாமம் ஏமம் பார்க்காமல் அலைவான். காடுகரையெல்லாம் சுற்றி நெல்லும் கம்பும் சோளமும் வெல்லமும் கருப்பட்டியும் விளக்கெண்ணெய்யும் நெய்யும் திரட்டிக்கொண்டு வந்து அம்பாரமாய்க் குவித்துவிடுவான். கோயிலைச் சுற்றிப் புதராய் மண்டிக் கிடக்கும் வேலங்கொம்புகளும் கிளுவையும் செடிசெத்தைகளுமெல்லாம் துப்புரவாகிற வேகமென்ன, பாசிபிடித்துக் கிடக்கும் சுவரெல்லாம் வெள்ளையாகிற மாயமென்ன. பொங்கலன்றைக்குக் கோழி யறுத்துச் சோளச் சோறாக்கிக் கொதிக்கக் கொதிக்கச் சாறுவிட்டு, ஊஞ்சமர நிழலில் அக்கடாவெனக் கால்நீட்டி உட்கார்ந்தபடி

அத்தனையையும் தின்று தீர்ப்பார்களே நொய்யல் கரைவாசிகள், எப்போது நினைத்தாலும் நாக்கெல்லாம் நனைந்துவிடும்.

இந்தக் கோயிலை எத்தனை தடவை பெயர்த்துக்கொண்டு போயிருப்பாள் நொய்யல். ஆனால், வைகாசிச்சாட்டுக்கு அப்படியே புதுசாகவல்லவா எழுந்து நிற்கும்? எனது கரையோரம் கட்டினால் அப்படித்தான் பெயர்த்துக்கொண்டு போவேன் என நொய்யலும், நீ எத்தனை தடவை கொண்டு போனாலும் நாங்கள் இங்கேதான் கட்டுவோம் என ஊர்க்காரர்களும் சவால்விட்டுக் கொண்ட மாதிரிதான் இருக்கும்.

ஆரம்பத்தில் தேவனாத்தாளுக்குக் கோயிலேது? சிற்பங்களேது? சிலைகளேது?

ஓர் ஊஞ்சமரம், அதற்குக் கீழேயொரு செம்மண் திட்டு. திட்டின்மேல் நாலைந்து வெங்கச்சங்கற்கள். நடுவில் சற்றுப் பெருங்கல்லாய் மொழுமொழுவென எண்ணெயொழுக நிற்பாளாம் தேவனாத்தா. அவளுக்கு வலப்பக்கத்தில் கருங்கல்லின் உருவம் கொண்டு நிற்பான் நரிப்பழனிக் கவுண்டன். அவன் அவளுடைய சேனைத் தலைவன். நள்ளிரவில் குத்தீட்டியும் குறுந்தடியும் கொண்டு பாதக்குறடேறி அவளோடு வேட்டைக்குப் போகிறவன் அவன்தான். ஓங்கிய பாளைக்கத்திகளுடன் கவை வீசிப் பின்தொடரும் அவன் பரிவாரம். தன் காளைமாட்டில் உதட்டிலொரு மர்மப் புன்னகையுடன் எல்லாவற்றையும் கண்காணித்தபடி ராணி மாதிரி கூட வருவாளாம் தேவனாத்தா. காளையைப் பார்த்தால் சும்மா அன்னநடை நடப்பது மாதிரி தான் இருக்குமாம். ஆனால், நாற்கால் பாய்ச்சலில் வாயெல்லாம் நுரைதள்ள மூச்சிரைக்க ஓடிவரும் நரிப்பழனிக் கவுண்டனின் குதிரை வேகத்துக்கு ஈடாக இருக்குமாம் அதன் நடை. வேட்டைத் தடத்தில் யாராவது எதிர்ப்பட்டால் பொடனியடியாகப் போட்டு விடுவானாம் நரிப்பழனிக் கவுண்டன். அப்படி அவனிடம் அடிபட்டுச் செத்தவர்களின் கதைகளை ஊர்க்காரர்களுக்குச் சொல்பவன் சென்னி மூப்பன்தான்.

சென்னி மூப்பன் சொல்லும் கதைகளைக் கேட்பவர்கள் பொழுதிறங்கிய பிறகு காடுகரைப் பக்கம் தலை வைத்துக்கூடப் படுக்கமாட்டார்கள். ஆறுமுகப் பண்டாரம்தான் எதையாவது சொல்லித் தேற்றுவான். சென்னி மூப்பன் சொல்வது பொய்யல்லவென்றாலும், அவற்றையெல்லாம் அப்படியே எடுத்துக் கொள்ளவும் கூடாதாம். நரிப்பழனிக் கவுண்டனிடம் அடிபட்டுச்

செத்தவர்கள் துஷ்டர்களும் திருடர்களும்தானாம். நல்லவர் களுக்குத் தீங்கொன்றும் செய்யமாட்டாளாம் தேவனாத்தா.

அவளுடைய உக்கிரத்தையெல்லாம் ஊர்க்காரர்கள் தெரிந்து கொள்ளும்படியாகப் பிறகொரு தருணம் வந்தது.

நொய்யல் பெருக்கெடுக்கும் காலங்கள் மிகப் பயங்கர மானவை. மேற்கு வானம் லேசாகக் கருக்கிக்கொண்டால்கூட, எங்கோ பெய்கிற மழைக்குத் திடுதிடுவென வெள்ளம் புரண்டு வந்துவிடும். கரையைத் தாண்டி ஊருக்குள் வந்துவிடுவாள் நொய்யல். பிள்ளையார் கோயில் கல்கட்டெல்லாம் அவளுடைய ஒரு வீச்சுக்குக் காணாது. நாடார்வளவில் உள்ள சாளைகளெல் லாம் வெள்ளத்தில் நீச்சல் போட்டுக்கிடக்கும். நொய்யலின் இரு மருங்கிலும் வேலி காணாது கிடக்கும் அரண்மனைக் காடெல்லாம் துள்ளி விளையாடுவாள். தேவனாத்தாளும் நரிப்பழனிக் கவுண்டனும் கிடைகொண்டிருக்கிற ஊஞ்சமரம் கழுத்துத் தண்ணீரில் நிற்கும். வெள்ளம் வடியும் காலம்வரை அதனுள் மூழ்கி, மூச்சுத் திணறித்தான் கிடப்பாள் தேவனாத்தா. பிறகு ஊஞ்சமரத்துக்குக் கீழே பாசிபிடித்துக் கிடக்கிற தேவனாத் தாளையும் அவளுடைய பரிவாரங்களையும் கண்டுபிடித்து, மரத்தைச் சுற்றிலும் அண்டிக் கிடக்கிற செடி, செத்தைகளை அகற்றிப் பழையபடி கொண்டுவரப் பண்டாரத்துக்கு ஓரெட்டுப் பிடிக்கும்.

ஊஞ்சமரம் தலையுதிர்த்து மொட்டையாக நிற்கும் காலங்களில் வெயிலில் துவண்டு கிடப்பாள் தேவனாத்தா. பண்டாரத்துக்குக் குமுறிக்கொண்டுவரும். இருவரும் சேர்ந்து நாலு மூலைக்கும் நாலு ஊஞ்சக் கொம்புகளை நிறுத்தி, பனையோலையில் கூரை போட்டு அவளுடைய சிரசுக்கு நிழல் பண்ணிவைப்பார்கள். அதெல்லாம் நாலு நாள்கள்கூடத் தாங்காது. அக்கம் பக்கத்துக் காடுகளில் கடலைக்கொடி பிடுங்க வரும் சனம் அந்த ஓலைகளை உருவிக்கொண்டு போய்ச் சிரசுக்கு நிழல்பண்ணிக்கொண்டு காய் பறிக்க உட்கார்ந்துவிடும். எலி வேட்டைக்கும் முயல் வேட்டைக்கும் வனத்துக்குப் போகும் நாடார் வளவு வாலிபப் பையன்கள் அந்த ஓலைகளை உருவித் தீ மூட்டி, வறுவல் போட்டு, மூக்கு முட்ட ஒரு பிடிபிடித்து விட்டு அங்கேயே உருண்டு கிடப்பார்கள். எப்படியாயினும் தேவனாத்தாளுக்கு விதிக்கப்பட்டது வெயிலாகத்தான் இருக்கும். சென்னி மூப்பனும் ஆறுமுகப் பண்டாரமும் மறுகிப்போவார்கள். மற்றவர்களுக்கோ அதையெல்லாம் பார்க்கச் சிரிப்புப் பொங்கும்.

தேவனாத்தாளும் நரிப்பழனிக் கவுண்டனும் வேட்டைக்குப் போகும் கதையையெல்லாம் ஆலமர நிழலில் கால்நீட்டி உட்கார்ந்தபடி அவ்வளவு பயபக்தியோடு கேட்கத்தான் செய்வார்கள். கதை சொன்ன சென்னி மூப்பனும் பண்டாரமும் அந்தப் பக்கம் போனதும், விழுந்து விழுந்து சிரிப்பார்கள். கதை கேட்டுக்கொண்டிருக்கிறபோதே இளசுகளின் உதடுகளில் கேலிச்சிரிப்பு அலையடிக்கும்.

அதெல்லாம்தான் தேவனாத்தாளுக்குப் பொறுக்கவில்லை போலும். வனங்களில் திருடர்களையும் துஷ்டர்களையும் தேடித் திரிந்தவளின் பரிவாரம் ஒருநாள் ஊரைப் பார்த்துத் திரும்பிற்று.

சேகண்டிகள் முழங்க, தீவட்டியேந்தி தனது பரிவாரங்களுடன் ஊருக்குள் புகுந்தாள் தேவனாத்தா.

அப்பொழுது நள்ளிரவு. காற்றில் சாம்பிராணி வாசனை. 'ஹர்ர்ரம்' எனக் கனைத்துக்கொண்டு நாற்கால் பாய்ச்சலில் ஊருக்குள் புகுந்தது நரிப்பழனிக் கவுண்டனின் குதிரை. அதன் குளம்படிபட்ட இடமெல்லாம் தீப்பற்றிப் பூமி கருகிற்று. 'பளீர் பளீரெ'னச் சாட்டைகள் சொடுக்கின. அரண்டுபோன ஆந்தைகளும், வெளவால்களும் பொந்துகளைத் தேடியடைந்து மூச்சுவிடாமல் பதுங்கிக்கொண்டன. இதையெல்லாம் கண்டு பூரித்தவளாய்க் காளைமாட்டின் மீது வந்துகொண்டிருந்தாள் தேவனாத்தா. காளையென்றால், அப்படியொரு காளையை யாரும் பார்த்திருக்கவோ கேள்விப்பட்டிருக்கவோ முடியாது. நெடுநெடுவென நம்பமுடியாத உயரம், பாறையாய்த் திரண்ட திமில், வாலைச் சுழற்றி வீசி ஒரு குன்றுபோல் நின்றது காளை. நாய்களுக்குக்கூடப் பயத்தில் குரலெழும்பவில்லை; வால்களைச் சுருட்டித் தொடையிடுக்குகளுக்குள் செருகி முடங்கிக்கொண்டன.

2

தேவனாத்தா முதலில் வந்தது சக்கிலியங்காட்டுப் பண்ணாடி வீட்டுக்குத்தானாம். தேவனாத்தாளைக் கண்டதும் தொண்டுப் பட்டியில் கட்டப்பட்டிருந்த மாடுகளும் எருமைகளும் மிரண்டு போய் மொளக்குச்சிகளைப் பிடுங்கிக்கொண்டு, 'குப்புறு குப்புறு' எனப் பூமியை உதைத்துக்கொண்டு ஓட்டம்பிடித்தனவாம். வெறிகொண்டு சிரித்தபடி தன் குறுந்தடியைக் காளையொன்றின் மீது வீசினான் நரிப்பழனிக் கவுண்டன். 'ம்ஹா' என அலறிக் கால்களைப் பரப்பி மல்லார்ந்தது காளை. வாய் திறந்து சிரித்தாள் தேவனாத்தா. திறந்த வாய்க்குள்ளிருந்து பந்துபந்தாய் அக்கினி சுழன்று வந்தது. தொண்டுப்பட்டி தீப்பற்றியெரிந்தது. வைக்கோல் போரிலும் தீப்பற்றிப் பனையுரத்துக்குத் தணலெழுந்தது. அரைத் தூக்கத்தில் சொக்கிக் கிடந்த பண்ணாடிக்குக் கோபம், 'யார்ராது?' எனக் கவையை வீசிக்கொண்டு எழுந்து வெளியில் வந்தவர், அப்படியே நிலவுகாலின் மேல் மடங்கி உட்கார்ந்து விட்டாராம். காளைமாட்டிலிருந்து கீழே குதித்துச் சுழன்றாடத் தொடங்கினாள் தேவனாத்தா. கூட வந்திருந்த சாம்புகனெல்லாம் பறை கொட்டி, சங்குகள் ஊதிச் சேகண்டியடித்துத் தாமும் துள்ளிக் குதித்தாடினர். 'ஹோஹோ'வெனக் கொம்புகள் முழங்கின. தனது குதிரையின்மீது காலூன்றி நின்று, ஒரு காட்டு விலங்கைப் போல ஊளையிட்டு நரிப்பழனிக் கவுண்டனும் ஆடினான். அவன் குதிரையும் ஆடிற்று. பண்ணாடியின் பார வண்டியிலேறிக் குதித்தான் நரிப் பழனிக் கவுண்டன். அச்சு முறிந்து சடசடவென நொறுங்கியது வண்டி. வீடு புகுந்து திண்ணையில் அடுக்கி வைத்திருந்த நெல் மூட்டைகளையெல்லாம் அவிழ்த்து உதறிச் சூறையிட்டான் நரிப்பழனிக் கவுண்டன்.

சிரிப்பு மாறாமல் நடந்தாள் தேவனாத்தா. எதிர்ப்பட்ட வீடுகளெவற்றையும் விட்டுவைக்கவில்லை. குயவன் சூளையில் வெந்துகொண்டிருந்த மண்பாண்டங்களெல்லாம் பொடிந்து போயின. தேவனாத்தாளின் கோலத்தைப் பார்த்த பட்டியாடுகள் ஒன்றையொன்று குதறிக்கொண்டு மடிந்தன.

இவையெல்லாம் நொய்யல்கரையில் நடந்தன.

சக்கிலியங்காட்டுப் பண்ணாடிக்குத்தான் சொல்ல முடியாத சேதாரம். காலையில் எல்லோரும் வந்து பார்த்தபோது,

பண்ணாடியின் உடலில் உயிர் இல்லை. அவரின் வாயிலிருந்தும் மூக்கிலிருந்தும் ரத்தம் வழிந்து கறுப்பாய் உறைந்திருந்தது. சீற்றமடங்கித் தேவனாத்தா தன் இல்லம் திரும்பியதும், மழை பிடித்துக்கொண்டது. ஒருநாளும் கண்டிராத மழை. சடீர் சடீ ரெனச் சாட்டை சொடுக்கியது வானம். எல்லாத் திசைகளி லிருந்தும் புரண்டு வந்து கூடின மேகங்கள். அந்த நாள்களில் சூரியன் உதிக்கவுமில்லை; மறையவுமில்லை. அப்படி இருண்டு கிடந்தது வானம். இடியும் மின்னலும் பெருகும் நதியின் இரைச் சலுமெல்லாம் கூடி மிக உக்கிரமாக விளங்கியது நொய்யல்கரை.

ஆற்றில் வெள்ளம் சீறிற்று. மாடு, கன்று, கோழி, குஞ்சு என ஒன்றுவிடாமல் பழிகொண்டாள் நொய்யல். நொய்யலே தேவனாத்தாளாகிவிட்டதுபோல, தேவனாத்தாளே நொய்யலாகி விட்டதுபோல இருவரும் போட்டிபோட்டுக்கொண்டு சீறினார் கள். சீற்றமடங்கி நதி தவழத் தொடங்கிய பிறகு, தேவனாத்தா கிடைகொண்டிருக்கும் ஊஞ்சமரக் காட்டில் திரண்டது ஊர்.

நொய்யல் வெள்ளத்தில் தலை மூழ்கியெழுந்துவந்து ஈர வேட்டியோடு கோயிலின் முன்னால் மண்டியிட்டு நின்றான் ஆறுமுகப் பண்டாரம். கழுத்தில் செவ்வரளி மாலையுடனும் நெற்றியிலும் மார்பிலும் பட்டைபட்டையாய்த் தீட்டப்பட்ட திருநீற்றுடனும் தலைக்கு மேலே கைகளை உயர்த்தித் தொழுது, ‘ஆத்தா, ஆத்தா’ என ஓயாமல் முணுமுணுத்துக்கொண்டிருந்த ஆறுமுகப் பண்டாரத்தைப் பார்ப்பதற்கும் தேவனாத்தாளைப் போல்தான் இருந்தது. பயபக்தியுடன் கன்னத்தில் போட்டுக் கொண்டு, இடுப்பில் துண்டுகட்டி அச்சத்துடன் குனிந்து நின்றது ஊர். சேகண்டிகள் முழங்கின, பறைகள் அதிர்ந்தன; சங்குகள் விண்ணோக்கி உயர்ந்து தேவனாத்தாளைக் கூவிக்கூவி அழைத்தன. மர உச்சிகளில் பதுங்கியபடி எல்லாவற்றையும் நெஞ்சு துடிக்கப் பார்த்துக்கொண்டிருந்தன நொய்யல்கரைப் பறவைகள். ஆறுமுகப் பண்டாரத்தின் உடல் அதிர்ந்து குலுங்கியது. தேவனாத்தா வந்துவிட்டாள்!

‘ஆத்தா, ஆத்தா’ எனக் குலவையிட்டது கூட்டம்.

ஹோவென ஓங்காரமிட்டுத் துள்ளியாடினான் பண்டாரம், சாட்டையைச் சுழற்றி முதுகில் வீசிக்கொண்டு சிரித்தான். ‘பளீர் பளீரென’ ஈர உடம்பில் தடம் பதித்தது சாட்டை. எல்லோரும் தரையோடு தரையாய்க் குப்புற விழுந்து சேவித்தார்கள். ‘டேய்’ எனப் பெருங்குரலெடுத்து ஆக்ரோஷமாய்க் கத்தினான் பண்டாரம். ஒருவருக்கும் நாக்குப் புரளவில்லை. பக்கத்தில்

போகத் துணிவின்றி ஒருவர் முகத்தை ஒருவர் பார்த்தார்கள். ஒரு வருஷம் புருஷனோடு பிழைத்திருந்து நொய்யல் வெள்ளம் அவனைக் கொண்டுபோன பிறகு, முப்பது வருஷங்கள் ஆண் வாடையற்றவளாய் வாழ்ந்துவந்த செலம்பா நாசுவத்தி மட்டும் துணிச்சலாக முன்னால் வந்தாள். தேவனாத்தாளின் பாதங்களில் நெடுஞ்சாண்கிடையாக விழுந்து கும்பிட்டெழுந்தாள். கவை யொன்றின்மேல் கையூன்றி நின்று, வாய்திறந்து மூச்சு விட்டுக் கொண்டிருந்த தேவனாத்தாளுக்கு முன்னால், அவிழ்ந்து தொங்கும் கூந்தலுடன் கைகூப்பி நின்றுகொண்டிருந்த செலம்பா நாசுவத்தியைப் பார்ப்பதற்கும் தேவனாத்தாளைப் போல்தான் இருந்தது.

"சொல்லாத்தா சொல்லு..." என்றாள் பதற்றமில்லாமல்.

நிமிர்ந்து கண்களை அகல விரித்து உருட்டி அவளைப் பார்த்துவிட்டுக் குனிந்துகொண்டான் பண்டாரம். பிறகொரு பெருமூச்சுடன் மெல்லிய குரலில் அவளைப் பார்த்துக் கேட்டான்,

"எனத்தச் சொல்லுட்டுஞ் செலம்பா?"

"நீ எனத்தச் சொன்னாலுஞ்செரி, சொல்லு, சம்மதம். வந்து ஆடீட்டுப் போயிட்டே, என்னமோ நீ குடுத்த கையுங் காலு மிருக்குதுங்கறத் தைரியத்துல இந்த வரக்காட்டக் கொத்திப் பொளப்புத்தனம் பண்ணிக்கிட்டிருந்தொ, அரக்கஞ்சியுங் காக் கஞ்சியுங் குடுச்சுக்குட்டுனாலு நீ குடுத்த உசுரக் காப்பாத்தி வெச்சுருந்தொ. எங்கும்பேருல என்ன கோவமொ, கெழக்க போற காலுனக்கு மேக்க பாத்துத் திரும்பீருச்சு. ஒரு ராத்திரிக்குள்ள எங்கள வெறூடாக்கிப்புட்டு நிக்கறே. வெறூடுதானாத்தா, வெறூடு, கோழி, குஞ்சு, பண்டம், பாத்தர ஒண்ணுமில்லெ, வாய் நனைக்கறதுக்கு விதியத்துப் போயி ஊரே உம்பட வாசல்ல மடிப்பிச்செ கேட்டு நிக்குதாத்தா. இனி நீ என்ன சொல்றயோ அப்பிடியே ஆவுட்டுமாத்தா. சொல்லு, நீயொரு பேச்சுச் சொல்லு, கட்டுன சீலயோட அல்லாருமு ஆத்துக்குள்ள எறங்கி உம்பட இல்லத்துக்கே வந்து சேந்துக்குறொ, இல்ல உம்பட கோரிக்கை யென்னனு சொல்லு, உசுரக் குடுத்தாச்சு நெறவேத்தப் பாக்கறொ, சொல்லு. நாங்க ஆராத்தா, நீ புடுச்சு வெச்ச மண்ணு, உம்பட வவுத்துல பச்ச மண்ணாத்தேம் பொறந்தொ, இன்னொ பச்ச மண்ணாத்தே நிக்கறொ, என்ன வேணும்னு சொல்லு, உம்பட பேச்ச மீறி இங்க என்ன இருக்குதாத்தா?"

கண்ணீர் விட்டு நின்றாள் செலம்பா நாசுவத்தி. அவளுடைய பேச்சுச் சாமர்த்தியம் யாருக்கு வரும்? தேவனாத்தா நெகிழ்ந்தாள், கூக்குரலிட்டு அழுதாள்; மழையில் நனைந்து வெயிலில் காய்ந்து சித்தம் கலங்கி மண்டையிடிகொண்டு ஊருக்குள் நுழைந்து விட்ட தாய்ச் சொல்லிக் கண்ணீர்விட்டு நின்றான் தேவனாத்தாளின் வடிவம் கொண்ட ஆறுமுகப் பண்டாரம்.

பிறகென்ன? மளமளவெனக் காரியங்கள் நடந்தன. கோயிலா யிற்று, ஏழூர்க்காரர்களும் ஒன்றுசேர்ந்து தேவனாத்தாளுக்குச் சிலைகளும் உருக்களும் செய்து கோயிலுக்குள் வைத்தார்கள். வேல்கம்பு, ஆள் அம்பு என அவள் பரிவாரம் பெருகிற்று; வைகாசிக்கு வைகாசிப் பூச்சாட்டு நடந்தது; குண்டம் முழங்கிற்று; வருஷம் தவறாமல் தேவனாத்தாளுக்கு ஆட்டுக்கெடாய் வெட்டிப் பொங்கலிட்டார்கள், எருமைக்கெடாய் வெட்டிப் புதைத்தார்கள், பன்றி குத்தி ரத்தஞ்சோறு வீசினார்கள். பதினெட்டுப் பட்டிக்கும் நேர் நின்று பேசும் தெய்வமானாள் தேவனாத்தா. ஒவ்வோர் இரவிலும் தன் பரிவாரங்களோடு வேட்டைக்குப் போய், பேய் பிசாசுகளை விரட்டித் துஷ்டர்களை அண்டவிடாமல் எல்லோரை யும் காத்துவந்தாள் தேவனாத்தா. அதற்கப்புறம் நொய்யலும் அப்படிப் பொங்கவில்லை; தேவனாத்தாளுக்குப் பயந்து தன் படுகையில் அடங்கி ஒடுங்கித்தான் போய்க்கொண்டிருந்தாள்.

ஆனால், காரிச்சிக்காக அப்படிப் பொங்கினாளே, என்ன சீற்றம், எவ்வளவு உக்கிரம், படம் விரித்துச் சீறி நிற்குமே நாகம், அப்படி.

காரிச்சி மட்டுமென்ன, அப்போது யாராவது அவளை நெருங்க முடிந்ததா? எத்தனை புஜ வலிமை கொண்ட ஆண்கள் அங்கிருந்தார்கள்? வீச்சரிவாள் தூக்கி நின்ற பழனி மூப்பன் எதற்குப் பயப்பட்டவன்? அப்போது காரிச்சி கொண்ட கோலத்தைப் பார்த்து அவனுக்குக் குடலெல்லாம் பதறிவிட்டதே? அத்தனை பேர் சுற்றி நிற்க இவனை இழுத்துத் தழுவி, “வெள்ளிங்கிரீ, உன்னைய விடமாட்டன்டா வெள்ளீங்கிரீஈஈஈ” என அப்படிச் சிரித்தாளே. தன்னை நெருங்கி முற்றுகையிட்ட கூட்டத்தைப் பார்த்து, “டேய் காரிச்சியில்லீடா, நா பாரு, பார்வதி, எவனாச்சு எம்பட மேல கை வெச்சீங்கொ, பொசுக்கிப்புடுவம் பொசுக்கி” எனப் பொங்கினாளே. எட்டி அவளது தலைமயிரைப் பிடித்த சங்காங்காட்டுப் பண்ணாடியின் குரல்வளையைக் கடித்துக் குருதி முழுவதையும் உறிஞ்சித் துப்பினாளே, யாரால் அவளை என்ன செய்துவிட முடிந்தது…?

இப்போதுங்கூட உடல் சிலிர்த்து நடுங்கிற்று வெள்ளிக்கு. கண்கள் இருள அப்படியே குதிரைத் திட்டின்மேல் சரிந்து உட்கார்ந்தான்.

காரிச்சீஈஈஈ...

காரிச்சியா பாருவா?

தேவனாத்தாளா நொய்யலா?

இல்லை காரிச்சி, பாரு, தேவனாத்தா, நொய்யல் எல்லாம் ஒன்றா? நொய்யலில் பிறந்து நொய்யலில் வளர்ந்து நொய்யலுக்குள் மூழ்கி நொய்யலாகவே ஆகிவிட்ட காரிச்சி, நீ இன்னும் நொய்யலுக்குள்தான் இருக்கிறாயா? காரிச்சியாய் நீருக்குள் மூழ்கி, பாறையிடுக்குகளுக்குள் ஒரு சாரையாய்ப் பதுங்கியிருக்கிறாயா? இல்லை, பாருவாய்ப் பிறப்பெடுத்து வெந்து கருகிய தேகத்துடன் நொய்யல்கரை வனங்களுக்குள் அலைந்து திரிகிறாயா?

எல்லாவற்றையும் தெரிந்துகொள்ள வந்திருக்கிறேன், காரிச்சி. சொல்?

3

காற்றுக்கும் சீற்றம், விர்ரென்று ஊஞ்சமரக் காட்டை இழுத்து அலைக்கழித்தது. தேவனாத்தாளின் ஈட்டி மணிகள் குலுங்கிச் சிரித்தன. சிரிப்பது தேவனாத்தா அல்ல, காரிச்சி. இந்தச் சிரிப்பு காரிச்சிக்குரியது. இந்தச் சிரிப்பும் எவ்வளவோ காலமாக ஓடிக்கொண்டிருக்கிற இந்த ஆறும் அதன் புதர்மண்டிய கரைகளும் அடர்ந்த வனங்களும் காரிச்சிக்குரியவை. எல்லாம் பிள்ளைப் பிராயம் முதற்கொண்டு அவள் சொந்தம் கொண்டாடி வளர்ந்த இடங்கள்.

"காரிச்சி, இன்னுமா சீற்றம் அடங்கவில்லை உனக்கு?"

"கிரிக்கவுண்டரே..." காதோடு கிசுகிசுத்தது.

"கிரிக்கவுண்டரேஏஏ..."

உரத்தழைத்தது.

"கிரிக்கவுண்டரேஏஏஏ..."

இருப்புக் கொள்ளாமல் எழுந்து படியிறங்கிப் போய் வெள்ளப் பெருக்கில் கால் வைத்தான். அதன் வேகத்துக்கு ஈடுகொடுக்க முடியாமல் கால்கள் நடுங்கின. நொய்யல் கெக்கலித்தாள்; பரிகாசம் செய்து சிரித்தாள்.

இதென்ன வெள்ளம்? இந்த நதி இதைவிடவும் சீற்றம் கொண்டு பெருகிக் கிடந்த காலங்கள் உண்டு. ஐப்பசி, கார்த்திகை மாதங்களே நதி பெருக்கெடுக்கும் காலம். வெள்ளம் கரை தழுவிப்போகும். அப்போதெல்லாம் பாறைகளை உருட்டும் வேகம் வந்துவிடும் இந்த நதிக்கு. ஓரம்பாரங்களில் இருக்கிற மரம் மட்டைகளையெல்லாம் வேரோடு பெயர்த்துக்கொண்டு வந்துவிடுவாள்; திடீரென்றுதான் பொங்கிவரும். தண்ணீர் அதிகமில்லையென அதன் படுகையில் சுற்றிக்கொண்டிருக் கிறவர்களுக்குக் கரையொதுங்கக்கூட நேரமிருக்காது.

அதுபோன்ற காலங்களில் வெகு கவனமாக இருப்பார்கள் நொய்யல்கரைவாசிகள். வெள்ளத்தின் முறைச்சல் கேட்கிறதா என எந்நேரமும் செவிகளைத் திறந்து வைத்துக் கொண்டிருப்பார்கள்.

நதி பெருகி வரப்போவதையெல்லாம் முன்கூட்டியே அறிந்து வைத்திருப்பாள் காரிச்சி. நதியைப் பற்றி அவன் அறிந்து கொண்டதெல்லாம் அவள் மூலமாகத்தான். இந்த நதியின் முழுச்

சரித்திரத்தையும் அவள் தெரிந்துவைத்திருந்தாள். இந்த இடத்தில் மேடு, இந்த இடத்தில் பள்ளம், இன்னின்ன இடங்களில் சுழல், இன்னின்ன இடங்களில் தண்ணீரின் வேகம் அதிகம் என்பதை யெல்லாம் மிகச் சிறு வயதிலேயே அறிந்து வைத்திருந்தாள் அவள்.

ஒரு தடவையாவது நதியை நேரில் பார்த்துவிட வேண்டு மென்ற அவனுடைய ஜென்ம ஆசையைக்கூட அவள் தெரிந்து வைத்திருந்தாள். வெள்ளப் பெருக்கின்போது அவனை அழைத் துக்கொண்டுபோய்க் காண்பிப்பதாகவும் வாக்களித்திருந்தாள். பிறகு அவளைச் சந்திக்கும் தருணங்களிலெல்லாம் அந்த வாக்குறுதியை நினைவூட்டி ஓயாது அவளை நச்சரித்துக் கொண்டிருந்தான். சில சமயங்களில் அதற்காக அழக்கூடச் செய்தான். அவள் அதைச் சிறிதும் பொருட்படுத்தியதாய்த் தெரியவில்லை, “ஆத்துல இப்பத் தண்ணியில்லீங்கோ கிரிக்கவுண்டரே, எப்ப வரும்னு எனக்குத் தெரியு, அப்ப வந்து கண்டீப்பா உங்களக் கூட்டிக்கிட்டுப் போறெ, பொறுங்கொ” எனச் சொல்லிக்கொண்டிருந்தாள்.

பிறகு அவன் அதை மறந்துவிட்டான்.

திடீரென ஒருநாள் அவள் அவனைத் தேடிக்கொண்டு வந்தாள். அப்போது சாயங்காலமாகியிருந்தது. நல்ல வேளையாக வீட்டில் அப்பாவோ அம்மாவோ சென்னி மூப்பனோ இல்லை. எல்லோரும் ஒரு எழவுக்காகத் தம்பிரான்வலசுக்குப் போயிருந் தார்கள். தாத்தா தெக்குவேலியோரம் பாத்திப் பிடித்துக் கொண்டிருந்தார்.

வந்தவுடன் அவனைக் கை தொட்டழைத்தாள். ஆற்றில் வெள்ளம் வந்துகொண்டிருக்கிறதென அவள் சொல்லக் கேட்டதுமே அவனுக்கு மேலெல்லாம் சிலிர்த்துப்போய்விட்டது, “நெசமாத்தேஞ் சொல்றயா?” எனச் சந்தேகமாகவே கேட்டான். அவளும் கூட இருப்புக்கொள்ளாமல் தவித்துக்கொண்டிருந்தாள். பிறகு இருவரும் மூச்சிரைக்க ஆத்துக்காலை நோக்கி ஓடினார்கள். துண்டஞ்சேலையை முழங்காலுக்கு மேலே தூக்கிப் பிடித்தபடி, வயல்வரப்புகளையெல்லாம் தாண்டி முன்னால் ஓடிக் கொண் டிருந்தாள் காரிச்சி. அவளுடைய வேகத்துக்கு ஈடுகொடுக்க முடியாமல் அவன் திணறினான். கொஞ்சதூரம் ஓடியவள் பிறகு அவன் பின்தங்கி விட்டிருப்பதையும் காட்டின் புதர்மண்டிய ஒற்றையடிப்பாதையில் ஓடிவருவதற்குச் சிரமப்படுவதையும் கண்டு திரும்பி வந்தாள்.

வழியெல்லாம் அவன் அவளிடம் பல கேள்விகளைக் கேட்டுக்கொண்டே வந்தான். அவள் பதிலெதுவும் சொல்லாமல் முன்னால் ஓடிக்கொண்டிருந்தாள். ஓரிடத்தில் கொழுஞ்சிச் செடிகள் தடுக்கிக் கீழே விழுந்துவிட்டான் அவன். அவள்தான் தொட்டுத் தூக்கினாள். தன்னைவிட வயது குறைந்தவளும், கறுப்பு நிறமும் அவலட்சணமான தோற்றம் கொண்டவளுமான ஒருத்தியின் முன்னால் தடுமாறி விழுந்தது குறித்தும், சுதாரித்துக் கொள்வதற்கு அவளுடைய உதவி தேவைப்பட்டது குறித்தும் அவன் வெட்கமடைந்தான்.

அவள் அவர்களுடைய பண்ணையத்தில் ஆடு மேய்ப்பவள். "அவளயெல்லா தொடப்படாது" எனச் சொல்லியிருந்தாள் அம்மா. அவளைத் தொடக்கூடாது, அவள் தொட்ட பண்டமெதையும் சாப்பிடக்கூடாது. அவளோடு சேர்ந்து விளையாடவும் கூடாது என நாள் தவறாமல் சொல்லிக்கொண்டிருந்தாள். அம்மா இதையெல்லாம் அவளிடமும் சொல்லியிருக்கக்கூடுமென நினைத்தான். அம்மாவின் முன்னிலையில் அவள் அவனைப் பார்க்கக்கூட மாட்டாள்.

ஒரு தடவை அவள் தன் கரிச்சட்டியில் நிறைய கள்ளிப் பழங்களைக் கொண்டுவந்து வைத்திருந்தாள். அவன் தன் பிரியமான ஆட்டுக்குட்டியைப் பார்ப்பதற்காகப் பட்டிக்குப் போயிருந்தபோது, அவற்றைப் பார்த்துவிட்டான். பழங்கள் செக்கச்செவேலென இருந்தன; மேற்பரப்பெங்கும் கூமாச்சி கூமாச்சியாய் முட்கள். அவன் அந்தப் பழத்தைப் பற்றி நிறையக் கேள்விப்பட்டிருக்கிறான். தித்திப்பான பழமாம்; சாப்பிட்டால் வாயெல்லாம் செந்நிறம் கொள்ளுமாம்.

அதன் மேல் அடர்ந்திருக்கும் பூஞ்சையை முகத்தில் பூசிக்கொண்டால் சிவப்பாகி விடலாமாம். காரிச்சி ஒரு தடவை அதைப் பூசிக்கொண்டாள். அவளுக்குச் சரியாகப் பூசிக்கொள்ளத் தெரியவில்லை. முகத்தின் ஒரு பகுதி அடர்ந்த கருநிறமும், மற்றொரு பகுதி பூஞ்சையின் திட்டுத்திட்டான ரத்த நிறமுங் கொண்டு விகாரமாய் இருந்தது. அவன் பயந்து போய்விட்டான். அப்போது அங்கிருந்த சென்னி மூப்பன் அதற்காக அவளைச் சத்தம் போடவும் ஓடிவிட்டாள்.

அந்தப் பழத்தைச் சாப்பிடும்போது, மிகக் கவனமாக இருக்க வேண்டுமாம். அதன் நடுவில் ஒரு முள் இருக்குமாம், சக்கரமுள். அதை எடுக்காமல் சாப்பிட்டால் தொண்டையில் சிக்கிக் கொள்ளுமாம். அப்புறம் மூச்சுவிட முடியாது; சாப்பிட முடியாது;

கடைசியில் சாக வேண்டியதுதான். ஆனால், எப்படியாவது ஒரு நாள் அதைச் சாப்பிட்டுப் பார்த்துவிட வேண்டுமென்பது அவனுடைய தீராத ஆசை.

ஒருநாள் வெட்கத்தைவிட்டுக் காரிச்சியிடம் தன் ஆசையைச் சொல்லிவிட்டான். காரிச்சி முதலில் சிரித்தாள். பிறகு தானும் அந்தப் பழத்தைக் குறித்துத் தனக்குத் தெரிந்த விவரங்களைக் கூறினாள். பல நாள்களில் அவள் அந்தப் பழங்களைக்கொண்டே தனது பசியைக்கூடப் போக்கிக்கொண்டிருக்கிறாளாம்; கேட்கக் கேட்க அவனுக்கு ஆச்சரியம் தாளவில்லை. அவள் சொன்னவை யெல்லாம் அவனுடைய ஆசையை இன்னும் தூண்டி எப்படி யாவது அதைச் சாப்பிட்டே தீர வேண்டுமென்னும் தவிப்பை மூட்டிவிட்டது. ஆனால், காரிச்சி அவனுடைய ஆசையை நிறை வேற்றவேயில்லை. "அய்யோ, நா மாட்டனுங்கொ கிரிக்கவுண்டரே, கவுண்ச்சிக்குத் தெரிஞ்சா எம்பட தோலக் கழட்டிப்புடுவாங்கொ, 'ஏல்லே சக்கிலிச்சி சின்னக் கவுண்டருக்கு உம்பட எச்சயத் திங்கச் சொல்லிக் குடுத்தியாக்கு'ன்னு எக்காளமாக் கேப்பாங்கொ, அப்புற நாங்க இந்த ஊருல குடியிருக்க முடியாதுங்கொ கிரிக்கவுண்டரே!" எனப் பயம்கொண்டு மறுத்தாள். பிறகு அவன் அவளிடம் எக்காரணம் கொண்டும் தான் அவளைக் காட்டிக் கொடுக்க மாட்டேன் எனச் சத்தியம் செய்தான். கடைசியில் அவள் அவனுக்கு ஒரு பழம் தரச் சம்மதித்தாள். கனிந்த பழமாக ஒன்றைப் பொறுக்கியெடுத்து, கிளுவம் முள்ளால் கீறி, முட்களை அகற்றிச் சுத்தம்செய்து கனிப்பகுதியை மட்டும் எடுத்துக் கொடுத்தாள். எப்படியோ அம்மாவுக்கு அவன் கள்ளிப்பழம் சாப்பிட்ட விஷயம் தெரிந்து விட்டது. அவளுக்குத் தலைகால் புரியாத கோபம். ஆனால், அதில் காரிச்சியின் பெயர் சம்பந்தப் படாதபடி அவன் பார்த்துக் கொண்டான். அம்மாவுக்கு அவள் மேல் சந்தேகம்தான். என்றாலும், அதை நிரூபிக்க ஆதாரமொன்று மில்லையே.

காரிச்சி மிக நல்லவள். வேறு யாராலும் நிறைவேற்றி வைக்க முடியாத அவனுடைய ஆசைகளையெல்லாம் அவள்தான் நிறைவேற்றி வைக்கிறாள். அதனால் தனக்குப் பாதகம் வரும் என்பதைப் பற்றிக்கூட அவள் கவலைப்படுவதில்லை. ஆனால், அம்மா அவளோடு சங்காத்தம் வைத்துக்கொள்ளக் கூடாதெனச் சொல்கிறாள். இது ஏன் என அவனுக்குப் புரியவே இல்லை. ஒருநாள் காரிச்சியிடம் இதைப் பற்றிக் கேட்க வேண்டுமென நினைத்திருந்தான். அவள் புத்திசாலி; அவனைவிட வயதில்

சிறியவளென்றாலும் அவளுக்குத் தெரியாத விஷயமென்று இந்த உலகில் எதுவுமே இல்லை. இப்போதுகூட அவள் அவனுக்கு அவனுடைய நதியைக் காட்டுவதற்காகத்தான் கூட்டிப் போகிறாள்.

போய்ப் பார்த்தபொழுது நதி வற்றிக்கிடந்தது. ஆற்றைப் பற்றி அதுநாள்வரை அவன் கொண்டிருந்த கற்பனைகளுக்குச் சம்பந்தமே இல்லாத தோற்றம். இந்தக் காரிச்சியொன்றும் நல்லவள் இல்லை. அவனுடைய தோழர்களைப் போலவே அவளும் அவனை ஏமாற்றி விட்டாள். நதியன்று அது, செத்து மிதக்கும் மீன்களின் துர்நாற்றம் வீசும் ஒரு குட்டை. அவனால் தாங்கிக்கொள்ளவே முடியவில்லை. அழுகை முட்டிக்கொண்டு வந்தது. ஆனால், காரிச்சியின் கரிய முகத்தில் சொல்ல முடியாத பரவசம்; தடித்த உதடுகளில் ஒரு குறுநகை. அவளுடைய பெருத்த நாசித் துவாரங்களிரண்டும் விரிந்து சுருங்கிக்கொண்டிருந்தன. மின்னும் அகன்ற கண்களால் நதி பெருகிவரும் மேற்கையே பார்த்துக் கொண்டிருந்தாள். அவனுடைய ஒரு கேள்விக்கு அவள் பதில் சொல்லக்கூட இல்லை. ஆனால் வேறொன்று சொன்னாள், "பாத்துக்கிட்டே இருங்கொ கிரிக்கவுண்டரே, இன்னஞ் சித்தங்கோரத்துல ஆறு எப்பிடிப் பொங்கி வரப் போவுதுனு."

"நா ஊட்டுக்குப் போறம் போ" என்றான் கம்மிய குரலில்.

"அதேனுங்கொ கிரிக்கவுண்டரே, அத்தன ஆசயா ஓடி யாந்துட்டு இப்பப் போறமுன்னு சொல்றீங்கொ?" என்றபடி அவனை நோக்கித் திரும்பியவளுக்கு அவனுடைய கலங்கிய முகம் கண்டு அதிர்ச்சி, "அய்யோ என்னாச்சுங்கொ கிரிக் கவுண்டரே?" எனப் பதறினாள். நெருங்கி ஒரு சிறு குழந்தையைப் போல அவனைத் தன் மெலிந்த மார்பின்மீது சாய்த்துக் கொண்டாள், "எதுக்குங்கொ கிரிக்கவுண்டரே இப்பிடி அழுவறீங்கொ?" எனப் பெருமூச்சு விட்டாள். கொழுக்கட்டிப் புற்களின் மணம் வீசும் அவளுடைய மிகச் சிறிய மார்புக் கூட்டின்மீது அவன் தன் முகத்தைப் புதைத்துக்கொண்டான். அவனது சிரசின் அழுத்தம் தாளாமல் அவளது மார்பு விம்மிற்று,

"நீ பொய் சொல்றே."

"..."

"இதொன்னும் ஆறு இல்லெ, வெறுங்குட்டெ."

வெறுப்போடு அவளிடமிருந்து தன்னை விடுவித்துக் கொண்டான். அவளோ பெருங்குரலெடுத்துச் சிரித்தாள். பிறகு சிவந்த அடிவானத்தைக் காட்டிச் சுட்டுவிரல் நீட்டிச் சொன்னாள், "இதுக்கேனுங்கொ கிரிக்கவுண்டரே இப்பிடி அழுவறீங்கொ? நாஞ் சொன்னது நெசொ! இன்னஞ் சித்தங் கோரத்துல ஆறு பொங்கி வரப்போவுது பாருங்கொ! சத்தங் கேக்குது பாருங்கொ, தண்ணி மொறையிற சத்தம்" ஆனால், அவனுக்கு எந்தச் சத்தமும் கேட்கவில்லை. நிச்சயம் அவள் பொய்தான் சொல்கிறாள். தன்னைச் சமாதானப்படுத்துவதற்காக எதையோ சொல்லி ஏமாற்றப் பார்க்கிறாள் என நினைத்தான். ஒருவேளை அம்மா அவனுக்குச் சொல்லியிருந்ததுபோல அவள் ஏதாவது தந்திரம் செய்கிறாளோ? அவளுக்கு ஏதேனும் கெட்ட நோக்கம் இருக்குமோ? அவனுக்குத் தண்ணீரில்தான் கண்டமாம். அவன் பிறந்தபோதே குமரப்ப பண்டிதன் கணித்துச் சொல்லியிருக்கிறானாம். ஆற்றுக்கோ கிணறு குட்டைகளுக்கோ அவன் போகவே கூடாதாம். விதி யார் வடிவத்திலாவது வந்து கூப்பிடுமாம். பல தந்திரங்கள் செய்து அவனை இழுத்துக்கொண்டு போய்விடுமாம். அவனுடைய விதி காரிச்சியின் வடிவம் கொண்டு வந்திருக்கிறதோ எனப் பயந்தான்.

"நா எங்கம்மாகிட்டப் போகோணு என்னையக் கொண்டு போயி எங்க ஊட்டுல உடு" என விசும்பத் தொடங்கினான் அவன், "ஆத்துல தண்ணியெல்லா ஒண்ணும் வராது, நீ பொய் சொல்றே, இது ஆறே இல்லெ, நா எங்கம்மாகிட்டப் போகோணு, என்னையக் கொண்டு போயி எங்கம்மாகிட்ட உடு" எனக் கால்களைப் பாறையின்மேல் மாற்றி மாற்றி அடித்துக்கொண்டு அழுதான். காரிச்சிக்கோ முகம் கடுமையாயிற்று; பார்வை தீவிரம் கொண்டது. "பேசாம இருங்க கிரிக்கவுண்டரே, சும்மா நைநைன்னு அழுவாதீங்கொ, நானொன்னும் பொய் சொல்லுலெ, சித்த நேர சத்தம் போடாமப் பாத்துக்கிட்டிருங்கொ, நாஞ் சொன்னாப்பல ஆத்துல தண்ணி வருதா இல்லியான்னு தெரியு. வரு, தப்பாம வரு. மர மட்டையெல்லா அடிச்சு இழுத்துக்கிட்டு சடச்சடன்னு வரு. பாத்துக்கிட்டே இருங்கொ" என்றாள்.

"ம்ஹூம் நா நம்ப மாட்டெ. நீ பொய்தேஞ் சொல்றே" என இன்னும் அழுதான். அவளுக்கோ கோபம் பொங்கிற்று. "காரிச்சிக்குப் பொய் சொல்லிப் பழக்கமில்லீங்கொ கிரிக்கவுண்டரே, கண்டீப்பா இப்ப ஆத்துல தண்ணி வரும் பாருங்கொ."

"கண்டீப்பா வருமா?"

“வரு, காரிச்சி சொன்னாத் தட்டாம வரு.”

“நீ என்ன தேவனாத்தாளா? நீ வான்னு சொன்னா வாறதுக்கு?”

“ஆமாங்கொ கிரிக்கவுண்டரே, நா தேவனாத்தாதே... தேவனாத்தா வேற, காரிச்சி வேறயில்ல.”

அவனுக்குச் சிரிப்பு வந்தது; பயமாகவும் இருந்தது.

“எங்க அப்ப இப்பவே வரச்சொல்லு பாக்கலா.”

“சொல்றெ, எங்க மேக்க பாத்துக் கண்ண இறுக்க மூடி நின்னுக்கிட்டு, மனசுக்குள்ற தேவனாத்தாளக் கும்புட்டுக்குங்கொ பாக்கலா.”

“தேவனாத்தாளையா, காரிச்சியையா?”

பிறகும் சிரிப்புப் பொங்கிற்று. ஆனால், அவள் சொன்னபடி கண்களை இறுக மூடிக்கொண்டு நிற்கத்தான் செய்தான். மனசுக்குள் தேவனாத்தாளை வேண்டிக் கொண்டான், “தேவனாத்தா, உனக்குப் புண்ணியமாப் போவுட்டு, ஆத்துல சீக்கரமா தண்ணியக் கொண்டுகிட்டு வா தேவனாத்தா.”

“தேவனாத்தா, தேவனாத்தா” என முனகத் தொடங்கியவன் பிறகு தன்னையுமறியாமல், “காரிச்சி காரிச்சி” எனப் பெருங்குர லெடுத்து அழைக்கத் தொடங்கியிருந்தான். காரிச்சி சிரித்தாள், “நாஞ்சொல்ற வரைக்குக் கண்ணைத் தொறக்காதீங்கொ கிரிக்கவுண்டரே, அப்பற தேவனாத்தா கோயிச்சுக்குவாளாக்கு” எனச் சொல்லிவிட்டு இன்னும் சிரித்தாள். உரத்தச் சிரிப்பு. அவனுக்கோ அச்சம் பெருகிற்று. எனினும், கண்களைத் திறக்கவில்லை. பிறகு தேவனாத்தாளை மறந்துவிட்டு,“காரிச்சி, காரிச்சி!” எனப் பிதற்றத் தொடங்கினான். பேரலையெனப் பெருகிவந்தது சிரிப்பு. திசைகள் அதிர்ந்தன. அவர்களிருவரும் நின்றுகொண்டிருந்த பாறையும்கூட அதிர்ந்து குலுங்கியது. தொலைவிலெங்கோ வானம் இடறியது. தலைக்கு மேலே ஏதோ உருண்டுபோவது போன்ற பிரமை. பிறகு காதுகளைச் செவிடாக்கும் ஒரு பேரிடி.

“காரிச்சீஈஈஈ” எனக் கத்திக்கொண்டே கண்களைத் திறந்து பார்த்தபொழுது நதியின் வறண்ட படுகையினூடே சீறி வந்துகொண்டிருந்தது வெள்ளம். சிரிப்பெல்லாம் அடங்கி மௌனமாக வெள்ளப் பெருக்கைப் பார்த்துக்கொண்டிருந்தாள் காரிச்சி.

4

இன்னும் முதிராததொரு சிசுவாகத் தாயின் கருப்பையில் கை கால்களைச் சுருட்டி முடங்கிக் கிடந்தபொழுதே நதி எழுப்பும் சத்தங்களைக் கேட்டிருந்தான் அவன். நதி, பூர்வ ஜென்மத்தின் ஒரு கனவைப் போல அவன் மூளைக்குள் பதுங்கியிருந்தது. அவனைச் சுமந்துகொண்டு பிரசவத்துக்காகத் தாய்வீட்டுக்குப் போயிருந்தாள் அம்மா. அப்போது அவன் ஏழு மாதக் கருவாயிருந்தான். கருவுற்று, செவிகளுக்குக் கேட்கும் திறன் வந்த கணத்திலிருந்து தனக்குக் கேட்டுக்கொண்டிருந்த நதியின் சத்தங்களை அப்போது அவன் இழந்திருந்தான். நொய்யல்கரையிலிருந்து வெகுதொலைவில், நதியின் சத்தங்கள் தீண்டாத ஒரு சிறு கிராமத்திலிருந்தது அவனுடைய அப்பச்சி வீடு. அங்கிருந்துகொண்டு தொலைந்து போய்விட்ட நதியின் சத்தங்களைக் கேட்பதற்காகப் பொறுமையின்றிக் காத்திருந்தான். கை கால்களை உதைத்துத் தன் பொறுமையின்மையைத் தாய்க்கு உணர்த்திக்கொண்டிருந்தான். எனினும், அவள் அவனது தவிப்பைப் பொருட்படுத்தியதாகத் தெரியவில்லை.

ஒருநாள் அவன் கடுங்கோபம் கொண்டு, தாயின் அடி வயிற்றைப் பலமாக உதைத்துவிட்டான். வலி பொறுக்க முடியாமல் அவள் கத்தியபொழுது பதற்றமான பல காலடிகளின் சப்தங்கள் தன்னை நெருங்குவதைக் கேட்டான். அவன் கலவரமடைந்தான்; பெருங்குரலெடுத்து அழவும் முற்பட்டான். பிறகு தன்னைச் சிறை வைத்திருந்த தாயின் மெல்லிய கருப்பையை உதறிக்கொண்டு வெளியில் வந்தான். அவனுடைய பூப்பாதங்கள் அந்தக் கிராமத்தின் மண்ணைத் தொட்டபொழுது, அவனைச் சுற்றிலும் மகிழ்ச்சி ஆரவாரங்கள் கேட்டுக்கொண்டிருந்தன.

“கொலந்தழைக்கறதுக்கு ஒரு சிங்கக்குட்டி வந்து பொறந்துருக்குதுங்கொ சின்னக் கவுண்ச்சி, கண்ணத் தொறந்து பாருங்கொ...!” என அவனுக்கு மருத்துவம் பார்த்த முத்தா நாசுவத்தி சொன்னது செவிகளில் விழுந்தது. தொடர்ந்து வந்த பேச்சுக் குரல்கள் அவனது பிறப்பைப் பற்றிய சந்தோஷங்களைப் பரிமாறிக் கொள்பவையாயிருந்தன. பிறகு அவன் ஒரு பசு மாட்டின் குரலையும் பறவைகள் சிலவற்றின் கீச்சுச் சத்தங்களையும் கேட்டான். எண்ணற்ற மனிதர்கள் அவனை வந்து பார்த்தனர்.

அவர்களுடைய பேச்சுகளிலிருந்து அவன் தன் பூர்வீகக் கிராமத்தைப் பற்றி அறிந்துகொண்டான். அவன் மண்ணில் ஒரு நதி ஓடிக்கொண்டிருக்கிறது; மிக உக்கிரமானது; வன்மம் நிறைந்தது; ஓயாத சப்தங்களை எழுப்பக்கூடியது. சில மாதங்களில் அவனுடைய சிறிய கைகளுக்குத் தங்கத்தாலான காப்பும் இடைக்கு வெள்ளி அரைஞாண்கயிறும் அணிவித்து வழியனுப்பிவைத்தார் அப்பச்சி. பிறகு அவன் மறுபடியும் நதியின் சப்தங்களைக் கேட்டு அளவில்லாத சந்தோஷம்கொண்டு துள்ளினான்.

சற்று நேரத்துக்கெல்லாம் பேரோசையுடன் பெருகும் நதியின் கரையில், இரு கைகளாலும் அவனை ஏந்திக் குனிந்து நின்றாள் அவனுடைய தாய். அவளின் வெளிறிய பாதங்கள் நதி நீரைத் தொட்டுக்கொண்டு நின்றன. அவளது பச்சை உடம்பு அச்சத்தால் நடுங்கிக்கொண்டிருந்தது. “சீக்கிரம், சீக்கிரம்” என்று எதற்கோ, யாரையோ அவசரப்படுத்திக்கொண்டிருந்தாள். யாரோ ஒரு முதிய மனிதன் மிகச் சிரத்தையாக நதி நீரைத் தன் கைகளில் அள்ளி அவனது சிரசின் மீது தெளிப்பதைப் பார்த்தான் அவன். நீர்த்துளிகள் பட்டவுடன் மேனி சிலிர்த்தது. கைகால்களை உதைத்துக்கொண்டு அழத் தொடங்கினான். நதி அவனைத் தீண்டியதால் ஏற்பட்ட சந்தோஷத்தின் விளைவே அது. ஆனால், மற்றவர்களுக்கு அது புரியவில்லை. “போதுமுங்க மாமா, பயெ துள்ளறே, சும்மா சாங்கியத்துக்கு ரண்டு துளி பட்டாப் போதாதாக்கு? உண்டுனா தொளிச்சுப் பயனுக்குச் சளிகிளிப் புடுச்சுக்கப்போவுது, உடுங்கொ” என்னும் அம்மாவின் கவலை தோய்ந்த குரலையும், “ ஏல்லே அந்த மாயத்துக்கு உம்பயனுக்குச் சளிப்புடுச்சுக்குமாக்கு? நீ ஒருத்திதே அதிசியமா புள்ளப் பெத்துக் கிட்டியாக்கு?” எனக் கேலியாக வந்த கரகரத்த குரலொன்றின் பதிலையும் கேட்டான். எல்லோரும் எதற்கோ உரக்கச் சிரித்தார் கள். அவன் அவற்றைக் கொஞ்சமும் பொருட்படுத்தவில்லை. தீராத வேட்கையுடன் ஒரு பறவையைப் போலக் கண்களைச் சாய்த்துக் கீழே சலசலவென ஓடிக்கொண்டிருக்கும் நதியின் பரப்பைப் பார்த்துக்கொண்டிருந்தான் அவன். நதி குமிழியிட்டுப் பெருகிக் கொண்டிருந்தது. அவன் குதூகலமடைந்தான்; கெக் கலித்துத் துள்ளினான். வெகு கவனமாக அவனைப் பற்றிக் கொண்டிருந்த அவனுடைய தாய் அந்தச் சமயத்தில் ஏதோ நினைவில் தன்னை மறந்திருந்தாள். குழந்தையின் மீதான அவளது பிடி தளர்ந்திருந்தது.

இதுவே சரியான தருணம்.

துள்ளி விர்ரென்று நீருக்குள் பாய்ந்தான் புத்திரன். உடனே ஆசையோடு அவனை வாரிச் சுருட்டிக்கொண்டது நதி. அப்படியொரு தருணத்தை அவனைப் போலவே அந்த நதியும் எதிர்பார்த்துக்கொண்டிருந்ததோ?

பதற்றம் கொண்டு, “அய்யோ” என்று கத்தினார்கள் எல்லோரும். யாருக்கும் எதுவும் புரியவில்லை; திகைத்துப் போய்ப் பார்த்துக்கொண்டு நின்றார்கள். மறுகணம் யாருமே எதிர்பாராதபடி, ஒரு மீன்கொத்தியைப் போலக் கட்டிய சேலையோடு விர்ரென்று நீருக்குள் பாய்ந்தாள், பச்சை உடம்புக்காரியான தாய். அந்த ஒருகணத்துக்குள் ஆசைதீர நதிநீரைக் குடித்துவிட்டிருந்தான் புத்திரன், “அய்யோ, பயனுக்கு என்னாச்சுன்னு பாருங்கொ” என்றொரு குரல் வீறிட்டது. “சண்டாளப் பாவிகளா, தொலைச்சுப்புட்டீங்களேடா” என யாரோ கோபம் கொண்டார்கள், “ஏல்லே வேலா இப்பிடீந்தே கெவனமில்லாம இருப்பிய?” என யாரோ அருகில் வந்து கன்னத்தைத் தடவினார்கள்; யாரோ அவனை வாங்கி மார்போடு அணைத்துக்கொண்டு உச்சிமோந்தார்கள்; யாரோ சுவாசத்தைப் பரிசோதித்தார்கள்; சிலர் மார்பிலறைந்து கொண்டு அழுதார்கள். பிறகொரு குரல் அதட்டிற்று, “அல்லே ஏ அல்லாரு இப்பிடி ஒப்பாரி வெக்கறீங்கொ? பயெ நல்லாத்தே இருக்கறே, பாருங்கொ கெக்கலக்கப் போட்டுக்கிட்டுத் துள்றத.”

சிசுவுக்கோ சொல்ல முடியாத ஆனந்தம். அதன் கண்கள் செருகின. ஆசையோடு பருகியிருந்த நதி நீர் அதன் ரத்த நாளங்களில் பாய்ந்து போதையேற்றியிருந்தது. முறுக்கேறிய உடலைத் தளர்த்த கைகால்களை உதைத்துக்கொண்டு துள்ளினான் அவன். சிலுசிலுவென்று வீசிக்கொண்டிருந்த நொய்யல்கரைக் காற்று அவனை ஆசையோடு தழுவியது. அவனது மயிர்க்கால்கள் சிலிர்த்துக்கொண்டன. காற்றில் அலையும் பூங்கேசத்தைத் தடவி முத்தமிட்டபடி, அவனை அங்கிருந்து கொண்டுசென்றாள் தாய்.

பின்பும் அவனுக்கு நதியின் குரல் கேட்டுக்கொண்டுதான் இருந்தது. எல்லோரும் அயர்ந்து தூங்கிக்கொண்டிருக்கிற நள்ளிரவு நேரங்களில் அதன் அழைப்பைக் கேட்டு விழித்துக் கொள்வான் அவன். தாயுடலின் வாசனை வீசும் தொட்டிலுக்குள் மல்லாந்து படுத்தவாறு ஓயாமல் பேசிக்கொண்டிருக்கும் சிசு;

சொற்கள் உருப்பெறாமல், 'ங்க, ங்க' என நாக்கைச் சுழற்றும். அப்போது அவனைத் தூங்க வைப்பதற்காகத் தாலாட்டுப் பாடும் அந்த நதி. அதெல்லாம் தெரியாமல் அயர்ந்து தூங்கிக்கொண் டிருப்பாள் அவனுடைய தாய்.

பிறகு நாள் நட்சத்திரம் பார்த்து, அவனுடைய ஜாதகத்தைக் கணித்த குமரப்ப பண்டிதன் சொன்னான், "சின்ன எசமாங்க ளுக்குத் தண்ணீல கெண்டமிருக்குதுங்க சாமி, கண்ணுக்குள்ளயே வெச்சுருக்கோணுமுங்க எசமாங்களே, ஆத்துப்பக்கமோ, கெணறு குட்டையிருக்கற பக்கமோ போயிறப்போறாங்கொ! கெவனமாப் பாத்துக்குங்கொ" என்றான் கவலையுடன். சொன்னால் சொன் னபடி நடக்குமெனக் குமரப்ப பண்டிதனின் நாக்குக்குப் பெயரிருந்தது. அப்படியாபட்டவன் இப்படிச் சொன்னதைக் கேட்டு எல்லோரும் பயந்துபோனார்கள். அவனுடைய அப்பாரய்யனான வேம்பன கவுண்டர் அதைக் கேட்டு இடிந்து போய்விட்டார். போகாத கோயிலுக்கெல்லாம் போய், வேண்டாத தெய்வங்களையெல்லாம் வேண்டித் தவமிருந்து பெற்ற பிள்ளை; வம்சம் தழைக்கவென்று வந்துபிறந்த குலக்கொழுந்து, அதற்கு இப்படியொரு கண்டமா என அவருக்குத் தூக்கமே இல்லை. விடிய விடிய பெருமூச்சு விட்டுக்கொண்டு கிடந்தார். பலவித யோசனைகள் செய்து கடைசியில் வெடத்தலாங்காட்டைச் சுற்றிலும் வேலியடைக்க ஏற்பாடு செய்தார் வேம்பன கவுண்டர்.

ஆற்றின் கரைவரை பரவிக்கிடந்தது காடு. காட்டைத் தாண்டிக் காலெடுத்து வைத்தால் நதி தடுப்புக்கு வேலிகூட இல்லை. தினமும் நதிக்கரைப் பக்கம் போய்க் கொஞ்ச நேரமாவது சுற்றிக் கொண்டிருக்காமல் அவருக்குப் பொழுது தீராது. தன்னந் தனியாய் மருதங்குழிக்குப் போய் நதியின் முகம் பார்த்து உட்கார்ந்துகொள்வார். தண்ணீரில் கால் வைக்கக்கூட மாட்டார். சும்மா பார்த்துக் கொண்டிருப்பதோடு சரி. தூரத்திலிருந்து பார்ப்பவர்களுக்கு அவர் ஏதோ நதியிடம் அந்தரங்கமாகப் பேசிக்கொண்டிருப்பது போலத் தோன்றும். அப்படியொரு பிணைப்பு அவருக்கும் அந்த நதிக்கும். பேரனின் மேல் கொண்ட பாசத்தால் காட்டுக்கும் நதிக்குமிடையே ஆளுயர வேலியொன்றை அமைத்திருந்தார் வேம்பன கவுண்டர். பெரியவர்கள் தாண்டிச் செல்ல வாகாக ஒரு தொக்கடா வைத்திருந்தார்கள். தவிர வண்டிமாடுகள் போய்வர வசதியாகச் சாத்தி வைத்துக்கொள்ளும் படியான ஒரு படல். பக்க வேலிகளெல்லாம் ஒரு முயல் நுழைந்து போகக்கூடச் சந்தில்லாமல் அடைக்கப்பட்டிருந்தன.

சிசுவை ஒவ்வொருவரும் தம்முடைய கண்பார்வையிலேயே வைத்திருந்தார்கள். தெற்கு வேலியையொட்டி காட்டின் ஒரு பகுதியாகவே அதுநாள்வரை ஓடிக்கொண்டிருந்த நதி ஜோதிட னொருவனின் வாக்கால் பிரித்து வைக்கப்பட்டது. ஆனாலும், சிசுவின் மனத்தில் நதி பெருகிக்கிடந்தது. அதன் இடைவிடாத அழைப்பை அவன் கேட்டுக்கொண்டேயிருந்தான். முழங்கால் களை ஊன்றித் தவழத் தொடங்கிய பிறகு பலமுறை நதியின் ரகசியமான அழைப்புக்குப் பணிந்து, அதை நோக்கிச் செல்ல முனைந்திருக்கிறான் அவன்.

தென்னைகள் சூழ்ந்த பெரிய தொட்டிக்கட்டு வீடு; முன்புறம் பரந்து கிடக்கும் களம்; இருபது முப்பதேக்கருக்கு நெல் விளைச்சலுள்ள வளமான பூமியைக் கொண்ட வெடத்தலாங்காடு. அத்தனை கதிர்களையும் அறுத்துக்கொண்டு வந்து அந்தக் களத்தில் போட்டுத்தான் தாம்படிப்பார்கள். களத்திலிருந்து எண்ணற்ற ஒற்றையடிப் பாதைகள் பிரிந்து வெவ்வேறு வழிகளில் போய் நதியைத் தொட்டுக்கொண்டு மறையும். காலங்காலமாய் நொய்யல்கரை மனிதர்கள் நடந்து உருவாக்கிய பாதைகள் அவை. நேராக நூல் பிடித்த மாதிரி மருதங்குழிக்கு ஒரு பாதை போயிருந்தது. மற்றொரு பாதை காட்டையே ஒரு சுற்றுச்சுற்றிக் கொண்டு வண்ணாமடையைச் சென்றடையும். காட்டு வேலைக்கு வருகிற சனம், வேலை முடிந்து வண்ணாமடைக்குள் இறங்கி அலுப்புத்தீரக் குளிப்பார்கள். அதற்கென நிறைய பாதைகள் இருந்தன. இவை தவிர ஒரு வண்டிப்பாதையுமிருந்தது. அவனுக்குத் தண்ணீரில் கண்டமென்று குமரப்ப பண்டிதன் சொன்னதால், அந்தப் பாதைகளெல்லாம் ஒவ்வொன்றாக அடைக்கப்பட்டுவிட்டன. மருதங்குழிக்குப் போகும் ஒரு பாதை மட்டுமே எஞ்சியிருந்தது. அதன் முடிவில் இருக்கும் தொக்கடாவை வளர்ந்தவர்களால் மட்டுமே தாண்டிக்கொண்டு செல்ல முடியும். அவ்வளவு உயரம் கொண்டது அந்தத் தொக்கடா.

தவிரப் பட்டிநாய் மணி எந்நேரமும் அவனைத் தன் கண்களுக்குள்ளேயே வைத்திருந்தது. எனினும், எஞ்சியிருந்த அந்த ஒற்றையடிப் பாதையின் வழியே தவழ்ந்து போகக் கற்றுக்கொண்டான் அவன். கொஞ்சம் அசந்தால் வெகுதூரம் போய்விடுவான். தாய் பதறிவிடுவாள். வேம்பன கவுண்டருக்கு உயிரே போய்விடும். தூக்கிக்கொண்டு வருபவர்கள் செல்லமான

கோபிப்புடன் சொல்வார்கள், "பேரனுக்குக் காலு ஒரு கெடைல நிக்காதாட்ட இருக்குதா? சித்த கீழ எறக்கியுட்டாபோது, வெக்குடு வெக்குடுன்னு ஆத்துக்காலப் பாத்துச் சவாரிதே, அப்பிடி அங்க என்ன கெடக்குதோ கானா!" எனத் தாத்தாவின் கைகளுக்குள் அவனைத் திணித்துக் கன்னத்தைக் கிள்ளிவிட்டுப் போவார்கள்.

வேம்பன கவுண்டருக்கு அது விதியின் விளையாட்டாகத் தெரிந்தது. காலன்தான் தன் பேரனை அழைத்துப் போக முற்படுகிறானோ என நினைத்தார்; எட்டுக்கொரு தடவை குமரப்ப பண்டிதனை வெடத்தலாங்காட்டுக்கு வரவழைப்பார். புதிய பரிகாரங்களையும் விதியின் கைகளிலிருந்து குழந்தையைக் காப்பாற்றுவதற்கான புதிய உபாயங்களையும் அவருக்குச் சொல்வான் குமரப்ப பண்டிதன்.

5

நடை கொஞ்சம் முதிர்ந்தவுடன் ஒருநாள் எல்லோரையும் ஏமாற்றிவிட்டு நதிக்கரையை நோக்கிப் போய்விட்டான் அவன்.

அது ஒரு பங்குனி மாதம்; சாயந்திர நேரம்; மறுநாள் பௌர்ணமி. அப்போது அவனுக்கு நாலு வயதிருக்கும். வெள்ளாமை யில்லாததால் காடுகரைகளெல்லாம் வறண்டு கிடந்தன. தகப்பன் பூபதி அப்போது ஊரிலில்லை. அம்மா படுத்துக்கிடந்தாள். தாத்தா, சென்னி மூப்பனோடு சேர்ந்து அந்நேரம்வரை களத்தில் கயிறு திரித்துக்கொண்டிருந்தார். மத்தியானம் அப்பாவுக்கும் அம்மாவுக்கும் சண்டை. வெடத்தலாங்காட்டின் பெரிய வீட்டைப் பராமரிப்பதற்கென்றிருந்தவள் அவள் ஒருத்தி மட்டும்தான். தீராமல் வேலை கிடக்கும். சண்டை வெறும் வாய் வார்த்தை களோடு நின்றுவிட்டால் கொஞ்ச நேரம் புலம்பித் தீர்த்துவிட்டுக் கிடக்கிற வேலைகளைப் பார்ப்பாள். கை வைத்துவிட்டால் இரண்டு மூன்று நாள்களுக்கு எதுவுமே செய்யாமல் கிடை கொண்டுவிடுவாள். சோறு தண்ணி ஆக்கி வைக்கக்கூடத் தாதறாகாட்டுப் பெரியத்தைதான் வந்துபோவாள். கறவை மாடுகளுக்குப் பருத்திக் கொட்டை, புண்ணாக்கு வைக்க வேம்பன கவுண்டர் மிகச் சிரமப்படுவார். சாப்பிடக்கூட மாட்டாள். கண்ணெல்லாம் குழிவிழுந்துவிடும். "எந்திருச்சு ஒருவா கஞ்சி குடுச்சுப்புட்டுக் கெடக்கற வேலயப் பாராயா, அப்பற அவம்புத்தி தெரிஞ்சதுதான? செரிசெரின்னு போய்க்கோணு, இதுக்கெல்லா சோறு தண்ணியில்லாமக் கெடந்தா இன்ன காலமெங்க, தேசமெங்க?" என அடிக்கொரு தரம் எதையாவது சொல்லி அவளைச் சமாதானப்படுத்தப் பார்ப்பார் வேம்பன கவுண்டர்.

அன்றைக்கு அடி கொஞ்சம் பலம்தான்.

வெகுநேரம்வரை அழுதுகொண்டிருந்தவள் அப்படியே தூங்கி விட்டாள். அவன் எழுந்து தாத்தாவிடம் போனான். கேட்பதற்கு நிறைய கேள்விகள் அவனிடம் இருந்தன. தனது கேள்விகளில் சிலவற்றை அம்மாவிடம் கேட்கவும் செய்தான்.

அவனுக்கு எந்தப் பதிலும் சொல்லாமல் அவனைக் கட்டிப்பிடித்துக்கொண்டு அழுதாள் அவள்.

"அம்மா என்ன சாமி பண்ணுது?" எனக் கேட்டார் தாத்தா. அவன் அதற்குப் பதிலொன்றும் சொல்லவில்லை. கையிலிருந்த

கயிறு நுனியை மாங்கொம்பொன்றில் கட்டிவிட்டு, அவனைத் தன் மயிரடர்ந்த கைகளுக்குள் இழுத்து வைத்துக்கொண்டார் தாத்தா. மறுபடியும் அவரே அவனிடம், "தூங்குதாக்கு?" எனக் கேட்டார். "இல்ல அழுவுது" என்றான். பிறகுதான் அவனுக்கு அம்மா தூங்கிக்கொண்டிருப்பது நினைவில் வந்தது. "அழுது முடிச்சுட்டு இப்பத் தூங்குது" எனத் திருத்திச் சொன்னான்.

தாத்தா பிறகு வெகுநேரம் ஒன்றும் பேசாமல் ஏதோ யோசனையில் ஆழ்ந்திருந்தார். சென்னி மூப்பன் வந்து அவனை வாரியெடுத்துக் கொண்டான். தாத்தா அவனுக்கொரு கொய்யாப் பழம் கொடுத்தார். கிளி கொத்திய பழம் அது. ஒரு கடி கடித்து விட்டு, அதைத் தூக்கியெறிந்துவிட்டான். நதிக்கரைக்குப் போகவேண்டுமென்ற ஜென்ம ஆசை அப்போது மேலோங்கத் தொடங்கியது.

நதி வெகுநேரமாய் அவனை அழைத்துக்கொண்டிருந்தது. வெகுகாலமாய் அதன் அழைப்பை நிராகரித்து வந்திருந்ததால் அது அவன்மேல் கோபம் கொண்டிருப்பதாய் நினைத்தான். எனினும், அதை நிராகரிப்பதைத் தவிர அவனுக்கு வேறு வழி யிருக்கவில்லை. தாத்தாவும் சென்னி மூப்பனும் இடைவிடாமல் அவனைக் கண்காணித்துக்கொண்டிருந்தார்கள். இருட்டத் தொடங்கியதும் அவர்களிருவரும் அவனைக் கொண்டுபோய் அம்மாவிடம் விட்டுவிட்டு எங்கோ போனார்கள். தூக்கக் கலக்கம் தீராத அம்மா சோர்வுடன் அவனைக் கைநீட்டி வாங்கிக்கொண்டாள், "படுத்துக்க சாமி" எனத் தன் மார்பின்மீது போட்டுக்கொண்டாள்.

வெகுநேரம்வரை அவன் அவளது மார்பின்மீது புரண்டு கொண்டிருந்தான். இன்னமும் உலர்ந்திராத அவளது பெருத்த முலைகளிலிருந்து பால் கசியத் தொடங்கியது. அவன் அவற்றின் காம்புகளைக் கவ்விக் கசிந்துகொண்டிருந்த பாலை உறிஞ்சினான். வாய் நிறைய பாலைத் தேக்கிப் பிறகு அதைத் தரையில் பீய்ச்சி விளையாடினான். அவள் அவனைக் கொஞ்சமும் பொருட்படுத்த வில்லை. உண்மையாகவே அவள் ஆழ்ந்து தூங்கிக் கொண் டிருந்தாள். பிறகு அவன் அவளின் முலைகளோடு விளையாடத் தொடங்கினான். விரல்களால் காம்புகளை நசுக்கிப் பாலை வெளியேற்றினான். அவற்றின் திரண்ட தசைக் குவியலைத் தன் பிஞ்சுக்கரங்களால் கசக்கினான். அதற்கும் அவளிடம் எந்த அசைவும் இல்லாமல் போகவே மிக ஆத்திரம் கொண்டவனாக முலைகளிலொன்றைப் பற்றித் தனது பால் பற்களால் நெறுநெறு

வெனக் கடித்தான். வலி பொறுக்க முடியாதவளாய் அவள் விழித்துக்கொண்டாள், "கெரவத்த எதுக்கு இப்பிடிப் போட்டு ஈச்செடுக்கறெ? சித்த தூங்குனாத்தே என்ன?" என அவன் முதுகில் ஓங்கி ஒரு அறை கொடுத்தாள், "ஆமா, அப்பனும் மவனும் கறி நய்யற வரைக்கும் மாறி மாறி ஈச்சுக்கிட்டே இருங்கோ, சீக்கிரத்துல ஆத்துக்காலுக்குப் போயிப் படுத்துக்கறெ, அப்பற ரண்டு பேருமு நாக்கச் சப்பிக்கிட்டுக் கெடப்பீங்க! உங்கப்பனுக்கென்னொ? சக்கிலிச்சி பறச்சீன்னு எவளயாச்சுங் கூட்டியாந்து வெச்சிக்கிட்டு ஓலக்கம் போட்டுக்கிட்டுப் போயிருவே, நீதே வீங்கிப் போயிருவே வீங்கி" எனத் தீராத வெறுப்புடன் முனகிக்கொண்டே ஒருக்களித்துப் படுத்து முந்தானையால் உடலை மூடிக்கொண்டாள்.

அழுகிறாளோ என நினைத்தான். அப்படியானால் உடம்பு குலுங்கும். ஆனால், ஒரு சிறு அசைவுகூட இல்லை அவளிடம். அமைதியாகத்தான் படுத்திருக்கிறாள். அவள் தன்னை அடித்தது நினைவுக்கு வந்தது அவனுக்கு. அதற்காக அழலாமா என நினைத்தான். ஆனால், ஏனோ அழுகை வரவில்லை. உதட்டைக் கோணித்துக்கொண்டு லேசாக விசும்ப மட்டுமே முடிந்தது அவனுக்கு. பிறகு எழுந்து இருள் படர்ந்த ஆசாரத்தைக் கடந்து வெளியில் வந்தான்.

வெளியே நல்ல நிலா வெளிச்சம்.

வாசற்படியில் தலைவைத்துப் படுத்திருந்த பட்டிநாய் மணி அவனைக் கண்டதும் வால் நுனியை ஆட்டிற்று.

அவன் அதற்குப் பக்கத்தில் போய் உட்கார்ந்துகொண்டான். பிடரியைச் செல்லமாகத் தடவிக் கொடுத்தான். நாய் அவனுடைய புறங்கைகளை நக்கிற்று. அப்போதான் அவன் அந்த அழுகைச் சத்தத்தைக் கேட்டான். அவனையொத்ததொரு சிசுவின் அழுகை. முதலில் அதை அவன் தன் அம்மாவின் அழுகையாகப் புரிந்து கொண்டான். அவனை அடித்துவிட்டாளல்லவா, அதை நினைத்துக்கொண்டு அழக்கூடும். இல்லாவிட்டால், அப்பாவிடம் அடிவாங்கியதை நினைத்துக்கூட அழுதிருக்கலாம். அவன் நாய்க்கும்கூட அப்படித்தான் தோன்றியிருக்க வேண்டும்.

அது அவனை உதறிக்கொண்டு எழுந்தது. பதற்றத்துடன் தலை தூக்கி வீட்டின் இருண்ட உட்புறத்தை நோக்கியது. பிறகு ஆற்றாமையுடன் அவன் முகத்தைப் பார்த்தது. ஒருவேளை அவ்வழுகை அவனுடையதாகவும் இருக்கலாம் அல்லவா? பிறகு

நாய் சற்று ஆசுவாசம் கொண்டது. அழுதுகொண்டிருப்பது அதன் எஜமானியோ சின்ன எஜமானோ அல்ல. அது தன் பிறவிக் குணத்தைக்கொண்டு குரல் வரும் திசையை மோப்பம் பிடிக்கத் தொடங்கியது.

தெற்கே நதிக்கரையிலிருந்து வந்துகொண்டிருந்தது அவ்வழு கையின் குரல்.

நாய் எழுந்து உடலை உதறிக்கொண்டது. பிறகு அவனைப் பார்த்து ஏதோ ஜாடை காட்டிவிட்டு நதிக்கரையை நோக்கி ஓடத் தொடங்கியது. நாயின் அடிச்சுவட்டைப் பின்பற்றி ஓடினான் அவன். ஒருவேளை அது நதியின் அழைப்பாகவும் இருக்கலாம் அல்லவா? நாய் மிக வேகமாக ஓடி அவன் கண்களி லிருந்து மறைந்தது. கைவிடப்பட்டவனாக அவன் அந்த அழுகுரலைப் பின்பற்றி ஓடினான். தடம் தெரியவில்லை. ஒரு நெருஞ்சி அவனது உள்ளங்காலில் தைத்தது. குனிந்து அதைப் பிடுங்கியெறிந்துவிட்டு அவசர அவசரமாக ஓடினான். சிறு குழந்தையாயிருந்த போதிலும் அவனுக்கு அழுகை வரவில்லை. அங்கே அவனைவிடவும் வயது குறைந்த ஒரு சிசுவைப் போலத் தேம்பியழுதுகொண்டிருக்கிறது நதி, அதற்கு என்ன துக்கமோ? அதற்கு ஆறுதல் சொல்ல வேண்டியது அதன் புத்திரனான தன் கடமை என நினைத்தான். அதன் துக்கம் என்னவென்று தெரிந்து கொள்ள வேண்டும்; தைரியம் சொல்லித் தேற்ற வேண்டும்; தருணத்தில் உதவாதவன் புத்திரனே அல்ல. நொய்யல் கரைவாசி கள் எல்லோருக்கும் அந்நதியே தாயாவாள்.

சென்னி மூப்பன் எத்தனையோ முறை எத்தனையோ பேரிடம் அதைப் பற்றிச் சொல்லியிருக்கிறான்.

ஆனால், அவனுடைய நாயைக் காணவில்லை. அது அவனுக்கு முன்னால் வெகு தூரம் ஓடிவிட்டிருந்தது. அதற்கு வேகம் அதிகம். அவனால் அதனோடு போட்டிபோட முடியாது. அவ்வழுகைச் சத்தம் சமீபத்தில்தான் கேட்டுக்கொண்டிருந்தது. வெகு சமீபத்தில். அவனின் பிஞ்சுப் பாதங்களுக்கேகூடச் சில அடிகள்தான் பிடிக்கும். அதற்குள் நதியை அடைந்துவிட்டோமா என ஆச்சரியம் கொண்டான்.

கடைசியில் நதிக்கரையோரம் தெற்குவேலியில் தென்பட்ட ஒரு சிறிய தாழ்வான குடிசையைச் சென்றடைந்தான். அதனுள்ளி லிருந்து கசிந்து வந்துகொண்டிருந்த மெல்லிய விளக்கொளி

 நற்றிணை பதிப்பகம் ❖ 39

யினூடாக அவன் அந்த அழுகைச் சத்தத்தைக் கேட்டான். அவனுடைய நாயின் துக்ககரமான ஊளைச் சத்தமும் வந்தது. தயக்கத்துடன் அவன் அந்தக் குடிசையினுள் நுழைந்தான். அங்கே கரடுமுரடான தரையில் அப்போதுதான் பிறந்திருக்குமோ என நினைக்கத்தக்க ஒரு சிசு, கூரை முகட்டைப் பார்த்தவாறு மல்லார்ந்து படுத்தவாக்கில் கால்களை உதைத்து உதைத்து அழுதுகொண்டிருந்ததைப் பார்த்தான். அவனுக்கு முன்பாகவே அங்கு வந்துவிட்ட பட்டிநாய், அக்குழந்தையைத் தன் நாவால் தடவிக்கொடுத்துச் சமாதானப்படுத்த முயன்று கொண்டிருந்தது. அதன் வால்நுனி இப்போதும் ஆடிக்கொண்டிருந்தது. அவனுக்கு நெஞ்சு படபடத்தது. கட்டுக்கடங்காத ஆவலோடு அவன் அந்தச் சிறு குழந்தையினருகில் போனான்.

சொல்லிவைத்தது போலக் குழந்தையின் அழுகை சட்டென்று நின்றுபோயிற்று. அவனைக் கண்டதும் பதற்றம் தணிந்து கண்ணிமைக்காமல் கூர்ந்து பார்த்தது.

கரியநிறம் கொண்ட சிசு அது. தொலைவிலிருந்து படரும் தீபஒளியில் அடர்ந்து மின்னிக்கொண்டிருந்தது அதன் கருமை. முதலில் அவன் அதன் தோற்றத்தைக் கண்டு மிகப் பயந்து போய் விட்டான். நாசி பெருத்தும் உதடுகள் தடித்தும் அவலட்சணமாகக் காட்சியளித்த அச்சிசுவுரு இதுவரையிலும் அவன் பார்த்தறியாத ஒன்றாக இருந்தது. திரும்ப வீட்டுக்குப் போய் விடலாமா என நினைத்தான். அவனைக் காணாததை அறிந்திருந்தால் பதற்றமடைந்திருப்பாள் அம்மா. கூக்குரலிட்டுக் கத்தவும் தொடங்கியிருப்பாள். தாத்தாவும் சென்னி மூப்பனும் அதைக்கேட்டுப் பதற்றம்கொண்டு ஓடி வந்திருப்பார்கள். எல்லோரும் சேர்ந்து பெருங்குரலெடுத்துப் பிதற்றியவாறு அவனைத் தேடியலைந்து கொண்டிருப்பார்கள். இதற்கு முன்பொரு தடவை அப்படி நடந்ததை அவன் பட்டியாடுகளுக்குள் ஒளிந்து நின்று பார்த்திருக்கிறான். அவனுக்குப் பதற்றமாக இருந்தது. எனினும், அக்குழந்தையை விட்டுவிட்டுப் போகவும் மனதில்லை.

யார் இந்தச் சிசு? ஏன் இப்படித் தனிமையில் கிடந்து தவித்துக்கொண்டிருக்கிறது? இதைப் பெற்றெடுத்த தாய் எங்கே? ஒருவேளை இந்தச் சிசுவும் அவனைப் போலவே அம்மாவை ஏமாற்றிவிட்டு நதியின் அழுகுரலைக் கேட்டு ஓடி வந்திருக்குமோ?

ஆனால், மிகச்சிறிய கால்களைக் கொண்டிருக்கும் இச்சிசுவுக்குத் தன்னைப் போல் இவ்வளவு தொலைவு ஓடிவந்திருக்க முடியுமா என்பது குறித்து அவனுக்குச் சந்தேகமாக இருந்தது. ஒருவேளை இது நதியின் குழந்தையாயிருக்குமோ என நினைத்தான். நொய்யலின் வயிற்றில் பிறந்த குழந்தை இவ்வளவு அவலட்சண மாகவா இருக்கும்? இவ்வளவு கருப்பாகவா நொய்யல் குழந்தை பெற்றுக்கொள்வாள்? போதிய வெளிச்சமில்லாததால் சிசு அப்படித் தோற்றமளிக்கிறதோ என யோசித்தான்.

சற்றுத் தள்ளியிருந்த சிறிய அகல்விளக்கை எடுத்துத் தன் கைகளில் ஏந்திக்கொண்டான். வெகு கவனமாக அதை அச்சிசு வினருகே கொண்டுசென்றான். அவன் மூச்சுக் காற்றுப்பட்டுச் சுடர் நடுங்கியது. உடனே மூச்சை இழுத்துப்பிடித்துச் சுவாசத்தை அடக்கிக்கொண்டான். பதற்றம் தணிந்து நிமிர்ந்தது சுடர். என்ன அதிசயம், சுடரொளி தீண்டியதும் சிசுவின் நிறம் மாறத் தொடங்கியது. அதன் அடர்ந்த கரியநிறம் மறைந்து மேனி கொஞ்சம் கொஞ்சமாக வெளிறத் தொடங்கியது. சென்னி மூப்பன் சொல்கிற கதைகளில் வருகிற மாதிரியல்லவா இருக்கிறது?

அவன் ஆச்சரியத்துடன் பார்த்துக்கொண்டு நின்றான். யாரும் தூண்டிவிடாமலேயே ஓங்கியெரியத் தொடங்கியது சுடர். கண்மூடிக் கண் திறப்பதற்குள் அந்தக் குடிசை முழுவதும் பகல் போல் வெளிச்சம் படர்ந்து பரவத் தொடங்கியது. அவனுடையதும், அவனுடைய நாயினுடையதுமான நீண்ட கரிய நிழல்கள் சுவர்களில் படர்ந்து ஆடத்தொடங்கின. அவன் அவற்றின் மீதிருந்து கண்களை எடுக்கவில்லை. அவற்றின் கரிய நிறம் மாறிக் கொண்டிருந்தது. கண்களைக் கூசச்செய்யும் பளீரென்ற ஒளி. அவற்றின் தடித்த உதடுகளும் பெருத்த நாசியும்கூட மாறத் தொடங்கின. மாறி மாறிக் கடைசியில் அங்கே தென்பட்டது பேரழகு கொண்டதொரு சிசுவின் சிறு உருவம். அதை அப்படியே வாரியெடுத்துத் தன் சிறு மார்பில் கிடத்தித் தழுவிக்கொள்ள வேண்டுமென்ற ஆசை உண்டாயிற்று, அது சாதாரண அழகாகத் தென்படவில்லை. அதற்கு முன்னர் அவன் பார்த்தோ கேள்விப் பட்டோ இராத பேரழகின் வடிவம் அது. அதைக் கண்டு அவன் பயந்தான். கைகள் நடுங்கின. கையிலிருந்த விளக்கும் அதன் நிமிர்ந்த சுடரும்கூட அவனோடு சேர்ந்து நடுங்கின. அவனுக்கு வியர்வை ஆறாகப் பெருகி வழியத் தொடங்கியது. தானும்

அசைவற்று நின்றபடி பார்த்துக் கொண்டிருந்தது அவனுடைய பட்டிநாய். அதன் முகத்திலும் வியர்வைத் துளிகள்.

குழந்தை துள்ளிற்று. தன் பொக்கைவாய்த் திறந்து அவனைப் பார்த்துக் கெக்கலிக்கத் தொடங்கியது.

விளக்கைக் கீழே வைத்துவிட்டு அவன் அச்சிசுவைத் தன் பிஞ்சுக் கைகளால் வாரியெடுக்க முற்பட்டான். அவனால் அதைத் தூக்க முடியவில்லை. அவனுக்குப் பெரும் ஏமாற்றமாக இருந்தது. தவித்தான். பிறகு ஆற்றாமையுடன் குனிந்து அதற்கொரு முத்தமிட்டான். அதன் மேனியிலிருந்து வீசிய நறுமணம் கிறக்கமூட்டியது... பிரக்ஞை தவறிவிடும் போலிருந்தது. அவனுக்கு மயக்கம். யாரோ தன்னை அழைப்பதாக உணர்ந்தான் அவன். "கிரிக்கவுண்டரே, கிரிக்கவுண்டரே" என்னும் உரத்த அழைப்பு. எனினும், மனம் அதை நோக்கித் திரும்ப மறுத்தது. அப்பொழுது திடீரென நாய் குரைக்கத் தொடங்கியது. அச்சமும் பதற்றமும் கொண்ட ஊளை. பதற்றம்கொண்டு நிமிர்ந்தான் அவன். எதிரே இருளின் கருகிய கூட்டைத் தவிர வேறெதுவும் தென்படவில்லை. பிறகு திரும்பிச் சிசுவைப் பார்த்தபொழுது தென்பட்ட தோற்றம் கலைந்து தனது முந்தைய உருவத்தைப் பெற்றிருந்தது அது.

கரிய அவலட்சணமான உருவம்.

6

வெடத்தலாங்காட்டுப் பண்ணையத்தில் வந்து சேர்ந்தபோது காரிச்சிக்கு ஆறு அல்லது ஏழு வயதிருக்கும். அவளையும் பேரழகியான அவள் தாய் மாரியையும் நொய்யல் கரையிலேயே விட்டுவிட்டு எங்கேயோ கண்காணாத இடத்துக்கு ஓடிப் போயிருந்தான் மசையன். அது நடந்து வருஷமிருக்கும்.

நினைவு தெரிந்த நாளிலிருந்து வெடத்தலாங்காட்டுப் பண்ணையத்திலிருந்தவன் மசையன். வேம்பன கவுண்டரிடம் அவனுக்கு நல்ல செல்வாக்கு. செல்லம்கூட உண்டு. அவனது சுறுசுறுப்பையும் சாமர்த்தியத்தையும் ஓயாமல் மெச்சிக் கொண்டிருப்பார் வேம்பன கவுண்டர். ஆனால், சாமியாத்தாளுக்கு அவனைக் கொஞ்சம்கூடப் பிடிக்காது. ஒரு தடவை எதற்காகவோ குமாரசாமி அவனை அடித்துவிட்டான். சாமியாத்தாளின் தூண்டுதல்தான் காரணம் என்றார்கள். ஆனால், அதைப் பற்றி யாரிடத்திலும் எந்தப் புகாரும் செய்யவில்லை அவன். முற்றிய செம்மங்குச்சியைக் கொண்டு விளாசியிருந்தான் குமாரசாமி. கரண்டைக்காலில் நல்ல அடி. சதை கிழிந்து ரத்தம் கொட்டி யிருந்தது. தண்ணிக்கிட்டாம் பூட்டையும், கரும்பிரண்டைப்பாலை யும் வைத்துக் கட்டினால் ஆறிவிடுமென்று இருந்திருக்கிறான். ஆனால், காயம் சீழ்கட்டி பொறத்தோடி விட்டிருந்திருக்கிறது. அடிபட்ட காலில் எந்த இடத்தைத் தொட்டாலும் காயத்திலிருந்து சீழாய் வழிந்திருக்கிறது. குடலைப் பிடுங்கும் துர்நாற்றம் வேறு, "எப்பிடீடா மசையா தாங்கிக்கிட்டே?" என்று கேட்டார் வேம்பன கவுண்டர். நடக்கவே முடியாமல் படுத்த படுக்கையாய் விழுந்தபோதுதான் அவருக்கு விஷயமே தெரிந்திருக்கிறது. அவர் கேட்டதற்குக்கூடப் பொய்தான் சொன்னான், "மொளக்குச்சி இடிச்சுப்புடுச்சுங்க சாமி யெசமாங்களே?" என்றானாம். ஆனால், குமாரசாமி அவனை அடித்த விஷயம் எப்படியோ அவருக்குத் தெரியத்தான் செய்தது. கேள்விப்பட்டு அப்படியே இடிந்து போய்விட்டார். இதற்குக் குமரப்ப பண்டிதனின் வைத்தியம் சரிப்பட்டு வராது நினைத்தோ என்னவோ அவனை ஈரோடு கூட்டிப்போய் இங்கிலீஷ் டாக்டரிடம் காட்டினார். அப்படியும் காயம் ஆறுவதற்கு ஒரு மாதம் ஆகிவிட்டது.

வெகுகாலம்வரை கல்யாணமே ஆகவில்லை அவனுக்கு. வயதும் நாற்பது நாற்பத்தைந்து ஆகிவிட்டிருந்தது. “இனி அந்தக் கெரவத்துக்குக் கண்ணாலமேது காட்சியேது?” என்றுதான் நினைத்திருந்தது ஊர். அப்பிடியிருக்கத்தான் ஒருநாள் பொள்ளாச்சிப் பக்கமிருந்து மாரியைக் கூட்டி வந்திருந்தான் மசையன். சம்பிர தாயத்துக்கு மதுரைவீரன் கோயிலில் வைத்துத் தாலி கட்டி யிருந்தான்.

ஆனால், அவள் ஏற்கெனவே கல்யாணம் ஆனவள் என்றார்கள். ஒரு குழந்தைகூட இருந்ததாம். சந்தையில் பழந்துணி வியாபாரம் செய்து வந்தவள். எப்படியோ இரண்டு பேருக்கு மிடையே தொடர்பு ஏற்பட்டுவிட்டதாம். அவள் புருஷனுக்கு விஷயம் தெரிந்து பிரச்சினையாகிவிட்டதாம். மறு யோசனை யில்லாமல் அவளை நொய்யல் கரைக்குக் கூட்டி வந்துவிட் டானாம். வேம்பன கவுண்டரின் காலில் விழுந்து உண்மையைச் சொல்லி அழுதானாம். அவருக்குக் கோபம்தான், “ஒழுங்கா வெச்சுப் பொளச்சீனா செரி” என்று முகம் பார்க்காமல் சொல்லி விட்டுப் போய்விட்டாராம். அவன் நல்லமுறையில் கல்யாணம் செய்துகொண்டிருந்தால் எவ்வளவோ செய்திருக்கக் கூடியவர் தான். அவரே முன்னால் நின்று எல்லாக் காரியங்களையும் செய்து, குறைவில்லாமல் சீர் செனத்திகூடச் செய்திருப்பார். அன்றென்னவோ அந்த ஒரு பேச்சோடு விட்டுவிட்டார். பழைய வேம்பன கவுண்டராயிருந்தால் கட்டிவைத்து அடித்திருப்பார். மசையன் செய்த புண்ணியம்.

அதிசயமாக பூபதி அவனுக்கு ஆதரவளித்தான்.

அவளை வைத்திருந்ததே பூபதிதான் என்றார்கள். சந்தைக்கு வாழைத்தார் கொண்டு போனவனின் கண்களில் பட்டுவிட் டாளாம் அந்தப் பேரழகி. மசையனுக்கும் அவளுக்கும் ஒரு சங்காத்தமும் இல்லையாம். வெறுமனே காவல் காத்து நின்றவன் தானாம் அவன். பூபதியின் அந்தஸ்துக்கு மயங்கி அவள் அவன் வலையில் வந்து விழுந்துவிட்டாளாம். துணைக்கு மசையன், “சும்மா காவலுக்கு நின்னுக்கிட்டிருந் தவங்கைல தாலியக் குடுத்துக் கட்டச்சொல்லிக் கூட்டியாந்து வெடத்தலாங்காட்டுக் குள்ற வெச்சுக்கிட்டேம் பூபதி” என்றார்கள். தம்பதிகளுக்கு எல்லா ஒத்தாசைகளும் கிடைத்தன. தெக்கு வேலியையொட்டி வெடத்தலாங்காட்டுக்குள் ஒரு குடிசை, கயிற்றுக்கட்டில், போர்வை, செட்டாகப் பாத்திரம் பண்டங்கள் என அவளைக் குடியேற்றி வைத்துக்கொண்டான். தவிர தொண்டுப்

பட்டியிலிருந்து காலையிலும் சாயந்திரமும் அரைப்படி பசும்பால் நேராக ஆள்காரன் மூலம் அவள் வீட்டுக்குப் போகும். வேண்டிய மட்டும் காய் கசம்புகளும் மூட்டை மூட்டையாய் நெல்லும்கூடத் தெக்குவேலிக்குப் போய்க் கொண்டிருந்தன. வேம்பன கவுண்டருக்கோ, வேலம்மாளுக்கோ இவையெல்லாம் தெரியாமலில்லை. தெரிந்துதான் என்ன, எல்லாம் இன்று நேற்று நடக்கிற விஷயங்களா?

பேரழகு கொண்டவளென்று அவளைப் பற்றிப் பேச்சிருந்தது. சிலர் அவள் மலையாளத்துக்காரி என்றனர். வேறு சிலர் அவள் சாயுபு ஒருவனின் பெண்டாட்டி என்றார்கள். ஆனாலும், மசையனின் தாலி அவள் கழுத்தில் ஏறியிருந்ததால் அவள் அவ்வாறே அறியப்பட்டிருந்தாள். மற்றவர் போல் அவள் காடுகரைகளுக்கு வேலைக்குப் போய் யாரும் பார்த்ததில்லை. தன் குடிசைக்குள்ளேயே நாள் முழுவதும் முடங்கிக் கிடந்தாள் அவள். "வெளீலயே தட்டுப்படறதக் காணமா?" என ஒருவரிட மொருவர் விசாரித்துக் கொண்டார்கள்.

"செவச்செவன்னு அப்பிடியிருப்பாளாம் போ" என ஆலமர நிழலில் கூடித் தம் ஆச்சரியங்களைப் பகிர்ந்துகொண்டார்கள் நொய்யல்கரை ஆண்கள்.

"ஆரு பாத்ததாமா?"

"நம்பு பொன்னப்பந்தேஞ் சொன்னே."

"மரமேறைல பாத்தானாக்கு?"

"நல்லாவே பாத்தானாமா, பொடக்காணீலெ முண்டக்கட்டையா நின்னுக்கிட்டிருந்துருக்கறா, இவெ கருக்கும்பேருல நின்னுக்கிட்டுப் பாள சீவறாப்பல ஒரு நேரம் பாத்துக் கிட்டிருந்தானாமா, மூச்சுடுலியா."

"கோமணங்கீமணமெல்லா நனஞ்சு போயிருக்குமா பொன்னப்பனுக்கு?"

"அதெல்லா முட்டியே நம்பிப்போயிருக்குமாப்பறொ!" பெருஞ்சிரிப்பு எழுந்து அடங்கிற்று.

"பூபதி கண்ணுல கிண்ணுல தட்டுப்பட்டிருந்தான்னா உசுரோட கீழே எறங்கீருப்பானா பொன்னப்பெ?"

"செவச்செவன்னு அப்பிடியிருந்தாளாம்போங்க மாமா."

"பின்ன ஒண்ணுமில்லாம அந்த மசச்சக்கிலிக்கு அத்தனயப் பண்ணுவானா பூபதி?"

“பாத்துப்புட்டு வந்து நாலுநாப் பிதுரு கெட்டாப்பல கெடந் தானாப்பறொ பொன்னப்பெ!”

“பொடக்காணீலெ நீரம்மணமா நின்னுக்கிட்டிருந்தவளப் பாத்தா பிதுரு கெடாது பின்ன?”

“ஏன்டா நடையா, நீயுந்தே ஒரு நா பொன்னப்பங்கிட்டக் கேட்டு அந்த எடக்கவுத்த வாங்கி மாட்டிக்கிட்டுப் பனமரத்துல ஏறி முட்டிகட்றாப்பல நின்னு ஒருக்கா பாத்துப்புட்டு வாறது?”

“ஆமான்டா நடையா, போ, போயித்தேம்பாரு. இங்க ஆருக்குத் தெரியப்போவுது? ஆரு சொல்லப்போறா? சொன்னா நாந்தேஞ் சொல்லோணு, நா வேண்ணா உனக்காகப் பேசாம இருந்துக்கறனே!”

“நடையனுக்கு முட்டியெல்லாம் பத்தாது. அப்பிடியேறி நின்னு பாத்தான்னா சொறப்புரடய நப்பிப்புட்டல்ல கீழ எறங்குவே, ஏன்டா நடையா?”

“அப்பிடிப் போயி அந்தக் கெரவத்தப் பாக்காட்டியென்ன, அதென்ன தெரவியமா?”

“தெரவியமாட்டந்தே இருக்கறான்னு சொல்றானே பொன்னப்பெ!”

“நடையனென்ன லேசுப்பட்ட ஆளா? அதெல்லா அவுனுமு நெறையா பாத்திருப்பே. பக்கம்படாந்தீல ஒருத்திய உட்டு வெச்சுருக்கறான்னு நெனைக்கறயா? அவுனுந்தான வாழத்தாறுங் கீழத்தாறுங் கொண்டுக்கிட்டுச் சந்த சந்தயா போயிக்கிட்டிருக்கறே, போறப் பக்க ஒண்ணப் பாக்காமத்தே இருந்துருப்பானா, இல்ல நோண்டாமத்தே வந்துருப்பானா?”

“போங்க மாமா!”

“அடப் போச்சாது, ஒருக்கா போயித்தேம்பாரு”

“ஏனுங்க மாமா இன்னைக்குக் கேலிக்கு வேற ஆளு சிக்கலீன்னு என்னைய வந்து புடுச்சுக்கிட்டீங்களாக்கு?”

நொய்யல்கரை ஆண்கள் பலரின் மனதிலும் அவள் உடல் மீதான ஏக்கம் பெருகிக் கிடந்தது. பூபதியை மீறி வெடத்தலாங் காட்டுப் பக்கம் போகிற துணிவு யாருக்கும் வரவில்லை. நேரில் பார்க்க முடியாத ஆண்களின் கனவுகளில் அவள் கனவின் சாத்தியங்களுக்கும் அப்பாற்பட்ட பேரழகியாய் வடிவம் கொண்டாள். அவளைக் கற்பனை செய்துகொண்டு சுயமைதுனம் செய்தபடியும் அவள் நினைவில் பிற பெண்களைப் புணர்ந்தபடியும் அவர்களது காலம் கழிந்துகொண்டிருந்தது. அப்படிப்பட்டதொரு பேரழகிக்குத்தான் காரிச்சி வந்து பிறந்தாள்.

7

தடித்த உருவமும் பெருத்த நாசியும் கரிய தேகமும் கொண்ட தொரு அவலட்சணம். பெற்றவளைக் கிணற்றடியில் பார்த்து வீட்டுக்குள்ளிருக்கும் பிள்ளையின் லட்சணத்தைக் கணிக்கும் திறன் கொண்ட ஊர், அவலட்சணமான தோற்றம் கொண்ட வளாய் நொய்யல் கரையெங்கும் சுற்றிவரும் காரிச்சியைக் கொண்டு அவளுடைய தாயின் பேரழகு பற்றிய கற்பனைகளை அழித்துக்கொள்ள முடியாமல் திணறியது.

தாய்க்கு நேரெதிர் அந்தக் குழந்தை.

ஒரு கணம் கூட வீடு அடங்குவதில்லை. நடைபழகத் தொடங்கி வருஷமாகும் முன்பே அது ஆத்துக்காலைச் சுற்றிவரத் தொடங்கி யிருந்தது. உடம்பிலொரு பொட்டுத் துணியிருக்காது. தன் வயதொத்தப் பிள்ளைகளோடு அதற்கு எந்தச் சேர்க்கையுமில்லை, தன்னந்தனியாகவே எங்கும் சுற்றி வருவாள்.

வளர வளர நொய்யல்கரை வனங்கள் அவளை அதிகமாக ஈர்க்கத் தொடங்கியிருந்தன. அங்கேயே கிடைகொண்டு கிடந்தாள். சோறு தண்ணிக்குக்கூட வீட்டுக்குத் திரும்புவதில்லை. காட்டில் திரியும் சிறு பிராணிகளோடும் எண்ணற்ற பறவை களோடும் பொழுதைக் கழித்திருந்துவிட்டு அவையெல்லாம் அணையப்போகும் தருணத்தில் வீடு திரும்புவாள். வனத்தில் கிடைக்கும் சிறுசிறு பழங்களைப் பிட்டு வாயில் போட்டுக் கொண்டு அவற்றால்தான் பசியாறுவாள். கள்ளி, காரை, கோவை, சூரி, சங்கம், அத்தி, இலந்தை, நாவல் என அவளுக்காக நொய்யல் கரை வனங்களுக்குள் பழங்கள் கனிந்து கிடந்தன. இவையெல்லாம் தவிர அரண்மனைக்காட்டு வேலியோரங்களில் இருக்கிற மாமரக்கிளைகளில் தாவி பிஞ்சுகளையும் காய்களையும் பறித்துத் திருட்டுத்தனமாக மடியில் கட்டிக்கொண்டு வந்துவிடுவாள். நாளாவட்டத்தில் நாடார் வளவு இளவட்டப் பையன்களைப் பார்த்து ஆற்றில் மீன் பிடிக்கவும் கற்றுக்கொண்டாள். துண்டஞ் சேலையை விரித்துப் போட்டு ஆற்றுநீரில் துள்ளும் பெரும் பெரும் கெண்டைகளையெல்லாம்கூடப் பிடித்துவிடும் சாமர்த்தியம் கொண்டவளாயிருந்தாள். பொரடுகளுக்குள் பதுங்கி யிருக்கும் ஆறான்களையும் விலாங்குகளையும் கைவிட்டுத் துழாவி இழுத்து விடுவாள். பாறையில் தீ மூட்டி மீன்களைச் சுட்டு

வயிறு புடைக்கத் தின்றுவிட்டு, ஊஞ்சமரக் காட்டின் அடர்ந்த சங்கம் புதர்களுக்குள் படுத்துக் கொஞ்சம்கூடப் பயமேயில்லாமல் தூங்கியெழுவாள்.

பேரழகியான அவளுடைய தாய் தினமும் அவளைச் செமத்தியாக அடித்துவிடுவாள். அவளுடைய சொல்லுக்கு அடங்கவே மாட்டாள் காரிச்சி. தகப்பனின் மேல் அதிகப் பிரியம் கொண்டவளாகவும் தகப்பனின் சாயலை உடையவளாகவுமிருந்தாள். அவள் கொண்டிருந்த நிறம் தகப்பன் மசையனின் ரத்தத்திலிருந்து பெற்றது. அவனைப் போலவே நெடுநெடுவென்று உயரமாகவும் வளர்ந்துகொண்டிருந்தாள். "அதென்னடா மசையா உம்பட பொடுசா, மடமடன்னு அப்பிடிப் பெசாதாட்ட வளந்து கிட்டுப் போறா?" என மசையனிடம் கேட்பாள் வேலம்மா,

"அவ நெறத்துக்குமு உருவத்துக்குமு அப்பிடி வளந்து நின்னான்னா பெசாதாட்டத்தே இருக்கும் போ, அதிலீமு இருட்டுல கிருட்டுல வந்து நின்னான்னாக்கா பாக்கற சனம் பயந்தே செத்துப் போயிரு! ஆட்ட ஓட்டியுட்டுப்புட்டு ஆத்துக்கால்ல படுத்து நல்லா தூங்கிக்குவாளாட்ட இருக்குது, வெடியறதுக்கு மின்ன வாசல்ல வந்து நின்னுக்கறா. அருமக்காரனாட்டக் கையில அந்த ஊஞ்சத்தடி வேற, விசுக்குன்னு பாத்தா பயமாப் போவுது போ, அப்பறொ அந்தச் சட்டிய வேற என்னாரமுங் கையிலயே புடுச்சுக் கிட்டிருக்கறாளா, தலையெது சட்டியெதுன்னு புரிய மாட்டீங்குது, ரண்டுமு ஒண்ணக் கண்டாப்பல. பெசாது, பெசாதே பெசாதுதேம் போ! ஒரு நாளைக்கில்லீனாலு ஒரு நாளைக்கு நா இந்தக் கெரவத்தக் கண்டு பயந்துதேஞ் சாகப் போறெம் பாத்துக்கவே. முண்டக்கெரவம், எங்கிருந்துதே வந்து பொறந்துதோ காணா" என ஒரு தடவை அவள் சொல்லிக்கொண்டிருந்ததைக் கேட்டு நிமிர்ந்து ஒரு பார்வை பார்த்தாளே காரிச்சி, அந்தப் பார்வைக்கு நிஜமாகவே பயந்துதான் போய்விட்டாள் அவள்.

"கண்ணப் பாரடா இந்தக் கெரவத்துக்கு" என மசையனிடம் ஒரு புகார் போலச் சொன்னாள். அப்போதுங்கூடக் கோபம் கொண்டு அகன்ற அவளுடைய விழிகள் பின்வாங்கவில்லை. நேரே வேலம்மாளின் கண்களைச் சந்திக்க முயன்றன அவை. அவளது நேர்பார்வையை எதிர்கொள்ள முடியாமல் கண்களைத் தாழ்த்திக்கொண்டாள் வேலம்மா, பிறகு ஒரு சாரையைப் போல அங்கிருந்து ஊர்ந்து தப்பிச் சென்றாள்.

விரிந்தகன்ற கண்கள் அவளுக்கு. தன்னுடைய அவலட்சணத்தையெல்லாம் ஈடு கட்டுகிற கண்களைக் கொண்டிருந்தாள் காரிச்சி.

வருடங்களுக்குப் பிறகு நடக்கப் போகிறதெல்லாம் இரண்டு பேருக்குமே தெரிந்துதான் இருந்திருக்குமோ என்னவோ? வேலம்மாளுக்கு அவள் மேல் அப்படியொரு வெறுப்பு. அவளைப் பார்த்தாலே வேப்பங்காயைத் தின்றுவிட்ட மாதிரி முகம் கோணும் அவளுக்கு. பண்ணையத்தில் அவளைச் சேர்ந்துக் கொள்வதற்குக்கூட அவளுக்கு விருப்பமில்லை, "சின்னக் கவுண்ச்சி சொன்னாச் செரி" என்று வேம்பன கவுண்டர்கூடச் சொல்லி யிருந்தார். அதெல்லாம் சும்மா ஒப்புக்குச் சொல்லப்பட்ட வார்த்தைகள். முடிவெடுக்கும் அதிகாரத்தை பூபதி ஒருவனே பெற்றிருந்தான். அவனுக்கெதிராக எதையும் சொல்லும் துணிச்சல் வேம்பன கவுண்டருக்கே இருந்ததில்லை. தகப்பனுக்கும் மகனுக்கும் பேச்சுவார்த்தைகூட இல்லை. மசையனுக்கும் மாரிக்கும் வெடத்தலாங்காட்டுத் தெக்குவேலியில் இடம் கொடுத்தபோதே எதிர்த்துத்தான் பார்த்தாள். "ஆமா, அவள வெச்சுக்கிட்டுத்தே இருக்கறெ, அதுக்கென்னுங்கறே? இருக்கப் பிரியம்னா இரு, இல்ல எங்கே போகப் பிரியமோ அங்க போ. சண்டகிண்ட போட்டுக் காரியஞ் சாதிச்சுக்கலாம்னு கெனாக் கோடக் கண்டுபுடாத, ஆமா" என்று அவன் ஒருதடவை சொன்னதைக் கேட்டுக்கொண்டு சும்மாதான் நின்றார் வேம்பன கவுண்டர்.

எத்தனை தடவை அவளை ஒரு மிருகம் மாதிரி அடித்துப் போட்டிருக்கிறான் பூபதி? வேம்பன கவுண்டரால் அதையெல்லாம் தட்டிக் கேட்க முடிந்திருக்கிறதா? அவளுடைய உடன்பிறந்தான் கொற்றவேல், சிறுவயதிலிருந்தே அவளைச் சீராட்டி வளர்த்தவன், தங்கச்சி சொன்னதையெல்லாம் கேட்டுக் கொதித்துப் போய் விட்டான். பூபதி கொடுத்திருந்த அடியால் அப்போது அவளது நெற்றியில் ஏற்பட்டிருந்த காயத்தைப் பார்த்து அரிவாளை உருவிவிட்டான், "இப்பவே போயி அந்தக் கண்டாரோலிய கண்டதுண்டமா வெட்டிப் போட்டுட்டு வந்து அப்பற நாயங் கேட்டுக்கறெ" எனக் கண்ணெல்லாம் சிவந்துதான் நின்றான் கொற்றவேல். அவள்தான் தடுத்தாள். "அப்பற ஊருக்கு வாறப்ப பொறுமையா கேட்டுக்கலா, இப்ப ஆத்தரத்துல அங்க எங்க போறெ நீ" எனப் பொறந்தவனைத் தடுத்துவிட்டாள். இது நடந்தது ராசாத்தா வலசிலுள்ள தாய் வீட்டில்.

பிறகு நொய்யல்கரைக்கு வந்தவன் யாரிடமும் ஒரு வார்த்தை கேட்கவில்லை. மச்சினனைப் பார்த்துவிட்டு வருகிறேன் என்று பூபதியைத் தேடிக்கொண்டு தெக்குவேலிப் பக்கம் அவன் போனபோது, எங்கே வெட்டுக்குத்து நடந்துவிடுமோ எனப் பயந்துதான் கிடந்தாள் வேலம்மா. பிறகு மச்சினனும் மச்சினனும் தோளின்மேல் கைபோட்டுக் கொண்டு திரும்பி வந்தார்கள் வெகு நேரம் கழித்து. பூபதி வெளியே போனதும் பொறந்த வனிடம், "அந்த வேவரசியப் பாத்தயா நீ...?" என்று கேட்டதற்கு ஒன்றுமே சொல்லாமல் நின்றான். சாயந்திரம் காரிச்சியைப் பார்த்து, "அவ புள்ளையா இது? அப்பிடிச் செவச்செவன்னு கொன்னப் பூவாட்ட இருக்கறா, அவுளுக்கு இதெங்கிருந்து வந்து பொறந்துதோ காணா, மசையஞ் சாடையாட்ட இருக்குது" என யாரிடத்திலோ அவன் சொல்லிக்கொண்டிருக்கிறதைக் கேட்ட போதுதான் அவன் அவளைப் பார்த்துவிட்டு வந்திருக்கிறா னென்பது அவளுக்குத் தெரிந்தது. அவனும்கூட அந்தப் பேரழகி யின் வலையில் விழுந்து விட்டானோ எனச் சந்தேகித்தாள். அன்று பகல் முழுவதும் மச்சினனும் மச்சினனும் மாமர நிழலில் கட்டில் போட்டு, சாராயம் குடித்தபடி சிரிப்பும் கும்மாளமுமாக ஓலக்கம் போட்டுக் கொண்டிருந்ததைப் பார்க்கவும் அவளுக்கு அடிவயிறு பற்றியெரிந்தது. அன்றிரவு தெக்கு வேலிக்குப் போய் ஒரு துளி நெருப்பை மசையன் வீட்டுக்கூரை மீது வீசிவிட்டு வந்து சத்தமில்லாமல் படுத்துக்கொண்டாள்.

தெற்கிலிருந்து ஒலிக்கப்போகும் மரண ஓலங்களைக் கேட்பதற்காக விடிய விடியத் தூங்காமல் காத்திருந்தாள். ஆனால், அந்த இரவு அமைதியாக நொய்யல்கரையைக் கடந்து போயிருந் தது. என்ன ஆயிற்று? அவளுக்குப் பெரும் குழப்பமாக இருந்தது. அந்த நெருப்புக்கு அவளுடைய மிகச்சிறிய குடிசையை எரிக்கும் சக்தியில்லாமல் போய்விட்டதா? பற்றிய தீயைக் கண்டவர்கள் யாராவது அணைத்துவிட்டார்களா? இல்லை விதி அவளுடைய கூரைக்கு மட்டும் கொஞ்சம் மழையைக் கொண்டுவந்துவிட்டதா?

எனினும் பழியின் நெருப்பு அவள் மனதில் கொளுந்துவிட்டு எரியத்தொடங்கியது. தருணம் வாய்க்கும், அப்பொழுது பார்த்துக் கொள்ளலாம் என அமைதிப்பட்டு விட்டாள் போலிருக்கிறது. மசையன் ஓடிப்போய் ஏழெட்டு மாதங்கள் கழித்து அவனுடைய தகப்பன்காரனான கொண்டான், பேத்தி காரிச்சியை அழைத்துக் கொண்டு வேம்பன கவுண்டரிடம் வந்து அவளைப் பண்ணை

யத்தில் சேர்த்துக்கொள்ளுமாறு கேட்டான். "நாக்குட்டியோட நாக்குட்டியா நம்ப காலச்சுத்திக்கிட்டுக் கெடக்குமுங்க சாமியெச மாங்களே ராசாங்கமே. அதுக்கு ஊத்தற பழைய கஞ்சில கொஞ் சத்த இதும்பட சட்டீல ஊத்துனீங்கன்னா, இதுமு வவுறு வளத்திக்கிட்டுக் கெடக்குமுங்கொ சாமி. தலக்கட்டுத் தலக்கட்டா நம்ப அரமனைச் சோத்தத் தின்னு உசுரவளத்தி வெச்சிருக்கிற சனமுங்கொ சாமி நாங்கோ, இந்தப் புள்ளைக்குமு அந்தக் கொடுப்பின வேண்டாமுங்களா ராசாவே? நாம ஒரு பேச்சுச் சொன்னா ஆட்ட ஓட்டிக்கிட்டுப் போவச்சொல்றனுங்கொ சாமி" என்று சுற்றிச்சுற்றி வந்து கேட்டுக்கொண்டிருந்தான் கொண்டான்.

சற்றுத் தள்ளி பனைமர நிழலில் அதன் கரிய அடித் தூரின்மேல் சாய்ந்தபடி நின்றுகொண்டு சோளப்பயிர்களின்மீது கூட்டமாக மொய்த்துத் திரியும் கிளிகளைப் பார்த்தபடி வாய் திறந்து எதையோ பாடிக்கொண்டிருந்தாள் காரிச்சி. ஏதோவொரு பாட்டு, வார்த்தைகளாக எவையும் வடிவம் கொள்ளவில்லை, வெறும் ராகம் மட்டும். அந்தக் குரலின் இனிமையைக் கேட்டுத் திகைத்து நின்றுவிட்டார் வேம்பன கவுண்டர், கையிலிருந்த மண்வெட்டி தானாக நழுவிக் கீழே விழுந்துவிட்டது. நம்பவும் முடியாமல் வாய்திறந்து எதையும் சொல்லவும் தோன்றாமல் மனம் தளும்பி நின்றுகொண்டிருந்தார் அவர். பிறகு அந்தப் பக்கம் பருத்திக்காடு களை வெட்டிக்கொண்டிருந்த வேலம்மா வந்து சத்தம் போட்டாள். "அடி செருப்புல கழுத, நாளைக்குச் சமஞ்சா நாளானைக்குப் புள்ளப் பெத்துக்கப் போற கொமுரி என்னுல உனக்குப் பாட்டுக் கேக்குது பாட்டு? நாச்சோத்துச் சாதீங்கறது கண்டுபோச்சு பாரு, நல்ல சாதியா இருந்தா இப்பிடி வெள்ளாமக் காட்டுக்குள்ள கோந்துகிட்டுப் பாட்டுப் பாடிக்கிட் டிருக்கச் சொல்லுமா? சோத்துக்குச் சுன்னியூம்புதா, கொண் டைக்குத் தாழம்பூ கேக்குதான்ன கதயாவல்லொ இருக்குது!"

களையெடுத்துக்கொண்டிருந்த பெண்கள் செடிகளுக்குள் குனிந்து சிரித்தடங்கினார்கள். அவளுடைய அதட்டல் தொடங் கியதுமே பாடுவதை நிறுத்திவிட்டுக் கண்மறைவாய் ஒதுங்கிக் கொண்டிருந்தாள் காரிச்சி. கொண்டானுக்கு முகம் கருத்துப் போயிற்று.

மறுநாளிலிருந்து தினமும் அவளைக் கூட்டிக்கொண்டு வெடத்தலாங்காட்டுக்கு வரத் தொடங்கினான் கொண்டான்.

இருவரும் களத்துக்கு வெளியே தென்னைமர நிழல் வரிசையில் காத்திருப்பார்கள். தன் அப்பாரய்யனைப் போலவே அவனுக்குப் பக்கத்தில் குத்த வைத்து உட்கார்ந்திருப்பாள் காரிச்சி. இடுப்பிலொரு துண்டஞ்சேலையைச் சுற்றிக்கொண் டிருப்பாள். வயது முதிர்ந்து நோயுற்றுப்போன அவளுடைய அப்பாரய்யன் எப்போதும் இருமிக் கொண்டேயிருப்பான். யாருடைய தலையாவது தென்பட்டால் எழுந்து நிற்கவும் இருமலை அடக்கிக்கொள்ளவும் மிகச் சிரமப்படுவான். வேலம்மா அவர்களிருவரையும் கண்டுகொள்ளவே மாட்டாள். வேலைகளை யெல்லாம் முடித்துவிட்டு அவள் காட்டுக்குப் புறப்படும்போது இருவரும் அவளைப் பின் தொடர்வார்கள். கொஞ்சம் இடைவெளி விட்டுத்தான் நடப்பார்கள். காட்டுக்குப் போய்ச் சேர்ந்த பின்பும் அவள் அவ்வளவு சுலபமாக அவர்களைப் பார்த்துவிட மாட்டாள். அவளுடைய கவனத்தை ஈர்க்கும் பொருட்டுக் கொண்டான் தானாகப் போய் ஏதாவது வேலை செய்ய முற்படுவான். காரிச்சிக்கும் வீட்டில் வைத்து நிறையச் சொல்லிக்கொடுத்து அழைத்து வந்திருப்பான் போலிருக்கிறது, அவளும் பாங்காக நடந்துகொள்ளத் தொடங்கியிருந்தாள். பாட்டுச் சத்தமெல்லாம் அவளிடமிருந்து வருவதில்லை. அப்பாரய்யனோடு சேர்ந்து தானும் வேலையில் ஈடுபடத் தொடங்கினாள். மாடு மேய்க்கும் மாதாரி வளவுப் பையன்களோடு சேர்ந்து ஆத்துக்குள் இறங்கி மாடுகளைக் கழுவிவிடவும் கற்றுக்கொள்ளத் தொடங்கினாள். காடெல்லாம் அலைந்து திரிந்து மடிநிறைய வேலங்காய்களைப் பொறுக்கிக்கொண்டு வந்து ஆடுகளுக்கு வைப்பாள். காலையில் வந்ததும் அவ்வளவு பெரிய வாசலையும் தான் ஒருத்தியாகக் கூட்டிப் பெருக்கி, ஆட்டுப் பட்டிக்குப் போய்ப் புழுக்கைகளைக் கூட்டித் துப்புர வாக்கிவிட்டு, வேலிவேலியாய் அலைந்து திரிந்து கோவைக் கொடிகளும் ஊணாங்கொடிகளும் இணுங்கிக்கொண்டு வந்து வெள்ளாடுகளுக்கு வைப்பாள். பண்ணையத்தில் சேர்வதற்கு முன்பே ஆடுகளின் அன்பைப் பெற்றுவிடத் தீர்மானித்திருந்தது போலிருந்தன அவளுடைய நடவடிக்கைகள். ஆடுகளும் இனித் தம்மைப் பராமரிக்கப் போகிறவள் அவள்தான் என்பதைப் புரிந்துகொண்டு, அவளிடத்தில் ஒட்டிக்கொள்ளத் தொடங்கின. குட்டிகள் அவள் தலை தென்பட்டதும் துள்ளும்.

வேலம்மாளுக்கோ இன்னும் மனம் இரங்கியிருக்கவில்லை. அதற்கான தருணம் இன்னும் வரவில்லை என்பதுபோல அவர்களின் நடத்தைகளைக் கூர்ந்து கவனித்துக் கொண்டிருந்தாள். உண்மையில் அப்போது ஆடு மேய்ப்பதற்கு யாருமில்லை.

முன்பு மாதாரிவளவைச் சேர்ந்த ஒரு கிழவி இருந்தாள். முப்பது நாற்பது வருடங்களாக வெடத்தலாங்காட்டுப் பண்ணை யத்திலிருந்தவள். அவளுக்கு உற்றார் உறவு என யாருமில்லை. யார் காலத்தில் எந்த வயதில் அவள் வெடத்தலாங்காட்டுக்கு வந்து சேர்ந்தாளென்பதும் யாருக்கும் தெரியாது. அவளுக்கேகூடத் தெரிந்திருக்கவில்லை. பெயரென்று கூட அவளுக்கு ஏதும் இருந்திருக்கவில்லை. 'செம்புலி' எனச் செம்மறியாட்டின் பெயரைக் கொண்டே அவளைக் கூப்பிட்டார்கள். அவளுக்குப் பேச்சும் வராது. ஊமை. சும்மா 'பே... பே...' எனக் கத்துவாள். அந்தச் சத்தத்துக்கு ஆடுகளெல்லாம் குதிபோட்டுக் கொண்டு திரளும். ஆடு மேய்ப்பது தவிர வாசல்கூட்டிப் பெருக்குவது, சாணியெடுப்பது, காட்டிலிருந்து மரம் மட்டைகளைத் தலைச்சுமையாய் வீடு கொண்டுவந்து சேர்ப்பது போன்ற எல்லா ஊழியங்களையும் செய்துவந்தாள் அவள்.

அவளுக்கெனச் சிறிய மண்குடிசை ஒன்று இருந்தது. ஒரு குழந்தைகூட இருந்தது. மிகச் சிறுவயதிலேயே பூபதி அவளைக் கெடுத்துவிட்டதாகவும், அதற்குப் பின்பு அவள் பல ஆண்களோடு தொடர்பு வைத்திருந்ததாகவும் நொய்யல் கரையில் ஒரு பேச்சுண்டு. எப்போதாவது வாய்ச்சலிப்புக்காகப் பேசிச் சிரிப்பது தவிர அதையெல்லாம் யாரும் பெரிதாக எடுத்துக்கொள்வதில்லை. ஒரு தடவை அவள் கருவுற்றிருந்தாள். நொய்யல்கரை ஆண்கள் அவளிடம் அசிங்கமான முறையில் ஜாடைகாட்டி அவள் கருவுற்றதற்கு யார் காரணம் எனக் கேட்டார்கள். எல்லாக் கேள்விகளுக்கும் 'பே... பே...' என்றுதான் பதில் வரும்.

குழந்தை பிறந்ததும் அவள் அடைந்த சந்தோஷத்துக்கு அளவே இல்லை. ஆடோட்டிக் கொண்டு போகும்போது அந்தக் குழந்தையையும் கையோடு எடுத்துச் செல்வாள். அதற்கு வெள்ளாட்டுப் பால் பீய்ச்சிக்கொடுப்பாள். அது தவழ்ந்ததும், நடைபழகியதும் வெடத்தலாங்காட்டின் நெருஞ்சியடர்ந்த மண்ணில்தான். மூன்று நான்கு வயதானபோது, அந்தக் குழந்தை வயிற்றுக்கடுப்புக் கண்டு செத்துப் போய்விட்டதாம்.

பிறகு அவள் மாதாரிவளவுக்குப் போவதையே விட்டு விட்டாள். துக்கத்திலும் சந்தோஷத்திலும் வெளிப்படும் 'பே... பே...' என்ற சத்தம்கூட அவளிடமிருந்து வருவதில்லை. ஆடுகள் அவளுடைய மௌன பாஷையைப் புரிந்துகொண்டுவிட்டன. வேலைகளையெல்லாம் முடித்துக்கொண்டு, பட்டிநாயோடு பட்டிநாயாய்த் தானும் ஆட்டுப்பட்டிக்குள்ளேயே படுத்துக் கொள்வாள். அவளுக்கென்று இருந்தவை சோறு வாங்கிச் சாப்பிடுவதற்காக ஒரு கரிச்சட்டியும், வெடத்தலாங்காட்டுப் பெண்கள் கொடுத்த பழைய கந்தலாடைகளும்தாம். அவற்றோடு வலுவானதொரு ஊஞ்சத்தடியையும் வைத்திருந்தாள். ஆடுகளை விரட்டுவதற்கானதாக மட்டுமில்லாமல், வெடத்தலாங்காட்டுப் பண்ணையத்தில் அவள் வகித்துவந்த பொறுப்புக்கான அடையாளச் சின்னமாகவும் அந்த ஊஞ்சத்தடி விளங்கியது.

பண்ணையத்தில் சேர்ந்ததும் அந்தக் கரிச் சட்டியையும் ஊஞ்சத் தடியையும் கையிலெடுத்துக் கொண்டாள் காரிச்சி.

8

நத்தக்காடையூர் போர்டு பாடசாலையில் ஐந்து வருடங்கள் படித்தான் அவன். பிறகு உயர்நிலைக் கல்வி கற்பதற்காகக் கோயம்புத்தூரிலுள்ள பெரிய ஆங்கிலப் பள்ளியொன்றில் சேர்த்தார்கள். அவனைச் சீமைக்கு அனுப்பிப் படிக்கவைத்துப் பாரிஸ்டராக்க வேண்டுமென்பது தாத்தா வேம்பன கவுண்டருடைய ஆசை.

பள்ளிக்கூடத்தில் சேர்க்கப்பட்ட பிறகும்கூட அவன் மீதான கண்காணிப்பின் பிடி கொஞ்சம்கூடத் தளரவில்லை. வேலம்மாள் அவனை எப்போதும் தன் பார்வை வலைக்குள்ளேயே வைத்திருந் தாள். முன்பொரு நாள் அவன் தன் நாயுடன் தெக்குவேலி வரை போய்விட்ட சம்பவம் எல்லோரையும் அதிர்ச்சிக்குள்ளாக்கி யிருந்தது. குமரப்ப பண்டிதன் சொன்னது நிஜமாகி விடுமோ என்கிற பயம் எல்லோருடைய மனங்களையும் ஓயாமல் துன்புறுத்திக்கொண்டிருந்தது. அவன் தாய் தன் புத்திரனுக்கு எந்த ஆபத்தும் நேராமல் பாதுகாக்கும்படி தனக்குத் தெரிந்த எல்லாத் தெய்வங்களையும் வேண்டிக் கொண்டாள். வாரம் தவறாமல் வீரய்யன் கோயிலுக்கும் தேவனாத்தா கோயிலுக்கும் போய்த் தீபமேற்றி வழிபட்டு வந்தாள். ஒவ்வோர் அமாவாசைக்கும் சிவன்மலை போய் அவன்பேரில் அர்ச்சனைகளும் பூஜைகளும் செய்தாள்.

அவனுடைய ஜென்ம ஆசை இன்னும் நிறைவேறவே இல்லை. நதியைப் பற்றிய எண்ணற்ற கதைகளை அவன் தன் பள்ளித் தோழர்களிடமிருந்தும் சென்னி மூப்பனிடமிருந்தும் தெரிந்து கொண்டிருந்தான். வெடத்தலாங்காட்டுக்குக் கூலிக்கு வரும் மாதாரிச்சிகள் அவனுக்குச் சொன்ன எல்லாக் கதைகளிலும் ஏதோவொரு கோலத்தில் இடம்பெற்றிருந்தது நதி. ஒவ்வொரு கதையிலும் ஒவ்வொரு வடிவம் கொண்டு வந்தாள் நொய்யல். சீற்றம்கொண்டு பொங்கிய நதி, வற்றியுலர்ந்து வெறும் பாலையாய்ப் போன நதி, ஊரையே அழித்து ஒன்றுமில்லாமல் ஆக்கிய நதி, ஊரை வாழவைத்த நதி எனக் கேட்கக் கேட்கத் தீராதனவாயிருந்தன நொய்யலைப் பற்றிய கதைகள். அவனுக்கு மட்டும்தான் நதியை இன்னும் முழுமையாகப் பார்க்க முடியவில்லை; அதனோடு தோழமைகொள்ள முடிந்ததில்லை;

அதனுள் இறங்கி ஆசை தீர விளையாட முடிந்ததில்லை; கூப்பிடும் தூரத்திலிருக்கிறது நதி. சத்தம் போட்டுக்கூடக் கூப்பிட வேண்டிய தில்லை. அவனுடைய அம்மாவையோ அப்பாரய்யனையோ கூப்பிடுவதுபோலக் காதோடு காதாக அழைத்தால்கூடப் போதும், அவ்வளவு பக்கத்திலிருந்தது.

அவனுடைய பள்ளித் தோழர்கள் நாள்தோறும் தாங்கள் அந்நதியில் இறங்கி நிகழ்த்திய சாகசங்களைப் பற்றிக் கதைகதை யாய் அவனுக்குச் சொல்வார்கள்.

ஒருவன் நதியின் போக்கை எதிர்த்துத் தண்ணீரில் முதலை மாதிரி நீந்திச் செல்வானாம். அப்படி அவனால் எவ்வளவு தூரம் வேண்டுமானாலும் போகமுடியுமாம். நீந்தி நீந்தி மீன்களைப் பின் தொடர்ந்துபோய் ஒருநாள் இல்லாவிட்டாலும் ஒருநாள் நதியின் முகத்துவாரத்தை அடைந்துவிடுவானாம். அவன் சொன்னதைக் கேட்டு எல்லோரும் மூக்கின் மேல் விரல் வைத்தார்கள். மற்றொருவன் சொன்னது அதைவிடவும் ஆச்சரியம் தருவதாயிருந்தது. அவன் நதியில் மூழ்கி அதன் காணமுடியாத ஆழத்துக்குப் போய்வருவானாம். யாரும் நெருங்கப் பயப்படும் மருதங்குழிக்குள்கூட அவனால் சர்வசா தாரணமாக மூழ்கியெழுந்து வரமுடியுமாம். அதன் சுழல்கள்கூட அவனுக்கு ஒரு பொருட்டில்லையாம்.

இடிவிழுந்து உருவானதொரு பெரும் பள்ளம்தானாம் மருதங்குழி. அதன் ஆழம் இன்னதென யாருக்கும் தெரியாதாம். விதவிதமான உயிர்கள் அதன் அடியாழத்தில் வசிக்கின்றனவாம். எண்ணற்ற மீன்களோடும் பாம்புகளோடும் நீர்ப்பறவைகளோடும் பல விசித்திரமான உயிர்களுங்கூட அங்கு வாசம் செய்திருக்கின்றன வாம். மீனின் வாலுடனும் துடுப்புகளுடனும் கடல் கன்னிகள்கூட அங்கே இருக்கிறார்களாம். ஏராளமான கொழுமாங்கற்கள் அதனுள் கிடக்கின்றனவாம். அவன் சிலவற்றை எடுத்துக்கொண்டு வந்து தன் நண்பர்களுக்கெல்லாம் கொடுத்திருக்கிறானாம். சாட்சியாகச் சில கற்களைக் காட்டினான், வழுவழுவெனக் கடைந்தெடுத்தாற்போல் இருந்தன அவை.

மருதங்குழிக்குள் அவற்றைப் போன்ற லட்சக்கணக்கான கற்கள் இருக்கின்றனவாம். வைரங்களும் மாணிக்கக் கற்களும்கூட இருக்கின்றனவாம். பாறைகளில் பாளம் பாளமாய்த் தங்கம் கூடப் படிந்திருக்கிறதாம். ஆனால், அதையெல்லாம் யாராலும் நெருங்கமுடியாதாம். கொடிய விஷமுள்ள பாம்புகளும், நீண்ட கொடுக்குகளைக் கொண்டுள்ள ராட்சத நண்டுகளும்,

ஆயுதமேந்திய சித்திரக்குள்ளர்களும் எந்நேரமும் காவல்காத்துக் கொண்டிருக்கிறார்களாம். அவன் அவற்றையெல்லாம் பார்த்து விட்டு வந்தானாம். சித்திரக் குள்ளர்களில் பலர் அவனுடைய தோழர்களாம். அவர்கள் அவனுக்குக் கொஞ்சம் தங்கமும் மாணிக்கக் கற்களும் தருவதாக வாக்களித்திருக்கிறார்களாம். கூடிய சீக்கிரத்திலேயே அவன் பெரிய செல்வந்தனாகப் போகிறானாம். கேட்கக் கேட்க வெகு ஆச்சரியமாயிருந்தது. வெள்ளிக்கு அவமானமாயிருக்கும், ஏக்கம் பீடிக்கும். நதி அவ்வளவு அருகில் இருக்கும்போதும் அவனால் அவற்றில் ஒன்றைக்கூட நேரில் பார்க்க முடியவில்லை. அவனைத்தான் நதிக்கரைப் பக்கமே போகவிடுவதில்லையே!

எல்லாவற்றுக்கும் காரணம் குமரப்ப பண்டிதன்தான்.

இவனுக்குத் தண்ணீரில் கண்டமென்று சொல்லி நதிக்கரைப் பக்கமே விடாமல் தடுத்து வைத்தது அவன்தான். பொய்தான் சொல்லியிருக்கிறான். நொய்யலாத்தா தெய்வம், எல்லோருக்கும் அவள்தான் தாய். சென்னி மூப்பன் அப்படித்தான் சொல்லி யிருக்கிறான். காரிச்சிகூட அதைப் பற்றி எவ்வளவோ அறிந்து வைத்திருக்கிறாள். அவள் எப்போதும் ஆத்துக்காலில்தானே சுற்றிக் கொண்டிருக்கிறாள்? அவளை நதி ஒன்றும் செய்துவிட வில்லையே? அவள் எவ்வளவு சாமர்த்தியம் கொண்டவளாக இருக்கிறாள்? எதற்கும் பயப்படாத துணிச்சல்காரியாய் அவள் இருப்பதற்குக் காரணம் நொய்யல் அல்லாமல் வேறு யார்? இதை யெல்லாம் யோசிக்காமல், அம்மாவும் தாத்தாவும் குமரப்ப பண்டிதன் பேச்சைக் கேட்டுப் பயந்து நடுங்கிக்கொண் டிருக்கிறார்கள்.

ஆனால், நதி அவனை அழைக்கிறது. இது வேறு யாருமறியாத ரகசியம். ஒவ்வோர் இரவிலும் எல்லோரும் தூங்கிய பிறகு அது அவனை அழைக்கிறது. இதை அவன் தன் பள்ளித் தோழர்களிடம் சொன்னபோது யாருமே அதை நம்பவில்லை. இதற்காகச் சிலர் அவனைக் கேலி செய்யவுங்கூட முற்பட்டார்கள். ஆனால், அவன் அதையெல்லாம் கொஞ்சம்கூடப் பொருட்படுத்த வில்லை.

ஒவ்வோர் இரவிலும் நதியின் ஓயாத அழைப்பு அவன் செவிகளில் விழுந்துகொண்டிருந்தது. சில சமயங்களில் கிசு கிசுப்பாகவும் சில சமயங்களில் உரத்தும் அழைப்பாள் நொய்யல். பின்னிரவு நேரங்களில்தான் அவளுடைய அழைப்பு தீவிரமான தாக இருக்கும். பகலெல்லாம் தூங்கும் நதி அப்பொழுதுதான்

 நற்றிணை பதிப்பகம் ❖ 57

விழித்தெழுமாம். அதுவரை அவன் தூங்க மாட்டான். அவனுடைய அம்மா தூங்கிவிட்ட பின்பும் அவன் கொட்டக்கொட்ட விழித்துக்கொண்டிருப்பான். பிறகுதான் நொய்யலின் அழைப்பு தீவிரம் கொள்ளும். சில சமயங்களில் நொய்யல் கூக்குரலிட்டுக் கதறுவாள்; ஓலமிடுவாள்; அவளுக்கென்ன துன்பமோ? அப்படிப்பட்ட தருணங்களில் அது அவனுடைய முழுப் பெயரையும் சொல்லி அழைக்கும். சில சமயம் அதன் குரலில் கோபம் பொங்கும், "வெள்ளீங்கிரிஈஈ..." எனக் காது செவிடுபடக் கூப்பிடுவாள். அவன் பயந்துபோவான். அம்மாவை இறுக அணைத்துக்கொள்வான். அவனது பிஞ்சு உடல் வெடவெடவென நடுங்கும், "என்னாச்சு சாமி?" என அவனைத் தன் முலைகளின்மீது சாய்த்துக்கொண்டு வெகு பிரியமாய்க் கேட்பாள் அம்மா. "எதாச்சு கெனாக்கினா கண்டாயாக்கு?" என ஆதரவாகச் சிகையைக் கோதிவிடுவாள். அவன் ஒன்றுமே சொல்ல மாட்டான். தன் மீது பிரியம்கொண்ட நதி தன்னை மிரட்டுவதாக அவனால் எப்படிச் சொல்ல முடியும்? பிறகு அவன் பிறவி வாசனையுள்ள தாயின் அடிவயிற்றில் முகத்தைப் புதைத்துக் கொண்டு தூங்கிவிடுவான்.

ஓரிரவில் நொய்யல் பெரும் சப்தமெழுப்பினாள்.

அது ஐப்பசி மாதத்தின் பின்னிரவு நேரம். அவன் அந்தச் சத்தத்தைக் கேட்டு வீறிட்டுக் கத்திவிட்டான். ஆழ்ந்த உறக்கத்தி லிருந்த அவன் அம்மா திடுக்கிட்டு விழித்துக்கொண்டாள். அவன் மலங்க மலங்க விழித்துக்கொண்டிருந்தான். அப்பாவும் தாத்தாவும்கூடத் தூக்கம் கலைந்து வந்திருந்தார்கள்.

"அய்யோ பயனுக்கு என்னாச்சுனு தெரீலியே, இப்பிடி வெறச்சு வெறச்சுப் பாக்குதே, பகவானே, கருப்பராயா" எனப் பதற்றம் கொண்டவளாக அவனைத் தூக்கி மடியில் வைத்துக்கொண்டு புலம்பத்தொடங்கினாள் அம்மா. தானும் பெரும் கலக்கமடைந்தவராக அவனுடைய சிரசு, கை, கால்களையெல்லாம் தடவிப்பார்க்கத் தொடங்கினார் தாத்தா, "எஞ்சாமி, பவுனு, என்னடா சாமி பண்ணுது? ஏஞ்சாமி இப்பிடி நடுங்கறே? இதப்பாரு நானிருக்கறெ, அய்யனப்பாரடா சாமி, அய்யனிருக்கறாங்கொ, அண்ணனிருக்கறாங்கொ, சொல்லடா தங்கம், என்னசாமி பண்ணுது?" எனக் கண்ணீர் பெருக்கினாள் அம்மா. அவளுடைய கண்ணீரைக் கண்டதும் அவனுக்கு மனம் நெகிழ்ந்து போய்விட்டது. அவன் தன் பிரியமான நொய்யலாத் தாளை அவளிடம் காட்டிக் கொடுத்துவிட்டான்.

“நொய்யலாத்தா மெரட்டுது” என்றான் திணறித்திணறி.

“நொய்யலாத்தா மெரட்டுதா? என்னசாமி சொல்லி மெரட்டுது?”

“அங்க வரச்சொல்லிக் கூப்பிடுது, நா வரமாட்டமுன்னு சொன்னதுக்கு மெரட்டுது, தூக்கிக்கிட்டுப் போயி பாறைக்கடீல மறச்சு வெச்சுக்குவன்னு சொல்லுது” என்றான். அவனுக்கு அடக்க முடியாமல் கண்ணீர் பொங்கியது. எல்லோரும் அதிர்ச்சியடைந்தனர். தாத்தா கொஞ்சம் விபூதியை அள்ளி உள்ளங்கைக்குள் வைத்து, ஏதேதோ சொல்லி மந்திரித்து அவன் நெற்றியில் பூசிவிட்டார். அவனுடைய உச்சியிலும் கட்டிலைச் சுற்றிலும்கூடத் தூவிவிட்டார்.

அம்மா பெருங்குரலெடுத்து அழத்தொடங்கினாள்,

“அய்யோ கடவுளே வீரய்யா, இப்பிடிச் சொல்லுதே எஞ் சாமி, கொலம் வெளங்கறதுக்குன்னு ஒண்ணே ஒண்ணப் பெத்து வெச்சிருக்கறெ, அந்த ஒண்ணையுந் தூக்கிக் குடுத்துருவனாட்ட இருக்குதே, பொறந்தப்பவே கொமரஞ் சொன்னானே, பயனுக்குத் தண்ணீல கண்டமிருக்குதுங்காத்தான்னு, அது நெசமா போயிரு மாட்ட இருக்குதே!” என ஒரு மூச்சழுது பின்பு தொடர்ந்தாள்,

“அப்பவே சொன்னாங்களே, நா நம்புலியே, அது பச்ச ரத்தத்த ஆத்துல கழுவியுட்ட பரம்பரெ, அதோட சம்மந்தம் வெச்சுக்காதீங்கன்னு படிச்சுப்படிச்சுச் சொன்னாங்களே எங்கு பெரீப்பெ, ஆருங்கேக்குலியே! அய்யோ வீரய்யா நா இப்ப என்ன பண்ணுவெ? எங்க கொண்டுபோயி இந்தப் பாவத்தெக் கழிப்பெ? தேவனாத்தா கெழக்குமின்னாக் கோந்து நீயுந்தே இதப் பாத்துக்கிட்டிருக்கறயா? உனக்கு மனசௌவுலியா?” எனக் கால்களை நீட்டி உட்கார்ந்தபடி ஒப்பாரி வைத்தாள். அவனுக்கு அதெல்லாம் ஒன்றுமே புரியவில்லை, “வேலாயா நீ சித்த பேசாம இருக்கமாட்டே? சாமத்துல என்னத்துக்கு இப்பிடிச் சத்தம் போட்டுக்கிட்டிருக்கறே?” என அவளைச் சமாதானப் படுத்துவதற்குப் படாதபாடுபட்டார் தாத்தா.

வெகுநேரம்வரை ஒன்றும் பேசாமல் பார்த்துக்கொண்டு நின்றான் தகப்பன். பிறகு, “இதொண்ணு சிக்கிப்போச்சாக்கு உனக்கு?” எனக் கேட்டுவிட்டு அங்கிருந்து போய்விட்டார்.

அதிகாலையிலேயே குமரப்ப பண்டிதன் வந்து பாடம் போட்டான். ஆற்றில் குளித்தெழுந்து ஈரவேட்டியோடு மேலெல்லாம் கட்டுக்கட்டாக விபூதி பூசிக்கொண்டு அவன்

வந்து நின்றதைப் பார்த்துப் பயந்து போய்விட்டான் வெள்ளி. குமரப்ப பண்டிதன் வெள்ளையாகச் சிரித்தான். "ஊட்டுப்பாடமெல்லா எழுதி முடிச்சாச்சுங்களா கிரிக்கவுண்டரே?" என வெகு கனிவாகக் கேட்டபடியே அவனது கன்னத்தைக் கிள்ளினான். அவனுக்கு வெட்கமாக இருந்தது; பயமாகவும் இருந்தது.

குமரப்ப பண்டிதன்தான் அவனுக்குப் பாடம் சொல்லித் தருகிற வாத்தியார். தினமும் இரண்டுபேரும் ஒன்றாகத்தான் பள்ளிக்கூடம் போவார்கள். சவாரி வண்டியில் அவனைக் கொண்டுபோய் விட்டுவிட்டுச் சாயந்திரம் பள்ளிக்கூடம் விடுகிறவரை இருந்து கூட்டிக்கொண்டு வருவான் தொப்பளான். குமரப்ப பண்டிதன் வண்டிக்காலைப் பிடித்துக்கொண்டு கூடவே நடந்து வருவான். யார் என்ன சொன்னாலும் வண்டியில் ஏறவே மாட்டான். வேம்பன கவுண்டர்கூட நாள் தவறாமல் அவனுக்குச் சொல்லிப் பார்ப்பார், "ஏறிக்கிட்டுத்தேம் போலாமல்லடா கொமரே? உன்னைய இங்க ஆரு என்னுங்கறா?" ஆனால், குமரப்ப பண்டிதன் கேட்க மாட்டான், "என்னதே வாத்தியாரா இருந்தாலும் நா நாசுவந்தானுங்க சாமியெசமாங்களே, அந்தக் கட்ட மீறி ஒரு காரியம் பண்ணலாமுங்களா? அது தெய்வ குத்தம்" எனப் பிடிவாதமாக மறுத்துவிடுவான்.

பள்ளிக்கூடத்திலும்கூட அவனைக் கிரிக்கவுண்டரே என்றுதான் கூப்பிடுவான் குமரப்ப பண்டிதன். கவுண்டர் வீட்டுக் குழந்தைகள் எல்லோரையும் அவன் மரியாதையாகத்தான் அழைப்பான். ஆனால், படிப்பையும், ஒழுக்கத்தையும் மிகக் கறாராக வலியுறுத்துவான்.

பிள்ளைகள் ஏதாவது தப்புச் செய்தால் விளாசிவிடுவான்.

வெள்ளிக்குக்கூடப் பலதடவை அடி விழுந்திருக்கிறது. தாத்தாவிடம் அதைப் பற்றிப் புகார் கூடச்சொல்லியிருக்கிறான் அவன். அதைக் கேட்டு அவனுடைய தாத்தா சிரித்துக்கொள்வாரே தவிர குமரப்ப பண்டிதனிடம் ஒன்றும் கேட்கமாட்டார், "பேரெ நல்லாப் படிக்கறானாடா கொமரே?" என அவ்வப்போது ஏதாவது கேட்டுக்கொள்வதோடு சரி. பூபதிதான் ஒரு தடவை கோபப்பட்டுவிட்டான், "என்ன கொமரே? பயன நம்ப அடிக்கிறயாமா? செரைக்கற உத்தியோகத்துலருந்து வாத்தியாரு உத்தியோகத்துக்கு வந்துட்டா ஆர வேணும்னாலு அடிக்கலாம்னு முடிவு பண்ணீட்டியாட்ட இருக்குதா. கொஞ்சம் பாத்து நடந்துக்க, மறுக்கா சொல்றாப்பல வெச்சுக்காத" எனக் கடுமை

60 ❖ நொய்யல்-தேவிபாரதி

யாகப் பேசிவிட்டான். அதற்குக்கூட ஒன்றுமே சொல்லாமல் தலையைக் குனிந்துகொண்டு நின்றான் குமரப்ப பண்டிதன்.

அதற்கப்புறம் பள்ளிக்கூடத்திலும் சரி வீட்டிலும் சரி அவனிடம் சரியாகப் பேசக்கூட மாட்டான். வாத்தியார் என்ற முறையில் சம்பிரதாயமாக ஏதாவது கேட்பதோடு சரி. ஆனால், நாள்தோறும் வீட்டுக்கு வருவதும் வண்டிக்குப் பின்னால் நடந்து பள்ளிக்கூடம் போய்வருவதும் தொடர்ந்துகொண்டுதான் இருந்தது.

பின்னால் இந்த விஷயம் வேம்பன கவுண்டருக்குத் தெரியவந்து பூபதியைக் குமரப்ப பண்டிதனின் முன்னாலேயே பிடித்துச் சத்தம் போட்டு விட்டுவிட்டார்,

"அவெ சாதீல நாசுவன்னாலு பாடஞ்சொல்லிக் குடுக்கற குருவல்லவடா? குரு பாவத்த ஏந்துனா நாம எப்பிடீடா மேடேற முடியு? இத்தனயப் பண்ணீயிருக்கறே, நா உன்னைய எதாச்சு கேட்டிருப்பனாடா? பண்ணீருக்கற பாவமெல்லா போதாதுங்கற யாக்கு? நீ எத்தன புண்ணியம் பண்ணுனாலு நீ அந்தப் பாவத்தை யெல்லாங் கழுவறதுக்கு ஏழெட்டுப் பொறப்பு வேணுமடா, அப்பற இன்னம் எதுக்குப் பாவத்த ஏந்திக்கறே?" எனக் கண்மண் தெரியாமல் பேசிவிட்டார். ஆடிப்போய்விட்டான் பூபதி. பிறகு அவன் விஷயத்தில் எப்போதும் தலையிட்டதில்லை. குமரப்ப பண்டிதனுக்கேகூட அது ஓர் ஆச்சரியமான நிகழ்வாகத்தான் இருந்தது. சீக்கிரத்தில் அதையெல்லாம் மறந்துவிட்டான் அவன்.

9

ஜோதிடமும் வைத்தியமும் தெரிந்தவன் குமரப்ப பண்டிதன். இவற்றில் அவனை மிஞ்சிய ஆளென்று அந்தப் பக்கம் படாந்தியில் வேறோர் ஆள் கிடையாது, "அவெஞ் சொன்னா சொன்னபடி நடக்குமாக்கு!" எனப் பெருமை பேசுவார்கள் நொய்யல் கரைவாசிகள். அவனிடம் ஒரு வார்த்தை கேட்காமல் எந்த நல்லது கெட்டதும் செய்யமாட்டார்கள். யாருக்குக் குழந்தை பிறந்தாலும் முதலில் குமரப்ப பண்டிதனுக்குத்தான் தகவல் போகும். பிறந்த நேரத்தைக் குறித்துக்கொண்டு, நாள் நட்சத்திர மெல்லாம் பார்த்து உட்கார்ந்த இடத்தைவிட்டு ஓரங்குலம்கூட நகராமல் ஆயுசுக்குமான பலன்களைக் கணித்துச் சொல்லி விடுவான். இந்த வயதில், இன்ன திசையிலிருந்து இப்படியாபட்ட வரன் வந்து வாய்க்கும், இத்தனை குழந்தைகள் பிறக்கும், அவற்றில் ஆண் இத்தனை, பெண் இத்தனை, இத்தனை தங்கும், திசாபுத்திகளின்படி பெற்றவர்களுக்கு இன்னின்ன பலன்கள், இன்னின்ன நல்லது கெட்டதுகள், இன்னின்ன கஷ்ட நஷ்டங்கள், தாய்மாமன்மார்களுக்கும், அப்பிச்சிமார்களுக்கும், அப்பாரய்யன் களுக்கும் இன்னின்ன தோஷங்கள், இன்னின்ன பரிகாரங்கள் என்றெல்லாம் மூச்சுக்கூட விடாமல் அவன் சொல்லிக்கொண்டு போவதை, நாவிதனென்றுகூடப் பாராமல் பயபக்தியுடன் உட்கார்ந்து கேட்டுக்கொண்டிருப்பார்கள்.

காய்ச்சல் கண்டாலும் காமாலை வந்தாலும் அவனிடம்தான் ஓடுவார்கள். "சித்த நீ ஓரெட்டு வந்து பாத்துப்புட்டு வந்துரு கொமரே, காத்தாலபுடுச்சு எப்பிடியோ இருக்கறாங்கொ உம்பட பெரிய எசமாங்கொ, நீ வந்து ஒருக்கா பாத்துட்டு வந்தாத்தே ஆவுமாட்ட இருக்குது போ" என எவ்வளவு நேரமானாலும் நின்று அவனைக் கையோடு கூட்டிக்கொண்டு போவார்கள். எப்படியாபட்ட வியாதியாயிருந்தாலும் அவனுடைய கை பக்குவத்துக்கு மூன்று நாள்களுக்குமேல் தங்காது. இதெல்லாம் கொல்லிமலைச் சித்தரொருவரிடத்தில் ஏழெட்டு வருஷங்கள் அடிமையாயிருந்து கற்றுக்கொண்டதாம்.

தகப்பன் குள்ளன் பெரிய அரண்மனையில் ஊழியம் பார்த்தவன். இரண்டு ஆண்பிள்ளைகளைப் பெற்றான் குள்ளன். குமரப்ப பண்டிதன் மூத்தவன். இளையவன் பொங்கா

நாசுவன்தான் குடிமுறைகளையெல்லாம் கவனித்துக்கொண்டவன். குமரப்ப பண்டிதனுக்குச் சின்ன வயதிலிருந்தே குடி செய்வதில் நாட்டமில்லை. ஆள் ஒல்லியாகத்தான் இருப்பான். நெடுநெடு வென்று வளர்ந்து கொண்டிருந்தான். சுத்தவத்தத்தில் அவனுக்குச் சமமானவனென யாரையும் சொல்ல முடியாது. காலையில் இருட்டிருக்கவே எழுந்து விடுவான். முதல் வேளையாக ஆற்றுக்குப் போய் சூரியோதயத்துக்கு முன்பே குளித்து, பக்தி சிரத்தையாய்ச் சாமி கும்பிட்டுவிட்டுத்தான் மற்ற காரியங்களை யெல்லாம் கவனிப்பான். ஈரவேட்டியோடு பிள்ளையார் கோயிலுக்கு முன்னால் நின்று இல்லாத மந்திரங்களைச் சொல்லி வெகு நேரம் ராகமிழுத்துப் பாட்டெல்லாம் பாடிக்கொண் டிருப்பான். சேந்து கிணத்துக்குத் தண்ணியெடுக்க வரும் பெண்டு பிள்ளைகள் அண்டாவுக்குப் பின்னால் முகத்தை ஒளித்துக் கொண்டு அதை வேடிக்கை பார்ப்பார்கள். ஒரு அழுக்குத் துணி அவன் உடம்பில் ஏறாது. நெற்றியிலும் மார்பிலும் எந்நேரமும் பட்டை பட்டையாய் விபூதி மின்னும்.

அப்படியாபட்டவனிடம் அடப்பத்தைக் கொடுத்துச் சிரைக்கச் சொன்னால் முடியுமா?

“எங்கயோ அய்யரூட்டுல பொறந்துருக்க வேண்டியவெ, எழுத்துமாறி இங்கவந்து நாசுவனுக்குப் பூட்டையுட்டுட்டாப்பல இருக்குது” என்பார்கள். ஆள் சுத்த சைவம், கள், சாராயத்தை யெல்லாம் ஏறெடுத்தும் பார்ப்பதில்லை.

அவனுக்குப் பள்ளிக்கூடம் போக வேண்டுமென ஆசை.

கொடுமுடி பிராமணரொருவர் சத்திரக்காட்டுவலசில் இலவசப் பள்ளிக்கூடம் போட்டிருந்தாராம். சீர்திருத்தவாதி; ஏழைபாழைகளுக்கெல்லாம் கல்வியறிவூட்டுவதையே தன் வாழ்வின் இலட்சியம் எனக்கொண்டிருந்தவராம். நேரம் கிடைக்கும் போதெல்லாம் அங்கே போய்விடுவான் குமரப்ப பண்டிதன். அவருடைய உதவியால் நாலெழுத்துப் படிக்கவும் கற்றுக் கொண்டிருந்தான். இதற்காக அந்தப் பிராமணருக்குச் செய்யாத ஊழியமில்லை. அவனது அடக்க ஒடுக்கமான சுபாவம் அந்தப் பிராமணருக்கு ரொம்பவும் பிடித்துப் போய்விட்டதாம். எழுத்தைத் தவிர வேறு பலவற்றையும் சொல்லிக் கொடுத்தாராம். குமரப்ப பண்டிதனுக்கு அதெல்லாம் ஒன்றும் ஏறவில்லை யென்றாலும், நாலெழுத்துக்கு ஓரெழுத்து என அவனுக்கும் கொஞ்சம் படிப்பு ஒட்டத்தான் செய்தது. இவையெல்லாம் குள்ளனுக்குத் தெரிய வந்தபோது கொதித்துப் போய்விட்டான்,

“புத்தியேன்டா உனக்கு இப்பிடிக் கூறுகெட்டுப் போச்சு?” என நாலுபேரெதிரில் கேட்காத வார்த்தைகளில்லை, “சனௌ என்னடா சொல்லு? நாலூடு செரச்சு எட்டூடு எரந்து குடிக்கற எச்சக்கல நாய்க்குப் படிப்புக் கேக்குதாக்கு, படிப்பு? முறுவிக்கிட்டு நிக்காத, போயி கத்தியுங்கல்லையுங் கொண்டாந்து நாலு பண்ணைக்காரங்களுக்குச் செரச்சுப் பழகு, அவிய காலச் சுத்திக்கிட்டுக் கெடந்தா கஞ்சிக்கு அலும்பில்லெ” என அப்படிக் கேட்டானாம்.

ஆனால், கொண்ட ஆசை குமரப்ப பண்டிதனை விட வில்லை.

அயலூர்களில் வாழ்க்கைப்பட்டிருக்கும் நொய்யல்கரைப் பெண்களுக்குத் தாய் வீட்டிலிருந்துதான் பொங்கல் சீர் போகும். பச்சரிசி கரும்பிலிருந்து அச்சுவெல்லம் விறகுவரை ஒன்று விடாமல் கொடுத்தனுப்புவார்கள். எல்லாவற்றையும் அவரவர் வீட்டுக்குக் கொண்டு போய்ச் சேர்க்கும் பொறுப்பு குடி செய்யும் நாவிதனுடையது. எவ்வளவு தொலைவானாலும் நடந்தேதான் கொண்டுபோக வேண்டும். தை பிறக்க ஐந்தாறு நாள்களிருக்கும் போதே எல்லாவற்றையும் தலைச்சுமையாய்க் கட்டியெடுத்துக் கொண்டு புறப்பட்டு விடுவான். துணைக்கு இரண்டு பிள்ளை களையும் அழைத்துக் கொள்வான். இளையவன் பொங்கான் திடகாத்திரமான ஆள். வஞ்சனையில்லாமல் சாப்பிடக்கூடியவன், “சோத்தக் கண்டுபுட்டா ஆய் ஆய்னு அப்பிடிப் பறந்து திரியறேம் போ!” என்று பேசுவார்கள். எந்த வேலைக்கும் அசரமாட்டான். கல்யாணம் காட்சிகளுக்கு அழைப்புக்குப் போவதெல்லாம் அவன்தான். முப்பது நாற்பது மைல் சுற்றளவில் நூறு நூற்றைம்பது வீடுகளுக்குச் சொல்ல வேண்டியிருக்கும். பொங்கான் சலிக்கவே மாட்டான்.

அழைப்பையெல்லாம் முடித்துக்கொண்டு வீடு திரும்புகையில் பண்ணையக்காரர்கள் கொடுத்த தவச தானியங்களையும் காய் கசம்புகளையும் மூட்டையாய்க் கட்டித் தோள்மேல் போட்டுக் கொண்டு சுமக்க முடியாமல் சுமந்துவருவான். கல்யாண வீடுகளில் அவன் பம்பரமாய்ச் சுழன்று திரிவதைப் பார்த்துக் கொண்டிருக்கும் குள்ளனுக்குப் பெருமிதம் தாளாது. குமரப்ப பண்டிதனுக்கு அதெல்லாம் வளையாது. கடைசியில் மங்கள வாழ்த்துச் சொல்வதற்கு மட்டும் அவனைக் கூப்பிடுவார்கள். குரல் கணீரென்றிருக்கும்; ஒரு வார்த்தை பிசிறடிக்காது. ஒரு மணி நேரமானாலும் அசையாமல் நின்று கேட்டுக் கொண் டிருப்பார்கள்.

ஒருசமயம் பெரிய அரண்மனையிலிருந்து சின்ன அரண் மனைக்குப் பொங்கல் சீர் கொண்டுபோக வேண்டியிருந்ததாம். அரிசி, பருப்பு, பண்டம் பாத்திரமெல்லாம் ஏழெட்டு வண்டிகள் சேரும். அரண்மனையின் கட்டுக்குள்ளிருக்கும் இருபத்து நாலு நாடுகளையும் சேர்ந்த இருபத்து நாலு நாவிதக் குடும்பங்களிடம் அந்தப் பொறுப்பு விடப்பட்டிருந்தது. ஒரு சின்னஞ்சிறுசு பாக்கியில்லாமல் எல்லோரும் புறப்பட்டுப் போனார்கள். சுமை யோடு அறுபது எழுபது மைல் நடக்க வேண்டும். ஓய்வொழிச் சலில்லாமல் நடந்தால்கூடப் போய்ச்சேர இரண்டு மூன்று நாள்கள் பிடிக்கும். தண்ணீர் கண்ட இடங்களில் தங்கல் போட்டு சமையல் செய்து சாப்பிட்டபடியே பயணம் செய்து கொண்டிருந் திருக்கிறார்கள். விறகுக் கட்டொன்றைச் சுமந்தபடி தன் வயதொத் தவர்களுடன் நடந்து போயிருக்கிறான் குமரப்ப பண்டிதன். குள்ளன் காங்கேய நாட்டு நாவிதன்; அரண்மனைக்கு நேர்முறை யுள்ளவன். பொறுப்பு தன்மேல் சுமத்தப்பட்டிருந்ததால் வீட்டில் ஒரு ஆள் இருக்கக் கூடாதென அவனையும் இழுத்து வந்து விட்டான்.

பாட்டும் கதையும் மாமன் மச்சினன்மார்களது கேலியும் கிண்டலுமென நாவிதர்களின் முதல்நாள் பயணம் வெகு உற்சாகமாகக் கழிந்திருக்கிறது. அன்றைய இரவை ஒரு பண் ணாடியின் தோட்டத்தில் கழித்துவிட்டு மறுநாள் பயணத்தைத் தொடர்ந்திருக்கிறார்கள். தெற்கே போகப்போக வறட்சி. ஆள் நடமாட்டமற்ற பொட்டல்காடுகளினூடாகத் தென்பட்ட ஒற்றை யடிப் பாதைகளில் ஓட்டமும் நடையுமாக விரைந்திருக்கிறார்கள். நேரம் ஆக ஆக வெயில் சுட்டெரித்திருக்கிறது. ஒவ்வொருவரும் மற்றவரைப் பொருட்படுத்தாமல் தலைபாரம் அழுத்த முந்திக் கொண்டு போவதில் குறியாக இருந்திருக்கிறார்கள். குமரப்ப பண்டிதனுக்கு முடியவில்லை. நிழல்கண்ட இடங்களில் எல்லாம் நின்று நின்று போனதால் அவன் கடைசி ஆளாகப் பின்தங்கி விட்டான். தாகம்வேறு. ஏதாவது கிணறு குட்டை தென்படுமா எனக் கானலைத் துரத்திக்கொண்டு வெகுதூரம் அலைந்து திரிந்திருக்கிறான். வழியும் தப்பிவிட்டது. சோர்ந்து தலைச்சுமை யாயிருந்த விறகுக்கட்டைக் கீழே போட்டுவிட்டு ஒரு பனைமரத் தின் கையகல நிழலுக்குள் சிரசை வைத்துக் கொஞ்ச நேரம் உட்கார்ந்திருந்திருக்கிறான். நாக்கெல்லாம் வறண்டு கண்கள் நட்டுக்கொண்டு விட்டன. வியர்வை ஆறாகப் பெருகி வழிந்திருக் கிறது. கொஞ்ச நேரம் கழித்துச் சரி எப்படியாவது மற்றவர்கள்

இருக்குமிடத்தைச் சென்றடைந்துவிடலாம் எனக் கீழே போட்ட விறகுக்கட்டைத் தூக்கித் தலையில் ஏற்றுவதற்கு முற்பட்டிருக் கிறான். அப்போது சுமையைக் கட்டியிருந்த அவுணி துண்டித்துக் கொண்டு கட்டுப் பிரிந்துவிட்டது.

எவ்வளவு முயன்றும் அவுணியை வளைத்து மறுபடி சுமையைக் கட்ட அவனால் முடியவில்லை. வளைக்க வளைக்க அவுணி உடைந்துகொண்டு போயிருந்திருக்கிறது. பிறகு அந்த முயற்சியைக் கைவிட்டுவிட்டு ஏதாவது கொடி கிடி கிடைக்குமா எனத் தேடி வேலிக்கால் வேலிக்காலாக அலைந்துதிரிந்திருக்கிறான். ஒரு கோவைக் கொடிகூடத் தட்டுப்படவில்லை. பெரண்டைக் கொடி, உரிக்காக்கொடி, சவுரிக்கொடி என எது கிடைத்தாலும் பரவாயில்லையென நெடுநேரம் சுற்றித்திரிந்தும் பயனில்லை. இரண்டு மூன்று நெலையாவரைச் செடிகள் கிடைத்தால்கூடப் போதும்; பிணைத்துக்கட்டி எப்படியாவது கொண்டுபோய்ச் சேர்த்துவிடலாம். வழி வட்டாரமே தேடியும் எதுவும் கிடைக்க வில்லை. காலில் செருப்புக்கூட இல்லையாதலால், உள்ளங்கால் களெல்லாம் சங்கம் பழமாட்டம் ஏகத்துக்கும் கொப்பளித்துப் போய்விட்டன.

ஒரு புல் பூண்டுகூட இல்லாமல் கருகிக்கிடந்திருக்கிறது காடு.

கடைசியில் தன்னந்தனியனாய் அந்தப் பாங்காட்டில் மண்டியிட்டு அமர்ந்துகொண்டு ஒரு மூச்சமுழுது தீர்த்திருக்கிறான். பின்பு வெகுகாலம் அவனே அதைப் பற்றிப் பலருக்கும் சொல்லிக் கொண்டிருந்தான்.

"சொன்னா ஒரு சனம் நம்பாதுங்கொ சாமி, அத்தன கஷ்டப் பட்டுட்டெ, அழுதழுது அப்ப வழிஞ்சு வந்த கண்ணீரக் கொண் டுதே அந்த அவுணியக்கோட நனச்சு நனச்சுக் கட்டுனனுங்கொ சாமி, கட்டுயெடுத்துக்கிட்டுப்போயி காட்டுக்குள்ளச் சாள போட்டுக் குடியிருந்தாங்கொ ஒரு கவுண்ச்சி, நானப்படி அவிய காட்டுக்குள்ள வந்துகிட்ருந்ததெப் பாத்துப்புட்டு பதறிக்கையா அட நீயாரு என்ன எவ்வாறுன்னு மனசெளவிப்போயிக் கேட்டாங்கொ, எனக்குனா அவிய கேக்கக்கேக்கவே கண்ணெல்லா கதகதன்னு ஆயிப்போச்சு, தேம்பிக்கிட்டே இப்பிடீங்காத்தா, இன்ன சமாச்சாரமுங்காத்தான்னு ஒண்ணெயும் ஒளிக்காம அவிய கிட்டச் சொல்லீட்டே, அந்த மவராசிக்குத் தாங்குல, முண்டப்பய மக்கக் கொஞ்சங்கோட மனசெளக்கமில்லாம இந்த எளங்குருத்தப் போயி இத்தன சீரழிவு பண்ணீருக்கறாங்களே,

அப்பிடி அந்தப் பூவரச மர நெழல்ல கோரடா பயான்னு சொல்லீட்டு உள்ள போயி ஒரு குண்டா நெறையா கம்மஞ் சோத்தப் போட்டு அத்தன தயிர ஊத்தி நொங்காட்டக் கரச்சுக் கொண்டாந்து ஊத்துனாங்கொ, நானுமு ரண்டு பச்ச மொளகாயக் கடிச்சுக்கிட்டு ஒரு பத்துப்பன்னென்டு தொட்டி குடிச்சுப் புட்டனுங்கொ சாமி, ஆத்தா மவராசி அவிய எங்கிருந்தாலு நூறு நூத்தம்பது வருஷத்திக்கு நல்லாருக்கோணு, இன்னைக்குமு குண்டாவுல சோத்தப் போட்டுத் திங்கறதுக்குக் கோந்தா அவிய நெனப்புத்தானுங்கோ சாமி. படச்ச ஆண்டவனா நெனச்சு அவியளக் கும்புட்டுட்டுத்தே அன்னத்துல கை வெப்பெ, இல்லாட்டிச் சாவளவு எனக்குச் சோறு கொடைக்குமுங்களா?" என அப்படியே மூச்சடங்கி ஒரு நேரம் மௌனமாக நிற்பான். கண்கள் நனைந்திருக்கும்; குரல் கம்மப் பின்பு தொடருவான்,

"அப்பறொ ஒரு பழைய வேட்டியுமுந் துண்டுங் குடுத்தாங்கொ அந்த மவராசி, வாங்கிக்கிட்டுத் தன்னரச நாடாப் பொறப்புட்டு ஒரு மாசமா எரந்து குடிச்சுக்கிட்டே கொல்லிமலப் பக்கம் போயிச்சேந்தெ. அங்கதே அந்தச் சாமியாரப் பாத்தனுங்காத்தா. ஏழெட்டு வருஷம் அவுங்களுக்கு நாம் பண்ணாத அடிமையில்லீங்கொ சாமி, குண்டிகோடக் கழுவியுட்ருக்கறமுன்னா பாத்துக்குங்களே! அப்பிடி அந்தப்பாடுபட்டுக் கத்துக்கிட்டதுதே இன்னைக்கு எனக்குக் கஞ்சியூத்திக்கிட்டிருக்கற ஜோசியமும் வைத்திய சாஸ்த்திரமும்"

நொய்யல் கரைவாசிகளில் அவனின் இந்தக் கதையைக் கேட்காதவர்கள் அபூர்வம். ஆயுள் முழுக்க எத்தனையோ பேருக்குச் சொல்லியிருக்கிறான். திரும்பத்திரும்பக் கேட்டுச் சலித்தவர்களும் உண்டு. அப்படிப்பட்டவர்களுக்கு இதெல்லாம் பேசிச் சிரிப்பதற்கான விஷயங்களாய் மாறியிருந்தன.

கொல்லிமலையில் இருந்து திரும்பியபொழுது ஆள் அடையாளமே தெரியாமல் மாறிப்போயிருந்தான். மீசையும் தாடியும் தோள்வரை தொங்கிப் புரளும் சடைமுடியும் என அந்தப் பக்கத்துக்கே சம்பந்தமில்லாத ஒரு தோற்றம். நெற்றியிலும் மார்பிலும் கட்டுக்கட்டாக விபூதிப்பட்டைகள் மினுங்கின. தேகம் மெருகேறிப் பளபளத்தது. அப்போது குள்ளன் செத்துப்போய் ஏழெட்டு வருடங்கள் கழிந்திருந்தன. அவனுக்குப் பிறகு முறைமை பழகி, குடிகளுக்குப் பொறுப்பேற்று பெண்டு பிள்ளைகளுடன் வாழ்ந்துவந்த பொங்கா நாசுவனுக்கு உடன்பிறந்தானை அடையாளமே தெரியவில்லை. யாரோ சாமியார்தான் வாசலில்

வந்து நிற்கிறாரெனக் கையெடுத்துக் கும்பிட்டானாம். பிறகு அடையாளம் தெரிந்து பதறிப் போயிருக்கிறான்.

"அய்யோ இப்ப எதுக்கு சின்னண்ணா திரும்பி வந்துருக்கறே? அரமனைக்குச் சேதி போனா உசுரோட உடுவாங்களா சாமிங்கொ? ஆள உட்டுக் கட்டியிழுத்துக்குட்டுப் போயி குதரச் சவுக்குலயே அடிச்சுக் கொன்னுபுடுவாங்களே! சித்த போயிரண்ணா, வந்ததுக்கு எம்பட ஊட்டுல ஒருவா கஞ்சியக் குடிச்சுப்புட்டு மத்த சனம் பாக்கறதுக்கு மின்ன எங்கயாச்சு கங்காணாத எடத்துக்குப் போயி பொளச்சுக்கண்ணா. அப்பனு மில்ல எனக்கு, நீயொரு சீவெ அப்பனக்குப் பிறத்தியா எங்கயாச்சு உசுரோட இருந்தீனா அது போது. அந்தப் பகவேங் கண்ணு முளிச்சா ஒரு நா இல்லீனாலு ஒரு நாப்பாத்துக்கலா" என அவனைக் கட்டிப்பிடித்துக்கொண்டு அழுதானாம்.

அவன் அப்படி அந்த விறகுச்சுமையை அரண்மனைக்குக் கொண்டுபோய்ச் சேர்க்காமல் ஓடிப்போன விஷயம் எப்படியோ பெரிய அரண்மனைக்குத் தெரிந்துவிட்டதாம். கண்மண் தெரியாத கோபம் வந்து விட்டதாம் ராஜாவுக்கு. குள்ளனைக் கூப்பிட்டனுப்பி, "என்னடா பொளையா நாசுவா புள்ளப்பெத்து வளத்தீருக்கறெ நீ? எந்த நாசுவனுக்கடா இப்பிடிப் படியாத புள்ள வந்து பொறந்துருக்குது?" எனக் கோபம் தாளாமல் கையிலிருந்த குதிரைச் சவுக்கால் நாலு இழுப்பு இழுத்து விட்டாராம். அந்த வேதனையோடு வந்து படுத்தவன்தான் பிறகு எழவே இல்லையாம். வாயும் வயிறும் இழுத்தபடி ஆறுமாதம் கிடையாய்க் கிடந்தானாம். கண்ணை மூடுவதற்கு முன்னால் இளையவன் பொங்கானைக் கூப்பிட்டு எப்போதாவது மூத்தவன் வந்தால் இதையெல்லாம் சொல்லச் சொல்லிவிட்டுச் செத்தானாம் குள்ளன்.

தம்பிக்காரன் சொன்னதையெல்லாம் கேட்டுக்கொண்டிருந்து விட்டுப் பதிலுக்கு ஒன்றுமே சொல்லாமல் எழுந்துபோய்விட்டான் குமரப்ப பண்டிதன்.

10

ஆனால், இந்த மண்ணை விட்டுப் போகவெல்லாம் மனசில்லை குமரப்ப பண்டிதனுக்கு. என்ன நினைத்தானோ அங்கிருந்து நேராக வீரய்யன் கோயிலுக்குப் போய்த் திருவோடொன்றை ஏந்தி வாசலிலிருந்த எண்ணற்ற பிச்சைக்காரர்களோடு தானுமொரு பிச்சைக்காரனாய் உட்கார்ந்துவிட்டான்.

யாரிடமும் தன்னைப் பற்றி ஒரு வார்த்தை சொல்லவில்லை; எப்போதும் போலவே இருட்டிருக்க எழுந்து கோயில் குளத்தில் குளித்துவிட்டுக் கோவணத்துடன் கோயிலை மும்முறை வலம் வந்து, ஓங்கிய அரிவாளுடன் ஒற்றைக்கால் தூக்கி நிற்கும் வீரய்யன் முன்னால் மண்டியிட்டமர்ந்து கண்களை மூடிக் கொள்வானாம். சுற்றி நடப்பவை எவற்றின்மீதும் அக்கறை கொள்ளாமல் தனக்குள்ளாக எதையோ முணுமுணுத்தபடி இளமத்தியானம்வரை ஒரு சித்தரைப் போல அசைவின்றி உட்கார்ந்துகொண்டிருப்பானாம்.

பார்ப்பவர்கள் ஆச்சரியப்பட்டுப் போவார்கள். ஆள் இன்னாரென்று தெரியாததால் பூசாரிகளுக்கேகூடக் கொஞ்சம் பயமாகத்தான் இருக்கும். அப்போது பஞ்சகாலம். ஆறேழு வருஷங்களாக மழை இல்லை. எங்கும் திருட்டுப் பயம். பரம்பரைத் திருடர்களோடு பஞ்சத்துக்குத் திருடுகிறவர்களும் சேர்ந்துகொண்டார்கள். கோழிக்குஞ்சுகளைக்கூட விட்டு வைப்பதில்லை. கோயிலில் பெரிதாக ஒன்றுமில்லையானாலும் பூசைக்கான தட்டம், மணிகளும், செம்பினாலான தீர்த்தக்குடங்கள் சிலவும், இரண்டு மூன்று வெள்ளி வேல்களுமிருந்தன. ஏதாவதொன்று போனாலும் நட்டம் நட்டம்தானே?

பூசாரிகளெல்லாம் இரவுக்கு ஒரு ஆள் என முறை வைத்துக் கொண்டு காவல் காத்து வந்தார்கள்.

சுற்றுப்பட்டிகளிலிருந்து இருபது முப்பது பேர் வயிற்றுப் பாட்டுக்கே வழியில்லாமல் கோயிலை அண்டியிருந்தார்கள். முதியவர்களும் நோயுற்றவர்களுமான அவர்களிடமெல்லாம் தோன்றாத பயம் குமரப்ப பண்டிதனிடத்தில் உருவாகக் காரணம் அவன் தோற்றமும் வயதும் புதிரான மௌனமும்தான். பூசாரிகளுக்கு எப்போதும் அவன்மேல் ஒரு கண் இருந்து கொண்டிருந்தது.

செவ்வாய், வெள்ளிக்கிழமைகளில் கோயிலுக்கு வரும் பக்தர்கள் கூட்டம் அதிகமாக இருக்கும். வாரம் தவறாமல் கள்ளமடை ராமசாமி பண்டாரம் வந்து பேயோட்டுவான். அவனுடைய உடுக்கடிக்கு மிரண்டு ஓடாத பேய்கள் எவையும் இருக்க முடியாது. தாராபுரத்துக்கு தெற்கேயிருந்தெல்லாம்கூடப் பேய்பிடித்த பெண்களை அழைத்துக் கொண்டு வருவார்கள். வலிப்பு நோயுள்ளவர்களையும், முடக்குவாதம் கண்டவர்களையும், பெரு நோய் பீடித்தவர்களையும், சித்தம் பிசகியவர்களையும் கொண்டுவந்து கோயிலிலேயே விட்டுவிட்டுப் போய்விடுவார்கள். வைத்தியம் தெரிந்த பரதேசிகள் நோயாளிகளுக்குப் பச்சிலை வைத்தியம் பார்ப்பார்கள்.

வயிற்றுப்பசிக்கு இரந்து குடிக்க வேண்டியதுதான்.

நேர்த்திக்கடனாக அவ்வப்போது யாராவது அன்னதானம் கொடுத்துக்கொண்டிருப்பார்கள். தவிர காதுகுத்து, கெடா வெட்டு எனக் கோயிலில் எட்டுக்கொருநாள் ஏதாவது நடந்து கொண்டிருக்கும். வருகிறவர்கள் அங்குள்ளவர்களைப் பட்டினியாய் இருக்கும்படி விட்டுவிட்டுப் போய்விடமாட்டார்கள். அன்னக்காவடியும் திருவோடுமாக ஊர் ஊராகப் போய்ப் பிச்சையெடுத்துக் கொண்டும் வருவார்கள் பரதேசிகள். கோயிலை அண்டிவாழும் பரதேசிகளின் மேல் எல்லோருக்கும் ஒரு மரியாதை உண்டு. ஒரு நீண்ட உலக்கையில் தொட்டில்கட்டித் தோள்மீது போட்டுக்கொண்டு ஊர் ஊராகப் போகும் அன்னக் காவடிகளும் ஒருவகைச் சித்தர்களாகவே கருதப்பட்டார்கள். குளித்து சுத்தபத்தமான தோற்றத்துடன் பிச்சைகேட்டு வருபவர்களிடம் ஊர்க்காரர்கள் மரியாதையாகவே நடந்துகொள்வார்கள். இருபுறமும் தொங்கும் பிச்சைப்பாத்திரங்கள் பளபளவென மின்னும். பழைய கெட்டுப் போன உணவை ஒருபோதும் அவர்களுக்குப் போடமாட்டார்கள். பிச்சைபோடுகிறவர்களுக்குத் திருநீறு கொடுத்து நல்வாக்குச் சொல்வார்கள். பிச்சையெடுத்துக் கொண்டே கோயில் கோயிலாகச் சுற்றிவரும் அவர்களிடம் வாழ்வின் குற்றங்குறைகளைப் பகிர்ந்து கொள்பவர்களும் உண்டு. அவர்களில் பலர் ஜோதிடத்திலும் வைத்திய சாஸ்திரங்களிலும் தேர்ச்சி பெற்றவர்கள்.

சில நாள்களுக்குள்ளாகவே குமரப்ப பண்டிதனும் அவர்களோடு சேர்ந்து பிச்சைக்குப் போகத் தொடங்கினான். தன் வாக்கு வன்மையினால் சீக்கிரத்திலேயே செல்வாக்குப் பெற்றவனாகி விட்டான். அவன் கற்று வைத்திருந்த ஜோதிடமும்

வைத்தியமும்தான் அவனுக்குக் கைகொடுத்தவை. வெகு காலமாகக் குணமாகாமல் கோயிலிலேயே கிடந்த நாள்பட்ட வியாதியஸ்தர்களில் சிலர் அவன் சிகிச்சையால் குணம் பெற்று வீடு திரும்பத்தொடங்கினர். அப்படிப்பட்டவர்கள் நன்றிக் கடனாகத் தந்துவிட்டுப் போகிற பண்ட பாத்திரங்களையும் தவச தானியங்களையும் இல்லாத பரதேசிகளுக்குக் கொடுத்து விடுவானாம் குமரப்ப பண்டிதன். ஒவ்வொரு நாளும் கொண்டு வருகிற உணவையும் பசித்தவர்களுக்குக் கொடுத்துவிட்டு, மீந்ததையே தான் உண்டுபடுப்பானாம். அவன் வந்ததற்குப் பிறகு கோயிலில் அண்டியிருந்த பரதேசிகளோ நோயாளிகளோ யாரும் பசியோடு படுத்ததில்லையாம்.

நாளாக நாளாக அவனுடைய செல்வாக்குப் பெருகியது.

கோயில் மடத்திலேயே அவனுக்கென ஓர் இடம் ஒதுக்கிக் கொடுத்திருந்தார்கள். கோயிலுக்கு முறையுள்ள குடியானவர்கள் அதற்குச் சம்மதம் தெரிவித்திருந்ததால் அவனுக்கு யாதொரு பிரச்சினையும் எழவில்லை. அவன் தங்கியிருந்த கோயில் மடத்தில் எப்போதும் கூட்டம் நிரம்பி வழியும். நல்லது கெட்டதுக்கு அவனைப் பார்த்து ஒரு வார்த்தை கேட்டு விடுவ தென்ற பழக்கமெல்லாம் அப்போதே ஏற்பட்டிருந்தது.

முடக்குவாதம் கண்டு நடக்க முடியாமல்போன பண்ணாடி ஒருவரைப் பங்கும்பங்காளிகள் கோயிலில் கொண்டுவந்து விட்டுவிட்டுப் போயிருந்தார்கள். அவருக்குப் பேசினால் வாய் கோணிக்கொள்ளும்; ஒரு கிடையில் நில்லாமல் தலை ஆடும்; சதா எச்சில் வழிந்து மார்பு வயிறெல்லாம் சொதசொதவென நனைந்து கிடக்கும். ஒரு சவாலாக எடுத்துக்கொண்டு அவருக்கு வைத்தியம் பார்க்கத் தொடங்கினான் குமரப்ப பண்டிதன். பலரிடமிருந்தும் தானமாகப் பெற்ற பொருள்களைக் கொண்டு ஏதோவொரு எண்ணெய் காய்ச்சி அதை அவருக்குப் பூசிவிட் டிருக்கிறான். விடிய விடியத் தூங்கமாட்டான். எண்ணெய் பூசிய இடங்களை எறும்பு மொய்த்து விடாமலிருக்க.

அவன் யார் இன்னாரென்பதைத் தெரிந்துகொண்டுவிட்ட சிலருக்குச் சொல்ல முடியாத கோபம், " 'ஏன்'டா கூடப்போட்ட பண்டாரங்களா, போயிம்போயி ஒரு நாசுவனக் கொண்டாந்து கோயலுக்குள்ள வெச்சுக்கிட்டு ஒண்ணுமின்னா பொளங்கறீங் களேடா?" எனப் பூசாரிகளை நேரடியாகவே கேட்டார்களாம். அவன் சாதி தெரிந்ததும் பூசாரிகளுக்கே கொஞ்சம் சங்கடம்தான், "பாரப்பா நம்புகிட்டயாச்சு உம்மையெ சொல்லியிருக்கலா

மல்லொ?" என அவன் காதுபடவே சலித்துக் கொண்டார் களாம். பிறகு பண்ணாடியும் அவனும் சேர்ந்து கோயிலுக்கு வடப்புறம் காட்டுக்குள் ஒரு கைச்சாளை போட்டுக்கொண்டு அங்கேயிருந்தபடி தங்கள் சேவையைத் தொடர்ந்திருக்கிறார்கள். அதற்கும் பல இடைஞ்சல்கள் வந்தனவாம்.

கடைசியில் இந்த விஷயம் பெரிய அரண்மனைவரை போயிற்று.

" 'ஏன்'டா நம்பு குள்ள நாசுவம்பயெ கோயல்ல உள்ள பூந்து அலாசிக்கிட்டிருக்கறான்னு சொல்றானுக, என்னடா விஷயம்?" என அக்கம் பக்கத்துப் பண்ணாடிகளைக் கூப்பிட்டுக் கேட்டிருக்கிறார் ராஜா. பண்ணாடிகள் அவனைப் பற்றிச் சொன்னதையெல்லாம் கேட்டு அவரேகூட ஆச்சரியப்பட்டுப் போய்விட்டது மாதிரிதான் தெரிந்ததாம். பிறகு, "செரச்ச கையக் கழுவத்தெரியாமப் பொச்சுல தொடச்சுக்கிட்டுப் போற நாசுவனுக்கெங்கீடா அந்த வித்த ஒட்டுச்சு? வரவர உங்குளுக் கெல்லா கூறு கெட்டுக்கிச்சாட்டத்தே இருக்குது போங்கடா" எனச் சொல்லிவிட்டு எழுந்து உள்ளே போய்விட்டாராம்.

குமரப்ப பண்டிதன்மேல் வாஞ்சையுள்ள புதுவலசுப் பண்ணாடியொருவர் ஒரு நடைபோய் இது குறித்துக் குமரப்ப பண்டிதனை எச்சரித்துவிட்டு வந்தாராம். "பேசாம எங்கயாச்சு தெக்க வடக்க போயிரு கொமரே, கூப்புட்டுக் கீப்புட்டுக் கிறுக்கு வாக்குல எதாச்சும் பண்ணீரப் போறாங்கொ, துக்கமெதுக்கு? உனக்கிருக்கற சாமார்த்தியத்துக்கு நீ எங்க வேணுமுனாலும் போயி தைரியமா பொளச்சுக்கலா" என எவ்வளவோ சொல்லி விட்டுப் போனாராம். அதற்கெல்லாம் சரிசரியென்பது போலத் தலையாட்டிக் கொண்டிருந்துவிட்டுத் தொடர்ந்து தன் காரியங்களைச் செய்துகொண்டிருந்தானாம் குமரப்ப பண்டிதன். எல்லாவற்றையும் எதிர்பார்த்திருந்தது போல்தான் இருந்தது அவன் போக்கு.

11

பத்து நாள்களுக்குள் அழைப்பு வந்தது, "எசமாங்க உனையக் கையோட கூட்டியாரச் சொன்னாங்கடா கொமரே" எனப் பதற்றத்துடன் வந்து நின்றார் புதுவலசுப் பண்ணாடி. "அன்னைக்கு நா வந்து சொன்னப்பவே கெளம்பி எங்கியாச்சும் போயிருக்கலாமல்லவடா கொமரே? இப்பத் தீவென வந்து சேந்துருச்சு பாத்தையா?" எனக் கவலைப்பட்டவர் அவனுக்குத் தைரியம் சொல்லிக்கொண்டே வந்தார், "நீயொண்ணுங் கவலப் படாதீடா கொமரே, போனதீமு ரண்டயும் பாக்காம எசமாங்க கால்ல நெடுவ உளுந்துரு, சாமியெசமாங்களே ராசாங்கமே இந்த நாயிக்கு உயிர்பிச்ச குடுங்கோன்னு அவிய கால் மண்ணத் தின்னுபுடு, எசமாங்குளுக்குக் கொஞ்சொ மனசெளவுனா உசுருக் கொன்னும் அலும்பில்ல, கங்காணாத போயி பொளச்சுக் கலாமடா கொமரே, அப்படித்தே கோவமந்து ரண்டடி போட் டாத்தேம் போட்டுட்டுப் போறாங்கொ, நம்பெசமாங்கதானொ? பல்லக் கடிச்சுக்கிட்டுப் பேசாம இருந்துரு, கோவந் தணிஞ்சா அவியளாட்ட மனசினல்ல இந்த ஒலகத்துல, எந்துருச்சுப் போடான்னு சொல்லீருவாங்கொ" என வழி நெடுக அவர் சொன்னதையெல்லாம் கேட்டபடி மெளனமாக நடந்து வந்தான் குமரப்ப பண்டிதன்.

அரண்மனையை அடைய இளமத்தியான நேரமாகிவிட்டது. கொன்றை மர நிழலில் நாற்காலி போட்டு உட்கார்ந்தபடி பண்ணாடிகளுடன் பேசிக்கொண்டிருந்தார் ராஜா. சிரிப்புச் சத்தம் மதிலைத் தாண்டி வந்துகொண்டிருந்தது. உத்தரவு கிடைக்க நேரமாகிவிட்டது. அவருடைய தலை தென்பட்டதும் தரையோடு தரையாகக் குப்புற விழுந்து சேவித்துக்கொண்டு தாழக் குனிந்து வணங்கியபடியே நடந்துபோய் நாலைந்தெட்டுக்கு அந்தப் பக்கமாகவே கைகட்டி நின்றுகொண்டான் குமரப்ப பண்டிதன்.

ராஜா அவனைக் கூர்ந்து பார்த்தார். நெடுநெடுவென வளர்ந்த அவனுடைய தேகம் குறுகி நின்றதைப் பார்த்துத் திருப்தியுடன் தலையசைத்துக் கொண்டார். பணிவை மீறியதொரு கம்பீரம் தென்பட்டது அவனது முகத்தில். எல்லோரையும் போல இடுப்பில் துண்டு கட்டி, உடலை வளைத்துத் தரையோடு

தரையாகக் குனிந்துதான் நின்றான் என்றாலும் கண்களில் துளி பயம் தென்படவில்லை. ராஜாவின் கூர்ந்த பார்வையைக் கொஞ் சம்கூடப் பதற்றமே இல்லாமல் எதிர்கொண்டன அவை.

"குள்ள நாசுவம் பயந்தான்டா நீ?"

"சாமியெசமாங்களே ராசாங்கமே நா குள்ள நாசுவம் பயந்தானுங்கொ."

"எளையவனாக்கு?"

"சாமியெசமாங்களே ராசாங்கமே நா மூத்தவனுங்கொ, எனக்கு இளையவன் ஒருத்தன் இருக்கறானுங்கொ சாமி, ஊரு செரைக்கறவன்."

"பொங்கானா?"

"சாமியெசமாங்களே ராசாங்கமே பொங்காந்தானுங்கொ."

"ஏன்டா நீயெங்கயோ கொல்லிமலப் பக்கம்போயி அஞ் சாறு வருஷத்திக்கு இருந்துட்டு வந்தீனு சொல்றாங்கொ?" வெகு இயல்பாகப் பேசத்தொடங்கினார் ராஜா. மற்றவர்களுக்கு ஆச்சரியம் தாளவில்லை, "சாமியெசமாங்களே ராசாங்கமே அங்க எட்டு வருஷமிருந்தனுங்கொ, திரும்பி வந்து வருஷமாச் சுங்கொ"

கொஞ்ச நேரம் மௌனமாக இருந்தார் ராஜா. அடுத்து என்ன நடக்கப்போகிறதோ எனப் பதற்றத்துடன் அவனையும் ராஜாவையும் மாறி மாறிப் பார்த்துக்கொண்டிருந்தார்கள் மற்றவர்கள்.

"சோசியமெல்லாம் பாப்பயாமாடா குள்ளம்பயா?"

"என்னமோ எனக்குத் தெரிஞ்சளவு பாப்பனுங்கொ சாமியெசமாங்களே ராசாங்கமே."

"ஆராருந்தாலு தெரிஞ்சளவுதான்டா பார்க்க முடியும் பின்ன? தெரியாதத தூக்கியா பார்க்க முடியு, ஏன்டா நாசுவா?" பெருங்குரலெடுத்துச் சிரித்தார் ராஜா. மற்றவர்கள் உதட்டுக்குள் சிரித்துக் கொண்டார்கள். குமரப்ப பண்டிதன் குறுகினான்.

"வைத்தியமும் பாப்பயாமல்லொ?"

"கொஞ்சத்திக்குக் கொஞ்சம் பாப்பனுங்கொ சாமியெச மாங்களே ராசாங்கமே."

"அதிலீங் கொஞ்சந்தானாடா நாசுவா? இன்னொ ஒண்ணையு முழுசா பாத்ததில்ல, ஏன்டா நாசுவா?"

உடல் குலுங்கச் சிரித்தபடி உற்சாக மிகுதியால் காலடியில் மண்டியிட்டிருந்த பண்ணாடியொருவரின் முதுகில் பளாரென அறைந்தார். பண்ணாடி உடம்பை நெளித்துக்கொண்டு சிரித்தார். அடி கொஞ்சம் பலம்போல, கண்களுக்குள் கதகதவென்று நீர் கட்டிவிட்டது அந்தப் பண்ணாடிக்கு.

"ரண்டு சாதகந்தாரெ, பொருத்தமிருக்குதான்னு பாத்துச் சொல்றயாடா கொமரே?"

"சாமீ" எனத் தயங்கினான் குமரப்ப பண்டிதன்.

"ஏ, முடியாதாக்கு?" ராஜாவின் குரலில் ஏளனம். குமரப்ப பண்டிதனின் உடல் விர்ரென்று நிமிர்ந்து குனிந்தது,

"சாமியெசமாங்க உத்தரவு குடுத்தா பார்க்கறனுங்கொ ராசாங்கமே எசமாங்களே."

ராஜா ஜாடை காட்டியதும் காலடியில் மண்டியிட்டிருந்த பண்ணாடியொருவர் எழுந்து தொப்பை குலுங்க உள்ளே ஓடினார். உத்தரவு பெற்றுக்கொண்டு அரண்மனை மதிலைத் தொட்டுக் கொண்டோடும் நொய்யலுக்குப் போய்த் தலை மூழ்கியெழுந்து, மதிலோரம் கிடைகொண்டிருந்த ஆத்தாளைக் கும்பிட்டுவிட்டுவந்து, கீழே மண்டியிட்டமர்ந்தான் குமரப்ப பண்டிதன். தன்னிடம் கொடுக்கப்பட்ட இரண்டு ஜாதகங்களையும் வெகு நுட்பமாக ஆராய்ந்தான். அவனுக்குக் கைகள் நடுங்கின; முகமெங்கும் வியர்வை அரும்பித் தத்தளித்தது.

ராஜா பொறுமையிழந்தவரானார். "என்னடா நாசுவா, என்ன சொல்லுது உம்பட ஜோசியம்? பொருத்தமிருக்குதுங்குதா, இல்லீங்குதா?"

"சாமியெசமாங்களே!" எனக் குரலிழுக்கக் கூப்பிட்டுவிட்டுப் பிறகு மௌனமானான் குமரப்ப பண்டிதன். ராஜா அவனைக் கூர்ந்து கவனித்துக்கொண்டிருந்தார். அவன் உடல் நடுங்கிக் கொண்டிருந்தது. அது அவன் வாழ்வின் மிக முக்கியமான தருணம். அவனது கணிப்பில் இரண்டு ஜாதகங்களுக்கும் கொஞ் சம்கூடப் பொருத்தமே இல்லை. நிச்சயமெல்லாம் முடிந்து கல்யாணத்துக்கு ஏழெட்டு நாள்கள்கூட இல்லாத நிலையில் அதைச் சொல்வது விபரீதமாகிவிடுமே எனப் பயந்தான். ஒரு நாவிதனின் பேச்சைக் கேட்டு கல்யாணத்தை நிறுத்திவிடப் போகிறாரா ராஜா? தான் கற்றுக்கொண்டிருந்த கலையின்மீது முழு நம்பிக்கைகொண்டிருந்த குமரப்ப பண்டிதனுக்குப் பொய் சொல்லவும் மனசில்லை. பெண்ணும் மாப்பிள்ளையும்

ராஜாவுக்கு நெருங்கிய உறவு. பெண் சர்வகலாசாலையில் படித்துப் பட்டம் பெற்றவள்.

எதுவும் பேச முடியாதவனாய்க் கண்களை மூடி மௌனமாக உட்கார்ந்தபடி சிரசைத் தரையில் புதைத்துக் குலுங்கினான் அவன். கடைசியில் வாய்விட்டுக் கதறினான். "சாமி யெசமாங்களே ராசாங்கமே, இந்த நாய மன்னிச்சிட்டுருங்கொ, நா எங்கயாச்சு தெக்க வடக்க போயி ராசாங்கத்துப் பேரச்சொல்லிப் பொளச்சுக் கறனுங்கொ எசமாங்களே" என உடல் அதிர்ந்து குலுங்கி ஊளையிடத் தொடங்கினான் அவன்.

"எதுக்குடா முண்ட நாசுவா இப்பிடி மச நாயாட்ட ஊளை யிடறே? பொருத்தங்கிருத்தம் இல்லாமப் போச்சாக்கு? இல்ல உனக்குத் தெரீலியா? எதாருந்தாலு ஒடச்சுச் சொல்றா? அதுல தப்பென்னடா? அப்பற எனக்குக் கோவ வந்துதுனா தோலக் கழுட்டிப் புடுவெங் கழுட்டி. உம்மையெ ஒடச்சுச் சொல்லிப்புட்டு எடத்தக் காலி பண்ணு பாக்கலா" எனச் சீறினார் ராஜா.

குலுங்கிக் கண்ணீர்விட்டு, சாமிமேல் சாமி போட்டு, எசமாங்க மேல் எசமாங்க போட்டு, மன்னிப்பு மேல் மன்னிப்புக் கேட்டுக் கடைசியில் இரண்டு ஜாதகங்களுக்கும் பொருத்தமே இல்லையென்கிற தன் கணிப்பைத் தணிந்த குரலில் சொல்லி முடித்தான் குமரப்ப பண்டிதன்.

"இதுக்குத்தே இத்தன குலுங்கினியாடா நாசுவா? எந்திரீடா? டேய், போய் ஆத்தாகிட்டச் சொல்லி பொட்டிக்குள்ளருந்து ஒரு வேட்டி துண்டு எடுத்துத்தரச் சொல்லி வாங்கிக்கிட்டு வாங்கடா, மொத மொத அரமனைக்கு வந்து ஜோசியம் பாத்துருக்கறே, எப்பிடிச் சும்மா உடறது?" எனத் தன் ஆள்காரர் களுக்கு அவர் போட்ட உத்தரவுகளைக் காதால் கேட்டும் அவனால் கொஞ்சம்கூட நம்ப முடியவில்லை. வேட்டி துண்டு டன் ஒண்ணேகால் ரூபாய் காணிக்கையும் வைத்து அவனிடம் நீட்டினார் ராஜா. எல்லோருக்கும் ஆச்சரியம்.

தரையோடு தரையாய் விழுந்து சேவித்தெழுந்து தனக்களிக்கப் பட்ட வெகுமதியைப் பெற்றுக்கொண்டான் குமரப்ப பண்டிதன். அவனுக்கு மேலெல்லாம் சிலிர்த்து நடுங்கியது. கண்களிலிருந்து தாரைதாரையாய்க் கண்ணீர் பெருகி வழிந்தது.

12

“செட்டிபாளையம் சேஷய்யரத் தெரியுமாடா கொமரே உனக்கு?” என அவனைக் கூர்ந்து பார்த்தபடி வெகு யதார்த்த மாகக் கேட்டார் ராஜா. அவருக்கு நேரெதிரில் ஐந்தாறடி தள்ளி தரையில் மண்டியிட்டு அமர்ந்திருந்தான் குமரப்ப பண்டிதன். அவன் மடியில் ராஜா சன்மானமாகக் கொடுத்திருந்த புத்தம் புதிய வேட்டியும், ஜரிகைக் கரையிடப்பட்ட துண்டும் கிடந்தன. எவரும் கவனிக்காத வண்ணம் அவற்றை ஆசையோடும் பெருமிதத்தோடும் தடவிக் கொடுத்துக்கொண்டிருந்தான் அவன். அவனுக்குப் புலன்கள் மயங்கியிருந்தன; பரவசம் அவனை ஆட்கொண்டிருந்தது.

கொன்றையின் குருதிச் சிவப்பான பூக்கள் அவனைச் சுற்றிலும் சிதறிக்கிடந்தன.

ராஜா தனக்கு வெகுமதியளித்ததும், உட்காரவைத்துச் சரிக்குச் சமமாகப் பேசத் தொடங்கியிருந்ததும் அவனை ஆச்சரியத்தில் ஆழ்த்தியிருந்தன. நம்ப முடியாத விஷயமாயிருந்தது அது. மிகக் கொடிய தண்டனைகளை எதிர்பார்த்திருந்தான் அவன். ராஜா தன்னைச் சவுக்கால் அடித்தே கொன்றுவிடப் போகிறார் என நினைத்திருந்தான். தன்னிடம் ஜாதகங்களைக் கொடுத்துப் பொருத்தம் பார்க்கச் சொன்னபோது, அவன் மனதுக்குள் தன் குலதெய்வத்தின் துணையை நாடினான். ஜாதகங்கள் பொருத்தமற்றவை என்னும் தன் கணிப்பையும் வெளியிடத் தயங்கினான். அவற்றைக் கணித்தெழுதியதே மேற்படி சேஷய்யர்தான் என்பதை அவற்றின் முன்பக்கக் குறிப்புகளைப் படித்து அறிந்துகொண்ட பொழுதே அவனுக்கு மிகுந்த பதற்றம் ஏற்பட்டது. அந்தக் கல்யாணம் ஏற்கெனவே நிச்சயிக்கப்பட்டு விட்டது என்பதையும் ராஜா தானே முன்னின்று எல்லாக் காரியங்களையும் செய்துகொண்டிருக்கிறார் என்பதையும் ஆற்றுக்குக் குளிப்பதற்குப் போனபோது கூடவே வந்திருந்த புதுவலசுப் பண்ணாடி அவனுக்குச் சொல்லியிருந்தார். “எதாச்சமு ஒளறி வெச்சுப்புடாதீடா கொமரே, அதெப்பிடியிருந்தாலுஞ் செரியே, எல்லா நல்லாருக்குதுங்க சாமியெசமாங்களே ராசாங்கமே ஒரச்சுப் பண்ணலாமுங்கோன்னு சொல்லிப்புடு. மறிச்சொன்னும் பேசிப்புடாத. அப்பற எசமாங்களுக்குக்

கோவங்கீவ வந்துருச்சுனா உசுரோட உட்டுவெக்க மாட்டாங்கொ, நம்புளுக்கென்ன ஒலகமெப்பிடியோ அப்பிடியே செரிசெரீன்னு போய்க்கோணு!" என ஆற்றின் கரையில் அவனுக்கு வெகு அருகில் நின்றுகொண்டே தணிந்த குரலில் பயந்து பயந்து சொல்லிக் கொண்டிருந்தார் அவர். ராஜா சோதிக்கும் பொருட்டே தன்னிடம் அந்தக் காரியத்தை ஒப்படைத்திருக்கிறார் என்பது அவனுக்குப் புரிந்துதான் இருந்தது. முதலில் அவை யிரண்டும் குற்றங்குறைகளற்ற சுத்த ஜாதகங்கள்தாம் எனப் பொய் சொல்லிவிடலாமா என்றுகூட யோசித்தான். பிறகு நடந்து கொண்டிருந்ததெல்லாம் வெறும் கனவாகத் தென்பட்டது அவனுக்கு. ராஜா சேஷய்யரைப் பற்றிக் குறிப்பிட்டதும் அவனுக்குக் குருதி உறைந்துவிட்டது. பொறியில் வசமாகச் சிக்கிக்கொண்டு விட்ட உணர்வு. தனக்கு வலப்புறம் ஒரு நாற்காலி யில் அமைதியாக உட்கார்ந்தபடி எல்லாவற்றையும் வேடிக்கை பார்த்துக் கொண்டிருந்த வக்கீலைப் பார்த்துக் கண்களைச் சிமிட்டினார் ராஜா. அவரின் கண்களில் ஏளனம் ததும்பிக் கொண்டிருந்தது. வக்கீல் புருவங்களை நெரித்துக் கொண்டார்.

செல்லப்ப கவுண்டர் ராஜாவின் பால்ய நண்பர். தென்திசை ஜமீனின் ஒருவரின் வாரிசு. பாரிஸ்டராக வேண்டுமென ஆசைப்பட்டு லண்டனுக்குப் போனவர். ஏனோ, படிப்பைப் பாதியிலேயே விட்டுவிட்டு ஜமீனுக்குத் திரும்பி விட்டார். ஆனாலும், எங்கும் 'வக்கீல்' என்றே அறியப்பட்டிருந்தார்.

அடிக்கடி அரண்மனைக்கு வந்துவிடுவார் வக்கீல்.

நடை உடை பாவனைகளில் அச்சாக லண்டன் முத்திரை பதிந்திருக்கும். பேசும்போது இங்கிலீஷ்காரர்களைப் போலத் தோள்களை மேலும் கீழுமாகவும் பக்கவாட்டிலும் வேகமாகக் குலுக்கிக்கொள்வார். பேசத்தொடங்குவதற்குச் சில கணங்கள் முன்பே அவருடைய தலை ஆடத் தொடங்கிவிடும். பேசி முடித்த பின்பும் அந்த ஆட்டம் சில கணங்களுக்கு நீடித்திருக்கும். பார்க் கிறவர்களுக்கு அது ஏதோ வலிப்பு நோயின் அறிகுறிகள் போலத் தென்படும். ஆனால், வக்கீல் இவற்றையெல்லாம் வெகு சிரத்தையுடன் செய்துகொண்டிருந்தார். ராஜாவும் அவரும் சேர்ந்து நாள்கணக்காகச் சீட்டு விளையாடிக்கொண்டிருப்பார்கள். எல்லாக் களியாட்டங்களுக்கும் ராஜாவுக்கு அவரும், அவருக்கு ராஜாவும்தான் துணை. பிறர் முன்னிலையில் இருவரும் இங்கிலீஷில்தான் பேசிக்கொள்வார்கள். ராஜாவுக்கு வக்கீலைப் போல அவ்வளவு சரளமாக இங்கிலீஷ் வராது; தப்பும் தவறுமான

மட்டை இங்கிலீஷ்தான். தனக்குள்ள ஆழ்ந்த பயிற்சியின் காரணமாக வக்கீல் அவருடைய இங்கிலீஷைப் புரிந்து கொள்வார். இங்கிலீஷைக் கொண்டு உருவானதோ இங்கிலீஷைக் கொண்டு நீடித்திருப்பதோ அல்ல அவர்களுடைய நட்பு. அதன் வேர்கள் ஆழமானவை. வாழ்வின் இண்டு இடுக்குகளுக்குள் ஊடுருவிப் பரவியிருப்பவை.

அவர் இருக்கும்போது அரண்மனையே களியாட்டங்களின் ஒரு கூடாரமாகத்தான் தென்படும். இருவரும் சேர்ந்து சாரட்டு வண்டியில் ஜமீன் கிராமங்களை வலம்வருவார்கள். திளைத்துக் கிடப்பார்கள்.

குமரப்ப பண்டிதன் கொடுத்த ஜாதகங்கள் வக்கீலின் ரகசியக் காதலிக்கென ராஜாவால் தேர்ந்தெடுக்கப்பட்டவை. வக்கீலைவிட ராஜா அதில் அதிக ஆர்வம் காட்டினார். அந்த ஜாதகங்களைக் கணித்துக்கொடுத்தது சேஷய்யர் என்பதால் அதில் வேறுயாரும் குறுக்கிட ராஜா விரும்பவில்லை. சேஷய்யரைப் போன்ற மகான் எங்கே, நாவிதனான குமரப்ப பண்டிதன் எங்கே என நினைத்தார் ராஜா.

அவள் ஜமீன் பாரம்பரியம் கொண்டவள். தன் கணவரைவிட அதிகச் செல்வாக்குப் பெற்றவளாக இருந்தாள்.

வக்கீலைத் தவிர ஓரிரு துரைமார்களுடனும் அவளுக்குத் தொடர்பிருந்ததால் அரசாங்கச் செல்வாக்குப் பெற்றவளாகவும் இருந்தாள். அவளது வயதான கணவன் வெள்ளை அரசு அமைத் திருந்த சில வட்டாரக் கமிட்டிகளில் கௌரவ அங்கத்தினனாகப் பொறுப்புவகித்தான். குறிப்பிட்ட கமிட்டிகள் எதற்காக அமைக்கப் பட்டிருக்கின்றன என்பதோ, ஒரு அங்கத்தினன் என்ற முறையில் அவற்றில் தனது பணி என்ன என்பது குறித்தோ அவனுக்கு எதுவும் தெரியாது. வெள்ளைக்காரர்களுக்கும் இதர ஜமீன்தார் களுக்கும் அடிக்கடி தடபுடலான முறையில் விருந்து கொடுப்பதும், மனைவி துரைமார்களுடன் பேசிக் கொண்டிருக்கும்போது நாகரிகமாகக் கூடத்திலமர்ந்தபடி தனியொரு மனிதனாய்ச் சீட்டு விளையாடிக் கொண்டிருப்பதும், வக்கீலோ ராஜாவோ மாளிகைக்கு வரும் தருணங்களில் அவர்களோடு அளவளாவிக் கொண்டிருந்துவிட்டு, அவர்கள் மனைவியின் அறைக்குள் போன பிறகு மனம் புழுங்கியவனாக மது அருந்திக் கொண்டிருப்பதும் தான், ஒரு கௌரவ அங்கத்தினன் என்னும் முறையில் தன் பணிகள் என்பதுபோல, மேற்குறிப்பிட்ட எல்லாக் காரியங் களையும் செவ்வனே நிறைவேற்றிக் கொண்டு வந்தான். தனக்கு

ஒரு மனைவியோ வயது வந்த மகளோ இருக்கிறார்கள் என்பதையேகூடச் சமயங்களில் மறந்துவிடுவான். ஜமீனை நிர்வகிப்பதும் குடும்ப விவகாரங்களைக் கவனிப்பதும் அவனுடைய மனைவியின் பொறுப்பாகவே இருந்தன.

அவற்றை அவள் வக்கீலின் வசம் ஒப்படைத்துவிடுவாள். வக்கீல் அவற்றை ராஜாவிடம் ஒப்படைத்துவிடுவார். கடைசியில் அவளுடைய எல்லாக் காரியங்களையும் கவனிப்பது ராஜாதான். வக்கீல் அவளுடைய வீட்டுக்கு வரும்பொழுதெல்லாம் தவறாமல் தானும் கூடவே வந்துவிடுவார் ராஜா.

அவளுடைய தாழம்பூ நெடி வீசும் உடல்மீது தீராக் காமமுடையவராயிருந்தார் ராஜா. அவளோ அவரிடம் சகோதர முறை கொண்டாடிக்கொண்டிருந்தாள். அவளை முன்னிட்டே வக்கீலும் அவரும் ஒருவரையொருவர் மாப்பிள்ளை முறை போட்டு அழைத்துக்கொண்டார்கள். அது பாதுகாப்பானதா யிருக்கும் என அசட்டுத்தனமாக நம்பிக் கொண்டிருந்தார் வக்கீல். வக்கீலின் முன்னால் அவரை ‘அண்ணா’ என்றுதான் அழைப்பாள். அவளும் சரி, வக்கீலும் சரி அவளுடைய இருப்பை ஒரு பொருட்டாகவே எடுத்துக் கொள்ளமாட்டார்கள். அவர் அருகிலிருக்கும்பொழுதே இருவரும் வெளிப்படையாகச் சாகசங் களில் ஈடுபடுவார்கள். கசியும் அவளுடைய நிர்வாணத்தைத் திருட்டுத்தனமாகப் பார்த்துப் பெருமூச்சுவிடுவார் ராஜா. அவரது பெருமூச்சின் வெம்மையை அறிந்திருந்த அவள், அவ்வப்போது அவருடைய ஆசைக்கனலைத் தூண்டும் சில ரகசியமான சமிக்ஞைகளை வெளியிடுவாள். கனல் சுடர் விடுகையில் ஒரு நாய்க்குட்டியைப் போலக் குலைவார் ராஜா. அவளுடைய ஏவலாட்களில் ஒருவனாக இருக்கவும் தனக்குச் சம்மதம்தான் என்பது போலிருக்கும் அவருடைய நடவடிக்கைகள்.

இவையெல்லாவற்றையும் பார்த்துக்கொண்டு அப்பாவியைப் போல் நடிப்பார் வக்கீல், “தங்கச்சி எதுக்கோ உங்களப் பாக் கணும்னுது, ஓரெட்டுப் போயிட்டு வந்துரு மாப்ள” என அவரைத் தனியாக அனுப்பிவைப்பார். தனித்த சந்திப்புகளில் பதற்றம் மேலிட்டவராக உளறத் தொடங்கிவிடுவார் ராஜா. முகமெல்லாம் வியர்த்துவிடும், மேனி நடுங்கும். அவள் உடல் மீது தனக்குள்ள தணியாத காமத்தை வெளிப்படுத்திவிடவும் எப்படியாவது அவளுடன் கூடுவதற்கான சந்தர்ப்பத்தை உருவாக்கவுமான வழிமுறைகளைக் குறித்து யோசித்தவாறே பேசிக் கொண் டிருப்பார். அதற்கான எல்லா வாய்ப்புகளையும் அளிப்பவளைப்

போல நடந்துகொள்வாள் அவள். முந்தைய இரவு வக்கீலுடன் நடத்திய சாகசங்களை விவரிக்க முற்படுவாள்.

அது ஒரு முறையீடு போலத் தென்படும்; ஒரு சித்ரவதையை விவரிக்கிற நுட்பத்துடன் சில சமயம் கண்ணில் நீர் மல்க, அவருக்கு நெருக்கமாகத் தனது உடலை நிறுத்திக்கொண்டு சொல்வாள். "இப்பவெல்லா நம்பக் குடிக்கறாரு உங்க மாப்ள. நீங்க ஒரு பேச்சு சொல்லலாமல்ல அண்ணா? போதைல என்ன செய்யறொ எது செய்யறோமுன்னே தெரியறதில்லையாட்ட இருக்குது அவுங்குளுக்கு, நேத்தப்பிடித்தே மச புடுச்சாப்பல புடுச்சுக் கடிச்சுப்புட்டாரு, ஒடம்புல ஒரெடம் பாக்கியில்லாமக் காயம்" எனச் சொல்லிக் கொண்டே எதிர்பாராத கணத்தில், ஆடை விலக்கிப் பற்குறி பதிந்த தன் முலைகளை அவரிடம் காட்டி விட்டாள். பிறகு ராஜா பெண்களோடு கூடும்போதும் தனக்குக் கொஞ்சமும் பிடிக்காத தன் மனைவியின் பெருத்த முலைகளைச் சுவைக்கும்போதும் பற்குறி பதிந்த அந்த முலைகள் தாம் அவரின் மனக்கண்களுக்குமுன் நின்று கொண்டிருந்தன. பல சமயங்களில் ராஜா அவளை நினைத்துச் சுயமைதுனமும் செய்திருக்கிறார். தீராத அவமானத்தையும் சுய அருவருப்பையும் தோற்றுவிக்கும் காரியமாக அது இருந்தபோதிலும் அதில் கிடைக்கும் பேரின்பத்துக்கு அடிமையாகியிருந்தார்.

பேரழகியான தன் மகளுக்கும் அருகிலிருக்கும் மற்றொரு ஜமீனின் அசல் வாரிசுக்குமுள்ள காதலையும், கல்யாணத்துக்கு ஜமீன் தரப்பிலிருந்து வந்துள்ள எதிர்ப்பையும் குறித்து அவள் ராஜாவிடம்தான் முறையிட்டிருந்தாள். "அத நாம்பாத்துக்கறெ உடு" என உடனடியாக அவளுக்குப் பதிலளித்தார் ராஜா. "இந்தக் கல்யாணத்த நடத்தி வெக்க வேண்டியது இனி எம்படப் பொறுப்பு. நீ கவலப்படாம மாப்பளய நல்லாக் கவனி..." எனக் கள்ளச்சிரிப்புடன் அவளின் முலைகளைப் பார்த்துக்கொண்டு சொன்னார். அவளது படுக்கையறையில் நடைபெற்ற அந்த உரையாடலின்போது வக்கீலும் உடனிருந்தார். போதை தலைக்கேறிய நிலையில் பொறுமையின்றித் தவித்துக் கொண்டிருந்தார் வக்கீல், "செரி செரி சும்மா பேசிக்கிட்டிருக் காமப் போயி வேலயப் பாரு மாப்பள, சிவ பூஜைல கரடி நொழஞ்சாப்பல, ப்ளீஸ் டோண்ட் டிஸ்டர்ப் அஸ்" என அவரின் கைகளைப் பிடித்துக்கொண்டு ஆங்கில பாணியில் கெஞ்சினார். சிரித்துக் கொண்டே கைகளை உதறி விடுவித்துக் கொண்டு வெளியில் வந்தார் ராஜா. விலையுயர்ந்த ஒரு சுருட்டைப்

புகைத்தபடியே அவர்களது படுக்கையறையிலிருந்து வரும் சத்தங்களைக் கேட்டுக்கொண்டிருந்தார். வக்கீல்மீது அவருக்கு வன்மமும் பழியும் பெருகின.

ஆனால், தான் அவளுக்குக் கொடுத்த வாக்கைக் காப்பாற்றத் தவறவில்லை ராஜா. நேராக ஜமீனுக்குப் போனவர், கடிதமெழுதி, காதல் வயப்பட்டிருக்கும் ஜமீனின் வாரிசையும் அவன் தகப்பனையும் அவசரமாக அரண்மனைக்கு வரவழைத்தார். சம்பிரதாயமான சில மறுப்புகளுக்குப்பின் கல்யாணத்துக்கு ஒத்துக்கொண்டார் கிழட்டு ஜமீன். பிறகு ஜாதகப் பொருத்தம் பார்க்கிறதிலிருந்து ஜவுளியெடுக்கிறவரை ஒவ்வொன்றையும் தானே முன்னின்று கவனிக்கத் தொடங்கினார். ஒவ்வொரு காரியத்தையும் வெற்றிகரமாக முடித்துவிட்டு ஓடோடியும் சென்று அவளைப் பார்ப்பார். அவள் அவருக்குத் தனது மகத்தானதொரு கள்ளச்சிரிப்பினைப் பரிசாகத் தருவாள். அவள் விஷயத்தில் இன்னும் காலம் கடந்து விடவில்லையென்னும் நம்பிக்கையோடு அவர்கள் இருவரையும் சந்தோஷமாக இருக்கும்படி மனதார வாழ்த்திவிட்டுக் கல்யாண வேலைகளில் மனத்தைப் பறிகொடுத்தவராக ஓய்வு ஒழிச்சலில்லாமல் அலைந்து கொண்டிருந்தார். தனக்கும் அதற்கும் எந்தச் சம்பந்தமும் இல்லை என்பதுபோல வக்கீல் மிகக் கறாராக அதைப் பற்றிப் பேசுவதைத் தவிர்த்து வந்தார். ஆனால், 'காதலர்'கள் இருவரும் தனிமையில் இருக்கும் பொழுது, ராஜா அவள்மீது கொண்டிருக்கும் காமத்தையும் கல்யாண ஏற்பாடுகளில் அவர் காட்டி வரும் ஈடுபாட்டையும் குறித்துப் பேசிப்பேசிச் சிரிப்பார்கள். சிரித்துச் சிரித்து வயிறு புண்ணாகிவிடும் அவளுக்கு.

கல்யாணத்துக்கான எல்லா ஏற்பாடுகளும் கிட்டத்தட்ட முடிந்திருந்தன. இன்னும் ஓரிரு நாள்களில் சடங்குகள் தொடங்க விருந்த நிலையில் குமரப்ப பண்டிதன் அந்த ஜாதகங்களைக் கணித்துப் பார்த்துப் பொருத்தமில்லையெனச் சொன்னதைக் கேட்டு வக்கீல் அதிர்ச்சியடைந்தார். தன் அதிர்ச்சியை வெளிக் காட்டிக்கொள்ளாமல் அதற்கு ராஜாவின் எதிர்வினையென்ன வெனக் கூர்ந்து கவனித்தார். ராஜா, குமரப்ப பண்டிதனுக்கு வெகுமதியளித்துப் பாராட்டியதும் அவனுடைய ஜோதிடப் புலமையை மெச்சிக்கொண்டிருந்ததும் அவருக்கு ஆத்திர மூட்டியது, "காட்டானுங்கறது செரியா போச்சு" என மனதுக்குள் ராஜாவைத் தனது பூர்வீக மொழியில் திட்டிக் கொண்டார். பிறகு தனக்கே உரித்தான அலட்சியத்தோடும் மிடுக்கோடும்,

‘கோ அஹெட்’ எனச் சிறு புன்னகையொன்றை உதிர்த்துவிட்டு லண்டனிலிருந்து இறக்குமதி செய்யப்பட்ட உயர்ரக சிகரெட் ஒன்றைப் பற்றவைத்துக்கொண்டார். ராஜாவுக்கு வக்கீலின் உள்ளக்கிடக்கை புரிந்தது. உடனடியாக அதைச் சரிசெய்ய வேண்டுமா, இன்னும் கொஞ்ச நேரம் விளையாடிப் பார்க்கலாமா என்பதைத் தீர்மானிக்க முடியாமல் குழம்பினார். “அவுங்கொ பெரிய மகானுங்கொ சாமியெசமாங்களே ராசாங்கமே, மகா பெரிய ரிஷி” எனச் சேஷய்யரைப் பற்றித் தான் அறிந்திருந்த விவரங் களைத் தளும்பிய குரலில் சொல்லத் தொடங்கினான் குமரப்ப பண்டிதன், “வசிட்டர், விசுவாமித்திரர் மாதிரி பெரிய ரிஷி, அவுங்குளுக்குத் தெரியாத வேத ரகசியங்களில்லீனு சொல்லு வாங்கொ எசமாங்களே ராசாங்கமே. புராண இதிகாசங்களுக் கெல்லா உரையெழுதற முனிவர்; அவுங்களாட்ட இன்னொருத் தர் இல்லீங்கொ சாமியெசமாங்களே ராசாங்கமே இந்த ஒலகத்துல.”

“ஈஸ் இட்...?” என நிமிர்ந்து உட்கார்ந்தார் வக்கீல். பிறகு குனிந்து குமரப்ப பண்டிதனைப் பார்த்து, “ஹேய் யூ எவர் மெட் ஹிம்?” எனச் சுத்தமான பிரிட்டன் இங்கிலீஷில் கேட்டார். மேலும் “ஐ விஸ் டு ஹேவ் எ கிளிம்ப்ஸ் ஆப் தட் ஸெயின்ட் சேஷய்யர்” என்றார் வக்கீல்.

குமரப்ப பண்டிதன் மலங்க மலங்க விழிப்பதைப் பொருட்படுத்தாமல் ராஜாவிடம் திரும்பி, “மாப்பள நாஞ் சொன்னத நாசுவனுக்கு உம்பட லாங்வேஜில ட்ரான்ஸ்லேட் பண்ணு பாக்கலா” என அசல் கொங்குத் தமிழில் சொல்லிவிட்டுக் களைப்பு மேலிட்டவராய் நாற்காலியில் முதுகைச் சாய்த்துக் கொண்டார்.

ராஜா சிரித்தார்.

“நம்பு வக்கீலெசமாங்களுக்கு சேஷய்யர ஒருக்கா நேருல பாக்கோணுமாமாடா கொமரே, நீ கூட்டிக்கிட்டுப் போயி அறிமொகஞ்செஞ்சு வெக்கறையான்று கேக்கறாரு. பாத்துச் சித்த மனசு வெய்யி பாக்கலா, என்னமோ வாய் விட்டு உங்கிட்டக் கேட்டுட்டாங்கொ பாரு” என நக்கலாகச் சொன்னபடி எழுந்து உடம்பை முறுக்கிச் சோம்பல் முறித்தார் ராஜா. தழையத்தழையக் கிடந்த வேட்டியை மடித்து முழங்காலுக்கு மேலே கட்டிக் கொண்டார். தோளில் கிடந்த அங்கவஸ்திரத்தை எடுத்துத் தலைக்குப்பாகை சுற்றிக்கொண்டார். நிமிர்ந்தபோது கண்ணுக்குத் தென்பட்ட ஒரு பண்ணாடியைப் பார்த்து, “எங்கடா...?” எனக் கோபமாகக் கை விரித்தார்.

சம்பந்தப்பட்ட பண்ணாடி புரிந்துகொண்டு குதிரை லாயத்தை நோக்கி மின்னல் வேகத்தில் ஓடினார். நின்று கொண்டிருந்த வேறு சிலரும் அவரைப் பின்தொடர்ந்து ஓடினர். கண்மூடிக் கண் திறப்பதற்குள் சுருட்டிய குதிரைச் சவுக்கொன்றைக் கொண்டுவந்து மிகப் பணிவாக அவரிடம் நீட்டினான் ஒருவன்.

அவனைத் தொடர்ந்து குதிரை லாயத்திலிருந்து ஓடிவந்திருந்த ஒவ்வொருவர் கையிலும் ஒரு சவுக்கு. ராஜா ஒவ்வொன்றையும் வாங்கி மிகக் கவனமாகப் பரிசீலித்தார்; அடிமுதல் நுனிவரை தடவினார்; பிரித்துக் காற்றில் வீசிச் சுண்டினார். என்ன நடக்கப் போகிறது என்பதை ஊகித்துத் தடுமாறி எழ முயன்ற குமரப்ப பண்டிதனின் பரந்தகன்ற முதுகில் பளீரெனச் சவுக்கைச் சுழற்றி வீசினார். முதல் வீச்சுக்கே சுருண்டான் குமரப்ப பண்டிதன். கத்தக்கூட முடியவில்லை. அடுத்தடுத்த அடிகளுக்குப் புரண்டான். தப்பியோட முற்பட்டு முழங்கால்களைத் தரையில் ஊன்றி நிமிர்ந்தான். சவுக்கின் ஒரு வீச்சு அவனது முகத்தைப் பதம் பார்த்தது. இரு கைகளாலும் முகத்தை மூடிக்கொண்டு வீறிட்டான். ராஜாவுக்கு நிதானம் தப்பியது. கண்மண் தெரியாமல் சவுக்கைச் சுழற்றிச் சுழற்றி வீசினார். மூர்ச்சையுற்று, ஒரு சவம்போலக் கை கால்களைப் பரப்பி மல்லார்ந்தான் குமரப்ப பண்டிதன். அவன் உடம்பின் பல பகுதிகளிலிருந்து சதை கிழிந்து ரத்தம் கசிந்துகொண்டிருந்தது. வாயிலிருந்து வழிந்திருந்த எச்சிலோடும் கோழையோடும் குருதி கலந்து சிவந்திருந்தது.

"ஸ்டாப் இட்" எனக் கத்தினார் வக்கீல். "இட் ஈஸ் மோர் தேன் இனஃப்" என எழுந்து ராஜாவின் கையிலிருந்து சவுக்கைப் பிடுங்கினார், "செத்துக் கித்துப் போயறப்போறெ" என அவரின் தோள்களைத் தட்டி அமைதிப்படுத்துவதற்கு முயன்றார். வியர்த்து உடல் முழுவதும் நடுங்கிக்கொண்டிருந்தது ராஜாவுக்கு.

இருவரும் போனபின் நாலைந்துபேர் சேர்ந்து அவனை இழுத்துக்கொண்டுபோய்க் குதிரை லாயத்தில் வீசிவிட்டுத் திரும்பினர்.

13

அரண்மனையின் குதிரை லாயத்தில் மூன்று நாள்கள் கிடந்தான் குமரப்ப பண்டிதன். எல்லோரும் அவனைச் சுத்தமாக மறந்து விட்டார்கள். அன்றைய நள்ளிரவுக்குப் பிறகுதான் அவனுக்கு நினைவு திரும்பியது.

மேலெல்லாம் வலி; தாளமுடியாத எரிச்சல். வெகுநேரம்வரை தான் எங்கிருக்கிறோம் என்பதோ தனக்கு என்னவாயிற்று என்பதோ அவனுக்குத் தெரியவில்லை. ஊடுருவ முடியாத காரிருளாலும் சகிக்க முடியாத துர்நாற்றத்தாலும் சூழப்பட்டுக் கிடந்தவன் தான் செத்துப்போய் விட்டதாக நினைத்தானாம்; எம தூதர்கள் வந்து கட்டியிழுத்துக்கொண்டு போவதாகத் தோன்றியதாம்; மரண வேதனை தாளாத எண்ணற்ற உயிர்கள் தன்னைச் சூழ்ந்துகொண்டு கதறுவது போலொரு பிரமை. எஞ்சியிருந்த உயிரின் சிறு இழையைக் கொண்டு பிரக்ஞையின் கயிற்றைப் பற்றிக்கொள்வதற்கு வெகுநேரம் முயன்றிருக்கிறான்; பிறகுதான் குதிரைகளின் கனைப்பையும் மூத்திர நெடியையும் இனம் கண்டுகொண்டானாம் அவன். ஒவ்வொன்றும் கனவுபோல் நினைவுக்கு வந்திருக்கிறது. பட்ட அடியை நினைவுகொண்டு கைகளால் மேனியைத் தடவிப் பார்த்திருக்கிறான். பிசுபிசுவென எதுவோ அப்பியிருக்கிறது. காயங்களிலிருந்து பெருகி உறைந்த ரத்தம்தான் அது என்பதை மோந்து பார்க்காமலேயே ஊகிப்ப தற்கு அவனால் முடிந்தது; வாய்விட்டுக் கதறியழ விரும்பினான். ஆனால், அதனால் புதிதாக ஏதேனும் அபாயம் நேருமோ எனப் பயந்து குமுறும் தொண்டையிலிருந்து சப்தம் எதுவும் வெளிப்பட்டு விடாமலிருக்கும் பொருட்டு இரு கைகளையும் ஒன்றின்மேல் ஒன்றாக வைத்து வாயை இறுகப் பொத்திக் கொண்டான்.

மிகச் சிறு வயதில் தகப்பன் குள்ளனோடு அரண்மனைக்கு வந்திருக்கிறான். அதன் லாயங்களும் கட்டுத்துறைகளும் அவனுக்கு நன்கு பழக்கமான இடங்கள். பல சமயங்களில் அவனும் குள்ளனோடு சேர்ந்து அவற்றைப் பெருக்கிச் சுத்தம் செய்திருக் கிறான். குள்ளன் அரண்மனையின் மிக விசுவாசமான ஊழியக் காரர்களில் ஒருவன் எனப் பெயரெடுத்தவன். அரண்மனையின் குடிமுறைமை அவனுடையதுதான். குதிரைகளுக்கும் ஆடு

மாடுகளுக்கும் ஏற்படும் எல்லா வியாதிகளுக்கும் குள்ளன்தான் வைத்தியம் பார்ப்பான். அதனால் லாயத்தின் பணியாளர்களிடம் அவனுக்கு நல்ல மரியாதையுண்டு. தகப்பனோடு சேர்ந்து துறுதுறுவென ஓடியாடித் திரியும் அச்சிறுவனை எல்லோரும் நன்கறிந்திருந்தார்கள். பச்சிலைகளைச் சேகரிப்பதிலும், அவற்றைப் பக்குவம் செய்து நோய்பீடித்த கால்நடைகளுக்கு ஊட்டுவதிலும் அவன் தகப்பனுக்குச் செய்யும் ஒத்தாசைகளைக் கண்டு பண்ணாடிகளே ஆச்சரியப்பட்டுப் போயிருக்கிறார்கள். "வாரிசுக்குப் பயெ வந்து சேந்துக்கிட்டானாட்ட இருக்குதாடா குள்ளா? இனி நீ விசுக்குன்னு போய்ச் சேந்துட்டாக்கோட நாங்க கவலப் பட்டுக்கிறதுக்கு ஒண்ணுமில்லயாட்ட இருக்குதா! அதுதே பயனிருக்கறெ, நல்ல வெவரம் போ" எனக் கடந்து செல்லும் பண்ணாடிகள் சொல்லும்போது, தாளமுடியாத பெருமிதத்தால் குள்ளனின் உடல் நிமிரும்.

"பயெ அடப்பத்தெ எடுக்கறானாடா குள்ளா?"

"சாமி எங்கீங்கொ? மத்ததுல இருக்கற வெவரத்த இதுல காணாமுங்களே. வளைய மாட்டீங்குது. எசமாங்க பாத்து ஒரு நாக் குதரச் சவுக்குல நாலு இழுப்பு இழுத்தாங்குனாத்தேஞ் செரிவருமாட்ட இருக்குதுங்க சாமி" எனச் சொல்லிவிட்டு வாய்விட்டுச் சிரிப்பான் குள்ளன். பண்ணாடிகளும் பெரிதாகச் சிரிப்பார்கள். "அதுக்கென்ன ஒரு நா எசமாங்க கோவமா இருக்கறப்பொ அவிய காதுல ஒரு வார்த்தெ சொல்லீட்டா தோலக் கழட்டிப்புட மாட்டாங்கொ கழட்டி. என்ன காசா பணமா?"

பயந்து போய்த் தகப்பனின் குள்ளமான உருவத்தின்பின் ஒண்டிக்கொள்வான் அவன்.

பல தருணங்களில் அவன் பயங்கரமான அந்தக் காட்சிகளைப் பார்த்திருக்கிறான். லாயத்திலோ தொண்டுப்பட்டியிலோ அவன் தகப்பனோடு இருக்கும்போது கொன்றைமர நிழலடர்ந்த முன் வாசலிலிருந்து வரும் மரண ஓலங்களைக் கேட்டு மற்றவர்களோடு சேர்ந்து அவனும் லாயத்தின் உயரமான மதில்களுக்கப்பால் ஒளிந்துகொண்டு பார்ப்பான்.

சவுக்கைச் சுழற்றும்போது ராஜாவின் கண்கள் பயங்கரமாகச் சிவந்திருக்கும். புரண்டு துடிக்கும் மனித உடல்களின்மீது கொஞ்சம்கூடக் கருணையே இல்லாமல் சுழன்று விளையாடும் அவருடைய சவுக்குகள். கழுகு போலப் பாய்ந்து பாய்ந்து தாக்குவார். தப்பியோட முற்பட்டால் கீழே தள்ளி செருப்புக்

கால்களால் நசுக்குவார். சில முரட்டு ஆள்களை மரத்தில் கட்டி வைத்தும் அடிப்பார். அடிபடும் ஆள்கள் பிழைப்பது அபூர்வம். அந்த நேரத்தில் இல்லாவிட்டாலும் வீட்டுக்குத் திரும்பிய சில வாரங்களுக்குள் செத்துப்போய் விடுவார்கள். அரண்மனைப் பணியாளர்கள் லாயங்களிலும் தொண்டுப்பட்டிகளிலும் கூடி அதைப் பற்றித் தீராத அச்சத்துடன் பேசிக்கொள்வார்கள்.

"அவெ அன்னைக்கே சாக வேண்டியவெ, என்னமோ ஓடம்பு கொஞ்சொ தெறமா இருக்கங்காட்டி ஒரு மூணு மாசத்திக்குத் தாக்குப்புடிச்சுப்புட்டே."

"அப்பறொ அடி ரொம்பப் பலமாப் போச்சாட்டருக்குது."

"நீ வேற, முதுகெல்லா சீக்கட்டிக்கிச்சாமா."

"சீ கட்டுனது நெசந்தே, முதுகுலயல்லொ, நெஞ்சுலயாமா. வெடிய வெடிய இருமிக்கிட்டே கெடந்தானாமா."

"அப்பவே மூக்குலயெல்லா ரத்தம் வந்துருச்சாப்பறொ, இங்க கொண்டாந்து போட்டப்பறொ நாந்தே தொடச்சுட்டெ."

"ஏதாச்சு வைத்தியங்கியித்தியம் பாத்திருந்தா நல்லாவிருந்துருக் குமோ என்னமோ காணா."

"அதெல்லா முடிஞ்சவரைக்கும் பாத்தாங்களுங்காமா சாமி. அவிய மாமனாரய்யெ கொஞ்சொச் செல்வாக்கான ஆளுங்களாமா, எங்கயோ மதரைக்குக் கூட்டிக்கிட்டுப் போயி மிசினாஸ்பத்திரீலெ வெச்சுப் பாத்துமு புண்ணியமில்லாமப் போச்சுமுங்களா எசமாங்களே, அவுங்கதே என்ன பண்ணு வாங்கொ? எசமாங்கொ கோவத்துல நல்லா முதுச்சுப்புட்டாங் களாட்ட இருக்குதுங்க சாமி. கொட்ட நசுங்கிப் போச்சுங்களா, அப்பவே உயிர்நெலைல ரத்தங் கொரகொரன்னு ஊத்துச்சுங் களாமா, எங்கு குள்ள மாமெந்தேஞ் சொல்லுச்சுங்கொ."

"மறுநா காத்தாலயே என்னால முடிஞ்சவரைக்கு வைத்தியம் பாத்தனுங்கொ அப்புச்சி, சாமானொ கொட்டாப் புடியாட்ட வீங்கிப்போச்சு. இனி இவியொ பொளைக்கறதெங்கீனு அப்பவே பட்டுக்கிச்செனக்கு, பாவொ, ஒரு பெராணிக்குக் கெட்டது செய்யாத மனுச, தானுண்டுத் தம்பட வேலையுண்டுன்னு கெடப்பாங்களாப்பறொ. காத்தால போயி மரமேறிப்புட்டு வந்தா பொழுதாவரைக்குப் பேச்சென்ன சிரிப்பென்ன?"

"இனி நாலு பொட்டப்புள்ளைய வெச்சுக்கிட்டு அந்த முண்டப் புள்ளெ என்ன பண்ணுவாளோ காணா."

"பகவானிருக்கறே."

"பகவே ஆருக்கிருக்கறே? பணம் பெருத்தவனுக்குத்தே பகவே, நம்பலாட்ட ஏழபாளைக்கு எந்தப் பகவேனிருக்கறே? வேணும்னா பாரு மாப்பள, இன்னொ எண்ணி மூணு மாசத்துல அவுளுமு அந்தப் புள்ளைகளுமு அரமனைக்கு வந்து வாசக் கூட்டிக் கஞ்சிக்குடிக்கப் போவுதா இல்லியானு?"

"அரமனைக்கு வந்தா வாசக் கூட்டிக்கிட்டிருக்கச் சொல்லி உட்டுருவாங்களா? நம்பு வக்கீலெசமாங்கொ கண்ணுல படறதுக்கு எத்தனை நாளாவுமுங்கறே?"

"வக்கீலெசமாங்களுக்குப் பொச்சுப் பெரிசா வேணு, அவளுக்கு வத்தியல்லொ கெடக்குது?"

"அதெல்லா மூணுமாசத்திக்கு அரமனச் சோத்தத் தின்னாப்போது, அம்மிக் கல்லாட்ட வந்தராது? அப்பறொ பண்ணாடி கிண்ணாடி குதரக்காரெங் கிதரக்காரெ எல்லாம் போயிக்க வேண்டீததுதே, எவம் பாவம்னு உடப்போறீங்கொ?"

"அதெல்லா அவ அப்பங்காரெ உடமாட்டே, தெக்க கூட்டிப் போயி வெச்சுக்குவே, அங்க இவிய சனமெல்லா மதத்துல சேந்து நல்லாப் பொளைக்கறாங்களாமா?"

இப்படியான எண்ணற்ற உரையாடல்களை லாயத்தில் கேட்டிருக்கிறான் அவன்.

தானும் செத்துப்போய்விடுவோமோ என்னும் அச்சம் ஏற்பட்டது அவனுக்கு. சவுக்கடியின் காரணமாகவே தகப்பன் குள்ளன் செத்துப்போனான் என அவன் தம்பிக்காரன் பொங்கான் சொன்ன தகவல் நினைவுக்கு வந்தது அவனுக்கு; பீதியில் உறைந்து போய்விட்டான். விடிந்ததும் இதற்கு வைத்தியம் செய்துகொள்ள வேண்டுமெனத் தீர்மானித்துக்கொண்டான். எப்படிப்பட்ட காயத்தையும் ஆறச்செய்வதற்கான மூலிகைகளை அவன் அறிவான். ஆனால், காலையில் இங்கிருந்து தன்னை வெளியே செல்ல அனுமதிப்பார்களா என்பது குறித்து அவனுக்குச் சந்தேகம் ஏற்பட்டது. இல்லாவிட்டால் எப்படியாவது தப்பிப் போய்விட முயல வேண்டும், குலதெய்வமான வீரக் குமாரசாமி தனக்குத் துணையிருப்பான் என்னும் அசைக்க முடியாத நம்பிக்கை அவனுக்கு இருந்தது.

பிறகு அவன் நட்சத்திரங்களின் மெல்லிய ஒளியைத் துணையாகக்கொண்டு, இருளில் மெதுவாக நகர்ந்து குதிரைகள் கட்டப்பட்டிருக்கும் இடத்துக்குப் போனான். குதிரைகள்

பயங்கரமாகக் கனைக்கத் தொடங்கின. சற்றுத் தயங்கிக் குப்புறக் கவிழ்ந்து படுத்துக்கொண்டு அடித்தொண்டையிலிருந்து, குதிரைகளின் கனைப்பொலிக்கு நிகரான சில சில சப்தங்களை எழுப்பினான். கொல்லிமலையிலிருக்கும்போது, பலவிதமான மிருகங்களினுடையவும் பறவைகளினுடையவும் சத்தங்களை எழுப்புவதற்கு அவன் அறிந்திருந்தான். அதைக்கொண்டு எல்லா மிருகங்களுடனும் பறவைகளுடனும் சில சொற்களைப் பரிமாறிக்கொள்வதற்கு அவனால் முடியும். அந்தப் பயிற்சி அப்பொழுது அவனுக்குக் கைகொடுத்தது.

குதிரைகளின் நிழலுருக்கள் தென்படத் தொடங்கின. மெல்லத் தவழ்ந்து ஒரு குதிரையினருகே போய், அதன் காலடியில் குவிந்திருந்த மூத்திரச் சாணத்தைக் கைநிறைய அள்ளிக்கொண்டு வந்து ஓர் ஓரமாக ஒதுங்கினான். பிறகு களிமண் பதத்துக்கு அதை நன்றாகப் பிசைந்து வலிகண்ட இடங்களில் பூசிக் கொண்டான். குதிரையின் மூத்திரச் சாணம் பட்டவுடன் காயங் களில் பயங்கரமான எரிச்சல் உண்டாயிற்று. எனினும், கொஞ்ச நேரத்துக்குள்ளாகவே வலி சற்று மட்டுப்பட்டாற்போல் உணர்ந்தான். பிறகு விடிவதற்காகக் காத்திருக்கத் தொடங்கினான்.

லாயத்தின் பணியாளர்கள் வந்து பார்த்தபோது, அவன் நன்றாகத் தூங்கிக் கொண்டிருந்திருக்கிறான். அவர்கள் அவனுக்குக் குடிப்பதற்குத் தண்ணீரும், பசியாறுவதற்குக் கொஞ்சம் சோளக் கூழும் கொடுத்திருக்கிறார்கள். அவனது மிக நெருங்கிய சொந்தக்காரர்களில் சிலர் லாயத்தின் பணியாளர்களாக இருந்ததால் இதில் அவனுக்கு நல்ல ஒத்தாசை கிடைத்தது. அவர்களுடைய உதவியோடு அவன் அருகிலிருந்த மேய்ச்சல் நிலங்களிலிருந்து சில மூலிகைகளையும் வேர்களையும் சேகரித்துக் கொண்டான். மூலிகைகளை அரைத்து வெளிக்காயங்களில் பூசிக்கொள்வதற்கும் வேர்களைக்கொண்டு கசாயம் காய்ச்சிக் குடிப்பதற்கும் அவனுக்கு முடிந்தது. அவை மிகச் சக்தி வாய்ந்தவை; நான்காம் நாளே வலி குறைந்து காயங்கள் ஆறத்தொடங்கின.

14

அரண்மனையில் சில காவல் வீரர்களைத் தவிர யாரும் இல்லை. ராஜா ஜமீனில் சுற்றுப்பயணம் மேற்கொண்டிருந்தார். நாய்க்கர்கள், மூப்பன்கள், பண்ணாடிகள், காரியஸ்தர்கள், கணக்கர்கள் என நூற்றுக்கணக்கானவர்களைக் கொண்ட ஒரு பெரும் பரிவாரமும் அவருடன் போயிருந்தது. ராஜாவின் வழக்கமான சுற்றுப்பயணம் போன்றதல்ல அது. அரண்மனையின் களஞ்சியங்களும் பண்ணைகளும் கிட்டத்தட்டக் காலியாகி விட்டிருந்தன. லண்டனிலிருந்து வந்திருந்த அரசப் பிரதிநிதி யொருவன் இந்திய யூனியனில் சுற்றுப்பயணம் மேற்கொண் டிருந்தான். ஜமீன்களின் வரவுசெலவுக் கணக்குகள், அவற்றின் சொத்து விவரங்கள் மற்றும் பொதுவான சமூக வாழ்வு ஆகியவற்றைக் குறித்து ஆய்வு செய்வதற்காக மாமன்னரால் அனுப்பி வைக்கப்பட்டிருந்தான் அவன். அவனுடன் ஏராளமான வெள்ளை அதிகாரிகளும் படைவீரர்களும் இருந்தார்கள். அவனுடைய சுற்றுப்பயணத்துக்குத் தேவையான அனைத்து ஏற்பாடுகளையும் கவனித்துக் கொள்ளுமாறு மாவட்ட நிர்வாகம் அரண்மனைக்கு உத்தரவு பிறப்பித்திருந்தது. அரண்மனையிலிருந்து இருபது பேர்கொண்ட சமையலாட்களின் குழுவும் ஐம்பது அறுபது ஏவலாட்களும் அனுப்பிவைக்கப்பட்டிருந்தனர். தானிய வகைகளோடும் காய்கறிகளோடும், எண்ணற்ற ஆடு மாடுகளும், கோழிகளும் இறைச்சிக்காகத் தொடர்ந்து அனுப்பப்பட்டுக் கொண்டிருந்தன. வெள்ளை அதிகாரிகளும் படைவீரர்களும் ஆங்காங்கே கூடாரங்களை அமைத்துக்கொண்டு மூக்குமுட்டக் குடித்தும் வயிறுமுட்டத் தின்று தீர்த்துக்கொண்டும் சுற்றுப் பயணம் மேற்கொண்டிருந்தார்கள். இறைச்சித் தேவையைச் சமாளிக்க முடியாமல் அரண்மனையின் காரியஸ்தர்கள் திணறிக் கொண்டிருந்தார்கள். முடிந்த அளவு அதிகமான தானியங்களையும் ஆடு மாடுகளையும் கோழிகளையும் திரட்டி அனுப்பி வைக்கும்படி எல்லாக் கிராமத் தலைவர்களுக்கும் அவசர உத்தரவுகள் பிறப்பிக்கப்பட்டிருந்தன. ஆனால், எதிர்பார்க்கப்பட்ட அளவில் பத்தில் ஒரு பங்குகூட வந்து சேரவில்லை. கிராமத் தலைவர்கள் நிறைய சாக்குப்போக்குகளைச் சொல்லிக் கொண்டிருந்தார்கள்.

போதிய விளைச்சல் இல்லையாம். தீவனமில்லாததால் கால்நடை வளர்ப்பும் அவ்வளவு உற்சாகமூட்டக் கூடியதா யில்லையாம். கழிச்சல் நோய் கண்டு ஏராளமான கோழிகள் செத்துப் போய்விட்டனவாம். பிழைப்பை ஓட்டுவதற்கே திணறும் விவசாயிகள் வழக்கமான குத்தகையைச் செலுத்துவதற்கே தவணை கேட்டுக்கொண்டிருக்கிறார்களாம். எல்லாத் திசைகளிலிருந்தும் சொல்லிவைத்தாற்போல் வந்துகொண்டிருந்த ஒரே மாதிரியான பதில்களைக் கேட்டுக்கேட்டு அரண்மனைப் பண்ணாடிகளுக்குச் சலித்துப் போய்விட்டது. கடைசியில் வேறு வழியின்றி ராஜாவின் காதுகளுக்கு விஷயத்தைக் கொண்டு போனார்கள் பண்ணாடிகள்.

ராஜா கவலையடைந்தார்.

ஜமீனின் செலவு கையை மீறிப் போய்க்கொண்டிருந்தது. 'பேரழகி'யின் கல்யாணச் செலவுகளுக்கே துரைமார்களிடத்தில் கடன்பட வேண்டிய நிர்ப்பந்தம். தவிர ஜமீனின் வளர்ச்சிப் பணிகள் எல்லாமே முடங்கிக்கிடந்தன. பல குளங்களும் ஏரிகளும் தூர்ந்து போயிருந்தன. தென்திசைக் கிராமங்களில் பல குடிநீருக்கே வழியில்லாமல் தவித்துக்கொண்டிருந்தன. கோயில் திருப்பணிகள் முற்றாக நின்றுபோயிருந்தன. தான தருமங்கள் செய்வதை வெகுவாகக் குறைத்துக்கொண்டிருந்தார் ராஜா. கெட்ட நிமித்தங்களும் துர்சொப்பனங்களும் ராஜாவை அலைக்கழித்துக் கொண்டிருந்தன. முறியடிக்கப்பட்ட முன்னாள் பாளையக்காரர்களின் வாரிசுகள் ஜமீனுக்கெதிராக மிக ரகசிய மான முறையில் படை திரட்டிக்கொண்டிருப்பதாக ஒற்றர்களிட மிருந்து தகவல்கள் வந்துகொண்டிருந்தன. கிறித்தவ மெஷினரி களின் வாயிலாகக் கல்வியறிவு பெறத் தொடங்கியிருந்த பள்ளர்களும், பறையர்களும், மாதாரிகளும் வெளிப்படையாகவே சாதிக்கட்டுமானங்களை மீறிக்கொண்டிருக்கிறார்களாம். எல்லாவற்றையும் விளக்கியும், கிஸ்தியையாவது கொஞ்சம் குறைத்துக் கொள்ளக்கோரியும், அரசப் பிரதிநிதியின் சுற்றுப் பயணத்துக்கான செலவுகளில் ஒரு பகுதியையாவது ஏற்றுக் கொண்டால் அது பேருதவியாக இருக்குமென்று பணிவுடன் மன்றாடிக் கேட்டும் நிர்வாகத்துக்குப் பல கடிதங்களை எழுதியிருந் தார் ராஜா. எல்லாக் கடிதங்களையும் சுருட்டிக் குப்பைக் கூடையில் போட்டுவிட்டு, மாமன்னரின் உத்தரவுக்குக் கீழ்ப் படியுமாறு மிகக் கண்டிப்பான உத்தரவைப் பிறப்பித்திருந்தது நிர்வாகம்.

“ஒண்ணும் வேலையாவாதுங்க சாமியெசமாங்கள ராசாங்கமே. நாம ஒருக்கா நேருல போயிச் சாட்டய வீசுனாத்தேஞ் செரிப்பட்டு வருமாட்டத் தெரீதுங்க சாமீ. தவச தானியத்தை யெல்லா குழியெத் தோண்டி பொதச்சு வெச்சுப்புட்டு இல்லீனு சொல்லி ஒதட்டப் பிதுக்கறதுக்குப் பழகிக்கிட்டானுகொ வெள்ளாளங் கூட்டொ. பஞ்சம்பஞ்சமுன்னு பாட்டுப் பாடறானு களே தவுத்து என்னத்த பண்ணாம இருக்கறானுக? சோறு திங்காமக் கெடக்கறானுகளா? கள்ளுச்சாராயங் குடிக்காம இருக்கறானுகளா? இல்ல கண்ணாலங்காட்சீன்னுதே ஒண்ணப் பண்ணாம உட்டுட்டானுகளா? எட்டுக்கொருக்க ஒரு விருந்து, பதினாறுக்கொருக்க ஒரு விசேசம்னு தின்னு கொழுத்துக் கெடக்கறானுகளா இல்லியான்னு சாமீக ஒருக்காபோய்ப் பாத்தா தெரியுமுங்க எசமாங்களே. இவுனுகள இப்பிடியே உட்டுவெச்சக் கிட்டிருந்தா நாளைக்கு நம்ம எசமாங்களயே பாத்து ஆருனு கேக்கறளவுக்கு வந்துருவானுக சாமியெசமாங்களே ராசாங்கமே” எனப் பண்ணாடிமார்களும் காரியஸ்தர்களும் ஓயாமல் உடுக் கடித்துக் கொண்டிருந்தார்கள்.

ராஜாவுக்குக் குமரப்ப பண்டிதன் ஒரு கெட்ட நிமித்தத்தின் அறிகுறியாகவே தென்பட்டான். கட்டுமானங்கள் தளர்ந்து கொண்டு வருவதன் அடையாளம் அது.

அன்றைய பிற்பகல் முழுவதும் ஓய்வேயில்லாமல் குடித்துக் கொண்டிருந்தார் ராஜா. வக்கீல் புறப்பட்டுப் போய்விட்டிருந்தார். அரண்மனையின் பணியாளர்கள், பண்ணாடிகள், காரியஸ்தர்கள், கணக்கர்கள் என்று பாகுபாடில்லாமல் கண்களில் தென்பட்ட எல்லோரையும் மிக ஆபாசமான சொற்களால் வசைபாடிக் கொண்டிருந்தார் ராஜா. இரவானதும் அரண்மனையின் கூத்திப்பெண்கள் சிலருடன் நந்தவனத் தோட்டத்துக்குள் போனவர், அவர்களிடம் தாறுமாறாக நடந்துகொண்டாராம். தோட்டத்தின் மதில்களுக்கு அப்பாலிருந்து தொடர்ந்து வசவுகளும், கூக்குரல்களும், அழுகையும் கேட்டுக் கொண்டிருந்தனவாம். அவ்வப்போது பளீர் பளீரெனச் சுழன்று வீசும் சவுக்கின் ஓசையும் வந்துகொண்டிருந்ததாம். மதிலுக்கு வெளியே ராஜாவின் உத்தரவுக்காகக் காத்துக்கொண்டிருந்த பண்ணாடிகளுக்கு அந்தச் சத்தங்களைக் கேட்டுப் பயத்தால் குருதி உறைந்துவிட்டதாம். நள்ளிரவுக்குமேல் ராஜா அரண்மனையின் தலைமைக் காரியஸ்தனை அழைத்து மறுநாள் காலை சூரியோதயத்துக்கு முன்னதாகவே புறப்படும் வகையில் பயணத்துக்கான ஏற்பாடு களைச் செய்யச்சொல்லி உத்தரவிட்டாராம்.

இரவோடு இரவாகக் குதிரைகளுக்குச் சேணமிடப்பட்டுத் தயார் நிலையில் வைக்கப்பட்டன. கூர் தீட்டிப் பளபளப் பாக்கப்பட்ட வாள்களுடனும் ஈட்டிகளுடனும் பாளைக்கத்தி களுடனும் நூற்றுக்கும் மேற்பட்ட நாய்க்கர்களும் மூப்பன்களும் போர்க்கோலம் கொண்டனர். தானியங்களை அரண்மனைக் களஞ்சியத்துக்குக் கொண்டுவந்து சேர்ப்பதற்காக ஐம்பது அறுபது வண்டிகளும் தயாராயின. சாம்புகர்கள் பறைகளோடும் கொம்பு களோடும் சங்கு, சேகண்டிகளோடும் அரண்மனை வாயிலில் குழுமி நின்றனர். ராஜாவிடமிருந்து உத்தரவு கிடைத்ததும் பறைகளும் கொம்புகளும் முழங்கத் தொடங்கின. பட்டும் பீதாம்பரமும் தரித்த கோலத்துடன் ராஜா வாசலைத் தாண்டியதும் திசைக்கொரு சேவல் கழுத்தறுத்து விண்ணில் வீசியெறிப்பட்டது. ராஜா தன் குலதெய்வத்தின் பெயர் சொல்லி உரத்த குரலில் பயணம் நல்லபடியாக அமைய அருள்புரிய வேண்டினார். பணிப் பெண்களும் கூத்திகளும் இடமும் வலமு மாக நின்று குலவையிட ராஜாவின் சாரட்டு வண்டி புறப்பட்டது. அவருடைய சாரட்டுக்கு முன்னும் பின்னும் தலா இருபத்து நான்கு குதிரை வீரர்கள் உருவிய வாளுடன் விரைந்தனர். ராஜாவின் வண்டி தென்பட்டதும் நுழைவாயிலின் முன்பாகத் திரண்டிருந்த உள்ளூர் மக்கள் ஜெயகோஷங்களை எழுப்பினர். பெருமிதம் பொங்க ராஜா விடைபெற்றார். அவரைத் தொடர்ந்து ஆயுதமேந்திய மூப்பன்களும் நாடார்களும் கூச்சலிட்டவாறே ஓடத்தொடங்கினர். கடைசியாகத் தானிய வண்டிகள் புறப் பட்டன. எங்கும் சூழ்ந்த புழுதிப்படலங்களால் மூடப்பட்டது அரண்மனை.

குதிரைகளின் குளம்படிச் சப்தம் தேய்ந்து மறைகிறவரை சாம்புகர்கள் தொடர்ந்து வாசித்துக்கொண்டிருந்தார்கள். பிறகு கழுதைகள் பூட்டப்பட்ட வண்டிகளில் ஏறி விரைந்து முன் சென்றார்கள் சாம்புகர்கள். எல்லோருக்கும் முன்னால் போய்ப் பறைகொட்டி ராஜாவின் வருகையைக் கிராம மக்களுக்கு அறிவிக்க வேண்டியது அவர்களுடைய வேலையாகும்.

ஜெயகோஷமெழுப்பி ஓய்ந்த உள்ளூர்க் குடிகளுக்கு இன்னமும் ஆச்சரியம் தீரவில்லை. ராஜா யாருடனோ போருக்குப் புறப்பட்டுப் போகிறார் என நினைத்தார்கள். யார் மீதாயிருக்கும் என்பதை அவர்களால் ஊகிக்க முடியவில்லை. ஜமீனின் பல பகுதிகளில் கலவரம் நடந்துகொண்டிருப்பதாக ஒருவன் புளுகினான். முறியடிக்கப்பட்ட பாளையக்காரரின் வாரிசுகள் ஜமீனின் வடபகுதியைத் தமது கட்டுக்குள் கொண்டு

நற்றிணை பதிப்பகம் ❖ 93

வந்து விட்டதாகவும் அங்கிருந்த பண்ணாடிகள் பதினாறு பேரைப் பிடித்து வைத்துக்கொண்டு விட்டதாகவும் வதந்தி பரவியது. “நீ சும்மா நேருல கண்டாப்பல பேசாத, வடக்கயெல்லா கலவரத்தையுங்காணா ஒண்ணையுங்காணா. நம்பெசமாங்கொ இந்த வெள்ளக்காரனுகள ஒரு கை பாக்கலாம்னு கௌம்பீருக் கறாங்கொ. இல்லாட்டி வடக்க எதுக்குப் போறாங்கொ. பழைய எசமாங்களோட வாரிசெல்லா தெக்க இருக்கறாங்கொ, வடக்க எந்த எசமாங்க இருக்கறாங்கொ உனக்கு?” என மற்றொருவன் குரலை உயர்த்திச் சொன்னான். அதைக் கேட்டவர்களில் சிலர் வாய்விட்டுச் சிரித்தார்கள்,

“எனத்தக் கண்டுபுட்டு இப்பிடிச் சிரிக்கறெ நீ?” எனச் சொன்னவன் கோபத்தோடு சிரித்தவனைப் பார்த்துக்கேட்டான்.

“பின்ன சிரிக்காம என்ன பண்றது? நீ சொல்றதக் கேட்டா ஆருக்குஞ் சிரிப்புவரு. வெள்ளக்காரங்கள ஆராவது ஜெயிக்க முடீமா? அவுங்ககிட்ட பீரங்கியெல்லா இருக்குதாக்கு. அதும் பட வாயில தீயப்பத்திவெச்சுக் குண்ட வீசுனா லச்சம்பேரா இருந்தாலு கண்மூடிக் கண்தெறக்கறதுக்குள்ள பஸ்பமாப் போயிறோனுமாக்கு, தெரிஞ்சுக்கொ, எவ்வளவு பெரிய அரமனயா இருந்தாலு பொழுதுக்குள்ற செதறடிச்சுப்புடுமே. அதுவுந் தவுத்து வெள்ளக்காரனெல்லா நம்ம எசமாங்களுக்கு நொம்ப வேண்டியப் பட்டவெ. அவுங்ககோட எதுக்குச் சண்டைக்குப் போவப் போறாங்கொ நம்ம எசமாங்கொ? இது தெரியாமப் பழம பேச வந்துபுட்டெ.”

அவன் மேலும் பெருங்குரலெடுத்துச் சிரித்தான்.

“பின்ன எதுக்கு இத்தனபேரு போறாங்கொ?”

“ஆரு கண்டா எதாச்சுங் கொள்ளக்கூட்டத்தப் புடிக்கறதுக்கா இருக்குமப்பா”

அரண்மனைப் பணியாள் ஒருவன் உரத்த குரலில் கூச்சலிட்டான்.

“ஏன்டா அல்லாருமு பொச்ச மூடிக்கிட்டுப் போகமாட்டீங் களாக்கு? அல்லாருக்கு எசமாங்ககிட்ட ஒத திங்கறதுக்குக் கெரவம் புடுச்சுக்கிச்சாட்ட இருக்குது. இல்ல தெரியாமத்தேங் கேக்கறெ.”

ஒருவன் தணிந்த குரலில் மற்றவர்களுக்குச் சொன்னான்.

“அதத்தே அப்பலாயாவே சொன்னெ இவங்கேக்கமாட்டீன் டுட்டே.”

அதற்கும் யாரோ சிரித்தார்கள். பிறகு கூட்டம் கலைந்து செல்லத் தொடங்கியது.

15

மூன்று நாள்களுக்குள் படையெடுப்பை வெற்றிகரமாக முடித்துக்கொண்டு ஊர் திரும்பியிருந்தார் ராஜா.

எவ்விதமான உயிர்ச் சேதமுமில்லை.

பெரும்படையோடு ராஜா சுற்றுப்பயணம் மேற்கொண் டிருக்கிறார் என்பதைத் தலையாரிகள் மூலம் அறிந்துகொண்ட கிராமத் தலைவர்கள், சக்திக்கு அப்பாற்பட்ட அளவில் பெரும் எண்ணிக்கையிலான ஆடு மாடுகளையும், கோழிகளையும், தவச தானியங்களையும் சேகரித்து வைத்துக்கொண்டு, ராஜாவை வரவேற்பதற்காகத் தலைவாசல்களில் காத்திருந்தனராம். ராஜாவின் பரிவாரம் தென்பட்டதும் தாரைதப்பட்டைகள் முழங்க வரவேற்றுத் தரையோடு தரையாய் விழுந்து சேவித்தார் களாம். அநேகமாக ஒவ்வொரு கிராமத்திலும் விருந்துகளுக்கு ஏற்பாடு செய்யப்பட்டிருந்தன. குடம் குடமாகக் கள்ளை இறக்கி வைத்திருந்து படைவீரர்களுக்கு நுரை ததும்ப ஊற்றிக் கொடுத்தார்கள். இரவில் ராஜாவின் படை ஓய்வெடுக்கும் தருணங்களில் பண்ணாடிமார்களுக்கும் சேனாதிபதிகளுக்கும் பெண்கள் அனுப்பிவைக்கப்பட்டனர். பரிவாரம் ஊருக்கு வருவதை அறிந்ததும் கிராமத்துப் பெண்களில் பலர் ஓடிப்போய்க் காடுகரைகளுக்குள் பதுங்கிக் கொண்டனர். குடிச்சாதிப் பெண்களெல்லாம் தயார் நிலையில் வைக்கப்பட்டிருந்தனர். போதை தலைக்கேறிய வீரர்கள் பள்ளுப் பறையர்களின் குடிசைகளுக்குள் உருவிய வாட்களுடன் புகுந்தனர். ஆண்கள் சத்தமில்லாமல் ஒதுங்கிக்கொண்டனர். கிராமத்தின் கதைசொல்லி களோ குன்னடையாகவுண்டன் கதையைச் சொல்லி ராஜாவையும் சேனாதிபதிகளையும் மகிழ்வித்தனர்.

பல கிராமங்களில் தானிய இருப்பு மிகச் சொற்பமாகவே இருந்தது என்ற போதிலும், ராஜாவின் கோபத்துக்கு ஆளாகி உடைமைகளோடு உயிரையும் இழப்பதைக் காட்டிலும் பட்டினி கிடப்பது மேலானது எனத் தீர்மானித்தவர்களாகத் தம்மிடமிருந்த எல்லாவற்றையும் வழித்தெடுத்து அரண்மனை வண்டிகளில் ஏற்றி அனுப்பினார்கள் குடிகள். "கையுங்காலுந் தெறமா இருந்தா பத்தாதாக்கு? பொளைக்க முடியாமயா போயிரு? அந்த ஆண்டவெ நம்பு தலைல இப்பிடியெழுதி வெச்சுப்புட்டா

னாப்பறொ” என ஒருவரையொருவர் தேற்றிக் கொண்டார்கள். இப்படி நூறு வண்டிகள் நிறைய தவச தானியங்களும் ஆயிரக்கணக்கிலான ஆடு மாடுகளும் பல்லாயிரக்கணக்கான கோழிகளும் அரண்மனைக்கு அனுப்பிவைக்கப்பட்டன. மூன்று நாள்களுக்குள்ளாகவே அரண்மனையின் களஞ்சியங்களும் பண்ணைகளும் நிரம்பி வழியத் தொடங்கியிருந்தன. ஆனால், முழுப் பயணத்திலும் ராஜா மிக இறுக்கமாகவே காணப் பட்டாராம். கிராமத் தலைவர்களிடம் மிகக் கண்டிப்பாக நடந்துகொண்டாராம். உடனடியாகக் கணக்கு வழக்குகளைத் தாக்கல் செய்யும்படி மணியக்காரர்களுக்கு உத்தரவிட்டாராம். குளறுபடிகள் காணப்பட்டபோது, சம்பந்தப்பட்ட கிராமத் தலைவர்கள் மிகக் கடுமையாகத் தண்டிக்கப்பட்டனராம். நீண்ட காலமாகக் குத்தகையே செலுத்தாத விவசாயிகளிடமிருந்து நிலங்கள் பறிக்கப்பட்டன. ஒவ்வொரு கிராமத்திலும் சாதிக் கட்டுமானங்களை மீறியவர்கள், மட்டு மரியாதை இல்லாத நடத்தை கொண்டவர்கள், கீழ்ப்படியாதவர்கள், திமிர் பிடித்தவர்கள், சமூக விரோதச் செயல்களில் ஈடுபட்டவர்கள் யார் யாரெனக் கண்டறியப்பட்டு, அவர்களுக்குச் சவுக்கடித்தண் டனைகள் வழங்கப்பட்டன. களவுத் தொழிலில் ஈடுபட்ட ஒருவனுக்கு மணிக்கட்டோடு கைகள் துண்டிக்கப்பட்டன. சவுக்கடி தவிர சிலரைப் பாளையத்திலிருந்தே வெளியேறும்படியும் உத்தரவிட்டார் ராஜா. கீழ்ச்சாதிக்காரனொருவனோடு கள்ளத் தொடர்பு கொண்டிருந்ததாகக் குற்றம்சாட்டப்பட்ட ஒரு குடியானவப் பெண்ணின் கூந்தலைச் சிரைத்துக் கரும்புள்ளி செம்புள்ளி குத்திக் கழுதையின்மேல் ஏற்றி ஊர்வலம் விடுமாறு ஆணையிட்டாராம்.

ராஜாவின் சாரட்டு வண்டி போகும் பாதைகளில் சவுக்கு களை வீசிக்கொண்டே முன்னால் போனார்கள் நாயக்கர்கள். குதிரைகளின் குளம்படிச் சப்தங்களைக் கேட்டவுடன் தலை தெறிக்க ஓடி ஒளிந்துகொண்டார்கள் மக்கள். ஒதுங்குவதற்கு வழியற்றவர்களோ முயல்களைப் போல வேலிக்கால்களுக்குள்ளும் புதர்களுக்குள்ளும் பதுங்கிக்கொண்டு ராஜாவும் அவருடைய பரிவாரங்களும் கடந்துசெல்லும்வரை மூச்சுவிடாமல் காத்திருந்தார்கள்.

ஜமீனின் வடகோடியிலிருந்துதான் சுற்றுப்பயணத்தைத் தொடங்கினார் ராஜா. வளம் கொழிக்கும் அந்தப் பகுதியின் தலைவன் ராஜாவுக்கு விசுவாசமானவன் எனப் பெயரெடுத்தவன்.

பாளையக்காரர்களை முறியடிப்பதில் ஆங்கிலக் கம்பெனிக்கு மிக உதவியாக இருந்தவன் அவனுடைய முப்பாட்டன். பார்க்கப் போனால் ஜமீன் பட்டத்துக்கு வந்திருக்க வேண்டியவன் அவனே. ஆனால், சங்ககிரிமலையில் பதுங்கியிருந்த பாளையக்காரரையும் அவருடைய தம்பியையும் பிடித்துக் கொடுத்ததில் முக்கியப் பங்கு வகித்தமையால், அப்போதைய சமையல்காரப் பண்ணாடியான தற்போதைய ராஜாவின் முப்பாட்டனாருக்கு ஜமீன் பட்டமும் ராஜா என்னும் அந்தஸ்தும் கிடைத்தன. ஆனால், ராஜா எதையும் மறக்கவில்லை. ஜமீன் பொறுப்பை ஏற்றுக்கொண்டதும் வடபுலத்து நிர்வாகப் பொறுப்பை அவனிடம் ஒப்படைத்தார். ஏராளமான நிலபுலன்களைக் கொண்டு சொந்தமாகப் பண்ணை அமைத்து விவசாயம் செய்து கொள்வதற்கும் அனுமதித்திருந்தார். அந்த உரிமையும் சலுகைகளும் தலைமுறை தலைமுறைகளாகத் தொடர்ந்து கொண்டிருந்தவை. ஆனால், தற்போதைய வடபுலத்துத் தலைவன் ஒழுங்கீனமான வனாக மாறிப்போயிருந்தான். தன்னை வடபுலத்து ராஜாவாகவே கருதிக்கொண்டிருந்தான். குத்தகையை வசூலித்து அரண்மனைக்கு அனுப்புவதில் மிகுந்த சுணக்கம் காட்டினான். அரண்மனைப் பண்ணாடிகள் அவன்மீது பல குற்றச்சாட்டுகளைச் சுமத்திக் கொண்டிருந்தார்கள். தருணம் பார்த்துக்கொண்டிருந்த ராஜா அரண்மனையிலிருந்து நேராக அவனுடைய கிராமத்துக்குப் போகும்படி தன் படையினருக்கு உத்தரவிட்டார்.

ராஜா மிகுந்த கோபத்துடன் படைதிரட்டிக் கொண்டு வருகிறார் என்பதைக் கேள்விப்பட்டதும் அவன் பெருமளவு தானியங்களையும் கால்நடைகளையும் திரட்டி வைத்துக் கொண்டு தலைவாசலில் காத்திருந்தான். ராஜா அவனிடம் முகம் கொடுத்தே பேசவில்லையாம். நெடுஞ்சாண்கிடையாகத் தரையில் விழுந்து சேவித்தவனைப் பார்த்து, “இங்க அல்லாரு கோழி மொட்டுக்கு மசுரு புடுங்கிக்கிட்டிருக்கறீங்களாடா?” என வெகு கோபமாகக் கேட்டாராம். பிறகு அரண்மனைப் பண்ணாடியிடம், “போங்கடா, போயி ஒரூடு பாக்கியில்லாம உள்ள பூந்து அலசுங்கடா. ஒருத்தனூட்டுலயும் ஒரு தவசமும் இருக்கப்படாது. கோழி குஞ்சு, பண்டம் பாத்திரம் ஒண்ணுடாமக் கொண்டாந்து தலைவாசல்ல போடுங்கடா” என்றும் உத்தர விட்டாராம்.

உடன் வந்திருந்த பண்ணாடிகளும் நாயக்கர்களும் உருவிய வாட்களுடன் ராஜாவின் உத்தரவை நிறைவேற்றுவதற்காக

ஊருக்குள் புகுந்தார்கள். ஒரு வீட்டையும் விட்டு வைக்கவில்லை. ஒரு இண்டு இடுக்கு விடாமல் சோதனை போட்டார்கள். பானைகளில் சேகரித்து வைத்திருந்த தானியங்களை ஒரு மணிவிடாமல் கொண்டுவந்து தலைவாசலில் கொட்டி, பண்ட பாத்திரங்களைச் சூறையாடி, பட்டிகளில் அடைக்கப்பட்டிருந்த ஆடுகளையெல்லாம் ஒரு குட்டி விடாமல் கொண்டுவந்து வண்டிகளில் ஏற்றினார்கள். விவசாயி ஒருவன் இரண்டு வெள்ளாட்டுக் குட்டிகளைச் சுரங்கம் தோண்டி மறைத்து வைத்திருந்தானாம். தற்செயலாக அதைக் கண்டுபிடித்த பண்ணாடிகள் மற்றவர்களும் அதேபோல் மறைத்து வைத்திருக்க வேண்டுமெனச் சந்தேகித்து, எல்லா வீடுகளிலும் ஆங்காங்கே தோண்டியிருக்கிறார்கள். சில வீடுகள் இடித்துத் தள்ளப் பட்டனவாம். பிறகு ஊர் மக்களெல்லாம் ஒன்றுதிரண்டு வந்து ராஜாவின் கால்களில் விழுந்து மன்னிப்புக் கேட்டுக்கொண் டார்களாம். இந்தச் சம்பவத்தைப் பற்றிக் கேள்விப்பட்ட பின்னர்தான் பிற கிராமத்தைச் சேர்ந்த குடிகள் ராஜா ஊருக்குள் நுழையும் முன்பே வேண்டியதை வைத்துக்கொண்டு தயாராக நின்றார்களாம். சில கிராமத் தலைவர்கள் ராஜாவை அவர் முகாமிட்டிருந்த ஊரிலேயே வந்து சந்தித்திருக்கிறார்கள். ஆக, பல கிராமங்களுக்கு ராஜா நேரில் போக வேண்டிய தேவையே ஏற்படவில்லை.

16

படையெடுப்பை முடித்துக்கொண்டு அரண்மனைக்குத் திரும்பிய மறுநாளே ராஜா பேரழகியின் கல்யாணத்துக்காகப் புறப்பட்டுப் போனார். சீற்றம் முற்றாகத் தணிந்து போயிருந்தது அவருக்கு. அரண்மனையின் எல்லா ஊழியர்களுக்கும் தாராளமாக வெகுமதியளித்தார். இதுபோன்ற தருணங்களில் எப்போதும் நடப்பதுபோல் விருந்துகளுக்கும் கொண்டாட்டங் களுக்கும் உத்தரவாயிற்று. விருந்து மண்டபத்தில் நாள் முழுவதும் இருந்தார் ராஜா; ஓயாமல் பேசிக்கொண்டும் உரத்த தொனியில் சிரித்துக் கொண்டும் வெகு உற்சாகமாகத் தென்பட்டார். எல்லோராலும் பேராச்சரியத்துடன் சொல்லப்பட்ட நிகழ்வு இது.

கல்யாணத்துக்காகச் சீர்வரிசை கொண்டுபோன வண்டி களின் எண்ணிக்கை மட்டும் இருபத்தைந்துக்குமேல் இருக்கும். வண்டிகள் புறப்படும்போது பெருத்த ஆரவாரம். ஒரு வார கால இடைவெளிக்குள் இரண்டாம் முறையாக அரண்மனையின் முன்னால் திரண்டுநின்று ராஜாவை வழியனுப்பி வைத்தார்கள் குடிகள். ராஜாவை அழைத்துப்போகச் சாட்சாத் சேஷய்யரே வந்திருந்தார். பட்டும் பீதாம்பரமும் தரித்துச் சர்வலங்காரத்துடன் சாரட்டு வண்டியில் ஏறியமர்ந்த ராஜாவின் முகத்தில் பெருமிதமும் சந்தோஷமும் பொங்கி வழிந்ததாம். கூடிநின்று வழியனுப்பிவைத்த குடிகளினிடையே மிக மெதுவாக ஊர்ந்து கொண்டிருந்த சாரட்டு வண்டியில் உட்கார்ந்திருந்த ராஜா சேஷய்யரைக் கூப்பிட்டுத் தனக்குப் பக்கத்தில் அமர்த்திக் கொண்டார். பேரழகியைப் பற்றியும், அவளுக்கும் தனக்குமுள்ள 'ஆத்மார்த்த'மான உறவைப் பற்றியும், அந்தக் கல்யாணத்தைச் சிறப்பாக நடத்துவதற்குத் தான் மேற்கொண்ட முயற்சிகளைப் பற்றியும் வெகு உற்சாகமாக வர்ணித்துக் கொண்டிருந்தாராம். அப்போது ஒரு நகைச்சுவை நிகழ்வாகக் குமரப்ப பண்டிதனைப் பற்றியும், அவனுடைய ஜோதிடப் புலமையைப் பற்றியும், அவனுக்குத் தான் அளித்த 'வெகுமதி'யைக் குறித்தும் சொல்லி யிருக்கிறார். சேஷய்யருக்கு அது ஆர்வமூட்டும் ஒரு தகவலாய் இருக்கவே குமரப்ப பண்டிதனைப் பார்க்க வேண்டுமெனச் சொல்லியிருக்கிறார்.

சேஷய்யரின் கோரிக்கையை ஏற்றுக் குமரப்ப பண்டிதனைக் கொண்டுவருமாறு கட்டளையிட்டார் ராஜா. குருதியின் கவுச்சி வாடை வீசும் உடலுடன் கூனிக்குறுகி வந்து நின்ற குமரப்ப பண்டிதனிடம் சேஷய்யர் சில கேள்விகளைக் கேட்டாராம். ராஜாவே ஆச்சரியப்படும் விதத்தில் சேஷய்யரின் குரலில் ஒருவிதப் பரிவு தென்பட்டதாம். பிறகு ராஜா தானும் பரிவுடன் அவனிடம் சில கேள்விகளைக் கேட்டாராம்,

“காயமெல்லா ஆறிக்கிச்சாடா கொமரே?”

“சாமியெசமாங்களே ராசாங்கமே ஆறிப்போச்சுங்கொ.”

“இனியாவுது புத்தியாபொளெ” என்றவர் பிறகு அவனிடம், “ஏன்டா நாசுவா, செரைக்கத் தெரியுமாடா உனக்கு?” எனவும் ஒரு கேள்வியைக் கேட்டாராம். சர்வாங்கமும் ஒடுங்கிப் போய்விட்டது குமரப்ப பண்டிதனுக்கு.

“சாமியெசமாங்களே ராசாங்கமே இந்த நாய மன்னிச்சுப்பு டுங்கொ, ராசாங்கத்து உத்தரவுப்படி எண்ணி எட்டு நாளுக்குள்ள அடப்பத்த எடுத்துக்கறனுங்கொ சாமி” என ராஜாவின் பாதங்களில் நெடுஞ்சாண்கிடையாக விழுந்தானாம்.

ராஜாவுக்குக் கோபம்,

“எட்டு நாளெதுக்கடா எட்டு நா? இப்பவே போயி குள்ளனோட அடப்பத்தக் கொண்டாந்து நம்ம அரமனைல இருக்கற நாய்களுக்கெல்லா குண்டி செரச்சுடறா நாசுவா, இனி நீ நம்ப அரமன நாய்களுக்குத்தே நாசுவெ, சொன்னது காதுல உளுவுதாடா?”

“சாமியெசமாங்க என்ன உத்தரவு போடறீங்களோ அதும்படி நடக்கறனுங்கொ ராசாங்கமே.”

“சும்மா இல்லீடா நாசுவா, தவச தானியமெல்லா மொறப்படி அளக்கச் சொல்றெ.”

“எசமாங்க உத்தரவுப்படியே ஆவுட்டுங்க சாமி.”

“அரமனைக்குள்றயே ஊடுவாசத் தரச்சொல்றெ.”

“சாமி...”

“கண்ணாலங்காட்சி பண்ணிவெக்கறதும் எம்பொறுப்பு”

“உத்தரவுங்க சாமியெசமாங்களே, ராசாங்கமே...” என நிமிர்ந்து கூடப் பார்க்காமல் அவரது ஆணையை ஏற்றுக் கொண்டான் குமரப்ப பண்டிதன். பிறகு நேராக நொய்யல் கரைக்குப் போய் இளையவன் பொங்கானிடமிருந்து அடப்பத்தை

வாங்கிக்கொண்டு அரண்மனைக்குத் திரும்பி ராஜாவின் உத்தரவை நிறைவேற்ற முற்பட்டான்.

அரண்மனையிலிருந்த அறுபது எழுபது நாய்களுக்கும் நாலே நாள்களில் குதச்சவரம் செவ்வனே நடந்து முடிந்தது. ஒவ்வொரு நாயையும் நான்கைந்து மாதாரிகள் திமிற முடியாமல் அமுக்கிப் பிடித்துக்கொள்ள சவரக் கத்தியைக்கொண்டு அவற்றின் குண்டிகளிலிருந்த ரோமங்களைச் சிரைத்தெடுத்துக் கொண்டிருந்தான் குமரப்ப பண்டிதன். மிரண்டும் கோபம் கொண்டும் நாய்களெழுப்பிய ஊளைச் சத்தத்தால் அந்தப் பிராந்தியமே கிடுகிடுத்துக்கொண்டிருந்தது. அரண்மனை நாய்களின் ஊளைச் சத்தத்தைக் கேட்டு, அரண்மனைக்கு வெளியே இருந்த மற்ற நாய்களும் குரைக்கத் தொடங்கின. ஒன்றைத் தொடர்ந்து இன்னொன்றாக வெகு தொலைவுக்கு நாய்கள் ஓயாமல் குரைத்துக் கொண்டிருந்தமையால் ஜமீன் முழுவதிலுமே ஒருவிதக் கலவரச் சூழல் நிலவியது. வேடிக்கை பார்ப்பதற்காக எல்லாக் கிராமங்களிலிருந்தும் மக்கள் திரண்டு வரத் தொடங்கியிருந்தனர். மூன்றாம் நாளெல்லாம் அரண் மனைக்கு முன்னால் கட்டுக்கடங்காத கூட்டம். சிரைக்கப்பட்ட குதங்களுடன் திரிந்த நாய்களுக்குத் தாள முடியாத அவமானமாய் இருந்திருக்க வேண்டும். மிகப் பயந்து போனவையாய்த் தொடையிடுக்குகளுக்குள் வாலைச் செருகித் தொடர்ந்து ஊளையிட்டுக் கொண்டிருந்தன. தம்மைச் சூழ்ந்துநின்று சிரித்துக் கொண்டிருக்கும் மனித உருக்களைக் கண்டு அவை மிகவும் பீதியுற்றிருந்தன. அரண்மனை ஊழியர்களில் பலருக்கும் அது ஒரு திருவிழாவின் கொண்டாட்டம்போல் தென்பட்டிருக்க வேண்டும். அரண்மனையில் ராஜாவோ, அவரது குடும்பத் தினரோ, முக்கிய அந்தஸ்திலுள்ள பண்ணாடிகளோகூட இல்லையாதலால், எல்லோருமே அவரவர் வேலைகளை ஒதுக்கி வைத்துவிட்டுத் தொண்டுப்பட்டியில் குழுமியிருந்தனர். நாய்களில் சில அதிகமாக முரண்டுபிடித்தன. அவற்றை வழிக்குக் கொண்டு வருவதற்கு மாதாரிகள் பட்டபாடுகளையும், கடைசியில் வேறு வழியில்லாமல் பணிந்து, பரிதாபமாகத் தொடைகளை விரித்துக் காட்டிக்கொண்டு நிற்பதையும், மயிரை இழந்து ஊளையிட்டவாறே குண்டியைத் தரையில் தேய்த்திழுத்தபடி வெகுதூரம் ஓடிப்போய் முறுகி முறுகி ஊளையிட்டுக் கொண்டிருப்பதுமான காட்சிகளைக் கண்டு எல்லோரும் வயிறு வெடிக்கச் சிரித்துக் கொண்டிருந் தார்கள்.

அரண்மனைப் பணியாளர்களும் பண்ணாடிகளும் தமக்குத் தெரிந்தோர்களிடம் எல்லாவற்றையும் ஒரு கதைபோல விவரித்துச் சொல்லிக்கொண்டிருந்தார்கள். எல்லோருக்கும் அது ஒரு சுவாரஸ்யமான கதையாய்த் தோன்றியிருக்க வேண்டும். திரும்பத் திரும்பச் சொல்லச் சொல்லிக் கதை சொன்னவர்களை நச்சரித்தார்கள். கதை கேட்பதற்கு மக்களுக்குள்ள ஈடுபாட்டை அறிந்தவர்கள் தாங்கள் கேட்டவற்றை மற்றவர்களுக்குச் சொல்லி மகிழ்ந்துகொண்டிருந்தார்கள். குமரப்ப பண்டிதனின் மேல் அனுதாபம் கொண்டிருந்த சிலருக்கு முதலில் இவையெல்லாம் அருவருப்பாகத் தோன்றின. பிறகு அவர்கள் தம் விருப்பப்படி அதே கதையை வேறுவிதமாகச் சொல்வதற்கு முற்பட்டார்கள். சொல்லச் சொல்ல அவர்களுக்கே இதிலுள்ள சுவாரஸ்யம் பிடிபட்டிருக்க வேண்டும். கேட்டவர்களிடம் மட்டுமல்லாமல், கேட்காமல் ஒதுங்கி நிற்பவர்களிடமுங்கூட வலியச் சென்று சொல்லத் தொடங்கினார்கள்.

எல்லோருமே குமரப்ப பண்டிதனின் தொழில் லாவகத்தை மெச்சினார்கள். மயிர் சிரைக்கப்பட்ட நாய்கள் முதல் தோற்றத்துக்கு மிக ஆபாசமாகத் தென்பட்டாலும், பார்க்கப் பார்க்க அதிலும் ஓர் அழகும், கம்பீரமும் தெரிவதாக நம்பத் தொடங்கினார்கள். யாரோ ஒரு மனிதன் இங்கிலீஷ்காரர்களுடைய நாய்கள் இப்படித்தான் இருக்குமெனச் சொன்னான். அந்தச் செய்தி காட்டுத்தீ போலப் பரவியது. பார்த்துக்கொண் டிருந்தவர்களுக்கு மயிர் சிரைக்கப்பட்ட அரண்மனை நாய்களின் முன்பாக இயல்பான தோற்றத்துடன் இருக்கும் தங்களுடைய வளர்ப்பு நாய்கள் அநாகரிகமானவையாகவும் குரூரத் தோற்றமுடையவையாகவும் தென்படலாயின.

குமரப்ப பண்டிதனின் முகம் சலனமற்றிருந்தது. அவன் யாரிடமும் ஒரு வார்த்தைகூடப் பேசவில்லை. யாரையும் நிமிர்ந்தும் பார்க்கவில்லை. தன் முன்னால் நாய்களைக் கொண்டு வந்து நிறுத்தினால் ஒரு இயந்திரம்போலப் பரபரவென அவற்றின் குண்டி மயிரைச் சிரைத்துவிடுவான். அவன் கொண்டிருந்தது துக்கமா, அவமானமா அல்லது எல்லாவற்றையும் கடந்த மோனநிலையிலிருந்து கொண்டு அந்தக் காரியத்தைச் செய்தானா என்பதை அவனைப் பார்த்துக்கொண்டிருந்த யாராலும் விளங்கிக் கொள்ள முடியவில்லை. நேரமானால் எழுந்து யாரிடமும் எதுவும் பேசாமல், கையைக் கழுவிக்கொண்டு, நாலு கவளம் சோற்றை விழுங்கிவிட்டுப்போய் உடனே காரியத்தைத் தொடங்கி

விடுவான். பொழுதானால் குதிரை லாயத்திலேயே, ஒரு பழைய போர்வையைப் போர்த்துக்கொண்டு தூங்கிவிடுவான். காலையில் எல்லோருக்கும் முன்னதாகவே எழுந்து, ஆற்றுக்குப்போய்த் தலை மூழ்கிவிட்டு, ஈர வேட்டியோடு கிழக்கு முகமாக நின்று கதிரவனின் முதல் கிரணங்களைத் தொழுது கொண்டிருப்பான்.

நாயைக் கொண்டுவருவதற்கு மாதாரிகளும், பண்ணாடிகளும், அரண்மனையின் பிற பணியாளர்களும் வந்து சேர்கிறவரை பத்மாசனமிட்ட நிலையில் ஏதோ யோக நிஷ்டையில் ஆழ்ந்திருப்ப வனைப் போலத் தரையில் உட்கார்ந்து கண்களை மூடிக்கொண் டிருப்பான். பிறகு எழுந்து அடப்பத்தைத் தொட்டுக் கும்பிட்டு விட்டுத் தனக்கிடப்பட்ட அருவருப்பான அந்தக் காரியத்தை எவ்விதமான முகச்சுளிப்பும் இல்லாமல் செய்யத் தொடங்கி விடுவான். அவனது இந்த நடவடிக்கைகள் பண்ணாடிகளில் சிலருக்குப் பேரச்சத்தை ஏற்படுத்தும் செயல்களாக இருந்தன. அவன் ஏதோ மந்திரம் செய்வதாகவோ, எல்லோருக்கும் தீங்கு விளைவிக்கக்கூடிய ஒரு தீய ஆவியை ஏவிவிடுவதற்கு முற்படு கிறான் என்றோ சந்தேகப்பட்டார்கள். எல்லா நாய்களுக்கும் சுத்தமாகக் குதச்சவரம் முடிந்தபின், மறுபடியும் அவற்றின் குண்டியில் முடி முளைக்கட்டுமெனக் காத்திருக்கிற தோரணையில் லாயத்தில் தனித்தமர்ந்து கொண்டான் குமரப்ப பண்டிதன்.

அன்றைக்குச் சாயந்திரம் பண்ணாடியொருவர் அவனிடம் வந்து பேச்சுக் கொடுத்தார்.

“காயமெல்ல ஆறிக்கிச்சாடா கொமரே?”

குமரப்ப பண்டிதனுக்கு யாரிடத்திலும் பேச்சுக் கொடுப்ப தற்கான விருப்பமில்லை. பண்ணாடியின் அதிகாரத்துக்குக் கட்டுப்பட்டுப் பதிலளித்தான்.

“சாமி தேவுலீங்கொ.”

“என்ன, பச்சல வைத்தியம் பண்ணிக்கிட்டயாக்கு?”

“சாமி என்னமோ எனக்குத் தெரிஞ்சளவுக்கு ரண்டு எலதலயப் பொறிச்சு அரச்சுக் கட்டிக்கிட்டணுங்கொ.”

கொஞ்ச நேரம் அதையும் இதையும் பேசிக்கொண்டிருந்து விட்டு, பிறகு ஏதோ ரகசியம் பேசுகிறவரைப் போலத் தணிந்த குரலில் கள்ளச்சிரிப்புச் சிரித்தபடியே கேட்டார் அந்தப் பண்ணாடி,

“ஒரு சமாச்சாரஞ் சொல்றே, அதுக்கு வைத்தியமிருக்குதான்னு சொல்லு பாப்பொ?”

நற்றிணை பதிப்பகம் ❖ 103

“சாமி...” என அவரைக் கூர்ந்து பார்த்தான் குமரப்ப பண்டிதன்.

“இல்ல, நம்முளுக்கு வேண்டியபட்ட ஆளுதே, கண்ணால மாவி ஏழெட்டு வருஷமாச்சு. இன்னொ ஒரு பூச்சி புழுவெக்காணா, அதுதே எதாச்சு வைத்தியமுண்டுமான்னு கேட்டெ!”

பண்டிதன் தயங்கினான்.

“சாமி அவுங்கள பாத்துத்தேஞ் சொல்லமுடியுமுங்கொ, கர்ப்பப்பையில் அசுத்தமிருந்தாக்கோட கெர்ப்பந்தங்காதுங்கொ, கசாயங்காய்ச்சிக் குடிச்சாச் செரியா போயிரு.”

“கொறெ பொம்பளகிட்ட இல்லையாட்ட இருக்குதடா கொமரே”

“சாமி...”

பண்ணாடி அவனைக் கூர்ந்து பார்த்தார்.

“ஆம்பளகிட்ட, ஆசாமிக்கு அது முடீலயா, எந்திரிக்கவே மாட்டீங்குதா...”

குமரப்ப பண்டிதன் தலையைக் குனிந்துகொண்டான்.

“என்னடா கொமரே?” என்றார் பண்ணாடி அதட்டலாக.

“சாமி சொல்லுங்கொ...”

“கட்டிப்புடுச்சொடனே ஒழுக்கிப்புட்டுக் குப்பறக் கவுந்து படுத்துக்கறானாமா, அவுளுமு என்னெமோ பண்ணிப் பாத்துருக் கறா, ஒண்ணு வேலையாவுல. இன்னொ வயசுப்புள்ளெ, இதுனால குடும்பங்காலியா போயிருமாட்ட இருக்குதடா கொமரே. வயசுக்கோளாறுல வேலியத் தாண்டிப்புட்டான்னு வெச்சுக்கொ, நாம ஆரக் குத்தஞ் சொல்ல முடியு? கட்டுத்தொற பலமா இல்லீனா என்னமு நடக்குமல்லொ?”

பிறகு அவர் மிகப் பச்சையாகவும் ஆபாசமாகவும் பேசத் தொடங்கினார். பண்டிதன் நெளிந்தான். இது போன்ற ஆள்களோ கேள்விகளோ அவனுக்குப் புதிதல்ல. பலரும் பல சந்தர்ப்பங்களில் இப்படியெல்லாம் அவனிடம் பேச்சுக் கொடுத்திருக்கிறார்கள்தான்.

பேசட்டுமென்று, ‘சாமி’ போட்டுக் கேட்டுக்கொண்டிருந்தான்.

“நம்ப நாளாவே எனக்கொரு சந்தேகமடா கொமரே”

“சாமி...”

பண்ணாடி மிக நெருங்கி வந்து உட்கார்ந்தார்.

“ஏன்டா உங்கு நாசுவங்கூட்டமெல்லா எப்படியாபட்ட பொம்பளயா இருந்தாலு அவளச் செரிக்கட்டிப்புடுவானுகன்னு சொல்றாங்களே. நெசமோ பொய்யோ?”

“சாமீ...”

“அட இல்லெ அடிமசுரெடுக்கறதுக்கு நாசுவனத்தேங் கூப்புடு வாளுகளாமா?”

“....”

“நடுப்பாளையத்துச் சின்னேந் தெரியுமல்லவடா? உனக்கு ஒரம்பரையாந்தே, அவெ இதுல பெரியாளாமா, எங்கு பொம்பளைகளுக்கு அந்தக் கத்தியப் புடுச்சு எடுக்கத் தெரியுமா? கொஞ்சொ ஏமாந்தா வெட்டிப்புடாது? அதுனால ஆபத்துக்குப் பாவமில்லீனு அவனத்தேங் கூப்புடுவாங்களாமா, அவுனுமு அலுங்காமப் போயி இழுத்துட்டுப்புட்டு அப்பிடியே நோண்டீரு வானாமா”

“....”

“சீலயத் தூக்கி நாக்க உள்ற உட்டுருவானாமா”

“....”

“அதுக்கு மடங்காத பொம்பளையே இல்லீங்கறாங்கொ? அப்பிடியா?”

“....”

“இல்லெ சொன்னாங்கொ” என வெட்கினார் பண்ணாடி.

பிறகு கொஞ்சநேரம் மௌனமாக இருந்தார்,

“செரீடா கொமரே, எனக்கொரு காரியம் பண்ணுவியா? கண்ட நாயமெல்லா நம்முளுக்கெதுக்கு? இன்னைக்குப் பொழுதோட வாறெ, எனக்கு எடுத்துடு பாக்கலா”

குமரப்ப பண்டிதன் திடுக்கிட்டுப்போனான்,

“சாமீ எனக்கதுலயல்லா பழக்கமில்லீங்கொ”

பண்ணாடி அதட்டினார்,

“இதுல பழக்கமென்னடா? என்ன கெராப்பு வெட்டிச் சிங்காரிக்கறதா கெட்டுப்போச்சு? கோமணத்தத் தூக்கியா பாக்கப் போறாங்கொ? எடஞ் சுத்தமானாச் செரி. நந்தவனத்துல கோந்துக்குவொ, இங்க ஆருக்குத் தெரியப்போவுது?”

பண்டிதனுக்கு அச்சத்தால் உடல் நடுங்கியது. குமட்டிக் கொண்டு வந்தது. பண்ணாடி எழுந்துபோன பின்பு அப்படியே

இடிந்துபோய் உட்கார்ந்துவிட்டான். இதிலிருந்து எப்படியாவது தப்ப முடியுமா என யோசித்தான். யாரிடமாவது யோசனை கேட்கலாமா என்றும் நினைத்தான். ஆனால், யாரிடம் கேட்பதெனத் தெரியவில்லை. கண்களை மூடி மதிலில் முதுகைச் சாய்த்துக்கொண்டு கிடந்தான்.

சொன்னபடி சாயந்திரம் பண்ணாடி வந்தார். கனிந்த முகம், கனிந்த வார்த்தைகள். மிதமான போதையில் கண்கள் தளும்பின. முன்பே இரண்டு மூன்றுமுறை அந்தப் பக்கம் வந்து பார்த்து விட்டுப் போயிருந்தார். அவனைப் பார்ப்பதற்காக என்றில்லாமல் வேறுவேலையாய் வந்துவிட்டுப் போகிறமாதிரி இருந்தது. கண்களில் கள்ளச்சிரிப்பு மிதந்தது. ஒவ்வொருமுறையும் அவரது தலை தென்பட்டதும் மரியாதையாக எழுந்து நின்றான் பண்டிதன். "இரு இரு..." எனக் கையமர்த்திவிட்டு நிற்காமல் போய்விட்டார். அவர் தன்னைக் கண்காணித்துக் கொண்டிருக் கிறார் என நினைத்தான் குமரப்ப பண்டிதன்.

"போலாமாடா கொமரே?"

குரலில் தாளமுடியாத தீவிரம். வெகு நேரத்துக்கு முன் பாகவே அவர் சொன்ன காரியத்துக்கு மனத்தைத் தயார்படுத்திக் கொண்டிருந்தான் குமரப்ப பண்டிதன். நாய்க்குக் குண்டி சிரைத்து உயிர் தரித்திருக்க வேண்டிய நிலை வந்ததற்கப்புறம், பண்ணாடிக்குப் புடுக்குச் சிரைப்பதிலா கௌரவக் குறைச்சல் வந்துவிடப் போகிறது என்று நினைத்திருக்க வேண்டும்.

நந்தவனத்தில் அரண்மனைக் கூத்திகள் சிலர் எதிர்ப் பட்டார்கள். அவர்கள் அவனைக் கடந்து செல்லும்பொழுது உதடு பிரியாமல் சிரிப்பதும் தமக்குள் குசுகுசுத்துக் கொள்வதும் தெரிந்தது. கொஞ்சம் விலகி வந்ததும் சிரிப்புச் சத்தம் முதுகிலறைந்தது. பந்தங்களின் ஒளி பரவிய ஒரு சிறு கூடத்தை அடைந்ததும் பண்ணாடி அவனை உட்காரச் சொன்னார். அவன் கீழே மண்டியிட்டான். பண்ணாடி ஒரு மரக்கட்டிலில் கால்களை அகட்டிக்கொண்டு படுத்தார். பிறகு,"கொஞ்சொ குடிக்கறயாடா கொமரே? வெளிநாட்டுச் சரக்கு, நம்பு வக்கீலெசமாங்க கொண்டாந்தது" என எழுந்து அலமாரியைத் திறந்து பச்சை நிறமுடைய அழகிய சீசாவொன்றை எடுத்துக் கொண்டுவந்து உட்கார்ந்தார். எதையோ பரப்பிவைத்துத் தின்றபடி அவர் குடிப்பதைப் பார்த்துக்கொண்டிருந்தான் குமரப்ப பண்டிதன். போதை அதிகரிக்க அதிகரிக்கப் பண்ணாடி யின் கண்கள் குருதிச்சிவப்பாக மாறிக்கொண்டிருந்ததைக்

கவனித்தான். சகட்டு மேனிக்குக் கெட்ட வார்த்தைகள் பேசினார். “நாஞ் சொன்ன மருந்தப்பத்தி யோசிச்சயாடா கொமரே? அது வேற ஆருமில்ல, நம்பு பண்ணாடியோட சின்ன மருமகதே, அவளே எங்கட்ட நேரடியா விஷயத்தச் சொன்னாளாக்கு, பொம்பள சும்மா தளதளன்னு இருப்பா, செரீன்னு சொன்னாப் போது, நாந்தே மொறெ பாத்துக்கிட்டுக் கம்முன்னு இருக்கறெ” என உளறத் தொடங்கினார். பிறகு வேட்டியையும் கோவணத்தையும் உருவியெறிந்துவிட்டுப் பிறந்த மேனியாய் நின்றார். “ஆவுட்டும்டா கொமரே” என உத்தரவும் போட்டார்.

குமரப்ப பண்டிதன், பண்ணாடியைத் தான் குண்டி சிரைத்து விட்ட எண்ணற்ற நாய்களில் ஒன்றாய் நினைத்துக்கொண்டு தொழிலைத் தொடங்கினான்.

பண்ணாடிக்கு உடல் குலுங்கியது. அவரது குறி விரைக்கத் தொடங்கியது. குமரப்ப பண்டிதன் அதைக் கண்டுகொள்ளாமல் விரைந்து வேலையை முடித்தான். “அதப் பாத்தயாடா கொமரே, உம்பட கை பட்டதுக்கு எப்பிடி எந்துருச்சு நிக்குதுன்னு?” எனச் சிரித்தார். பிறகு அவனது கையை இழுத்துத் தன் விரைத்த குறியில் வைத்து அழுத்தினார். “கொமரே” என ஈனஸ்வரத்தில் முனகினார்; எழுந்து அவனைக் கட்டித் தழுவவும் முற்பட்டார். அவரது நோக்கத்தைப் புரிந்துகொண்ட பண்டிதன் திமிறினான். “சாமியெசமாங்களே, வேண்டா உடுங்கொ, இது நல்லதில்லெ...” எனக் கெஞ்சவும் செய்தான். பண்ணாடி முரட்டுத்தனமாக அவனை இறுக்கினார். “கொமரே...” என மறுபடியும் ஒரு முனகல். அப்படியே அவன்மேல் கவிழ்ந்து தன் விரைத்த குறியை முகத்தில் வைத்துத் தேய்த்தார். அவனது உச்சந்தலை முடியைக் கொத்தாகப் பிடித்து, “டேய், நாசுவா ஊம்புடா... ஊம்புடா நாசுவா...” என அவன் முகத்தைத் தன் தொடை நடுவில் வைத்து அழுத்தினார்.

கடைசியில் அவர்தான் வெற்றி பெற்றார். தாங்க முடியாத அருவருப்புடன் வெளியே ஓடிக் காறினான் குமரப்ப பண்டிதன். வயிறு புரண்டு வந்தது. வாய்க்குள் விரலைவிட்டுத் தொண்டை வரை நுழைத்து வாந்தியெடுத்தான். பிறகு இருளில் திசை தெரியாமல் ஓடினான்; நந்தவன மதிலுக்கு வந்தவுடன் எதையும் யோசிக்காமல் மதிலைத் தாண்டிக் குதித்தான். நாய்கள் குரைக்கத் தொடங்கின. குதித்த இடத்தில் எங்கும் முள்ளாக இருந்தது. காலெல்லாம் யானை நெருஞ்சியின் கூரிய முட்கள் குத்தின. எனினும், அதைப் பொருட்படுத்தாமல் ஓட்டம் பிடிக்கத்

தொடங்கினான். பிறகு ஏதோ ஒரு மரத்தின்மீது மோதிக் கொண்டான். சுதாரித்து எழுந்து நின்றபோது அவனுக்கு வெகு அருகில் நாய்கள் உறுமுவது கேட்டது.

யாரோ அவனைப் பாய்ந்து பிடித்தார்கள். பிடித்த வேகத்தில் அடிவயிற்றில் இரண்டு உதைகள் விழுந்தன. அப்படியே மயங்கிச் சரிந்தான்.

கண் விழித்துப் பார்த்தபொழுது, தான் லாயத்தின் ஒரு கல் தூணில் கயிற்றால் இறுக்கிப் பிணைக்கப்பட்டிருப்பதை அறிந்தான். அவனைச் சுற்றிலும் பண்ணாடிகளும் மற்ற ஆள்களுமாய் ஏழெட்டுப் பேர் நின்றுகொண்டிருந்தார்கள். அவன் நினைவு தெளிந்து விழித்ததைக் கவனித்ததும் ஒருவன் ஓடிவந்து அவன் தலைமுடியைப் பற்றி இழுத்து, "நாசுவத் தாயோலி என்னடா குண்டித் தைரியொ உனக்கு?" எனச் சொல்லிப் பளாரென ஒரு அறை கொடுத்தான்.

"இன்னமென்னடா இந்தத் திருட்டு நாசுவங்கிட்டப் பேச்சு? அப்பிடியே உசுரோட தீய வெச்சுக் கொளுத்துங்கடா."

"எசமாங்க வருட்டு."

"எசமாங்க வந்தாங்குனா கண்டதுண்டமா வெட்டிப் போடாம உடமாட்டாங்க."

பேசிக்கொண்டே ஒருவன் அவனைக் காலால் எத்தினான். தன்மீது என்னவிதமான குற்றச்சாட்டை இவர்கள் சுமத்திப் பேசிக்கொண்டிருக்கிறார்கள் என்பதே அவனுக்குத் தெரியவில்லை.

பிறகு தொடர்ந்து ஒவ்வொரு பண்ணாடியும் வந்து தம் பங்குக்கு இரண்டிரண்டு அடி போட்டுவிட்டுப் போனார்கள். ஒருவன் மப்பூட்டாந்தலையைக் கொத்தோடு பறித்து வந்து அவனுடைய மேலெல்லாம் தடவிவிட்டான். எரிச்சல் தாளாமல் அவன் துடித்தான். இரண்டு நாள்கள்வரை ஓயாமல் அடித்துக் கொண்டிருந்தார்கள். தன்மீது ஏதாவது திருட்டுக் குற்றத்தைச் சுமத்தியிருப்பாரோ அந்தப் பண்ணாடி என யோசித்தான். பிறகு தன் வாழ்வு இனி அவ்வளவுதான் எனத் தீர்மானித்தவனாய்ச் சாவை எதிர்பார்த்துத் தன்னைப் பிணைத்திருந்த கயிற்றுக்குள் கட்டுண்டு கிடந்தான். அந்தப் பண்ணாடி இரண்டு நாள்களுக்கு அந்தப் பக்கம் வரவேயில்லை. பிறகொரு சாயந்திரத்தில் வந்தவர் எல்லோரையும் போகச் சொல்லிவிட்டுத் தான் மட்டும் அருகில் குத்துக்காலிட்டு உட்கார்ந்துகொண்டு மிகத் தணிந்த குரலில் அவனுடன் ஏதோ பேசினார். பிறகு தானாகவே கட்டுகளை

அவிழ்த்து விடுவித்தார். அவருடைய உத்தரவின் பேரில் அவனுக்குச் சோறும் தண்ணீரும் கொடுக்கப்பட்டன. மறுநாளி லிருந்து தொடர்ந்து ராஜா திரும்பி வரும்வரை அந்தப் பண்ணாடி யோடு நந்தவனத்துக்குப் போய்விட்டு வந்தான் குமரப்ப பண்டிதன்.

ஆச்சரியமாய்க் கல்யாண தேதிக்கு இரண்டு நாள்கள் இருக்கும் போதே திரும்பி வந்துவிட்டார் ராஜா.

வரும்போதே, "கொமரன எங்கீடா?" எனக் கேட்டுக்கொண்டு தான் வந்தாராம். யாருக்கும் ஒன்றும் புரியவில்லையாம். ராஜாவோடு அவருக்கு எப்போதும் துணையாகச் செல்லும் பண்ணாடிகள் இரண்டுபேர் மட்டும் திரும்பி வந்திருந்தார்களாம். மற்றவர்கள் யாருமில்லை. ராஜா மிகவும் பதற்றமாகக் காணப்பட்டதை வைத்து ஏதோ அசம்பாவிதம் நடந்திருப்பதாக ஊகித்தவர்கள் மிகப் பயந்து போனவர்களாய், ஓடோடியும்போய் குமரப்ப பண்டிதனை இழுத்துக்கொண்டு வந்தார்களாம். அவன் தலை தென்பட்டதும் ராஜா பெருங்குரலெடுத்துச் சொன்ன விஷயத்தைக் கேட்டு எல்லோரும் வாயடைத்துப் போய் நின்றுவிட்டார்களாம்.

"சீக்கிரமா ஓடியாடா கொமரே, இனிச் சாகவரைக்கு நீதான்டா நம்பு அரமனைக்குச் சோசியக்காரன். உன்னய அடிச்சுக்கறதுக்கு இனியொருத்தம் பொறந்துதே வறோனும்போடா நாசுவா!" என எதிர்கொண்டு அவனருகில் வந்தாராம். பயத்தில் நாக்குப் புரள மறுத்துக் காலில் விழுந்து சேவிக்கப்போன குமரப்ப பண்டிதனைத் தானே தன் கையால் தடுத்துத் தூக்கி நிறுத்தினாராம். பிறகு, "கொண்டாங்கடா" எனப் பின்னால் நின்றுகொண்டிருந்த ஒரு பண்ணாடியைப் பார்த்துச் சத்தம் போடவும் பெரிய பூ மாலையொன்றைக் கொண்டுவந்தாராம் அவர். ராஜா அதைத் தன் கைபடவே அவன் கழுத்தில் அணிவித்து, "கூப்புடுங்கடா பறையன, கொட்டுங்கடா தப்பட்டய" எனச் சத்தமிட்டாராம். என்ன ஏதென்று தெரியாமலேயே பறையனை அழைக்க ஆள் போயிற்றாம். பிறகு சாம்புகர்கள் வந்தார்கள்; கொட்டு மேளத்தோடு அவனை அரண்மனைக்குள் கூட்டிப் போனார் ராஜா.

நடந்தது இதுதான்.

அந்தப் பேரழகி என்ன காரணத்தாலோ, ஜமீனின் வாரிசை நிராகரித்துவிட்டு, ஒரு வணிகனோடு ஓடிவிட்டாளாம். எங்கு தேடியும் கிடைக்கவில்லையாம். கல்யாணம் நின்றுபோன

அவமானம் தாளாமல் மயக்கம்போட்டு விழுந்த கிழ ஜமீன் இன்னமும் பேச்சு மூச்சில்லாமல் கிடக்கிறாராம். இங்கே வருவதற்கு முன்னால் சேஷய்யரிடம், "நீ எனத்த சோசியகாரம் போ, எங்கு நாசுவப்பயனொருத்தெ இருக்கறே, அவெங்கால் தூசுக்கு நீ கட்டுவியா?" என முகத்துக்கு முகம் சொல்லிவிட்டே வந்தாராம் ராஜா.

பிறகென்ன? நொய்யல்கரையில் இரண்டேக்கர் காடும் போர்டு பாடசாலையில் வாத்தியார் உத்தியோகமும் குமரப்ப பண்டிதனுக்குப் பரிசாகக் கிடைத்தன. எந்த நல்லது கெட்டதுக்கும் அவனைக் கேட்காமல் ராஜா எதையும் செய்ததில்லை. பிறகு தான் பக்கம்படாந்தியில் அவனுக்கு மிஞ்சியவன் எவனுமில்லை யென்ற பேரெல்லாம் வந்து சேர்ந்தது. குலத்தொழிலை அவன் மேற்கொள்ளவில்லையென்றாலும் ஒரு குடிநாவிதனுக்குண்டான மட்டு மரியாதைகளோடுதான் எல்லோரிடமும் நடந்து கொண்டான். தன்னைப் போலவே மகனையும் படிக்கவைத்து வாத்தியார் உத்தியோகம் பார்த்துக் கொடுத்தான். சாதியில் அவனுக்குத் தனி மரியாதை.

ஆனால், தனக்கேற்பட்ட கசப்பான அனுபவங்களை அவனால் சாகும்வரை மறக்க முடிந்ததில்லை. அவன் நூற்றியேழு வருஷங்கள் உயிர் வாழ்ந்தான். அவனது மகன் வயிற்றுப்பேரன் ஒருவன் முத்தூர் அரசாங்கப் பள்ளிக்கூடத்தில் வாத்தியாராய் இருந்தான். எப்போதாவது நொய்யல்கரைக்கு வந்து அப்பாரய் யனைப் பார்த்துவிட்டுப் போவான். சாவதற்குச் சில மாதங்கள் இருந்தபோது அவனை அழைத்து ஒரு கதைபோல எல்லா வற்றையும் அவனுக்குச் சொன்னானாம் குமரப்ப பண்டிதன்.

17

அம்மாவும் தாத்தாவும் கோயமுத்தூர் இங்கிலீஷ் பள்ளிக்கூடத்துக்கு அவனை அழைத்துப் போனார்கள். குமரப்ப பண்டிதனும் அவர்களோடு வந்திருந்தான். அவனைப் பள்ளிக்கூடத்தில் விட்டுவிட்டு எல்லோரும் விடைபெற்றுக் கொண்டபோது, அவனுக்குக் கண்களில் நீர் திரண்டுவிட்டது. அம்மாவின் கால்களைக் கட்டிக்கொண்டு வெகுநேரம் அழுதான். அம்மாவுக்குங்கூட அவனை விட்டுவிட்டுப்போக மனசில்லை. திரும்பவும் ஊருக்கே அழைத்துப் போய்விடலாம் எனத் தாத்தா விடம் மன்றாடிக்கொண்டிருந்தாள். குமரப்ப பண்டிதன்தான் எல்லோருக்கும் சமாதானம் சொன்னான். எல்லாவற்றையும் வேடிக்கை பார்த்துக்கொண்டிருந்த சட்டைக்கார வாத்திச்சிகள் ஒருவரோடொருவர் இங்கிலீஷில் குசுகுசுத்துக்கொண்டு சிரித்தார்கள். விடுதியில் அவனோடு தங்கியிருந்த மற்ற மாணவர்களுங்கூட இங்கிலீஷில்தான் பேசினார்கள். யாருடனும் அவனுக்கு ஒட்ட முடியவில்லை. அவன் தன்னுடைய ஊரையும் வெடத்தலாங்காட்டையும் நொய்யலையும் காரிச்சியையும் நினைத்து நினைத்துத் தேம்பிக்கொண்டிருந்தான்.

காரிச்சியின் முகம்தான் திரும்பத் திரும்ப நினைவில் புரண்டு கொண்டிருந்தது. சில காலமாகவே அவளோடு பேசமுடியவில்லை. அவள் அவனுடைய அம்மாவைக் கண்டு மிகப் பயந்து போயிருந்தாள். அம்மா இல்லாத தருணங்களில்தான் அவள் அவனைத் தேடிக்கொண்டு வருவாள். அப்போதுங்கூடச் சரியாகப் பேசமாட்டாள். மிரளும் விழிகளால் அவனை ஊடுருவிப் பார்த்துக்கொண்டே எதையாவது முனகிவிட்டுப் போய்விடுவாள். ஒருநாள் அவனைக் கோயமுத்தூருக்குக் கூட்டிப்போய் இங்கிலீஷ் பள்ளிக்கூடத்தில் சேர்ப்பதுபற்றி அவனுடைய அம்மாவும் அப்பாவும் பேசிக்கொண்டிருந்ததைக் கேட்டான். அந்தத் தகவல் அவனைக் கலவரப்படுத்தியது. அப்போதே அம்மாவிடம் தான் நொய்யல்கரையை விட்டுப் போகப்போவதில்லையெனச் சொல்லி விசும்பி விசும்பியழத் தொடங்கினான். அம்மாதான் அவனைத் தன் மார்மீது சாய்த்துக் கொண்டு ஏதேதோ சொல்லித் தேற்றினாள்; நாள்தோறும்

கோயமுத்தூருக்கு வந்து அவனைப் பார்த்துக் கொள்வதாகவும் வாக்களித்தாள். அப்பாவும் தாத்தாவும்கூடத் தன்னுடன் வருவார்கள் என்றாள். அப்போதுதான் அவன் காரிச்சியும் தன்னைப் பார்ப்பதற்காக வருவாளா என அவளிடம் கேட்டான். அம்மா கடுங்கோபம் கொண்டாள். அவன் அப்படிக் கேட்டதற்காகக் காரிச்சிக்குத்தான் வசைகள் கிடைத்தன. மிக மோசமான சொற்களால் அவளைத் திட்டினாள். மறுநாள் வாசலுக்கு வந்து நின்றபோது அம்மா அவளை விரட்டியடித்தாள். "சின்னக் கவண்ட கோயமுத்தூருக்குப் போயிச் சேர வரைக்கு இந்தப் பக்கத்திக்கு எட்டிப் பாத்தராத, ஆமா" என விரல் நீட்டி எச்சரித்தாள். அவள் பதிலுக்கு எதையோ முனகிக்கொண்டு அங்கிருந்து ஓடினாள். பிறகு புறப்படும் நாள்வரை தென்படவே இல்லை. ஆனால், அவர்களை ஏற்றிச் சென்ற இரட்டை மாட்டு வண்டி ஆற்றின் குறுகலான பாலத்தைக் கடந்து செல்லும்போது, அவளுடைய பாட்டுச் சத்தத்தைக் கேட்டான். வார்த்தைகளோ பொருளோ அற்ற தெம்மாங்கு. அது காரிச்சியுடைய குரல்தான் என்பதை அவன் எடுத்த எடுப்பிலேயே கண்டுகொண்டான். பிறகு வண்டியின் சக்கரங்கள் புரளும் சத்தத்துக்குள் அந்தப் பாட்டு அமிழ்ந்துபோய்விட்டது. ஊரின் எல்லையைத் தாண்டும் வரை வண்டிக்கு வெளியே பார்வையை வீசி அவளைத் தேடிக்கொண்டிருந்தான். கொஞ்ச நேரத்துக்குள்ளாகவே ஊர் கண்களிலிருந்து மறைந்து போயிற்று. அந்தத் தருணத்தில் பொங்கிப் பெருகிக்கொண்டிருந்த நதியின் சத்தம் மட்டும் வெகுதூரம்வரை கேட்டுக்கொண்டிருந்தது. பிறகு அவன் தன் தாயின் மடியில் முகம் புதைத்து ஆழ்ந்து உறங்கத் தொடங்கினான்.

வெகுகாலம்வரை நொய்யல் கரைக்கு அவனை யாரும் அழைத்துப் போகவில்லை. அம்மா பொய் சொல்லி ஏமாற்றியிருந்தாள். எப்போதாவது தாத்தாவுடன் வந்து சிறிது நேரம் பேசிக்கொண்டிருந்துவிட்டுப் போவாள். நிறைய தின்பண்டங்கள் கொண்டுவருவாள். நகரத்துக்கு அழைத்துப்போய்த் துணிமணி களும் மிட்டாய்களும் வாங்கிக் கொடுப்பாள். சில சமயங்களில் தாத்தாவும் குமரப்ப பண்டிதனும்கூட வந்து போவார்கள். அப்பா இரண்டு தடவைகள் மட்டுமே வந்திருந்தார். அப்போதுங் கூட ஒன்றுமே பேசாமல் பக்கத்தில் உட்கார்ந்து கொண்டிருந்து விட்டுப் போய் விட்டார். அதுபோன்ற தருணங்களிலெல்லாம் அவனுக்கு அம்மாவுக்கும் அப்பாவுக்குமிடையே நடைபெற்ற

மிக மோசமான சண்டைகள் நினைவுக்கு வரும். ஆனால், நாளாக நாளாக நொய்யல்கரையின் ஞாபகங்கள் மங்கத் தொடங்கின. படிப்பும் மற்ற நண்பர்களின் தோழமையும் அவனை நொய்யல் கரையிலிருந்து வெகுதொலைவுக்கு அழைத்துப் போயிருந்தன. காரிச்சியின் ஞாபகங்கள் எப்போதாவது வரும்.

வருடங்களுக்குப் பிறகு நொய்யல்கரைக்குத் திரும்பியபோது, அவன் ஒரு வாலிபனாகியிருந்தான். இரண்டு மூன்று நாள்கள் வரை எங்குமே போகவில்லை. பலரும் வந்து பார்த்துவிட்டுப் போனார்கள். அவனுக்கு மிகக் கூச்சமாக இருந்தது. சொந்த மண்ணே அந்நியமாகத் தோற்றம் தந்தது. ஊரில் எவ்வளவோ மாறுதல்கள் ஏற்பட்டிருந்தன. அவன் நன்கறிந்திருந்த பலர் செத்துப்போயிருந்தார்கள். பால்யத்தில் பார்த்தறிந்த முகங்களில் பல அடையாளம் தெரிந்துகொள்ள முடியாதவையாய் மாறிப் போயிருந்தன. ஊர் எல்லையைத் தீண்டியபோது அவன் மனதில் காரிச்சியின் ஞாபகங்கள் மூண்டெழுந்தன. அவளது அவலட்சண மான தோற்றமும் மிகச் சிறு வயதில் ஒரு சிசுவாய் அவளைப் பார்த்தபோது தோற்றம் தந்த பேரெழிலின் உருவமும் கனவின் மங்கலான சித்திரங்களைப் போல அவனுடைய ஞாபகங்களில் அசைந்துகொண்டிருந்தன. அவன் வந்த தருணத்தில் வீட்டில் அவள் தென்படவில்லை. சாயந்திரம் பட்டிக்கு ஆடுகள் திரும்பிய போது, அவள் குரலைக் கேட்டான். ஆடுகளைப் பட்டியில் அடைத்துவிட்டுச் சோறு கேட்பதற்காக வாசலுக்கு வருவாள் என வெகுநேரம்வரை திண்ணையிலேயே காத்திருந்தான். மறுநாள் அவன் படுக்கையிலிருந்து எழுந்தபோது, விடிந்து வெகு நேரமாகியிருந்தது. ஆடுகளில்லாமல் காலியாயிருந்த பட்டியைப் பார்த்துவிட்டுக் காட்டுப்பக்கம் போய்த் தேடினான். அங்கு அவளோ அவளுடைய ஆடுகளோ தென்படவில்லை. ஆடுகளை ஓட்டிக்கொண்டு ஆத்துக்காலுக்குப் போயிருப்பாள் என நினைத்துக் கொண்டான். ஆனால், அவளைப் பார்ப்பதற்காக ஆத்துக் காலுக்குப் போவதற்குச் சங்கடமாக இருந்தது. தவிர அம்மாவும் தாத்தாவும் அவனை நதிக்கரைப் பக்கம் போக வேண்டாம் எனக் கேட்டுக் கொண்டிருந்தார்கள்.

அவர்களுக்கு இன்னும் பயம் தெளியவில்லை. குமரப்ப பண்டிதன் கூடவே இருக்கிறானல்லவா?

இரண்டு மூன்று நாள்களுக்குப் பிறகு மத்தியான வேளையில் அவளுடைய பாட்டுச்சத்தத்தைக் கேட்டான். நதிக்கரையிலிருந்து நதியின் அழைப்பைப் போல இழைந்து இழைந்து வந்த குரல் கேட்டுத் தடம் தேடி நடந்தான். ஆற்றோரத்திலிருந்த வேலாமர நிழல் ஒன்றில் கால்நீட்டி உட்கார்ந்தபடி பாடிக்கொண்டிருந்த காரிச்சியின் தோற்றத்தை எவ்வளவோ காலத்துக்குப் பிறகு அப்போதுதான் பார்த்தான். தன்னை மறந்த மயக்கத்தில் பாடிக் கொண்டிருந்தவளுக்கு அவன் வந்து நின்றதுகூடத் தெரியவில்லை. சிலநேரம் கழித்து அமைதிப்பட்டாள். ஆனால், பார்வை மட்டும் நதியின் பரப்பிலிருந்து மீளவில்லை. தான் பாடிய பாட்டுக்களை யெல்லாம் நதி, தன்னோடு கொண்டுபோய் விட்டதுபோல அவள் முகத்தில் ஒரு தவிப்பு. ஆடுகளெல்லாம் வேலாமர நிழலில் அசைபோட்டுக் கிடந்தன. “காரிச்சி” என்னும் அவனுடைய அழைப்பைக் கேட்டுத் திரும்பியவளின் முகத்தில் பதற்றம். மாராப்பை ஒதுக்கிப் பிஞ்சு முலைகளை மூடிக்கொண்டெழ முயன்றவளின் அருகில்போய் அவளைப் பார்க்காமல் நொய்யலைப் பார்த்துக்கொண்டு, “நல்லாப் பாடறெ காரிச்சி” என மனம் தளும்பச் சொன்னான். பதில் சொல்லாமல் தலை குனிந்தவளின் முகத்தில் சொல்ல முடியாத பூரிப்பு,

“ஆரு சொல்லிக் குடுத்தாங்க காரிச்சி?”

“...”

“இப்படிப் பாடறதுக்கு ஆருனக்குச் சொல்லிக் குடுத்தாங்க காரிச்சி?”

“...”

“இன்னொ ரண்டு பாட்டுத்தேம் பாடு காரிச்சி”

சந்தோஷத்தில் கண்ணெல்லாம் விரிந்துவிட்டது அவளுக்கு. கணநேரம் மௌனமாக இருந்தவள் பிறகு கால்களை நீட்டி உட்கார்ந்தபடி பாடத் தொடங்கினாள். மறுகரையிலிருந்து அனலாங்குருவிக் கூட்டமொன்று கீ கீ கீயெனச் சப்தம் எழுப்பிய படி வந்து ஊஞ்சமரக் கிளைகளுக்குள் அடைந்து, அவள் பாட்டுக்குச் சொக்கி அமைதிப்பட்டது. சலசலவென்று புரண்டு வந்த மேகாற்று மரங்களை உலுக்கிக்கொண்டு நொய்யலை நோக்கித் தவழ்ந்து போயிற்று. காற்றடிப்புக்கு வண்ணாமடைத் தண்ணீர் மடங்கி மடங்கித் தத்தளித்தது. மடிப்பு மடிப்பாய் அலைகள் திரண்டு கெத்கெத்தெனக் கரையைத் தழுவின.

நீர்ப்பரப்புக்கு மேலே வெகு நேரமாய்த் தத்தளித்துக்கொண்டிருந்த மீன்கொத்தியொன்று குதூகலமுற்று றெக்கைகளைத் தட்டியபடி வடக்கும் தெற்குமாகப் பறந்து திரிந்தது. ஒற்றைக்கால் தூக்கி நின்று மீன்குஞ்சு தேடிக்கொண்டிருந்த நாரைகள், கலைந்து விர்ரென எழும்பி நீர்ப்பரப்புக்கு மேலே ஒரு சுற்றுச் சுற்றிவந்து, மறுபடியும் அதே இடத்தில் கிடைகொண்டன.

பாடி முடித்து அமைதிப்பட்டிருந்தாள் காரிச்சி.

"இந்தப் பாட்டெல்லாம் ஆருனக்குச் சொல்லிக் குடுத்தாங்க காரிச்சி?" என மறுபடியும் கேட்டதற்குப் புரண்டு வரும் நதியை நோக்கிச் சுட்டுவிரல் நீட்டி, "இவதானுங்க கிரிக்கவுண்டரே!" என்றாள். அவனுக்கு ஒன்றுமே புரியவில்லை. அவள் விரல் நீண்ட திசையைக் குழப்பமாகப் பார்த்துக்கொண்டிருந்தவனைக் கண்டு அவளுக்குச் சிரிப்புத் தாளவில்லை,

"இவள உட்டாக்கா வேற ஆருங்கொ மாதாரிச்சிகளுக்குப் பாட்டுச் சொல்லித்தரப் போறாங்கொ?"

"நொய்யலா?" என்றான் நம்பமுடியாமல்.

பெருங்குரலெடுத்துச் சிரித்தாள் காரிச்சி.

"வேற ஆருங்கொ கிரிக்கவுண்டரே எங்குளுக்கு இதெல்லாஞ் சொல்லித்தரப் போறா? எங்கு சனத்துக்கு அல்லாமே இவதானுங்கொ கிரிக்கவுண்டரே!"

"..."

"எங்கு வளவப் பாத்தீங்களா? இவ தோளும் பேருலதே இருக்குது. காத்தால எந்துருச்சு நாங்க முளிக்கறதே இவ மூஞ் சீலதே, இவ வயித்துல பொறந்து, இவ மடீல வளர்ற சனொ எங்கு சனொ. இந்தத் தண்ணியத்தே பாலா நெனச்சுக் குடிப்போ. பொழுதுனிக்குங் காடுகரையெல்லா அலஞ்சு திரிஞ்சுபுட்டுப் பொழுதோட வந்து கூழோ கும்மாயமோ இருக்கறதக் குடிச்சுப் புட்டு, எங்கு குடிசைக்கு மின்னால துண்டஞ் சேலய விரிச்சுப் போட்டு அக்கடான்னு மொடங்குவொ, தூக்கங்கீக்கமெல்லா அப்பிடிச் சீக்கிரத்துல வந்தராதுங்கொ கிரிக்கவுண்டரே. எங்கு பொளப்ப நெனச்சா எப்பிடித் தூக்கம் வருஞ் சொல்லுங்கொ? கண்டதயெல்லா நெனச்சுக்குட்டுப் படுத்திருப்பொ. அப்பத்தே அவ பாடுவா" என மூச்சுவிடாமல் பேசினாள்.

"ஊரே அடங்கிக் கெடக்குமுங்கொ கிரிக்கவுண்டரே! நாய், நரி, காக்கா குருவீன்னு ஒரு பெராணி மூச்சுடாது. அப்பத்தே அவ பாடுவா, எங்கு காதுக்கு மட்டுங் கேக்கறாப்பல குசுகுசுன்னு பாடுவா, கதையுஞ் சொல்லுவா. கேட்டுக்கிட்டு அப்பிடியே கண்ணசருவொ. அவ பாட்டுக்கு மாதாரிச்சிக எதுப்பாட்டுப் பாடுவாளுகொ. நொய்யலாத்தா பாடறதக் கேட்டா ஆருக்கும் பாட்டு வருமுங்கொ கிரிக்கவுண்டரே."

நொய்யலே பேசுவது போலிருந்தது. கேட்டு அப்படியே திகைத்துப்போய் நின்றுவிட்டான். நொய்யலிடமிருந்தல்லாமல் வேறு யாரிடமிருந்து இப்படியெல்லாம் பேசக் கற்றுக்கொண்டு விட முடியும்? அவள்மீது வைத்த கண்களை வெகு நேரத்துக்கு எடுக்க முடியவில்லை. அவளிடமிருந்து சிந்திய வார்த்தைகளை ஒன்றுவிடாமல் பொறுக்கிப் பொறுக்கி நினைவில் சேர்த்துக் கொண்டிருந்தான்.

இவளா அவலட்சணம்? பார்த்துக்கொண்டேயிருக்கலாமே! எத்தனை காலமானாலும் அலுக்காமல் இவள் பேசுவதைக் கேட்டுக் கொண்டே இருக்கலாமே. இந்தக் குரலும் எந்தச் சொல்லும் இல்லாத இந்தப் பாட்டும் போதுமே, காலா காலத்துக்கும் இவளை நினைத்துக்கொண்டிருக்க எனத் தோன்றியது. மனத்தில் அப்போது வந்து உட்கார்ந்த நினைவுதான். அந்தச் சந்தர்ப்பத்தில்தான் அவளை நேசிக்கவும் தொடங்கியிருக்க வேண்டும். நொய்யலின் மீதுகூட அப்படியொரு நேசம் ஏற்பட இந்தத் தருணம்தான் காரணமாயிருந்திருக்க வேண்டும். நொய்யல்மீது கொண்ட நேசம், காரிச்சிமீது கொண்ட நேசம் என்றெல்லாம் தனித்தனியாக என்ன இருந்துவிட முடியும்? சொல்லப்போனால் நொய்யலென்றும் காரிச்சியென்றும் கூடத் தனித்தனியாக எதுவுமில்லை எனத் தோன்றிற்று.

ராத்திரி, கயிற்றுக் கட்டில் போட்டு வாசலில் படுத்திருந்தான். தூக்கமே வரவில்லை. மனசுக்குள் நொய்யல் அலையடித்தது. அவள் பேச்சும் சிரிப்பும் நினைவில் சலசலத்தன. தொலைவி லிருந்து முனகி முனகிக் கூப்பிடுவது மாதிரி இருந்தது.

போர்வையை உதறியெழுந்து யாரிடமும் சொல்லாமல் ஆற்றை நோக்கி நடந்தான்.

நிலா வெளிச்சம் பாலோடிக் கிடந்தது. தடமெங்கும் நிழல்கள் புரண்டுகிடந்தன. எள்ளுக்காடெல்லாம் பூத்து வெள்ளை

யாய்ப் படர்ந்துகிடந்தன. சில்லென்று காற்று வந்து மோதிற்று. நெருங்க நெருங்க ஆற்றின் இரைச்சல் தெளிந்து வந்தது. கரையோரம் இரைதேடி ஊர்ந்துகொண்டிருந்த நீர்ச்சாரை யொன்று, அவனைக் கண்டதும் சரசரவென்று நழுவி ஆற்றுக் குள்ளிறங்கி ஒருதரம் தலை தூக்கிப் பார்த்துவிட்டு நீந்தி மறைந்தது. காலடியிலிருந்து ஆமையொன்று சளப்பென நீருக்குள் பாய்ந்தது.

அவள் சலசலத்து ஓடுவதெல்லாம் பாட்டு மாதிரிதான் இருக்கிறது. இதையெல்லாம் விட்டுவிட்டுப் படிக்கிறேன் பேர்வழியென ஹாஸ்டலுக்குள் அடைபட்டுக் கிடக்கிறேன்; வெள்ளைக்கார வாத்திச்சிகளிடம் கைகட்டி நின்று இங்கிலீஷ் பாட்டுக்களை மனப்பாடம் செய்து ஒப்புவித்துக்கொண்டிருக்கிறேன். இந்த நதியையும், இதன் மடியில் புரளும் நீர்ச்சாரைகளையும் மீன்களையும் பற்றியெல்லாம் பாடுவதற்கு எந்த மொழியில் வார்த்தைகள் இருக்கின்றன? காரிச்சி மட்டுமில்லை, இவளது கரையோர வனங்களில் வாசஞ்செய்யும் பறவைகளும்கூட அதன தன் பாஷையில் நொய்யலைக் குறித்துப் பாடுபவையாய்த் தானிருக்கும். அதனால்தான் அவற்றுக்குத் தன் கரையோர வனங்களில் வாசம் செய்ய இடம் தந்திருக்கிறாளோ நொய்யல்? அச்சிலேற்றாமல் யாரும் மனப்பாடம் செய்து ஒப்புவிக்காமல் இந்தக் கதைகளும் பாடல்களும் காலாகாலத்துக்கும் வீசிக் கொண்டிருக்கும் காற்றில் நிலைத்திருக்கும் எனவும் காற்றுதான் காரிச்சிக்குப் பாடக் கற்றுக்கொடுத்திருக்க வேண்டுமெனவும் நினைத்தான்.

அவனுக்கும்கூடப் பாடத் தோன்றிற்று; தன்னையறியாமல் மனசு ராகமிழுத்தது. வார்த்தைகள் அகப்படவில்லை; தவித்தான்.

அடியெடுத்துக் கொடுப்பதுபோலக் காற்றில் புரண்டு வந்தது பாட்டு. யார்? நொய்யலோ? காரிச்சி சொன்னதுபோலப் பாட்டுச் சொல்லிக்கொடுக்க வந்துவிட்டாளோ? மனம் சிலிர்த்து நின்றது. செவிகளைக் கூர்தீட்டிக் கேட்டான். பாட்டுதான். அந்த ராகத்துக்குக் கண்கள் தானாக மூடின. மனத்தில் ஒரு விம்மல் எழுந்து வெளிவரத் தவித்தது. பாடுவது காரிச்சிதானோ?

வருடங்களுக்கு முன்பு பால்யத்தின் ஒரு இரவில் அவளைத் தேடிக்கொண்டு தன் பட்டி நாயுடன் தெற்கு வேலியிலிருந்த அவளுடைய சிறு குடிசைக்குப் போனதும் அங்கு தன்

கையிலேந்திய தீபத்தின் ஒளியில் பேரெழில் உடையதொரு உருவாய் அவளைக் கண்டதும் அவனுக்கு ஞாபகம் வந்தது. அப்போது சிசுவுக்குரிய தன் பிஞ்சு மொழியில் அவள் அவனை அழைத்தாள். அவலட்சணத்தை ஒரு திரையாகப் போர்த்திக்கொண்டிருக்கிறாளோ அவள் என்னும் சந்தேகம் அவனுக்கு இருந்து வந்தது. அப்போது பார்த்த பேரெழிலின் தோற்றத்தைப் பிறகு எப்பொழுதுமே அவனால் மறக்க முடிந்ததில்லை. அவனுடைய அம்மா அவனுக்குச் சொல்லியிருந்த புதிர்களும் மர்மங்களும் கொண்ட கதைகளில் வரும் ஆச்சரியமான பெண் பிறப்புகளில் ஒன்றாகவே அவள் அவனுக்குத் தோற்றமளித்தாள். அவளைப் பற்றி எண்ணற்ற கற்பனைகளும் அவன் மனத்தில் உருப்பெற்றிருந்தன.

காரிச்சி யார்?

ஆள்களோடு பேசிக்கொண்டிருந்தாள். அவனைக் கண்டதும், "எங்க சாமி போயிட்டு வாறெ? சோறு திங்கிலியாக்கு?" என வெகு சாதாரணமாகக் கேட்டுவிட்டுத் தன் பேச்சைத் தொடர்ந்தாள். எதற்காகவோ எல்லோரும் பெருங்குரலெடுத்துச் சிரித்துக் கொண்டிருந்தனர்.

அந்தத் தருணத்தில் அவன் தன் தாயின் மடியில் சாய்ந்துகொள்ள விரும்பினான் அவன்.

18

நொய்யல்கரை மனிதர்களுக்கென்று தனித்த வாழ்க்கையுண்டு. தலைமுறை தலைமுறையாய் நொய்யல் அவர்களுக்குச் சொல்லித் தந்திருக்கிற வாழ்க்கை.

தனித்த உடல்களும், தனித்த நிறமும், தனித்த முகச் சாயல்களும், தனித்த குணங்களும் கொண்டவர்களே நொய்யல் கரை மனிதர்கள். நொய்யலின் சீற்றத்துக்கும் ஒடுக்கத்துக்கும் தக்கவாறு வாழ்வை அனுசரிக்கக் கற்றுக்கொண்டிருப்பவர்கள். அவர்களுடைய உடல்களில் ஓடுகிற ரத்தமெல்லாம் நொய்யலின் ரத்தமே. ரத்தத்தோடு ஒட்டிப் பிறந்த வாழ்க்கை. அதை அறுத்துக் கொண்டு தப்பியோட முற்பட்டவர்கள் எங்கும் வேர்கொண்டு வாழ்ந்ததில்லை. போகிறவர்களின் காலடிச் சுவடுகளைப் பற்றிப் பின்தொடர்ந்து செல்லும் நொய்யலின் சாபம். அப்படி நொய்யலின் சாபத்தால் பூண்டற்றுப் போனவர்கள் அநேகர். அலைந்து திரிந்து நொய்யல் கரைக்கே திரும்பியவர்களுமுண்டு. திரும்பிவருகிறவர்கள் எல்லோரையும் தாய்ப்பாசத்துடன் ஏற்றுக்கொள்வாள் நொய்யல்.

நொய்யல்கரை மனிதர்களைப் பற்றிச் சொல்வதற்கென்றே விழுதிறங்கிய ஆலமர நிழலில் சென்னி மூப்பன் காத்திருந்தான். ஆறுமாதம் பனையேற்றம், ஆறுமாதம் வேட்டையென ஒரு காட்டு விலங்கைப் போல வாழ்ந்துவந்த சென்னி மூப்பனுக்குத் தேகம் பழுத்துத் தோல் சுருங்கிக் கண்களெல்லாம் இடுங்கியபிறகு நொய்யலின் கதையைச் சொல்வது தவிர உயிருடன் இருக்க வேறு மார்க்கமில்லை. வயது வித்தியாசமில்லாமல், சாதி வேறுபாடு பார்க்காமல் எவரையும் உட்கார்த்திவைத்து அவர்களுக்கு நொய்யலின் கதையைச் சொல்லிவிடக் கூடியவன் அவன்.

நொய்யல்கரை மனிதர்களுக்கு வாழ்க்கை எந்த இடத்தில் தொடங்கி எந்த இடத்தில் முடிகிறது என்பதையெல்லாம் யாராலும் சொல்லிவிட முடியாது. சென்னி மூப்பனிடம் கதைகேட்க உட்காருகிற முதிர்ந்த ஆலமர நிழல்தான் அவர்களுக்கு வாழ்க்கை ஆரம்பமாகிற இடமோ எனத் தோன்றும். சென்னி மூப்பனிடம் கதை கேட்காமல் நொய்யல் கரையில் யாராலும் வாழ்ந்துவிட முடியாது. கோடைக்காலங்களில் நீர்வற்றி

உலர்ந்துபோய்க் கிடக்கும் இந்த நதி. அந்தக் காலங்களில் வேலை வெட்டி எதுவுமில்லாத மனிதர்களுக்குச் சென்னி மூப்பனிடம் கதை கேட்பதே வேலை என்றாகிவிடும்.

அப்பொழுது சென்னி மூப்பனைத் தவிர வேறெந்த மூப்பனுக்கும் ஓய்வில்லை. இடுப்பாழத்துக்குச் சேறும் தண்ணீரும் புரண்டுகிடக்கும் மடைகளில் எப்போதும் மீன் பிடித்துக் கொண்டேயிருப்பார்கள் மூப்பன்கள். கருத்த தேகமும் திரண்ட தோள்களும் கொண்ட மூப்பன்களுக்கு எதையாவது தந்து கொண்டேயிருப்பாள் நொய்யல். முழங்கால் சேற்றுக்குள் பதுங்கியிருக்கும் அவுரிகளையும் வெராக்களையும் மண்டியிட்டு உழுது எவ்வளவு நேரமானாலும் பிடித்துக்கொண்டுவந்து சேர்த்துவிடும் சாமர்த்தியம் அவர்களுக்கு உண்டு. பாறைகளிலும் பொறடுகளிலும் பதுங்கியிருக்கும் விலாங்குகளையும் ஆறான்களையும் குத்தீட்டி கொண்டு குத்தியிழுப்பார்கள். கூடை கூடையாய்ப் பிடித்துக்கொண்டுவந்து விடியவிடியத் தின்று தீர்ப்பார்கள்.

அடுப்பில் விலாங்கு வறுபடும், மூப்பன்களோ வனங்களுக்கு வேட்டைக்குப் புறப்பட்டிருப்பார்கள். எலி, முயல், உடும்பு, நரி எதுவுமே அவர்களிடமிருந்து தப்பிவிட முடியாது. வனத்திலேயே அடுப்புமூட்டி முட்டிகளில் சமைத்து வயிறுமுட்டத் தின்று தீர்த்துவிட்டு மீந்ததைத்தான் வீடு கொண்டுவந்து சேர்ப்பார்கள். வீட்டில் சோளச்சோறும் மீன்குழம்பும் ஆவி பறந்து கொண் டிருக்கும். அதெல்லாம் காலியாவதற்கு முன்பே முயல்கறி வாசனை புரண்டுவரத் தொடங்கிவிடும்.

நொய்யல்கரை வனங்களில் வெள்ளைக்கார போலீஸ்காரர் களுக்குத் தெரியாமல் கள்ளத்தனமாய்ச் சாராயம் காய்ச்சிச் சீசாக்களில் அடைத்துச் சாணிக் குப்பைகளில் புதைத்து வைத்து விடுவார்கள். எல்லா மூப்பன்களும் வயது வித்தியாசமில்லாமல் சுற்றியமர்ந்து முயல்கறியை மென்றபடி சாராயம் குடித்திருப்பது இந்தக் காலங்களில்தான். வேற்றூர்களிலிருந்து வாழ்க்கைப்பட்டு வரும் சாணாத்திகளுக்குச் சீக்கிரத்திலேயே இந்த வாழ்க்கை பழக்கப்பட்டுவிடும். ஒரம்பரைக்கு வருகிறவர்களிடம், “ஒரு வா குடிக்கறது?” எனச் சாராயத்தைக் கொடுத்துத்தான் உபசரிப் பார்கள். கவுச்சியும் சாராயமும் இல்லாமல் ஒரு மூப்பனாலும் உயிர் வைத்திருக்க முடியாது.

போதை தலைக்கேறிச் சண்டை மூள்வதுமுண்டு.

நரம்புகள் புடைக்க எழுந்து நின்றுவிடுவார்கள். ஆளொன்றும் தடியொன்றும் கொண்டு கட்சி பிரிந்து மோதிக்கொள்வார்கள். ஒவ்வொருவர் கையிலும் ஒரு பாளைக்கத்தி மின்னும்; வார்த்தை களில் அனல் வீசும். 'விஷ் விஷ்' ஷெனக் காற்றில் அரிவாள்களை வீசிப் பயம்கொள்ள வைப்பார்கள். ஆனால், பெரிதாக ஒன்றும் நடந்துவிடாது, "கறியுஞ் சாராயமும் பண்ற வேல!" எனச் சொல்லிச் சிரிப்பான் சென்னி மூப்பன். அப்படியெல்லாம் உக்கிரம் கொள்ளாவிட்டால் அப்புறம் நொய்யல்கரைவாசியாய்ப் பிறந்ததில் அர்த்தமென்ன?

நொய்யல் மாதிரிதான்.

பெருமழைக் காலங்களில் அவள் பொங்கி வருவதைப் பார்ப்பவர்களுக்குப் பயத்தில் நெஞ்சு புரண்டுவிடும்.

கோடையில் வற்றி உலர்ந்து கிடக்கும் அந்த நதி புரட்டாசி ஐப்பசியில் நம்பமுடியாமல் பெருகும். மளமளவென்று கரையைத் தாண்டிக்கொண்டு ஊருக்குள் வந்துவிடுவாள். தன் மக்களை இவ்வளவு காலமும் பார்க்காமல் தவித்துக் கிடந்தது மாதிரிதான் இருக்கும். ஒவ்வொரு வீட்டுக்கும் வந்து, "என்ன எல்லோரும் நல்லா இருக்கறீங்களா?" எனக் கேட்க வந்தது போல் வாசலில் அலையடிக்கும். கோடைக்கு வற்றிச் சேறு வெடித்துக் கிடக்கும் கிணறு, குட்டைகளையெல்லாம் நிரப்பிவிட்டுப் போவாள் நொய்யல். புல், பூண்டெல்லாம் கருகி வானம் பார்த்துக் கிடக்கிற பூமிக்கு அவள் அப்படி ஒருதரமாவது வந்துவிட்டுப் போகா விட்டால் விமோசனமென்பதில்லை. காடுகரையெல்லாம் நனைந்து ஒரம்புத் தண்ணீர் வாணிவாணியாய் ஓடும். சென்னி மூப்பனிடம் கதைகேட்டு வாழத் தகுதிபெற்ற நொய்யல்கரை வாசிகள் மாடு, கலப்பைகளுடன் காடுகரைகளுக்குப் போவார்கள். வயக்காடுகளுக்குக் குப்பையடிக்கப் போகிற பாரவண்டிகள் இட்டேரித் தடத்தில் 'கடக் கடக்'கெனப் புரள்கிற சத்தங்களிலிருந்து தான் எல்லாம் ஆரம்பமாகும். காடுகரைகளில் தழைத்துக் கிடக்கிற கொளுஞ்சிகளைக் குஞ்சு குளுவானெல்லாம் சேர்ந்து பிடுங்கி அம்பாரமாய்க் குவித்து வைப்பார்கள். சென்னி மூப்பன்கூடக் கதை சொல்வதையெல்லாம் விட்டுவிட்டுக் கொளுஞ்சி நறுக்கப் போய்விடுவான். மாடுகளுக்குத்தான் ஓய்வொழிச்சல் இருக்காது. வரட்டொழவு, அது முடிந்து சேத்தொழவு, அதுவும் முடிந்து பரம்படிப்பு என வேலை நெட்டையெடுக்கும். பரம்படிப்பு முடிந்து நடவுக்கு நிற்கிற வயல்களை, தேவனாத்தா கோயில் குதிரைத்திட்டிலிருந்து பார்க்க வேண்டும். ஒரு

மாதத்துக்கு முன்னால் கானல் அலையடித்துக் கிடந்த பூமியா என ஆச்சரியமாயிருக்கும். நடவு முடிந்தபிறகு பேரழகு கொள்ளும் அந்தப் பூமி. நொய்யலிலிருந்து புறப்பட்டு வடக்கும் தெற்குமாய்ச் சிலுப்பிச் செல்கிற காற்றில் நாற்று வரிசையெல்லாம் மடங்கி மடங்கியெழுகிற அழகைப் பார்க்கக் கண்கொள்ளாது.

நொய்யல்கரைவாசிகளும் மலர்ந்து கிடப்பார்கள்.

உழவு, நடவு, களையெடுப்பு அப்புறம் அறுப்பு என நிமிர நிமிரக் குனிகிற மாதிரிதான் வேலை மேவிவரும். ஆனாலும், அவர்களது முகங்களில் ஒருபோதும் அலுப்பைப் பார்க்க முடியாது. உழைப்புக்குப் பூரித்து அவர்களுடைய கருத்த தேகங்கள் மிளிரும். வாய்க்கு ருசியாய் ஆக்கித் தின்ன, கொஞ்ச நேரம் அக்கடாவெனக் கால்நீட்டி உட்காரவெல்லாம் யாருக்கும் நேரமிருக்காது. சலிப்பாரத் தூங்கியெழக்கூட முடியாது. பிரியமாய் நின்று யாரிடமும் நாலு வார்த்தை பேச மாட்டார்கள். பேச்சுபாட்டுக்குப் பேச்சு, நடைபாட்டுக்கு நடை, வேலைபாட்டுக்கு வேலை… இப்படித்தான் இருக்கும். வேலை செய்யும்போது, அலுப்புத் தட்டாமலிருக்கச் சென்னி மூப்பனிடம் கேட்டு வைத்திருக்கும் கதைகளை இன்னும் கேட்டிராத மற்றவர்களுக்குச் சொல்வார்கள். நடவின்போது மட்டும் பாட்டு. சேலையை முழங்காலுக்கு மேலே தூக்கிக் கட்டிக்கொண்டு பரம்படித்த வயல்களுக்குள் இறங்கி நின்றாலே பாட்டு வரும். பேச்சும் சிரிப்பும் பாட்டும் கதையுமாக அலுப்பேயில்லாமல் உழைப்பார்கள்.

அப்படியெல்லாம் உழைக்காவிட்டால் தை, மாசிக்குக் கல்யாணம் காட்சி வைக்க முடியுமா? தேவனாத்தாளுக்கும் கருப்பராயனுக்கும் பொங்கல் வைத்துக் கொண்டாட முடியுமா? ஐப்பசி கார்த்திகை அடைமழைக்கு வளந்தாங்கோட்டைப் பாட்டுக்காரனைக் கூட்டி வந்து பதினெட்டு நாள்களுக்குக் குன்னடையா கவுண்டன் கதை கேட்டுக்கொண்டு கவலையில் லாமல் உட்கார்ந்திருக்க முடியுமா?

வளந்தாங்கோட்டைப் பாட்டுக்காரனில்லாவிட்டால் அண்ணன்மார்சாமி கதையையெல்லாம் யார் சொல்லித் தெரிந்துகொண்டிருக்க முடியும்?

தேவனாத்தா கோயிலில் உட்கார்ந்துதான் கதை படிப்பான் வளந்தாங்கோட்டைப் பாட்டுக்காரன். ஊர்ச்சனம் முச்சூடும் அங்கு கூடிவிடும். உடுக்கையடித்துப் பாட்டுப்பாடித் துள்ளித்

துள்ளி ஆடியபடி கதை சொல்வான். சனமெல்லாம் ஒருகணம் கண்வைத்து மூடாமல் விடியவிடிய அலுப்பின்றிக் கேட்டுக் கொண்டிருக்கும். சொல்வதெல்லாம் காட்சி காட்சியாய் மனத்தில் விரியும். தங்கா பொறந்தவன்மார்களிடம் கிளிக்குஞ்சு கேட்டுச் சிணுங்குவாளே, அசல் பெண்பிள்ளைக்கு அப்படியெல்லாம் சிணுங்க வராது. படுகளக் காட்சியை அவன் தன் குரலால் விவரிக்கும்பொழுது வாலிபப் பையன்களுக்கு நரம்பெல்லாம் முறுக்கேறிவிடும். தங்காளின் புலம்பலுக்கு அழாத பெண் பிள்ளைகளே இருக்க மாட்டார்கள், அப்படிப் பாடுவான்.

கதை சொல்லுகிற பதினெட்டு நாள்களும் பாட்டுக்காரனுக்கு வேளைக்கொரு வீட்டில் விருந்து நடக்கும். சாப்பிடும்போதும் கதைதான். அண்ணன்மார்சாமி கதையல்ல, அதெல்லாம் அவன் பட்ட கதை. தெற்கே கோடந்தூரிலிருந்து கிளிமாதிரி ஒருத்தியைக் கட்டிக்கொண்டுவந்து ஒரு இரண்டு மூன்று வருஷங்கள் அவளோடு வாழ்ந்திருந்த கதையை, பிறகு அவள் தன்னையும் தனக்குப் பிறந்த ஒரு பெண்பிள்ளையையும் விட்டுவிட்டு ஒரு கொழுத்த கவுண்டனோடு ஓடிப்போன கதையை, கவுண்டன் கைவிட்ட பின்பு ஊர் திரும்பி மந்தைப் புளியமரக் கிளையில் நாண்டுகொண்டு செத்த கதையை மூச்சுவிடாமல் சொல்லுவான்.

அண்ணன்மார்சாமி கதையைச் சொல்வதுபோலவே அபிநயமும் பாட்டுமாய்ச் சொல்லுவான். சில சமயங்களில் அண்ணன்மார்சாமி கதையைச் சொல்லிக் கொண்டிருக்கிற பொழுதே குறுக்கில் அவன் கதையும் வந்து விழும்.

“கேளுங்கையா எசமாங்கமே ராசாங்கமே... இப்பிடி நீதி நேர்மைக்குக் கட்டுப்பட்டு, நாயொ அநியாயத்துக்குக் கட்டுப்பட்டு, நல்லசனம் பொல்லாச்சனம், கீழ்ச்சாதி மேல்ச்சாதி, இருக்கறவெ இல்லாதவெ அப்பிடீன்னு பாகுபாடு இல்லாம ராசாங்கம் நடத்திக்கிட்டிருக்கறப்பொ சூழ்ச்சி பண்ணி, தந்தரஞ் செஞ்சு அவிய சொத்தயெல்லாம் புடுங்கிக்கிட்டு, அனாதரவா தொரத்தியுடப் பாத்தாங்கொ பங்காளியூட்டுக்காரங்கொ, கேளுங்கையா எசமாங்களே, ராசாங்கமே...! அது நல்லதா இருக்குட்டு, கெட்டதா இருக்குட்டு, அடுத்தவம் பொருளும்பேருல ஆசப்பட்டா உடுவானுங்களா அந்த ஆண்டவெ? அரசன் அன்னு கொல்லும், தெய்வம் நின்னு கொல்லும்னு சொலவாந்தரம் சொல்லுவாங்களே, அப்பிடி அந்த ஆண்டவெஞ் சும்மா உட்டுருவானுங்களா?” எனக் கேட்டுத் தொடங்கிவிடுவான் தன் கதையை.

சாப்பிட்டுவிட்டு இலையைச் சுருட்டிக்கொண்டு போய் வெளியே வீசிவிட்டு வந்து வெற்றிலை பாக்கு மென்றபடி கைகளிரண்டையும் ஆகாயத்தை நோக்கி விரித்து நீட்டிச் சாபமிடுவது போல் சொல்வான், “அல்லாத்தையும் அவெம் பாத்துக்குவானுங்காத்தா, கெழக்கருந்து மேக்க எரிச்சுக்கிட்டுப் போறம் பாருங்கொ அவெம்பாத்துக்குவே!” எனப் பெருமூச்சு விடுவான். கொஞ்சநேரம் பழைய நினைப்பில் பேச்செழும்பாமல் நிற்பான். அவன் அப்படித் தவித்து நிற்பதைப் பார்க்க நொய்யல் கரைப் பெண்களுக்குத் தாளாது. பெருமூச்சு விட்டு, “பாவத்தே பாவத்தே!” என இடுப்பில் கையூன்றி நின்று கண்ணெடுக்காமல் பார்த்துக்கொண்டிருப்பார்கள். வேட்டுவபாளையத்துக் கவுண்டச்சிக் கென்றால் கண்ணெல்லாம் தளும்பிவிடும். ஆனால், அதெல்லாம் கொஞ்ச நேரம்தான். பிறகு சின்னஞ்சிறுசுகளை இழுத்து மடியில் உட்கார்த்தி வைத்துக் கொண்டு, அதுகளுக்கென்று சிரிக்கச் சிரிக்க ஏதாவது கதை சொல்லித் தானும் சிரித்துக் கிடப்பான்.

நொய்யலின் சீற்றத்தையும் ஒடுக்கத்தையும் அனுசரித்து வாழ அவர்களுக்குக் கற்றுத் தந்தது வளந்தாங்கோட்டைப் பாட்டுக்காரனும்தான். கடைசியில் பாட்டுக்காரனைச் சீராட்டி அனுப்புவார்கள். நெல்லும் கம்பும் சோளமும் தேங்காயும் வாழையும் பூசணியும் பீர்க்கும் வெல்லமும் கருப்பட்டியுமென வண்டி நிறைந்துவிடும். போகும் முன்பு நொய்யல்கரை மண்ணெடுத்து நெற்றி நிறையப் பூசிக்கொண்டு தேவனாத்தாளின் பாதங்களில் நெடுஞ்சாண்கிடையாக விழுந்தெழுவான். கைகூப்பித் தொழுது, “நொய்யலாத்தா எல்லோரையும் நெறக்க வெச்சிருப்பா தாயே!” என வாய்நிறையச் சொல்லிவிட்டுப் போவான்.

இப்படி நொய்யல்கரைக்கு வந்து மனங்குளிர்ந்து திரும்பு கிறவர்கள் நிறைய பேருண்டு. நொய்யல்கரை வழியே வேற்றூருக்குச் செல்லும் பாதசாரிகளைக் கூப்பிட்டு, ஊர் பேரெல்லாம் கேட்டறிந்து சொந்தம்கொண்டு உபசரிப்பார்கள். “கொஞ்ச குடிக்கத் தண்ணி வேணும்” எனக் கேட்டு நிற்பவர்களின் முகவாட்டம் கண்டு, “பசியா இருந்தா கொஞ்ச பழையசோறு குடிக்கறது?” என அவ்வளவு பிரியமாய்க் கேட்பார்கள். கம்மஞ் சோறும் புளித்த மோரும் ஊற்றிக் கரைத்துப் பச்சை மிளகா யொன்றைப் பறித்துக் கடிப்புக்கு நீட்டுவார்கள். மத்தியான வெயிலுக்கு அவ்வளவு தித்திப்பாய் இருக்கும்.

நொய்யல்கரை வாழ்விலிருந்து தப்பியோட முற்பட்டவர்களை அவள் நிம்மதியாய் வாழ விட்டதில்லை. எங்கு போனாலும் விடாது பற்றிப் பின்தொடரும் நொய்யலின் சாபம்.

19

அப்படி வாழ்ந்த வேம்பன கவுண்டர் வம்சத்தைவிடவா? பூண்டற்றுப்போகச் சாபம்பெற்ற வம்சம் அது.

நொய்யல் கரையில் கோட்டை கட்டி ஆண்ட வெடத்தலாங் காட்டு வம்சத்தின் ஒரு துளிர் அவர். அரண்மனையில் வெடத் தலாங்காட்டுப் பண்ணாடிகளுக்கெனத் தனி மரியாதையுண்டு. அரண்மனைக் கணக்குவழக்குகளைப் பார்த்துவந்த வெடத் தலாங்காட்டுப் பண்ணாடிகளின் பேச்சை மீறி ராஜாவே ஒரு காரியம் செய்யமாட்டார் என்பார்கள். வெடத்தலாங்காட்டுப் பண்ணாடிகளின் பாதம் படாமல் நொய்யல்கரையில் எந்த நல்லது கெட்டதும் நடந்ததில்லை. தான தருமங்கள் செய்வதில் ராஜாவுக்கு நிகரானவர்கள் எனப் பெயரெடுத்தவர்கள் அவர்கள். கூப்பிட்ட குரலுக்கு ஓடிவர திசைக்கு நான்கு ஆள்கள் இருந் தாலும் தாமே காட்டில் இறங்கி வேலை செய்ய வெடத்தலாங் காட்டுப் பண்ணாடிகள் யாரும் தயங்கியதில்லை. நடவானாலும் களையெடுப்பானாலும் அறுப்பானாலும் கதிரடிப்பானாலும் ஆள்களோடு ஆள்களாய் ஓடியாடித் திரியும் வெடத்தலாங்காட்டுப் பண்ணாடிமார்களைக் கண்டு சனம் விதிர்த்துப்போய் நிற்கும். விதைப்புக் காலங்களில் வெறுங் கோவணத்தோடு கலப்பை பிடித்து முன்னால் நிற்பார்கள். ஆசாரி, குயவன், வண்ணான், நாவிதன், பறையன், சக்கிலியன் என நொய்யல்கரையின் ஊழியக் குடிகளுக்குக் கணக்குப் பார்க்காமல் அள்ளிக் கொடுப்பார்கள். யாருக்கு என்ன பிரச்சினை என்றாலும் முதல் ஆளாக வந்து நிற்பவர்கள் வெடத்தலாங்காட்டுப் பண்ணாடிகள்தாம். பால்மோர், காய்கசம்பு எது வேண்டுமானாலும் நடுச்சாம மென்றாலும் தயங்காமல் வெடத்தலாங்காட்டு வாசலில் போய் நிற்க முடியும்.

நியாயம் என அரண்மனைக்குப் போகிறவர்கள்கூட முதலில் தேடுவது வெடத்தலாங்காட்டுப் பண்ணாடிகளைத்தான். "வெடத் தலாங்காட்டுச் சாமி இருக்கறாங்களா?" என முன்கூட்டியே அரண்மனைப் பணியாளர்களிடம் விசாரித்தறிந்துகொண்டுதான் வருவார்கள். அவர்களது முன்னிலையில் ராஜாவேகூடப் பொறுமையானவராகத்தான் தென்படுவார். தொட்டதற்கெல்லாம் சவுக்கைச் சொடுக்கும் பழக்கம்கொண்ட ராஜாமார்களை ஒரு

பார்வையால் கட்டுப்படுத்திவிடும் சாமர்த்தியம் கொண்டவர்கள் அவர்கள். “எதுக்குப் போயிக் கை வெச்சுக்குட்டு, மெரட்டி உட்டா போது. படாத எடத்துல பட்டு உசுருகிசுரு போயிருச்சுனா அப்பறொ அந்தப் பாவத்த ஏந்தோனு” என வெகு உரிமையாய் ராஜாவின் கைகளிலிருந்து சவுக்கைப் பிடுங்கி வைத்துவிட்டு உள்ளே கூட்டிக்கொண்டு போய்விடுவார்கள். சமயங்களில் ராஜாவே, “வெடத்தலாங்காட்டுப் பண்ணாடியப் பாருங்கடா, அங்க முடீலீனாப் பாத்துக்கலா” எனப் பலரை அனுப்பி வைத்து விடுவார். நியாயம் கேட்டு வெடத்தலாங்காட்டு வாசலுக்கு வந்து நிற்பவர்களிடம், “ஆகாரமெல்லா முடிஞ்சுதாப்பா?” எனக் கேட்டுவிட்டுத்தான் பேச்சையே தொடங்குவார்கள். பதில்சொல்லக் கொஞ்சம் மென்று விழுங்கினாலும், “மொதல்ல போயிச் சாப்புட்டுப்புட்டு வந்துருங்கொ, நாயமல்லா அப்பறொ” என ஆள்காரர்களைக் கூப்பிட்டு வந்தவர்களுக்கு இலை போடச் சொல்லிவிட்டு எழுந்துவிடுவார்கள். பிறகு எல்லோரையும் வாசலில் உட்கார்த்தி வைத்துப் பொறுமையாய் விசாரிப்பார்கள். “ஒத்துமையா, தாயாப் புள்ளையாப் பொளைக்கறத உட்டுப்புட்டு ஏன்டா இப்பிடி அடிச்சுக்குட்டு வந்து நிக்கறீங்கொ?” என அதட்டிச் சமாதானம் செய்து வழியனுப்பி வைப்பார்கள். எத்தனையோ பஞ்சங்களைக் கடந்து வந்திருக்கிறது நொய்யல்கரை. அந்தத் தருணங்களில் நொய்யல்கரை மனிதர்களின் கும்பி காயாமல் பார்த்துக் கொண்டதுகூட வெடத்தலாங்காட்டு வம்சம்தான்.

பழி பாவத்துக்கு அஞ்சி வாழ்ந்த வம்சம்; யாரையும் கெடுத்ததில்லை; மனமறிந்து யாருக்கும் துரோகம் செய்ததில்லை; கொண்ட அதிகாரத்தைக்கொண்டு ஆட்டிப்படைத்ததுமில்லை.

பிறகு பூண்டற்றுப்போகச் சாபம்பெற்றது அந்த வம்சம்தான். எல்லாம் வேம்பன கவுண்டர் காலத்தில்தான் தொடங்கியது. வேம்பன கவுண்டர் பால்யத்திலிருந்தே அரண்மனைக்கு நெருக்கம். வெகு காலமாக ஜமீன் நிர்வாகத்தைக் கவனித்து வந்த தகப்பனாருடன் சேர்ந்து ஜமீன் முழுவதையும் சுற்றிவந்தவர். அவரது தகப்பனாரையும் பாட்டனாரையும் முப்பாட்டனாரையும் போலவே குடிகளின் பிரியத்துக்கும் மரியாதைக்கும் உரியவராக உருவெடுத்திருந்த அவரது ஒழுக்கத்தையும் கை சுத்தத்தையும் பார்த்த பெரிய ராஜா மிகச்சிறு வயதிலேயே அவரைத் தன் காரியஸ்தனாக நியமித்துப் பக்கத்தில் வைத்துக்கொண்டார். ஜமீன் விவகாரங்கள் அனைத்தையும் ஒற்றை ஆளாகத் தன்

கட்டுக்குள் வைத்திருந்த வேம்பன கவுண்டரைப் பெரிய ராஜாவின் காலத்துக்குப் பிறகு பட்டத்துக்கு வந்த ராஜா தன் அந்தரங்க உதவியாளராக வைத்துக்கொண்டார். ராஜாவின் முரட்டுக்குணம் வேம்பன கவுண்டருக்குப் பிடிக்காத ஒன்று. எதற்கெடுத்தாலும் கைநீட்டுவதையும் சவுக்கைச் சொடுக்கு வதையும் தொடக்கத்திலிருந்தே உரிமையுடன் கண்டித்து வந்திருந்தார் வேம்பன கவுண்டர்.

ஆனால், காலமும் வெகு வேகமாக மாறிக்கொண்டிருந்தது. இடுப்பிலொரு கோவணமும் சிரசுக்கொரு உருமாலையுமாகக் காடுகரைகளில் புழுதியடித்துக் கிடந்த சனம் கொஞ்சங் கொஞ்சமாக வெளியுலகை எட்டிப் பார்க்கத் தொடங்கியிருந்தது. ஊர்க்காரர்கள் கொடுக்கும் தவச தானியங்களைப் பெற்றுக் கொண்டு எண்ணெயும் துணிமணிகளும் கொடுத்துவந்த செட்டி மார்களும் முதலியார்களும் நொய்யல்கரையில் வெள்ளைக்கார ராஜாக்களின் உருவம் தாங்கிய வெள்ளிப்பணத்தைப் புழக்கத்தில் விடத் தொடங்கியிருந்தார்கள். ஏழைபாழைகளுக்குச் செம்பாலான ஓட்டைக்காசு. ஒரு தடவை நொய்யல்கரைக்கு எப்படியோ ஒரு ஓட்டைக்காசு வந்து சேர்ந்ததாம். அதை வைத்துக்கொண்டு என்ன செய்வதெனத் தெரியவில்லையாம் ஊர்க்காரர்களுக்கு. நாடார் வளவைச்சேர்ந்த இளைஞர்களில் சிலர் ஒரு மண்டைக் காகத்தைப் பிடித்து அதன் அலகில் துளையிட்டு, அதில் அந்தக் காசைத் தொங்கவிட்டு விட்டார்களாம். பிறகு வெகு காலம் ஓட்டைக்காசு குலுங்கக் குலுங்க நொய்யல்கரையைச் சுற்றி வந்துகொண்டிருந்ததாம் அந்தக் காகம்.

துரைமார்களால் புதிதாக நிறுவப்பட்ட பஞ்சாலைகளுக்குத் தேவைப்படும் பருத்தியை வாங்கி விற்று ஏராளமாக லாபம் பார்க்கத் தொடங்கியிருந்தார்கள் இந்தியத் தரகு வியாபாரிகள். முதலியார்களும் செட்டிமார்களுமே இதில் அதிகம் ஈடுபட்ட வர்கள். ஈரோட்டில் உருவான பருத்திச் சந்தையில் முதலியார் களோடு சில கவுண்டர்களும் வியாபாரத்தில் ஈடுபட்டார்கள். முதலியார்கள் சிலரது யோசனைப்படி வேம்பன கவுண்டரும் பண்ணையத்தையெல்லாம் பங்காளிகளிடம் கொடுத்துவிட்டுத் தன் இளம் மனைவி சாமியாத்தாளுடன் ஈரோடுபோய்ச் சேர்ந்தார்.

ஈரோட்டுக்குப் போய் தரகு வியாபாரத்தில் இறங்கி ஓஹோ வென்று வாழ்ந்ததெல்லாம் உண்மைதான். ரட்டுக்கார முதலியார் ஒருவருடன் சேர்ந்து சிறிய அளவில் ஒரு ஜவுளிக் கடையும்

வைத்தார். அவரது நல்ல நேரமோ என்னவோ எடுத்த எடுப் பிலேயே கொழுத்த லாபம். பிறகு நொய்யல்கரைவாசிகள் கல்யாணம் காட்சிகளுக்கு ஈரோடு போய் ஜவுளியெடுக்கத் தொடங்கினார்கள். கடைக்கு வருகிற ஊர்க்காரர்களுக்கு அய்யர் கடை டிகிரிக் காபியும், பீடாவெற்றிலையும் வாங்கிக் கொடுத்து உபசரிப்பாராம் வேம்பன கவுண்டர். அந்தப் பெருமையை யெல்லாம் பொங்கா நாசுவனிடம்தான் கேட்க வேண்டும். வெள்ளை வெளேரென முட்டை ஓடு போல அவர் போட்டிருந்த வேட்டி சட்டையென்ன, அங்கவஸ்திரமென்ன, கழுத்தில் மைனர் செயின் புரண்டது. நெற்றியில் பட்டை பட்டையாய்த் திருநீறு பூசி, நடுப்பட்டையில் சந்தனமும் குங்குமமும் மின்ன அவர் கல்லாவில் உட்கார்ந்திருந்த அழகை, "அதையேங்கேக்கறீங்க சாமீ?" எனக் கண்ணெல்லாம் விரிய அவன் சொல்வதைக் கேட்கும் நொய்யல்கரைவாசிகளுக்குப் பெருமிதமாகத்தான் இருக்கும். அவனது பேச்சுக்கு மயங்கி இதற்கென்றே ஈரோட்டுக்குப் போய் ஒருதடவை அவரைப் பார்த்துவிட்டு வந்தவர்களும் உண்டு. பெருமாள் கோயிலுக்கும் ஈஸ்வரன் கோயிலுக்கும் வாரிக் கொடுத்து, "உபயம், வேம்பன கவுண்டர் புதுவெங்கரையாம் பாளையம்" என்று கல்வெட்டில் பெயர் பிடித்துக்கொண்டார். சுயராஜ்ய மாநாடுகளுக்கெல்லாம்கூடப் போய்விட்டு வந்தாராம். வட நாட்டிலிருந்து வரும் தலைவர்கள் அவர் வீட்டில்தான் தங்கிச் சென்றார்களாம். இப்படியெல்லாம் நொய்யல்கரையில் அவரைப் பற்றி எவ்வளவோ பேசிக்கொண்டார்கள். ஆனால், கொஞ்சகாலத்தில் நொய்யல்கரைவாசிகள் அவரை மறந்து போனார்கள். வேம்பன கவுண்டருடைய நினைவிலிருந்து நொய்யலும் மறைந்து போயிருந்தது.

ஆனால், அதெல்லாம் எவ்வளவு காலம் நிலைத்துவிட்டது? கடன்காரர்களுக்குத் தப்பி இரவோடு இரவாய்ப் புறப்பட்டுக் கடைசியில் நொய்யல்கரையில் வந்து நிற்கும்படிதானே ஆயிற்று? சம்பாதித்தவற்றையெல்லாம் யாரோ ஒருத்தியிடம் விட்டுவிட்டு ஓடி வந்துவிட்டதாக ஊரில் பேச்சுப் பரவியது. வேம்பன கவுண்டர் அவற்றையெல்லாம் குறித்து ஒரு வார்த்தை பேசவில்லை. ஆண்டியும் கோவணமுமாய் வந்து நின்றாலும் நொய்யல்கரை மனிதர்களுக்கே உண்டான வைராக்கியம் மட்டும் அவரைவிட்டுப் போகவில்லை. நொய்யல்கரையை மிதித்ததும் கழுத்தைச் சுற்றிப் புரண்டுகிடந்த அங்கவஸ்திரத்தை உருவி ஆற்றில் விட்டார். நடு ஆற்றில் கிழக்கு முகமாக நின்று தலை மூழ்கியெழுந்து ஈர

வேட்டியோடு தேவனாத்தா கோயிலுக்கு வந்து, அவளுடைய பாதங்களில் நெடுஞ்சாண் கிடையாக விழுந்து ஒரு மூச்சழுதார். பழையபடி இடுப்புக்கொரு கோவணமும் தலைக்கொரு துண்டும் கட்டிக்கொண்டு மண்ணை நோக்கிக் குனிந்தார். கேலிப் பேச்செதற்கும் பணியவில்லை; காதுபடக் குத்திச் சிரித்த சொந்தத்தையும் பொருட்படுத்தவில்லை. ஒரு வெட்டிப் பேச்சு கிடையாது; வம்பு வழக்கு கிடையாது; விருந்து விசேஷம் என எதுவுமில்லை; எந்நேரமும் உழைப்பு. சும்மா கிடந்த கொழுப் பெல்லாம் வற்றி, உடல் கரணை கரணையாய்த் திரண்டு கருத்தது.

பிறகொரு நாள் அரண்மனைக்குப் போய் ராஜாவைப் பார்த்தார். எந்தப் பங்கமுமில்லாமல் பழைய பொறுப்புகளெல்லாம் கைக்கு வந்துசேர்ந்தன. கேலியும் கிண்டலும் பேசித் திரிந்த சொந்தங்களும் சுற்றங்களும் வாயடைபட்டுப்போய் மாமன், மச்சான் என முறை தேடி வந்தன. அவ்வளவு காலமும் மலடென்று கிடந்த சாமியாத்தாளும் கோயில் குளங்களுக்கு நடையாய் நடந்து ஒரு ஆண் குழந்தையைப் பெற்றெடுத்தாள். வம்சம் விருத்தியாக ஒரு குலக்கொழுந்தாக வந்து பிறந்தான் பூபதி. ஊரையெல்லாம் அழைத்து, இரட்டைக் கிடாய் வெட்டிப் பொங்கல் வைத்தார் வேம்பன கவுண்டர். வந்த செல்வத்தைக் கொண்டு ஆர்ப்பாட்டம் செய்யவில்லை; முன்னைப் போலவே சலிப்பின்றி உழைத்தார். மனதுக்குள் ஆன்மீக எண்ணங்கள் துளிர்விடத் தொடங்கின. நொய்யல் கரையை விட்டு ஒரு சுற்றுப் போய் வந்தவரில்லையா.

அதனால்தானோ என்னவோ தத்துவ விசாரங்களிலும் நாட்டம் மிகுந்திருந்தது அவருக்கு. சாமியாத்தாளும்கூட அதிலெல்லாம் ஈடுபாடு கொண்டவளைப் போல்தான் தென்பட் டாள். வெள்ளிக்கிழமையானால் ஈஸ்வரன் கோயில், அமாவாசை யானால் சிவன்மலை, செவ்வாய் தோறும் விரதம் என அவளும் ஒரு சுற்றுவர அவர்களுடைய ஆன்மீகப் படகு நன்றாகத்தான் போய்க்கொண்டிருந்தது.

அப்படிப் பெருமிதம்கொண்டு வாழ்ந்த வம்சத்தை நிர்மூலமாக்கி விட்டு ஓய்ந்தாளே சாமியாத்தா, அதெல்லாம் பிறகு நடந்தவைதான்.

விதி ஒன்றைத் தவிர அவளுடைய நடத்தைகளுக்கு வேறு என்ன காரணம் சொல்ல முடியும்? ஏழெட்டு வருடத்திய ஈரோட்டு வாழ்வில் அவள் அடையாத துன்பங்கள் இல்லை. வாழ்வின் எல்லாக் கோலங்களையும் ஏற்று, குலையாமல்

நின்றவள். தனக்குச் சிறிதளவு சந்தோஷத்தைக்கூடத் தராத அந்த வாழ்வை எந்த விமர்சனமும் இல்லாமல்தான் வாழ்ந்து தீர்த்தாள். எப்போதும் குடி கூத்தியென்று திரிந்த வேம்பன கவுண்டர் வீடடங்கியதே இல்லை; வைப்பாட்டி வீட்டில் படுத்துக் கிடந்துவிட்டு விடியற்காலையில்தான் வருவார். அவருடைய கூட்டாளி ஒருவனுக்கு இரண்டாம் தாரமாக வாழ்க்கைப்பட்டிருந்த அவளுக்குத் திமிறிய உடல், சிவந்த நிறம்; எப்பொழுதும் கள்ளத்தனமாய் அலையும் கண்கள். வேம்பன கவுண்டரின் சம்பாத்தியத்தையெல்லாம் அவள் வாரிக்கொண்டுபோனவள் என அவளைப் பற்றி ஒரு பேச்சிருந்தது. பட்டும் பவுனுமாக மாற்றித் தொங்கவிட்டுக் கொண்டிருந்தாள். அவளுக்கென ஒரு சவாரி வண்டி, நிமிர்ந்து ஒரு பார்வை பார்த்தால் சர்வமும் ஒடுங்கிவிடும் புருஷன்; வில்வண்டியில் அவர் போய் நின்றாலே, "வாங்க, வாங்க" வாய்நிறைய அழைத்து உட்கார்த்தி வைத்துவிட்டு வெளியில் போய்விடுவானாம். கேட்க வேண்டுமா? அவர் ஒருநாள் அந்தப் பக்கம் போகாவிட்டாலும் தேடிக்கொண்டு வீட்டுக்கே வந்துவிடுவாள். கொஞ்சலும் குலாவலும் சாமியாத்தாளின் கண்ணெதிரிலேயே நடக்கும். ஒரு வார்த்தை கேட்டதில்லை அவள். கதவைத் தாளிட்டுக்கொண்டு அழுது தீர்க்க வேண்டும்.

அழுத கண்களும் சிந்திய மூக்குமாகவே அந்த வாழ்க்கை கழிந்து சென்றது. எதுவுமே உடலில் ஒட்டவில்லை; எலும்பும் தோலுமாய் ஒரு நோயாளியைப் போல்தான் தோற்றமளிப்பாள்.

சொகுசாய் உலவித் திரிந்த வேம்பன கவுண்டருக்கு அண்ணாந்து அவளைப் பார்க்க நேரமிருந்ததில்லை. புருஷன் பெண்டாட்டி உறவு என்பதெல்லாம் ஒப்புக்குக் கழிந்து கொண்டிருந்தது.

ஆனால், நொய்யல்கரைச் சுவாசமும் தண்ணீரும் பிள்ளைப் பேறும் என எல்லாம் சேர்ந்து அந்த உடலை அப்படிப் பூரிக்கச் செய்திருந்தது. சமயத்தில் வேம்பன கவுண்டரேகூடத் தடுமாறித் தான் போவார். அந்த உடம்புக்கு அப்படியொரு செழிப்பு எங்கிருந்து வந்தது? சூட்சுமக்கயிறு அந்த வம்சத்தின் காலடிச்சுவடு களைப் பற்றிப் பின்தொடர்ந்து வந்த சாபத்தின் விரல்நுனியில் இருந்ததோ?

எல்லாக் கண்களையும் சுண்டியிழுத்தாள் சாமியாத்தா. ஒரு பகல் பொழுதில், தோட்டத்துச் சாளையினுள்ளிருந்து வந்த சத்தங்களைக் கேட்டு விக்கித்து நின்றவர் பிறகு, வெகுநேரம்வரை

அசையவே இல்லை. வியர்த்து வழியும் மேனியுடன் சாளையிலிருந்து வெளியேறிப்போனவனைப் பார்க்கக்கூட முடியாமல் கண்கள் இருண்டு கிடந்தன. சவம்போல நடந்தார். கால்கள் தானாக நதிக்கரையை நோக்கிச் சென்றன. பிறகு நதிநீரைப் பார்த்து உட்கார்ந்தவருக்குப் பொழுது சாய்ந்தது தெரியவில்லை, இருட்டியது தெரியவில்லை, இருட்டைத் துடைத்து எழுந்த நிலா வெளிச்சமும் தெரியவில்லை; சீறும் வெள்ளத்தின் பேரிரைச்சல்கூட உறைக்கவில்லை. நதியிடம் கேட்பது போலவும் முறையிடுவது போலவும் வெள்ளப்பெருக்கைப் பார்த்துக் கொண்டிருந்தார். கேள்விகள் துளைத்தன. பிறகு வீட்டுக்கு வந்தவர் யாரிடத்திலும் எதுவும் பேசவில்லை. திண்ணையில் கிடந்த கயிற்றுக் கட்டிலில் ஒரு சவம்போல சாய்ந்தார். பிறகு சாகும்வரை அந்தத் திண்ணையும் கயிற்றுக் கட்டிலும் அவருக்கு நிரந்தரமானவையாய் ஆகிவிட்டன.

இருவரும் நேருக்கு நேர் பார்த்துக்கொள்வதுகூட இல்லாமல் போயிருந்தது. சாப்பிடும் தருணங்களில்கூடப் பேச்சில்லை. தட்டில் சோற்றைப் போட்டு, குழம்பு ரசத்தையெல்லாம் பக்கத்தில் வைத்துவிட்டுப் போய்க் கண் மறைவாய் நின்றுகொள்வாள் சாமியாத்தா. சாப்பிட்டு முடித்து அவர் எழுந்து வெளியில் போனதற்குப் பிறகே திரும்பி வருவாள்.

சாப்பிட்ட இடம் துப்புரவாய் இருக்கும்; ஒரு சோற்றுப் பருக்கை சிந்தியிருக்காது. சாப்பிட்ட கையோடு தட்டைக் கழுவியெடுத்து மேத்திண்ணையில் கவிழ்த்து வைத்திருப்பார். அவள் வெளியில் வரும்பொழுது அவர் காட்டை நோக்கி வேகமாகப் போய்க்கொண்டிருப்பார்.

20

கடல்போலத் திரண்ட மாராங்காட்டாரின் சொத்துக்கு ஒற்றை வாரிசாக வந்து பிறந்தவன் குமாரசாமி. அசல் மைனர். சேவல் கட்டுக்காக வில்வண்டியேறி திண்டுக்கல், மதுரைகட்டிப் போவான். துளிர் மீசை, போதையேறிச் சிவந்த கண்கள். சொத்துக்காக மூத்தாம்பாளையம் வில்வண்டிக்காரர் வீட்டில் பெண்ணெடுத்திருந்தான் குமாரசாமி. அவளுக்குத் திக்குவாய், மாறுகண். அவள் சமைந்த நேரமே சரியில்லையென்றார்கள். அவள் குமரியான எட்டாம் நாள், ஓடியாடித் திரிந்துகொண்டிருந்த அவளுடைய தாய் விரியன் கடித்துச் செத்துப்போய்விட்டாள். இதைக் கேள்விப்பட்டவர்கள் அவளைப் பெண்ணெடுக்கப் பயந்தார்கள். தவிர அந்தக் காலத்தில் வண்டிக்காரர் செய்த அக்கிரமமெல்லாம் சுற்றுப்பட்டியெங்கும் வெகு பிரசித்தம். படியேறிப் போய்ப் பெண் கேட்கும் துணிச்சல் யாருக்கும் வரவில்லை. வயதுக்கு வந்தும் வருடம் பன்னிரண்டாகியிருந்தது.. மனம் சலித்து, மயிர் நரைத்து, தேகம்வற்றிச் சுருங்கும் தருணத்திலேயே அவளுக்குத் தாலி கழுத்திலேறும் பாக்கியம் கிடைக்குமெனச் சொல்லியிருந்தான் அவளுக்குச் சாதகம் கணித்த குமரப்ப பண்டிதன். பின்பு அமைகிற இடம் பெரிய இடமாக இருக்குமாம். சாதகம் கேட்க வந்திருந்த வண்டிக்காரரிடத்தில் மெதுவாக மாராங்காட்டாரைப் பற்றியும் குமாரசாமியைப் பற்றியும் சொல்லியிருக்கிறான் குமரப்ப பண்டிதன். “செரி, நீ பாத்துச் சொல்லுடா கொமரே” எனச் சொல்லிவிட்டுப் போயிருக்கிறார் வண்டிக்காரர்.

மாராங்காட்டாருக்கும் சம்மதம்தான். வண்டிக்காரர் ஆண் வாரிசற்றவர் என்பதும் அவ்வளவு சொத்துக்கு நல்லம்மாளை விட்டால் வேறு ஆளில்லையென்பதும் அவருக்குத் தெரியாத தல்ல. வெகு காலமாய் அந்தச் சொத்தின்மேல் ஒரு கண்ணும் இருந்து வந்தது அவருக்கு. கவுண்டச்சிக்கு மட்டும் கொஞ்சம் தயக்கம். “அவனெங்க கொமரே, துண்டிருக்கம் பண்ணிக்கிட்டல்ல திரியறே?” என அரைமனதாகச் சொன்னாள். குமரப்ப பண்டிதன் தான் அவளுக்குத் தைரியம் சொன்னான். “அதெல்லா சின்னக் கவுண்ச்சி வந்து உக்காந்தாங்குன்னா செரியா போவுமுங்காத்தா,

அப்பிடியிப்பிடீன்னு இல்லாம இந்தக் காலத்துல ஆருங்காத்தா இருக்கறாங்கொ? நம்பு பெரியெசமாங்க எப்பிடியிருந்தவுங்கொ? இப்ப நம்பள மீறி ஒரு பேச்சுண்டுமுங்களா?" எனச் சொன்ன போது அவளுக்குப் பெருமை பிடிபடவில்லை. சுருக்கம் விழுந்த முகத்தில் லேசான வெட்கம்கூடத் தென்பட்டது. ஆனாலும் மனசு கேட்கவில்லை. "கண்ணாலத்தப் பண்ணிக்கிட்டு வந்து நாளைக்கு ஒண்ணு கெடக்க ஒண்ணாவிப்போச்சுனா என்ன பண்றது கொமரே?" என்றாள். "நம்பு புள்ளெ வேற, அடுத்தவிய புள்ள வேறயா?" என அவளுக்குத் தயக்கம். பிறகொருமுறை இருவரும் மூத்தாம்பாளையம் போய்விட்டு வந்தார்கள். வண்டிக்காரரின் சொத்து கவுண்டச்சியின் மனதை அடியோடு மாற்றிவிட்டது. குமாரசாமிகூடப் பெண்ணைப் பார்த்துவிட்டு, "என்னப்பா பொண்ணு லட்சணமில்லையே?" எனக் கேட்டானே தவிர மறுத்து ஒரு வார்த்தை சொல்லவில்லை. பிறகென்ன? அந்தப் பக்கம் இரண்டு பொய், இந்தப் பக்கம் நாலு பொய்யெனக் குமரப்ப பண்டிதனின் வாய்ச் சாமர்த்தியத்தால் கல்யாண மாயிற்று.

சொத்து கைக்கு வந்து சேர்கிறவரை நல்லம்மாளைச் சீராட்டாத குறைதான். அதற்குத் தகுந்தாற்போல் வெள்ளியங்கிரி மலைக்குப் போன வண்டிக்காரரும் யானை மிதித்துச் செத்துப் போனார். அரசில்லாத சொத்துக்கு ஒற்றை வாரிசானான் குமாரசாமி. திமிரும் துண்டிருக்கமும் உச்சிக்குப் போயின.

சாமியாத்தாளின் வீட்டிலிருந்து திரும்புகிற ஒவ்வொரு தருணத்திலும் சண்டை நடந்தது. சொத்துகளைக் காப்பாற்றிக் கொள்ள ஆவேசமாகச் சண்டை போட்டாள் நல்லம்மா. அவள் பேசுகிற ஒவ்வொரு வார்த்தைக்கும் அடிவிழும். ஒரு வார்த்தைக்கு ஒரு அடி, பத்து வார்த்தையென்றால் பத்தடி. கணக்கு வைத்தே அடித்தான் குமாரசாமி. "பாழாப்போன நாயே, இதெல்லா ஆரு சம்பாதிச்ச சொத்துன்னு நெனைக்கறே? அவுசாரிகளுக்குக் குடுக்கறதுக்கா எங்கப்பெ உங்கிட்டக் குடுத்துப்புட்டுச் செத்தாங்கொ?"

அதற்கும் அடிதான். அடி தாங்க மாட்டாமல் எழுந்து வெளியே ஓடிவிடுவாள்.

பேச்சுக்குக் கிடைக்கிற ஒவ்வொருவரிடமும் சொல்வாள், "அப்பிடி அந்தக் கண்டாரோலிகிட்ட என்ன இருக்குதுன்னு

தெரீலீங்க மாமா, நானுமு நாக்கப் புடுங்கிக்கறாப்பல கேட்டுப் பாத்துப்புட்டெ, அடிய வாங்கிக்கிட்டு அடுத்த சனத்துக்குத் தெரியாம அழுவறதுதேங்கோடு கறியெல்லா நஞ்சு போச்சுங்க மாமா. இந்தப் பாவஞ்செஞ்ச முண்டப்புள்ளைக்குச் சாவொண்ணு வர மாட்டீங்குதே, வந்தா எங்கப்பங்கிட்டயே போயிச் சேந்துக் குவனே" என முகத்தை மூடிக்கொண்டு அழுது தீர்ப்பாள். அப்படிச் சொல்லிக் கொண்டிருந்தாளே தவிர சாகவெல்லாம் விருப்பமில்லை அவளுக்கு. எப்போதாவது "அந்த ஆண்டவன் கண் திறப்பான்" என்னும் நம்பிக்கையோடு நைந்த உடலைச் சுமந்துகொண்டு திரிந்தாள். ஆனால், அடிவாங்கி நெஞ்செல்லாம் ரத்தம் கட்டிக்கொண்டதோ, இல்லை பெற்றவன் வந்து அழைத்துக்கொண்டானோ, சீக்கிரத்திலேயே போய்ச்சேர்ந்தாள். கடைசி நாள்களிலுங்கூட அழுகையும் வசவுகளும் ஓயவில்லை. வேதனை பொறுக்க மாட்டாமல், "வீரய்யா என்னைய கூட்டிக் கிட்டுப் போயி எங்கப்பங்கிட்டயே சேத்துரு, உட்டு வெச்சிருந்தீனா இந்தக் கொலகாரப்பாவி என்னைய அடிச்சே கொன்னுபுடுவே" என நடுராத்திரியில் எழுந்து வீறிடுவாள்,

"என்னைய கொண்டு போயிரு வீரய்யா."

அப்புறம் போய்ச் சேர்ந்தாள். விரிந்த கண்களுடன் நெஞ்சை இறுக்கிப்பிடித்தவாக்கில் அவள் செத்துக் கிடந்ததைப் பார்த்த குமாரசாமி பயம்கொண்டான். சடங்கு சம்பிரதாயங்கள் செய்யக் கூடப் பக்கத்தில் வரவில்லை. கொள்ளி வைப்பதற்குக்கூட நாலுபேர் சேர்ந்து குண்டுக்கட்டாகத் தூக்கிக் கொண்டுதான் வந்தார்கள். அவள் எரிந்து பிடி சாம்பலாய் நொய்யலுக்குள் கரைந்துபோன போதுங்கூடப் பயம் நீங்கவில்லை அவனுக்கு. பயத்தை விரட்ட மறுபடியும் குடித்தான். ஊர்வாய்க்குப் பயந்தோ என்னவோ கொஞ்ச காலம் சாமியாத்தாளின் வீட்டுப் பக்கம் கூடப் போகவில்லை. அவளும்கூடப் பயந்திருந்தாள். பிறகு சில நாள்களில் எல்லாம் பழையபடி ஆயிற்று. மத்தியான வெயிலுக்கு ஆலமர நிழலில் ஒதுங்குகிறவர்களுக்கு இவையெல்லாம் பேசிச் சிரிக்கிற விஷயங்களாயின.

வேம்பன கவுண்டரைப் பற்றி என்ன சொல்ல முடியும்?

எந்தப் பேச்சும் அவருடைய செவிகளில் விழவில்லை. எவருடனும் எந்தப் பேச்சுவார்த்தையும் அவருக்கு இல்லை. ஊர், உறவு, சுற்றம், சொந்தம், நல்லது, பொல்லாதது என

எதுவுமே இல்லை. வெடத்தலாங்காட்டையும் நொய்யலையும் தவிர அவருக்கு வேறு போக்கிடம் இல்லாமல்தான் போயிருந்தது. மற்ற குடும்பங்களாயிருந்தால் எப்பொழுதோ வளைத்துத் துரத்தியிருக்கும் ஊர். இரண்டுமே பெரிய பண்ணையங்களாகப் போனதால் எதிர்த்துக் கைநீட்டும் துணிவு யாருக்கும் வரவில்லை.

உச்சி வெயிலில் ஆலமர நிழலில் பேச்சுப்புரளும்,

"நானாருந்தா அப்பவே வெட்டி ஆத்துல உட்டிருப்பெ. வெள்ளாலனா பொறந்தவனுக்குக் கொஞ்சமாச்சு மானொ, ரோஷமிருக்க வேண்டா?"

"மான ரோஷமெல்லா இல்லாதவிய இல்லீங்கொ அவியொ, என்னமோ ரோசன பண்ணிக்கிட்டு உட்டுட்டாங்களாட்ட இருக்குதுங்கொ சாமி."

"ரோசன என்னடா ரோசன? பொண்டாட்டியை அடுத்தவங் கிட்ட உட்டுக்குடுத்துப்புட்டு ரோசன பண்ணி அவனூடு பத்தியெரிஞ்சு பாழாப்போச்சு போ."

"ஒரொதைல இடுப்புப் பேந்து போவாது?"

"நானாருந்துருந்தா தட்டி ஆத்துல வீசீருப்பெ."

"சும்மா நெனச்சாப்பல ஒண்ணப் பண்ணிப்புடலாமாக்கு?"

"ஏ... எவெம் வந்து மசரப் புடுங்கிப்புடுவே?"

"என்னமோ பட்டணக்கரைல ஏவாரமுங் கீவாரமும் பண்ணி, குடி கூத்தீன்னு திரிஞ்சவனாச்சா? அங்கத்த மொதலி யாரிச்சிக்கிட்ட உட்டத இப்பிடி மடையத் திருப்பிக் கொண்டாந் தறலாமுன்னு பாக்கறானாட்ட இருக்குது."

"என்னமோ குடும்ப மானத்த நெனச்சுக் கம்முனு இருப்பாங்களாட்ட இருக்குது."

"ஆமா, குடும்ப மானொ இப்பக் கோழி மொட்டுக்குள்ள இருக்குது பாரு, ஒடச்சு ஊத்தி வறுத்துத் திங்கறதுக்கு, அட ஏன்டா பொளையா நாசுவா நீ வேற கூத்துட்டுக்குட்டுத் திறியறே? தாராபொறத்துக்குங் கெழக்க பத்து மைலுச் சேராது? வரக்காடு; ஒடக்காங்கோட மொட்டுடாது; ஒரெழவெடஞ் சலுனாக்கோட வெளில தெரியறதுக்கு ஓரெட்டுப் புடிக்கு. இந்தப் பதனஞ்சா நேத்து ஒரு நிச்சயித்துக்குப் போயிருக்கறெ, அங்கொருத்தங் கேக்கறே, ஏனுங் மாப்பள, சாமியாத்தாக்கா இப்பிடியாமுனு, நம்முளுக்குத்தே நாக்கப் புடுங்கிக்கிட்டுச் சாவலாம்னு இருக்குது."

“நாமெதுக்கு நாக்கப் புடுங்கிக்கிட்டுச் சாவோணு?”

“ஆமா... இங்க ஆருக்குத் தெரியாம கெடக்குது? என்னையுந்தே போற எடத்துலயெல்லா ஒவ்வொருத்தனுங் கேக்கறே, நா சிரிச்சுக்கிட்டே சொல்லிப்புடுவெ, ஆமாமா, அது பெரிய எடொ அப்பிடியிப்பிடீன்னுதே இருக்குமும்பெ, என்ன சித்த பேசிச் சிரிப்பொ.”

“நீ நல்லாவே சிரிப்பையா, அப்பறொ.”

“வேறென்னுங்க மாமா பண்றது? அழுவறதாக்கு?”

“அவியதே என்னுங்கொ பண்ணுவாங்கோ? இந்தெட்டுக்கு நம்பத் தளந்து போயிட்டாங்கொ, எப்பப் பாத்தாலுமு ஆத்துக் கால்ல போயிக் கோந்துக்கறாங்கொ, பைத்தியம் புடுச்சாப்பல ஆத்துத் தண்ணீயவே பாத்துக்கிட்டிருக்கறாங்கொ. என்னமோ பிருமித்தி புடுச்சாப்பல. ஆராச்சுமுங் கூப்புட்டாக்கோடக் காதுல போட்டுக்கறதில்ல. அன்னைக்கப்பிடித்தேனுங் சாமி, நாங்கூப் புட்டெ சாமீ, எசமாங்களேன்னு அஞ்சாறு சத்தொ, திரும்பிக் கோடப் பாக்குலீங்களே. என்னமோ தவம் பண்றாப்பல அதொரு போக்கு.”

தவம் மாதிரிதான்.

சாமியாத்தாளைப் பற்றிய யோசனையில்லை; குமாரசாமி யைப் பற்றிய யோசனையில்லை; ஒற்றை வாரிசாக வந்து பிறந்திருந்த புத்திரன் பூபதியைப் பற்றிய யோசனையுமில்லை. தன்னைப் பற்றியே முடிவில்லாத யோசனை. கேள்விகள் மனத்தைக் குதறின. எல்லாவற்றுக்குமான பதில்களை நொய்யலிடம்தான் கேட்டு நின்றார்.

நொய்யலே நான் யார்? எங்கிருந்து வந்தேன்? எங்கு போய்க் கொண்டிருக்கிறேன்? என்னைக் கொண்டுவந்தது நீயா? கொண்டு சேர்க்கப் போவதும் நீதானா? எங்கிருந்து கொண்டுவந்தாய்? எங்கு, எப்பொழுது கொண்டுசேர்க்கப் போகிறாய்? சுமை தாளாமல் இறக்கி உன்கரையில் வைத்துக்கொண்டிருக்கிறாயோ? அல்லது கொஞ்சம் விளையாடட்டும் என விட்டிருக்கிறாயா? இந்தச் சாமியாத்தா யார்? அவளைக் கொண்டுவந்து சேர்த்ததும் நீ தானா? உன் விளையாட்டுக்கு அவள் ஒரு கருவியா? எங்களை விளையாடவிட்டு நீ ரசித்துக்கொண்டிருக்கிறாயா? இப்படி மனதை ரணமாக்கிப் பார்க்கிறதெல்லாமா உனக்கு விளையாட்டு? கடவுளே, நான் விளையாடவில்லையா? ரணம் பண்ணி

ரசிக்கவில்லையா? எல்லாவற்றுக்கும் பழிவாங்கத்தான் இந்த ஏற்பாடா? ரணத்தின் வலியை எனக்கு உணர்த்தச் சித்தம்கொண்டு விட்டாய் போலிருக்கிறது. குமாரசாமியையும் சாமியாத்தாளையும் கொண்டு என்னைத் துளைத்துச் சோதிக்கிறாயோ?

எல்லாவற்றுக்கும் என்ன பதில் தந்தாள் நொய்யல்? பதிலென்று ஏதாவது சொன்னதா, இல்லை தன்போக்கில் சலசலத்து ஓடிக்கொண்டிருக்கிறதா அந்தக் காட்டாறு? தன் படுகையில் கொண்டுள்ள பாறைகளில் மோதியும் இடுக்குகளுக்குள் புகுந்தும் அது எழுப்பும் சத்தங்களெல்லாம் நொய்யல்கரைவாசி களுக்கு எதையேனும் சொல்வதற்காகவா? இல்லை இதெல்லாம் அதன் இயல்பான கதியின் விளைவா? இப்படியெல்லாம் கற்பிதம் செய்துகொண்டு வாழப் பழகியிருக்கிறார்களோ நொய்யல் கரைவாசிகள்? இதெற்கெல்லாம் யாரிடம் என்ன பதிலுண்டு? ஏதோவொரு கற்பிதத்துடன் எல்லாவற்றையும் ஏற்றுக்கொண்டு விட்டது போல்தான் இருந்தது வேம்பன கவுண்டரின் போக்கு. சாமியாத்தாளோடு அவருக்கு உறவோ பகையோ எதுவுமில்லாதது போல் தோன்றியது. எந்தக் கற்பிதமுமில்லாமல், எதன்மீதும் அக்கறைகொள்ளாமல் தன்போக்கில் வாழ்ந்துவந்தாள் சாமியாத்தா. அவளுக்கு எந்தக் கேள்வியுமில்லை. புருஷனுக்குச் சோறாக்கி எடுத்துக்கொண்டு வெடத்தலாங்காடு போவாள். பேச்சும் சிரிப்புமாய்க் கிடக்கும் மாதாரிச்சிகள் அவள் தலை தென்பட்டதும் கப்சிப்பென்று அடங்கிவிடுவார்கள். அப்படியும் கூட ஏதாவதொன்றைச் சொல்லி இரண்டு வார்த்தை கடுகடுத்து விட்டுத்தான் போவாள். குறுக்கும் நெடுக்குமாய்க் காட்டை ஒரு சுற்றுச் சுற்றிவந்து தென்னங்குலைகளை அண்ணாந்து நோட்டமிடுவாள்; கத்தரி வயல், வேலிகளில் படர்ந்துகிடக்கும் பாகற்கொடிகள், வெண்டைச் செடிகள் என எல்லாவற்றுக்குள்ளும் நுழைந்து பூ பிஞ்செல்லாம் சரி பார்ப்பாள். அவள் பார்வை படாமல் எங்காவது மறைந்து திரிவார் வேம்பன கவுண்டர். அவள் காட்டிலிருந்து மறைந்த பிறகே எல்லோரும் மத்தியானச் சோற்றுக்காகத் தென்னைமர நிழல் வரிசையில் உட்காருவார்கள். தானும் அவர்களோடு உட்கார்ந்துகொள்வார் வேம்பன கவுண்டர். சாமியாத்தா கொண்டுவந்து வைத்துவிட்டுப் போன சோற்றைக் கையால்கூடத் தொடமாட்டார்; எல்லாம் மாதாரிச்சி களுக்குத்தான் போகும். அவருடைய வற்றிய தேகத்தைப் பார்த்து, "இப்பிடி ஓடாட்டத் தேஞ்சு போயிட்டீங்களே சாமீ!" எனப்

பெருமூச்சு விடுவார்கள் மாதாரிச்சிகள். நடவு, அறுப்பு என எந்த வேலையானாலும் தானும் வயலுக்குள் இறங்கிவிடுவார். “அப்பிடிச் சித்த நெழலொணத்தியா கோருங்க சாமீ, நாங்க பாத்துக்க மாட்டமுங்களா சாமி இதையெல்லா?” என அவர்கள் எவ்வளவு சொன்னாலும் கேட்கமாட்டார். உழைப்பு ஒன்றே அடைக்கலம் என்பதுபோலச் சலிக்கச் சலிக்க உழைப்பார். களைப்பு மேலிட்டு வீட்டுக்கு வருகிறவர் சவம் போலத் தூங்கியெழுவார். மனம் கனத்துத் தூங்கமுடியாமல் போகிறபோது வெடத்தலாங்காட்டின் ஒற்றையடிப் பாதைகளினூடாக இருளில் அலைந்து திரும்பிவருவார். புத்திரன் பூபதியோ எல்லாவற்றையும் பார்த்துக் கொண்டேதான் வளர்ந்தான். அவனுக்கும் உறவில்லை; இப்படித் தவித்துத் திரியும் தகப்பனைப் பார்ப்பான்; தாயைப் பார்ப்பான்; ஒரு வேட்டை நாயைப் போல வீட்டைச் சுற்றிச் சுற்றிவரும் குமாரசாமியைப் பார்ப்பான். கடைசியில் எல்லாம் குமாரசாமிதான் என்றாகி விட்டது.

21

அப்படியெல்லாம் வெறுத்துக்கிடந்தவர், அவள் சாவுக்கு நொறுங்கிப் போனார். அவள் கிடைகொண்டு கிடந்த இரண்டு வருஷங்களில் அவர் தவித்த தவிப்பென்ன, பட்டபாடென்ன? யாரால் அவற்றையெல்லாம் நம்பமுடிந்தது? அவளிடம் முகம் கொடுத்து ஒருவார்த்தை பேசாமல் கிடந்தவர், எல்லாவற்றையும் துறந்து தானுமொரு நோயாளியாய்த்தானே அவளுடைய காலடியில் கிடந்தார்? அவளுக்கு வைத்தியம் செய்வதற்காகக் குமரப்ப பண்டிதனின் வீட்டுக்கு நடையாய் நடந்து காலாணி யெல்லாம் செத்துப்போயிருக்கும் அவருக்கு. இரண்டு மூன்று மாதங்கள் கோயமுத்தூர் பெரியாஸ்பத்திரியில் சாப்பிடாமல் கொள்ளாமல் கிடந்ததைப் பார்த்தவர்கள் எங்கே சாமியாத்தாளை முந்திக்கொண்டு அவர் போய்ச் சேர்ந்து விடுவாரோ என்றல்லவா பயந்தார்கள்? அப்பொழுதே செத்திருக்க வேண்டியவளை இவருடைய பிரியம்தான் இழுத்துப் பிடித்து வைத்திருந்தது. பெற்ற தாயென்றுகூடப் பார்க்காமல் அவ்வளவு பேரெதிரில் அப்படிக் கேட்டானே பூபதி, கேட்டுக்கொண்டு சும்மாதான் நின்றார். நானென்ன செய்யட்டும் என்கிற மாதிரி, நீ விதைத்த விதை இதில் எனக்கென்ன பொறுப்பு என்று குத்தலாய் ஒரு பார்வை. சாமியாத்தாளின் வசைகளையும் கூக்குரலையும் சிறிதும் பொருட்படுத்தாமல், கைகளைப் பின்னால் கோத்துத் தொங்க விட்டுக்கொண்டு சவம் மாதிரிதானே அங்கிருந்து போனார்? அப்படிப் போகிறதெல்லாம் சரிதான் என்பதுபோல விலகி வழிவிட்டது கூட்டம்.

அதற்கப்புறம்தான் பூபதிக்கேகூட அப்படிப் பெற்றவளைத் தெருவில் இழுத்துப்போட்டு அடிக்கிற துணிச்சல் வந்திருக்க வேண்டும். அதிர்ந்து செயலற்றுப்போய்ப் பார்த்துக்கொண்டிருந்தது கூட்டம். சாமியாத்தாளும்கூட அதற்கப்புறம் ஒன்றும் பேச வில்லையே? எல்லாம் தான் எதிர்பார்த்ததுதான் என்பதுபோல உடலும் மனமும் ஒடுங்கிக் கீச்சென்று ஒரு முனகல்கூட இல்லாமல் விழுந்த அடிகளையெல்லாம் வாங்கிக்கொண்டாள். வண்டிச் சட்டத்தின்மீது அகங்காரமாக உட்கார்ந்திருந்தவன், "வந்தன்னா செவுனியத் திருப்பிப்புடுவந் திருப்பி" எனப் பக்கத்தில் வந்தானே, அப்போதே அவளுக்கு எல்லாம் புரிந்துபோயிருக்க வேண்டும்! பிறகு எட்டி அவளது கூந்தலை வளைத்துப் புரட்டி

மாறிமாறி அடித்தானே, அதையெல்லாங்கூட அவள் எதிர் பார்த்தே இருந்திருக்க வேண்டும்; எதற்கும் துளி அசைவில்லை; ஒவ்வோர் அடியும் வெற்றுடம்பில் விழுகிற மாதிரி 'சொத் சொத்'தென்றுதான் விழுந்தது.

கடைசியில் கை கால்களெல்லாம் சோர்ந்துபோய் மூச்சிரைக்க அவளை விட்டுவிட்டுப் போனான் புத்திரன். வியர்வையில் நனைந்த அவனுடைய கருத்த தேகம் கண்களிலிருந்து மறைந்த பிறகும் அவன் போன திசையை வெறித்துக்கொண்டிருந்தது கூட்டம். பிறகுதான் எல்லோரும் மூர்ச்சையுற்றுப் புழுதிக்குள் கிடந்தவளின் பக்கம் திரும்பினார்கள். நினைவின் தடமே தெரியவில்லை; வெறும் சுவாசம் மட்டும் ஓடிக்கொண்டிருந்தது. கடைவாயெல்லாம் கிழிந்து உமிழ்நீரும் ரத்தமும் வழிந்தோடி யிருந்தது. தண்ணீரள்ளி முகத்தில் தெளித்தும் பயனில்லை. வேம்பன கவுண்டருக்குத் தகவல் சொல்ல யாரோ வெடத்தலாங் காடு போயிருந்தார்கள்.

குனிந்த தலை நிமிராமல் நடந்துவந்தார் வேம்பன கவுண்டர். ஒரு வார்த்தையில்லாமல், என்னவாயிற்று என ஒரு கேள்வியில்லாமல் நிதானமாக வந்தார். குப்புறக் கிடந்தவளை யாரோ மலர்த்திப் போட்டிருந்தார்கள். குனிந்து நாடி பார்த்தார்; வியர்த்துக் கிடந்த முகம், கை கால்களையெல்லாம் மேல்துண்டால் துடைத்து விட்டார்; புறங்கையை நாசியருகே வைத்துச் சுவாசம் ஓடுகிறதாவெனச் சோதித்தார். முகத்தில் சொல்ல முடியாத அமைதி. பிறகு யாரையும் நிமிர்ந்துகூடப் பார்க்காமல் குழந்தை யைத் தூக்குவதுபோலத் தூக்கித் தோளில்போட்டுக் கொண்டு வெடத்தலாங்காட்டை நோக்கி நடக்கத் தொடங்கினாரே, பார்த்து மூச்சடைத்து நின்றது ஊர். ஒருவாரம்வரை கண் திறக்கவில்லை சாமியாத்தா. குமரப்ப பண்டிதன் வந்து வைத்தியம் பார்த்துக் கொண்டு பக்கத்திலேயே கிடந்தான். நேரத்துக்குச் சுடுதண்ணியும் கஞ்சியும் வைத்துக் கொடுத்து ஆவி பிரியாமல் பார்த்துக் கொண்டதெல்லாம் சென்னி மூப்பன்தான். பயம் கொண்டு அவள் பிதற்றுகையில் தலைமாட்டில் ஆறுதலாய் அவன் குரல் நிற்கும். ஊரும் உறவும் எந்தத் தர்மத்துக்கோ கட்டுப்பட்டு வாசலில் நின்று ஓரிரு வார்த்தைகள் கேட்டுவிட்டுப் போயிற்று.

எல்லோருக்கும் அவரைக் குறித்துத் தீராத ஆச்சரியம்.

மீண்டெழுந்தவள் நேர்கொண்டு அவருடைய முகத்தைப் பார்க்க முடியாமல் கூசி நின்றாள். தவித்துத் தவித்துப் பெருமூச்சு

விட்டாள்; சித்தப்பிரமை கொண்டவளைப் போல எல்லாத் திசைகளையும் வெறித்தாள். அவரை எதிர்கொள்ள நேரிடும் பொழுது அவளுடைய மேனி அதிரும். பூபதியைக் குறித்து ஒன்றுமே கேட்கவில்லை. அவன் செத்தானா, பிழைத்தானா எனத் தெரிந்துகொள்வதற்கான விருப்பம்கூட அற்றவளாகவே தென்பட்டாள். பத்துப் பதினைந்து நாள்களுக்கப்புறம் மறுபடியும் காய்ச்சல்கண்டு படுத்தாள்; நாலே நாள்களில் தேறியெழுந்தவள் காடுகரையென இரண்டு நாள்கள் சுறுசுறுப்பாகச் சுற்றித் திரிந்தாள்; பிறகு மறுபடியும் நோய் தாக்கிற்று; அப்புறம் தேறவே யில்லை. வேம்பன கவுண்டரும் ஆனதையெல்லாம் செய்து பார்த்தார். ஈரோட்டிலிருந்து ஒரு இங்கிலீஷ் டாக்டரைக் கூட்டி வந்து அவருக்கு வேண்டிய வசதிகளையெல்லாம் செய்து கொடுத்து நொய்யல் கரையிலேயே ஓரிரு மாதங்கள் தங்கவைத்துக் கொண்டார். பிறகு அந்த டாக்டரின் ஆலோசனைப்படி கோயமுத்தூர் பெரியாஸ்பத்திரிக்குக் கொண்டுபோய் பத்துப் பதினைந்து நாள்கள் வைத்திருந்தும் பயனில்லாமல் போயிற்று. நினைவு திரும்பிய தருணங்களில் புத்திரனின் பெயர்சொல்லி, “பூவூ...பூவூ...” என முனகியதைக் கேட்ட டாக்டர்கள் நோய் உடம்பி லில்லை, மனத்தில்தான் என வீட்டுக்கு அனுப்பிவிட்டார்கள்.

திசைக்கொரு ஆளனுப்பிப் புத்திரனைத் தேடச்செய்தார். நொய்யல்கரையில் நடந்த சம்பவங்களையெல்லாம் எப்படியோ அறிந்துகொண்டு, தாராபுரத்திலிருந்து சர்க்கிள் இன்ஸ்பெக்டரும் இரண்டு போலீஸ்காரர்களும் வந்து விசாரித்துவிட்டுப் போனார் கள். ராஜாதான் அவர்களை அரண்மனைக்குக் கூப்பிட்டு ஏதோ சமாதானம் சொல்லி அனுப்பினாராம்.

கடைசியில் தானாக வந்து சேர்ந்தான் பூபதி.

வற்றி ஒடுங்கி, தாடியும் மீசையுமாய் வந்து நின்றவனைப் பார்க்க அடையாளமே தெரியவில்லை. அவனுக்கெனப் பிடித்து வைத்திருந்ததுபோல அன்றைக்குச் சாயந்திரமே அவளுடைய உயிர் போயிற்று. மகனைப் பார்க்கவும் அவனிடம் ஏதோ சொல்லவும் தவித்துக் கிடந்திருப்பாள் போலிருக்கிறது, புத்திரன் வந்து நின்றதும் பெற்றவளின் உடல் நடுங்கியது. கண்களில் கதகதவென்று நீர் கோத்துத் தளும்பியது. நீலம் பாரித்துக் கிடந்த உதடுகள் துடித்தன. வாயைத் திறந்து திறந்து மூடினாள். “பூவூ...” என்றது தவிர வேறு வார்த்தைகள் வெளிப்படவில்லை. கடைசியில் எல்லா முயற்சிகளையும் கைவிட்டுவிட்டுத் தன்னை நோக்கிக் குனிந்திருந்தவனின் முகத்தை ஒரு நேர் பார்வையால்

ஊடுருவினாள். நேர் பார்வை; கொஞ்சமும் சலனமில்லை. புத்திரனின் கண்களிலும் சலனமற்ற ஒரு பார்வை. பார்த்துக் கொண்டிருக்கும்பொழுதே துடிப்பு நின்று முகம் இறுகிற்று. யாரோ புறங்கையை நாசியருகே வைத்துச் சோதித்துப் பார்த்து விரிந்து நின்ற கண்ணிமைகளை இழுத்து மூடினார்கள். அந்தத் தருணத்தில் அவள் தன் புத்திரனுக்கு எதையோ சொன்னது போலவும், புத்திரனும் அவளுக்குப் பதிலென எதுவோ சொன்னது போலவும் தோன்றிற்று.

அவனிடம் எதுவுமே கேட்கவில்லையே வேம்பன கவுண்டர். அவனுக்குச் செய்ய வேண்டிய முறைமைகள் எவற்றையும் செய்யாமல் விட்டுவிடவும் இல்லை. இவ்வளவுக்கும் ஒன்றுவிட்ட சகோதரி மகள்தான் வேலம்மா, அவளை மருமகளாக்கி வெடத்தலாங்காட்டுக்குக் கூட்டிவர என்னபாடுபட வேண்டி யிருந்தது? பாவாயாலுக்குச் சொத்துப் பத்தெல்லாம் ஒன்றும் அதிகமில்லை. ஆனாலும், அண்ணன் வந்து பெண்கேட்டு வாசலில் நின்றபோது அவளால் பிரியமாய்ச் சம்மதிக்க முடிய வில்லை. திரண்ட சொத்து, வயிற்றோடு ஒட்டிய சொந்தம் என்பதையெல்லாம் தாண்டி அவளுக்குப் பூபதியைக் குறித்து பயம், “கிளிய வளத்துப் பூன கையில குடுத்தாப்பல” எனத் தயங்கினாள்,

“நாளைக்கு ஒண்ணு கெடக்க ஒண்ணாவிப் போச்சுனா? என்னையக் கொண்டுபோயிப் பாங்கெணத்துல தள்ளிப்புட்டீங் களேன்னு கண்ணக் கசக்கிக்கிட்டு வாசல்ல வந்து நின்னான்னா என்னுங்க நங்கெ பண்றது?” எனக் கல்யாணப் பேச்செடுத்த நல்லமக்காவிடம் கேட்டாள். கடைசியில் வேம்பன கவுண்டர் தான் அவளைச் சமாதானப்படுத்தினார்,

“நானிருக்கறம் பாவாயா, உம்பட வவுத்துல பொறந்தா வேற எம்பட வவுத்துல பொறந்தா வேறயா?” என உடன்பிறந்தாளிடம் புத்திரனுக்காக மடிப்பிச்சை கேட்டு நின்றார். பிறகு வாக்கு மாறினாரா என்ன? தானே சுமந்து பெற்றது மாதிரியல்லவா மருமகளைப் பார்த்துக்கொண்டார்! இல்லையென்றால், பூபதி செய்தவற்றையெல்லாம் பொறுத்துக்கொள்ள முடியாமல் எப் பொழுதோ போய்ச் சேர்ந்திருப்பாள். காரிச்சியைப் போல நொய்யலில் குதித்து உயிரை விட்டிருப்பாள்; அல்லது பாருவைப் போல நெருப்புக்கு அந்த உயிரைத் தின்னக்கொடுத்திருப்பாள். அப்படி நடந்திருந்தால் பிறகு எதுவும் இப்படிக் குரூரப்பட் டிருக்காது; பாரு செத்திருக்க மாட்டாள்; பழி வந்து சேர்ந்

திருக்காது; பாவத்தை ஏந்தும்படி நேர்ந்திருக்காது: பிராயச்சித்தமே இல்லாமல் பிறவி முழுவதும் தவித்துத் திரியும்படி நேர்ந்திருக் காது; ஏன் பிறப்பேகூட இல்லாமல் போயிருந்திருக்கும். வெள்ளிக்கும் பிறப்பில்லை, காரிச்சிக்கும் பிறப்பில்லை.

காரிச்சி பிறந்ததெல்லாம் இந்த வம்சத்தைப் பழிகொள்ள வல்லாமல் வேறெதற்கு? பழிகொள்ள வந்து பழியாகிப்போன பிறப்பு. பாருவும்கூட இந்த வம்சத்தைப் பழிகொள்வதற்காகவே வந்து பிறப்பெடுத்திருக்கிறாள். அப்படிச் சுண்டியிழுக்கிற அழகோடும் தேகத்தோடும் வேறெதற்கு வந்து பிறந்திருக்க முடியும் அவளால்? அந்த அழகைக் கொண்டுவந்து கண்முன்னால் நிறுத்திக் கேலி செய்தமாதிரிதான் ஆயிற்று. ஏதேதோ கற்பிதங் களைக்கொண்டு பிதற்றித் திரிகிறாயே, எங்கே பார்க்கலாம் என ஒரு சவால் நிமிர்ந்துகூடப் பார்க்காமல் வண்டியேறப் போன வனை இழுத்து நிறுத்தியது அந்த அழகல்லாமல் வேறென்ன? அம்மாவின் பிடிவாதத்தைச் சாக்கிட்டு எல்லாவற்றையும் ஏற்று நிற்கச் செய்தது எது?

அப்போதேகூட எல்லாம் பிதற்றல் என்றுதான் ஆகியிருந் திருக்கும். காரிச்சி இல்லாமல் இருந்திருந்தால், ஈரம் உலராத கல்யாணப் பந்தலுக்குக் கீழே வந்து நின்று அப்படிச் சிரிக்காமல் இருந்திருந்தால், “கடசீல செவப்புத் தோலக் கண்டு மயங்கீட்டாங் களாட்ட இருக்குது, ஏனுங்கொ கிரிக்கவுண்டரே” எனக் குத்தாமல் இருந்திருந்தால், “அப்பறொ நம்பு சின்னப் பண்ணாடியாட்டத் தானுங்களே? அவிய ரத்தமல்லொ நம்பொடம்புல ஓடுது? ரத்தமொண்ணாவுமு கொணமொண்ணாவுமாங்கொ இருந்துருஞ் சொல்லுங்கொ?” எனக் கெக்கலிக்காமல் இருந்திருந்தால்...

கிரிக்கவுண்டரேஏஏஏ...

22

குமாரசாமி, சாமியாத்தாளைத் தீண்டியபோது ஒரு சிசுவா யிருந்தான் பூபதி, நடைகூட முதிர்ந்திருக்கவில்லை. வேம்பன கவுண்டர் குழந்தையைத் தொடக்கூடத் தயங்குவார். அதன் முகத்தைக்கூர்ந்து பார்த்துக்கொண்டிருப்பார். அதில் தென்படும் சாயல் தன்னுடையதா சாமியாத்தாளுடையதா என யோசிப்பார். சிசு அவர் முகம் பார்த்துச் சிரிக்கும், தத்தித்தத்தி நடந்துவந்து அவர் மடியில் தாவும். சில தருணங்களில் அவர் அதன் முகத்தை வருடுவார். சிசு நாக்கைச் சுழற்றிச்சுழற்றி அவரை அழைக்க முற் படும். அவர் தவிப்பார். எடுத்துத் தோளில் சாத்தி வைக்கோல் போர் மறைவுக்குக் கொண்டுபோய் மிக ரகசியமாக அதன் சாயலை ஆராய்வார். மனம் சஞ்சலம் கொள்ளும். பார்க்கப் பார்க்க அது குமாரசாமியின் சாயல் கொண்டதாகவே தோன்றும். பிறகு அவருக்கு அக்குழந்தையின்மீது வன்மம் பெருகும். மிகப் பதற்றம் கொண்டவராகக் குழந்தையைக் கொண்டுவந்து திண்ணை யில் இறக்கிவிட்டுவிட்டு ஆத்துக்காலுக்குப் போய் விடுவார்.

ஒருநாள் குழந்தை தத்தித்தத்தி வந்து திண்ணை விளிம்பில் நின்று அழுதது. விட்டுச் செல்லும் தகப்பனைப் பின்தொடரும் முனைப்புடன் கீழே இறங்க முற்பட்ட குழந்தை தவறிக் கீழே விழுந்துவிட்டது. நெற்றியில் சிறு காயம். அழுகுரல் கேட்டு ஓடி வந்து அவனைத் தூக்கிய தாய் சாமியாத்தா கசிந்துகொண்டிருந்த ரத்தத்தைப் பார்த்துத் தாளமுடியாதவளானாள். “படுபாவி, கொல்றதுக்குத் திட்டம் போட்டுட்டானாட்ட இருக்குது” எனப் பதறியவள் குழந்தையைக் கொண்டுவந்து குமாரசாமியிடம் விட்டுவிட்டு அவரைத் தேடிக்கொண்டு ஆத்துக்காலுக்குப் போனாள். ஆத்துக்காலில் எதிர்ப்பட்ட ஆடு மேய்க்கும் மாதாரிச்சி ஒருத்தியிடம் பேசிக்கொண்டிருந்த வேம்பன கவுண்டரைப் பார்த்தவளுக்குப் பற்றிக்கொண்டு வந்தது, “தே, அந்தக் கொளந்தையென்ன பாவம் பண்ணுச்சு? அதையக் கொல்றதுக்குத் திட்டம்போட்டு வெச்சுருக்கறயாக்கு? கொல்ற துன்னா என்னையக் கொல்லு. நாந்தான தப்புப் பண்ணுனவொ? அதென்ன பண்ணும் பாவொ” எனப் பெருங்குரலெடுத்து அழத் தொடங்கினாள். குறுக்கிட்டு ஏதோ சொல்ல முற்பட்ட மாதாரிச்சியை எக்காளமாகப் பேசினாள். பிறகு தகப்பனை அண்டவிடவில்லை சாமியாத்தா. குழந்தை அவனது மடியில்தான் அடைக்கலம் கொண்டது அவன் அச்சிசுவுக்குப் பேசக் கற்றுக்

கொடுத்தான். பேச்சு, நடை, இளம் பிராயத்தின் விளையாட்டுகள், வாலிபத்தின் சல்லாபங்கள் எல்லாம் அவன் சொல்லிக் கொடுத்தவை. தனக்கும் அதற்கும் ஒரு ஒட்டும் இல்லை என்பது போல ஒதுங்கிக்கொண்டார் வேம்பன கவுண்டர்.

பிள்ளையின் போக்கைப் பார்த்து சமயங்களில் அவருக்கு மனம் குமுறும். ஒரு தடவை நிறைபோதையில் நின்றவனைக் கூப்பிட்டுக் கண்டிக்க முயன்றபோது, "வேலயப் பாத்துக்குட்டுப் போ" என ஒற்றை வார்த்தையில் அவரைத் தூக்கியெறிந்துவிட்டுப் போனான் குமாரசாமி. குன்றிய மனத்துடன் வெடத்தலாங் காட்டை விட்டு வெளியேறிவர் நான்கைந்து வாரங்கள்வரை நொய்யல்கரைப் பக்கமே தென்படவில்லை. சென்னி மூப்பன்தான் தேடிக்கொண்டு அலைந்தான். அவனும் குமரப்ப பண்டிதனும் சேர்ந்து அக்கம்பக்கமுள்ள ஊர்களுக்குப் போய் விசாரித்துப் பார்த்தார்கள். பிறகு குமரப்ப பண்டிதன் பார்த்த சகுனத்தில் அவர் தெற்கே வெகுதொலைவில் உள்ள கோயிலொன்றில் இருப்பதாகத் தெரியவந்தது. இருவருமாகப் புறப்பட்டுப்போய் பழநி மலை அடிவாரத்தில் இருந்த சத்திரமொன்றிலிருந்து அழைத்து வந்தார்கள்.

பண்ணையமெல்லாம் கிட்டத்தட்ட குமாரசாமியின் கைகளுக்கு வந்திருந்தது. எல்லாவற்றையும் அறிந்திருந்த சென்னி மூப்பன் அவருக்காகக் காட்டிலொரு சாளை போட்டுக்கொடுத் தான். பிறகு வெகுகாலம்வரை அந்தச் சாளையில்தான் வாழ்க்கை. சென்னி மூப்பன் துணைக்கு வந்து சாளைக்கு வெளியே கயிற்றுக்கட்டில் போட்டு முடங்கிக்கொள்வான். அன்ன ஆகாரமெல்லாம் அவனுடைய ஏற்பாட்டிலேயே கழிந்தன. ஊராரின் சொல்லுக்குப் பயந்தோ என்னவோ நாளுக்கொரு வேளை வெடத்தலாங்காட்டிலிருந்து ஆள்காரன் மூலம் சாப்பாடு வந்து சேரும். கையால்கூடத் தொடமாட்டார். அதைக் காட்டுக்கு வேலை செய்யவரும் மாதாரிச்சிகள்தான் சாப்பிட வேண்டி யிருக்கும். சென்னி மூப்பனும் அவரும் இருட்டிருக்கவே எழுந்து தம்மாலானதைச் சமைப்பார்கள். ஆள்களோடு ஆள்களாய் இறங்கிச் சாயந்திரம்வரை அலுக்காமல் வேலை செய்வார். எல்லாவற்றையும் புரிந்துகொண்ட ஊர் மௌனமாக வேடிக்கை பார்த்துக் கொண்டிருந்தது.

பண்ணாடிகள் மூலம் இந்தத் தகவல் அரண்மனைக்குக்கூடப் போயிற்று. ராஜா எதையும் காதில்போட்டுக்கொள்ளவில்லை. "இதையெல்லா என்ன நாயம்னு கேக்கறது? நாலு பேருக்குப் பஞ்சாயத்துப் பண்றவனுக்கு நாம சொல்லியா தெரியோணு?" எனச் சொல்லிப் பேச்சை முடித்துக்கொண்டாராம் ராஜா.

நற்றிணை பதிப்பகம் ❖ 145

23

புத்திரனோ குமாரசாமியின் நிழலில் வளர்ந்து அவனைப் போலவே ஆளாகி நின்றான்.

சிறு வயதிலேயே சேவல்கட்டின் மீது பைத்தியம் கொண்டான் பூபதி. இருவரும் சேர்ந்து வண்டிகட்டிக்கொண்டு நாய்க்கம் வலசு, வண்டாரிபாளையம், முருங்கத்தொழுவு, வேட்டுவ பாளையம் என ஊர்ஊராக அலையத் தொடங்கினார்கள். பண்ணையில் எப்போதும் பத்திருபது கட்டுச்சேவல்களை வைத்துப் பராமரித்தார்கள். அதற்கென நான்கைந்து மூப்பன்களை வேலைக்கு வைத்திருந்தான். கட்டில் ஜெயித்து வந்தால் கொண்டாட்டம் சொல்லி மாளாது. கோச்சைக் கறியும் கள்ளும் உனக்கு எனக்கு என இசி பட்டுக்கிடக்கும். கட்டில் தோற்க நேரும் தருணங்களில் ஆத்திரம் கொண்டு யாரையாவது அடித்துவிடுவான். வம்புகள் தேடிவந்தன. புணர்ந்த பெண்களைத் தானும் புணரவும் கற்றுக்கொண்டான். வில்வண்டி கட்டிக் கொண்டு தெற்கும் வடக்குமாய் அலைந்து திரிந்தார்கள் இருவரும். குடிச்சாதிப் பெண்கள் அவர்களது கண்களில் பட நேர்ந்தபோது பெரும் பதற்றம்கொண்டார்கள். சாமியாத் தாளுக்கேகூட அவன் போக்கைக் கண்டு பயம் ஏற்பட்டது.

சாதி வேறுபாடில்லை; வயது வித்தியாசங்களையோ உறவு முறைகளையோகூடப் பொருட்படுத்தியதில்லை அவன். ரகசியங்களுமில்லை. எல்லாமும் ஊரார் எல்லோருக்கும் தெரிந்தே நடந்தன. ஒரு வார்த்தை தட்டிக் கேட்கவோ காதுபடப் பேசிச் சிரிக்கவோ யாருமே துணிந்ததில்லை. யாராவது சாடை மாடையாக எதையாவது சொல்லிவிட்டால் சொன்னவனை வெறிகொண்டு அடிப்பான். அப்படியொரு தடவை வாய்தவறி ஏதோ சொல்லி விட்ட ராசப்ப நாடாரை ஆத்துக்காலில் வைத்து ரத்தம்வர அடித்துவிட்டான். யாருமே அதைத் தட்டிக் கேட்க வில்லை.

செய்தி கேள்விப்பட்டு சாமியாத்தாதான் கேட்டாள், "ஏன்டா பூவூ, அவன எதுக்கடா அப்பிடிப் போட்டு அடிச்சே? அப்படி யெனத்தீடா சொல்லிப்புட்டே அவெ?" என ஒரேயொரு கேள்வி. கேட்கட்டுமெனக் காத்திருந்தாற் போலிருந்தது அந்தத் தருணத்தில் அவன் சொன்ன பதில். நிதானமும் வன்மமும்

நிரம்பிய குரலில் பெற்றவள் கேட்ட கேள்விக்கு ஒரு பதில் சொன்னான் அவன்,

"ஏ? என்னையொருத்தம் வந்து எதுக்குக் கேக்கறே? சொல்லு. என்ன மசுத்துக்கு என்னைய நெனைக்கோணு? வேற ஆருஞ் செய்யாத தப்பெ நாஞ்செஞ்சுபுட்டனா? சொல்லு. நாஞ்சொல் லுட்டா? ஊருல எவனெவெ எவளெவள வெச்சுருக்கறான்னு நாஞ்சொல்லுட்டா? சொல்லு, ஆருயோக்கிய இங்க?"

அது புத்திரன் பெற்றவளுக்குக் கொடுத்த முதல் அடி. அதற்குப் பிறகு அவள் அதைப் பற்றி ஒரு வார்த்தை பேசவில்லை. சரசரவென்று அவனது கேள்விகளிலிருந்தும் பார்வையிலிருந்தும் தப்பியோடினாள்.

அவனுக்குச் சின்னாயா முறையுள்ளவள் லட்சுமி, பால்யத்திலேயே விதவையானவள். அவளோடு வெகுகாலமாய்த் தொடர்பு வைத்துக் கொண்டிருந்தான் குமாரசாமி. சாமியாத் தாளுக்கே தெரியாத ரகசியமான உறவு அது. ஆனால், சிறு பிராயம் முதல் அவனுடைய காலடிச் சுவடுகளைப் பற்றிப் பின்தொடர்ந்து கொண்டிருந்த பூபதி அதை அறிந்திருந்தான். அவளுடைய முதிர்ந்த காமத்தின் ஈரம் காயாத உடலின் மீது தீராக்காமம் கொண்டவனாக அவளையே சுற்றிச்சுற்றி வந்து கொண்டிருந்தான் பூபதி. உறவுமுறை சொல்லியும் குமார சாமியின் கோபத்துக்குப் பயந்தும் அவள் மறுத்துவந்தாள். அவன் ஓயாது அவளை மிரட்டிக்கொண்டிருந்தான். இரவுகளில் அவளுடைய வீட்டின் முற்றத்தில்தான் அவன் உறங்குவது. நள்ளிரவு நேரங்களில் சல்லாபத்தின் களைப்போடு போதையில் உருண்டுகிடக்கும் குமாரசாமியின் உடலைத் தழுவிக்கொண்டு உறங்கும் லட்சுமியின் உடலருகே ஒரு சாரையைப் போல ஊர்ந்து செல்வான். முலைகளை வருடியும் விரைத்த குறிகொண்டு புட்டங் களைத் துளைத்தும் தன் பிடிக்குள் அவளைக் கொண்டுவருவான். இருளுக்குள் எதிர்த்துப் போரிடமுடியாமல் அவள் அவனுக்குப் பணிவாள். கடைசியில் அவள் தனது முற்றிய உடலை வன்மமும் பழியும் கனன்ற அவ்வாலிபனின் முரட்டுக் காமத்துக்கு அர்ப்பணித்தாள்.

சந்தேகிக்கவும் கண்காணிக்கவும் தொடங்கியிருந்தான் குமார சாமி. ஆனால், அவளுக்கு எதுவுமே பொருட்படுத்தக்கூடியதா யில்லை. குற்ற உணர்வுக்கும் சுய அருவருப்புக்குமுள்ளாகி உலர்ந்து போயிருந்த அவ்வுடலில் காமத்தின் புதிய திவலைகள் அரும்பத் தொடங்கியிருந்தன. பிறகொருநாள் சேவல்கட்டுக்காக

பூபதியை அழைத்துக்கொண்டு போயிருந்தபொழுது அவனிடம் இதைப் பற்றிப் பேசத் தொடங்கினான் குமாரசாமி.

சேவல் கட்டில் அன்று அவர்களுக்குத் தோல்வி. தன்னுடைய நூலானை எதிர்கொண்டு விட்டிருந்தான் குமாரசாமி. நாச்சிவலசு நாடார்வளவுக் கோழியொன்று ஒரேவீச்சில் அதை எறிந்து விட்டது. சிதறும் குருதிச் சகதியில் கிறுகிறுத்துத் துடித்துக்கிடந்த நூலானைக் கண்டு மற்ற கோழிக்காரர்கள் ஆர்ப்பரித்தார்கள். அதுவரையிலும் பத்திருபது கோழிகளைப் போட்டெறிந்த கோழி அது. குமாரசாமிக்கு மனசே இல்லை; அத்துடன் கட்டைவிட்டு வெளியேறினான். அது அவனது அந்திமம். சாராயம் தேடி மூலத்துறை ஆற்றுக்குக் கால்நடையாய்ப் போகையில் லட்சுமி யோடு பூபதிகொண்டிருக்கும் தொடர்பைப் பற்றிப்பேசத் தொடங் கினான், 'எதுக்கும் ஒரு மொறெ வேண்டாமாடா பூவூ?' எனக் கேட்டபடி முன்னால் நடந்து கொண்டிருந்தான் அவன்.

நெருஞ்சியின் உலர்ந்த சருகுகள் மண்டிய ஒற்றையடித் தடத்தில் அவனைப் பின்தொடர்ந்துகொண்டிருந்த பூபதி ஒன்றுமே சொல்லவில்லை. தனியனாய்ப் பேசிக்கொண்டு போனான் குமாரசாமி,

"நீ போ, வேண்டாங்குல. மனசனாப் பொறந்தா அல்லா இருக்கவேண்டீதுதே, ஆனா எதுக்குமு ஒரு மொறையிருக்குதடா பூவூ, அவ உனக்குச் சின்னாயா மொறெ, நானுந்தேம் போறெ, இல்லீங்குல. அவ எனக்குக் கட்டறமொறெ. நாந்தே கட்டறதாவே இருந்துது. அவளவிட உங்கம்மாதான் எனக்கு நேர் மொறெ, இல்லீனா நா உங்கூட்டுப் பக்கம் வந்துருப்பனா? சொல்லு, என்னமோ பழவீட்டொ, ஒரு தட்டத்துல சோறுதின்னு, ஒரு சொப்புல கள்ளுக்குடிச்சு அல்லாந்தே ஒண்ணாப்பண்ணுனொ. எத்தனையோ பேருத்துகிட்ட ரண்டு பேருமு ஒண்ணாத்தேம் படுத்திருந்தோ. நா எதாச்சுமு உன்னையச் சொல்லீருப்பனா? சொல்லு. அதவெச்சு நீ லட்சுமிகோடப் பழவறது நல்லால்லீடா பூவூ' என மூச்சிரைக்கப் பேசிக்கொண்டே போனவன் நின்று திரும்பி அவனது முகத்தை ஒரு நேர்ப் பார்வையால் ஊடுருவினான். வேறெதுவோ சொல்ல முற்பட்டு அவனுடைய கறுத்த உதடுகள் துடித்தன.

பிறகு திரும்பி விடுவிடுவென நடந்தான். மூலத்துறையை அடையும்வரை ஒன்றுமே பேசவில்லை. நடையின் வேகம் அசாதாரணமாக இருந்தது. அவனுடைய வயதில் பாதியேயுடைய பூபதிக்கு அவனைப் பின்தொடர முடியவில்லை. கிட்டத்தட்ட

துரத்திக்கொண்டு ஓடவேண்டியிருந்தது. சாராயம்தேடி வெகு தூரம் அலைந்தார்கள். மூலத்துறையின் ஒரு மூப்பனிடமும் ஒரு பொட்டுச் சாராயமுமில்லை. எட்டு நாள்களுக்கு முன்னால் மூலத்துறைக்கு வந்த ஒரு போலீஸ்படை ஊறல் பானைகளையும் அடுப்புகளையும் அடித்து நொறுக்கிவிட்டுப் போய்விட்டதாம். பிறகு அவர்களுக்காக ஒரு மூப்பன் வண்டிகட்டிக்கொண்டுபோய் இரண்டு சீசாக்களில் சாராயத்தை அடைத்துக்கொண்டு திரும்பியபொழுது நேரம் நள்ளிரவைக் கடந்திருந்தது. பூபதி மிகக்குறைவாகவே குடித்தான். ஆனால், மூப்பச்சி சமைத்து வைத்திருந்த முயல்கறியை மென்றபடி மூக்கு முட்டக் குடித்துத் தீர்த்தான் குமாரசாமி. பிறகு இருவரும் ஆத்துக்காலை நோக்கி நடந்தார்கள். குமாரசாமிக்குக் கால்கள் பின்னின. நிலவொளியில் மின்னிக்கிடந்த ஆம்பராந்து நதியின் பரந்த மணற்பரப்பில் சாய்ந்து புரண்டான் குமாரசாமி.

நிலைகொள்ளாப் போதையில் உளறத் தொடங்கினான். லட்சுமியின் திரண்ட உடலையும் அதன் எல்லாப் பகுதிகளிலு மிருந்தும் கசிந்து பெருகும் காமத்தின் வற்றாத சுனைகளையும் நினைத்து நினைத்துத் தவித்தான். போதை மிகும் தருணங்களில் குமாரசாமி தான் காமமுற்ற பெண்களின் நினைவில் மூழ்கித் திளைத்துத் தவிப்பதை எத்தனையோமுறை பார்த்திருக்கிறான் பூபதி. ஆனால், எவ்வளவு போதையிலும் அவனிடமிருந்து வெளிவராத லட்சுமியின் பெயர் அந்தத் தருணத்தில் வந்தது. 'பொம்பளைன்னா அவ பொம்பளைடா பூவூ' எனக் கிறங்கினான். 'எப்பிடீடா பூவூ அவள வளச்சே? லேசுல சிக்க மாட்டாளே' என ஆச்சரியம் கொண்டான். மல்லார்ந்து வானத்தைப் பார்த்துக்கொண்டு வெகுநேரம் மௌனத்தில் ஆழ்ந்தான். பிறகு திடீரென எழுந்து மணற்பரப்பில் கைகளை ஊன்றி அவனது முகம் பார்த்தான். 'ஆனா ஒரு மொறெ வேண்டாமாடா பூவூ? நாம் போனன்னுங்கறதுக்காக நீயும் போயிருவியா? சொல்லு' என உரத்த குரலில் கேட்டுவிட்டு மணலில் சரிந்தான்.

ஊனமில்லாமல் பெருகிக்கொண்டிருந்த ஆம்பராந்து நதியின் நிலவொளி மினுங்கும் நீர்ப்பரப்பை வெறித்துக்கொண்டிருந்தான் பூபதி. தணிந்த கிசுகிசுப்பான குரலில் மறுபடியும் சொல்லத் தொடங்கினான் குமாரசாமி. 'பூவூ, நா உங்கம்மாள வெச்சுருக்கறெ, அது உனக்குத் தெரியு, ஊருக்கே தெரியு. அவ அவுசேரி, வேற எத்தனபேர வெச்சுருந்தாளோ ஆருக்குத் தெரியு? அவ அவுசேரிங் கறதுனால அவகோடப் படுத்துருவியா? சொல்லு, உனக்கு அவ வேற நா வேறயாடா பூவூ?'

பதற்றமில்லாமல் எல்லாவற்றையும் கேட்டுக்கொண்டிருந்தான் புத்திரன்.

குமாரசாமீஈஈஈ...

குமாரசாமி புரண்டான், தாயின் பெயர் சொல்லிப் பிதற்றினான், மணலைத் தழுவினான். மேனி நடுங்கிற்று, வியர்த்தது, மூச்சிரைத்தது. ஆம்பராந்து நதியின் கரையில் அந்நதியைச் சாட்சியமாகக்கொண்டு கூடிச் சல்லாபித்துக் கிடக்கிறாள் தாய். அவர்களுடைய புணர்ச்சியின் சத்தங்களால் அதிர்கிறது நதியின் சலனமற்ற நீர்ப்பரப்பு. அவன் கண்களை இறுக மூடிக்கொண்டான்; செவிகளை இறுகப் பொத்திக் கொண்டான். மூடிய செவிகளைத் துளைத்துக்கொண்டு ஊடுருவி யது சத்தம்.

பழிகொண்டவனாய் எழுந்து நின்றான் புத்திரன். தாயின் பெயர் சொல்லிப் பிதற்றிக்கிடந்தவனைக் காலால் புரட்டி மலர்த்தினான். அவனது விரைத்த குறி காற்றில் அலைந்து கொண்டிருந்தது, கிறங்கினான்.

பால்யத்திலிருந்து தவழ்ந்து திரிந்த ரோமங்களடர்ந்த அவனது முரட்டு மார்பின்மீது காலூன்றி நின்றான். அது பழிகொள்ளும் தருணம்; விழிகளைச் சுழற்றி மணற்பரப்பைத் தேடியவனின் பார்வைக்குச் சிக்கியது ஆம்பராந்து நதி உருட்டித் தள்ளியிருந்ததொரு கருங்கல். ஒரு மிருகம்போல பாய்ந்து மணலுக் குள் புதையுண்டுகிடந்த அந்தக் கருங்கல்லைப் பெயர்த்தெடுத்துத் தலையில் ‘நச்’சென்று போட்டான்.

‘ம்ம்ஹா’ எனக் காளைமாடு முனகுவதுபோல் அவனிடம் ஒரு முனகல்; அவ்வளவுதான். அந்த உடல் வெட்டிவெட்டி இழுத்தது. பிறகும் பழி தீராமல் அதே கருங்கல்லால் மேனி முழுவதையும் அம்மி கொத்துவதுபோல் ஒரு விரற்கடை பாக்கியில்லாமல் கொத்தினான். கபாலம் உடைந்தது; குருதி தெறித்து மூளை சிதறியது. பழிகொண்டவனின் உடல் முழுவதும் அவனது குருதியும் மாமிசமும் தெறித்தது. குதறப்பட்ட அவ்வுடலின்மீது காலூன்றி நின்று சிரித்தான் அவன். மனித நடமாட்டமற்ற ஆம்பராந்துக் கரையெங்கும் மோதி எதிரொலித் தது அவனுடைய சிரிப்பு. வெகுநேரம் சிரித்தடங்கிப் பின்பு உருக்குலைந்து கிடந்த அவ்வுடலை இழுத்துச் சென்று நதி நீரில் கிடத்தினான். ‘க்ளுக்’கென்று ஒரு கள்ளச்சிரிப்புச் சிரித்து அவனுடைய மரித்த உடலை வாங்கிக்கொண்டது நொய்யலைப்

போல மூர்க்கமோ உக்கிரமோ அற்று சலனமின்றிப் பெருகிக் கொண்டிருந்த அமராவதி.

மிக மெதுவாக மூழ்கத் தொடங்கிய அவ்வுடலைச் சூழ்ந்து துள்ளின மீன்கள். இனி இந்நதியில் வாசம் செய்யும் மீன்களுக்கும் சாரைகளுக்கும் இரையாகும் அவ்வுடல்.

ஓர் ஆழ்ந்த பெருமூச்சுடன் நதியிலிறங்கித் தன் மேனியில் தெறித்திருந்த குருதியையும் மாமிசத்தையும் கழுவி அவ்வுடலை மிதக்கவிட்டான். வேட்டியை உதறி ஈரமாகவே உடுத்துக்கொண்டு நொய்யல்கரையை நோக்கி நடந்தான். விடிவதற்குச் சில நாழிகைகள் மட்டுமே எஞ்சியிருந்த பொழுதில் நொய்யல் கரையை அடைந்தவன் குருதிவாடை வீசும் தன் வேட்டியை அவிழ்த்து நொய்யலின் சீற்றம்கொண்ட நீர்ப்பரப்பில் விட்டுவிட்டு வெறும் கோவணத்துடன் வீட்டுக்கு வந்து யாரும் அறியாமல் கயிற்றுக் கட்டிலில் படுத்துக் கொண்டான். ஆம்பராந்துக் கரையில் நடந்த எல்லாவற்றையும் கண்களைத் திறந்து பார்த்துக் கொண்டிருந்த நட்சத்திரங்களும் நிலவும் அவனது காலடிச் சுவடுகளைப் பின்பற்றித் தாமும் நொய்யல்கரைக்கு வந்திருந்தன. வெகு நேரம் வரை வைத்த கண் வாங்காமல் பார்த்துக் கொண்டிருந்தான். அவன் பார்வைக்கு அஞ்சிப் பதற்றத்துடன் ஓடி அடர்ந்த முகில்களின் பரப்புக்குள் மறைந்துகொண்டது நிலவு.

படர்ந்து படர்ந்து வந்து கண்களை மூடத்தொடங்கியது இருள்.

அம்மா நீ எங்கிருக்கிறாய்? கேள் இதை, நான் குமாரசாமியைக் கொன்றேன். ஆம்பராந்து நதியின் கரையில் அந்நதியைச் சாட்சிய மாகக்கொண்டு அவன் கபாலத்தைப் பிளந்தேன். அவனது குருதியும் மாமிசமும் தெறித்துச் சிவந்து கிடக்கிறது என் மேனி.

அம்மா கேட்கிறாய் அல்லவா?

24

திசையெங்கிலுமிருந்து கரிய சிறகுகளை விரித்துப் பறந்து வந்தன இருள் பறவைகள், தப்ப விடாமல் முற்றுகையிட்டுச் சூழ்ந்துகொண்டன, பேரமைதியும் கொடிய துர்நாற்றமும் கொண்ட இருள் தன் கிளைகளை விரித்துப் பரவத் தொடங்கியது.

இருள் விருட்சத்தின் எண்ணற்ற கிளைகளில் ஒன்றாக நீண்டான் குமாரசாமி. சிதைந்த கபாலத்தோடும் கிழிந்த உடலோடும் வந்துநின்றவனின் உடலில் ஒரு பொட்டுத் துணி யில்லை. மொண்ணையான கைகளைக்கொண்டு தொடையிடுக்கு களைப் பொத்திக் குறியை மறைத்திருந்தான். சிதைந்த முகத்துக் குள்ளிருந்து சிரிப்புப் பீரிட்டது. ஆம்பராந்து நதியின் கரையில் அந்நதியைச் சாட்சியமாகக்கொண்டு அவனது கபாலத்தைப் பிளந்தவனுக்கோ பேரதிர்ச்சி, “குமாரசாமி, நீ இன்னுமா சாகவில்லை?” என்றான் பரிதாபமாக.

“இல்லை” என்றான் கிழிந்து தொங்கும் உதடுகளை அசைத்து.

“எப்படி?” எனக் கேட்டபடி கட்டிலிலிருந்து எழுந்து உட்கார்ந்தான். தீராத ஆச்சரியத்துடன் அவனது சிதைந்த உடலை ஆராய்ந்தான். பிறகொரு பெருமூச்சுடன் தனக்குத் தானே சொல்லிக்கொள்வது போன்ற தணிந்த குரலில் சொன் னான், “உன்னைக் கொன்று, உனது மரித்த உடலை மூழ்கடித்தேன், மீன்களும் சாரைகளும் தின்று தீர்த்திருக்கும் அவ்வுடலை.”

“நல்ல வேடிக்கை” என இகழ்ந்து சிரித்தான் இருளின் வடிவம் கொண்டவன். அவனுக்குச் சினம் பொங்கியது, “இதில் வேடிக்கையென்ன? நான் உன் கபாலத்தைப் பிளந்தேன். உன் குருதியையும் மாமிசத்தையும் எனது மேனியில் பூசிக்கொண்டேன். இன்னும் குருதியின் துர்நாற்றம் வீசிக்கொண்டிருக்கிறது. உடலெங்கும் ஒரு குஷ்டரோகியின் தழும்புகளைப் போல ஒட்டிக்கொண்டிருக்கிறது உன் மாமிசம்.”

அதற்கும் சிரித்தான் குமாரசாமி,

“ஆனால் கபாலத்தில் இல்லை என் உயிர்.”

“பின்னே?”

“குறியில் பொதிந்திருக்கிறது உயிர்” எனத் தன் சிதைந்த மேனி குலுங்கச் சிரித்தான்.

“நான் உன் குறியை அறுப்பேன்” எனக் கைகளை வீசி அவனைப் பிடிக்க முற்பட்டான் பூபதி. இருளின் வடிவம் கொண்டிருந்தவன் அவன் பிடியிலிருந்து புகைப்படலத்தைப் போலக் கலைந்து தப்பினான், திரண்டு வெகுதொலைவில் நின்று சிரித்தான், “சவால் விடாதே” என விடாமல் துரத்தினான். கலைந்து கலைந்து தப்பிச் சென்றுகொண்டிருந்தான் அவன். இன்னும் சிரிப்பு ஓயவில்லை. துரத்துவதும் தப்பிச் செல்வதுமாக நதியின் கரையில் ஒரு விளையாட்டு. இருவரையும் தடுத்துச் சிறைபிடித்து வேடிக்கை பார்த்தது நதி. கடைசியில் அவன் வென்றான். “குமாரசாமீ” என ஒரே வீச்சில் அவனைப் பற்றிப் பாறையில் புரட்டித்தள்ளினான். மயிரடர்ந்த அவன் மார்பின்மீது காலூன்றி நின்று கைகளிலொன்றைப் பற்றி, “நான் உன் குறியை அறுப்பேன்” என அவனது மற்றொரு கையையும் தோளோடு சேர்த்துப் பறித்தான். ஆனால், அவனது தொடையிடுக்கில் தென்பட்டது ஒரு பள்ளம் மட்டும், விரைத்துக் காற்றில் அலையும் குறி அங்கில்லை.

“யார் நீ” என்றான் கடுஞ்சினம் கொண்டு.

தொடையிடுக்கில் தென்பட்ட பள்ளத்தைப் பார்த்தவனுக்குப் பெற்றவளின் நினைவு. நிணமும் குருதியும் பொங்கி வழிந்து கொண்டிருந்தது பிறப்பின் ஈரம் உலர்ந்திராத அவளது கருவறையின் வாசனை. சிதைந்த அம்முகத்திலும் தாய்மையின் கனிவு.

“அம்மா” எனப் பெருங்குரலெடுத்துக் கதறி அடைக்கலம் கொள்வதுபோல நதிநீரில் பாய்ந்தான் புத்திரன். பெருகும் வெள்ளத்தைத் துளைத்து நதியின் அடியாழத்துக்குப் போய்ப் பதுங்கிக்கொள்ள முற்பட்டான். சுருட்டியிழுத்தது வெள்ளம். சுழலின் பிடியில் சிக்கிச் சுவாசத்துக்குத் தவித்தான். வாய் திறந்து நதிநீரைக் குடித்தான். பிசுபிசுவென நாவில் சுழன்றது நதி, உப்புக் கரித்தது. குடலைப் புரட்டும் துர்நாற்றம் அவனைச் சூழ்ந்தது. புஜங்களை அடித்து நீந்தித் தப்புவதற்கு முற்பட்டான்.

கொழகொழவென அவனை முற்றுகையிட்டுப் படர்ந்தது குருதி. கைகால்களை அசைக்க முடியவில்லை. யாருடைய குருதி இது? காமுகன் குமாரசாமியின் குருதியா, இல்லை பெற்ற வளுடையதா?

அம்மா கேள், ஆம்பராந்து நதியின் கரையில் அந்நதியைச் சாட்சியமாகக்கொண்டு நான் அவன் கபாலத்தைப் பிளந்தேன். கண்விழித்தபொழுது பளபளவென விடிந்திருந்தது. அம்மா

கட்டுத்துறையில் மாடுகளோடு கிடந்தாள். "அதாருலே அது? ஏல்லே கூப்படறது காதுல உளுவுதா இல்லையா?" என அந்நேரத்தில் யாரையோ கடுகடுத்துக் கொண்டிருந்தாள். சத்தமில்லாமல் எழுந்து நொய்யலை நோக்கி நடந்தான். வெள்ளியாய்த் தெளிந்து பெருகிக்கொண்டிருந்தது நதி.

கனவு, வெறும் கனவு. குமாரசாமி செத்துப்போய்விட்டான். ஆம்பராந்து கொண்டுபோயிருக்கும் அவனை, மாமிசத்தை மீன்கள் தின்று தீர்த்திருக்கும். எலும்பெலும்பாய்க் கழன்று சேற்றுக்குள் புதையுண்டு போயிருப்பான் குமாரசாமி.

வெயில் படர்ந்துவந்தது. வெள்ளத்தினுள் பாய்ந்து ஒரு சாரையைப் போல நீந்தி மறுகரையை அடைந்தான். வனத்தின் இருளடர்ந்த நிழல்களுக்குள் வெகுநேரம் அலைந்து திரிந்தான். பின்பு கை கால்களெல்லாம் சோர்ந்துபோய் தேவனாத்தாளின் காலடியில் வந்தமர்ந்தான். நேர்கொண்டு பார்க்க முடியவில்லை. பார்வை குத்திற்று. கண்களை இறுக மூடிக்கொண்டான். தானாக அடைத்துக்கொண்டது செவி. ஒரு சத்தமும் இல்லை. நதியின் சலசலப்போ பறவைகளின் இரைச்சலோகூட இல்லை. எல்லாவற்றிலிருந்தும் விலகி வெகுதொலைவுக்கு வந்துவிட்டது போல் இருந்தது. தனித்து நிராதரவாய் விடப்பட்டது போன்ற உணர்வு. அடைக்கலம்கொள்ள ஓரிடமும் இல்லை. பயம்கொண்டு, "தேவனாத்தா" என வாய்விட்டுக் கத்தினான், பதிலில்லை. கத்திக் கத்திக் களைத்தோய்ந்த தருணத்தில், "புத்திரனே" என மெல்லிய குரலில் அழைத்தாள் தேவனாத்தா.

உலர்ந்த செவ்வரளி மாலையுடன் தன் பீடக்கல்லில் சம்மணமிட்டு வீற்றிருந்த தேவனாத்தா, எழுந்து படியிறங்கிவந்து தன் புத்திரனின் எதிரே மண்டியிட்டு அமர்ந்தாள்.

25

அம்மா மாதிரிதான் இருந்தாள். தோற்றமும் நிறமும் ஆகிருதியும்; கடைசியில், “சொல்லு பூவூ” எனக் கேட்டதுகூட அம்மா கேட்டது மாதிரிதான் இருந்தது.

புத்திரனுக்குக் கண்கள் தளும்பின. அப்படியே அவளுடைய இரு கைகளையும் பற்றி மலர்த்தி முகத்தை அவற்றுக்குள் புதைத்துக்கொண்டான். தன் குளிர்ந்த கரங்களை அவனிடமிருந்து விடுவித்துக்கொண்டு ஒரு சிசுவைப் போல அவனை வாரி யெடுத்துத் தன் கரிய முலைகளின்மேல் சாய்த்துக் கொண்டாள். அவனுடைய விழிகளிலிருந்து பெருகிய கண்ணீர் அவளுடைய தொடையிடுக்கை நனைத்தது, “சாப்புட்டியா சாமீ?” என மிக ஆதரவான குரலில் கேட்டாள். புத்திரன் ஒன்றுமே சொல்லாமல் அவளுடைய அடிவயிற்றில் முகம் புதைத்துக்கொண்டு கேவினான்.

“செரி நா உனக்குச் சோறாக்கிப் போடுவேன்” என எழுந்து கோயிலுக்குள் நுழைந்தாள். தானும் எழுந்து அவளுடைய அடி யொற்றி நடந்தான். புழுதியும் பூக்களின் உலர்ந்த சருகுகளுமாய் அலங்கோலப்பட்டுக் கிடந்தது அவளுடைய வசிப்பிடம். வேலை செய்யத் தோதாகக் கூந்தலை அள்ளி முடிந்து கொண்டை போட்டுக்கொண்டாள். சேலையை முழங்காலுக்கு மேலே அள்ளிச் செருகிக்கொண்டு மளமளவென வீட்டைப் பெருக்கிக் குப்பையை அள்ளி வெளியே கொட்டிவிட்டு வந்தாள். பயந்தவை போல் சுவர்களை அண்டி நின்றன அவளுடைய கோயிலுக் குள்ளிருந்த சிறு கற்சிலைகள், “எண்ணையில்லாமச் சிரசெல்லாங் காஞ்சு கெடக்குது எம்புள்ளைகளுக்கு” எனத் தாளமுடியாத வளாய்ப் பெருமூச்சு விட்டாள். பூச்சிக்கூடண்டிய எண்ணெய்ச் சொம்பைத் தலைகீழாகக் கவிழ்த்துப் பார்த்து, நிராசையுடன் அவ்விடம் விட்டகன்றாள். பிறகு சமைப்பதற்கான பாத்திரங் களைத் தன் கருவறையில் தேடினாள்.

உடைந்த பானைத்துண்டுகளையும் களிம்பேறிய ஒரு பித்த ளைச் செம்பையும் தவிர அங்கு வேறு ஒன்றுமே இல்லை,

“நானொரு கூறுகெட்டவ. சாமானஞ் செட்டெல்லா மடப் பள்ளியில இருக்குது, நா இங்க தேடிக்கிட்டிருக்கறம்பாரு” எனத் தனக்குத் தானே சொல்லிக்கொள்வது போலத் தணிந்த குரலில் சொல்லிக் கொண்டு சிறு சிரிப்புடன் மடப்பள்ளிக்குள் நுழைந்

தாள். மடப்பள்ளியினுள் மூன்றுகல் அடுப்பொன்று புதர் மூடிக் கிடந்தது. மேத்திண்ணையில் குழந்தைகள் சமைத்து விளையாடும் குருவிச் சொப்புகள்; யாரோ அவளுக்காகச் செய்துவைத்த நேர்த்திக்கடன். மலர்ந்த முகத்துடன் அவற்றை ஒவ்வொன்றாகச் சேகரித்து முந்தானையால் சுத்தமாகத் துடைத்தாள்.

"போய் தண்ணிகொண்டா சாமி, சோறாக்கோணுமல்லொ?" என உள்ளங்கைக்குள் அடங்கும் சிறு மண்குடமொன்றை அவனிடம் தந்தாள். அவனுக்கு அவளுடைய விளையாட்டுப் புரிந்தது, மறுக்காமல் வாங்கிக்கொண்டு சிறு சிரிப்புடன் ஆற்றை நோக்கி நடக்கத் திரும்பியவனை அழைத்துக் கடிந்துகொண்டாள், "அங்க எதுக்குச் சாமி போறே? நம்பு கெணறு கெடக்குது, கயிறும் வள்ளமும் கெடக்குது, போயிச் சேந்திக் கொண்டாந்தா போச்சு, கடலாட்ட இவ்வளவு பெரிய கெணத்த வெட்டி வெட்டி வெச்சுருக்கறது எதுக்கு சாமி?" எனக் கேட்டுச் சற்றுத் தொலைவில் தூர்ந்து கிடந்த கிணறொன்றைக் காட்டினாள். தன் புத்திரனின் அறியாமை கண்டு அவளுக்குச் சிரிப்புப் பொங்கிற்று.

ஒரு பெருமூச்சோடு புத்திரன் தூர்ந்துகிடந்த அக்கிணற்றருகே போனான். நொச்சியும் ஆலங்கொம்புகளும் அடர்ந்துகிடந்த கிணற்றில் ஒருபொட்டுத் தண்ணீரில்லை; ஏத்தொலை மரங்களைக் கறையான்கள் தின்று தீர்த்திருந்தன; இருகூறாய்ப் பிளந்து திசைக்கொன்றாய்ச் சிதறிக்கிடந்தது மர உருளை; கால் மிதியில் கொடிசுற்றிப் படுத்துக்கிடந்தது ஒரு நாகம். சேந்துவதற்குக் கயிறுமில்லை, "ச்சூ..." என நாகத்தை விரட்டி விட்டு ஏத்தொலைக் கல்லில் கால்களைப் பரப்பி ஊன்றி நின்று மூச்சுவாங்க நீரிரைத்து அச்சிறுபானையில் ஊற்றினாள். எவ்வளவு இறைத்து ஊற்றியும் நிரம்பாமல் குடித்துக்கொண்டே இருந்தது அச்சிறுபானை. அவளுக்குக் கைகள் எரிச்சல்கண்டன; வியர்வை ஊற்றெடுத்துப் பெருகியது. மிகக் களைத்துப் போனவளாய், "வா சாமி, வந்து ரண்டு வள்ளஞ்சேந்து பாக்கலா" என அவனை உதவிக்கழைத்தாள். அவன் சிரித்துக்கொண்டே அவளிடமிருந்து கயிற்றையும் வள்ளத்தையும் வாங்குவதாகப் பாவித்தான். அவளைப் போலவே ஏத்தொலையில் காலுன்றி நின்று மூச்சிரைக்க நீரிரைத்தான். நீர் நிரம்பிய குடத்தைச் சுமந்துகொண்டு இருவரும் மடப்பள்ளிக்கு நடந்தார்கள். மூன்று கல்லடுப்பை அவள் சீந்தவே இல்லை. அச்சிறு குருவிச் சொப்புகளுக்கேற்ற மிகச்சிறிய அடுப்பொன்றைக் குயவன் செய்து வைத்திருந்தான். வெங்கச்சங்கற்களை உரசிப் பொறியுண்டாக்கி அவள் அந்த அடுப்பைப் பற்ற வைத்தாள்.

திபுதிபுவெனப் பற்றியெரியத் தொடங்கியது நெருப்பு. வாசற்படி மணலில் ஒரு கைப்பிடி அள்ளி, "சீரகச் சம்பா; சோழநாட்டு அரிசி, சோறு அவ்வளவு ருசியா இருக்கும்" எனப் பெருமைபொங்க புத்திரனிடம் காட்டிவிட்டு இரண்டு விரற்கடை உயரமேயுள்ள பொங்கல் பானையில் அம்மண்ணை நிரப்பி அவ்வடுப்பில் வைத்தாள்.

"அடுப்புக் கெட்டுப்போகாமப் பாத்துக்க சாமி, நாம்போயி நம்பு தோட்டத்துல கீரையும் காயும் இருக்குது, பொரிச்சுக் கொண்டாறெ, கொழம்பு வெக்கோணுமல்லொ?" எனச் சொல்லி விட்டுச் சிறுபிள்ளையாய்க் குதித்தோடித் தன் கருவறைக்குப் பின்னால் மறைந்துகொண்டாள். திரும்பி வந்தவளின் மடியில் யானைநெருஞ்சியின் மொடமொடப்பான இலைகளும் சில ஊமத்தம் பிஞ்சுகளும் இருந்தன. புத்திரன் அடுப்பைக் கவனிக்க தாய் கீரையை ஆய்வதும் காய்களை நறுக்குவதுமாகச் சுறுசுறுப்பாய்க் காரியங்கள் நடந்தன. சோறு வெந்துவிட்டதா எனப் பார்க்க புத்திரன் பானைக்குள் கை விடவும் தாய் பதறி விட்டாள். "பாத்து சாமி, கையச் சுட்டுப்புடப் போவுது" என எச்சரித்தவள் பிறகு தானே எழுந்து வந்து அகப்பையால் சில பருக்கைகளை மூட்டிப் பதம் பார்த்தாள்.

"சீக்கிரமா சோறு போடு, எனக்குப் பசி உசுரு போவுது" எனக் கால்களைத் தரையில் அடித்துக்கொண்டு சிணுங்கினான் புத்திரன். "இதோ ஆச்சு" எனச் சுழன்றுசுழன்று வேலை செய்தாள். கண்மூடிக் கண் திறப்பதற்குள் மண்சோறும் யானை நெருஞ்சிக் குழம்பும் ஊமத்தங்காய்க் கறியும் தயாராயிருந்தன. பிறகு அவள் அவனைச் சாப்பிட அழைத்தாள். "ஊட்டுக்குப் பொறவால மரமிருக்குது, போயி ரண்டெலயறுத்துக்குட்டு வா சாமி" எனத் தன் மடியிலிருந்து ஒரு கம்பரக்கத்தியை உருவி அவனிடம் கொடுத்தாள். வாங்கிப் பார்த்தவனுக்கு மேனி சிலிர்த்துவிட்டது. அது தேவனாத்தா எப்பொழுதும் தன் இடுப்பில் செருகி வைத்திருக்கும் கத்தி. பிரசவம் பார்த்துக் கொள்ளவென ஊர் நாசுவத்தி அவளுக்குக் கொடுத்திருந்தது. அந்தச் சிறுகத்தி இப்போதும்கூட அவளுடைய சிற்பத்தில் தென் படுகிற ஒன்று. அவளுக்கு அதைக் கொடுத்த நாசுவத்திக்கும்கூட ஒரு சிலை இருந்தது. மொட்டையடித்துக் கரும்புள்ளி செம்புள்ளி குத்திக் கழுதைமேல் ஏற்றப்பட்ட தோரணையில். ஊராரால் விலக்கி வைக்கப்பட்ட தேவனாத்தாளுக்கு உதவிய குற்றத்துக்காக அவள் பெற்ற தண்டனையின் நினைவான உரு.

"போ சாமி, போயி எலயறுத்துக்கிட்டு வா, நேரமாவுதல்லொ?" என அவசரப்படுத்தினாள் தேவனாத்தா. தீராத ஆச்சரியத்துடன் அந்தச் சிறுகத்தியைத் தடவித்தடவிப் பார்த்துக்கொண்டு நடந்தவனிடம், "அப்பிடியே நாலு பழம் பொறிச்சுக்கிட்டு வா சாமி; கனிஞ்சு கெடக்குது; திங்கறதுக்கு ஆளில்லாமக் கிளிக் கொத்தி நாசம் பண்ணுது" எனவேறு சொன்னாள். சிரித்துக் கொண்டே கோயிலுக்குப் பின்னால் வந்தவனுக்குச் சொல்ல முடியாத அதிர்ச்சி. அப்பொட்டல்வெளியில் கண்காணாத் தொலைவுக்கு நீண்டுகிடந்தது பழுத்துத் தொங்கும் குலை களடர்ந்த ஒரு வாழைத்தோப்பு.

அவள் சொன்னது போலவே குலைகளில் கிளிக்கூட்டம். புத்திரனுக்கு மயிர்க்கால்களெல்லாம் நட்டுக்கொண்டன. மடல் மடலாக இரண்டு தலைவாழை இலைகளையும் ஒரு கனிந்த பூவன் குலையையும் அறுத்துக்கொண்டு மடப்பள்ளிக்குத் திரும்பினான். அவளுடைய விளையாட்டுக்கு ஒரு எல்லையே இல்லை. மணக்க மணக்கச் சீரகச்சம்பாச் சோறும் கடைந்த குமுட்டிக்கீரையும் கத்தரிக்காய்ப் பொரியலும் ஆவி பறந்து கொண்டிருந்தன. "எதுக்கு சாமி இத்தன எல? நீயொருத்தந்தான? நாங்கெல்லா இப்பச் சாப்படறதேது? அமாவாசைக்குப் பண்டாரம் வந்து செஞ்சு போடறவரைக்கும் கொலையப் புடுச்சுக் கிட்டுத்தேங் கெடக்கோணு நீ கையக் கழுவிக்கிட்டு வா, சாப்புடலா" என நீர் தளும்பும் ஒரு தீர்த்தச் செம்பை அவனிடம் நீட்டினாள்.

அவனுக்கு நல்ல பசி. கயிற்றுக்கட்டிலில் படுத்திருந்தவன் பச்சைத் தண்ணீர்கூடக் குடிக்காமல் எழுந்து வந்துவிட்டா னில்லையா? நேரம் இப்போது நடு மத்தியானம் ஆகிவிட்டிருந்தது. கை கழுவிக்கொண்டு வருவதற்குள் இலைவிரித்துப் பரிமாறி வைத்திருந்தாள் தாய். ஆசையோடு இலை முன்னால் போய் உட்கார்ந்து சோற்றில் கை வைத்த தருணத்தில் தாய் தடுத்தாள். "இரு சாமி, கைய நல்லாக் கழுவுனியா? எங்க காட்டு பாக்கலா" என அவனருகில் வந்து மண்டியிட்டமர்ந்துகொண்டாள். வெகு இயல்பாக அவனுடைய வலக்கையை இழுத்துத் தன் மடிமீது வைத்துச் சோதித்தாள், இழுத்து நாசியருகே கொண்டுபோய் மோந்தாள். முகம் வாடியது அவளுக்கு. "கைய நல்லா கழுவு லியாக்கு? கவுச்சியடிக்குது பாரு, ரத்தக் கவுச்சி. ஆம்பராந்துல தண்ணியா இல்லாமப் போச்சு? இல்ல இன்னொரு கருங் கல்லுத்தேங் கெடைக்குலியா? கல்லுல கைய நல்லாத் தேச்சுக்

கழுவியிருந்தா கவுச்சி போயிருந்திருக்கு. போ சாமி, போயி கைய நல்லாக் கழுவிக்கிட்டு வா. கவுச்சியோடவா சோறு திம்பாங்கொ?" என அவள் சொன்னதையெல்லாம் கேட்டுக் குருதி வற்றிவிட்டது அவனுக்கு. பதற்றம் கொண்டெழுந்து தீர்த்தச் செம்பைக் கையிலெடுத்தான்.

அவள் தடுத்தாள். "இந்தத் தண்ணியெல்லாம் பத்தாது. போ, போயி ஆத்துத் தண்ணீல நல்லாக் கழுவிக்கிட்டு வா சாமி. பாறைல நல்லாத் தேச்சுக் கழுவு. கழுவிக்கிட்டுச் சீக்கிரமா வா, சோறு ஆறிப்போயிரு" என அவள் அவசரப்படுத்தவும் விறுவிறுவென நடந்துபோய் ஆற்றுக்குள் இறங்கினான். நொய்யலின் தெளிந்த நீர்ப்பரப்பிற்குள் கைகளை வைத்ததும் கருஞ்சிவப்பாய் குருதி கரைந்து நதி நீரில் கலந்தது.

குருதி வாடை பிடித்துவந்த கெண்டைகள், 'சளப் சளப்'பென நீர்ப்பரப்புக்கு மேலே துள்ளின. சொரசொரப்பான பாறையின் மேல் கைகளை அழுத்தித் தேய்த்தான். தேய்க்கத் தேய்க்கத் தீராமல் பெருகியது குருதி. பெருகும் நதியின் அகன்ற நீர்ப்பரப் பெங்கும் குருதியின் வாடை பிடித்துத் திரண்டன மீன்களும் சாரைகளும். காற்று வீச்சில் அழுகிய தசைகளின் துர்நாற்றம். 'க்ளுக்'கென யாரோ சிரித்ததுபோல் தோன்றவும், திரும்பி தேவனாத்தாளைப் பார்த்தான். உலர்ந்த செவ்வரளி மாலையுடன் தன் பீடத்தில் சிலையாக வீற்றிருந்தாள் தேவனாத்தா.

புதர் மண்டிய அவள் கோயிலைச் சுற்றிலும் கானல் அலையடிக்கும் பொட்டல்.

26

குமாரசாமி காணாமல்போய் இரண்டு மூன்று மாதங்கள் கடந்திருந்தன. ஏனென்று கேட்க ஆளில்லை. தாயைப் பறிகொடுத்து வெகு காலம் ஆகியிருந்தது; மாராங்காட்டாரும் இரண்டு வருடங்களுக்கு முன்னால் செத்துப்போயிருந்தார். பங்கும் பங்காளிகளோடு அவனுக்கு எப்பொழுதுமே சரியான உறவு இருந்ததில்லை; அவர்களை அவன் ஒருபோதும் மதித்த தில்லை. அவனது துண்டிறுக்கமான போக்கின் காரணமாக ஊர்க்காரர்கள் எப்பொழுதோ அவனை வெறுத்து ஒதுக்கி யிருந்தார்கள். கவலைப்படுவதற்குச் சாமியாத்தாளை விட்டால் லட்சுமி மட்டுமே உண்டு. சாமியாத்தா யாரிடமும் இதைப் பற்றி ஒரு வார்த்தைகூடக் கேட்கவில்லை.

லட்சுமி தவித்துக் கிடந்தாள். அவளுக்குப் பூபதியைத் தனியாகச் சந்தித்துப் பேசுவதற்குரிய தருணமே கிடைக்கவில்லை. அவன் மீது அவள் தீராத சந்தேகம் கொண்டிருந்தாள். அவனறியாமல் குமாரசாமி எங்குமே போயிருக்க முடியாது என்பது அவளுடைய திடமான நம்பிக்கை. ஆனால், அவனோ வெடத்தலாங்காட்டின் எல்லைகளைத் தாண்டி வெளியே தலைகாட்டாமல் கிடந்தான். எல்லோரும் ஆச்சரியப்படும் விதத்தில் காட்டு வேலைகளில் தன்னை முழுமையாக ஈடுபடுத்திக் கொண்டிருந்தான். லட்சுமியால் அவனைத் தேடிக்கொண்டு வெடத்தலாங்காட்டுக்கும் போகமுடியவில்லை. இடையில் ஒரு வேலிதான்; ஆனால், சாமியாத்தாளை நினைத்து மிகப் பயந்து போயிருந்தாள். இந்தச் சில மாதங்களில் சந்தையில் வைத்து ஒரு தடவையும் ஒரு இழவு வீட்டில் மற்றொரு தடவையுமாக இரண்டுமுறை மட்டுமே அவனைப் பார்க்க முடிந்தது அவளுக்கு. அந்தத் தருணங்களில் ஆள்கள் சூழ்ந்திருந்ததால் அவனிடம் ஒன்றும் கேட்கமுடியவில்லை. "என்ன பூவூ... மாமனெங்க ஆளையே காணா?" என வெகு சாதாரணமாகக் கேட்பதுபோலப் பாவித்துக்கொண்டு ஒரு கேள்வி கேட்பதற்கு மட்டுமே அவளுக்கு முடிந்திருந்தது. பூபதி அதற்கு மழுப்பலாக ஏதோ பதில் சொல்லி விட்டுப் போனான்.

அவன் குமாரசாமியைத் தீர்த்துக் கட்டியிருப்பானோ எனச் சந்தேகித்தாள். ஆனால், அதை உறுதிப்படுத்திக்கொள்வதற்கான

திட்டவட்டமான தடயம் எதுவும் அவளுக்குக் கிடைக்கவில்லை. எப்படியும் அவன் தன்னைத் தேடிக்கொண்டு வருவான் என அவள் உறுதியாக நம்பினாள். அவளுடைய உடல்மீது அவன் கொண்டிருக்கும் காமத்தின் தீவிரத்தை அவள் அறிவாள். அது அவனை எப்படியும் அவளிடம் இழுத்துவரும். ஒவ்வொரு நாளும் அவனுடைய வருகையை எதிர்பார்த்துப் பின்னிரவு வரை விழித்திருந்தாள். அவளுடைய முதிர்ந்ததும் வேட்கை தீராததுமான உடலுக்கு அவனுடைய முரட்டுக்காமம் தேவையாகவுமிருந்தது. அவன் வந்தால் உடனடியாக இணங்கி விடக் கூடாது எனவும் முடிவு செய்திருந்தாள், "உம்மையெ வாங்காமச் சீலயத் தூக்கறதில்ல, வருட்டு" எனத் தனக்குத் தானே வாய்விட்டுச் சொல்லியவாறு அவள் தனது கொடிய இரவுகளை விரட்டிக்கொண்டிருந்தாள்.

ஆனால், ஊர்க்காரர்களில் சிலர் குமாரசாமி காணாமல் போனதுபற்றியும் அதில் வேம்பன கவுண்டர் குடும்பத்துக்குள்ள தொடர்பு குறித்தும் அரண்மனைக்குப் பிராது கொடுத்திருந் தார்கள். தொடக்கத்தில் குமாரசாமிக்கும் சாமியாத்தாளுக்குமுள்ள உறவைப் பற்றிச் சிறிதும் அக்கறையில்லாமலிருந்த அவனுடைய பங்காளிகளும் உறவுக்காரர்களும் அவன் வசமிருந்த அளவற்ற சொத்துகளை முன்னிட்டுச் சில நடவடிக்கைகளை மேற்கொள்ளத் தொடங்கியிருந்தார்கள். வேம்பன கவுண்டரோ லட்சுமியோ அவற்றை அபகரித்துக்கொள்ளக்கூடும் என்ற பயம் அவர்களுக்கு.

மாராங்காட்டார் காலத்திலிருந்தே காடுகரைகளெல்லாம் லட்சுமியின் மேற்பார்வையில்தான் இருந்துவந்தன. பண்ணை யத்துக்கு ஆள்களை அமர்த்துவதிலிருந்து விதைப்பு, அறுப்பு எனச் சகலமும் அவள் பொறுப்புதான். மூத்தாம்பாளையத்தார் செத்ததற்கப்புறம் நல்லம்மக்காவின் வழியில் அவனுக்குக் கிடைத்திருந்த சொத்துகளைக்கூட அவள்தான் நிர்வகித்து வந்தாள். நல்லம்மக்காகூட அவளை நம்பினாள். லட்சுமிக்கும் சாமியாத்தாளுக்குமிடையே நிலவிவந்த உட்பகைதான் அதற்குக் காரணமாயிருக்க வேண்டும். சொத்துகளை மேற்பார்வை செய்வதற்காக எட்டுக்கொரு தடவை வில்வண்டி கட்டிக்கொண்டு மூத்தாம்பாளையத்துக்குப் போய்வருவாள் லட்சுமி. சில சமயம் லட்சுமியோடு நல்லம்மக்காவும் போய் வந்திருந்ததால் மூத்தாம் பாளையத்துக்காரர்களுக்கு லட்சுமி குறித்து எந்தச் சந்தேகமும் எழவில்லை. மனைவியும் மாமனாரும் போய்ச் சேர்ந்த பிறகு

இரண்டு பேருக்கும் குளிர்விட்டுப் போயிற்று. மூத்தாம்பாளை யத்தின் யாருமற்ற தோட்டத்து வீட்டில் இருவரும் மிகச் சுதந்திரமாகச் சல்லாபித்திருப்பார்கள். தோட்டத்தில் என்ன விளைகிறது, எவ்வளவு வருமானம் என்பதையெல்லாம் குமாரசாமி ஒருபோதும் அவளிடம் கேட்டதில்லை; என்ன தேவையோ அதை அவளிடம் கேட்டு வாங்கிக் கொள்வான். தன் சொத்துகளோடு குமாரசாமி கொண்டிருந்த உறவு அவ்வளவே. லட்சுமி கடும் உழைப்பாளி; மகசூல் எடுப்பதில் கண்ணும் கருத்துமாயிருப்பாள். பருவமழை தப்பாமல் பெய்தால் நொய்யல்கரையில் ஒரு போகம் நெல்லெடுப்பார்கள். நொய்யலில் தண்ணீர் இல்லாத காலங்கள் அரிது. ஆழமும் அகலமும்கொண்ட நொய்யல்கரைக் கிணறுகளில் எப்பொழுதுமே தண்ணீர்த் தட்டுப்பாடு வந்ததில்லை. நொய்யலை விட்டால் பாசனத்துக்கு அமராவதிதான். நொய்யலிலிருந்து தெற்கே போகப்போக வறட்சி. எல்லாம் மானாவாரி நிலங்கள். எள், கம்பு, சோளம் போன்ற புஞ்சைப் பயிர்கள்தாம் அங்கு விளையும்; ராகிகூட அபூர்வம். தெற்கத்திக்காரர்கள் சோளத்தை இடித்து, அம்புலி காய்ச்சிக் குடிப்பார்கள்.

சமீப காலமாக அந்த நிலங்களில் பருத்தி பயிரிட்டார்கள். துரைமார்களால் புதிதுபுதிதாக உருவாக்கப்பட்ட பஞ்சாலைகளின் தேவைக்காகப் பருத்தி சாகுபடி செய்யுமாறு விவசாயிகளைத் தூண்டியது அரசாங்கம். நொய்யல் பகுதி விவசாயிகளைப் பருத்தி சாகுபடி செய்யவைப்பதில் ராஜா அதிக அக்கறை காட்டினார். ஜமீனுக்குப் பருத்தியால் நல்ல ஆதாயம்.

ராஜா டிஸ்ட்ரிக்ட் போர்டு சேர்மேனாகவும் இருந்ததால் அரசாங்கத்தோடு நேரடியான உறவு இருந்தது; அதை நன்றாகவே பயன்படுத்திக்கொண்டார். தவிர அரண்மனையின் வளமையான நிர்வாகத்தை அடியோடு மாற்றி நவீனமயப்படுத்தியிருந்தார். சர்வகலாசாலைப் பட்டம்பெற்ற தஞ்சாவூர் பிராமண இளைஞ னொருவன் மேனேஜராக நியமிக்கப்பட்டிருந்தான். ராஜாவைவிட நன்றாக இங்கிலீஷ் பேசும் அந்த இளைஞனைக் கண்டுதான் அதிகமாகப் பயந்தார்கள் பண்ணாடிகள். ராஜாவுக்கே அவனுடைய இங்கிலீஷைக் கண்டு கொஞ்சம் பயம்தான். அவனிடம் அதிகமாக 'டச்' வைத்துக்கொள்ளமாட்டார்.

கணக்கு வழக்குப் பார்ப்பதில் ராஜாவுக்கு வேம்பன கவுண்டர்தான் உதவியாக இருந்தார். அரண்மனைப் பண்ணாடி

களிலேயே ராஜா அதிக மதிப்பு வைத்திருந்தது வேம்பன கவுண்டரிடம்தான். மற்ற பண்ணாடிகளைப் போலக் குத்தகையை ஒளிப்பதோ புரட்டுப்பண்ணுவதோ வேம்பன கவுண்டரிடம் இல்லாத பண்புகள். அரண்மனையின் கிராமங்களிலேயே நொய்யல்கரையிலிருந்துதான் குத்தகை ஒழுங்காகப் போய்க் கொண்டிருந்தது. தவிர வேம்பன கவுண்டர் ஒருபோதும் வெட்டி ஆள்களைத் தன்னுடைய சொந்த நிலங்களில் வேலைசெய்வதற்குப் பயன்படுத்திக்கொள்ள மாட்டார். பண்ணாடிகளில் பலர் ராஜாவே முகம் சுளிக்குமளவுக்குப் படுமோசமாக நடந்து கொண்டார்கள்.

ஜமீனில் உள்ள ஒவ்வொரு மாதாரிக் குடும்பத்திலிருந்தும் ஒரு ஆள் அரண்மனைக்கு வெட்டிக்குப் போகவேண்டுமென்பது கட்டாயம். இருவேளை உணவும் பழந்துணிகளும் இந்த வெட்டி ஆள்களுக்குக் கிடைக்கும். கூலி கிடையாது. இது வெகுகாலமாக உள்ள நடைமுறை. மாதாரிகளைத் தவிர வேறுசில பிரிவினரும் வெட்டி ஆள்களாக இருந்தார்கள். அரண்மனையாலோ கிராமப் பஞ்சாயத்துகளாலோ குற்றவாளிகள் எனத் தீர்ப்பளிக்கப்பட்டோர், கட்டுத் திட்டங்களை மீறியதால் கிராமச் சமூகங்களிலிருந்து விலக்கி வைக்கப்பட்டோர், பிடிபட்ட கள்ளர்கள், தகாத உறவு கொண்டு பிடிபட்டவர்கள் எனப் பலரும் அரண்மனைக் காடுகளில் வெட்டிக்கு உழைத்தார்கள். அப்படிப்பட்டவர்கள் தங்குவது அரண்மனைக் கொட்டடிகளில்தான். தப்பியோடிவிட முடியாதபடி கடும் கண்காணிப்புக்கு உட்படுத்தப்பட்டிருந்த அவர்களில் யாருமே சாகும்வரை அதிலிருந்து விடுபட முடிந்த தில்லை. அப்படி யாராவது தப்பியோட முற்பட்டால் அவர்களை ராஜா சவுக்கால் அடித்தே கொன்றுவிடுவார். ராஜாவின் அனுமதியில்லாமல் போலீஸ்காரர்கள் ஜமீன் எல்லைக்குள் வந்துவிட முடியாது.

குமாரசாமிக்கும் சாமியாத்தாளுக்குமுள்ள உறவெல்லாம் அரண்மனைக்குத் தெரிந்தேதான் இருந்தது. ராஜா அதைப் பற்றி ஒரு வார்த்தைகூடக் கேட்கவில்லை. இவையெல்லாம் வெடத்தலாங்காட்டில் மட்டும் நடக்கிற விஷயங்களல்ல. கண்டும் காணாமல் போவதுதான் மரியாதை. தொடுப்பு என்ற எல்லை யைத் தாண்டும்பொழுது மட்டும் ஊர் அதில் தலையிடும். சம்பந்தப்பட்ட ஆணும் பெண்ணும் குடும்பத்தை விட்டுவிட்டு ஓடிப்போக எத்தனிக்கும்பொழுது ராஜா தானே நேரடியாக

விசாரிப்பார். பண்ணாடிகளுக்கும் அரண்மனைச் சேவகர்களுக்கும் அவைபோன்ற நாள்கள் வெகு உற்சாகமானவை. ஓடிப்போனவர்களை எப்பாடுபட்டாவது தேடிக்கொண்டுவந்து ராஜாவின் முன்னால் நிறுத்திவிடுவார்கள்.

ராஜா அவர்களிடம் பச்சைப் பச்சையாகக் கேட்பார். கேள்விகளுக்கு வரம்பே இருக்காது.

ஏல்லே புருஷங்கிட்ட இல்லாதது அப்பிடியென்ன அவங் கிட்ட இருக்குதுன்னு குடும்பத்த உட்டுட்டுப் போனே? அவுனுக்குச் சாமானம் பெருசாக்கு?" எனப் பலர் முன்னிலையில் சம்பந்தப்பட்ட பெண்களின் முகத்தை நேருக்குநேர் பார்த்துக் கொண்டு கேட்பார். குற்றம் சாட்டப்பட்டவள் பதில் சொல்ல முடியாமல் உடல் குறுகி நிற்பாள், "ஏ... சொல்றதுக்கு வெக்கமா இருக்குதாக்கு? அவங்கிட்டப் போறபோது இந்த வெக்கமெங்க போச்சு?" எனக் குத்திக் குத்திக் கேட்பார்; ஆராய்வது போல் அப்பெண்ணுடலைக் கூர்ந்து பார்ப்பார். கடைசியில் அந்தப் பெண்ணைப் புருஷனிடமிருந்தும் அவளைக் கூட்டிக்கொண்டு ஓடியவனிடமிருந்தும் வெட்டிவிட்டு விட்டு அரண்மனையிலேயே இருக்குமாறு உத்தரவிட்டுவிட்டு எழுந்து போய்விடுவார். அரண்மனையில் ஊழியம் செய்யும் பெண்களில் பெரும்பாலோர் இதுபோன்ற குற்றச்சாட்டுகளுக்குள்ளாகித் தண்டிக்கப்பட்டு வந்தவர்களே. உடற்கட்டும் முகவெட்டும் ஓரளவு நன்றாக அமைந்த பெண்களுக்கு அரண்மனை வாழ்க்கை அவ்வளவு மோசமாக இருக்காது. மற்ற பெண்கள் அரண்மனையின் பிற வெட்டி ஆள்களோடு சேர்ந்து பண்ணைகளில் உழைக்க வேண்டும். அவளுடைய குடும்பத்துக்கே திருப்பி அனுப்பிவிடுவார். அவளும் கூட ஓரிரு வாரங்கள் அரண்மனையில் தங்கியிருந்து விட்டுத்தான் போக வேண்டும்.

பண்ணாடிகள்மீது குற்றச்சாட்டுகளோ புகார்களோ எழுந்தால் ராஜா அவர்களைத் தன்னுடைய பிரத்தியேகமான அறைக்கு வரவழைத்துத் தனியாகத்தான் விசாரிப்பார். குற்றச்சாட்டுக்குள்ளான பண்ணாடியைத் தனக்கெதிரில் நிற்க வைத்து வரிசையாகக் கேள்விகள் கேட்பார்; வசைமாரி பொழிவார். பண்ணாடிகள் பொதுவாக எந்த விளக்கத்தையும் அளிக்க முற்படமாட்டார்கள். கைகட்டிப் பணிவாக நின்று மறுபேச்சுப் பேசாமல் அவருடைய வசைகளைக் கேட்டுக்கொண்டிருப்பார்கள். பதில்களும் விளக்கங்களும் ராஜாவுக்குக் கடும் கோபத்தை

உருவாக்குபவை என்பதை எல்லாப் பண்ணாடிகளுமே அறிந்திருந்தார்கள்.

அன்று கணக்கு வழக்குகளைப் பார்ப்பதற்காக வேம்பன கவுண்டரை வரவழைத்திருந்தார் ராஜா. குமாரசாமிக்கும் சாமியாத்தாளுக்கும் இடையேயான கள்ளத்தொடர்பைப் பற்றியும் அவன் காணாமல் போனது தொடர்பாக ஊர்க்காரர்களிடமிருந்து வந்திருந்த புகார்களைப் பற்றியும் வேம்பன கவுண்டரிடம் பேசிவிடவும் தீர்மானித்திருந்தார் ராஜா. ஆனால், அதற்குரிய தருணம் வாய்க்கவில்லை.

தன்னுடைய பிரத்தியேக அறையில் தேக்குமரத்தாலான சாய்வு நாற்காலியொன்றில் கால்களைத் தொங்கவிட்டு உட்கார்ந்திருந்தார் ராஜா. அவரது காலடியில் சாய்வுமேசையொன்றின்மேல் நோட்டுப் புத்தகங்களை விரித்துவைத்தவாறு தரையில் கால்நீட்டி உட்கார்ந்திருந்தார் வேம்பன கவுண்டர். நோட்டுப் புத்தகங்களில் உள்ள கணக்கு விவரங்களைத் தன்னுடைய நிதானமான குரலில் ஒன்றன்பின் ஒன்றாகப் படித்துக் காட்டிக்கொண்டிருந்தார் வேம்பனகவுண்டர். தொடக்கத்தில் ராஜா சில கேள்விகளைக் கேட்டார்; குத்தகை தொடர்பாகவும் மானியங்கள் தொடர் பாகவும் சில திருத்தங்களைக் குறித்துக்கொள்ளச் சொன்னார். பிறகு படிப்படியாக அவருடைய பேச்சுக் குறைந்தது; கால்களை நீட்டி நாற்காலியில் நன்றாகச் சாய்ந்து கொண்டார். வேம்பன கவுண்டரின் குரலுக்குச் சிலநேரம் "உம்" போட்டுக்கொண்டிருந்தார். பிறகு அதுவும் நின்றுபோனது. கால்கள் மட்டும் ஆடிக்கொண் டிருந்தன. ஆனால், வேம்பன கவுண்டர் தொடர்ந்து அதே நிதானமான குரலில் படித்துக்காட்டிக் கொண்டேயிருந்தார்; அவருடைய தொனியில் எந்த மாற்றமும் இல்லை. ஒரு கட்டத்தில் ராஜாவிடமிருந்து குறட்டைச் சப்தம் வரவும் சொல்வதை நிறுத்தி விட்டு மௌனமாகக் கணக்கு வழக்குகளைப் பார்த்துக்கொண் டிருந்தார். ராஜாவுக்குத் தெளிவுபடுத்த வேண்டிய விவரங்களை ஒரு தனித்தாளில் குறித்து வைத்துக்கொண்டார். பிறகு ராஜா துயில் கலைந்து எழுவதற்காகக் காத்திருந்தார்.

ராஜாவுக்கு அரைத்தூக்கம். வேம்பன கவுண்டரிடம் விஷயத்தை எப்படித் தொடங்கலாம் என்பது குறித்து யோசித்துக் கொண்டிருந்தார். பிறகு ஒரு தீர்மானத்துக்கு வந்தவராகக் கண்களைத் திறந்து சோம்பல் முறித்துக்கொண்டவரிடம் கணக்குப் புத்தகங்களை நீட்டினார் வேம்பன கவுண்டர். ராஜா

அதை ஏறெடுத்தும் பார்க்காமல் வாங்கி மேசையின் மேல் வைத்தார். பிறகு சில நேரம் வேம்பன கவுண்டரின் முகத்தைக் கூர்ந்து நோக்கினார். அவருடைய பார்வையின் கூர்மை தாங்காமல் வேம்பன கவுண்டர் தலை குனிந்துகொண்டார். பிறகு தணிந்த குரலில், "ஒரு சமாச்சாரம் பேசணும்னு நெனச்சேன். தளுங்கிக்கிட்டே போவுது" எனச் சொல்லவும் வேம்பன கவுண்டர் சட்டென நிமிர்ந்தார்; ராஜாவைக் கூர்ந்து பார்த்தார்.

"இல்ல நம்பு சாமியாத்தாளப் பத்தி" என்றார் சிறு தயக்கத்துடன்.

"....."

"அதக் கேக்கப்படாதுன்னுதே நெனச்செ."

"....."

"ஆனா இப்பப் புதுசா ஒரு பிராது வந்துருக்குது. கேக்க வேண்டிய கட்டாயொ, அதுதே நேரா கேட்டுப்புட்டெ..."

"....."

"இல்லெ நம்பு மாராங்காட்டாரு பையெ கொமரசாமியக் காணாமுன்னு சொல்றாங்கொ, அவெ வெடத்தலாங்காட்டுக்கு அடிக்கடி வந்துட்டுப் போனான்னுஞ் சொல்றாங்கொ, இந்தப் பேச்சு முன்னயே நம்பு காதுக்கு வந்துது, செரி உங்குளுக்குத் தெரியாததான்னு உட்டுட்டேன். இப்ப நாலஞ்சு மாசமா ஆளயே காணாமுன்னு பிராது, உங்குளுக்கு எதாச்சுந் தெரீமா?"

"....."

"பூபதியும் அவனுந்தே ஒண்ணாவே சுத்திக்கிட்டிருப் பாங்களாமா? சொல்றாங்கொ, அம்மாகோடத் தொடர்பு வெச்சுருக்கறான்னு பூபதி கீது எதாச்சும் பண்ணிப் புட்டானோ என்னமோ?"

"....."

"பண்ணலா, தப்பென்ன? ஏ, நீங்களே பண்ணீருக்கோணு இதையெல்லா மொளையிலயே கிள்ளியெறிஞ்சுருக்கோணு ரண்டு பேருத்ததையுமே வெட்டி ஆத்துல உட்டுருக்கலா, எந்த கெவர்மெண்டு வந்து நம்பள மீறி எனத்தப் புடுங்கிப்புடப் போவுது?" என மிகக் கோபம் கொண்டு சொன்னவர் பிறகு என்ன காரணத்தாலோ உரத்த குரலில் சிரித்தார். பிறகு மிகத் தணிந்த குரலில் கேட்டார்,

"அப்பிடிக் கிப்பிடி எதாச்சும் பண்ணீட்டீங்களா? பண்ணீருந்தா பரவால்ல, நம்புகிட்டச் சொல்றதுக்கென்ன? சொல்லுங்க..."

கேட்டுவிட்டுப் பதிலை எதிர்பார்ப்பதுபோல அவரது முகத்தையே கூர்ந்து பார்த்தார். நெடிய பெருமூச்சுகளுடன் குனிந்த தலை நிமிராமல் உட்கார்ந்திருந்தார் வேம்பன கவுண்டர். பதிலென ஒன்றுமே சொல்லவில்லை; நிமிர்ந்து ராஜாவைப் பார்க்கவுமில்லை. அதற்குமேல் ராஜாவும்கூட ஒன்றும் கேட்காமல், குனிந்து முழங்கால்களுக்குள் முகத்தைச் செருகிக் கொண்டு உட்கார்ந்திருந்த அவருடைய உடலையே வைத்த கண்வாங்காமல் பார்த்துக்கொண்டு உட்கார்ந்திருந்தார்; பிறகு ஓர் ஆழ்ந்த பெருமூச்சுடன் அவ்விடத்திலிருந்து எழுந்து போனார். இருட்டுகிற வரையிலும் அதன் பிறகும் வேம்பன கவுண்டரிடம் எந்த அசைவுமில்லை. வெகு நேரம் கழித்து அரண்மனைப் பணியாள் ஒருவன் அவர் தூங்கிவிட்டதாக நினைத்து எழுப்பிவிடும்வரை அதே கிடையில் எவ்விதச் சலனமும் அற்றவராய்த்தான் உட்கார்ந்திருந்தார்.

27

பிறகு ஒருபோதும் நதிக்கரையைத் தீண்டவில்லை அவன். தேவனாத்தா கிடைகொண்டிருக்கும் ஊஞ்சமரக் காட்டுக்குள் காலடி வைக்கவில்லை. பெற்றவளையும் நேர்கொண்டு பார்க்க வில்லை. அவள் வீட்டிலிருக்கும் தருணங்களில் அவன் காட்டில் அலைந்து திரிவான். காட்டில் அவள் தலை தென்பட்டால் ஒரு வில்லரணையைப் போலச் சரசரவென அவள் பார்வையிலிருந்து தப்பி மறைந்துவிடுவான். அவளைப் பார்க்கவும் அவளோடு ஒரு வார்த்தை பேசவும் அச்சம்.

ஆனால், மனம் அடங்கவில்லை.

யாரைக் காணவில்லையெனப் பெற்றவளின் மனம் தவித்துக் கிடந்ததோ அவனைக் கொன்று பழிதீர்த்த கதையை அவளுக்குச் சொல்லத் துடித்தான் புத்திரன். திகுதிகுவெனப் பற்றியெரிந்து எல்லாவற்றையும் நாசம் செய்யத் தருணம் பார்த்துக் கொண் டிருந்தது பழிகொண்ட நாகம்.

கபாலத்தைப் பிளந்து அவனது குருதியையும் மாமிசத்தையும் மேனியில் பூசி ஆம்பராந்து நதியில் மூழ்கியெழுந்த கதையை, அம்மா உனக்குச் சொல்ல வேண்டும்.

வெகு நேரம் வரை எதுவுமே கேட்காமலிருந்த சாமியாத்தா, "கொமரு எங்கீடா பூவூ?" எனச் சில நாள்களாக நச்சரிக்கத் தொடங்கியிருந்தாள். அவளுக்குப் பதிலென்று ஒன்றுமே சொல்லவில்லை, "தெரீல" என்ற ஒற்றை வார்த்தை மட்டுமே அவளுக்கான பதிலாக இருந்தது. வெடத்தலாங்காட்டில் அந்த வருடம் நல்ல விளைச்சல். கதிரடிப்பெல்லாம் முடிந்து, நெல் மூட்டைகள் வீடுவந்து சேர்கிறவரை நிமிரக்கூட நேரமில்லாமல் உழைத்தாள் சாமியாத்தா. எல்லாம் ஓய்ந்து நிலவொளி வீசும் முன்னிரவொன்றில் நெல்மூட்டைகளுக்குக் காவலாய்க் கயிற்றுக் கட்டிலில் வானம் பார்த்துக் கிடந்தவளுக்குக் குமாரசாமியின் ஞாபகம். "அவனிருந்திருந்தா இப்பிடிக் கஷ்டப்பட உட்டுருப் பானா?" என்றாள். "ஊரு ஒலகத்துல ஆரு என்ன சொன்னாலுங் காதுல போட்டுக்காமக் கெடப்பானே, அப்படியாபட்ட ஆளு" எனப் பெருமூச்சு விட்டாள். "போங்கடா அவனவம் பொச்சு மண்ணத் தட்டிக்கிட்டும்பானே" என ஏக்கம் கொண்டாள். "நம்புளுக்குத்தே இந்த மூட்டையெல்லாம் பாத்தா மலப்பா

தெரியுது, எத்தாச்சோட்டு மூட்டையா இருந்தாலு சும்மா குரமத்தங்காய உருட்டறாப்பல உருட்டித் தள்ளீருவானே" எனச் சில கணங்கள் ஆகாயத்தை வெறித்துக்கொண்டு கிடந்தாள். பின்பு தணிந்த குரலில் தனக்குத் தானே சொல்லிக்கொள்வது போல முனகினாள், "அப்பிடியொரு பலொ, அப்பிடியொரு சுறுசுறுப்பு."

பிதற்றல், வெறும் பிதற்றல். ஆம்பராந்து நதிக்கரையில் புத்திரனின் கண்ணெதிரில் பெற்றவளின் பெயர் சொல்லிப் பிதற்றினானே குமாரசாமி, அப்படி இதுவுமொரு பிதற்றல் சற்றுத் தள்ளி கயிற்றுக் கட்டிலில் படுத்திருந்த புத்திரனுக்கு எல்லாம் கேட்டது. அவளுடைய முனகலும், தவிப்பும், பெருமூச்சும். தருணம் பார்த்துக்கிடந்த நாகம் புரண்டது. சீற்றம்கொண்டு நிமிர்ந்தது, படம் விரித்து வால்நுனியில் எம்பி நின்று தன் பிளவு பட்ட நாவைச் சுழற்றியது.

"எங்க போனான்னுதேந் தெரீல" எனப் பெற்றவளிடமிருந்து ஒரு பெருமூச்சு.

எழுந்து கட்டிலில் கால்களைத் தொங்கவிட்டு உட்கார்ந்து தாயைப் பார்த்தான் புத்திரன்,

"ஏன்டா பூவு, அவன எங்கீடா?"

"....."

"சாவக்கட்டுக்குப் போறமுன்னு ரண்டுபேரு ஒண்ணாத் தான்ட போனீங்கொ?"

"....."

"உன்னையறியாம அவெ எங்கீடா போயிருவே?"

"....."

"அவுனுக்கென்டா ஆச்சு?"

சில கணங்கள் மௌனம். பிறகொரு பெருமூச்சுவிட்டுப் புத்திரனை ஏறிட்டுப் பார்த்தாள். நிலவொளியில் மினுங்கும் அவனுடைய கறுத்த தேகத்தையும் கண்களுக்குள் உருளும் வன்மத்தையும் கண்டாள். புத்திரனின் பார்வை நேராக அவள் கண்களை ஊடுருவி நின்றது. சட்டென அவளுக்கு எதுவோ புரிந்தது போல் இருந்தது. கண்கள் நடுங்கிவிலகின. பின்பு குரல் பதறப் புத்திரனிடம் கேட்டாள்,

"அவன என்னடா பண்ணுனே பூவு?"

நற்றிணை பதிப்பகம் ❖ 169

கேட்டு வாய் மூடவில்லை, "கொன்னுட்டெ" என்றான் புத்திரன். குரலில் துளி நடுக்கமில்லை, பிசிறில்லை, பதற்றமு மில்லை. சொல்லிவிட்டு இதற்கென்ன சொல்லப் போகிறாய் என்பதைப் போல கண்ணிமைக்காமல் பார்த்துக்கொண்டிருந்தான். "பூவூ'' என்றொரு முனகல் மட்டும் அவளிடமிருந்து வந்து வெளிப்பட்டது. "ஆறு மாசத்திக்கு முன்னால இதே மாதிரி ஒரு நெலா வெளிச்சத்துல" என எல்லாவற்றையும் சொல்லத் தொடங்கினான்.

"கேளூ அன்னைக்குச் சாவக்கட்டுக்குப் போயிட்டு சாராயங் குடிக்கலாம்னு ரண்டுபேருந்தே போனொ. நெற போத, நடக்கக் கோட முடூல, பேசிக்கிட்டே மூலத்தொறெ ஆத்துக்குப் போனொ. இப்பவாட்ட நல்ல நெலா வெளிச்செொ, மணல்ல படுத்துக் குதரயாட்டப் பொரண்டுக்கிட்டிருந்தே கொமரசாமி, உன்னை யாட்டத்தே. நீ இப்ப எப்படிப் பொலம்பறயோ அப்பிடி அவுனுமு உம்பட பேரச் சொல்லிப் பொலம்புனே. ஆம்பராந்து உருட்டித் தள்ளீருந்துது பாரு கருங்கல்லொண்ணு, எடுத்து மண்டப்போடா போட்டுட்டெ."

"பூவூ."

"கேளூ. ஒரே போடுதே, மண்டெ ரண்டா பொளந்துபோச்சு, மூளே செதறிச் சீத்துன்னு வெளில வந்துருச்சு, ஒரு சத்தமில்ல. சும்மா காளையாட்ட ஒருக்கா மொனவுனே, அவ்வளவுதே."

"பூவூ."

"இன்னங்கேளூ, அதோட உடுலெ. அதே கல்லுல ஒடம்பை யெல்லா அம்மி கொத்தறாப்பல கொத்திப்புட்டெ. எம்பட மேலுக் காலெல்லா நத்தொ; சதையெல்லாம் கறிகறியாப் பிஞ்சு போயிக் கம்மங்கூலாட்ட ஆகிப்போச்சு, மூஞ்சி மொவறையெல்லா பன நொங்கு தெறிச்சாப்பல அவெ நத்தமுஞ் சதையுந் தெறிச்சுப் போச்சு."

"பூவூ."

"அப்பிடியே காலு ரண்டையும் புடுச்சுத் தரதரன்னு இழுத்துக் கிட்டுப் போயி ஆம்பராந்துத் தண்ணிக்குள்ற உட்டுப் புட்டெ."

"பூவூ."

"இன்னமிருக்குது கேளூ, அவத்திக்கே ஆத்துக்குள்ற எறங்கி தலையக் கழுவிப்புட்டு ஈர வேட்டியோட எந்துருச்சு நடந்தே ஊரு வந்தெ. வெடிஞ்சுபோச்சு. வந்து மறுக்கா நொய்யல்ல

எறங்கித் தலைய முழுவீட்டு வெறுங்கோமணத்தோட ஊடு வந்து சேந்தெ. நேத்து நடந்தாப்பல இருக்குது, இன்னைக்கு ஆறு மாசமாவிப் போச்சு."

"பூவூ."

"இப்ப எலும்புகோட இருக்காது, மீனும் பாம்புந் தின்னு தீத்திருக்கு."

"பூவூ."

"பூவூ, பூவூ" என்பதைத் தவிர வேறு சத்தங்களில்லை.

பின்பு நெடுநேரம் மௌனம். தாயும் மௌனம். புத்திரனும் மௌனம். பெற்றவளுக்கோ பிரக்ஞை தப்பிற்று. உருக்குலைந்து அப்படியே கட்டிலில் சாய்ந்தாள். சுவாசம் இருக்கிறதா எனச் சோதிக்க முற்பட்டவனைப் போல, "அம்மா" எனத் தணிந்த குரலில் அழைத்தான், பதிலில்லை.

"அம்மா" என்றான், திசைகளதிர. அதற்கும் துளி அசை வில்லை.

அம்மா கேள், கபாலத்தைப் பிளந்து அவனைக் கொன்றேன் நான். அவனது குருதியோடும் மாமிசத்தோடும் ஆம்பராந்து நதியில் மூழ்கியெழுந்தேன்.

கேட்கிறாய் அல்லவா?

நற்றிணை பதிப்பகம் ❖ 171

28

நொய்யல்கரையில் ஒரு கன்னித் தெய்வம், இளம் பெருமாத்தா. பாண்டிய தேசத்திலிருந்து நொய்யல்கரைக்கு வந்து குடியேறி வாழும் நாய்க்கர்களின் தாய்த் தெய்வம். அரண்மனையில் நாய்க்கர்களுக்குப் பட்டாளச் சேவை. வலுவான தேகக் கட்டுடைய அவர்களுக்கு ஈவிரக்கமென்பது இல்லை, உத்தரவு மட்டும் கிடைத்துவிட்டால் யாரையும் எதற்கென்று கேட்காமல் ஒற்றை வீச்சில் வெட்டிச் சாய்த்துவிடுவார்கள். குதிரையேற்றம், வாள்வீச்சு என எல்லாவற்றிலும் தேர்ந்து விளங்கிய நாய்க்கர்களுக்கு அரண்மனையில் தனிச் செல்வாக்கு. அரண்மனையிலிருந்து கொடையாகக் கிடைத்த வளமான நொய்யல்கரைக் கிராமங்களில் மற்றவர்களோடு ஒட்டாமல் தனித்த நியதிகளும், தனித்த மொழியும் கொண்டு கட்டுமானமாய் வாழ்ந்தார்கள் அவர்கள். கட்டுமானம் குலையாமல் அவர்களைக் காப்பாற்றிவந்தது இளம் பெருமாத்தாதான். வேற்றுச் சாதிக்காரர்களோடு உறவுகொள்ளும் தங்கள் இனத்து ஆண்களையும் பெண்களையும் கடுமையாகத் தண்டித்தது நாய்க்கர் சமுதாயம். அப்படிப்பட்டவர்களை இளம் பெருமாத்தா காட்டிக்கொடுத்து விடுவாள், கைகால்களை வீங்கச் செய்து தன் கோயிலுக்கு வரவழைத்து விசாரிப்பாள். வேற்றுச் சாதிப் பெண்களோடு உறவுகொள்ளும் ஆண்களைச் சாதியிலிருந்து ஒதுக்கிவைத்து விடுவார்கள். வேற்றுச் சாதி ஆண்களைத் தீண்டியதாய்ச் சந்தேகிக்கப்படும் பெண்களை மிகக் கடுமையாகத் தண்டிப்பார்கள். நொய்யலுக்குக் கூட்டிப் போய்ப் பச்சைமண்ணால் பானை செய்து, தளும்பத் தளும்பத் தண்ணீரெடுத்துத் தலையிலேற்றிப் பெருமாத்தா கோயில்வரை நடத்திக் கூட்டிப் போவார்கள்.

உறுமியும் மேளமும் முழங்கும். ஊரே திரண்டு அவள் பின்னால் போகும். சின்னஞ் சிறுசுகளெல்லாம் ஆட்டமும் பாட்டமுமாகப் பெருமாத்தாளைக் கொண்டாடிக்கொண்டு முன்னால் போவார்கள். நாய்க்கப் பெண்களின் குலவைச் சப்தங்களால் நொய்யல்கரையே குலுங்கும். பெரியவர்களின் பார்வை பானை சுமந்து முன்னால் போகிறவளைக் கழுகு மாதிரி பின் தொடரும். அவள் குற்றமற்றவளென்றால் பானை கசிவில்லாமல் வெண்கலம் மாதிரி கோயில் நடையை அடையும். சோரம்போன பெண்ணின் தலையிலிருக்கும் பானையோ சேறும்

தண்ணீருமாய்க் குலைந்துபோய்விடும். குற்றம் நிரூபிக்கப்பட்டால் அவளை ஊரைவிட்டே விரட்டியடித்துவிடுவார்கள். அப்பொழுதே அவளுக்குக் கருமாதி காரியமெல்லாம் முடிந்துவிடும். நதியின் வனங்களில் தனித்தலையும் அப்பெண்ணோ பயம் கொண்டு ஓரிரு நாள்களில் நதி நீரில் குதித்து உயிரைவிட்டு விடுவாள்.

தண்டிக்கப்பட்ட பெண்ணின் குடும்பத்திலிருந்து பிறக்கும் ஒரு பெண் குழந்தையை இளம் பெருமாத்தாளுக்கே அர்ப்பணித்து விடுவார்கள். ஆயுள் பூராவும் கன்னிமை காத்து, இளம் பெருமாத்தாளின் காலடியில் அவளுக்குப் பணிவிடை செய்து வாழும் அந்த நாய்க்கப் பெண்களும் இளம் பெருமாத்தாளின் அம்சமாகவே கருதப்பட்டார்கள். பெயர்கூட வேறில்லை, இளம் பெருமாத்தாதான். அப்படிக் காமா நாய்க்கர் குடும்பத்திலிருந்து அர்ப்பணிக்கப்பட்ட ஒருத்தி அப்பொழுது இளம் பெருமாத்தா கோயிலில் இருந்தாள். நாளுக்கொரு வேளை மட்டும் காரமும் புளிப்புமற்ற பத்தியச் சோறுதான், இருந்தும் அந்த மேனி செழித்துக் கிடந்தது. சுண்டியிழுக்கிற முகக்களை பால்யத்திலிருந்து கோயிலுக்குள்ளேயே அடைந்துகிடந்ததாலோ என்னவோ நொய்யல்கரைப் பெண்களுக்கேயுரிய கருமையிலிருந்து வேறுபட்டு வெளிறிச் சிவந்த ஒரு புது நிறம் கொண்டவளாயிருந்தாள்.

உயிரோடிருந்த காலத்தில் ஒரு பருந்தைப் போல அவளை வட்டமிட்டுக் கொண்டிருந்தான் குமாரசாமி. பல தருணங்களில் அவளுடைய பெயரைச் சொல்லிப் பிதற்றிக் கிடந்திருக்கிறான். வந்தது வரட்டும் எனத் துணிந்து ஒரு அமாவாசை இரவில் பூபதியையும் அழைத்துக்கொண்டு வேலிகளைத் தாண்டி பெருமாத்தா கோயிலுக்குப் போனான் குமாரசாமி. நாய்கள் ஊளையிட்டுக்கொண்டு துரத்திவரவும் பதற்றம்கொண்டு அப்பொழுது திரும்பிவிட்டார்கள். என்றாலும் உயிர் இருக்கிற வரை அவள் உடல்மீது கொண்ட காமம் தீராமல்தான் கிடந்தான் குமாரசாமி, “ஒரு நா இல்லீனாலு ஒரு நா அந்த நாய்க்கச்சியச் சாய்க்காம உட மாட்டெ” எனத் திரும்பத் திரும்பச் சொல்லிக் கொண்டேயிருந்தான் அவன்.

ஒருநாள் பெருமாத்தாளைத் தேடிக்கொண்டு விரைத்த குறியோடு கோயிலுக்குள் நுழைந்தான் காமுகனின் அலைந்து திரியும் ஆவியால் பீடிக்கப்பட்ட பூபதி. அந்தி நேரம், அப்பொழுது கோயிலில் பெருமாத்தாளைத் தவிர வேறு யாருமில்லை. அது தெரிந்துதான் வந்திருந்தான். கோயிலுக்குள் தனித்திருந்த பெருமாத்தா அவனைக் கண்டதும் பதறினாள்,

“உய்...போயிரு இங்கிருந்து.”

அவன் சிரித்தான்,

“ஏம் பெருமா பயப்படறே? இங்க ஆருமில்ல, வா.”

“ஆத்தா மேல சத்தியமா சொல்றேன், போயிரு இங்கிருந்து.”

“நெசமா சொல்லு பெருமா, இந்த ஒடம்ப வெச்சுக்கிட்டு நீ சும்மாதே இருந்தியாக்கு?”

“நாக்கழுவிப் போயிருமடா உனக்கு.”

“அட சும்மா வா பெருமா... இங்க ஆருக்கென்ன தெரியப் போவுது?”

“அழிஞ்சு போயிருவீடா.”

“நெசமா சொல்லு பெருமா, இதுவரைக்கும் நீ ஆருகோடவுமே படுக்குலியாக்கு? அல்லா எனக்குத் தெரியு... வா.”

“பெருமாத்தா” எனத் தன் பெயர்கொண்ட தெய்வத்தின் பெயர் சொல்லிக் கூச்சலிட்டாள். பெருத்த முலைகளும் நீண்ட பற்களும்கொண்டு பெரும் சிலையாய் நின்றுகொண்டிருந்த பெருமாத்தாளின் கால்களைப் பயத்தோடு தழுவிக்கொண்டாள். அவள் கூந்தலைப் பற்றித் தரதரவென இழுத்துச் சென்று கோயிலுக்குப் பின்னாலிருந்த ஒரு வைக்கோல் போரில் தள்ளினான். பெருமாத்தா கூச்சலிட்டாள். நொய்யலின் அடர்ந்த வனங்களுக்குள் மோதி எதிரொலியெழுப்பிற்று அவளுடைய அபயக் குரல். “ட்ட்டீய்ய்... ட்ட்டீடீய்ய்...” எனக் கோயிலுக்கு மேலே பதற்றத்துடன் அலைந்தன ஆக்காட்டிகள். தொலைவி லிருந்து இதைக் கவனித்த பட்டிநாய் குரைத்துக்கொண்டே களத்துமேட்டை நோக்கி ஓடிற்று.

நொடிக்குள் எதையோ புரிந்துகொண்டு திரண்டு வந்தார்கள் நாய்க்கர்கள். ஆளொன்றும் தடியொன்றும் கொண்டு அவனைத் துரத்தினார்கள்.

சிக்கினான் பூபதி.

ஆளாளுக்கு அடித்தார்கள், தசை கிழிந்து வாய் மூக்கெல்லாம் ரத்தம். உடனே ஊர்க்காரர்களுக்குத் தகவல் போயிற்று. எதுவும் பேசாமல் பெருமாத்தா கோயிலுக்குக் குத்தம் கட்டிவிட்டுக் குற்றுயிராய்க் கிடந்தவனைத் தூக்கிக்கொண்டு வந்தார்கள். எந்தவொரு தருணத்துக்காக ஊர்க்காரர்களெல்லாம் வெகு காலமாய்க் காத்திருந்தார்களோ அந்தத் தருணம் அப்பொழுது வந்தது.

29

தேறி வந்ததற்குப் பின்னர் ஒருநாள் ஆலமரத்தினடியில் கூட்டம் நடந்தது, "அப்பிடியே அடிச்சுக் கொன்னுருக்கலாமுன்னு உட்டுருக்கலாமல்லவுங்க மாமா?" எனக் கேட்டாள் சாமியாத்தா. ஊரின் அழைப்புக்குக் கட்டுப்பட்டு வேம்பன கவுண்டரும் வந்திருந்தார். எதுவும் பேசாமல், கேள்விகளென எதுவுமில்லாமல், மௌனமாக ஒதுங்கி நின்றுகொண்டிருந்தார் அவர்.

பூபதி மட்டுமென்ன? அச்சமென்பது துளியுமில்லை அவனுக்கு. நடப்பவை குறித்த அக்கறையுமில்லாதது மாதிரிதான் தென்பட்டது அவன் போக்கு; ஆலமர நிழலில் சக்கரங்களில்லாமல் நின்றுகொண்டிருந்த பாரவண்டியிலேறி வண்டிக்காலில் உட்கார்ந்து கொண்டான்; உதட்டிலொரு சூட்சுமப் புன்னகை. தன்னைச் சூழ்ந்திருந்த ஊர்க்காரர்களை நேர்கொண்டு பார்த் தான். அது அவனுக்கு ஒரு வேடிக்கைபோலத் தென்பட்டது.

"ஏன்டா பூவு, நீ உம்பட மனசுல என்னதே நெனச்சுருக்கறே?" என யாரோ தொடங்கினார்கள். சூழ்ந்திருந்த ஊர்க்காரர் களிடமிருந்து கோபம்கொண்ட ஒரு குரல் பதிலடியாய் வந்தது,

"ஆமா, பூவு, பொன்னுன்னு மடீல போட்டுக் கொஞ்சுங்கொ, பூவாமா, பூவு."

"எவத்தாள மசுரப்பாரு, இத்தன சனொ இங்க நின்னுக் கிட்டிருக்குது, கொஞ்சங்கோட மதிக்காம வண்டீல ஏறி அட்டணக்காலுப் போட்டுக் கோந்திருக்கறே."

"புடுச்சு மரத்தோட சேத்திக் கட்டுவானுகளாமா, அதய உட்டுப்புட்டு நாய மயிரு பேசிக்கிட்டிருக்கறானுகொ."

"அப்பவே தட்டி ஆத்துல உட்டுப்புட்டு வந்துருக்கோனு, அதய உட்டுப்புட்டு இதொரு பழமைன்னு நடூருக்குள்ள வெச்சுப் பேசுனா?"

"ஆமா நாயம்பேசிப் புடுங்கறதெனத்த?"

"அது சொல்லப்படாது. இருந்தாலுஞ் சொல்றெ, தாயொழுங்கா இருந்தாவல்லொ புள்ளெ ஒழுங்கா இருக்கு?"

"அதச் சொல்லுங்கொ பின்ன?"

“குடும்பத்தையே வளச்சு முடுக்குங்கப்பா, இன்னொ என்ன நடக்கோணும்னு பொறுத்துக்கிட்டிருக்கறீங்கொ அல்லாரு?”

“இவெம் பெருசா கண்டுபுட்டே. ஏன்டா தங்கே நீ வாய மூடிக்கிட்டுக் கம்முனு இருக்க மாட்டே?”

“அதுக்கேன்டா அவம்மேல உளுவறீங்கொ?”

“எனக்கென்ன வந்துது? எம்பட ஊட்டுலயா நாலு பொட்டையிருக்குது?”

“எம்பட ஊட்டுல மட்டு இருக்குதாக்கு?”

“ஏன்டா சும்மா வெட்டி நாயம் பேசிக்கிட்டிருக்கறீங்கொ?”

“எம்பட ஊட்டல பூந்தான்னா வெட்டி நாய்க்குப் போட்டுற மாட்டனா?”

“எனத்த வெட்டி நாய்க்குப் போடுவீங்க மாப்பள? கொஞ்ச சத்தமாச் சொல்லுங்கொ, காதுல உளுவுலெ.”

சிரிப்பெழுந்தடங்கிற்று.

“ஆமா பேசிக்கிட்டே இருங்கொ.”

“...”

“தாயோலி, எறங்கடா கீழ...”

“இருக்கறவனையெல்லா கேனக்காத்தேன்னு நெனச்சுக் கிட்டிருக்கறே.”

“எறங்கடா கீழ.”

“இத்தன செனொ நிக்குது, கொஞ்சமாச்சு அவுனுக்குக் கருக்கடையிருந்தா இப்பிடிக் கோந்திருப்பானா?”

“எறங்கடா கீழ.”

“இவனயெல்லா ஊருக்குள்ள வெச்சிருந்தா பொண்டு புள்ளைகளோட குடியிருக்க முடியு?”

“எறங்கடா கீழ.”

“ஒருத்தனுக்கு முந்தானி போட்டுப் பெத்திருந்தா அதொரு மொறையா இருந்துருக்கு.”

“எறங்கடா கீழ.”

“சொன்னாப்பல இவஞ் சாமானத்த வெட்டோணுமுங்கறே”

“எறங்கடா கீழ.”

“எறங்கடா கீழ.”

"எறங்கடா கீழ."

"எறங்கடா கீழ."

"எறங்கடா கீழ, எறங்கடா கீழ எறங்கடா கீழ."

"எறங்கடா கீழ."

கத்திக் கத்திப் பயம்கொண்டது கூட்டம். சலனமேயில்லாமல் வண்டிக்காலின்மேல் உட்கார்ந்திருந்தான் பூபதி. அச்சமோ பதற்றமோ இல்லாமல் தன்னைச் சூழ்ந்திருந்த எல்லா முகங்களிலும் தாவிச் சிரித்தது அவன் பார்வை. ஒரு சிற்பத்தின் விழிகளைப் போன்ற இமைக்காத அவன் கண்களை நேருக்குநேர் பார்க்க முடியாமல் கூட்டம் தடுமாறியது; பயத்துடன் அவனை நெருங்கி முற்றுகையிட முற்பட்டது.

குரல்கள் அடங்கி மயானத்தின் சாம்பல்நிறம் கொண்ட அமைதி.

"அய்யோ ஆரும் அவெம் பக்கத்துல போவாதீங்கோ" எனத் தன்னை மறந்து கூச்சலிட்டு அந்த அமைதியைக் குலைத்தாள் ஒருத்தி. நிலைகுலைந்து அவள் பக்கம் திரும்பிற்று ஊர். கூட்டத்தினிடையே சலசலப்பொன்று எழுந்து தணிந்தது, "அதாரது? அப்பிடிச் சொன்னது?" என எல்லாத் திசைகளிலிருந்தும் பதற்றம்கொண்டு வந்தன குரல்கள். சொன்னவளோ எதையும் பொருட்படுத்தவில்லை; மற்றவர்களைத் தவிர்த்து அவனை மட்டும் பார்த்துக்கொண்டு கனவில் பேசுபவளைப் போலச் சொன்னாள்,

"அவெ மனசினில்ல பேய் புடுச்சுருக்குது அவுனுக்கு." அவள் குரல் நடுங்கியது; எனினும், அதைப் பொருட்படுத்தாது தொடர்ந்தாள்,

"என்னுலே சொல்றா அவொ?"

"பேய் புடுச்சுருக்குதாமா அவுனுக்கு."

"ஆமா, அஞ்சாறு பேய் புடுச்சுருக்குது, எவுலே அவ? பொழையாதவொ."

" 'ஏல்'லே நெசமாத்தேஞ் சொல்றயா?"

சொன்னவள் தயங்கினாள்; பின் நிதானமான குரலில் தொடர்ந்தாள்,

"பேய் புடுச்சுருக்குது அவுனுக்கு, நம்பு மாராங்காட்டுக் கொமரசாமியப்பெ ஆவியா வந்து அவெம் மேல அண்டியிருக்குது."

நற்றிணை பதிப்பகம் ❖ 177

“கொமரு வந்து புடுச்சுருக்கறானாமா.”

“என்னுலே அல்லாரு ஔர்றீங்கோ? கொமரு என்ன செத்தா போயிட்டே?”

“என்னமோ அவ சொல்றதப் பாத்தா அப்பிடித்தேந் தெரியுது.”

“பின்ன எப்பிடி ஆவியா வந்து புடிப்பானாமா?”

“நாஞ் சந்தேகப்பட்டது செரியா போச்சு பாத்தயா?”

“வள்ளீமா, நெசமாத்தேஞ் சொல்றயா?”

“வள்ளீமா சொல்லு.”

“சொல்லுலே.”

“அல்லெச் சொல்லு, கொமரு செத்துப்போயிட்டானாக்கு?”

“சொல்லு வள்ளீமா.”

வெகு நேரம் மௌனம்கொண்டு நின்றவள் தன்னைக் கேள்விகளால் துளைத்த எல்லாக் குரல்களும் களைத்து அடங்கிய பின்பு, “ஆமா” என்றாள் பதற்றமின்றி.

“பூபதிதே அவனெக் கொன்னுட்டே.”

“பூபதி கொன்னுபுட்டானா? எப்பொ?”

“எப்பொ?”

“ஆறேழு மாசமிருக்குமாமா.”

“ஆறேழு மாசமா? கொஞ்ச புரியறாப்பல சொல்லு வள்ளீமா.”

“வள்ளீமா, சொல்லுலே”

“ஆறேழு மாசத்திக்கு முன்னால சாவக்கட்டுக்குப் போனப்பொ சாராயங் குடிக்கறதுக்காக மூலத்தொறைக்குக் கூட்டிக்கிட்டுப் போயி அவந்தலைலக் கல்லத் தாங்கிப் போட்டுக் கொன்னுட்டே பூபதி.”

மூச்சடைப்பட்டு நின்றது ஊர். எங்கும் நம்ப முடியாத நிசப்தம். ஆலமரத்தின் அடர்ந்த கிளைகளுக்குள் பதுங்கி வெகு நேரமாய் எல்லாவற்றையும் வேடிக்கை பார்த்துக்கொண்டிருந்த ஒரு கிழட்டுக் காகம் வெருண்டு பறக்க முடியாமல் நொய்யலை நோக்கிப் பறந்தோடிற்று, “க்காவ், க்காவ்” என நெடுந்தொலைவுக்கு அதன் பிலாக்கணம்.

“உனக்காருலே இதையெல்லாஞ் சொன்னாங்கொ?”

“நேருல பாத்தாப்பல சொல்றாளே.”

“சொன்னதாருலே உனக்கு?”

“அல்லே சொல்லு, ஆரு சொன்னாங்கொ உனக்கு?”

“இத்தன செனொங் கேக்குதல்லொ, பேசுனா என்ன வள்ளீமா?”

சொன்னவள் குலுங்கியழுதாள். அதிர்ந்துபோய் நின்றது ஊர். எல்லா முகங்களிலும் கலக்கம். கடைசியில் வண்டிக்காலில் உட்கார்ந்திருந்த பூபதி நிமிர்ந்தான், “நாந்தேஞ் சொன்னெ” எனச் சொல்லிவிட்டுக் கைகளைத் தலைக்கு மேலே உயர்த்திச் சோம்பல் முறித்தான். வெகு நிதானமாக ஒரு கதைபோல எல்லாவற்றையும் சொல்லத் தொடங்கினான்,

“ஆறேழு மாசத்துக்கு முன்னால், அதாவது அவனக் கொன்னு ஆத்துல உட்டுப்புட்டு வந்த பதனஞ்சா நாளு, இவகோட சங்காங்காட்டுச் சாளைல படுத்துருந்தனா, அப்பத்தேஞ் சொன்னெ.”

கூட்டத்தில் பெரும் சலசலப்பு. பதற்றம்கொண்ட பார்வைகள் அவனிடமிருந்து அவளுக்கும் அவளிடமிருந்து அவனுக்கும் தாவின. பெருங்குரலெடுத்து அழுதாள் அவள். புருஷனும் தான் பெற்ற பிள்ளைகளும் சுற்றமும் சொந்தமும் குழுமியிருக்க ஊருக்காகத் தன்னை அம்மணமாக்கிக்கொள்ளத் துணிந்தவள் அவள். பூபதியோ ஒரு காட்டு மனிதனைப் போலப் பெருங்குர லெடுத்துச் சிரித்தான்.

அவன் யாரையாரையெல்லாம் ரகசியமாகப் புணர்ந்தானோ, யார்யாருக்கெல்லாம் தான் அவனைக் கொன்ற கதையைச் சொன்னானோ அவர்கள் ஒவ்வொருவரையும் அங்கிருந்த ஒவ்வொருவருக்கும் அடையாளம் சொல்லிச் சிரித்தான்.

சீற்றம்கொண்டு சுழன்று ஆலமரக் கிளைகளை உலுக்கி விட்டுப் போயிற்று காற்று, சலசலவென உதிர்ந்தன முதிர்ந்து பழுத்த இலைகள். “தாயா போனதுனால சாமியாத்தாளோட அவம் படுத்தும் நாம் படுக்குல” எனத் தாயைக் காட்டிச் சிரித்தான். ஒருத்தியெழுந்து பைத்தியம்கொண்டது போல் சேலையை உருவிக் காற்றில் விட்டுவிட்டுப் புரியாத வார்த்தை களைச் சொல்லிப் பிதற்றியபடி அம்மணமாய் நொய்யலை நோக்கி ஓடினாள். திசைக்கொரு ஆளாய் முண்டியடித்து ஓடித் தப்ப முயன்றது கூட்டம்.

இதெல்லாம் நொய்யல்கரையில் நடந்தது.

வேம்பன கவுண்டரையும் சாமியாத்தாளையும் சில முதிர்ந்த ஆண்களையும் நொய்யல்கரைப் பெண்களையும் சாட்சியமாய்க் கொண்டு பிறகு எல்லாச் சம்பவங்களும் நடந்தன. "என்னயக் கொன்னு போட்டுடுடா பூவூ" எனப் பெற்றவள் புத்திரனை நோக்கி ஓடியதும், "மத்த பொம்பளைகளத் தின்னு தீத்தாப்பல என்னையுந் தின்னு தீத்துரடா பூவூ" என அவனைத் தழுவ முடியாமல் தழுவிக்கொண்டு கதறியதும், புத்திரன் வெறி கொண்டெழுந்ததும், அத்தனை பேருக்கு முன்னால், "அவுசாரி" எனச் சொல்லிக்கொண்டே புழுதியில் பெற்றவளைப் புரட்டித் தள்ளி ரத்தம்வர அடித்ததுமெல்லாம் பிறகுதான் நடந்தன.

ஹோவென்று இரைந்தது நதி.

இவளுக்குத் தெரியும் எல்லாம். சாட்சியமாய் இவளல்லவா இருந்திருக்கிறாள்? எல்லாவற்றுக்கும் சாட்சியமாகவும் காரணமாகவும் இருந்தது இந்த நதி.

பகுதி 2

1

வருடங்களுக்குப் பிறகு பெரும் சூறைக்காற்றின் வடிவில் நொய்யல்கரையில் தென்படத் தொடங்கியிருந்தாள் சாமியாத்தா.

சுபகிருது வருஷத்தின் சித்திரை மாதம், இளமத்தியான நேரம். சர்வகலாசாலையிலிருந்து அப்போதுதான் நொய்யல் கரைக்குத் திரும்பியிருந்தான் வெள்ளி. மிகக் களைத்துப் போனவனாகத் திண்ணையில் கால்களைத் தொங்கவிட்டு உட்கார்ந்திருந்தான். வெகுகாலத்துக்குப் பிறகு தென்னையின் மகரந்தம் மிதக்கும் நொய்யல்கரைக் காற்று மிருதுவாக அவனது மேனியில் படரத் தொடங்கியிருந்தது. பறவைகள் ஓயாமல் கீச்சிட்டுக்கொண்டிருந்தன.

எண்ணற்ற கேள்விகளுடன் வெடத்தலாங்காட்டில் குழுமியிருந்தது ஊர். பெருமிதமும் ஆச்சரியமும் கொண்ட நொய்யல் கரைவாசிகளின் விழிகள் அவனது மெருகேறிய தோற்றத்தைப் பேராசையுடன் விழுங்கிக்கொண்டிருந்தன. பூபதிக்கும் வேலம்மாளுக்கும் வேம்பன கவுண்டருக்கும் தாளாத பெருமை. ஊர்க்காரர்கள் கேட்ட கேள்விக்கு மூவரும் மாறிமாறிப் பதிலளித்துக் கொண்டிருந்தார்கள். “இந்தச் சில்லாவுலியே நம்ப அப்பந்தே இந்தப் படிப்புப் படுச்சுருக்கறே, மாகாணத்துலயே மொத ஆளா வந்துருக்கறானாமா” என அலுக்காமல் எல்லோருக்கும் சொல்லிக்கொண்டிருந்தான் பூபதி. தென்னை நிழல்வரிசையில் குத்துக்காலிட்டு உட்கார்ந்திருந்த பெண்களுக் கிடையே கண்ணெடுக்காமல் தன்னைப் பார்த்துக்கொண்டு நின்ற காரிச்சியின் கண்களை அவ்வப்போது குதூகலத்துடன் சந்தித்து மீண்டது அவனது பார்வை. அவளுக்கும் அப்பால் முதிர்ந்து நின்ற சோளக் கதிர்களுக்கு மேலாக மிதந்து வந்துகொண் டிருந்தது நதியின் தீராத அழைப்பு. வேலம்மாளுக்குக் கண்கள்

ததும்பிக்கொண்டிருந்தன. "இப்பிடி என்னய உட்டுப்புட்டுப் போயி நாலஞ்சு வருஷமா திலும்பிப் பாக்காம இருந்துக்கிட்டியே சாமி, ஆயா நெனப்பு வந்துதோ இல்லியோ உனக்கு?" என அவனைத் தடவித் தடவி அழுதுகொண்டிருந்தாள். சூழ்ந்து நின்ற பெண்கள் எல்லாவற்றையும் அதிசயமாகப் பார்த்துக்கொண்டிருந்தார்கள். துரைமார்களினுடையவற்றைப் போன்ற அவனது மொட மொடப்பான உடுப்புகளும் மெலிந்த உடலும் வெளிறிய நிறமும் பார்க்கப் பார்க்கத் தீராதவையாயிருந்தன.

காவல் தெய்வமான ஊஞ்சமரக் கருப்பராயனுக்கு இரட்டைக் கிடாய் வெட்டிப் பொங்கல் வைத்துக் களியாட்டங் களுடன் அவனது வருகையைக் கொண்டாடினார் வேம்பன கவுண்டர். வண்டியிலிருந்து இறங்கிக் கும்பிட்டெழுந்து நின்ற வனைக் கண்கள் ததும்பப் பார்த்துக்கொண்டு நின்றார். கள் நெடிவீசும் உடலுடன் வந்து அவனைத் தழுவினான் சென்னி மூப்பன். "ஆத்தா இருந்துருந்தாங்குனா நல்லாருந்துருக்குமே" என அந்தத் தருணத்தில் அவனிடமிருந்து வெளிப்பட்ட சிறு முனகலை யாரும் பொருட்படுத்தவில்லை. வேம்பன கவுண்டர் மட்டும் திரும்பி ஒரு பார்வை பார்த்துவிட்டுக் கண்களைத் துடைத்துக்கொண்டார். பிறகு எல்லோரும் தென்னைமர நிழலில் கள் குடிப்பதற்கெனத் திரண்டார்கள். பன்றிக்கறி வாசனை மூக்கைத் துளைத்தது. பானைகளில் நுரை ததும்பிக்கொண்டிருந்தது. கோட்டை கட்டி எல்லோருக்கும் ஊற்றிக் கொடுத்துக்கொண்டிருந்த பெண்கள் மூப்பன்களைச் சீண்டிக்கொண்டிருந்தார்கள்.

சிரிப்பும் கும்மாளமுமாய்க் கிடந்த அந்தத் தருணத்தில் களத்தோரம் தென்பட்டது சூறை.

ஓரடி உயரமே இருக்கும். தூசு தும்புகளைத் திரட்டிக்கொண்டு களத்தோரமாகவே கிழக்கும் மேற்குமாகத் தவழ்ந்து வந்து சற்று நேரம் விளையாடிக்கொண்டிருந்த சூறை பிறகு வெகு சிரமப்பட்டு எழும்பிக் களத்துக்குத் தாவி அங்குமிங்குமாய் ஊர்ந்து திரிந்து விட்டு வடக்கு நோக்கி வளைந்து திண்ணையை நோக்கிச் சில எட்டுகள் வைத்து உடைந்தது.

சூழ்ந்திருந்த பெண்கள் ஒவ்வொருவராய் எழுந்து சென்ற பிறகு சென்னி மூப்பன் வந்து வாசற்படியில் வெள்ளிக்குப் பக்கத்தில் உட்கார்ந்துகொண்டான். ஒன்றுமே பேசாமல் அவனைப் பார்த்துக்கொண்டிருந்தான். எங்கிருந்தோ வந்து தூணைத் தழுவி நின்று கொண்டாள் காரிச்சி. அவளது விரிந்த கண்கள் அலைபாய்ந்து கொண்டிருந்தன.

பிறகு நம்பவே முடியாதபடி தென்னைமர வரிசைகளுக்கப்பால் சோளப் பயிர்களுக்கு மேல் கிடைத்த செடி, செத்தைகளை வாரிச்சுருட்டி உலுக்கிக்கொண்டு பனையுயரத்துக்கு ஓங்காரத்துடன் எழுந்து நின்றது சூறை. ஆச்சரியம் தாளாமல் எல்லோருமே கூச்சலிட்டார்கள். பெண்கள் பதற்றத்துடன் எழுந்து நின்று பின்வாங்க முற்பட்டார்கள். சின்னஞ்சிறுசுகளுக்குச் சொல்ல முடியாத பூரிப்பு. பெருங்குரலெடுத்துக் கத்திக்கொண்டு நிலை கொள்ளாமல் ஓடித் திரிந்தார்கள். எல்லாவற்றையும் பார்த்துக் கொண்டிருந்த சென்னி மூப்பன் கூர்ந்த விழிகளுடன் திடமாக எழுந்து நின்று அதன் அசைவுகளைக் கண்காணிக்கத் தொடங்கினான். காரிச்சிக்குக் கண்கள் மின்னின. உதட்டில் அரும்பிய சிறு புன்னகையோடு அவள் அதன் நடமாட்டங்களைக் கவனித்துக்கொண்டிருந்தாள். திண்ணையை விட்டு இறங்கிக் களத்தைத் தாண்டிப் போய்க் கூட்டத்தோடு நின்றுகொண்டு சூறையை வேடிக்கை பார்க்கத் தொடங்கினான் வெள்ளி. சோளப்பயிர்களுக்கு மேல் கிழக்கும் மேற்குமாய்ச் சற்று நேரம் அலைந்து திரிந்த சூறை பிறகு சீற்றம்கொண்டெழுந்து மண்ணாங்காட்டை நோக்கி ஒரே வேகமாகப் போயிற்று. செம்மண் பொட்டலில் புழுதியை வாரிச்சுருட்டிக்கொண்டு சில கணங்கள் நின்று சுழன்றது. அதன் பருமனும் உயரமும் கணத்துக்குக் கணம் பெருகிக்கொண்டிருந்தது. எல்லோருக்கும் மூச்சடைத்துப் போய்விட்டது. “பாத்தையா அதிசயத்த? ஒரு நாளைல நா இப்பிடிப் பாத்ததில்ல போ.”

“வரு, பங்குனி சித்தரயானா நித்தமொண்ணு வந்து வெளையாடிப்புட்டுப் போவு. இருந்தாலு எம்பட ஆயுசுல இத்தா சோட்டு உருவத்தப் பாத்ததில்லெ. ஆளத் தூக்கிக்கிட்டுப் போயிருமாட்டவல்ல இருக்குது.”

“கருமத்தெ, பெசாதாட்ட.”

“பெசாதுதே, வெறுங்காத்துனா நெனச்சே பின்ன?”

“சிக்குனா நத்தத்தயெல்லா உறிஞ்சிக் கொண்டுகிட்டுப் போயிராது?”

“ஒரே தூக்கா தூக்கீரு.”

“மனசனென்னொ, மாட்டையே சுருட்டிக் கொண்டுகிட்டுப் போயிருமாமா.”

“இரவது முப்பது வருசத்திக்கு மின்ன தெக்க மயில்ரங் கத்துக்குப் பக்கத்துல அப்பிடியொரு காத்து வந்துதாமா, இட்டேறீல போயிக்கிட்டிருந்த வண்டி மாட்டையெல்லாங் கொண்டுக்குட்டுப் போயி ஆம்பராந்துல வீசிருச்சா. நாலஞ்சுசுரு போயிருச்சா.”

“இவெ அப்பிடியே கண்ணாரக் கண்டாப்பலதே பழம பேசுவே”

சுழன்று சுழன்று ஆத்துக்காலை நோக்கிப் போனது சூறை. உலர்ந்த கிளுவங்கட்டைகள் அடியோடு பெயர்ந்து எழும்பி அதன் பிடிக்குள் சிக்கிச் சுழன்றன. பிறகு பேரோசையுடன் வேலியைக் கடந்து ஆற்றுக்குள் இறங்கி மறைந்தது, வெகு நேரம் வரை தட்டுப்படவேயில்லை. எல்லோரும் பேசிச் சலித்து அவரவர் வேலைகளைப் பார்க்கத் தொடங்கியிருந்தார்கள்.

வேலம்மாளுக்குப் புத்திரன் அப்படி வந்து நின்றதில் தாளாத பெருமை. கண்பட்டுவிடுமோ எனக் கவலைப்பட்டாள். புத்திரனைப் பார்த்துச் சென்ற ஒவ்வொரு கண்ணையும் கண்டு அவள் பதற்றமடைந்தாள். பிறகு அவனை அழைத்துப் போய் ஆசாரத்தில் உட்கார்த்தி வைத்து நாழிப்படியொன்றில் சிறிதளவு கடுகையும் உப்புக்கல்லையும் ஒன்றிரண்டு காய்ந்த மிளகாய்களை யும் போட்டுத் தன் முன்னோர்களிடமிருந்து கற்றுவைத்திருந்த பாடங்களைச் சொல்லி முணுமுணுத்தவாறே மூன்று முறை அவனது சிரசைச் சுற்றித் திருஷ்டி கழித்தாள். முந்தானைக்குள் ஒளித்து மிக ரகசியமாய்க் கொண்டுபோய் அடுப்பில் கனன்று கொண்டிருந்த நெருப்பில் கொட்டினாள். கடுகும் உப்பும் மிளகாயும் சடசடவென வெடித்துச் சிதறின. காரல் நெடி வீடு முழுக்கப் பரவியது. பொறாமை கொண்ட கண்களிலிருந்து புத்திரனைக் காப்பாற்றிவிட்ட திருப்தி அவளுக்கு. மற்ற எல்லாக் கண்களையும்விடக் காரிச்சியின் கண்கள்தாம் அவளை அதிகம் பதற்றமடையச் செய்தவை. எப்போதும் அவள் அவனையே வெறித்துக்கொண்டிருப்பதாகப்பட்டது அவளுக்கு. விரிந்தகன்ற அந்தக் கண்களுக்குள் தென்பட்டது என்ன என்பதை அவளால் புரிந்துகொள்ளவே முடிந்ததில்லை. அவளுடைய அசைவுகளில் மர்மமானதோர் அபாயம் ஒளிந்திருப்பதாக நினைத்தாள். பால்யத்திலிருந்து அவனை வேட்டைநாயைப்போலத் தொடர்ந்து கொண்டிருக்கிறாள் அவள்.

சுழன்றாடிவிட்டுப் போயிருந்த சூறையைக் குறித்தும் அவள் பீதியுற்றிருந்தாள். அது வெறும் காற்றாக அவளுக்குத் தென் படவில்லை. எப்போதோ செத்துப்போய்விட்ட தன் மாமியார் சாமியாத்தாளே சூறையின் வடிவம் கொண்டு வெடத்தலாங் காட்டுக்கு வந்திருக்கக் கூடுமெனச் சந்தேகித்தாள். கதவோரம் நின்று அவள் அதைப் பார்த்துக்கொண்டே இருந்தாள். நாய்க் குட்டியைப் போலத் தவழ்ந்து வந்து திண்ணையில் கால்களைத் தொங்கவிட்டு உட்கார்ந்திருந்த அவளுடைய புத்திரனின் சாய்ந் திறங்கிய நிழலைப் பற்றி நின்றது அந்தச் சூறை. திண்ணையின்மீது தாவி ஏறவும் முயன்றது. அப்போது காரிச்சி செய்த ஒரு காரியத்தைத்தான் பிறகெப்போதும் அவளால் மறக்க முடிய வில்லை. அவளும்கூட அந்தக் காற்றைப் போலவே எங்கிருந்தோ மாயமாக வந்தாள். கைகளை வீசி ஆட்டியவாறு அதை நெருங்கினாள், சூறை சற்று தடுமாறியதுபோல் தென்பட்டது. 'ச்சூச்சூ' எனக் கைகளை வீசி அதை விரட்ட முற்பட்டாள் காரிச்சி. பார்த்துக்கொண்டிருந்த வெள்ளி வாய்விட்டுச் சிரித் தான். அவளிடம் எதையோ சொல்லவும் முற்பட்டான். அவள் அதைப் பொருட்படுத்தாமல் வலக்காலை உயரே தூக்கி அந்தச் சூறையை மிதித்தாள். சென்னி மூப்பனும் ஓடி வந்தான். அவன் தனது உருமாலையை அவிழ்த்துச் சுழற்றிச் சூறையை அச்சுறுத்த முற்பட்டான். பிறகு சூறை அங்கிருந்து நகர்ந்தது. பாதுகாவலர் களைப் போல இருவரும் பக்கத்திலேயே இருந்தது அவளுக்குச் சற்று நிம்மதியைக் கொடுத்தாலும் காரிச்சியின் பார்வையில் தென்பட்ட தீவிரத்தைக் கண்டு மிகப் பயந்து போனாள். சூறை பேருருக்கொண்டு திரும்பி வந்தபோது அது சாமியாத்தாளே எனத் திடமாக நம்பத் தொடங்கினாள் வேலம்மா. பிறகு அவள் தன் புத்திரனை உள்ளே அழைத்துக்கொண்டாள். அப்போதுங்கூட அவனால் சிரிப்பைக் கட்டுப்படுத்திக்கொள்ள முடியவில்லை.

2

அது சாமியாத்தாளின் வடிவமே என்பதை முதல் பார்வையிலேயே அறிந்துகொண்டிருந்தான் சென்னி மூப்பன். சூறையின் முகத்தில் தென்பட்ட குறுநகையை எத்தனையோ தருணங்களில் அவளுடைய கண்களுக்குள் பார்த்திருக்கிறான் அவன். அவள் தன்னுடைய பேரனைப் பார்ப்பதற்காகவும் பெரும் படிப்புப் படித்து ஊருக்குத் திரும்பி வந்திருப்பவனை ஆசிர்வதிப்பதற்காகவுமே வந்திருக்கிறாள் என நினைத்தான். களத்தைத் தாண்டிக்கொண்டு அவனை நோக்கித் தவழ்ந்து சென்றபோது தென்பட்ட அசைவுகள் துல்லியமாகச் சாமியாத்தாளுடையவையாகவே தோன்றின வேலம்மாளுக்கு. வெள்ளியின் நிழலை அது எவ்வளவு ஆசையாகத் தழுவிக்கொண்டது என நினைத்தாள். காரிச்சிக்குப் பயம். அவள் அப்படித் தன் பாதங்களை உயர்த்தி அதை மிதித்ததுதான் சூறையின் கோபத்துக்குக் காரணமாயிருக்க வேண்டும் என நினைத்தான் சென்னி மூப்பன். திரும்பிவந்தபோது சூறையிடம் தென்பட்ட உக்கிரத்தைக் கண்டு பதறிவிட்டான் அவன். வேம்பன கவுண்டரை ஏதாவது செய்துவிடுமோ என்னும் அச்சம் ஏற்பட்டது மூப்பனுக்கு. அதுகுறித்து எச்சரிக்க விரும்பி அவரைத் தேடினான். ஆனால் அந்தக் கூட்டத்துக்குள் எங்குமே அவரைக் காணமுடியவில்லை. பிறகு சூறை மண்ணாங்காட்டை நோக்கிப் போனதும் அவன் சற்று ஆசுவாசப்பட்டான். ஆனால், அங்கே சாளையில் கிடைகொண்டிருக்கும் லட்சுமியைக் குறிவைத்துப் போகிறதோ என்னும் சந்தேகம் தோன்றியதும் மூப்பன் பீதியடைந்தான். கொண்டாட்டமான அந்தத் தருணத்தில் பெரும் துக்கமொன்று ஊரைச் சூழ்ந்துகொண்டுவிடுமோ எனக் கவலைப்பட்டான். பேரனின்மீது கொண்ட பாசத்தால் அவள் வெள்ளிக்கும் கூட ஏதாவது ஆபத்தை விளைவித்துவிடக்கூடும். அவள் தன் புத்திரனைப் பழிகொள்ளலாம். வெகுகாலத்துக்குப் பிறகு சூறையின் உருக்கொண்டு திரும்பி வந்திருப்பவள் ஆத்துக்காலுக்குச் சும்மா திரும்பிப் போய்விடமாட்டாள் அல்லவா?

இரவானதும் மிகக் கவலையடைந்தவனாக ஆத்துக்காலுக்குப் போனான் மூப்பன். கோட்டையொன்றில் கொஞ்சம் வறுத்த பன்றிக்கறியைப் பொதிந்து எடுத்துக்கொண்டு, ஒரு சொப்புப் பனங்கள்ளோடு மிக ரகசியமாகச் சாமியாத்தாளின் சிதை எரிந்தடங்கியிருந்த திட்டைத் தேடிக்கொண்டு நடந்தான். பேய்,

பிசாசுகளைக் கட்டுவதற்கான மந்திரங்கள் அவனிடம் இருந்தன. வானத்தில் ரெட்டி மீன் தென்படும் தருணத்தில் படையலிட்டு மந்திரங்களைச் சொல்லி வழிபட்டால் ஆவிகள் சாந்தமடையும். மிக ஆபத்தான காரியம் அது. மந்திரங்களைப் பிரயோகிப்பதில் கவனக்குறைவாக இருந்தால் ஆவி அடித்துவிடும். ஒரே அடியில் மூட்டுக் கத்தரித்துவிடும். அதற்குப் பயந்துதான் அவன் தனக்குத் தெரிந்த மந்திரங்களை யாருக்கும் சொல்லிக்கொடுக்காமல் இருந்தான். பாம்புக்கடி, தேள்கடி, பூரான்கடி, பூச்சிக்கடி போன்ற விஷமுறிவுப் பாடங்களை மட்டும் அவன் காரிச்சிக்குச் சொல்லிக் கொடுத்திருந்தான். பக்கம் படாந்தியிலுள்ள பலர் அவளிடம் வந்து பாடம் போட்டுக் கொண்டு போவார்கள். ஆனால், ஆவி களைக் கட்டும் மந்திரத்தை மூப்பன் அவளுக்குச் சொல்லிக் கொடுக்கவில்லை. அவள் எத்தனையோ தடவை வற்புறுத்தியும்கூட அதற்கு அவன் மறுத்துவிட்டான். அவை போன்ற மந்திரங்களைக் கையாளும் சக்தி பெண்களுக்கு இல்லை என்பது அவனது நம்பிக்கை. ஆவிகள் பெண்களின் மீது வெகு சுலபமாகத் தொற்றிக்கொண்டுவிடும். லேசில் அவற்றை விரட்டவும் முடியாது. அவர்களைக் கருவிகளாய்க் கொண்டு வேண்டாதவர்களைப் பழிதீர்க்கத் தொடங்கிவிடும்.

ஆத்துக்காலை நெருங்கியபோது காற்றில் புரண்டு வந்தது சாம்பிராணி வாசனை. அந்த நேரத்துக்குள் வனதேவதைகளின் நடமாட்டங்கள் தொடங்கியிருக்கலாம் என நினைத்தான் சென்னி மூப்பன். கருப்பராயனின் பெயரை உச்சரித்துக் கொண்டு தொக்கடாவைத் தாண்டிக் காலெடுத்து வைத்தவுடன் மேனி சிலிர்த்து நடுங்கியது அவனுக்கு. சிதைச்சாம்பல் பரவிய ஒற்றை யடிப் பாதைகளினூடாகச் சத்தமின்றி அடியெடுத்து வைத்து நடந்தான். வழிநெடுகவும் பரவியிருந்த கள்நெடி அவனைப் பதற்றமடையச்செய்தது. காற்றை ஆழ்ந்து உள்ளிழுத்து அதை ஆராய்ந்துகொண்டே நடந்தான். சாமியாத்தாளின் சிதைமேட்டை எட்டியதும் நின்றான். மர்மமான உணர்வுகளால் பீடிக்கப்பட் டான். அவளது சிதைமேட்டில் இலைக் கிழிசலொன்றில் வறுத்த பன்றிக்கறியும் சொப்பொன்றில் பனங்கள்ளும் படைத்து வைக்கப் பட்டிருந்ததைக் கண்டான். சாம்பிராணி புகைந்து கொண் டிருந்தது. தீராத யோசனையுடன் சிதையிலிருந்து பிரிந்து ஆற்றுக்குள் இறங்கிய ஒற்றையடித்தடத்தைத் தொட்டு நடந்தான். மருதங் குழிக்கு அப்பால் நடு ஆற்றில் உடம்பில் ஒரு பொட்டுத் துணியில் லாமல் நீந்திக் களித்துக்கொண்டிருந்த காரிச்சியின் உருவத்தை அப்போது பார்த்தான் அவன்.

3

நாள்தோறும் ஊரின் ஏதாவதொரு மூலையில் தென்பட்டுக் கொண்டிருந்தது சூறை. யாரையும் அச்சுறுத்தாமல் யாருக்கும் தொந்தரவு தராமல் ஒரு நாய்க்குட்டியைப் போல் காடுகரைகளில் திரிந்துகொண்டிருந்தது. தொண்டுப்பட்டிகளிலும் இட்டேறிகளிலும் தன் போக்கில் நடமாடிக்கொண்டிருந்த சூறை வெகு சீக்கிரத்தில் ஊரார் எல்லோருக்கும் மிக நெருக்கமான உயிராக மாறியிருந்தது. உச்சி வெயிலில்தான் அதன் சஞ்சாரம் தொடங்கும். ஆற்றின் கரையையொட்டிச் சாமியாத்தா கிடை கொண்டிருக்கும் சிதைமேட்டிலிருந்து நேர் கிழக்கில் சாரையைப் போல் ஊர்ந்து வரும். யாராவது எதிரில் வந்தால் வளைந்து திரும்பி வேலிக்கால்களுக்குள் புகுந்துகொள்ளும். வேலியை ஒட்டி, புதர்களை அசைத்துக்கொண்டே தெற்காக நகர்ந்து பொட்டுச்சாமி கோயிலுக்குக் கிழக்கேயுள்ள கொரங்காட்டில் கொஞ்ச நேரம் விளையாடும். அந்தத் தருணத்திலுங்கூட அதன் ஆகிருதியில் பெரிய மாற்றம் எதுவும் தென்படாது. கொரங்காட்டிலுள்ள வேலாமர நிழல்களில் இளைப்பாறிக்கிடக்கும் ஆடு மாடுகளோடு கொஞ்சநேரம் மல்லுக்கட்டிக்கொண்டிருக்கும்.

அதன் உருவம் தென்பட்டதும் காளைகள் சிலிர்த்து நின்று கொம்புகளை ஆட்டிச் சீறிப் பாய்ந்துகொண்டு தரையைப் பிறாண்டும். அதை அங்கிருந்து துரத்தவும் முற்படும். ஒரு காளை அப்படி அந்தச் சூறையைத் துரத்திக்கொண்டு போய்த் தன் கொம்புகளை ஒடித்துக்கொண்டது. கால்களுக்கிடையே புகுந்து சீண்டிக்கொண்டிருந்த சூறையை அந்தக் காளையால் சமாளிக்கவே முடியவில்லை. பின்னங்கால்கள் இரண்டையும் மாற்றி மாற்றி உதைத்து விரட்டிப் பார்த்துச் சோர்ந்துபோய்ப் பிறகு கால்களை மடக்கிப் படுத்துக்கொண்டது. சூறைக்கு அது வசதியாய்ப் போய்விட்டது. தன் ஆகிருதியைச் சுருக்கி பூனைக் குட்டியைப் போலப் பதுங்கிப் பதுங்கி வந்து அதன் முதுகில் ஏறி விளையாடியது. இரு கொம்புகளுக்கிடையில் ஊர்ந்து நெற்றிப்பொட்டில் ஏறி நாசியை வருடிக்கொண்டு இறங்கி நின்று நேர்பார்வையால் அதன் கண்களை ஊடுருவியது.

காளை மிரண்டதா, கோபம் கொண்டதா எனத் தெரியவில்லை, புஸுபுஸுவெனச் சீறியெழுந்து கொம்புகளால் சூறையின்

மிகச்சிறிய ஆகிருதியைத் தாக்க முற்பட்டது. துள்ளித் தப்பி இரண்டடி பின்னால் போய் மளமளவென ஆளுயரத்துக்குப் பெருகியது சூறை. மிரண்டெழுந்து கொம்புகளை வீசிக்கொண்டு பாய்ந்த காளையிடமிருந்து தப்புவது போல் பின்னோக்கிப் பாய்ந்து சில அடிகள் தள்ளி நின்று சுழன்றது. காளைக்கு ஆத்திரம். தன் பலமனைத்தையும் திரட்டிக் குதிரையைப் போல் நாலுகால் பாய்ச்சலில் அதைத் துரத்திற்று. பேருருக்கொண்டு நிமிர்ந்த சூறை கொரங்காட்டில் கிடந்த தூசு தும்புகளையெல்லாம் திரட்டிக்கொண்டு பேரிரைச்சலுடன் நேராக ஆத்துக்காலை நோக்கிப் போயிற்று.

விடாமல் துரத்தியது காளை.

ஆலமர நிழலில் இளைப்பாறிக் கிடந்தவர்கள் என்ன ஏது எனப் புரியாமல் பதற்றத்துடன் பின்தொடர்ந்து ஓடினார்கள். பெரும் புழுதிப்படலத்துக்குள் காளையின் உருவம் மறைந்தது. சூறைபோன திசையும் தெரியவில்லை. ஆற்றின் கரையில் பெரும் காடு. ஊர்க்காரர்களெல்லாம் காளையைத் தேடிக்கொண்டு ஆளுக்கொரு திசையில் அலைந்து வெறுங்கையுடன் திரும்பி வந்தபோது உடைந்த கொம்புகளுடன் தலைவாசலில் நின்று கொண்டிருந்தது காளை. “கூறுகெட்டது, காத்தத் தொரத்திக் கிட்டுப் போயி கொம்ப ஒடச்சுக்கிட்டு வந்து நிக்குது பாரு” எனச் சிரித்தார்கள்.

சூறையின் வடிவத்தில் அலைந்துகொண்டிருந்தது சாமியாத்தாளே என்பதை வெகு நாள்களுக்கு முன்பாகவே அறிந்திருந்தது ஊர். ஆனால், அதைக் குறித்து யாரும் யாரிடமும் ஒரு வார்த்தை பேசிக்கொள்ளவில்லை. சின்னஞ்சிறுசுகளுக்கும் பெண்களுக்கும் அதனால் ஏதாவது கெடுதல் வரக்கூடும் என்னும் அச்சம் பெருகிக்கொண்டிருந்தது எல்லோருக்கும். அவள் யாரையாவது பழிகொள்ளும் நோக்கத்துடனேயே அலைந்து திரிந்துகொண்டிருக்க வேண்டும் என நினைத்தார்கள். வேம்பன கவுண்டர், லட்சுமி, பூபதி என அவளது பழிக்குப் பல உயிர்கள் நொய்யல்கரையில் காத்திருந்தன. தன்னை அவமதித்த ஊரின்மீது கூட வன்மம் கொண்டவளாயிருப்பாள் சாமியாத்தா. அவள் தன் பேரனைப் பார்ப்பதற்காக வந்திருக்கலாம், அவனைத் தன்னுடன் அழைத்துச் செல்வதற்கும் முற்படலாம்.

மிக எச்சரிக்கையோடு அதன் நடமாட்டங்களைக் கண் காணித்துக் கொண்டிருந்தது ஊர்.

உச்சிப்பொழுதுகளே ஊராருக்கு மிகப் பதற்றம் தருபவையாயிருந்தன. சூறை மிக உக்கிரத்துடன் சுழன்றுவரும் தருணங்கள் அவை. சூறை தென்படும் ஒவ்வொரு முறையும் மிகக் கலக்கத்தோடு அதன் போக்கைக் கண்காணித்தார்கள். அது தென்பட்டதும் குழந்தைகள் குதூகலமடைந்தன. தன் ஆகிருதியைச் சுருக்கித் தானுமொரு குழந்தையாக மாறி அவர்களுடன் விளையாடத் தொடங்கியிருந்தது சூறை. மிகப் பதற்றம் கொண்டவர்களாகக் குழந்தைகளை அதனிடமிருந்து அப்புறப்படுத்தி ஒளித்து வைத்துக்கொள்ள முற்பட்டார்கள். அப்போது சூறை கோபம் கொள்ளும், உக்கிரம் கொண்டு மளமளவெனத் தனது ஆகிருதியைப் பெருக்கிக்கொண்டு எதிரே தென்படும் வீட்டின் கூரையை ஒரு உலுக்கு உலுக்கிவிட்டுக் கடந்துபோகும். பெருமூச்சோடும் அச்சத்தோடும் அது சென்று மறைந்த திசையை வெறித்துக் கொண்டிருப்பார்கள்.

4

வெடத்தலாங்காட்டையும் மண்ணாங்காட்டையும் ஓயாமல் சுற்றிவந்துகொண்டிருந்தது சூறை.

மண்ணாங்காட்டில் கயிற்றுக் கட்டிலொன்றில் படுத்த படுக் கையாய்க் கிடந்தாள் லட்சுமி. இரண்டு மூன்று வருஷங்களாக அதே கிடை. ஒத்தாசைக்கு ஊர் வண்ணாத்தியையும் நாசுவத்தி யையும் தவிர வேறு யாருமில்லை. வெள்ளாமையில்லாமல் பாழ்பட்டுக் கிடந்த நிலத்தில் கால் வைக்க இடமில்லாமல் காரையும் நெருஞ்சியும் மண்டிக்கிடந்தன. மண்ணாங்காட்டின் பெரிய தொட்டிக்கட்டு வீடு சிதிலமடைந்து கிடந்தது. அதன் சரிந்த கூரைகளில் தோக்குருவிகள் அடலடலாய்த் தொங்கிக் கொண்டிருந்தன. அவற்றின் மட்கிய புழுக்கைகள் பெரும் திட்டுக்களாய்க் குவிந்திருந்தன. வெகுதூரம் பரவிக் கிடந்தது அதன் வீச்சம். சடசடவெனச் சுழன்றுவந்து களத்தில் நின்று ஆடும் சூறையைத் தனது கயிற்றுக்கட்டிலில் கிடந்தபடி வேடிக்கை பார்த்துக்கொண்டிருந்தாள் லட்சுமி. அது சாமியாத்தாளின் வடிவமே என்பதை அவளும் தெரிந்துதான் வைத்திருந்தாள். அவள் தன்னைப் பழிகொள்ளக்கூடும் என நினைத்தாள். ஆனால், அவளுக்கு அது பயமும் இல்லை. பாழடைந்துபோன அவ்வீடு அவளுக்கு ஒரு மயானம் போல்தான் தென்பட்டுக்கொண்டிருந்தது. அதனுள் குடியேறி வசித்துக் கொண்டிருந்த தோக்குருவிகளுக்கும் எலிகளுக்கும் பெருச்சாளிகளுக்கும் விரியன்களுக்கும் ஓணான்களுக்குமிடையே சலனமேயில்லாத ஓர் உயிராக அவள் கிடந்தாள். சில தருணங்களில் எல்லா உயிர்களும் ஒன்றிணைந்து பெரும் கூச்சல் எழுப்பும். கூரையிலிருந்து பாம்புகள் பொத்பொத் தென விழும். சில சமயங்களில் அவளுடைய கட்டிலுக்குக் கீழே சுருண்டு படுத்துக்கொள்ளும். குத்துக்காலைப் பற்றிக்கொண்டு ஏறி மேலேயும் வந்துவிடுவதுண்டு. அதுபோன்ற தருணங்களில் அவள் கண்களை இறுக மூடி அசைவின்றிப் படுத்துக்கொள்வாள். ஒருநாள் நாகமொன்று ஊர்ந்து வந்து அவளுடைய மாரின்மேல் சுருமாடு சுற்றி நின்று கொஞ்ச நேரம் ஆடிக்கொண்டிருந்தது.

எல்லாவற்றையும் அவள் சாமியாத்தாளின் வெவ்வேறு வடிவங்கள் என்றே நினைத்தாள். அவள் பல தோற்றங்களுடன்

தன்னைச் சூழ்ந்திருப்பதாக அவள் கற்பனை செய்துகொண் டிருந்தாள். ஆனால், வெகு சீக்கிரத்திலேயே பாழடைந்த அந்த வீட்டுக்குள் துளியும் அச்சமில்லாமல் வாழப் பழகிக்கொண் டிருந்தாள் லட்சுமி. தன் காலம் முடிந்துவிட்டது என்னும் திடமான நம்பிக்கை அவளுக்கு இருந்தது. தன்னைத் தாக்கியுள்ள நோயிலிருந்தும் குற்ற உணர்விலிருந்தும் அவமானங்களிலிருந்தும் சாவு மட்டுமே விடுதலை அளிக்க முடியும் என நம்பத் தொடங்கி யிருந்தாள். சாவைக் கண்டு பயப்படுவது அர்த்தமற்றதாக அவளுக்குத் தோன்றியது. எப்படியும் காவுகொள்ளப்படுவது நிச்சயம் என்னும் நிலையில் அதைத் துணிச்சலாக எதிர்கொள் வதைத் தவிர வேறு வழியில்லையெனத் தீர்மானித்திருந்தாள்.

சூறை வாசலுக்கு வந்த முதல் தருணத்திலேயே அவள் அதை அடையாளம் கண்டுகொண்டாள். அது அப்போது அவளுடைய சாளைக்கு முன்னால் வெகு அருகில் நின்று சுழன்றாடிக் கொண்டிருந்தது. “கெரவத்தெ, இங்க எதுக்கு வாறே?” எனத் தான் ஊன்றி நடப்பதற்காக வைத்திருந்த தடியை ஆட்டினாள். மிகச் சிரமப்பட்டு எழுந்து உட்கார்ந்து அதன் முழு ஆகிருதியையும் பார்க்க முயன்றாள். பனையுயரத்துக்கு எழும்பி நின்றுகொண்டிருந்தது சூறை. உலர்ந்த சருகுகளாலும் புழுதியாலும் உருப்பெற்றுச் சுழன்றுகொண்டிருந்த அந்தச் சூறையின் விரிந்தலையும் கூந்தலுக்குள் தென்பட்டது சாமியாத்தாளின் பழி நிறைந்த முகம். மிகப் பதற்றம்கொண்டவளாக தன் உடலைப் போர்த்தி முடங்கிக் கொண்டாள். சீறல் தணிந்த பிறகு வெகுநேரம் கழித்துக் கண்களைத் திறந்து பார்த்தபோது, அது சுழன்றாடிக்கொண்டிருந்த இடத்தில் நரைமுடியும் சில கந்தல்களும் கிடந்ததைப் பார்த்தாள். வெகு தொலைவுக்கப்பால் வெடத்தலாங்காட்டின் சோளப்பயிர்களுக்கு மேலாக அது சுழன்றுகொண்டிருந்தது. ஊர்க்காரர்களின் ஆரவாரச் சத்தம் தென்னை வரிசைகளைக் கடந்து அவளுடைய மந்தமான செவிகளை அடைந்தன.

அது சாமியாத்தாளின் வடிவமே என்பது வேம்பன கவுண்டருக்குங்கூடத் தெரிந்துதான் இருந்தது. முதலில் அவள் தன் பேரனைப் பார்ப்பதற்காகவே வந்திருப்பதாக நினைத்தார். அதன் தொடர்ந்த நடமாட்டங்கள் அவருக்குச் சந்தேகத்தை மூட்டின. அதன் அசைவுகளில் தென்பட்ட பழியை அடையாளம் கண்டுகொண்டதும் அவர் பதற்றமடைந்தார். அவள் தன்னையோ

பூபதியையோ பழிகொள்வதற்காகவே நொய்யல்கரைக்கு வந்திருக்க வேண்டுமென நினைத்தார். ஒருவேளை அவள் தன் பேரனைக்கூட அழைத்துச் செல்ல முற்படலாம் என மற்றவர்களைப் போலவே அவரும் நினைத்தார். அவள் செத்துப்போய் இருபத்துமூன்று வருடங்கள் கழிந்திருந்தன. அவளால் பெரிய தொந்தரவு எதுவும் இல்லை. சில தருணங்களில் கனவில் வருவாள். மிகப் பரிவோடு தன் தெளிவற்ற குரலால் எதையாவது சொல்லிவிட்டுப் போவாள். அவர் மிக இளைத்துப் போய்விட்டதாகவும் நன்றாகச் சாப்பிடும்படியும் சொல்வாள். நாலைந்து வருடங்களுக்கு முன்னால் ஒரு நடுநிசியில் அவரது கனவில் தோன்றிய அவள் குளிர் தாளமுடியவில்லை என அழுதாள். அவர் ஆழ்ந்த உறக்கத்தில் இருந்தார். கனவில் தோன்றிய அவளுடைய உருவம் அவரைப் பதற்றமடையச் செய்திருந்தது. விரிந்த கூந்தலுடன் கட்டில் காலில் உட்கார்ந்து அவரது முகத்தை நேருக்கு நேர் பார்த்து மன்றாடிக்கொண்டிருந்தாள். அந்தத் தருணத்தில் அவள் மிக அழகாகத் தோற்றமளித்தாள். அப்போது தான் குளித்துவிட்டு வந்திருந்த தோற்றம். கூந்தலில் நீர்த்திவலைகள் சொட்டி நின்றன. அவளது உடலிலிருந்து கிழங்கு மஞ்சளின் வாசனை வீசிக்கொண்டிருந்தது. “எனக்கொரு போர்வெ கொண்டாந்து வெக்கறீங்களா?” எனக் கெஞ்சினாள். பிறகு அவள் அவரைச் சற்றுத் தள்ளிப் படுத்துக்கொள்ளச் சொல்லிவிட்டு, ஒருக்களித்தவாக்கில் அவருக்குப் பக்கத்தில் படுத்துக்கொண்டாள். அவளுடைய மிருதுவான முலைகள் அவரது தோள்களில் உரசின, “நம்பக் குளுருது போங்கொ, பனியல்லொ?” எனச் சொல்லிக் கொண்டே அவரைத் தழுவிக் கொள்ளவும் முயன்றாள். அவளது வெப்பம் தன்மீது பரவுவதைக் கூட அப்போது அவரால் உணர முடிந்திருந்தது. மரத்துக்கிடந்த அவரது குறி மெல்ல உயிர்த்தெழத் தொடங்கியது. மிகத் தயக்கத்தோடு அவரும் அவளைத் தழுவினார். தன் சாம்பல் நெடி வீசும் அவளது உதடுகளைக் கவ்வ முற்பட்டார். முத்தமிட்ட தருணத்தில் அவளுடைய முகத்துக்குள்ளிருந்து வீசிய தசையின் கருகல் நெடி தாளாது உளறத் தொடங்கியிருந்தார் வேம்பன கவுண்டர். சத்தம் கேட்டு விழித்தெழுந்த வேலம்மாள் அவரைத் தட்டியெழுப்பி உட்காரச் செய்து விவரம் கேட்டதற்கு ஏதோ கெட்ட கனவு எனச் சொல்லிச் சமாளித்தார். பிறகு வெகு நேரம் வரை தூங்காமல் கொடிய அக்கனவின் ஞாபகங்களில் மூழ்கிக் கிடந்தார்.

மத்தியானம்வரை கட்டிலை விட்டகலவில்லை. வேலம்மாளும் பூபதியும் கவலையுடன் விசாரித்ததற்கு வெறும் களைப்பு எனச் சொல்லிச் சமாளித்தார்.

அதற்குச் சில நாள்களுக்குப் பிறகு பெரிய பறவை ஒன்றைத் தன் கனவில் கண்டார் வேம்பன கவுண்டர். றெக்கைகளே இல்லாத பேருரு. பார்வைக்குக் கொக்கு போல் தென்பட்டது. மற்றொரு சாயலில் கழுகாகவும் தோன்றியது. கொக்கா, கழுகா எனக் குழம்பித் தவித்த தருணத்தில் அது ஓர் எருமையின் சாயலைப் பெற்று, ‘ஙை ஙை’ எனக் கத்திக்கொண்டு நின்றது. யம வாகனமான எருமையைக் கனவில் கண்டதும் அவர் மிகப் பயந்துபோனார். பதறி எழுந்து விளக்கைக் கொளுத்திப் பார்த்தார். கட்டிலுக்கு வெகு அருகில் கோரைப்பாயொன்றில் வேலம்மாளும் வெள்ளியும் தூங்கிக் கொண்டிருந்தனர். பூபதி களத்துமேட்டுக்குப் போயிருந்தான். மருமகளும் பேரனும் எந்தத் தொந்தரவுமில்லாமல் தூங்கிக்கொண்டிருந்ததைப் பார்த்தபோது அவருக்குப் பதற்றம் தணிந்தது. கைகளிரண்டையும் அகல விரித்து மல்லார்ந்து கிடந்த பேரனின் அழகிய தோற்றத்தைக் கண்ணெடுக்காமல் பார்த்துக்கொண்டிருந்தவருக்குத் திடீரென அவன் உயிரோடு இருக்கிறானா என்னும் சந்தேகம் தோன்றியது. அவனது உடம்பில் சலனமே இல்லை. மல்லார்ந்தது மல்லார்ந்த படி கிடந்தான். நெஞ்சுக்கூட்டிலும் அசைவு தென்படக்காணோம். உயிர் உறிஞ்சி எடுக்கப்பட்டது போல் தேகத்தில் ஒருவித வெளுப்புத் தென்பட்டது. அவருக்குக் குருதி உறைந்துவிட்டது. சத்தமெழுப்பாமல் கட்டிலை விட்டிறங்கி, விளக்கைத் தூண்டி யெடுத்துக்கொண்டு பேரனின் அருகில் போனார். மூச்சுக் காற்றின் பேரிரைச்சல். ஆனால், அது வேலம்மாளின் நாசித் துவாரங்களிலிருந்து பெருகி வந்துகொண்டிருந்தது. வெள்ளி அப்படியேதான் கிடந்தான். விளக்கைத் தூண்டி அவனது முகத்தைக் கூர்ந்து பார்த்தார். பாதி திறந்த அவனது கண்களில் வெங்கச்சங்கற்களைப் போல மிதந்துகொண்டிருந்த வெண்திரை களைப் பார்த்தார். நடுங்கத் தொடங்கியிருந்த தனது கரங்களில் ஒன்றைக் குழந்தையின் நாசியருகே கொண்டுபோய்ச் சுவாசம் வருகிறதா எனச் சோதித்தார். வெகுநேரம்வரை அவரால் சுவாசத்தின் தீண்டலை உணரமுடியவில்லை. அவருக்கு உடல் முழுவதும் நடுங்கத் தொடங்கியது. பெருங்குரலெடுத்துக் கத்த முற்பட்டார். தொண்டைக் குழியிலிருந்து சத்தம் ஏதும்

வரவில்லை. இரண்டாவது முறை முயன்றபோது பேரன் புரண்டு படுத்தான்.

பிறகு அவர் தான் கண்ட கனவைப் பற்றிச் சென்னி மூப்பனிடம் சொன்னார். ஒன்றுமே சொல்லாமல் கேட்டுக் கொண்டிருந்தவன் அவரை அழைத்துக்கொண்டு புதன்கிழமைச் சந்தைக்குப் போனான். ஒரு போர்வையுடனும் நூல் சேலை யுடனும் இருவரும் சாமியாத்தாளின் சிதைமேட்டுக்குப் போனார்கள். மிக ரகசியமாக அவளுக்கு அவற்றைப் படைத்து, நொய்யலில் மிதக்கவிட்டார்கள். அவளைக் கட்டுப்படுத்துவ தற்கான எல்லா மந்திரங்களையும் அறிந்திருந்தான் சென்னி மூப்பன். காட்டுச் சாளையில் வைத்துச் சமைத்துக்கொண்டு வந்திருந்த பன்றிக்கறியையும் பனங்கள்ளையும் வைத்து அப்போது அவளைச் சமாதானப்படுத்தியிருந்தான் மூப்பன். பிறகு வெகு காலம்வரை அவளால் ஒரு தொந்தரவும் இல்லை. யார் கனவிலும் வரவில்லை. நாய், நரி என மாய உருக்களெடுத்துத் தடம் வழிகளில் தட்டுப்படவும் இல்லை. இப்போது சூறையின் உருக் கொண்டு திரும்பி வந்திருப்பது எதற்காக? தன்னை அழைக்கவா? பேரனைக் கொண்டு செல்லவா? சென்னி மூப்பனிடம் யோசனை கேட்கலாமெனத் தோன்றியது வேம்பன கவுண்டருக்கு.

5

சாமியாத்தா நொய்யல்கரையில் சஞ்சரிக்கத் தொடங்கி நான்கைந்து வாரங்கள் கழிந்திருந்தன. அவள் ஒற்றையில் திரும்பப் போவதில்லையென்னும் நம்பிக்கை திடமாக வேரூன்றியிருந்தது. எனினும், தன்னைச் சேராதவர்கள் யாரையும் அவள் பழிகொள்ள மாட்டாள் என நினைத்தார்கள். நொய்யல்கரைவாசிகளில் பலர் தமது நடமாட்டங்களைக் குறைத்துக்கொண்டார்கள். குழந்தைகளையும் கன்னிகழியாத பெண்களையும் வெகு கவனமாகப் பாதுகாத்தார்கள். இரவுபகல் பாராமல் ஆற்றுக்காலைச் சுற்றிக் கொண்டிருந்த மூப்பன் களைக்கூட ஒருவிதப் பதற்றம் சூழத் தொடங்கியிருந்தது.

இரண்டு மூன்று நாள்களுக்கு முன்னால் ஆத்துக்காலோரம் தோப்பொன்றில் மரமேறிக்கொண்டிருந்த செல்ல மூப்பன் சொன்ன கதை எல்லோரையும் பீதியுறச் செய்திருந்தது. அது ஒரு செவ்வாய்க்கிழமை. சாயங்காலம் பாளை சீவிவிட்டுத் தன் பேத்திக்காக இறக்கிய அந்தித் தெளுவுள்ள சுரப்புரடையோடு திக்குத் திரும்பிக்கொண்டிருந்தபோது, யாரோ தன்னைப் பின்தொடர்வதாகத் தோன்றியதாம் மூப்பனுக்கு. வழியெங்கும் இறைந்துகிடந்த சரளைக் கற்களின்மீது திடமாகப் பதியும் பாதங்களின் அதிர்வுகள். திரும்பிப் பார்த்தபோது யாருமே தென்படவில்லை. வெறும் மனப்பிராந்தி எனத் தீர்மானித்துக் கொண்டு மேலே நடந்தபோது மீண்டும் அந்தச் சத்தம். இந்த முறை அவனுக்குச் சந்தேகமே எழவில்லை, அது சாமியாத்தாதான். அவளிடமிருந்து தப்பும் வழியைக் குறித்து யோசித்துக்கொண்டே நடந்தான் மூப்பன். நேருக்கு நேர் வந்தால்கூடச் சமாளித்து விடலாம், இப்படி முதுகுக்குப் பின்னால் மறைந்து வருபவளை என்ன செய்வது? பெட்டியிலிருந்த பாளைக்கத்தியை ஒரு கையால் வலுவாகப் பற்றிக்கொண்டவன் திரும்பிப் பார்க்காமல் நடையின் வேகத்தைக் கொஞ்சம் கொஞ்சமாக அதிகரித்தான். பின்தொடர்ந்த பாதங்களின் அதிர்விலும் மாற்றம். சத்தம் வெகு துல்லியமாகக் கேட்டது. ஒரு கட்டத்தில் அவனுக்கு மூச்சிரைக்கத் தொடங்கியது. அப்போது அவன் கள்ளிப் புதரடர்ந்த வேலியோர மொன்றை ஒட்டி நீண்டு கிடந்த நெருஞ்சி மண்டிய ஒற்றையடிப் பாதையின் வழியாக நடந்து கொண்டிருந்தான். வெகு வேகமாகக்

கவிந்துகொண்டிருந்த இருள் அவனது பதற்றத்தை அதிகரித்துக் கொண்டிருந்தது. பதியை அடைய இன்னும் வெகு தொலைவு நடக்க வேண்டியிருந்தது. எங்கே மூச்சு நின்றுவிடுமோ எனப் பயந்தவன் பிறகு மிரட்டிப் பார்த்துவிட வேண்டியதுதான் என முடிவெடுத்தான். பாளைக்கத்தியை உருவி, வீசுவதற்குத் தயாராய் வலக்கையில் பிடித்துக்கொண்டவன், "கெரவத்தே. எதுக்கு எம்பொறவாலயே வாறே?" எனக் கோபமாகக் கேட்டானாம். அதற்கு ஒரு பதிலும் இல்லையாம். அவளது பாதங்களின் அதிர்வுகள் 'குப்புறு குப்புறு' என அவனது நெஞ்சுக்குழிக்குள் பதிந்தனவாம். "சொல்லச் சொல்லக் கேக்காமப் பொறவால வந்துக்கிட்டிருந்தீனு வெச்சுக்கோ, ஒரே வீச்சா வீசிப்புடுவெம் பாத்துக்கொ, ஆளாருனு நெனச்சே?" என எச்சரித்தானாம்.

"ஏன்டா அருவாள எடுத்து வீசுனா கழுத்துத் துண்டா போயிரும்னு நெனச்சயாக்கு?" எனக் கதை கேட்டுக்கொண்டிருந்த மேக்கு வளவுப் பண்ணாடி கேலி செய்தார்.

"அது செரியே பெசாதுக்கேது கழுத்துந்தலையு?"

"அதுக்குத்தே காலே இருக்காதுன்னு சொல்றாங்களே, அப்பற எப்பிடிக் குப்புறு குப்புறுன்னு அது நடந்துவாற சத்தங் கேக்கு.. இதெதோ வேற வெவகாரமாட்ட இருக்குது."

"காலிருக்காதுன்னு ஆரு சொன்னா உனக்கு? மனசனக்கிருக் கறாப்பலயே அதுக்குமு இருக்கு. ஆனா நெலத்துல முட்டாது."

"அப்பறொ மனசப்பொறப்பா இருந்துதான பெசாதா மாறுது காலு, கையி அல்லாந்தே இருக்கு."

"அல்லாந்தேன்னா?"

"அல்லாந்தான்னா அல்லாந்தே. நீ மேல சொல்லப்பா."

"அப்பறமென்னுங்கொ? எனக்கு ஒரு வழியுந்தட்டுப்படுலெ. ஆனதாவுட்டு சீக்கிரமா ஊட்டுக்குப் போயிச் சேந்துக்கலாமுன்னு ஓட ஆரம்பிச்செ. ஆனா முடீலெ. விசுக்குனு முதுவுல பாரமேறு னாப்பல ஆவிக்கிச்சு. ஒரெட்டு வெக்க முடீலெ. கண்ணாமுளி யெல்லாந் திருவிக்கிச்சு."

"தோளும்பேருல ஏறிக்கோந்துருப்பா."

"அப்பிடியாட்டத்தே இருக்குது போ."

"அட கருப்பராயா, இதென்ன தீவெனன்னு நெனச்சுக்குட்டு ஒரு வெனாடி அப்பிடியே கண்ண மூடி நின்னுக்கிட்டெ."

“தைரியந்தேம் போ, அப்பறொ.”

“அப்பறொ என்னாச்சுன்னு தெரீலெ. சித்தங்கோரத்துல பாரங் கொறஞ்சு போச்சு. கை, காலெல்லா பழையபடி சொரத்தா விக்கிச்சு. செரி பொளச்சம் போன்னு நேரா ஊட்டுக்கு வந்து ஏணியப் பனங்கருக்கும்பேருல சாத்திப்புட்டு எடக்கவுத்த அவுத்துப் போட்டுட்டுப் பாக்கறெ, முதுவுல இருந்த சொரப் பொரடையக் காணா.”

“அடிசக்கெ, அப்பத் தெளுவுக் குடிக்கறதுக்குத்தே பொற வாலயே வந்துருக்கறான்னு சொல்லு.”

“அப்பிடித்தே அப்பிடித்தே. அந்தித்தெளுவுன்னா பெசாதுக்கு நம்பப் புடிக்குமுன்னு சொல்லுவாங்கொ.”

“வெடியாள நம்பு சின்னப்பனக் கூட்டிக்கிட்டுப் போயி வழிவட்டாரமே தேடிப் பாத்துப்புட்டெ, சொரப்புரட போன தடந் தெரீலெ.”

“அவுத்துக்கிட்டுப் போயிக் குடுச்சுப்புட்டு ஆத்துல கீத்துல தூக்கிப் போட்டுருப்பா.”

அதற்குப் பிறகு தன்னைச் சேர்ந்தவர்களைத் தவிர அவளால் மற்றவர்களுக்குப் பெரிதாக எந்த ஆபத்தும் வந்துவிடாது என்னும் நம்பிக்கை ஊராருக்குத் திடப்படத் தொடங்கியிருந்தது. வெகுசீக்கிரத்திலேயே வெடத்தலாங்காட்டிலிருந்து துக்கச்செய்தி யொன்று வரக்கூடுமென எல்லோரும் நினைத்தார்கள். ஒருவேளை அது மண்ணாங்காட்டிலிருந்தும் வரலாம். அதற்கான வாய்ப்புகள் கூடுதலாக இருந்தன. வேறு யாரையும்விட அவள் லட்சுமியையே அதிகம் வெறுப்பவளாயிருப்பாள். தன்னிடமிருந்து குமாரசாமி யைப் பறித்துக்கொண்ட அவளை ஒருபோதும் சாமியாத்தாளால் மன்னிக்க முடியாது. அதற்கான வலுவான முகாந்திரமும் இருந்தது. அது இழுபட்டுக்கொண்டிருக்கும் ஓர் உயிர். அவளுடைய நாள்கள் எண்ணப்பட்டுக் கொண்டிருந்தன. அது பற்றிய தகவல் கள் வெகுநாள்களாக அவளைப் பராமரித்துக்கொண்டிருக்கும் நாசுவத்தி மூலமாகவும் வண்ணாத்தி மூலமாகவும் ஊராரை அடைந்து கொண்டிருந்தன. அவளது சாவைப் பற்றிய ஊராரின் கற்பனைகளைப் பெருக்கிக்கொண்டிருந்தது அந்தச் சூறை.

“அதெப்பிடி இப்பிடிப் பெசாதா வந்து சுத்தரதெல்லா வேண்டியவங்களத்தேங் கூட்டிக்கிட்டுப் போவுமோ தவுத்து வேண்டாதவியள ஒண்ணும் பண்ணாது.”

“வேண்டாதவங்களப் பழியெடுக்கலாமுன்னு வந்துருக்கலா மல்லொ?”

“அதெல்லா செத்துப்போனதுக்கப்பறொ மனசனக்குப் பழியுமிருக்காது, பாவமுமிருக்காது.”

“அப்பொப் பாசமிருக்குமாக்கு?”

“பாசமிருக்கு. அங்க தனியா இருக்க முடியாது. பகல்னு இல்லாம ராத்திரீன்னு இல்லாம வரக்காடுன்னு இல்லாம வெள்ளாமக்காடுன்னு இல்லாம எங்க பாத்தாலு தனியாத்தான சுத்திக்கிட்டு இருக்கோணு? அதுக்குத்தே இப்பிடி வாறது பாத்துக்குவே. வேண்டப்பட்டவியொ ஆராச்சும் பக்கத்துல இருந்தா நல்லாத்தான இருக்கு, ஏனுங் நங்கெ.”

“நல்லாத்தே இருக்கும்பின்ன, கசக்குமாக்கு? நாளைக்கு உனக்கு மிந்தி நாம்போயிச் சேந்தன்னா உன்னைய வந்து கூட்டிக் கிட்டுப் போறெ, நீ கவலப்படாதயாயா.”

“ஆமாமா, நம்பத்தேங் கவலப்பட்டுக்கிட்டிருக்கறெம் போங்கொ.”

“ஏ கொமரு கூடத்தான இருப்பே? அவெந்தே அவுளுக்கு முன்னாலயே போயிச் சேந்தவனாச்சே. அங்க இவளுக்காகக் காத்துக்கிட்டிருந்திருக்க மாட்டானாக்கு?”

“அது உம்மதே. ஆனா அங்க போயி ரண்டு பேருத்துக்குஞ் சண்ட வந்துருக்கு.”

“இல்ல அங்க வேற எவளயாச்சு வெச்சுக்கிட்டுருப்பே.”

“அங்க போயிமு இதே பொளப்புத்தானா? செரியாப் போச்சு போ.”

பெருஞ்சிரிப்பெழுந்தடங்கியது.

“ஏ மவனக் கூட்டிக்கிட்டுப் போவமாண்டாங்கறயா?”

“மவந்தே மூஞ்சீலியே முளிக்காமக் கெடந்தவனாச்சே, அவன எதுக்குக் கூட்டிக்கிட்டுப் போவப்போறா? அங்க போயிந் தொல்ல.”

“அப்ப பேரனக் கூட்டிக்கிட்டுப் போவ நெனச்சுருக்கு.”

“அவம்பொறக்கறதுக்கு ரண்டு மூணு வருத்திக்கு முந்தியே இவ போயிச் சேந்துட்டாளாப்பறொ. அதெல்லா அவம்பேருல அக்கறப்படாது.”

“அப்ப புருஷனத்தேங் கூட்டிக்கிட்டுப் போவப்போவுதுன்னு சொல்லுங்கொ.”

“இருக்கறவரைக்கு அவனக் கிட்ட அண்ட உட்டதில்லெ. இப்ப எப்பிடி வந்து கூட்டிக்கிட்டுப் போவாங்கறே?”

இரண்டு நாள்களுக்குப் பிறகு நொய்யல்கரைக்கு வந்த சாமக் கோடங்கியொருவன் பேரபாயமொன்று ஊரைச் சூழ்ந்திருப்ப தாகச் சொல்லிவிட்டு மறைந்தான். அவனது குடுகுடுப்பைச் சத்தத்தைக் கேட்டு விழித்துக்கொண்ட ஊர் தாழிடப்பட்ட கதவுகளுக்குப் பின்னால் பதுங்கிக்கொண்டு அவன் சொன்னதைக் கவனமாகக் கேட்டுக்கொண்டிருந்தது. மறு அமாவாசைக்குள் ஊர் அடுத்தடுத்து மூன்று உயிர்களைப் பறிகொடுக்க வேண்டி யிருக்குமென எச்சரித்தவன் தன் குடுகுடுப்பையிலிருந்து மிகப் பயங்கரமான ஓசைகளை எழுப்பிக்கொண்டே வெகுநேரம்வரை அலைந்து திரிந்தான்.

யாரும் வெளியே தலைகாட்டவில்லை.

குறிசொல்வதற்காக ஊருக்குள் வரும் கோடங்கிகளின் பார்வையில் படுவது ஆபத்தானது. அப்போது கோடங்கிகள் மிக உக்கிரமாக இருப்பார்களாம். அவர்களது பார்வைபட்டால் உடல் கருகிவிடுமாம். மேலெல்லாம் கொப்புளம் போட்டு ஆளை உருக்கிவிடுமாம். தம்மை நேருக்கு நேர் பார்க்கத் துணியும் கண்களிலிருந்து பார்வையைப் பறித்துக்கொண்டு போய்விடுவார் களாம். கோடங்கிகள் எங்கிருந்து வருகிறார்கள் என யாருக்கும் தெரியாது. சுடுகாடுகளில் அலைந்து திரிபவர்கள் எனக் கருதிய ஊர் அவர்களைக் குறித்து எச்சரிக்கையாக இருந்து வந்தது. ஆத்துக்காலோரம் புதைகுழிகளையொட்டி இருந்த மூப்புற்ற வன்னிமரமொன்றின் பொந்துகளில் அவர்கள் தங்களுடைய துணிப்பொதிகளை ஒளித்துவைத்திருப்பதாக ஒரு பேச்சுண்டு. அவர்கள் குழந்தைகளைப் பிடித்துக்கொண்டு போய்விடுவார் களாம். குழந்தைகளின் மண்டையோடுகளிலிருந்தே அவர்கள் காத்து, கருப்புகளைக் கட்டுப்படுத்தும் மை தயாரிப்பதாகவும் யாரோ சொல்லியிருந்தார்கள்.

முன்பொருமுறை நாடார் வளவைச் சேர்ந்த மூன்று வயதுப் பெண் குழந்தையொன்று காணாமல் போய்விட்டதாம். ஊரே சேர்ந்து வழிவட்டாரமெங்கும் தேடிப் பார்த்தும் ஒரு துப்பும் கிடைக்கவில்லையாம். நான்கைந்து நாள்களுக்குப் பிறகு

அக்குழந்தையின் உடல் ஆற்றோரமுள்ள புதரொன்றிலிருந்து அழுகிய நிலையில் கண்டெடுக்கப்பட்டதாம். இரண்டாகப் பிளக்கப்பட்ட கபாலத்துடன் சிரசு தனியே கிடந்திருக்கிறது, அது கோடாங்கிகளின் வேலை எனச் சந்தேகித்த ஊர் கூடிப்பேசி அடுத்தமுறை கோடாங்கிகளில் யாராவது ஊருக்குள் நுழையும் போது பழியெடுக்கத் தீர்மானித்தது. கோடாங்கியின் வருகையைப் பற்றிக் கிடைத்த தகவலைக் கேட்டு எதற்கும் துணிந்த நான்கைந்து பேர் நள்ளிரவில் ஊர் எல்லையிலிருந்த புளியமரமொன்றில், அதன் அடர்ந்த கிளைகளுக்குள் பதுங்கிக் கொண்டார்களாம். இரண்டு பெரிய கொரக்கூடைகள் நிறைய சாணியை அள்ளித் தயாராய் வைத்துக்கொண்டவர்கள் தொலைவிலிருந்து வந்த குடுகுடுப்பைச் சத்தத்தைக் கேட்டதும் எல்லோரும் உஷாரானார் கள். நாய்கள் பெருங்குரலெடுத்துக் குரைக்கத் தொடங்கின, பிறகு தனது குடுகுடுப்பையிலிருந்து அச்சமூட்டும் ஓசையை எழுப்பியபடி கோடங்கி நெருங்கி வந்ததும் மூச்சுவிடாமல் பதுங்கிக்கொண்டன. கோடங்கி அவர்கள் பதுங்கியிருந்த புளிய மரத்தடியை அடைந்ததும் தயாராக வைத்திருந்த சாணிக்கூடை களை ஒன்றன்பின் ஒன்றாக அவன் மீது சரித்திருக்கிறார்கள். கோடங்கியால் கத்தக்கூட முடியவில்லையாம். நிலைகுலைந்து முகத்தைப் பிறாண்டத் தொடங்கியிருந்தவனை எல்லோரும் சேர்ந்து அருகிலிருந்த பாங்காட்டுக்கு இழுத்துச் சென்று, திமிற முடியாமல் அழுத்திப்பிடித்துக்கொண்டு, சிறு சுத்தியலால் அவனது முன்பற்களில் நான்கைத் தட்டியிருக்கிறார்கள். வேதனை தாளாமல் கோடங்கி எழுப்பிய கூச்சல் வெகுநேரம்வரை நொய்யல்கரையெங்கும் பயங்கரமாக எதிரொலித்துக் கொண் டிருந்ததாம், அதற்குப் பிறகு வெகுகாலம்வரை எந்தவொரு கோடங்கியும் நொய்யல்கரைப் பக்கம் தலைகாட்டவில்லையாம். பற்கள்தாம் கோடங்கிகளுக்குப் பலம். அவற்றைத் தட்டி வீசிவிட் டால் பிறகு கோடங்கியால் எதுவும் செய்ய முடியாது என யாரோ சொன்னதைக் கேட்டுச் செய்த காரியம் அது. ஆனால், சில நாள்களுக்குப் பிறகு ஊரைத் தாக்கிய கொள்ளை நோயொன்றுக்கு அதுதான் காரணம் எனவும் ஒரு பேச்செழுந்தது.

கோடங்கி வந்துவிட்டுப் போன மூன்றாம் நாள் நொய்யல் கரையில் ஒரு கொடிய மரணம். முன்பு வெடத்தலாங்காட்டுப் பண்ணையத்தில் வண்டியோட்டிக் கொண்டிருந்த தொப்பளான் செத்துப் போனான். ஊருக்குக் கிழக்கே தேவனாத்தா கோயில்

வண்டிப்பாதையில் கேட்பாரற்று மல்லார்ந்து கிடந்தது அவனது உடல். நிலைகுத்திய கண்கள் எதையோ வெறித்தபடி இருக்க, ஒரு கையால் நெஞ்சை இறுகப் பற்றிய வாக்கில் செத்துக்கிடந்தான். நினைவு தெரிந்த நாள்முதற்கொண்டு வெடத்தலாங்காட்டுப் பண்ணையத்தில் இருந்தவன் அவன். வேம்பன கவுண்டரின் கூட்டுவண்டிக்கு அவன்தான் சாரதி. ஊர், சேரி போவதா யிருந்தால் சாமியாத்தா தொப்பளானைத்தான் அழைத்துச் செல்வாள். கல்யாணம், காட்சியெல்லாம் செய்து வைத்து ஒரு குறையுமில்லாமல்தான் அவனை வைத்திருந்தார் வேம்பன கவுண்டர். பூபதி தலையெடுத்த பிறகு அவனுடைய துண்டிருக் கத்துக்குப் பயந்து பண்ணையத்திலிருந்து நின்றுவிட்டான். பெண்டாட்டி பிள்ளைகளைக் கூட்டிக்கொண்டு பழனிக்கோ திருச்செந்தூருக்கோ போய் செருப்புத் தைத்துப் பிழைத்துக்கொண் டிருந்தவன் கை, கால்கள் தளர்ந்துபோன பிறகு சொந்த ஊருக்குத் திரும்பியிருந்தான். மருமகள் ஊற்றும் கஞ்சியைக் குடித்துக் கொண்டு எந்த வேலைக்கும் போகாமல் வீட்டிலேயே இருந்து வந்தான். மத்தியானம்வரை திண்ணையை விட்டு நகரமாட்டான். போவோர் வருவோரையெல்லாம் பேச்சுத்துணைக்கு இழுத்து வைத்துக்கொண்டு அசையாமல் கிடப்பான். வெயில் சுள்ளென்று காயத் தொடங்கியதும் கொஞ்சம் பழையசோற்றை வயிற்றுக்கு ஊற்றிக்கொண்டு ஆத்துக்காலை நோக்கி நகர்வான். தட்டுப்படும் காக்காய், குருவி, பாம்பு, பல்லி எல்லாவற்றோடும் பேச்சுக் கொடுத்துக்கொண்டே நடந்து தேவனாத்தா கோயிலுக்கு வடக்கே பாறையொன்றில் மண்டியிட்டு உட்கார்ந்தபடி வெகுநேரம்வரை ஆற்றை வேடிக்கை பார்த்துக்கொண்டிருப்பான். பிறகு வண்ணா மடையில் இறங்கி வெயில் தணியும்வரை தவளையைப் போல மிதந்துகொண்டிருப்பான். வெயில்தாழ மேடேறி இரண்டு இழுவான்களைப் பறித்துக் கடைவாய்க்குள் அதக்கிக்கொண்டு தெக்குவேலியிலுள்ள தொக்கடாவைக் கடந்து வெடத்தலாங் காட்டுக்குள் நுழைவான். வெடத்தலாங்காட்டில் யாராவது தட்டுப்பட்டால் அங்கே கொஞ்ச நேரம், ஆலமரத்தடியில் கொஞ்ச நேரம் என யாருடனாவது கண்டதையும் பேசிக்கொண் டிருந்துவிட்டு வளவுக்குத் திரும்பும் போது சாமமாகிவிடும். யாருக்கும் எந்தத் தொந்தரவும் தராமல் திண்ணையிலேயே முடங்கிவிடுவான். அவனுக்கென இரண்டு சாக்குப் பைகளை விரித்துப் படுக்கை உண்டாக்கி வைத்துவிட்டு எல்லோரும் அவரவர் கிடையில் முடங்கிவிட்டிருப்பார்கள். வழியில்

யாருடைய வீட்டிலாவது அன்ன ஆகாரங்களை முடித்துக் கொண்டு வந்திருப்பான் என்பதால் யாரும் அது குறித்துக் கவலைப்பட்டுக் கொள்வதில்லை.

சாவதற்கு முந்தைய நாள் மத்தியானம் அப்படிப் புறப்பட்டுப் போனவன் பிறகு வளவுக்குத் திரும்பவில்லை. எங்காவது முடங்கியிருப்பான் என நினைத்துவிட்டாளாம் மருமகள். பெண்டாட்டியும் கண்டுகொள்ளவில்லை. மறுநாள் மத்தியானம்வரை அவன் தட்டுப்படாததால் வெடத்தலாங்காட்டுக்கு ஓரெட்டுப் போய்ப் பார்த்திருக்கிறார்கள். ஊரில் வேறு யாருக்கும் அவனைப் பார்த்த நினைவில்லை. பதற்றம்கொண்ட அவனது மகன் கொக்குப்பாறை, மதுரை வீரன் கோயில் என எல்லா இடங்களிலும் தேடியலைந்தானாம். பிறகு வெயில் தாழ வந்த தேவனாத்தா கோயில் பண்டாரத்தின் கண்களில் அவனது சடலம் தென்பட்டிருக்கிறது.

அவன் கிடந்த கிடையைப் பார்த்தவர்களுக்கு மனம் பொடிந்து விட்டது. அவனது மூக்கிலிருந்தும் வாயிலிருந்தும் பெருகிய குருதி கொஞ்சம்கூட உறைந்து போகாததைப் பற்றித்தான் எல்லோரும் அச்சத்தோடு பேசிக்கொண்டார்கள். வேப்பமரமொன்றைப் பிளந்து அங்கேயே பாடையொன்றைக் கட்டி எடுத்துக்கொண்டு திரும்பிய போது பொழுதிறங்கிக் கொண்டிருந்தது. பின்தொடர்ந்து வந்தவர்களுக்கு சாமியாத் தாளின் நினைவு.

"நீ எனத்தச் சொல்லு, இது அவ வேலதே."

"இவெ மேல அவுளுக்கு அப்பிடியென்ன ஆசையோ காணமா?"

"ஆசயோ, கோவமோ, ஆரு கண்டா?"

"சொன்னாப்பல ஆரு கண்டா? எங்க அவனையுந்தே வெச்சுருந்துதோ என்னமோ. காலமுட்டு நாளு அங்கயேதான கெடந்தேம் பின்ன?"

"அங்க கெடந்தா அல்லாருத்துகோடவும் படுத்துருவாங் களாக்கு? உங்குளுக்கெல்லா எதயெத எதெதோட பொணைக் கறதுனு ஒரு அர்த்தமில்லாமப் போச்சு போங்கடா. பாத்துப் பேசுங்கொ, அது பெருக்கானாட்ட இங்கதே எங்கயாச்சு ஊறிக்கிட்டுத் திரியு. நாம பேசறதயல்லாங் கேட்டு எந்துருச்சு நடுத்தடத்துல நின்னுக்கப் போவுது."

"ஒத்தாசைக்கு ஓராளு இருக்குட்டும்னுகோடக் கூட்டிப் போயிருக்கலா."

"ஆமா அங்க பத்தேக்கராப் பண்ணையங் கெடக்குது, ஆளு வேணும்னு கூட்டிக்கிட்டுப் போறதுக்கு. ஏன்டா அல்லாரு கூறுகெட்டதனமாப் பேசிக்கிட்டிருக்கறீங்கொ? தொப்பளே எதுனால செத்தானோ? எதையாச்சுங் கண்டு மெரண்டுகிரண்டு போயிருப்பே. இல்ல நெஞ்சடச்சுக் கீழ உழுந்திருப்பெ. இப்படிக் கத கட்டியுட்டுக்கிட்டுத் திரிஞ்சீங்கனா பொண்டு புள்ளக நடமாட முடியுமா? அப்பறொ காடுகரைக்கு ஓராளு வேலைக்கு வராது ஆமா, சொல்லிப்புட்டெ."

ஆனால், சூறை தென்படத்தான் செய்தது. சவம் அரண்மனைக்காட்டைக் கடந்து ஆத்துக்காலுக்குள் இறங்கியிருந்த தருணத்தில் பனங்கருக்குகளுக்குள் பதுங்கி முயல்குட்டியைப் போல் சிறு உருவெடுத்து, அது சலசலத்துக்கொண்டு வந்ததைப் பார்த்த யாரோ ஒரு நொய்யல்கரைவாசி அதைப் பற்றி மற்றவர்களுக்குச் சொன்னான். பார்த்தமாத்திரத்தில் கேலிப்பேச்சுக்களெல்லாம் அடங்கிவிட்டன.

பெரிதாக எதுவும் நடந்துவிடவில்லை.

ஆத்துக்கால்வரை பின்தொடர்ந்து வந்த சூறை பிறகு பேருருக் கொண்டு சுழன்று செடிசெத்தைகளையெல்லாம் வாரிச்சுருட்டிக் கொண்டு பேரோசையுடன் அவர்களைக் கடந்து சென்றது.

6

சூறையின் வடிவம்கொண்டு நொய்யல்கரையில் சுற்றிக் கொண்டிருந்த சாமியாத்தா ஊராரின் தூர்ந்துபோன ஞாபகங்களைக் கிளறிவிட்டிருந்தாள். ஊருக்குப் பெரும் தீவினை யாகத் தென்பட்ட சூறையை விரட்டுவதற்கான வழிவகைகளைப் பற்றி ஒவ்வொருவரும் யோசிக்கத் தொடங்கியிருந்தனர். மிக ரகசியமாகக் கூடிப் பேசியவர்கள் பக்கம்படாந்தியில் காத்துக் கருப்புகளை விரட்டுவதில் துடியானவர்கள் எனப் பெயரெடுத் திருந்த பூசாரிகளைச் சந்தித்து நீண்ட ஆலோசனைகளில் ஈடுபட்டனர். அவர்கள் சொன்னபடி நொய்யல்கரையின் காவல் தெய்வங்களுக்குப் பலி பூசைகள் நடைபெற்றன. எல்லாத் தெய்வங் களுக்கும் அடசல் போட்டு வழிபட்டனர். தெய்வங்களாலேயே நம்பமுடியாத அளவுக்கு நிறைவேற்ற முடியாத வாக்குறுதிகளை அளித்தனர். வேல்களில் சேவற்குஞ்சுகளைக் குத்தி வைத்தனர். கதவுகளில் அச்சமூட்டும் குறிகளைத் தீட்டி வைத்தனர். கட்டிலுக்குக் கீழே விளக்குமாற்றை வைத்தனர். சூறை நடையைத் தாண்டி உள்ளே வரமுடியாதபடி வாசற்படிகளில் செருப்புக்களைப் பரப்பி வைத்துக்கொண்டனர். அவற்றால் சூறையின் நடமாட் டத்தைக் கட்டுப்படுத்த முடியவில்லை. எப்போதும் போல் சிறுத்தும் குறுகியும் பேருருக்கொண்டு சுழன்றும் புழுதியை வாரிச் சுழற்றியடித்தும் உய்யென ஓங்காரமெழுப்பிக் கொண்டும் நொய்யல்கரையில் அலைந்து திரிந்தாள் சாமியாத்தா. வேம்பன கவுண்டர் வம்சத்தைப் பூண்டோடு அழிக்காமல் ஊரைப் பீடித்திருக்கும் சாபங்களிலிருந்து யாராலும் தப்ப முடியாது என யாரோ ஒரு நாய்க்கன் எல்லோருக்கும் சொல்லிக் கொண்டிருந் தான். மத்தியான வெயிலுக்கு ஆலமரநிழலில் கூடிப்பேசிச் சலித்துக் கிடப்பது தவிர வேறெதற்கும் சக்தியற்றவர்களாகப் பரிதவித்துக் கொண்டிருந்தார்கள் எல்லோரும்.

“எவனோ எதையோ சொல்றான்னு ஒண்ணு கெடக்க ஒண்ணப் பண்ணி பெருசா எதாவது வந்தறப்போவது, சும்மா மனசப் போட்டு ஒழப்பிக்கிட்டிருக்கறத உட்டுப்புட்டுப் பொளப்பப் பாக்கற வழியப் பாருங்கொ.”

“என்ன ஆவீரப்போவுது? அந்த வமுசத்தால ஊருக்கே வென வந்துசேரப் போவுதுன்னு சொல்றே நாய்க்கெ.”

“அதப் பாத்தாலு அப்பிடித்தேம் பின்ன.”

“என்ன அப்பிடித்தே, செரிசெரீன்னு போவச் சொல்றீங் களாக்கு?”

“அரமனைக்குப் போயி எசமாங்ககிட்ட ஒரு பேச்சுச் சொல்லீட்டு வந்தா என்னொ?”

“அவிய வந்து பெசாதா சுத்திக்கிட்டிருக்கறவளப் போன்னு சொல்லி உத்தரவு போட்டா போயிருவளாக்கு? ஆவாவளி நாயம் பேசறத உட்டுப்புட்டு வேற எதையாச்சுஞ் சொல்லு.”

“சொன்னாப்பல அரமனைல இருந்து வந்து எனத்தப் பண்ணப் போறாங்கொ?”

“பாத்துப் பேசப்போ, நாயொ அரமனைக்குப் போயிரப் போவுது.”

“போவுட்டும் போவுட்டு, அப்பத்தே அவீளுக்குந் தெரியு.”
“தெரிஞ்செனத்தப் பண்றது? அன்னைக்கு அத்தன பேருத்து முன்னால அப்பிடி வண்டிக்காலும் பேருல அட்டணக்காப் போட்டுக் கோந்துக்கிட்டு நாந்தே கொமரசாமியக் கொன்னு ஆம்பராந்துல இழுத்துட்டுப்புட்டு வந்தெ, ஆருக்கு என்ன பண்ணப் பிரியமோ அதப் பண்ணுங்கன்னு அத்தன திமுரா சொல்லீட்டு எந்துருச்சுப் போனேம் பூபதி. அரமனைக்குந்தேஞ் சொல்லியுட்டுது, போலீசுந்தே வந்துது, கூட்டிக்கிட்டுப் போயி ரண்டு மூணு நா காமிச்சுக் கொண்டாந்துட்டுப்புட்டுப் போயிருச்சு.”

“அப்பறமுந்தே அவெ அடங்குனானா? ஒரு கண்ணாலத்தப் பண்ணி வெச்சு அதுக்குங் கட்டுப்படுலெ. குடி கூத்தீன்னு அலஞ்சுக்கிட்டுத்தே இருந்தே. இப்ப என்னமோ கை, காத் தளந்துக்குச்சு, பொட்டாட்ட இருக்கறே.”

“பெறத்தியா மகெ வந்துட்டானாப்பறொ.”

“அது பாவொ அப்பாவி, வலுசொ.”

“வலுசலா வலுசொ. இன்ன ஒண்ணையுங்காணா அதுக்குள்ற சக்கிலிச்சி பொறவால சுத்துது. ஆத்துக்கால்ல ரண்டும் போடற ஒலக்கத்தப் பாக்கோணு, ஒண்ணுஞ் சொல்லிக்கறாப்பல இல்லெ. அப்பாவீன்னு உங்களப் பாத்தவிய ஆராச்சுஞ் சொன்னா உண்டு.”

“ஆரு, அவிய பண்ணையத்துல இருக்கறாளே அவளா? அவ கருகருன்னு பெசாதாட்டவல்லொ இருப்பா.”

“பெசாதாட்ட என்ன பெசாதாட்ட, பெசாசேதே, அவ கண்ணயும் பல்லையும் பாத்துருக்கறயா நீ?”

“நானெங்க போயி அதையெல்லாம் பாக்கறெ?”

“உனக்கு அவ அப்பிடிப் பெசாதாட்டத் தெரியறா, அவுனுக் கெப்பிடித் தெரியறாளோ காணா.”

“அவுனுக்குக் காட்டறதுக்குனு தனியா வேற எதாச்சுமுந்தே வெச்சுருக்கறாளோ என்னமோ.”

“அது வேற கதெ.”

“அதென்ன கதெ, ஆருமறியாத கதெ?”

“நாம நெனைக்கறாப்பல இல்லீங்கோ, நா ஒண்ணு சொல்றெ சிரிக்காமக் கேக்கோணு.”

“சிரிக்காம ஒரு பழமையக் கேளுன்னா எப்பிடீடா கேக்கறது? சிரிப்பு வந்தா சிரிக்கத்தேஞ் செய்யுஞ் சனொ, சொல்றவெ அதையெல்லாம் பாக்கப்படாது.”

“அப்பிடீன்னா நாஞ் சொல்லுல.”

“அடச் சொல்லு, ஆருஞ் சொல்லாத நாயத்தெ இவஞ் சொல்லீறப் போறே, நாமுளு கெக்கெக்குன்னு சிரிச்சுப்புடப் போறொம் பாத்துக்குவே.”

“பதனஞ்சா நேத்து மத்தியான ஆத்துப்பக்கம் போனனா, வேக்காடா இருக்குது கொஞ்ச நேரந் தண்ணீல கெடக்கலாம்னு போனெ, ஆத்துக்கால்ல ஒரு குஞ்சில்லெ. வெய்யன்னா வெய்யொ அப்பிடியொரு வெய்யொ. பாறையெல்லா தீயப்பத்தி வெச்சுட்டாப்பல அப்பிடி வேவுது. ஆடுமாடெல்லா நெழலத் தேடி மொடங்கிக் கெடக்குது. ஒரு காக்கா குருவி தட்டுப்படக் காணா. ஆனா அரிசியமாட்ட பாட்டுச் சத்தமொண்ணு வந்துக்குட்டிருந்துது. நெசமாவே நா கொஞ்ச நேரொ கண்ண மூடி நின்னுக்கிட்டெ. கேக்கக்கேக்க எனக்குக் கிறுகிறுப்புத் தட்டிக்கிச்சு. அல்லாரும் பாடற பாட்டுத்தே. வயக்காட்டுல நின்னு சீலயத் தூக்கிச் சொருவிக்கிட்டு நம்பு பொம்பளைக பாடுவாங்களே, அப்பிடி, அந்தப்பாட்டுல ஒண்ணுதே, ஆரோ ஆடு மேய்க்கற புள்ளைதே வாய்ச்சலிப்புக்கு எதையாச்சு பாடிக்கிட்டுத் திரியுமாட்ட இருக்குதுன்னு அதக் காதுல போட்டுக்காம ரண்டெட்டு வெச்சு மேல போனெ. அப்பத்தே எனக்கொரு சந்தேகந் தட்டுச்சு. இது என்னமோ வேறயாட்ட இருக்குதுன்னு பட்டுது. நம்பூருல ஆருக்கு இப்பிடிப் பாடறதுக்குக் கூரு இருக்குதுன்னு ரோசிச்சுக் கொஞ்ச தலுங்குனெ.”

மூச்சு வாங்கியது, முகத்தில் வியர்வை பொடித்திருந்தது. எல்லோரையும் ஒரு பார்வை பார்த்துவிட்டுப் பதற்றத்துடன் தன் கதையைத் தொடர்ந்தான் அவன்,

"அப்பறந்தே அது எங்கிருந்து வருதுன்னு புரிஞ்சுது. செரி ஆருன்னுதேம் பாத்துப்புடலாமேன்னு மூச்சப் புடிச்சுக்குட்டுப் பூனையாட்ட அலுங்காம எட்டு வெச்சு, மருதங்குழிப் பக்கம் போயி ஒரு பனங்கருக்குப் பொறவால ஒளிஞ்சு எட்ட நின்னு பாக்கெற, வளசுப் புள்ளையொண்ணு நீரம்மணமா வெள்ளத்துல துள்ளிக்கிட்டிருக்குது"

"அடயெளவெ, அதாரப்பா அந்த வளசொ? அப்பிடி அம்மணமா அங்க கெடந்துது?"

"அந்த மாதாரிப் புள்ளயாத்தே இருக்கு. அவளப் பத்தித்தான இப்பப் பேச்சு, ஏன்டா காரிச்சிதான்டா அது?"

"சித்த பேசாமக் கேட்டாத்தே என்னொ? அவந்தே சொல்லிக் கிட்டிருக்கறானல்லொ?"

"இவுனுக்குப் பொறுமையில்லெ. எப்படியாப்பட்ட கட்டொ? அதப் பாதீல நிறுத்தனாப் பொறுப்பானா மாப்பளே? நீ சொல்லப்பா."

"சொன்னா நம்பமாண்டீங்கொ, புள்ளெ செவச்செவன்னு பொழுது கௌம்பி வந்தாப்பல இருக்கறா. அப்பிடியே லச்சணம்னா லச்சணொ அப்பிடியொரு லச்சணொ. எனக்குப் பாக்கப் பாக்கத் தீருலெ, கண்ணெல்லா நட்டுக்கிச்சு. கை, காலெல்லா கிடுகிடுன்னு நடுங்க ஆரம்பிச்சுக்கிச்சு. அப்பிடியே அந்தப் பனங்கருக்க ஆதரவா புடிச்சுக்குட்டு கண்ணெடுக்காமப் பாத்துக்கிட்டிருக்கறெ. இது ஏதோ பெசாதாட்டந்தே இருக்கு மாட்ட இருக்குது, மத்தியானத்துல இப்பிடி வந்து சிக்கிக்கிட்டமே, அடக் கருப்பராயா நீதேங் கெதின்னு நெனச்சுக்குட்டு அப்பிடியே அசையாமக் கோந்துகிட்டெ."

"பெசாதுதே, நீ சொல்ற லச்சணத்திக்கு இங்க எந்தப் புள்ளை யிருக்குது பின்ன?"

"இவெ வேற குறுக்கக் குறுக்கப் பேசிக்குட்டு, நீ சொல்றா."
"சித்தங்கோரத்துல அவ எந்துருச்சுப் பாறம் பேருல ஏறி நின்னு ஒரு பார்வெ பாத்தா. கண்ணு அந்தப் பனங்கருக்குப் பக்கந் திரும்புனப்பொ எனக்கு மல்லு வந்துருச்சு. சொல்றதுக்கென்ன, கோமணங்கீமணமெல்லா நனஞ்சு போச்சு."

“மல்லு வந்துதேங் கோமண நனஞ்சுதாக்கு? உம்மையச் சொல்லோணு.”

“அப்பறொ பதறாமப் போயிப் பாறமேல கெடந்த துண்டஞ் சீலய எடுத்துச் சுத்திக்கிட்டு நிமுந்தா பாருங்கொ, காரிச்சி. அப்பிடியே மசத்த விரிச்சுப்போட்டுக்கிட்டுக் கருகருன்னு அவதே நின்னா.”

“இதென்னடா, கடசீல இந்தக் கூத்துடறே?”

“கண்ணுக்கு அப்பிடிக் காட்டீருக்கு.”

“அப்பறொ கைல ஊஞ்சத் தடியப் புடுச்சுக்குட்டு, அந்தச் சட்டியத் தூக்கிக்கிட்டு நேராப் பனங்கருக்குக்கு வாரா. எனக்கு என்ன பண்றதுன்னு தெரீல. அது மாயமா, இது மாயமான்னு ஆவிப்போச்சு. செரி எதுக்கு வென, அவ ஆராருந்தாலுஞ் செரி, பெசாதா இருக்குட்டு, இல்ல அந்தச் சக்கிலிப் புள்ளையாத்தே இருக்குட்டு நாம பாட்டுக்கு அப்பிடிக் கோந்துக்குவொ. மொதல்ல அக்கட்ட போவுட்டு அப்பிடீன்னு பழையபடியே மூச்சப்புடுச்சுக்குட்டுக் கோந்துகிட்டெ. வந்தவொ அந்தப் பனங்கருக்கத் தாண்டிப் போறப்பச் சும்மா போலாமல்லொ? தன்னப்போலச் சிரிக்கறா. எதுக்குன்னு தெரீல சும்மா கெக்கெக்குன்னு சிரிச்சுக்கிட்டே போறா.”

“நீ மண்டது அவுளுக்குத் தெரிஞ்சுருக்கு.”

“மண்டதையும் பாத்திருப்பா, பேண்டதையும் பாத்திருப்பா.”

பெருஞ்சிரிப்பெழுந்தடங்கியது.

“மறுக்கா எங்கியாச்சு அவளக் கண்டயா?”

“பாப்பெ, பாக்காமா என்ன? அன்னாடு ஆட்ட ஓட்டிக்கிட்டு எங்கு இட்டேறி வழியாத்தேம் போவா. என்னயப் பாத்தான்னா சிரிப்பா. நா தலையக் குத்திக்குவெ.”

“ஏ கேக்கறதுதானொ? அன்னைக்கு மருதங்குழிக்குள்ள அப்பிடிக் கெடந்தது நீதானான்னு கேட்டுப் பாக்கறது?”

“இதெனத்தப் போயி ஒரு நாயம்னு கேக்கறது?”

“அதப்பிடித்தே.”

“இவ கெனாக்கண்டுபுட்டு ஔறிக்கிட்டிருக்கறே, பொளப் பத்துப் போயி ஒரு நாயம்னு நாம அதக் கேட்டுக்கிட்டிருக்கறொ.”

“கண்ணால கண்டவெஞ் சொல்றே, நாமெப்பிடி அதப் பொய்யின்னு சொல்றது?”

“பொய்யின்னு எப்பிடிச் சொல்றது பின்ன? பொறந்தாப்பல புடுச்சு எத்தனய கேட்டுருக்கறொ? செலம்பா பெசாதுக்குப் புள்ளப்பேறு பாத்துருக்கறா, அது தெரியுமல்லொ?”

“ஆமாமா அவளே எத்தன மட்டஞ் சொல்லீருக்கறா.”

“அதென்ன கெதெ, நாங்கேட்டதில்லையா?”

“சின்னஞ் சிறிசுகளுக்கெல்லாந் தெரியு, உங்குளுக்குத் தெரியாதாக்கு?”

“சொல்லு அதையுந்தேங் கேப்பொ. கெரவ வெய்யொ இந்தப் போடு போடுது. துளி காத்தக் காணா.”

“இப்பிடித்தே உப்புசம்னு வாசல்ல படுத்துருந்தாளா செலம்பா.”

“அதெப்பொ?”

“அது நடந்து இரவது முப்பது வருஷமிருக்கு.”

“இரவது முப்பதா ஏம் போவாட்டி அவ செத்தே பத்து வருஷமாச்சு. சின்ன வயுசுல நடந்துதுன்னு சொன்னா. அதிருக்கு நாப்பதம்பது வருஷொ.”

“ஆமாமா, அப்பத்தே தேவனாத்தாகோட ஊருக்குள்ள வந்துட்டுப் போச்சாமா. வந்து ஒரூடு பாக்கியில்லாமப் பூந்து அலாசிப்புட்டுப் போயிருச்சாமா. கோயக் கட்டி வெக்கிலீன்னு கோவொ. சென்னிமூப்பெ அதப் பத்திக் கதகதயா சொல்லுவே. கேட்டதில்லையாக்கு?”

“அது தெரியு. நீ செலம்பா கதைக்கு வா. நேராச்சு. இன்னத்த நா கெடா வெட்டு, மாளாத வேல கெடக்குது.”

“இப்பிடி ஆளாளுக்குக் குறுக்கக் குறுக்க நாயம் பேசிக் கிட்டிருந்தா எப்பிடி ஒரு பழமையக் கேக்கறது?”

“அப்ப இந்தப் பக்கம் படாந்தீலேயே ஆருக்குப் புள்ளப் பேறுன்னாலு செலம்பாளத்தே வந்து கூட்டிக்கிட்டுப் போவாங்கொ. அது தெரியுமல்லொ? வலி புடுச்சுதுன்னா அது என்னாரமாருந்தாலுஞ் செரி, சாம ஏமம் பாக்காம வந்து கூப்புடுவாங்கொ. அவுளுமு மொகஞ் சுளிக்காம அவியகோடப் பொறப்புட்டுப் போயிருவா. போயி அது எத்தன கஷ்டமாருந் தாலுஞ் செரி, புள்ள தலகீழாப் பொரண்டு கெடந்தாலுஞ் செரி கம்பரக் கத்தீல வவுந்து அலுங்காம வெளிய கொண்டாந்துரு வாளாமா. மறுக்கா ரண்டு மூணு நாளைக்குக் கூடவே இருந்து தண்ணிகிண்ணி ஊத்தியுட்டுப்புட்டுத் தாயும் புள்ளையு

நல்லாருக்கறாங்கொ இனி ஒரு ஆபத்துல்லீனு நிச்சியமானதுக்கப்பற மாத்தே ஊட்டுக்குத் திலும்புவாளாமா."

"நாசுவத்தீனா அவ நாசுவத்தி."

"அன்னைக்கு ஒரு பெசாது வந்து செலம்பாளக் கூட்டிக்கிட்டுப் போச்சாமா, சாமமிருக்குமா. ஊட்டுக்கு மின்னால அப்பிடி அந்தப் பாறைம்பேருல துண்டஞ்சீலய விரிச்சுப்போட்டுக் காத்தாடப் படுத்துருந்தாளாமா செலம்பா. ஆரோ வந்து தல மேட்டுல நின்னுக்கிட்டுச் செலம்பா செலம்பான்னு கூப்புட்டு தாமா, முளிச்சுப் பாத்துருக்கறா, அவளாட்டவே வெள்ளச் சீலக்காரியொருத்தி நின்னுக்கிட்டிருந்துருக்கறா."

"பெசாது வெள்ளச் சீலதேங் கட்டியிருக்குமாமல்லொ?"

"வெள்ளச் சீலயுங்கட்டீருக்கு, பட்டுச் சீலயுங்கட்டீருக்கு முண்டச்சியா செத்துப்போனா வெள்ளச் சீலயக் கட்டிக்கிட்டுத் தேஞ் சுத்து. அப்பறொ சவத்துக்கு அதத்தானொ சுத்தியுடறொ?"

"இவ திடுதிப்புனு எந்துருச்சு என்ன எவ்வாருங்காத்தான்னு பதறிக்கையா கேட்டுருக்கறா. வந்தவ ஆயாயா எம்புள்ள வலி புடுச்சு வெளிய தள்ள மாண்டாமக் கெடக்கறா, சித்த வந்து ஒத்தாச பண்ணீட்டு வா, உனக்குப் புண்ணியமா போவுட்டும் னாளா. இவுளுக்கு அதாரு என்னுனெல்லா அடையாளந் தெரீலியா, கேக்கறதுக்குமு மனசு வருலெ. செரி ஒரு அவுசரம்னு வந்து நிக்கறவியகிட்ட வேற ஒண்ணையுங் கேக்கவும் படாதுன்னு நெனச்சுக்கிட்டு எந்துருச்சுக் கம்பரக் கத்திய எடுத்து இடுப்புல சொருவிக்கிட்டுப் பொறவாலயே போயிருக்கறா."

"ரண்டு பேருமே வெள்ளச் சீலக்காரிகளாச்சா, ஆராச்சுங் கண்ணுல தட்டுப்பட்டுருந்தா பயுந்துதேஞ் செத்துருக்கோணு."

"அப்பறங் கேளுங்கொ. ஊரத்தாண்டி அப்படியே இட்டேறித் தடத்துல போனப்பத்தே செலம்பா ஆத்தா நாம்ப ஆரு என்னுன்னு எனக்குத் தெரிலீங்களேன்னு அதுகிட்டக் கேட்டுருக்கறா, அதுக்கு இதா இவத்திக்கித்தே, நாலெட்டுல போயறலான்னு கூட்டிக்கிட்டு ஆத்துக்காலப் பாத்து வெக்குடு வெக்குடுன்னு போச்சாமா. செலம்பாளுக்கு அப்பத்தே கொஞ்சொ சந்தேகந் தட்டீருக்குது. நம்புளுக்குத் தெரியாத ஆத்துக்காலுக்குள்ள புள்ளத்தாச்சிய வெச்சுக்குட்டு ஆரு இருக்கறதுன்னு ரோசன பண்ணிக்கிட்டே அவ பொறவால போனாளா. வேற ஒண்ணுங்கேக்குலியா. கடசீல கூட்டிக்கிட்டுப் போயி நின்னுதாமா சுடுகாட்டுக்குள்ள. செலம்பாளுக்கு என்ன பண்றதுன்னே தெரீலியா. காலோடட மண்டுபுட்டாளா."

“இவெ அந்தக் காரிச்சியக் கண்டு மண்டானே அப்பிடி”

“இது வேறெ, தூங்கிக்கிட்டிருந்தவள எலுப்பிக் கூட்டிக்கிட்டுப் போயி சுடுகாட்டுக்குள்ள நிக்க வெச்சா மல்லு வராது பின்ன?”

“கூட்டிக்கிட்டுப் போயி அப்பிடி அந்தப் பாறைம்பேருல மட்ட மல்லாக்கக் கிடந்த ஒரு புள்ளத்தாச்சியக்காட்டி, சித்தபா ராயா, என்ன பண்ணியாச்சு இதுகளக் காப்பாத்திக் குடுத்துராயா உனக்குப் புண்யமாப் போவுட்டுன்னு அப்பிடிக் கேட்டாளாமா.”

“அடயெளவே.”

“அப்பற என்ன பண்ணுனாளா செலம்பா? கைகாலெல்லா நடுக்கம்புடுச்சுருக்குமாப்பறெ?”

“என்ன பண்ணுவா பாவெ? மறுத்துக்கிறுத்துப் பேசிப் புட்டா ஒரே போடா போட்டெறுஞ்சராது? பகவானுட்ட வழீன்னு தேவனாத்தாள நெனச்சுக்குட்டுக் கத்தியக் கைல எடுத்து அல்லாருத்துக்கும் பண்றாப்பல பண்ணி கொளந்தைய வெளிய எடுத்துப்புட்டாளாமா.”

“பெசாதுக்குக்கோட மனசனுக்காட்டக் கொளந்தையெல்லாம் பொறக்குமாக்கு?”

“பொறக்காமென்ன? வவுத்துல புள்ளைய வெச்சுக்குட்டுச் செத்தா மேனாடு போனாலு அதப் பெத்து வெளில தள்ளியாவனுந் தெரிஞ்சுக்குங்கொ.”

“புள்ளய வெளில எடுத்து ஆத்துத் தண்ணீல கழுவி, ஆயாக்காரி கைல குடுத்துப்புட்டு அல்லாருக்குஞ் சொல்றாப்பல வேண்டிய பண்டுதம் பத்தியமெல்லாஞ் சொல்லிப்புட்டுக் கௌம்புனாளாஞ் செலம்பா. இரு நா வந்து தாட்டியுட்டுப்புட்டு வாறமுன்னு அதுமு கூடக் கௌம்பீருச்சா.”

“இன்னொ உட்ட பாட்டக் காணா?”

“கேளுங்கொ, கூட்டிக்கிட்டுப் போனாப்பலயே ஊடு வரைக்குப் பத்தரமாக் கொண்டாந்துட்டுப்புட்டுத்தேம் போச்சா. ஊடு வந்து சேந்தவளுக்குக் காச்சக் குளுரு புடுச்சுக்குச்சா.”

“புடிக்கும்புடிக்கு, நாமளாருந்தா செத்துப்போயிருக்க மாண்டொ? அதோட போச்சே.”

“அதோட எங்கத்த போச்சு. மூணா நாளுச் சாமத்துல மறுக்கா வந்து வாசல்ல நின்னுதா, செலம்பா ஊட்டுக்குள்ள ரட்ட இழுத்துப் போத்திப் படுத்துருந்தாளா.”

“பாவொ, அவளுக்குமு ஆருந்தொணையிருந்துருக்காது?”

“தொணையேது? நாசுவந்தே கண்ணாலமாவி வருஷங்கோட ஆவாம ஆத்துல போயிட்டே..”

“கேளுங்கொ, வாசல்ல வந்து நின்னுக்கிட்டு மின்னை யாட்டவே செலம்பா செலம்பான்னு அஞ்சாறு மட்டங் கூப்புட்டதோட இல்லே சுக்குக் கருப்பட்டி கொண்டாந்துருக்கறெ வந்து வாங்கிக்கொன்னு கெஞ்சுகெஞ்சுன்னு கெஞ்சுதா. செலம்பா தந்தரமா இப்பிடீங்காத்தா, எனக்குக் காச்சக் குளுரு வந்து எந்திரிக்க மாண்டாமக் கெடக்கறனுங்காத்தா, சித்த சங்கடப் பட்டுக்காம அப்பிடி அந்தக் கூரம்பேருல வெச்சுப்புட்டுப் போங்காத்தா நா வெடியால பாத்து எடுத்துக்கறெம்னு அவ்வளவு பாங்காச் சொன்னாளாமா.”

“அவ பேச்சுல கெட்டிக்காரி. தேவனாத்தாள ஒரே பேச்சுல மடக்குனவல்லொ? சென்னி கதகதயா சொல்லுவே.”

“பெசாது செரீன்னு வெச்சுப்புட்டுப் போயிருச்சா. காத்தால எந்துருச்சுக் கூரையப் பாத்துருக்கறா, ஒரு தொட்டீல கொஞ் சொ சாம்பலுமு நாலு எலும்புத் துண்டுமு இருந்துதா.”

“சுடுகாட்டுச் சாம்பலுங்கறே.”

“பெசாதுகிட்ட அதுதே இருக்கும்பின்ன, நெசமாலுங் கருப்பிட்டிக்குஞ் சுக்குக்கு அது எங்க போவு?”

“செலம்பா தேவுல. எவ்வளவு தகிரியம்பாரு, அவியப்பத் தாளாட்ட, அவ பேருஞ்செலம்பாதானொ? இவளாட்டவே அவுளு வைத்தியத்துல கெட்டி, எங்கய்யஞ் சொல்லீருக்கறாங்கொ எங்கப்பத்தா, சின்னப்பத்தாளுக்கெல்லா அவதேம் புள்ள பேரு பாத்ததாமா.”

“அவளத்தேம் பொளைக்க உட்டாங்களா? மசர அறுத்து, கரும்புள்ளி செம்புள்ளி குத்திக் கழுதமேல ஏத்திப் பண்ணாத அழும்பு பண்ணுச்சு செனொ. அந்தப் பாவொ நம்மளச் சும்மா உடும் பின்ன?”

“அட அதே? எனக்கு அந்தக் கத தெரியாதா, என்னனெமோ நடந்துருக்கறாப்பல இருக்குதே.”

“அது நடந்து எத்தனையோ காலஞ்சென்னு போச்சு.”

“அவ பாவொ, தேவனாத்தா அப்பிடி வவுத்துப் புள்ளை யோட ஆத்துக்கால்ல திரியறாளே, வவுறு வலி புடுச்சுக் கத்திக்கிட் டிருக்கறாளேன்னு ஒத்தாசைக்குக்குக் கம்பரக் கத்திய எடுத்துக் கிட்டுப் போனதுதேங்கோடு எவனோ பாத்துச் சொல்லிப்புட்டே, தேவனாத்தாள ஊர உட்டு ஒதுக்கி வெச்சுருந்தாங்கல்லொ?

நற்றிணை பதிப்பகம் ❖ 213

ஒதுக்கியுட்டவளுக்கு எப்பிடி ஒத்தாச பண்ணப் போலாமுன்னு பண்ணாடியெல்லாஞ் சேந்து பண்ணுன கூத்து இது. தாரு, வேம்பன கவண்டனோட அப்பாறுதே இதுக்கெல்லா மின்னால நின்னது. அப்ப ஊருக்குள்ள அவிய வெச்சதுதேஞ் சட்டொம் பாத்துக்குவே. பூபதிக்கு மிஞ்சுனவெ. தடம்வழிலெ ஒரு பொம்பள போவக்குடாது, அப்பிடி அக்குறுமத்துல அழிஞ்ச வம்சந்தே அது. என்னமோ வேம்பன கவண்டெ அதுல தப்பிப் பொறந் துட்டே. அல்லாருஞ் செஞ்ச பாவத்துக்கு இன்னைக்கு அவெ அனுபவிக்க வேண்டீதா போச்சு."

"அவன மட்டுங் கொற சொல்லப்படாது. அப்ப ஊரு மூச்சூடுஞ் சேந்துதே ஒரு முடிவப் பண்ணுச்சாமா. அல்லாரு அப்பிடித் தாண்டிக்கிட்டு நின்னானுகளாமா, ஈருசுருக்காரியா ஆத்துல குதிச்சப்பொ தேவா என்ன சாபமுட்டுருப்பா? அந்தப் பாவந்தே ஊரச்சுத்திக்கிட்டு இன்னொம் பழி வாங்கிக்கிட்டிருக்குது. ஊருக்குள்ள வந்து அந்த ஆட்டமாடீட்டுப் போவுலீனா சனொ அவளச் சாமியா கும்புட்டுருக்கும்னு நெனைக்கறே?"

"அது செரியே, அதது பட்டாத்தான எதாச்சு புத்தி வருது. படுலீனா பண்றதெல்லாஞ் சரீன்னு அல்லாத் தப்பையும் பண்ணிக்கிட்டிருக்க வேண்டீததுதே."

கொஞ்சநேரம் எல்லோரும் பெருமூச்சு விட்டுக் கொண் டிருந்தார்கள்.

"அது எப்பத்த கத, இப்பப் பேசி எனத்துக்காவுது? இன்னைக்கத்த கதைக்கு வா. இன்னைக்கு ஊரப்புடுச்சு ஆட்டிக் கிட்டிருக்கற சாமியாத்தக்காள என்ன பண்ணலாமுங்கறதுதேம் பேச்சு."

"காரிச்சி கதைக்கு வா. அவ என்னமோ ஒருக்கா பாத்தா செவச்செவன்னு அவியாயாளாட்ட லச்சணமா தெரியறாளா. மறுக்கா பாத்தா பெசாதாட்டத் தெரியறாளா, சென்னி மூப்பங் கண்ணுலகோட அப்பிடியொருக்கா பட்டுருக்கறாளாமல்லொ?"

"மூப்பெஞ்சொன்னானா?"

"அவனெங்கெ இதையெல்லாஞ் சொல்றே, ஒருக்கா அப்பிடி மருதங்குழிக்குள்ள நீரம்மணமா நின்னவளப் பாத்துப்புட்டு வந்து காச்சக் குளுரு வந்து ஒளறிக்கிட்டுக் கெடந்தானாமா, நம்பு பழனேம் போயிப் பாத்துப்புட்டுப் பாடங்கீடமெல்லாம் போட்டுச் செரிபண்ணிக் கொண்டாந்தானாமா, உருக்காயா சொன்னா."

“இந்தக் காரிச்சியப் பாத்தாலுமு பெசாதுக்குப் பொறந்தாப் பலதேந் தெரியறா, அவ கண்ணு முளியெல்லாம் பாத்தா அப்பிடித்தேந் தெரியுது.”

ஒவ்வொருவரும் தம் போக்கில் எதையோ யோசித்துக் கொண்டிருந்தார்கள்.

“என்ன அர்த்தத்துல பேரெ அவ பொறவால சுத்திக்கிட் டிருக்கறான்னு தெரீல.”

“ஆரு கிரியா?”

“ஆமாமா, வேற ஆரு?”

“வேம்பன கவண்டம் பேரனுக்குக் கெரவஞ் சுத்திக்கிச்சுன்னு சொல்லு.”

“அவனச் சுத்துன கெரவமா, இல்ல ஊரச் சுத்துன கெரவமான்னு தெரீல.”

“அவுனுக்கென்ன கெரவொ? எதோ ரண்டு பழமயப் பேசி அவள ஒத்துப்புடலாம்னு பாக்கறானாட்ட இருக்குது.”

“அப்பறொ அவியப்பனாட்டத்தான இவுனுமு இருப்பே.”

“இனி இவனென்ன தீவெனயக் கொண்டாந்து சேத்தப் போறானோ காணா.”

“பேசாம குடும்பத்தோட அல்லாருத்தையு ஊர உட்டு முடுக்கிப்புட்டா என்னொ?”

“அதெப்பிடி, ஆவறதப் பேசு.”

“அப்ப நாமெல்லா பண்டம்பாட்ட ஓட்டிக்கிட்டுக் கங்காணாத எங்கையாச்சும் போயற வேண்டீததுதே.”

“கத போற போக்கப் பாத்தா அப்பிடித்தே நடக்குமாட்டத் தெரியுது.”

“அப்ப இன்ன எனத்தப் பேசிக்கிட்டிருக்கோணு? அவனவெ பண்டம்பாட்ட வித்துப்புட்டு மூட்டையக் கட்டுங்கொ. சொல்லாமக்கொள்ளாமப் பொறப்பட்டுரலா. பேச்சுப் பேசறானுக பாரு கையாலாவாத பேச்சு.”

எல்லா உரையாடல்களும் யாராவது ஒருவர் மூலம் சென்னி மூப்பனின் கிழட்டுச் செவிகளை வந்தடைந்துகொண்டிருந்தன. தீராத கவலையில் மூழ்கத் தொடங்கியிருந்தான் மூப்பன்.

7

சூறையின் வடிவம்கொண்டு நொய்யல்கரையில் உழன்று கொண்டிருந்தாள் சாமியாத்தா. அவள் அவர்களுக்கு நெருக்கமான உயிராக மாறியிருந்தாள். சிறு துரும்பாகத் தங்களைக் கடந்து சென்றபோது அவளுக்கு எதையாவது சொல்ல நினைத்தார்கள், அவளிடம் எதையாவது பகிர்ந்துகொள்ள விரும்பினார்கள், சிலர் அவளைப் பார்த்துப் புன்னகைத்தார்கள், சிலர் கேலி செய்தார்கள், சிலர் கண்ணீர் பெருக்கினார்கள், பேருருக்கொண்டு அவள் சுழன்றபோது எல்லோருமே பயந்து விலகினார்கள். ஆறேழு மாதங்களுக்குள் நொய்யல்கரையில் நடமாடிக்கொண் டிருக்கும் உயிர்களில் ஒன்றாக மாறிவிட்டிருந்தது அந்தச் சூறை. சித்திரையில் தொடங்கிய அதன் நடமாட்டங்கள் வைகாசி, ஆனி, ஆடி, ஆவணி, புரட்டாசி எனப் பருவங்களைக் கடந்து நீடிக்கத் தொடங்கியபோது நொய்யல்கரைவாசிகளை அச்சம் சூழத் தொடங்கியது. ஊரில் தற்செயலாக நடைபெற்ற சில சம்பவங்களுடன் சூறையைத் தொடர்புபடுத்தும் பேச்சுகள் உருவாகத் தொடங்கியிருந்தன. நொய்யல்கரையின் யாராவதொரு மூப்பன் பனையிலிருந்து சரிந்து விழும்போதும் யாராவதொருவரை விஷப்பூச்சிகள் தீண்டும்போதும் யாராவதொரு பெண்ணுக்குக் கருக் கலையும்போதும் ஏதாவதொரு குழந்தை இறந்து பிறக்கும்போதும் வண்டிமாடுகள் குடைசாயும் போதும் சொக்குப் பிடித்து ஆடுகள் செத்து மடியும்போதும் எப்போதாவது வீசும் மூர்க்கமான காற்றில் யாருடைய கூரையாவது அடித்துச் செல்லப் படும்போதும் கொள்ளை நோய்கள் ஊரைச் சூழும்போதும் சூறையைப் பற்றிய பதற்றம்கொண்ட குரல்கள் நொய்யல்கரையில் கேட்கத் தொடங்கியிருந்தன.

மற்ற எல்லோரையும்விட அதிகம் பதற்றமடைந்திருந்தவள் வேலம்மாதான். வெடத்தலாங்காட்டு வம்சத்தைச் சூழவிருக்கும் கொடிய துக்கங்களைப் பற்றிய கற்பனைகளால் ஓயாமல் சூறை அலைக்கழிக்கப்பட்டுக் கொண்டிருந்தாள் அவள். வாசலைக் கடந்துசெல்லும்போதும் மரம்மட்டைகளைச் சுழற்றி அது எழுப்பும் சத்தங்களைக் கேட்க நேர்ந்தபோதும் யாரிடமிருந்தாவது அதன் நடமாட்டங்களைப் பற்றிய கதைகள் தனது காதுகளை அடைந்தபோதும் அவளுக்கு நெஞ்சு புரண்டது. சூறையிடமிருந்து தப்பிச் செல்வதற்கான வழிமுறைகளைப் பற்றி யோசிக்கத்

தொடங்கினாள். வேம்பன கவுண்டரோ பூபதியோ வெள்ளியோ எதற்காகவாவது வெளியே செல்ல நேர்ந்தபோது அவள் அமைதியிழந்து போனாள். உயிரோடு மீண்டு வருவார்களா என்னும் சந்தேகம் அவர்கள் வீடு திரும்பும் நேரம்வரை அவளை வதைத்துக்கொண்டிருந்தது. நொய்யல்கரையின் துர்மரணங்கள் அவளுக்குச் சாவைப் பற்றிய கற்பனைகளைத் தூண்டிக் கொண்டிருந்தன. சூறையால் தனக்குக் கெட்டதாக ஏதாவது நேரக்கூடும் என்றோ அது தன்னைக் கொன்றுபோட்டுவிட்டுப் போய்விடும் என்றோ முடக்கிக் கிடையில் தள்ளிவிடும் என்றோ கற்பனை செய்துகொண்டாள். போய்ச்சேர்வதற்குள் செய்ய வேண்டிய காரியங்களைச் செய்துவிட வேண்டும் எனத் தீர்மானித்துக் கொண்டாள். வெள்ளிக்கு ஒரு கல்யாணத்தைச் செய்து வைத்து விட வேண்டியது மற்ற எல்லாவற்றையும்விட முக்கியமான கடமை என நினைத்தவள் அது பற்றிய யோசனைகளில் மூழ்கத் தொடங்கினாள். முறையுள்ள வீடுகளில் இருந்த பூப்படைந்த பெண்கள் அவளது நினைவுக்கு வந்தார்கள். அவர்களில் சிலர் அவளது புத்திரனைத் தங்கள் கணவனாக வரித்துக் கொண்டிருந் ததைக்கூட அவள் அறிந்திருந்தாள். வெடத்தலாங்காட்டுக்குத் தம் பெண்களைக் கட்டிக்கொடுத்துவிட வேண்டும் என்னும் ஆசைப்பட்டுச் சொந்தம் கொண்டாடிக்கொண்டிருந்தவர்கள் இருந்தார்கள். எல்லோருமே காட்டு வேலைகளில் அனுபவம் கொண்ட பெண்பிள்ளைகள், வம்பாடு படக்கூடியவர்கள், மாடுகன்றுகளின்மீது தீராத வாஞ்சையுடையவர்கள், பெரியவர் களை மதிக்கத் தெரிந்தவர்கள், உற்றார் உறவினரை உபசரிக்கக் கற்றுக்கொண்டிருப்பவர்கள், பொறுப்பானவர்கள், இருப்பதைக் கொண்டு சிக்கனமாகக் குடும்பம் தாட்டும் அனுபவங்களைப் பெற்றவர்கள்.

மற்ற எல்லோரையும்விட வேலம்மா தன் சகோதரனின் மகள் பார்வதியைப் பற்றியே அதிகம் யோசித்துக்கொண்டிருந்தாள்.

பாருவுக்கு அப்போதுதான் பன்னிரண்டு வயது பூர்த்தியாகி யிருந்தது. ஒல்லியான தேகம். சிவந்த நிறத்தையும் களையான முகத்தையும் கொண்டிருந்தாள். மட்டு மரியாதை தெரிந்த அந்தப் பெண் அப்போது பூப்பெய்தியிருக்கவில்லை, வயதுக்கு வந்தால் மறுமாதமே தாலியைக் கட்டி அவளை வெடத்தலாங்காட்டுக்குக் கூட்டிவந்துவிட வேண்டும் எனத் தீர்மானித்திருந்தவள் அதைப் பற்றிப் பூபதியிடம் பேசினாள். ராசாத்தா வலசுக்குப் போனபோது வெள்ளியை உடனழைத்துச் சென்றாள். பாரு தண்ணீர்ச் செம்புடன் வந்து நின்ற ஒவ்வொருமுறையும், "நாளைக்கு உனக்குத்

தாலி கட்டப் போற மாமனாயா எம்பயெ, கொஞ்ச பாத்து நடந்துக்க” என விளையாட்டுப் போல் அவளிடம் ஏதாவது சொல்லி இருவருக்கும் அதுபற்றிய கனவைத் தூண்ட முற்பட்டாள். சுற்றங்களிடமும் சொந்தங்களிடமும் அவளைக் குறித்து ஓயாமல் பேசிக்கொண்டிருந்தாள். “அது எம்பட ஊட்டுக்கு வார புள்ளையாக்கு, வேற ஆருங் கொண்டுக்கிட்டுப் போயரலாம்னு கனாக்கினா கண்டுக்கிட்டு இருந்தராதீங்கொ” எனச் சிரித்துக்கொண்டே சொன்னாள். நோம்பிநொடிகளுக்குப் போனபோது அந்தப் பெண்ணுக்குத் துணிமணிகளும் வளையல் களும் எடுத்துக் கொண்டுபோனாள், முறுக்கும் கச்சாயமும் சீடையும் சுட்டெடுத்துச் சென்றாள், வாய்த்த எல்லா நேரங் களிலும் அவளை அணைத்துக்கொண்டாள், மடியில் கிடத்திச் சிகையை வருடினாள், கன்னத்தைத் தடவி முத்தமிட்டாள், அவளது வருகை பற்றிய கனவுகளின் அடியாழத்தில் மூழ்கித் திளைத்துக்கொண்டிருந்தாள் வேலம்மா. “இப்பிடியே பித்திபோன போக்குல திரிஞ்சுக்கிட்டிருங்கொ, நாளைக்குப் பாரு வந்து இறுக்கிப் புடிக்கறாளா இல்லையான்னு பாருங்கொ” எனத் தன் கனவைப் பூபதியின் மனத்துக்குள் மூட்ட யத்தனித்தாள். “இன்னொ எண்ணி எட்டே மாசொ, பாரு வந்துருவா, அப்பறொ நீங்களாச்சு உங்கு பேரம் பொண்டாட்டியாச்சு” எனப் போகிற போக்கில் வேம்பன கவுண்டருக்குச் சொல்லிச் சென்றாள். “நாளைக்கு எங்கு பாருவதி வந்து வரப்புல நின்னாக்கா இப்பிடி ஏச்சுக்கிட்டுத் திரிய முடியாது பாத்துக்குங்குலே, காடு கரையெல்லா அவ பன்னாட்டுல வந்துரு, அப்பறொ கிருமமா அவ்வ அவ்வ வேலையப் பாத்துக்கிட்டு இருக்க வேண்டீததுதே, இப்பிடி ஓலக்கம்போட்டுக்கிட்டுக் கெடக்கமுடியாது” என நாற்று நடவும் களையெடுக்கவும் கருதுகொய்யவும் அறுப்பறுக்கவும் எள்ளுப்புடைக்கவும் நெல்குத்தவும் ராகி மாவு அரைக்கவும் பருத்திக்கொட்டை ஆட்டவும் வாசல் கூட்டவும் கடலைக்காய் தொலிக்கவும் பருத்தி பிரிக்கவும் பாத்திரம் பண்டங்களைச் சுத்தம் செய்யவும் சேலை துணிமணி துவைக்கவும் ஈர் குத்தவும் பேன் பார்த்துவிடவும் முதுகு தேய்த்துவிடவும் பூக்களைத் தொடுக்கவும் மருதாணி வைக்கவும் வெடத்தலாங்காட்டுக்கு வந்துசெல்லும் நொய்யல்கரைப் பெண்கள் ஒவ்வொருவருக்கும் சொன்னாள். நொய்யல் கரைவாசிகளிடம் நின்று பேசும் நான்கு வார்த்தைகளில் மூன்று பாருவைப் பற்றியதாகவே இருந்தன.

அவளது பைத்தியநிலை கண்டு வாய்விட்டுச் சிரித்தான் வெள்ளி.

8

யாருடைய சொல்லுக்கும் கட்டுப்படாதவனாய் அவன் அவளுக்குத் தோன்றினான். சர்வகலாசாலைப் படிப்பை முடித்து விட்டு வந்த நாளிலிருந்து ஒருகிடையில் நில்லாமல் சுற்றித் திரிந்தான். அவனது நட்பு வட்டங்கள் பெருகிக்கொண்டிருந்தன. அவனது சர்வகலாசாலைத் தோழர்கள் சிலர் அவனைச் சந்திப்பதற்காக நொய்யல்கரைக்கு வந்தபோது அவள் பெருமிதம் கொண்டாள். அவர்கள் நொய்யல்கரைவாசிகள் அதுவரை பார்த்தறிந்திராத மொடமொடப்பான கால்ச்சராய்களை உடுத்தியிருந்தார்கள், கிராப் வெட்டிக்கொண்டிருந்தார்கள். ரப்பராலான காலணிகளை அணிந்துகொண்டிருந்தார்கள், அவர்களது மணிக்கட்டுகளில் கடிகாரங்கள் மின்னின, யாரையாவது சந்திக்க நேர்ந்தபோது அவர்களது உதடுகளில் தோன்றிய புன்னகையைக் கண்டு பரவசமடையாமல் இருக்க நொய்யல்கரை வாசிகளில் யாருக்கும் முடிந்திருக்கவில்லை. வாய்விட்டுச் சிரித்தபோது அவர்கள் தோள்களைக் குலுக்கிக் கொண்ட விதம் ஆச்சரியம் தருவதாயிருந்தது. தமக்கிடையேயான பேச்சுகளில் அவர்கள் அவளுக்கோ பூபதிக்கோ நொய்யல்கரை வாசிகளில் வேறு யாருக்குமோ புரியாத வார்த்தைகள் பலவற்றைப் பயன்படுத்தினார்கள். அவர்கள் பெரும் படிப்புப் படித்தவர்கள் என்பதால் அப்படிப் பேசிக்கொள்வதாக நினைத்தாள் வேலம்மா, அதுபற்றிய பெருமிதங்களில் திளைக்கவும் முற்பட்டாள். நொய்யல்கரைக்கு வந்து சென்ற ஒவ்வொரு முறையும் அவள் அவர்களை அற்புதமாக உபசரித்தாள், அதற்கான வழிமுறைகளைப் பற்றிய முடிவேயில்லாமல் யோசனைகளில் மூழ்கினாள். கோழியும் ஆடும் மீன்களும் முயல்களும் உடும்புகளுமென மூப்பன்கள் கொண்டு வந்து தந்தவற்றை விதவிதமாகச் சமைத்துப் போட்டாள்.

அதற்காக முன்பு அரண்மனைச் சமையல்காரனாக இருந்த கணேசபண்டாரத்தையும் அவனது பெண்டாட்டியையும் வெடத் தலாங்காட்டுக்கு வரவழைத்திருந்தார் வேம்பன கவுண்டர். வெடத்தலாங்காட்டின் அடர்ந்த வாகைமர நிழல்களிலும் புதர்களிலும் கெத்கெத்தென நீர் அலையடித்துக் கிடக்கும் நொய்யலின் மடைகளிலும் நதிக்கரையிலும் அதன் அடர்ந்த வனங்களிலும் தேவனாத்தா கிடைகொண்டிருக்கும் ஊஞ்சமரக்

காட்டிலும் அரண்மனைக் காட்டின் மேய்ச்சல் நிலங்களிலும் அலைந்து திரிந்துவிட்டு வந்தது போலவே கூட்டமாகப் புறப்பட்டுப் போய்விடுவார்கள். சில நாள்கள் கழித்து வெள்ளி எங்கே என்னவென ஒரு தகவலும் இல்லாமல் எங்காவது புறப்பட்டுப் போய்விடுவான். நான்கைந்து நாள்களுக்குப் பிறகு மிகக் களைத்துப்போனவனாக வெடத்தலாங்காட்டுக்கு வந்து சேர்வான்.

அப்போது அவனது உடலிலிருந்து புளிப்பு நெடி வீசிக் கொண்டிருந்ததை அவள் உணர்ந்தாள். கண்கள் சிவந்திருக்கும். தன் கயிற்றுக்கட்டிலில் கால்களைப் பரப்பிக்கொண்டு வெகு நேரம்வரை மல்லார்ந்து கிடப்பான், தூக்கத்தில் மூழ்குவான், உளறுவான், எதையாவது சொல்லிப் பிதற்றுவான், குறட்டை விடுவான். அவனது உளறல்களையும் பிதற்றல்களையும் கேட்ட வேலம்மா தகப்பன் பூபதியைப் போலவே குடியும் கூத்தியும் கொண்டு அலையத் தொடங்கிவிட்டானோ புத்திரன் எனச் சந்தேகித்தாள். பூபதியிடமும் வேம்பன கவுண்டரிடமும் அவனைப் பற்றிய புகார்களை அடுக்கிக்கொண்டு சீத்பூத்தென அழுது நின்றாள். அப்போதெல்லாம் ஒன்றுமே சொல்லாமல் உதடுகளைக் கடித்துக்கொண்டும் வெறித்துப் பார்த்துக்கொண்டும் அவளுடைய புகார்களைக் கேட்டுக் கொண்டிருப்பார் வேம்பன கவுண்டர். பூபதி ஒருபோதும் அவளுக்குச் செவிகொடுக்க மாட்டான், சில சமயங்களில் எரிச்சலடைவான், கடுங்கோபம் கொள்வதுமுண்டு. "இதையெல்லா நோண்டிப் பாத்துக்கிட்டு நீயெதுக்குலே கண்ணக் கசக்கிக்கிட்டு வந்து நிக்கறே, வலசப்பசங்க அதுக பிரியம் போல இருந்துட்டுப் போவுட்டுன்னு போவாளா, அத உட்டுப்புட்டு" என எதையாவது சொல்லிவிட்டுப் போய்விடுவான்.

பிறகு கொஞ்சம்கொஞ்சமாய் அவர்களைச் சிநேகம் பிடித்துக் கொண்டான் பூபதி, அவன் அவர்களது வருகையைக் கொண்டாட முற்பட்டான், மூப்பன்களிடம் சொல்லி அவர்களுக்குக் கள்ளும் சாராயமும் வரவழைத்துக்கொடுத்தான். அவர்களுக்காக முயல்களையும் உடும்புகளையும் கீரிகளையும் அனலாங்குருவி களையும் புறாக்குஞ்சுகளையும் அணில்களையும் கொண்டுவந்து சமைத்துப் போடச்சொல்லி வற்புறுத்தினான். ஒருமுறை வேடிக்கை பார்ப்பதற்கெனச் சொல்லி வண்டிகட்டிக்கொண்டு அவர்களை நாய்க்கம்வலசு சேவல்கட்டுக்கு அழைத்துச் சென்றான். குன்னடையா கவுண்டன் கதை கேட்பதற்காக ஓரிரவு வேட்டுவபாளையத்துக்குப் போய்விட்டு வந்தவர்கள் வள்ளி திருமண நாடகம் பார்ப்பதற்காகப் பரமத்திக்குப் போய்

விட்டு இரண்டு நாள்கள் கழித்துத் திரும்பினார்கள். மறுநாள் பகல்பொழுது முழுவதும் கள் குடித்துத் திளைத்துக்கிடந்தார்கள்.

அப்போது தாடிக்கொம்பில் வெகு பிரசித்தமாக இருந்த நாடகக்காரியான அழகு மீனாவின் பேரழகைப் பற்றியும் நடிப்பைப் பற்றியும் அவளது குரல் இனிமையைப் பற்றியும் அலைந்து திரியும் கண்களைப் பற்றியும் படபடக்கும் இமைகளைப் பற்றியும் சுழிக்கும் உதடுகளைப் பற்றியும் குழிவிழும் கன்னங்களைப் பற்றியும் ததும்பும் முலைகளைப் பற்றியும் இடுப்பின் அசைவுகளைப் பற்றியும் குழிந்த தொப்பூளைப் பற்றியும் அகன்ற தொடைகளைப் பற்றியும் தவித்துத் தவித்துப் பேசிக் கிடந்ததைக் கேட்டாள் வேலம்மா. அழகு மீனாவின் நாடகங்களைப் பார்ப்ப தற்காக வண்டி கட்டிக்கொண்டு கொடுமுடிக்கும் பரமத்திக்கும் நாமக்கல்லுக்கும் மணப்பாறைக்கும் அலைந்து திரிந்தார்கள். அவர்களுக்கு ஒத்தாசையாகப் போய்விட்டுத் திரும்பிய நாவிதர்களிடமிருந்தும் மூப்பன்களிடமிருந்தும் பண்டாரங்களிட மிருந்தும் மாதாரிகளிடமிருந்தும் கேட்டறிந்த தகவல்கள் அவளைக் கலக்கமடையச் செய்தன. அழகுமீனாவைப் பற்றி அவர்கள் அறிந்துகொண்டு வந்து சொன்ன தகவல்கள் நம்பமுடி யாதவையாயிருந்தன.

அவளது புத்திரன் அவளை ஓயாது பின்தொடர்ந்து கொண்டிருக்கிறான். அவள் மேடையில் தோன்றும்போது அவன் கற்சிலை போல் உறைந்துவிடுகிறான், அவனது கண்கள் அசைவே யில்லாமல் அவளை வெறித்துப் பார்த்துக் கொண்டிருக்கின்றன. அவை அவளை ஒரு திரவமாக மாற்றிப் பருகிக்கொண்டிருக்கின்றன. அவளுடைய புத்திரன் அவளது பேரழகின் போதையில் மூழ்கித் திளைத்துக்கொண்டிருக்கிறான். அவன் அவளுக்குப் பரிசுப் பொருள்களைக் கொண்டு செல்கிறான். பட்டுச் சேலைகளும் வெள்ளிக்கொலுசுகளும் தங்கத்தோடுகளும் மூக்குத்திகளும் வாங்கிக்கொண்டு போய் அவளுக்குப் பரிசளித்துக்கொண்டிருக் கிறான். நாடகம் இல்லாத நாள்களில் அவளைப் பார்ப்பதற்காக நாடக மன்றத்துக்குப் போய் இரண்டு மூன்று நாள்களை அங்கே கழிக்கிறான். அவளிடம் ஓர் இரட்டைக் காளைமாட்டு வண்டி இருக்கிறது. ஒருவேளை அதை அவளுக்குப் பரிசாகக் கொடுத்தது அவளது புத்திரனாகவும் இருக்கலாம். சவாரி வண்டி, அதில்தான் அவள் பயணம் செய்கிறாள். பட்டுத் துணியால் முகத்தை மறைத்துக்கொண்டு வண்டியில் உட்கார்ந்திருக்கும் அவளைப் பார்ப்பதற்காக வழிநெடுகிலும் ஆள்கள் காத்திருக்கிறார்கள். வண்டிப்பாதையோரம் இருக்கும் பனங்கருக்குகளின் பின்னால் யாராவதொரு முதியவன் காத்திருக்கிறான், ஏதாவதொரு

ஆலமரத்தின் முதிர்ந்த கிளைகளில் பல்லிகளைப் போல் இளவயது ஆண்கள் கவிந்திருக்கிறார்கள். புதர்களிலும் வேலிகளிலும் தவிப்புடன் அவளைத் தேடும் கண்கள். அவற்றை யெல்லாம் பொருட்படுத்தாமல் கர்வம் கொண்ட அவளது சவாரிக் காளைகள் விரைந்து செல்கின்றன. வண்டிக்குப் பின்னால் மெதுவாக அடியெடுத்து வைக்கும் குதிரையொன்றின் கடிவாளத்தைப் பற்றிக்கொண்டு பாதுகாவலனைப் போல் பின் தொடர்கிறான். வண்டியோட்டியின் முகத்தில் நொய்யல்கரையைச் சேர்ந்த யாரோ ஒருவனின் சாயல். அவளது புத்திரனைத் தன் பேரழகின் கண்ணியில் கட்டியிழுத்துக் கொண்டு போய்க்கொண் டிருக்கிறாள் அந்த நாடகக்காரி. எல்லாவற்றையும் அறிந்த நொய்யல்கரைவாசியொருவன் சொன்ன கதைகளைக் கேட்டுத் தாளமுடியாதவளானாள் வேலம்மா. தன் புத்திரனை மீட்பதற் கான வழிமுறைகளைப் பற்றி அவள் யோசித்தாள். ஏதாவது பரிகாரம் தேட நினைத்தாள். தன் புத்திரனுக்கு அவள் மருந்து வைத்திருப்பாளோ என நினைத்தாள்.

அவளுக்கு மனம் பொடிந்துபோயிற்று. பூபதியைத் தனியே அழைத்துக் கண்டிக்கவும் தன் எதிர்ப்பைத் தெரிவிக்கவும் முற்பட்டு அவனிடமிருந்து வசைகளை வாங்கிக் கட்டிக்கொண் டாள். அவளுடைய வசைச் சொல்லொன்றைக் கேட்டுக் கடுங்கோபம் கொண்டவனாய் அங்கிருந்து சென்றவன் பிறகு தன் புத்திரனுக்காக வெடத்தலாங்காட்டின் இலுப்பை மர நிழல் களால் சூழப்பட்ட சாளையைச் சீரமைக்க ஏற்பாடு செய்தான்.

சாமியாத்தா இருந்தவரை வேம்பன கவுண்டருக்கு அடைக்கலம் தந்துகொண்டிருந்த அந்தச் சாளை அப்போது தூர்ந்து கிடந்தது. தோக்குருவிகள் அண்டிய கூரைகளாலும் கறையான்கள் மண்டிய சுவர்களாலும் மரப்பல்லிகள் ஊர்ந்து திரியும் சட்டங்களாலும் தாங்கிப் பிடிக்கப்பட்டிருந்த அந்தச் சாளையில் கரம்பையெலிகளும் பெருச்சாளிகளும் பாம்புகளும் பூரான்களும் மிகச் சுதந்திரமாக ஊர்ந்து திரிந்துகொண்டிருந்தன. பெருங்கூச்சலெழுப்பியும் தடிகளைச் சுழற்றி வீசியும் பயங்கொள்ள வைத்து அவற்றை விரட்டியடித்தார்கள் மூப்பன்கள். பிறகு பூபதியின் கண்காணிப்பில் குயவர்களும் ஆசாரிகளும் மாதாரிகளும் ஒரு கணம் கண்வைத்து மூடாமல் வம்பாடுபட்டு அந்தச் சாளையைச் சீரமைத்தார்கள். சுண்ணாம்பையும் கருப்பட்டியையும் கோழி முட்டையையும் கொண்டு சுவர்களைக் கண்ணாடிபோல் பளபளப்பாக்கினார்கள் குயவர்கள். வெடத்தலாங் காட்டின் முதிர்ந்த மாமரமொன்றை வெட்டிப் பிளந்து

வெள்ளியும் அவனது சர்வகலாசாலைத் தோழர்களும் வசதியாக மரநிழல்களில் உட்கார்ந்து பேசிக் கொண்டிருப்பதற்கும் ஓய்வெடுப்பதற்குமான மேசை நாற்காலிகளையும் கட்டில்களையும் செய்துவைத்தார்கள் தச்சர்கள். சாளையைச் சூழ்ந்திருந்த கள்ளிகளையும் கற்றாழைப் புதர்களையும் அகற்றிச் சுத்தம் செய்த மாதாரிகள் பூவரசு, வாகை, கொன்றை முதலான நிழல்தரும் மரங்களையும் மல்லிகை, செவ்வந்தி, வாடாமல்லி முதலான பூச்செடிகளையும் நட்டு வைத்தார்கள்.

யாராலும் நம்ப முடியாத வேகத்தில் அவை வளர்ந்தன, பூத்தன, காய்த்தன, நறுமணங்களைத் தவழவிட்டன, நிழல்களைப் பரப்பின. வண்ணாத்திப் பூச்சிகளும் பொன்வண்டுகளும் புறாக்களும் காடைகளும் அனலாங்குருவிகளும் சிட்டுக்களும் அடலடலாய்த் திரண்டு வந்து அவற்றில் அடைந்தன.

கைக்கெட்டும் தொலைவில் நொய்யல், இடையறாது கேட்டுக் கொண்டிருக்கும் அதன் அழைப்பு.

பூரித்துப்போன வெள்ளி, தகப்பனைக் கட்டித் தழுவிக் கொண்டான். பிறகு தன் புத்தகங்களுடனும் உடுப்புக்களுடனும் மதுக்குவளைகளுடனும் அந்தச் சாளையில் குடிகொண்டான். மறுமுறை வந்த வெள்ளியின் தோழர்கள் அந்தச் சாளையைத் தாங்கள் கொண்டு வந்திருந்த இசையாலும் பாடல்களாலும் நடனங்களாலும் நிரப்பத் தொடங்கினார்கள். வெடத்தலாங் காட்டின் அந்தச் சாளை கொண்டாட்டங்களின் கூடாரமாக மாறியது. சாளையிலிருந்து இடையறாது ஒலித்துக்கொண்டிருந்த சத்தங்களைக் கேட்டு புழுங்கித் தவித்துக்கொண்டிருந்தாள் வேலம்மா. அதைப் பற்றிய கற்பனைகள் அவளைத் துன்புறுத்திக் கொண்டிருந்தன. வெள்ளியும் அவனது தோழர்களும் அவளது கவலைகளைப் பொருட்படுத்தாது நொய்யல்கரை வனங்களில் அலைந்து திரிந்தார்கள், வெள்ளத்தில் புரண்டு கிடந்தார்கள், கள் உண்டு களித்திருந்தார்கள், மதுக்குவளைகளை நிரப்பி தென்பட்ட நொய்யல்கரைவாசிகளுக்குக் கொடுத்தார்கள். அவனது தோழர்களில் ஒருவன் கொண்டு வந்திருந்த ஒற்றைக் குழல் துப்பாக்கியொன்றை எடுத்துக்கொண்டு வேட்டைக்குப் போனார்கள், உடும்புகளையும் முயல்களையும் தோட்டாக்களால் சுட்டுப் பிடித்துக்கொண்டு வந்தார்கள், பிறகு சில நாள்களில் தகப்பன் பூபதியைப் போலவே தோழர்களை அழைத்துக்கொண்டு சேவல்கட்டுக்குப் போகத் தொடங்கியிருந்தான் வெள்ளி. சாளையை ஒட்டிச் சேவல்களைப் பராமரிப்பதற்கென ஒரு கூரை, இரண்டு மூப்பன்கள்.

9

கவலைகளில் மூழ்கினாள் வேலம்மா. புத்திரன் தகப்பனைப் போலவே துண்டிருக்கமானவாக மாறிக்கொண்டிருக்கிறானோ என நினைத்தாள். அவளது கவலைகளை அவர்கள் பொருட் படுத்தவில்லை. வெறுமனே பெருமூச்சு விட்டுக்கொண்டு கடந்து போனார்கள். எல்லோருமே தன்னைக் கைவிட்டுவிட்டதாக நினைத்தாள் வேலம்மா. வெடத்தலாங்காட்டின் அப்பெரிய தொட்டிக்கட்டு வீட்டின் ஆசாரங்களிலும் முடுக்குகளிலும் சமையல்கட்டிலும் தொண்டுப்பட்டிகளிலும் தானியக் கிடங்கு களிலும் களங்களிலும் வரப்புகளிலும் நெடுந்தொலைவுக்குப் புல் பூண்டுகளே இல்லாமல் உலர்ந்து கிடந்த பொட்டல் வெளிகளிலும் புதர்களிலும் வேலிகளிலும் தொக்கடாக்களிலும் முற்றிலும் தனியானவளாக அலைந்து கொண்டிருந்தாள். மற்ற எல்லாவற்றையும்விட காரிச்சியைப் பற்றிய கற்பனைகள்தாம் அவளை அதிகம் பதற்றம் கொள்ளச் செய்தவை, மனப்பிறழ்வின் இருள் சூழ்ந்த பள்ளத்தாக்குகளுக்குள் அவளைச் சரிப்பவை. அவள் தன் புத்திரனின் கழுத்தைச் சுற்றிப் படர்ந்திருக்கிறாள் என நினைத்தாள், அவனைப் பின்தொடர்ந்து கொண்டிருக்கிறாள், அவன் மீதான அவளது பிடி இறுகிக்கொண்டே போகிறது. வெள்ளியை இழுத்துக்கொண்டு நொய்யல்கரை வனங்களில் அலைந்து திரிகிறாள், கொரங்காடுகளின் புல் வெளிகளில் நொய்யலின் பாறை இடுக்குகளில் கோரைகளும் நாணல்களும் மண்டிய புதர்களில் தேவனாத்தா கோயிலின் ஊஞ்சமரங்கள் அடர்ந்த வனத்தில் பெருவிருட்சமாய் வளர்ந்து கிடக்கும் சங்கம் புதைகளின் கூடாரங்களில் இருவரையும் பார்க்க நேர்ந்ததாக நொய்யல்கரைவாசிகளில் சிலர் அவளுக்குச் சொன்னார்கள்.

தண்ணீரில் கண்டம் எனக் குமரப்ப பண்டிதன் சொல்லி யிருந்ததைப் பொருட்படுத்தாமல் அவன் அவளோடு சேர்ந்து வெள்ளப் பெருக்கில் நீந்தித் திளைத்துக் கொண்டிருக்கிறான். தோழர்கள் இல்லாத நாள்களில் அவளைத் தேடிக்கொண்டு ஆத்துக்கால்களில் அலைந்து திரிகிறான். அவளுடைய ஆடு களுக்கு வேலங்காய் உலுக்கிக்கொடுக்கிறான், கோவைக்கொடிகள் இணுங்கித் தருகிறான், அவளுடைய சிறிய வெள்ளாட்டுக் குட்டிகளை அணைத்துக்கொண்டு கிடக்கிறான். அவளுடைய

பாடல்களைக் கேட்டுக்கொண்டிருக்கிறான், கரிய நிறத்தையும் தடித்த உதடுகளையும் பெருத்த நாசிகளையுமுடைய அந்த மாதாரிச்சியைத் தீண்டத் தயங்காதவனாய் இருக்கிறான். அவள் அவனுக்கு வெள்ளாட்டுப்பால் பீய்ச்சித் தருகிறாள், அவனுடைய முகத்திலிருந்து வெள்ளாட்டுப் பாலின் வாசனை வரத் தொடங்கி யிருந்தது. காரைப் பழங்கள், சூரிப் பழங்கள், சங்கம் பழங்கள், நாவல் பழங்கள், கள்ளிப் பழங்கள் என நொய்யலின் வனங்களில் கிடைக்கும் பழங்களைச் சேகரித்துக்கொண்டு வந்து தருகிறாள். அவனுடைய நாவில் நாவல் பழத்தின் ஊதா நிறமும் கள்ளிப் பழச்சாற்றின் ரத்த நிறமும் பரவியிருந்ததைக் கண்டாள் வேலம்மா.

கழற்றி வீசப்பட்ட அவனது சட்டைகளிலிருந்தும் வேட்டி களிலிருந்தும் வீசிக்கொண்டிருக்கும் வியர்வை வாசனை அவனுடையதைப் போல் அவளுக்குத் தோன்றவில்லை. அவற்றைத் தொண்டுப்பட்டிக்கு எடுத்துக்கொண்டு போய் வைக்கோல் போரின் மறைவில் நின்று மிக ரகசியமாக முகர்ந்து பார்த்தாள். அதிலிருந்து கசிந்துகொண்டிருந்த வியர்வை வாசனை அவளுடைய சொந்த வியர்வையின் வாசனையையோ பூபதியின் வாசனையையோ வேம்பன கவுண்டரின் வாசனையையோ கொண்டிருக்கவில்லையென்பதைக் கண்டறிந்தவள் பிறகு காரிச்சியின் ஆட்டுப்பட்டிக்குப் போனாள்.

ஆடுகளின் புழுக்கைகள் சிதறிக்கிடந்த பட்டியில் உலர்ந்து கிடந்த கள்ளிப்பழங்கள் சிலவற்றையும் நாவல்பழக் கொட்டை களையும் பார்த்தாள். காரிச்சி முடங்குவதற்காகச் சேகரித்து வைத்திருக்கும் சாக்குப்பைகளுக்கிடையே சுருண்டு கந்தலாகிக் கிடந்த அவளது துண்டஞ்சேலைகள் ஒன்றிரண்டைக் கண்டதும் அருவருப்புத் தாளாமல் கண்களை இறுக மூடிக்கொண்டாள். அருகிலிருந்த கவையொன்றை எடுத்து அந்தத் துண்டஞ் சேலையைக் கவ்வி எடுத்தாள். அவளது நாசி விடைத்தது. குமட்டிக்கொண்டு வந்தது. மனத்தைத் திடப்படுத்திக்கொண்டு அந்தக் கந்தலை நாசியருகே கொண்டு போனவள் பதற்றத்துடன் பின்வாங்கினாள். கண்கள் இருளத் தொடங்கின, தூர்ந்துபோன தனது முலைக்காம்புகள் விடைப்பதையும் அவற்றிலிருந்து பால் சொட்டத் தொடங்குவதையும் அறிந்து தப்ப முற்பட்டவளைப் போலத் தன் புத்திரனின் வாசனையால் நிரப்பப்பட்டுக் கிடந்த கந்தலை நழுவவிட்டுவிட்டு ஆட்டுப்பட்டியை விட்டுப் பாதங்கள் அதிர வேகமாக அடியெடுத்து வைத்து நடந்து வெடத்தலாங்

காட்டின் அந்தப் பெரிய தொட்டிக்கட்டு வீட்டில் தனக்கென இருந்த அறையொன்றுக்குள் புகுந்து பதுங்கிக் கொண்டாள்.

மனம் நடுங்கியது.

தன் புத்திரனுக்குக் காமத்தின் சுவையை ஊட்டிவிடுவாளோ அந்தக் காரிச்சி என அவள் பயந்தாள். வெட்கமும் அருவருப்பு மில்லாமல் அதுபற்றிய கற்பனைகளில் மூழ்கினாள். காரிச்சியின் அவலட்சணத்தைப் பற்றிய நினைவுகள் மட்டுமே அவளுக்கு ஆறுதலளித்தவை, வெள்ளியால் நிச்சயமாக அவளுடைய அவலட்சணத்தின்மீது காதலோ காமமோ கொள்ள முடியாது என நம்ப விரும்பினாள்.

ஆனால், புதிர்களாலும் மர்மங்களாலும் சூழப்பட்டவள் காரிச்சி. வருடங்களுக்கு முன்பு களத்தில் நம்பவே முடியாத வகையில் பேரழகின் வடிவம் கொண்டு தீக்கொழுந்து போல் தோன்றி மறைந்த அவளுடைய உருவத்தை நினைத்துக்கொண்டாள் வேலம்மா. அது தன் பீதியுற்ற மனத்தின் கற்பனை என நினைத்திருந்தாள். ஆனால், மூப்பனொருவன் அதே போன்ற பேரழகு கொண்ட தோற்றத்துடன் நொய்யலின் மடை ஒன்றில் அவள் தென்பட்டதை ஊர்க்காரர்களிடம் விவரித்ததைப் பற்றிய கதையைப் பிறர் வழியாகக் கேட்டபோது அவள் பீதியுற்றாள். சென்னி மூப்பன் கூட ஒருதடவை அவளை அந்தக் கோலத்தில் பார்த்ததாக அவனே யாரோ ஒரு நொய்யல்கரைவாசிக்குச் சொல்லிக்கொண்டிருந்ததை அவளால் கேட்க முடிந்திருந்தது. என்ன காரணத்துக்காகவோ அவள் தன் பேரழகை அவலட்சணத் தால் மூடி மறைத்துக்கொண்டு, நொய்யல்கரையில் அலைந்து திரிகிறாள் என நினைத்தாள். சூறையின் உருக்கொண்டு அலையும் தன் மாமியார் சாமியாத்தாளைப் போலக் காரிச்சியும் அமைதி பெறாமல் நொய்யல்கரையில் அலைந்து திரியும் உயிரொன்றின் மாய உருவாக இருக்கக்கூடும் என அவள் கற்பனை செய்து கொண்டாள். வெடத்தலாங்காட்டு வம்சத்தின்மீது பழிகொண்ட யாரோ ஒருத்தியின் பேயுரு. எப்போதோ எங்கோ இந்த வம்சத்தின் யாரோ ஒருவரால் பூண்டற்றுப் போன வம்ச விருட்ச மொன்றின் ஏதோ ஒரு கிளை, இப்போது இங்கு வந்து யாருடைய வயிற்றிலோ பிறந்து, இந்த வம்சத்தைப் பழி தீர்க்கத் தருணம் பார்த்துக்கொண்டிருக்கிறது.

அவள் தன் புத்திரனைக் கண்காணிக்க முற்பட்டாள். கண்களுக்குச் சிக்காமல் எச்சரிக்கையாக அவனைப் பின்

தொடர்ந்தாள். புத்திரனைத் தேடிக்கொண்டு காட்டுக்குப் போய் எதிர்பாராத தருணத்தில் அவனது சாளைக்குள் நுழைந்தாள். சாளையைக் கூட்டிப் பெருக்குவதையும் பாத்திரம் பண்டங்களைத் தேய்ப்பதையும் சாக்காக வைத்துக்கொண்டு அவனது அசைவு களை நோட்டம் விட்டாள். காரிச்சி அங்கு வந்து சென்றதற்கான சிறு தடயம் ஏதாவது தென்படுகிறதா என எல்லாவற்றையும் ஆராய்ந்தாள். நள்ளிரவு நேரங்களில் சத்தமில்லாமல் எழுந்து இருளைத் தடவிக்கொண்டு நடந்து பட்டிக்குப் போய் காரிச்சி அங்கு இருக்கிறாளா எனப் பார்த்தாள். அவளைக் கண்டவுடன் குரைத்தெழும் பட்டி நாய் பிறகு செல்லமாக முறுகிக்கொண்டு படலைத் தாண்டிக் குதித்து வந்து அவளது பாதங்களை நக்கிக்கொண்டு நிற்கும், முறுகும், வாலாட்டும், அவள் வந்து நின்றதைச் சொல்வதற்காகக் காரிச்சியை அழைக்கும்.

சோர்வுடன் எழுந்து படலைத் திறந்துகொண்டு வரும் காரிச்சி அவளைக் கண்டு திகைத்துப் போவாள், அவள் சொல்லப் போவதைக் கேட்பதற்காகப் பணிந்து கைகளைக் கட்டிக்கொண்டு நிற்பாள். ஒன்றுமே சொல்லாமல் அவளை வெறித்துப் பார்த்துக்கொண்டிருந்துவிட்டுத் திரும்பிக் களத்தை ஆராய்வாள் வேலம்மா, வேலியிடுக்குகளை நோட்டமிடுவாள், வைக்கோல் போரை ஒரு சுற்றுச் சுற்றி வருவாள். தொண்டுப் பட்டிக்கு ஒரு நடைபோய்விட்டுத் திரும்புவாள், தன் கற்பனை களுக்கான தடயத்தைத் தேடி அவள் அலைந்துகொண்டிருந்ததைக் கண்ட காரிச்சி பிறகொரு நாள் பெருங்குரலெடுத்துச் சிரித்தாள்.

வேலம்மாளுக்கு அது தாளமுடியாத அவமானமாயிற்று, கொடிய வசையொன்றின் மூலம் அவளை எச்சரித்துவிட்டு அங்கிருந்து அகன்றவள் பிறகு லாந்தரைத் தூண்டியெடுத்துக் கொண்டு வெள்ளியைத் தேடி அவனது சாளைக்குப் போனாள். சாளைக்கு வெளியே, களத்தில் தழைத்துக் கிடந்த புங்கமரத்துக்குக் கீழே கயிற்றுக்கட்டிலொன்றில் கால்களை நீட்டி மல்லார்ந்த வாக்கில் தூக்கத்தில் ஆழ்ந்திருந்த புத்திரனைத் தொந்தரவு செய்யாமல் சற்று நேரம்வரை அவனைப் பார்த்துக்கொண்டிருந்து விட்டு வீடு திரும்பியவள் விடியும்வரை உறக்கமேயில்லாமல் புரண்டுகிடந்தாள்.

மறுநாள் இளமத்தியான நேரத்தில் தேவனாத்தா குடி கொண்டிருக்கும் ஊஞ்சமரக்காட்டுக்குச் செல்லும் கொரங்காட் டின் ஒற்றையடித் தடத்தில் கைகளை வீசி வேகமாக நடந்து

கொண்டிருந்த தன் புத்திரனைக் கண்டபோது செய்வதறியாது திகைத்து நின்றாள். தொலைவில் காரிச்சியின் ஆடுகள் எழுப்பும் 'கூவே கூவே' என்னும் சத்தம். அப்போது அவளது கால்களுக்குக் கீழே இருந்த நிலம் புத்திரனின் காலடிச் சுவடுகளால் அதிர்ந்து கொண்டிருந்ததைக்கூட அவளால் உணரமுடிந்தது. பிறகு மனத்தைத் திடப்படுத்திக்கொண்டு பனங்கருக்குகளினூடாக அவனை ரகசியமாகப் பின்தொடர முற்பட்டாள்.

அவன் ஊஞ்சமரக்காட்டை அடைந்ததும் ஆடுகள் தென்பட்டன. சிறுபாறையொன்றின் உச்சியில் பலா மரங்களின் நிழல் வரிசையில் கால்களை நீட்டி உட்கார்ந்திருந்த காரிச்சி அவனது உருவம் தென்பட்டதும் மாராப்பை ஒதுக்கிக்கொண்டு எழுந்து நின்றதைப் பார்த்தாள். காரிச்சிக்குக் கண்கள் விரிந்தன, அவளுடைய கருத்த முகத்தில் வெட்கத்தின் சிறு கீற்று, தடித்த உதடுகளில் அரும்பித் ததும்பியது புன்னகை. பிறகு அவனை எதிர்கொண்டு அழைக்க விரும்பியவளைப் போல் பாறையிலிருந்து கீழே இறங்கினாள் காரிச்சி. ஆத்திரம் தாளாதவளாய்த் தன் கால்களுக்குக் கீழே கிடந்த கருங்கல்லொன்றைக் கையிலெடுத்தாள் வேலம்மா. அதை ஏந்திக்கொண்டு அவர்களை நோக்கி வேகமாக நடக்க முயன்றபோது, கொரங்காட்டின் அடர்ந்த புழுதியைச் சுருட்டிக்கொண்டு எதிரே வந்து நின்றது சூறையின் அச்சிறு உருவம். அதைக் கண்டதும் வேலம்மா பதற்றமடைந்தாள்.

மனத்தைத் திடப்படுத்திக்கொண்டு அதைக் கடந்து செல்ல முற்பட்டபோது, சருகுகளையும் சுள்ளிகளையும் வாரிச்சுருட்டிக் கொண்டு பேரோசையுடன் எழுந்து நின்று சுழன்றாள் சாமியாத்தா.

10

குமரப்ப பண்டிதனின் பாழடைந்த வீட்டின் படலோரம் சுருமாடு சுற்றிப்படுத்திருந்த நாகமொன்றைக் கண்டதும் பதற்றத்துடன் பின்வாங்கினாள் வேலம்மா. பண்டிதனையும் அவனது பெண்டாட்டி சமுதாயாளையும் பெயர் சொல்லி அழைத்தாள். நான்கைந்து முறை பெருங்குரலெடுத்து அழைத்தும் பண்டிதனோ சமுதாயாளோ தட்டுப்படவில்லை. அவளது குரலைக் கேட்டு நாகம் நிமிர்ந்தது, தலைதூக்கிச் சற்றுநேரம் அமைதியாக நின்று அவளைப் பார்த்துக்கொண்டிருந்தது, பிறகு எந்தத் தொந்தரவும் செய்யாமல் சரசரவென ஊர்ந்து விலகி வேலியைத் தாண்டி எதிரே அடர்ந்து கிடந்த திருகுகள்ளிப் புதர்களுக்குள் சென்று மறைந்தது.

மிகத் தயக்கத்துடன் புதர் மண்டிக்கிடந்த ஒற்றையடித் தடத்தில் அடியெடுத்து வைத்து நடந்தாள். கிளைபரப்பி நின்ற புளியமரமொன்றாலும் நெடிதுயர்ந்த இரண்டு தென்னைகளாலும் ஒரு வாதநாராயண மரத்தாலும் கொன்றை, வாகை, வேம்பு முதலான மரங்களாலும் பூத்துக் குலுங்கும் செவ்வந்தி, வாடா மல்லி, காசரளிச் செடிகளாலும் சூழப்பட்டு வனம் போல் அடர்ந்து கிடந்தது அந்தப் பாதை. முடிவில் மண்சுவர்களாலான பாழடைந்த வீடு. சிறகடித்துக் கிடந்த காகங்களும் பனங்காடை களும் சிட்டுக்களும் அனலாங்குருவிகளும் தத்தித் திரிந்த அணில் களும் தாழப் பறந்து திரிந்த தட்டான்களும் காற்றைக் கிழித்துப் பறந்த தோக்குருவிகளும் நான்கைந்து வெளவால்களும் அவளைக் கண்டவுடன் ஒடுங்கின. வில்லரணையொன்று அவளைக் குறுக்காகக் கடந்து மறைந்தது.

பதற்றமில்லாமல் அவ்வுயிர்களைக் கடந்து இருள்வாசிக் கொடிகளால் மூடப்பட்ட பண்டிதனின் வீட்டுத் திண்ணையை அடைந்தாள். பெயர் சொல்லி இருவரையும் அழைத்துப் பார்த்தாள். வாதநாராயண மரத்தின் கிளையொன்றில் தன்னந் தனியாக உட்கார்ந்திருந்த மொட்டைக் காகமொன்று 'க்ராவ் க்ராவ்' எனக் கத்தி அவளுக்குப் பதிலளித்தது. வெகு தொலைவில் நொய்யலின் ஏதோ ஒரு மடையிலிருந்து 'ட்டிட்டீவ் ட்டிட்டீவ்' என்னும் ஆக்காட்டியொன்றின் பிலாக்கணம். கதவே அற்ற நிலைப்படியைக் கடந்து ஆசாரத்தை எட்டிப் பார்த்தாள்

யாருமற்ற இரண்டு கயிற்றுக் கட்டில்களையும் ஓரிரு பானை களையும் மண் சட்டிகளையும் பித்தளையாலான செம்பு ஒன்றையும் தவிர சுவர்களில் பதுங்கியிருந்த நான்கைந்து மரப்பல்லிகளும் தென்பட்டன.

கொடியில் தொங்கிக்கொண்டிருந்த ஈர வேட்டியும் துண்டும் மட்டும் தென்படாமலிருந்திருந்தால் வேலம்மா, அவர்களது வருகைக்காகப் பண்டிதனின் பாசி படர்ந்த அந்தத் திண்ணையில் சம்மணமிட்டு உட்கார்ந்தபடி பண்டிதனின் வருகைக்காகக் காத்திருக்க வேண்டும் என நினைத்திருக்க மாட்டாள். ஏழெட்டுப் பேர் வசதியாக உட்கார்வதற்குரிய திண்ணை சிதைந்துகொண் டிருந்தது. முன்பு அவனிடம் ஜோதிடம் கேட்க வருபவர்கள் உட்கார்வதற்காகக் கட்டப்பட்ட திண்ணை அது. இருள்வாசிக் கொடி படர்ந்த தன் பந்தலுக்குக் கீழே கால்களை மடக்கி உட்கார்ந்திருப்பான் பண்டிதன். பஞ்சாங்கங்களையும் ஏடுகளை யும் ஜாதகக் குறிப்பு நோட்டுக்களையும் வைத்துக்கொள்வதற்காகக் காலிடுக்கில் ஒரு பலகை. நொய்யல் கரைவாசிகளின் காலம் அவனுடைய ஜாதகக் கட்டுகளில் புதையுண்டு கிடந்தது. நல்லது கெட்டது என யாராவது அந்தத் திண்ணைக்கு வந்து உட்காரும் போது அவன் அந்தக் கட்டுக்களிலிருந்து ஒன்றைப் பிரித்தெடுத்து வைத்துக்கொண்டு அவர்களுடைய காலத்தினூடே சஞ்சரிப்பான். தன் கைவிளக்கைக் கொண்டு பிறப்பு முதல் மரணம் வரையிலான காலத்தின் இருளும் ஒளியுமான ஒற்றையடிப் பாதைகளில் அவர்களை அழைத்துச் செல்வான்.

நெருக்கடிகளால் சூழப்பட்டதாகவும் நிச்சயமற்றதாகவும் பதற்றத்தை மூளச்செய்வதுமான தங்கள் வாழ்வை அதன் எஞ்சியுள்ள காலத்தை அறிந்துகொள்ளவும் பரிகாரங்களைத் தேடவும் தப்பிச் செல்லவும் தங்கள் பண்டிதன் யோசனை கூறுவான் எனத் திடமாக நம்பினார்கள் நொய்யல்கரைவாசிகள். மூத்தோர்களின் ஆயுட்காலம், அவர்களைச் சூழும் பிணி, பீடைகள், திடமாக வாழ்ந்து கொண்டிருக்கும் குடும்பத்தினரைப் பற்றிப் பின்தொடர்ந்து கொண்டிருக்கும் கேடுகள், குடும்பத்தை வதைக்கும் செய்வினைகள், பில்லி சூனியம், அண்டியிருக்கும் பேய் பிசாசுகள், காத்துக் கருப்புகள், தரிக்கும் கருக்கள், பேறு காலம், பிறப்பு, வண்டி வாகனங்கள், மாடுகள், எருமைகள், ஆடுகள், கோழிகள், விளையும் பயிர்கள், பெய்து தீர்க்கும் பெருமழை, சுட்டெரிக்கும் கோடை, பெருக்கெடுக்கும் வெள்ளம், நடுங்க வைக்கும் குளிர் எனக் கடந்து செல்லும் பருவ காலங்கள்

என நொய்யல்கரை வாழ்வின் சகலக் கூறுகளையும் சித்திரங் களைப் போல் துல்லியமாக வரைந்து காட்டுவான்.

“சின்னக் கவண்டருக்குக் குரு பெலொ எப்ப வரும்னு பாத்துச் சொல்லு கொமரே.”

“பெரிய கவுண்சி தேறியெந்துருச்சுக்குவாங்களா கொமரு?”

“ஏங்கொமரு ஊட்ட உட்டுக் கொஞ்ச நாளைக்கு அக்கட்ட போயி இருந்துதேம் பாக்கலாமா? நீதே நேரஞ்செரியில்லீனு சொல்றயே.”

“நீ சொன்னாப்பலதே ஆவிப்போச்சு கொமரே, இன்ன பக்கம்னு இல்ல. நாங்குளூமு வட்டாரவழியே தேடிப் பாத்துப் புட்டொ.”

“சின்னக்கவண்டருக்கு எதாவது கெண்டங்கிண்ட இருக்குதோ என்னமோ? இருந்துருந்தாப்பல இப்படியாவுதுனா அதுக்கு என்ன அர்த்தொ? சித்த பாத்துச் சொல்லு பாக்கலா.”

“இந்தத் தடவையாச்சு சின்னக்கவுண்சி ஒரு ஆம்பளப் பையனப் பெத்துக் குடுப்பாளா? இல்ல இதுமு பொட்டையாத்தேம் போகுமா?”

“நல்ல நா பாத்துக் குறிச்சுக்குடு கொமரே, ஒரெட்டுப் போயிட்டு வந்தாத்தேங் கெடக்குது.”

ஏடுகளைப் புரட்டும்போது பண்டிதனின் முகம் சில தருணங்களில் மலரும், வேறு சில தருணங்களில் சுருங்கும். குரல் தாழும், உயரும், எப்போதாவது எதற்காகவாவது பெருங் குரலெடுத்துச் சிரிப்பான், மௌனத்தில் புதையுண்டு போவான், கதைகள் சொல்வான், தத்துவ விசாரங்களில் மூழ்குவான், ராமாயணத்திலிருந்தும் பாரதத்திலிருந்தும் குன்னடையா கவுண்டன் கதையிலிருந்தும் நல்லதங்காள் கதையிலிருந்தும் மேற்கோள்களைக் காட்டுவான். தீமையின் பிடியில் சிக்கித் தவித்து வந்திருப்பவர்களுக்கு நளன் சரிதத்தையும் அரிச்சந்திர புராணத்தையும் விவரித்து அவர்களைச் சிதறவிடாமல் பார்த்துக் கொள்வான். கோயில் குளங்களுக்குப் போகச் சொல்வான், குலதெய்வங்களுக்கு வேண்டுதல் வைக்கச் சொல்வான், முன்னோர் களை வழிபடச் சொல்வான், செய்த பாவங்களுக்குப் பரிகாரம் தேடச் சொல்வான், தான தருமங்கள் செய்யச் சொல்வான், எந்தத் துயரமும் கடந்துபோக முடியாததல்ல எனப் புரிய வைக்க முயல்வான்.

“பீஷ்ம மகாராஜா கத தெரியுமல்லவுங்கொ எசமாங்களே, பாண்டவ கௌரவருக்கெல்லா அவுருதே தாயாதி, கங்காதேவிக்கும் சந்தனு மகாராஜாவுக்கும் பொறந்த தெய்வப் பொறப்பு. அஷ்டவசுக்கள்ள அவருதே மூத்தவரு, அவிய சம்சாரொ ஆசப்பட்டாங்கன்னு வசிட்ட முனிவரோட பசுமாட்டப் புடிச்சுக் கட்டி இழுத்தாந்துட்டாரு, அவ்வளவுதே அவுரு செஞ்ச பாவொ, அதுக்குக் கெடச்ச தண்டனதே அவுருக்குக் கெடச்ச மனுஷப் பொறப்பு. அஷ்டவசுக்கள்ள ஏழு பேருக்கு பொறப்பல இருந்து ஒடனே விடுதலை, அவிய செஞ்ச பாவ தொண நின்னதுதே, அவியதே மாட்ட இழுத்துக் கொண்டாந்தது. வசிட்ட முனி சாபங்குடுத்துட்டாரு, பேரும் புகழுமா ஆயர வருத்திக்கு வாழறதுக்குச் சாபங்குடுத்துட்டாரு, சந்தனு மகாராஜாவுக்கு மூத்த புத்தரனாப் பொறந்துமு அரசாள முடூல, ஒரு கல்யாணங் காச்சி பண்ணிக்க முடூல, சொல்பேச்சுக் கேக்க ஆளில்லாம தம்பிகளுக்காக அம்பையோட சாபத்த வாங்கிக்கிட, பாரத யுத்தத்துக்குத் தலைமை தாங்கி பெத்துப் பொறப்புகளக் கொன்னாரு, கடசீல ஒரு அரவாணி போட்ட அம்புல செத்தாரு, அவ்வளவுதானுங்க எசமாங்களே மனுஷப் பொறப்பு. சாபத்துல பொறந்து வரத்த வாங்கிக்கிட்டுப் போய்ச் சேந்தா மறுக்கா பொறப்புக் கெடையாது, ஆண்டவனோட பாதத்தப் போயிச் சேந்துக்கலா. அதுக்குத்தே இந்தப் பாடு. பாவத்தக் கழுவிக்கறதுக்கு, பரிகாரந்தேடறதுக்கு உண்டான வழிதே வாழ்க்கைன்னு பாரதஞ் சொல்லுது, ராமாயணக் கத சொல்லுது, பகவத் கீத சொல்லுது, வேத சாஸ்த்தரமெல்லா அதத்தேஞ் சொல்லுது. ஒரே ஒரு பொய்யச் சொல்லு, உனக்கு நாடு நகரத்தையெல்லாந் திருப்பி வாங்கிக் குடுத்தர்றேன்னு பறவாப் பறந்தாரு விஸ்வாமித்திர முனிவரு, சுடுகாட்டுக்குப் போயி பொணத்த எரிச்சு ஒரு வா கஞ்சி குடிச்சாலுங் குடிச்சுக்குவெ, ஜென்மம் அறுந்தாலு ஒரு பொய் சொல்லமாண்டேன்னு உறுதியா இருந்துட்டாரு அரிச்சந்திர மகாராசா, நளமகாராசா சமையக்காரனா திரிஞ் சாரு, இப்படி நம்ம பாரத தேசத்துல எத்தன கத இருக்குதுங்க எசமாங்களே! உபநிடதம்னு சொல்றாங்களே அதெல்லாங்கோட அதத்தேஞ் சொல்லுது. பாவத்தக் கழுவிக்க, நம்பளப் பரிசுத்தப் படுத்திக்கிட்டுப் போய்ச் சேர இந்த வாழ்க்கையப் பயன்படுத்திக்கச் சொல்லிப் பெரிய பெரிய மகானெல்லாஞ் சொல்லிவெச்சுட்டுப் போயிருக்கறாங்கொ. நாமதே அதக் கேக்கறதில்ல. பண்ணாத அழும்பு பண்றொ, குடிக்கறொ, கூத்தியா வெச்சுக்கறொ,

பொண்டு புள்ளைகள வதைக்கறொ, பாவத்து மேல பாவத்த செய்யறொ, கெடையல உழுந்து படாதபாடு பட்டுக் கை கால் வீங்கி, புழுவுப்புழுத்துச் சாவறொ. நல்ல சாவுன்னு நாம எதச் சொல்றமுங்கொ எசமாங்களே? தொன்னூறு, நூறு வருஷத்திக்கு வாழ்ந்து காலோட மண்டுக்கிட்டு, பேண்ட பீயத் தொடச்சுக் கறதுக்கு விதியில்லாம, துன்பப்பட்டுக்கிட்டுக் கெடந்து போய்ச் சேர்றதைங்களா சாமீ? நம்பு குட்டக்காட்டுப் பண்ணாடி போயிச் சேந்தாங்க பாருங்கொ, காட்டுல இருந்து அப்பத்தே வந்தாங் களாமா, உருமாலைய அவுத்து அப்பிடி வேர்வையத் தொடச்சுக் கிட்டு அந்தத் திண்ணைம் பேருல உக்காந்து ஒரு வா தண்ணி கொண்டா சாமீன்னு சின்னக் கவுண்ச்சிகிட்டச் சொன்னாங்களா, ஊட்டுக்குள்ள போயி ஒரு சொம்புல தண்ணிய மோந்து கொண்டாறதுக்குள்ள பண்ணாடி போயிச்சேந்துட்டாங்களா, சாவுன்னா அது சாவுங்க எசமாங்களே. எப்பேர்ப்பட்டவுங்க அந்தப் பண்ணாடி, எத்தன தான தருமம் பண்ணீருக்கறாங்கொ? ஒரு ஈ, எறும்புக்கு ஒரு துன்பத்தக் குடுத்துருப்பாங்களா? பண்ணையத்துல வெளஞ்சதையுந் தனக்குன்னு வெச்சுக்குல, பண்டம்பாடுகள்ள கறந்த பாலையு தாங்குடிக்குல, செனொ அவுங்கள கடவளய்யன்னுதேங் கூப்புடுது, அவிய கவுண்ச்சிக்குக் கடவுளாத்தான்னுதேம் பேரு, அப்பிடியொரு பொளப்புப் பொளச்சதுனாலதே அப்பியாப்பட்ட சாவு அவீளுக்கு" எனத் தங்களுக்கு அவன் சொன்ன கதைகளை மூச்சுவிடாமல் கேட்டுக் கொண்டிருந்தார்கள் நொய்யல் கரைவாசிகள். அவன் பேசுபவற்றை அவர்களால் ஒருபோதும் புரிந்துகொள்ள முடிந்ததில்லை.

அவர்களுடைய நாவிதன் ஒரு பள்ளிக்கூட வாத்தியார், பண்டிதர்களைப் போல வேதங்களையும் சாஸ்திரங்களையும் அறிந்தவன், புராண, இதிகாசங்களைக் கற்றவன், அவன் அவர்களுக்குச் சொல்லும் கதைகளில் இடம்பெற்றிருக்கும் ரிஷிகளைப் போல மாறிக்கொண்டிருந்தான். வருடங்களாகவே அவன் தலையை மழித்துக்கொள்வதில்லை, தாடி மீசையைச் சிரைத்துக்கொள்வதில்லை. நீண்டு வளர்ந்த சிகை இடுப்புவரை பரவிக்கிடக்கிறது. சடை பிடித்துத் தொங்குகிறது. அவன் காவியுடுத்திக்கொள்கிறான். காவி நிற வேட்டி, காவி நிறத் துண்டு, நெற்றியிலும் மார்பிலும் கைகளிலும் பட்டை பட்டையாய் விபூதி மின்னுகிறது. நெற்றியின் நடுவில் மூன்று திடமான கோடுகளை யுடைய திருநீற்றுப் பூச்சுகளுக்கிடையே அகலமான சந்தனமும் குங்குமப் பொட்டும்.

முகத்தையும் நெஞ்சுக்கூட்டையும் மறைத்துத் தொங்கும் தாடியோடு அவனைப் பார்ப்பவர்கள் பதற்றமடைகிறார்கள். அவனுக்கெதிரே உட்காரத் தயங்குகிறார்கள், பெயர் சொல்லி ஒருமையில் அழைக்கும்போது சிலருக்குக் குரல் மடங்குகிறது. அதிகாலைகளில் அவனது வீட்டிலிருந்து மணிச்சத்தம் ஒலிக்கிறது. விபூதி வாசனையும் சாம்பிராணி வாசனையும் மேலெழுந்து நொய்யல்கரையெங்கும் பரவுகிறது. உள்ளிழுக்கும் சுவாசக்காற்றில் பண்டிதனின் வாடையை உணர்ந்து திகைத்துப் போகிறார்கள் நொய்யல்கரைவாசிகள்.

அவ்வளவு காலத்தில் இரண்டு தடவைகள் மட்டுமே பண்டிதனிடம் ஜாதகம் கேட்க வந்திருக்கிறாள் வேலம்மா. ஒரு முறை பூபதியுடனும் மற்றொரு முறை வேம்பன கவுண்டருடனும். இரண்டு தடவைகளிலும் பண்டிதன் அவளுக்கு நல்லதாக எதுவுமே சொல்லவில்லை. அவன் கணித்துச் சொன்ன சொற்கள் சாபம் போல் பலித்துக் கொண்டிருந்ததையும் ஓயாமல் அவை தன்னைப் பின்தொடர்ந்துகொண்டிருந்ததையும் கண்டு அவள் பயந்தாள். அவற்றை நினைவுகூராமலிருக்க முயன்றாள். எப்போதாவது எங்காவது தற்செயலாகப் பண்டிதனைப் பார்க்க நேர்ந்த சமயங்களில் அவற்றைப் பற்றிய பேச்சுகளுக்கு இடம் கொடுக்காமலிருக்க முயன்றாள்.

சூறையின் வருகையும் அதைத் தொடர்ந்து நடைபெற்று வந்த சம்பவங்களும் அவளுக்குப் பதற்றத்தை ஏற்படுத்தியிருந்தன. கேள்விகளாலும் சந்தேகங்களாலும் அலைக்கழிக்கப்பட்டவள் எல்லாவற்றுக்குமான விடைகளைக் குமரப்ப பண்டிதனிடமிருந்து தெரிந்துகொள்ள முடியும் என நினைத்தாள். அவளுக்குச் சூறையைப் பற்றித் தெரிந்துகொள்ளவும், அதன் நடமாட்டங்களைப் பற்றித் தெரிந்துகொள்ளவும், அது யாரைப் பழிகொள்ள வந்திருக்கிறது என்பதை அறிந்துகொள்ளவும் சூறையால் வேம்பன கவுண்டருக்கோ பூபதிக்கோ புத்திரன் வெள்ளிக்கோ ஏதாவது ஆபத்து நேரக்கூடுமா என்பதைத் தெரிந்துகொள்ள வேண்டும்.

மற்ற எல்லோரையும்விடப் புத்திரன் வெள்ளியைப் பற்றிய கவலைகளே அவளை அதிகமாக அலைக்கழித்துக்கொண்டிருந்தன. அந்தக் காரிச்சியோடு ஏதோ ஒருவகையான சகவாசத்தை வைத்துக்கொண்டிருக்கிறான் அவன். அவனை அவளிடமிருந்து விடுவிக்க வேண்டும். அதற்கான வழிமுறைகளைக் கண்டுபிடித்துத் தருமாறு பண்டிதனிடம் கேட்க வேண்டும். இது பூண்டற்றுப் போகச் சாபம் பெற்றிருக்கும் வேம்பன கவுண்டரின் வம்சம்,

குமாரசாமியின் குருதி படிந்த நிலம், சாமியாத்தாளின் சுவாசம் கலந்த காற்று சூறையின் உருக்கொண்டு பழி தீர்க்க அலைந்து கொண்டிருக்கிறது. அதற்கு ஏதாவது பரிகாரம் தேட வேண்டும், பிராயச்சித்தம் பெற்று மீள வேண்டும். பாருவின் கால் வெடத்தலாங்காட்டில் பதியும்போது இந்த வம்சத்தைப் பீடித்த சாபம் நீங்கும் என நினைத்தாள்.

அதுபற்றி குமரப்ப பண்டிதனிடம் கேட்க வேண்டும், அவள் அவனுக்காகக் காத்திருந்தாள்.

ஓயாது தன்னை அலைக்கழித்துக்கொண்டிருக்கும் வாழ்வின் கோலத்தை அவனிடமிருந்து அறிந்துகொள்ள விரும்பினாள். வெள்ளியின் மீதான நம்பிக்கைகளையும் அவநம்பிக்கைகளையும் அவனது கணிப்பு கொண்டு சரிபார்த்துக்கொள்ள விரும்பினாள். "நம்பு சின்னக் கவண்ட அப்பாவி கொமரு, நா பெத்த பயனுங்கற துக்காகச் சொல்லுல, அதுக்குச் சூதுவாது தெரியாது. நல்லது கெட்டது தெரியாது, ஆரு வந்து சிரிச்சுப் பேசுனாலு நம்பிக் கிட்டுப் பொறவாலயே போயிப்புடறே, ஒரு கள்ளுச் சாராயங் குடிக்கறதில்ல, கவண்டராட்ட துண்டிருக்கம் புடிச்ச பயனுமில்ல, கூத்தியா கீத்தியா வெச்சுக்குட்டுத் திரியற புத்தீமில்ல, என்னமோ படிப்புப் படிச்சு சில்லாவுலயே மொத ஆளா வந்துருக்கறான்னு சொல்றாங்கொ, அதுக்குத் தக்க அந்தஸ்து வந்து சேராமையா போயிரு? அது வாரபோது வருட்டு, அதப் பத்தியில்ல கொமரு, எனக்கு மனசுல ஓடிக்கிட்டிருக்கறதெல்லா வேறெ.

உனக்குத் தெரியாததில்ல கொமரு, நீ அல்லாத்தையு கண்ணத்தொறந்து பாத்துக்கிட்டிருக்கறே, இந்த ஊருல இருக்கற ஒவ்வொருத்தரப் பத்தியு உனக்குத் தெரியு, அல்லாருத்துச் சாதகத்தையு நீதே கணிச்செழுதியிருக்கறே, பொறப்புல இருந்து வளப்புல இருந்து கண்ணாலங்காச்சீலருந்து, அதுகளுக்குப் பொறக்கப்போற கொழந்த குட்டீலருந்து கடசீல ஆத்துக்கால்ல போயிப் படுக்கற வரைக்கு ஒவ்வொருத்தரப் பத்திய உனக்குத் தெரியாம ஒண்ணுமில்ல, இல்லையா கொமரு?

இப்பச் சொல்லு, இது நா வரைக்கு உங்கிட்ட ஒண்ணுங் கேட்டதில்ல, எத்தனையோ கஷ்டொ, எத்தனையோ அவுமானொ, அடி, ஒத, இன்னொ எத்தனையோ தும்பொ, அல்லாத்தையு அதது போக்குல அப்பியப்பிடியே ஏத்துக்கிட்டு இத்தன வருஷமாப் பொளச்சு வந்துட்டெ, ஆச்சு. தல நரச்சுப் போச்சு, கண் பார்வ மங்கிக்கிட்டு வருது, கை, கால்ல வெடுக்கு வெடுக்குன்னு அப்பப்பொ வலி வந்துபுட்டுப் போவுது, நாளைக்குப் போய்ச்

சேந்துருவம்ங்கற பயமெல்லா இல்ல கொமரு, காலமந்தா போய்ச் சேர வேண்டீதுதே, அப்பிடித்தான கொமரு? நா அதுக்கு பயப்படுல, எங்கவல வேற, அதக் கேட்டுட்டுப் போலாம்னுதே கவண்டர உட்டுட்டு உங்கிட்டத் தனியா வந்து நிக்கறது. சொல்லு, அல்லாத்தையு ஓடச்சுச் சொல்லு.

இப்ப எங்கு சாமியாத்தா வந்து சூறக்காத்தா சுத்திக்கிட் டிருக்குது, அதப் பத்தி ஆளுக்கொண்ணப் பேசிக்கிட்டிருக் கறாங்கொ, கவண்டரக் கூட்டிக்கிட்டுப் போயிருமுங்கறாங்கொ, பண்ணாடியக் கூட்டிக்கிட்டுப் போயிருமுங்கறாங்கொ, ஏ நம்பு வெள்ளியவே கூட்டிக்கிட்டுப் போயிருமுங்கறாங்கொ.

அவுனுக்குத் தண்ணீல கெண்டமிருக்குதுன்னு நீயே கணிச்சுச் சொல்லீருக்கறெ, இல்லையா கொமரு? அது இந்த இருவது இருவத்திரண்டு வருஷமா அவம் பொறந்தாப்பல இருந்து என்ன வதச்சுக்கிட்டிருக்கற சேதி, தகுந்தாப்பல அவ பொழு தனிக்கு ஆத்துக்காலச் சுத்திக்கிட்டிருக்கறே, எங்கு பண்ணை யத்துல இருக்கறாளே காரிச்சி அவ பொறவாள திரிஞ்சுக்கிட்டிருக் கறதா ஒரு தகவல் வருதெனக்கு, எனக்கு என்ன பண்றதுன்னு தெரில கொமரு, சொல்லு, அல்லாத்தையு எனக்குச் சொல்லு, ஆராரு சாவாங்கொ, ஆராரு பொளைப்பாங்கொ, எப்பிடிச் சாவாங்கொ, எப்பிடிப் பொளைப்பாங்கொ, நா இன்னொ எனத்தையெல்லாம் பாத்துட்டுப் போக வேண்டியதிருக்குது, அல்லாத்தையும் பாக்கறதுக்கு நானிருப்பனா?

வராதது வந்து அல்லாருத்துக்கு மிந்தி நாம் போயிச் சேந்துரு வனா? சொல்லு கொமரே, நீ கணிச்சு வெச்சிருக்கற ஒவ் வொண்ணையுஞ் சொல்லு, மண்ணாங்காட்டுல கெடைல கெடக்குதே லச்சுமியத்தெ, அவிய பொளைப்பாங்களா, போயிச் சேந்துருவாங்களா? மாமெ நல்லாருப்பாங்களா? சொல்லு, அல்லாத்தையு எனக்குச் சொல்லு கொமரு.”

யாருமே அற்ற பண்டிதனின் சிதைந்துகொண்டிருந்த அந்த வீட்டின் முற்றத்தில் இருள்வாசிக்கொடி படர்ந்திருந்த பந்தலுக்குக் கீழே பாசி பீடித்துக் கிடந்த திண்ணையில் அந்த வீட்டைச் சூழ்ந்திருந்த புதர்களுக்குள் அலைந்து திரிந்த சாரைகளைப் பற்றிய பயத்துக்கு இடந்தராமல் பண்டிதனுக்காகப் பொழுதிறங்கி யவரையும், இருள் சூழும் வரையும் அதற்குப் பிறகும்கூடக் காத்திருந்தாள் வேலம்மா.

11

சென்னி மூப்பனைத் தேடிக்கொண்டு போனாள் வேலம்மா. வெடத்தலாங்காட்டில் அப்போது யாருமே இல்லை. வேம்பன கவுண்டர் கயிற்றுக் கட்டிலில் கால்களை நீட்டிப் படுத்திருந்தார். தென்னைமர வரிசைக்கு அப்பாலிருந்து குறட்டைச் சத்தம் வந்து கொண்டிருந்தது. சத்தமெழுப்பாமல் அவரைக் கடந்து போனாள். மறுகரையில் மீன்கொத்தி ஒன்று 'விர்'ரெனப் பாய்ந்து அந்த மீனை ஒரே வீச்சில் கொத்திக்கொண்டு போனது. ஆச்சரியம் தாளாமல் பார்த்துக்கொண்டிருந்தாள். அவ்வளவு காலத்தில் ஒருமுறைகூட அப்படிப் பார்த்ததில்லை. வெடத்தலாங்காடு அதை விட்டால் வீடு, தொண்டுப்பட்டி மாடு கன்றுகள், ஆடுகள் என ஒடுங்கிவிட்ட மிகச் சிறியது உலகம்.

ஓரிரு தருணங்களில் தேவனாத்தாளைப் போய்ப் பார்த்திருக் கிறாள், அப்போது கூடக் கைதொட்டு அவளைக் கும்பிட வேண்டும் என்று தோன்றியதில்லை. விருந்து விசேஷங்களுக்கு அண்ணன்மார்கள் வீட்டுக்குப் போய்விடுவாள். அக்கா, தங்கச்சிகளைப் பார்க்க வேண்டுமென்றால் தனது தாயின் குலதெய்வமான ரட்ணமூர்த்தியைத் தேடிப்போய்விடுவாள். எப்போதாவது அதைப் பார்க்கும்போதுதான் இன்னும் இந்த நதியில் அவளால் பார்த்திருக்க முடியாத வேறு என்னென்ன உயிர்கள் இருந்திருக்கக்கூடும் என யோசிக்க விரும்பினாள். எஞ் சியிருக்கும் காலத்தில் வாழ்ந்து தீர்த்திருக்க முடியாத உயிர்கள். அற்பமானதாக நினைக்கத் தோன்றும் இந்த உயிர்கள் எத்தனை கோடி இருக்கும், அவையெல்லாம் எங்கே வசிக்கின்றன. அவற்றைப் படைத்தது யார்? மாடுகளையும் ஆடுகளையும் கோழிகளையும் பன்றிகளையும் பயிர், பச்சைகளையும் எதற்காகப் பிடித்து வைத்திருக்கிறோம்?

மனிதனுக்கு எத்தனை உயிர்கள் தேவைப்படுகின்றன?

பசி, அடங்காத பசி. அத்தனையையும் தின்று தீர்க்காமல் அவனது பசி அடங்காது போலிருக்கிறது.

நெல், கம்பு, சோளம், ராகி, தினை, சாமை, கடலை, எள், பாசிப் பயிறு, தட்டப்பயிறு, உளுந்து, அதெல்லாம் தவிர வடை, முறுக்கு, சீடை, கச்சாயம், பாயாசம், தயிர், மோர், பால், என

 நற்றிணை பதிப்பகம் ❖ 237

எத்தனை வகைப் பலகாரங்கள். மாடு, கோழி, ஆடு, பன்றி, முயல், உடும்பு, காடை, கௌதாரி, நாரை, செம்போத்து, அணில், அனலாங்குருவி, சிட்டுக்குருவி, என இதையும் யாரும் விட்டுவைத்ததாகத் தெரியவில்லை. எப்படியெல்லாம் தின்று தீர்க்கிறார்கள். அப்படித் தின்று தீர்ப்பதைப் பார்க்கும்போது சில சமயங்களில் அருவருப்பாகக்கூட இருக்கும். கிடாய் விருந்தென்றால் கொண்டாட்டம் சொல்லி மாளாது. கொடைநாள்களில் சேவல்களை அறுத்து, கழுத்தைத் திருகிப் பச்சை ரத்தத்தைக் குடிப்பார்கள் பூசாரிகள். ஆடுகள் பயந்து நடுங்குகின்றன. ஒரே வெட்டில் கழுத்துத் துண்டாகி விழுகிறது. ஆடுகள் மிகப் பரிதாபமாகப் பார்த்துக் கொண்டு கத்திக்குத் தலையைக் கொடுக்கின்றன. பூசாரிகளின் கண்களில் தாண்டவமாடிடும் வெறித்தனம். கண்களை இறுக மூடிக்கொண்டு ஒரே போடாகப் போட்டுவிடுகிறார்கள். சிரிப்பில் வன்மம் தெறிக்கிறது, பல சமயங்களில் பார்க்கச் சக்தியற்றவளாகக் கண்களை இறுக மூடிக்கொள்கிறாள். பாவத்தே எனத் தனக்குள்ளாக முனகுகிறாள். போகப் போக எல்லாம் இயல்பாக மாறிவிடுகிறது. பிறகு சடங்குகளில் முழுகிவிடுகிறீர்கள். அப்போது அந்த உயிர்களைத் தின்று தீர்க்க சாமியின் உத்தரவு கிடைத்துவிடுகிறது. வேட்டையாடுவதற்கான உத்தரவு.

ஒருவகையில் ஒவ்வொன்றும் வேட்டைக்காடுதான் என நினைத்தாள் வேலம்மா.

கொன்று தீர்க்கப்படுபவை அந்த உயிர்கள் மட்டுமல்ல, மற்ற மனிதர்களும்தாம்.

வேம்பன கவுண்டர்கள் சாமியாத்தாக்களைக் கொல்கிறார்கள். சாமியாத்தாள் குமாரசாமியை, குமாரசாமி பூபதியை, லட்சுமியைப் பிறகு மாரியை, பிறகு தெய்வப்பிறவியான இளம் பெருமாத்தா, டே, போயிரு இங்கருந்து, போயிடுடா, நாக்கு அழுகிப்போயுருமடா, பெருமாத்தா என்னயக் காப்பாத்து, அவளது சகோதரன் கொற்றவேல் மாரியைச் சுற்றிச் சுற்றி வந்தானே, இன்னும் எத்தனை உடல்கள் தேவைப்படுகின்றன?

தனக்கு எத்தனை உடல்கள் தேவைப்பட்டிருக்கின்றன என யோசிக்க முயன்றாள் வேலம்மா.

பால்ய பருவத்தை எட்டியபோது அவளுக்கும்கூட ஒரு உடல் தேவைப்பட்டிருக்கிறது. ஒரே ஒரு உடல் மட்டும். பால்

யத்தின் நிழல் அப்போது அவள் மீது கவியத் தொடங்கியிருந்தது. மரமல்லிப் பூக்களின் வாசனை வீசிக்கொண்டிருந்த இரவொன்றில் அவனைத் தழுவிக்கொண்டாள். அவன் அவளை முத்தமிட்ட நினைவிருக்கிறது. இனிப்புச் சுவை கொண்ட அந்த முத்தத்தை வெகுகாலம் வரை நினைவுகளில் சேகரித்து வைத்திருந்தான் பிறகு அவளது நினைவுகளிலிருந்து அவன் காணாமல் போனான். மரமல்லிப் பூக்களின் வாசனையை உணரும்போதெல்லாம் அவள் அவனை நினைத்துக் கொள்வாள்.

வேறோர் உடல் வாய்க்கவில்லை. பூபதியைக் கல்யாணம் செய்துகொண்டு வந்தபோது அவளுக்கு அவனைப் பிடிக்கவே இல்லை. அவன் முரட்டு உருவம் கொண்டவனாக இருந்தான். கற்றை கற்றையாக ரோமம் மண்டிக்கிடந்தது அந்த உடலில். சட்டையைக் கழற்றிப் போட்டுவிட்டு அவன் வந்தபோது அவள் பதற்றமடைந்தாள். அவனது உடலிலிருந்து சாராய நெடி வீசிக்கொண்டிருந்தது. அவளுக்குக் குமட்டிற்று, வாந்தி வந்தது, பூபதி அதைப் பொருட்படுத்தவில்லை. அவளது யோனியிலிருந்து ரத்தம் கசிந்தது. பிறகு அவன் உறக்கத்தில் ஆழ்ந்தான். வெகு நேரம் வரை அழுதுகொண்டிருந்தாள். தவித்தாள், புரண்டாள், அப்போது அவள் தன்னை முதல்முதலாகத் தீண்டிய அந்த மனிதனை நினைத்துக்கொண்டாள். அந்தத் தீண்டலிலேயே உச்சம் பெற்றாள். அவனது பெயரோ உருவமோ நினைவில் இல்லாதபோது நீரூற்றாக அவனது உருவம் தத்தளித்துக் கொண்டிருந்தது. பிறகு அவள் தனது காதலின் ஊற்றுக்கண்களைக் கண்டுபிடித்தாள். உருவமற்ற பால்யத்தின் அந்த உடலைக் கண்டுபிடித்தாள். அவன் அவளைத் தழுவினான், முத்தமிட்டான், இருவரும் நேரம்போவது தெரியாமல் பேசிக்கொண்டிருப்பார்கள். அவன் அவளுக்குக் கிச்சுக்கிச்சு மூட்டுவான், யாருமற்ற நேரங்களில் அவள் அவனுக்குச் சமைத்துப் போடுவாள், பலகாரங் களைத் தின்னத் தருவாள். அவனுக்கு ஊட்டிவிடுவாள். பூபதியோ வேறு யாருமோ திடீரென உள்ளே வந்துவிட நேரும்போது அவள் அமைதியாகிவிடுவாள். “செரி போயிட்டு அப்பறமா வா” எனத் தணிந்த குரலில் முணுமுணுத்தபடியே அடுப்படிக்குள் போய்விடுவாள். சத்தமின்றி வேலைகளைப் பார்த்துக்கொண் டிருப்பாள். சில சமயங்களில் மனம் பேதலிக்கும். மனப்பிறழ்வுக் குள்ளாவாள், பிதற்றிக் கிடப்பாள், எல்லோரையும் வசைபாடுவாள், கையில் கிடைக்கும் பொருள்களைத் தூக்கி வீசுவாள், சூறையாடு

வாள். அப்போது அவளுக்குப் பேய் பிடித்திருப்பதாக எல்லோரும் சொல்வார்கள். அவளுக்கு அது ஒரு விளையாட்டாக மாறும். கண்களை உருட்டி விழித்துக்கொண்டு அலைந்து திரிவாள். பிறகு யாராவது ஒரு மூப்பனோ பண்டாரமோ பேயை விரட்டுவ தற்கு வருவார்கள். எல்லோரையும் முந்திக்கொண்டு போய்ப் பண்டாரத்தின்முன் நிற்பாள். கள்ளும் சாராயமும் கொண்டு வரச்சொல்லிக் கேட்பாள். பண்டாரம் பிரம்பால் விளாசுவான், கைகளைத் தட்டிக்கொண்டு சிரிப்பாள், பேய்ச்சிரிப்பு, பிரம்படி யைப் பொருட்படுத்தாமல் சாராயத்தையும் கள்ளையும் குடித்துக் கொண்டு பத்து நாள்கள்வரை கிடப்பாள். பிறகு சோர்ந்து போவாள். பண்டாரம் வந்து அழைத்துக் கொண்டுபோய் புளியமரம் ஒன்றில் ஆணியடித்து மயிர்க்கற்றை ஒன்றைக் கத்தரித்து எடுத்துக்கொண்டுபோய் வைத்துவிட்டுப் போவான்.

அந்த நாள்களில் அசைவே இல்லாமல் கிடப்பாள். உடல் வலி தாளமுடியாததாக இருக்கும். பிறகு எழுந்து நடமாடத் தொடங்குவாள்.

எல்லாவற்றையும் அவள் கண்காணித்துக்கொண்டுதான் இருப்பாள். பண்டாரத்தின் பிரம்படியை மூர்க்கமாக எதிர்கொள் வாள். ஒவ்வோர் அடியும் விஷம்போல ஏறும். அவள் நாக்கைச் சப்புக்கொட்டிக்கொண்டு விஷத்தைச் சுவைத்துக் கொண்டிருப் பாள். எல்லோரையும் பழிதீர்த்த உணர்வு மேலோங்கும். யாருமற்ற தன் ரகசியக் காதலனைத் தேடிக்கொண்டு போவாள். அவன் அவள் அருகிலேயே இருப்பான். யாருமற்ற அவனுடன் யாருமே இல்லாமல் வாழ்ந்துகொண்டிருப்பாள். சவம்போல அவளைப் புணர்ந்தெழுவான் பூபதி. உடல் விரைத்திருக்கும், வெகுநேரம்வரை அவனைப் பார்த்துக்கொண்டு அம்மணமாகக் கிடப்பாள்.

பூபதி பதற்றமடையத் தொடங்கிவிடுவான். "அல்லே எதுக்கு இப்படி முண்டக்கட்டயா கெடக்கறே, எந்துருச்சு ஒரு சொப்பு தண்ணிகிண்ணி ஊத்திக்கிட்டு வந்து படுலே" எனச் சத்தம் போடுவான். அவள் அதைப் பொருட்படுத்தாமல் அப்படியே கிடப்பாள். "அல்லே எந்திரி" என மீண்டும் அவளை எழுப்ப முயல்வான். "உனக்கென்ன பயித்தியங்கியித்தியம் புடுச்சுக் கிச்சாக்கு" எனக் கேட்பான். அவள் சலனமில்லாமல் கிடப்பாள். பூபதி குறுக்கும் மறுக்கும் நடந்து திரிவான். பிறகு "கெரகத்தெ" எனச் சொல்லிவிட்டு எழுந்து கயிற்றுக் கட்டில் ஒன்றைப் போட்டு முடங்கிக்கொள்வான்.

அவள் புன்னகைத்துக்கொள்வாள்.

சலனமற்றுப் பெருகிக்கொண்டிருந்தது நதி.

தொலைவில் செம்போத்துகளும் நாரைகளும் தென்பட்டன. ‘ட்ட்ட்டீடீடீ’ என ஆக்காட்டி ஒன்று பறந்து திரிந்தது. அவ்வளவு உயிர்கள். அவையெல்லாம் இப்போது எங்கே போயின என யோசித்தாள் வேலம்மா. சற்று நேரம் இந்த ஆற்றில் நின்று அதைப் பார்த்துக்கொண்டிருக்க வேண்டும் எனத் தோன்றியது.

12

ஏணியைத் தோளில் சாத்தி, சொரப்புரடையுடனும் எடக்கவுத்துடனும் ஆத்துக்காலை நோக்கி நடந்துகொண்டிருந்தான் சென்னி மூப்பன்.

பெட்டியில் பாளைக்கத்தி, நடையில் வாலிபத்தின் துடிப்பு. பார்த்தவர்கள் வாயடைபட்டுப் போனார்கள். "என்ன சென்னி, என்ன கோலெலா இது? இத்தன வருஷமா இல்லாத கதயா, அதுவு மட்ட மத்தியானத்துல ஏணியத் தோள்ல சாத்திக்கிட்டுக் கௌம்பீட்டே? பழைய நெனப்பாக்கு?" என எதிரே வந்து கொண்டிருந்த பண்ணாடிக்குப் பதில் சொல்லாமல் மீசையை ஒதுக்கிச் சிரித்துக்கொண்டே கடந்து சென்றான். போகப்போக நடையில் வேகம் கூடியது.

அரண்மனைக்காட்டை எட்டியதும் கண்கள் கூர்ந்தன. ஆடுகளின் சத்தத்தைக் கேட்டதும் சற்று நிதானித்தான். எதிரே நின்ற பனையொன்றின் தூரில் ஏணியைச் சாய்த்து வைத்துவிட்டு எடக்கவுத்தைப் போட்டுக்கொண்டான். புகையிலைக் குச்சி யொன்றை இணுங்கி அதக்கிக்கொண்டு ஒருகணம் கண்களை மூடி நின்றான். முட்டிகட்டி நின்ற பனையொன்றை அண்ணாந்து பார்த்தான். அந்த வெயிலுக்குக் கண்கள் கூசின. பிறகொரு பெருமூச்சுடன் மரத்தை அணைத்துக்கொண்டு அதன் கனத்த சொரசொரப்பான அடித்தூரில் பாதங்களைப் பதித்தான்.

கால்கள் நடுங்கின, பாதங்களில் கூச்சம். இரண்டு மூன்று எட்டுகளில் பாதங்கள் தம் பிடிப்பை இழந்து நழுவத்தொடங்கின. மூச்சை இழுத்துப்பிடித்துத் தோள்களுக்கு வலுவேற்றினான். மரத்தின் சொரசொரப்பான பட்டைகளில் பாதங்களைத் தேய்த்துப் பழக்கப்படுத்திக்கொண்டான். பிறகு ஒரே வீச்சில் தாவி உச்சியை அடைந்தான்.

அது மிக உயரமான பனை. அரண்மனைக்காடு முழுவதை யும் அங்கிருந்து தெளிவாகக் காண முடிந்தது. தொலைவில் அரண்மனைக் காளைகள் தென்பட்டன. இடையனொருவன் தோள்களில் கவையொன்றைச் சரித்து வைத்துக்கொண்டு அவற்றின் அசைவுகளை வேடிக்கை பார்த்துக்கொண்டு நின்றான். தேவனாத்தா கோயில் குதிரைத் திட்டுக்கப்பால் தென்பட்ட

வேப்பமர நிழல் வரிசையில் காரிச்சியின் ஆடுகள் அசைபோட்டுக் கிடந்தன. அவளைக் காணோம்.

மூப்பன் புன்னகைத்துக்கொண்டான்.

வெள்ளி தொக்கடாவைத் தாண்டி அரண்மனைக் காட்டுக் குள் காலடி எடுத்து வைத்தபோதே அவனைப் பின்தொடர்ந்திருந் தான் மூப்பன். காரிச்சிக்கும் அவனுக்குமிடையே நெருக்கம் கூடிக் கொண்டுவருவது அவனைக் கவலையுறச் செய்திருந்தது. வேலம்மா அதைப் பற்றிப் பலமுறை அவனிடம் பேசியிருந்தாள். தன் புத்திரனுக்குக் காரிச்சி ஏதாவது தீவினையைக் கொண்டுவந்து விட்டுவிடுவாளோ என்னும் பதற்றம் அவளுக்கு வெகு கால மாகவே இருந்து வந்தது. நாள்தோறும் அவள் அவனை நதிக் கரைக்கு அழைத்துக்கொண்டிருக்கிறாள். அவள் அவனை மயக்கி வைத்திருக்கிறாள். அவளோடு சேர்ந்து நதிநீரில் குதியாட்டம் போடுகிறான், கெக்கலித்துக் கிடக்கிறான். அவன் அவளது பேச்சைக் கேட்டு மருதங்குழிக்குள் இறங்கி அதன் அடியாழம்வரை மூழ்கி எழுந்ததையும் பாறையிடுக்குகளுக்குள் மீன்களைத் தேடி அலைந்துகொண்டிருந்ததையும் இடையர்கள் சிலர் அவளுக்குச் சொல்லியிருந்தார்கள்.

அதற்காக அவள் ஒருநாள் அவனைக் கண்டித்தாள். அவன் அதைப் பொருட்படுத்தியதாகத் தெரியவில்லை. ஒரு நள்ளிரவில் அவன் அவளைத் தேடிக்கொண்டு ஆட்டுப்பட்டிக்குப் போய் விட்டதுதான் அவளுக்கு அதிகக் கலக்கத்தை ஏற்படுத்தியது. நன்றாகத் தூங்கிக்கொண்டிருந்தவள் நாயின் குரைப்பைக் கேட்டு எழுந்து வாசலுக்கு வந்தபோது, வெள்ளி பட்டியிலிருந்து திரும்பிக் கொண்டிருந்ததைப் பார்த்தாள். அவளுக்கு மனம் பொடிந்து போயிற்று.

புத்திரனும் தகப்பனின் துர்க்குணங்களால் பீடிக்கப்பட்டு விட்டானோ என நினைத்தாள். அவனது நடமாட்டங்களைப் பற்றிய ஊராரின் பேச்சுகள் அவளுக்குப் பீதியை ஏற்படுத் தியிருந்தன. வேம்பன கவுண்டரிடமோ பூபதியிடமோ யோசனை கேட்கவும் அவளுக்குத் தயக்கம். மிக எச்சரிக்கையாக அதைக் கையாள வேண்டுமெனத் தீர்மானித்தவள் கடைசியில் சென்னி மூப்பனைக் கலந்தாலோசிக்க முடிவுசெய்தாள்,

"வெள்ளி நம்பக் கூறுகெட்டுக்கிட்டானாட்ட இருக்குது சென்னி? அத்தன பாடுபட்டு வளத்தி, சில்லா உட்டுச் சில்லாக் கொண்டுகிட்டுப் போயி அத்தனயப் படிக்க வெச்சு, ஒண்ணுக்கும்

 நற்றிணை பதிப்பகம் ❖ 243

பிரயோசனப்படாமப் போயிருவானாட்ட இருக்குது, கடசீல இது அவுங்கப்பனாட்டவே தொண்டாப் போயிருமாட்ட இருக்குது சென்னி."

"விசுக்குனு அப்பிடி நெனச்சுக்கப்படாது. வலுச, தெரியாம எதையாச்சும் பண்ணியிருக்கு."

"தெரியாம எனத்தப் பண்ணுது, தெரியாம? சாமத்துல இவுனுக்கு அவகிட்ட என்ன வேல? இன்ன மொளச்சு மூணெல உடக் காணா, அதுக்குள்ள கூத்தியா கேக்குதாக்கு? எதாச்சும் பண்ணோணுஞ் சென்னி, இப்பிடியே உட்டா அப்பறொ நெல கொண்டுபோயிச் சேத்த முடியாது. இன்னைக்கு இப்பிடிச் செய்வே, நாளைக்குக் கள்ளுச்சாராயங் குடிப்பே, அப்பறொ கண்டவியளோட சேந்துகிட்டுச் சுத்த வேண்டீதே, சேவக் கட்டுக்குங் கீவக்கட்டுக்கும் போவ வேண்டீதுதே, அவியப் பனாட்டவே ஆரு தலையிலியாச்சுக் கல்லத் தூக்கிப் போட்டுக் கொன்னு நத்தத்தக் கழுவி ஆத்துல உட்டுப்புட்டு ஊடு வந்து அலுங்காமப்படுத்துக்க வேண்டீதுதே. இதெப்ப நடக்கப்போவு துன்னு தெரீல. ஆனா தலக்கட்டுக்கு ஒண்ணுன்னு இந்த வம்சத்துக்கு எழுதிப்புட்டுதாட்ட இருக்குது."

சொல்லிக்கொண்டிருந்தபோதே அவளுக்குக் கண்ணீர் பெருகத் தொடங்கியிருந்தது. சத்தமின்றி அழுதுகொண்டிருந்தாள். மூப்பனுக்குத் தாளவில்லை,

"எதுக்குக் கண்டதையெல்லா நெனச்சு மறுவிக்கிட்டு? பேசாம இருக்கோணு" என ஏதேதோ சொல்லி அவளைத் தேற்ற முயன்றான், அவள் ஓயாமல் புலம்பிக் கொண்டிருந்தாள். "என்ன ஏதுன்னு வெசாரிக்காம இந்தப் பாவப்பட்ட வமுசத்துக்கு என்னையக் கட்டிக் குடுத்தாங்க பாரு, அவீளச் சொல்லோணு. எனையப் பெத்தாங்களா, இல்லத் தவுட்டுக்கு வாங்கியாந்து வளத்துனாங்களோனு தெரீல" எனக் கண்ணீர் விட்டாள்,

"ஒரு பழமைன்னா அதோட நிக்கப் பழவிக்கோணு, ஒண்ணத் தொட்டு ஒண்ணுன்னு அல்லாத்தையு நெனச்சுப் பாத்தாக் கஷ்டந்தே. குடும்பம் பாக்கறதுன்னா வெளையாட்டா பின்ன? அல்லாத்துக்கு ஈடு குடுத்துப் பொளச்சு வந்தாத்தேங் குடும்பொ."

"எத்தன நாளைக்குச் சீப்படறது போ."

ஒன்றுமே சொல்லாமல் மண்ணைக் கிளறிக்கொண்டிருந்தான் மூப்பன்.

“எதாச்சு ரோசன சொல்லு சென்னி, எனக்குச் செமக்க முடிலெ.”

“ரோசனயென்ன ரோசன? கூப்புட்டு மெரட்டியுட்டுப்புட வேண்டீதுதே” என்றான் மூப்பன்.

“யார மெரட்டறது?”

“அவள மெரட்டியுட்டுப்புட வேண்டீதுதே. இல்ல வளச்சு முடிக்கியுட்டுப்புட வேண்டீத்துதே?”

“மெரட்டுனா அவ பயப்படுவாளா? மின்னயாச்சு அவுளுக்கு இவங்கப்பெ ஒருத்தந்தே ஆதரவு. இப்ப ரண்டு பேருத்து கை யிருக்குது. அவள மெரட்டப் போயி அப்பறொ இவியப்பனுக்குத் தெரிஞ்சா குடும்பங் காலியா போயிரும். நா எத்தனயத் தாங்குவெஞ்சொல்லு, மொதல்லயே அடிவாங்கி அடிவாங்கிக் கறி நஞ்சு போய்க்கெடக்குது. நாம ஒண்ணப் பண்ணப்போயி வேறொண்ணா ஆவாதுன்னு என்ன நிச்சயொ? இழுத்துக்கிட்டுப் போயிட்டான்னு வெச்சுக்க, அல்லாரு நாணுக்கிட்டுச் சாவ வேண்டீததுதேஞ் சென்னி.”

மூப்பனுக்குக் கிறுகிறுப்புத் தட்டியது, கண்கள் இருளத் தொடங்கின, கால்களில் தள்ளாட்டம். மூப்பன் புன்னகைத்துக் கொண்டான். தன் காலம் நெருங்கிவிட்டது என நினைத்துக் கொண்டவன் பனையிலிருந்து நிதானமாகக் கீழே இறங்கினான். ஏணியைச் சாத்திவைத்துவிட்டு அங்கிருந்த வேலாமர நிழலில் உட்கார்ந்தான். தொலைவில் ஆடுகளைக் கூவியழைக்கும் காரிச்சியின் ‘கூவேகூவே’ என்னும் சத்தம். அரண்மனைக் காட்டில் உலவிக் கொண்டிருந்த இரு ஆக்காட்டிகள், ‘ட்ட்டீவ் ட்ட்டீவ்’ எனப் பெருங்குரலெடுத்துக் கத்திக்கொண்டே ஆத்துக்காலைத் தேடிப் பறந்தன.

யோசனைகளில் மூழ்கத் தொடங்கினான் மூப்பன்.

13

சாவைத் தவிர வேறெதுவும் எஞ்சியிருப்பதாக அவனுக்குத் தோன்றவில்லை. செத்துப்போய்விட்டால் அழுவதற்காவது யாராவது இருக்கிறார்களா என யோசிக்க முயன்றான்.

வருடங்களுக்கு முன்பே பிழைப்புத் தேடித் தெற்கே மேற்கே எனப் போய்விட்ட சகோதரிகள் எல்லோரும் தகவல் கேட்டுத் தடம் வழி தேடி, "எம்பொறப்பே" எனத் தலையில் சீலையைப் போட்டுக்கொண்டு வந்து சேர்வதற்குள் பிணம் நாறிப்போய்விடும். ஊர் பார்த்துக்கொண்டு உட்கார்ந்திருக்கவா போகிறது, "வாரப்ப வருட்டு, மொதல்ல காடு கொண்டுபோயிச் சேத்தற வழியப் பாப்பொ" எனச் செய்ய முடிந்ததைச் செய்துகொண்டுபோய்ச் சேர்த்துவிடும். தேர்கட்டிக்கொண்டு போக யாராவது இருக்கிறார்களா? இல்லை வெறுமனே பாடையில் கிடத்தி எடுத்துக்கொண்டு போய் ஆத்துக்காலில் வைத்து அரைகுறையாய்ச் சுட்டுப்போட்டு விட்டு வந்துவிடுவார்களா? சீர் செய்துகொண்டு போய்ச் சேர்ப்பதற்கெல்லாம் கொடுத்து வைத்திருக்க வேண்டும்.

ஈத்துப் பேத்தெல்லாம் கட்டிலைச் சுற்றி நிற்க அவர்களையெல்லாம் பார்த்துக்கொண்டே கண்ணை மூட வாய்த்தால் அது ஒரு வாழ்வு. ஆளுக்கொரு மூலையில் நின்று நெய்ப்பந்தம் பிடிக்க ஆள் இருக்க வேண்டும். சொல்லி அழுவதற்கு யாராவது இல்லாவிட்டால் செத்தும் புண்ணியமில்லை எனத் தோன்றியது அவனுக்கு.

தகப்பன்மார்களுக்கென, தாய்மார்களுக்கென, பொறந்தவன் மார்களுக்கென, மாமன்மார்களுக்கென, அப்பாரய்யன்களுக்கென, அப்பிச்சிமார்களுக்கென இழவு வீட்டில் கட்டியழுவதற்கு ஒவ்வொருவருக்கும் நான்கைந்து பாட்டுகளைக் கற்று வைத்திருப் பார்கள் நொய்யல்கரைப் பெண்கள். முறை வைத்து அழுது முடிப்பதற்குள் போதும் போதுமென்றாகிவிடும். சொல்லவும் முடியாது, "ஏ? என்ன அவுசெரொ? இத்தன வருஷம் பொளச்சு, பெத்துப்பெறப்பு, பங்கும்பங்காளி, மக்கமருமக்க, ஈத்துப்பேத்துன்னு அத்தன பேருக்கு அப்பிடிப் பொளச்சவுங்கள அத்தன அவுசரமா கொண்டுபோயி ஆத்துக்கால்ல வெக்காட்ட யென்னொ?" என இழவு வீடெனப் பார்க்காமல் சண்டைக்கு வந்துவிடுவார்கள்.

பக்குவமாகச் சொல்லத் தெரிந்திருக்க வேண்டும். "நேரமாவிக் கிச்சாயா, பொழுதெறங்கப் போவுது. காடுகொண்டு போயிச் சேத்த வேண்டாமா? சனமெல்லா பச்சத்தண்ணி பல்லுல படாமக் கெடக்குது" என யாரையாவது வெளியே கூப்பிட்டுத் தணிந்த குரலில் கேட்டுக்கொள்ள வேண்டும். அப்படியும் ஒரு பாட்டைச் சொல்லி மூக்கைச் சிந்திவிட்டுத்தான் வெளியே வருவார்கள். சிலரது பாட்டுச் சொக்க வைக்கும். இழவு பாட்டுத் தெரியாதவளுக்கு ஊரில் மதிப்பே இருக்காது. தாலி கழுத்தில் ஏறுமுன்பே எல்லாவற்றையும் கற்றுக்கொண்டுவிடுவார்கள். "நாஞ்செத்துப் போனா என்ன பாட்டுச் சொல்லி அழுவுவியாயா? எங்க ஒரு பாட்டுப் பாடிக்காட்டு பாக்கலா" என அப்பாரய்யனோ அப்பிச்சியோ கேட்கும்போது கட்டில் குத்துக்காலில் உட்கார்ந்து தயக்கமில்லாமல் பாடத் தெரிந்திருக்க வேண்டும். இல்லா விட்டால், "என்ன புள்ள பெத்து என்ன வளத்தியென்ன, ரண்டு பாட்டுச் சொல்லத் தெரீல" எனக் கேலி பேசுவார்கள்.

காரிச்சி அவனுக்காக நிறையப் பாட்டுகளைக் கற்று வைத்திருந்தாள்.

ஒருநாள் களத்தில் உட்கார்ந்து கொட்டமுத்து எடுத்துக் கொண்டிருந்தபோது ஒவ்வொன்றாகப் பாடிக்காட்டியபோது மூப்பனுக்கு மனம் தளும்பிவிட்டது. "பாட்டுக்கு ஆளுச் சேந்துக்குச்சு சென்னி, இனிக் கவலப்படாமக் கண்ண மூடலா" என அப்போது யாரோ கேலி செய்தது நினைவுக்கு வந்தது. தான் செத்துப்போனால் அந்தப் பாட்டுகளை ஒன்றுவிடாமல் பாடவேண்டும் என அப்போது அவளிடம் சத்தியம் வாங்கிக் கொண்டான் மூப்பன். நெய்ப்பந்தம் பிடிக்க ஆளில்லை.

மேற்கே மாமனார் வீட்டோடு இருந்த தம்பி செத்துப் போனதற்கப்புறம் ஒட்டுறவில்லாமல் போய்விட்டது. அவனுக் காவது ஈத்துப்பேத்து இருந்திருக்கக் கூடாதா என நினைத்தான் மூப்பன். "எங்கு பெரியப்பிச்சி செத்துப்போயிருச்சாமா" என எங்கிருந்தாலும் நெய்ப்பந்தம் பிடிக்க வந்து நின்றிருப்பார்களே.

"நீ கவலைப்படாத சென்னி, நெய்ப்பந்தம் புடிக்கறதுக்கா ஆளில்லாமப் போச்சு, நம்பு கிரி இருக்கறே, அவனப் புடிக்கச் சொன்னாக் கெடக்குது. ஏ காரிச்சியப் புடிக்கச் சொன்னாக் கெடக்குது. அவ உனக்குப் பேத்தியாட்டந்தான?" என ஒருமுறை இதைப் பற்றிப் பேசிக்கொண்டிருந்தபோது வேம்பன கவுண்டர் சொன்னது வெறும் பேச்சுக்காகவா எனத் தெரியவில்லை.

தனக்காகத் துக்கப்படக்கூடிய ஒரு ஜீவன் அவள் என்பதில் மூப்பனுக்குச் சந்தேகமுமில்லை. அவனைப் போன்றே துணையு மற்று அலைந்துகொண்டிருக்கும் சபிக்கப்பட்ட பிறவி.

பல சமயங்களில் மூப்பன் அவளுக்காகக் கண்ணீர் பெருக்கி யிருக்கிறான். நொய்யல்கரைக்கு வந்து உழன்று கிடக்க வேண்டுமென அவளுக்கு யார்தான் விதித்தது? பூபதி விதைத்த வினை. அவளுடைய தாய் மாரியை நொய்யல்கரைக்கு இழுத்துக் கொண்டு வந்தவன் அவன்தான். இல்லாவிட்டால் அவள் வேறு எங்காவது பிறந்து வேறெப்படியாவது வளர்ந்திருப்பாள். கூழோ கும்மாயமோ குடித்துக்கொண்டு பெற்றவர்களின் நிழலில் தனக்கென ஒரு சிறிய வாழ்வைப் பெற்றுக்கொண்டிருப்பாள். தாய் பூபதியின் பார்வையில் படாமல் இருந்திருந்தால் காரிச்சிக்குப் பிறவியேகூட இல்லாமல் போயிருந்திருக்கும். யார் செய்த பாவம்? பூபதியா? மாரியா?

மாரி செத்துப்போனபோது தூக்கிப்போடக்கூட ஆளில்லை. மாதாரிவளவிலிருந்து யாரும் வந்து எட்டிப் பார்க்கவில்லை. தாயின் சாவை மிகத் தாமதமாக அறிந்துகொண்டிருந்த காரிச்சி, அழுது தீராத கண்களுடன் மூப்பனைத் தேடிக்கொண்டு பதிக்கு வந்து நின்றபோது இருட்டியிருந்தது. மூப்பன்தான் தெக்கு வேலிக்குப் போய் முதலில் அவளது சடலத்தைப் பார்த்தவன். வெறுந்தரையில் குப்புறக் கிடந்தாள்.

செத்து வெகு நேரம் ஆகியிருக்க வேண்டும். சடலம் நாற்ற மெடுக்கத் தொடங்கியிருந்தது. எப்போது, எப்படிச் செத்தாள் என்பதற்கான தடயம் எதுவும் தென்படவில்லை. வேம்பன கவுண்டருக்குத் தகவல் போய் அவர் வந்து சேர்ந்தபோது நடுச்சாமமாகியிருந்தது. பூபதி ஆளையே காணோம். சவத்தை உடனடியாக எடுத்துவிட வேண்டும் என அவசரப்படுத்தினாள் வேலம்மா.

வேம்பன கவுண்டர் ஒன்றுமே சொல்லவில்லை. அவரிடம் எந்த ஆலோசனையும் கேட்காமல் கொண்டானுக்குத் தகவல் சொல்ல ஆள் அனுப்பியிருந்தாள் வேலம்மா. கொண்டான் எதையும் செய்ய மறுத்துவிட்டான். "அப்பறொ உம்பட மருமவ தான கொண்டே? சும்மா மஞ்சளக் கொட்டி எடுத்துக்கிட்டுப்போயி ஆத்துக்கால்ல குழியத் தோண்டி வெச்சுப்புட்டு வாரதுக்கென்ன?" என ஆன மட்டும் சொல்லிப் பார்த்தாள். "நாம சொல்லி ஒண்ணக்கேக்காமப் போறானே இவென் நெனச்சுக்குட்டாலுஞ் செரீங்காத்தா, மனசு கேக்குலீங்காத்தா. உத்தரவு குடுத்தீங்கன்னா

எம்பட சோலியப் பாத்துக்குட்டு நாம்போயிக்குவெ" என அவ்வளவு பிடிவாதமாக நின்றான்.

வளவு ஆள்கள் யாராலும் அவளை ஏற்க முடியவில்லை. பிறகு ஊரெல்லாம் சேர்ந்து கட்டாயப்படுத்தித்தான் அவளைக் கொண்டுசெல்லச் சம்மதித்தார்கள். காரிச்சிக்கு அடைக்கலம் கொள்ள ஓரிடம் இல்லாமல் போய்விட்டது. தாயைத் தூக்கிச் சென்ற பிறகு துண்டஞ்சேலை ஒன்றைப் போர்த்திக்கொண்டு கொஞ்சநேரம் களத்தோரம் கிடந்தவள் மறுநாள் யாருடைய கண்ணுக்கும் தட்டுப்படவில்லை.

மூப்பன் பரிதவித்துப் போனான். அவளைத் தேவனாத்தா கோயில் பக்கமாகப் பார்த்ததாக யாரோ சொல்லவே அங்கு போய்த் தேடினான். பிறகு மதுரைவீரன் கோயிலடியில் பார்த்த தாகவும் ஒரு தகவல். அங்கேயும் அவளைக் கண்டுபிடிக்க முடிய வில்லை. நான்கு நாள்களுக்குப் பிறகு ஊர் திரும்பியிருந்த பூபதி தகவலைக் கேட்டுச் சும்மா உதட்டைச் சுழித்துக் கொண்டதோடு சரி. அந்தக் குழந்தை என்ன ஆனாள் என ஒரு வார்த்தை கேட்கவில்லை. அவனுக்குப் பவிசு கூடிக் கொண்டிருந்த தருணம் அது. துண்டைத் தோளில் போட்டுக்கொண்டு நாலு பேருக்கு நியாயம் சொல்லுமளவுக்குப் பெரிய மனுஷனாகியிருந்தவனுக்கு அது ஒரு பொருட்டாக இருந்திருக்கவும் வாய்ப்பில்லை. "எப்படியோ கெரவந் தொலஞ்சாச் செரி" என நினைத்திருந் திருப்பான்.

வேம்பன கவுண்டர் கூட ஒரு வார்த்தை கேட்காததைத்தான் மூப்பனால் தாங்க முடியவில்லை. புத்திர பாசம் கண்ணை மறைத்துவிட்டது. தன் புத்திரன் நொய்யல் கரையில் பிறந்து, அவரது மண்ணைக்கொத்திப் பிழைத்துக்கொண்டிருந்த மசையனைப் பலிகொண்டு, அவனிடமிருந்து மாரியைப் பறித்துக் கொண்டபோதும் பிறகு நொய்யல்கரையை விட்டுத் துரத்திய போதும் பார்த்துக்கொண்டு நின்றவர்தானே அவர்? எல்லா வற்றுக்கும் அவர் சாட்சி, வெறும் சாட்சி மட்டுமே.

14

மாரி செத்துப்போனபோது, காரிச்சிக்கு ஏழெட்டு வயதுகூட நிரம்பியிருக்கவில்லை. நிராதரவாக நின்ற அந்தக் குழந்தைக்காகப் பரிந்துபேசக்கூட அவருக்கு முடியாமல் போய்விட்டது. வேம்பன கவுண்டரின் உறவு மூப்பனுக்குக் கசந்த முதல் தருணம் அது.

யாரையும் பொருட்படுத்தாமல் தனி ஆளாக அவளைத் தேடி அலைந்துகொண்டிருந்தான் மூப்பன். இரண்டு மூன்று நாள்களுக்குப் பிறகு பொழுதிறங்கும் நேரத்தில் கொக்குப்பாறை யின்மீது உட்கார்ந்தபடி எதையோ பாடிக்கொண்டிருந்தவளைப் பனையொன்றின் உச்சியிலிருந்து பார்த்தபோது திடுக்கிட்டுப் போனான். பாளை சீவக்கூடக் கைவரவில்லை. அவளது குரலில் இழையோடிய சோகம் மனத்தைக் கசக்கியது. கை, கால்கள் நடுங்கத் தொடங்கியிருந்தன. எங்கே பிடியை விட்டுவிடுவோமோ எனப் பயந்தான். பிறகு கொஞ்சம் திடப்பட்டு மரத்திலிருந்து இறங்கியவன் நேராகக் கொக்குப்பாறையை நோக்கி நடந்தான். நீர்த்துக்கிடந்த தன் அகன்ற கண்களால் மூப்பனை ஆச்சரியமாகப் பார்த்தாள் காரிச்சி. மூப்பனுக்கு எதையும் கேட்க வேண்டி யிருக்கவில்லை.

மனம் குமுறியது. தன் மயிரடர்ந்த கைகளால் அவளைப் பற்றியவன் ஏணியையும் எடக்கவுத்தையும் அங்கேயே வீசியெறிந்து விட்டு அவளைத் தூக்கித் தோளின்மீது சாய்த்துக் கொண்டு நேரே பதியை நோக்கி நடந்தான்.

மூச்சடைத்துப் போய்ப் பார்த்துக்கொண்டு நின்றது ஊர். யாருடைய ஏளனத்தையும் அவன் பொருட்படுத்தவில்லை. யாருடைய கேள்விக்கும் பதில் சொல்லவில்லை. நேரே வாசலில் கொண்டுபோய் அவளை இறக்கிவிட்டுவிட்டு மிகக் களைத்துப் போனவனாகக் கயிற்றுக்கட்டிலில் உட்கார்ந்தான். பதிவாசிகள் சுற்றுப்படலுக்கப்பாலிருந்து குழப்பத்துடன் எல்லாவற்றையும் பார்த்துக்கொண்டிருந்தனர். எதையுமே புரிந்துகொள்ள முடியாத வளாகவும் மிரண்டுபோனவளாகவும் ஒடுங்கி நின்றுகொண்டிருந்த அச்சிறுமியிடம், "போயா, ஊட்டுக்குள்ள போயி ஒரு சொப்புப் புளித் தண்ணி கொண்டா பாக்கலா, அப்பிச்சிக்குக் களப்பா இருக்குது. பின்ன அத்தன தூரத்துல இருந்து உன்னையக்

கொண்டாந்து சேத்துருக்கறனல்லோ?” என அவன் அவளிடம் சொல்லிக்கொண்டிருந்ததைக் கேட்ட பெண்கள் திகைத்துப் போயிருந்தார்கள். நின்ற கிடையை விட்டு அசையாமல் அவனைப் பார்த்துக்கொண்டிருந்தாள் காரிச்சி.

“ஏஞ்சாமி, சொன்னது காதுல உழுவிலியாக்கு? செரி இரு” எனத் தானே எழுந்து போய்ச் சட்டியிலிருந்த சோளக்கூழில் கொஞ்சத்தை ஒரு சட்டியில் ஊற்றி மோர்விட்டுக் கரைத்தெடுத்துக் கொண்டு வந்தான். வெடவெடவென நடுங்கிக் கொண்டிருந்த கரிய நிறம்கொண்ட அச்சிறுமியைத் தூக்கி மடிமீது உட்கார வைத்துக்கொண்டு, தாய்ப்பாசத்துடன் அவளுக்கு ஊட்டத் தொடங்கியிருந்ததைப் பார்த்து வாயடைபட்டு நின்றார்கள் எல்லோரும். இரண்டு நாள்களுக்குப் பிறகு புதன் சந்தைக்கு அவளை அழைத்துக்கொண்டு போனவன் கருப்பட்டியைப் போட்டுவிட்டுப் பதிலாக அவளுக்கு ஒரு பாவாடையையும் துண்டஞ்சேலையையும் வாங்கித் தோளில் தொங்கவிட்டுக் கொண்டு பதிக்குத் திரும்பினான். கேட்டவர்களுக்கெல்லாம் “எம்பேத்தி” என வாய்நிறைய அவன் சொன்னதைக் கேட்டு ஊர் பதற்றமடையத் தொடங்கியிருந்தது.

எல்லோரும் கூடிக்கூடிப் பேசிக்கொண்டிருந்தார்கள். மூப்பன்கள் ஒன்று சேர்ந்துவந்து நியாயம் கேட்டார்கள். மேற்கொண்டு மரமேறுவதற்கு அவனை அனுமதிக்க முடியாது என பழனி மூப்பன் வந்து ஊராரின் முடிவைச் சொன்னபோது அவனிடம் எந்தப் பதற்றமும் தென்படவில்லை. “அதுசெரியே, தர்ம, நாயந் தெரிஞ்சவியொ எதாச்சுஞ் சொன்னாக் கேட்டுக்க வேண்டீதுதான பின்ன?” என எடக்கயிற்றைத் தூக்கிக் கூரை மேல் போட்டுவிட்டான். ஊர்க்கிணற்றில் தண்ணீர் எடுக்கப் பானையை எடுத்துக்கொண்டு போனபோது ஒருத்தி வந்து தடுத்தாள். “ஆத்துல போயித் தண்ணிகொண்டாந்து பொளங்கிக்க சென்னி” என மறித்து நின்றவர்களைப் பார்த்து மெலிதாகப் புன்னகைத்துவிட்டு ஆத்துக்காலை நோக்கி நடந்தான்.

பிறகு இருவரும் சேர்ந்து தூர்ந்து கிடந்த சாளையைச் செப்பனிடத் தொடங்கினார்கள். ஏழெட்டு நாள்களுக்குப் பிறகு மண்வெட்டியைத் தோளில் போட்டுக்கொண்டு மூப்பன் வெளியே புறப்பட்டான். புத்தி சொல்ல வந்து நின்ற யாரையும் பொருட்படுத்தவில்லை.

“ஊருக்குள்ள அல்லாரு கோவமா இருக்கறாங்க மாமா.”

“இருக்குட்டு, தெரிஞ்சதுதான?”

“ஊரப் பகச்சுக்குட்டு ஒண்ணப் பண்ணாட்டியென்ன? வளவுல போயி மாதாரிச்சிகளோட ஒண்ணா இருக்குட்டு, ஆரு வேண்டாங்கறா. பாவம்னா நம்முனால முடிஞ்ச ஒத்தாசயப் பண்ணுலா. அத உட்டுப்புட்டு நடூர்ல கொண்டாந்து வெச்சுக்கிட்டா செனோ என்ன சொல்லு, கொஞ்ச ரோசன பண்ணுங்க மாமா.”

“ரோசனயெனத்தப் பண்றது, ரோசன? சொல்றவனாரு? வந்து எம்பட மூஞ்சியப் பாத்துச் சொல்லச் சொல்லு பாக்கலா, அது எவனாருந்தாலுஞ் செரி. கேக்க வேண்டீது நெறையா இருக்குது. ஆரக்கண்டு பொளைக்க வேண்டீதிருக்குது? சொல்லு. கையுங் காலுந் தெறமா இருக்குது. எந்தச் சீமைக்கும் போயிப் பொளச்சு இந்தப் புள்ளயக் காப்பாத்திக்கத் தெரியு. சொல்ல வேண்டியவங்ககிட்டச் சொல்லீட்டுக் கேக்க வேண்டீதக் கேட்டுப் புட்டுப் போலாமான்னு பாக்கெற.”

மூப்பன் ஏதோவொரு தீர்மானத்துக்கு வந்திருந்தவனாகத் தென்பட்டான். என்ன செய்வதெனத் தெரியாமல் ஊர் தவித்துக் கிடந்தது. காரிச்சி என்ன புரிந்து கொண்டாளோ, “அப்பிச்சி, அப்பிச்சி”யென அவன் நிழலிலேயே கிடந்தாள். கண்களில் பயம் தென்படக்காணோம்.

நாள்தோறும் அதிகாலையில் மண்வெட்டியைத் தோளில் போட்டுக்கொண்டு வெளியே கிளம்புவான் மூப்பன். சாயங்காலம் அவன் வந்து சேரும்போது சோறு தண்ணியெல்லாம் ஆக்கி வைத்துக்கொண்டு காத்திருப்பாள். அவளை மார்மீது போட்டுக் கொண்டுதான் தூங்குவான் மூப்பன்.

அவளுக்குக் கதை சொல்லுவான். காக்கா கதை, குருவிக் கதை, நரிக்கதை, அடமூக்கன் கதை, பேய்க்கதை என நொய்யல்கரையில் புழங்கும் எல்லாக் கதைகளையும் அவளுக்குச் சொன்னவன் பிறகு தேள்கடி, பாம்புக்கடிக்குப் பாடம் போடவும் காத்துக் கருப்புகளை விரட்டுவதற்கான மந்திரங்களையும் சொல்லிக்கொடுத்தான். அப்பிச்சியும் பேத்தியும் அப்படிக் கொஞ்சநாள் வாழ்ந்தார்கள். பிறகொரு நாள் அரண்மனையிலிருந்து ஆள் வந்தது. ஊர்க்காரர்கள் சார்பாக ஒரு பிராது போயிருந்தது. ஊரார் சிலரோடு வேம்பன கவுண்டரும் அங்கே இருந்தார். மசையனின் தகப்பன் கொண்டானும் அழைக்கப்பட்டிருந்தான். யார் கண்ணிலும் பட்டுவிடாமல் ஆற்றோரம் முள்வேலி

நிழலொன்றில் பதுங்கிக்கிடந்த அந்தக் கிழவனுக்கு மேலெல்லாம் அப்படி நடுங்கிக் கொண்டிருந்தது. பிராது கொடுத்திருந்த ஊர்க் காரர்களின் கண்களில் அருவருப்பும் பயமும் மண்டிக் கிடந்தன.

"என்ன சென்னீ?"

"நா ஆருமேலயு எந்தப் பெராதுங் குடுக்கலீங்களே சாமியெச மாங்களே, ராசாங்கமே."

"இல்ல என்னமோ ஆரோ ஒரு சக்கிலிப் புள்ளயக் கொண்டு கிட்டுப்போயி பதிக்குள்ள வெச்சு பேத்தீன்னு கூத்தடிச்சுக் கிட்டிருக்கறயாமா? அப்பிடி உம்பட பேருல பிராது வந்துருக்குது சென்னி."

மூப்பன் தாழக் குனிந்து வணங்கி நிமிர்ந்தான்,

"அது எம்பட பேத்தீங்கொ சாமியெசமாங்களே, ராசாங்கமே."

"பேத்தியா? சக்கிலிச்சீங்கறானுக? கொண்டானோ எவனோ, அவம் பேத்தீங்கறானுக."

"சாமி அது சக்கிலிப்புள்ளயா குடியானவமூட்டுப் புள்ளையா ஆரு புள்ளைன்னு நம்பு வெடத்தலாங்காட்டு எசமாங்களுக்குத் தெரியுமுங்கொ எசமாங்களே, ராசாங்கமே."

ராஜா வேம்பன கவுண்டர் முகத்தைப் பார்த்தார்.

பிறகு காதும்காதும் வைத்தாற்போல் இரண்டு மூன்று நாள்கள் எல்லோரும் பேசிக்கொண்டிருந்தார்கள். பூபதி வந்தான். வேலம்மா வந்தாள். பண்ணாடிகள் மூப்பனுக்கு ஓயாமல் அறிவுரை சொல்லிக்கொண்டிருந்தார்கள். "சாமி, என்னால ஆருக்குஞ் சங்கட வேண்டாமுங்க எசமாங்களே, நா அந்தப் புள்ளையக் கூட்டிக்கிட்டுக் கங்காணாத எங்கியாச்சும் போயிப் பொளச்சுக்கறே. சொல்ல வேண்டியவுங்க ஒரு வார்த்த சொன்னாச் செரி" என வேம்பன கவுண்டர் முகத்தைப் பார்த்தான். வேம்பன கவுண்டர் தலைகுனிந்து நின்றிருந்தார்.

அவர் தன் முடிவை அறிவித்தபோது ராஜா உள்பட எல்லோரும் திகைத்துப் போயிருந்தார்கள். "அது எம்பட பேத்திதே. எம்பயம் பண்ணுன பாவத்த நானே சொமக்கறெ. ஊடுவாசக் காடுகர அல்லாத்துலயு அந்தப் புள்ளைக்கு என்ன சேரோணுமோ அது போயிச் சேரு. ஆரு அதப்பத்திக் கவலப்பட வேண்டா" என அவர் சொன்னதைக் கேட்டு ராஜா வெகு நேரம் யோசனையில் ஆழ்ந்தார். அது அவருக்கு நம்பமுடியாத

விஷயமாக இருந்தது. எந்த முடிவுக்கும் வரமுடியாமல் திணறினார். பிறகு, "செரி அது அவியவிய பிரியொ" எனச் சொல்லிவிட்டு எழுந்துபோனார். மூப்பனுக்கு அவர் மேல் இருந்த கோபமெல்லாம் நொடியில் காணாமல் போய்விட்டது. அவரது காலில் விழுந்துவிட்டான் அவன். "சாமி நீங்க தெய்வம். உங்குளுக்கு மின்னால நின்னு பேச எனக்கு என்ன அருகதை யிருக்குது?" எனக் கண்ணீர்விட்டவனைத் தூக்கி அணைத்துக் கொண்டார்.

பிறகு எட்டு நாள்களுக்குள் தான் சொன்னதை நிறைவேற்றினார். ஆனால், காரிச்சி எல்லாவற்றையும் மறுத்தாள். "நா ஒரு நம்பு பண்ணையத்துல இருந்துக்கறெ, அது போது. எனக்கு எம்பட கரிச்சட்டியு ஊஞ்சத் தடியும் போதுமாங்காத்தா" என ஒரே பேச்சோடு முடித்துக்கொண்டு பட்டிக்குப் போய்விட்டாள் அவள். கொண்டான் அவளை அழைத்தபோது தட்டாமல் வளவுக்கும் போனாள். ஊர் எல்லாவற்றையும் விழுங்கிக் கொண்டு அமைதியானது. பிறகு மூப்பனிடம் காரிச்சியைப் பற்றி ஏதாவது கேட்க நேர்ந்தால், "பேத்தியெங்க" என்று கேட்கப் பழகிக்கொண்டது ஊர். மூப்பனுக்கு அதில் சந்தோஷம்தான். "பேத்திதே, நாளைக்கு நாஞ் செத்துப்போனா அதுதே எனக்கு நெய்ப்பந்தம் புடிக்கும் பாருங்களே" என எல்லோருக்கும் வெகு சாதாரணமாகப் பதில் சொல்லிக்கொண்டிருந்தான். அது வெறும் பேச்சல்ல என்பது இருவருக்குமே தெரிந்துதானிருந்தது.

15

ஆனால், அந்தப் பெண் கூறுகெட்டுப் போய்விட்டாள்.

தாயைப் போலவே வேம்பன கவுண்டர் வம்சத்தில் யாருக் காவது கூத்தியாக இருந்து பிழைக்க முடிவெடுத்துவிட்டாள் போலிருக்கிறது இந்த மாதாரிச்சி.

மூப்பனுக்கு ஆத்திரம் பெருகியது. கசப்பும் குரோதமும் பெருக ஏணியைத் தூக்கித் தோளில் வைத்துக்கொண்டு நடந்தான்.

தொக்கடாவைத் தாண்டியதும் சூறை தென்பட்டது.

வெகுதொலைவில் கொழுக்கட்டிப் புல்களுக்குள் ஒரு எலியைப் போலச் சிறு உருவமெடுத்து விளையாடிக்கொண்டிருந்த சாமியாத்தா அவனைக் கண்டதும் பேருருக்கொண்டு எழுந்தாள். நிமிர்ந்துபார்க்க முடியவில்லை. தூசுதும்புகள், செடிசெத்தைகள் எனக் கிடைத்ததையெல்லாம் வாரிச்சுருட்டிக்கொண்டு அடிக்கும் தலைக்குமாய் எழும்பி நின்று உய்யென ஓங்காரம் எழுப்பினாள். கண்மூடிக் கண் திறப்பதற்குள் நிகழ்ந்திருந்த மாயம் அது.

மூப்பன் புன்னகைத்தான்.

“இங்கதே இருக்கறயா? வா, வா. நா இதா பொறப்புட்டுட்டெ. எனக்குஞ் சலிச்சுப் போச்சு. ஒரு காரியம் பண்ணலாமுன்னு பாத்தெ. மனமிருந்தா அதுக்கு வழியுடு. இல்லெ இப்பவே பொறப்படச் சொன்னாலும் பெறப்படறெ” எனச் சுழலும் அச்சூறையை அண்ணாந்து பார்த்துத் தணிந்த குரலில் சொல்லி விட்டுப் பொட்டிக்குள்ளிருந்த புகையிலையை எடுத்து வாயில் போட்டு அதக்கிக்கொண்டு நடுக்காட்டுக்குள் குத்துக்காலிட்டு உட்கார்ந்துகொண்டான். சூறை தான் இருந்த இடத்தைவிட்டு ஓரடி நகராமல் கொஞ்ச நேரம் ஒரே கிடையில் நின்று சுழன்றது.

மூப்பன் புன்னகைத்தான். கோபங்கொண்ட சூறை பிறகு திடீரெனப் பாய்ந்து சில அடிகள் முன்னோக்கி வந்து, அப்படியே பக்கவாட்டில் திரும்பி வரிசையாக நின்றுகொண்டிருந்த வேலா மரங்களைப் பற்றி ஒரு உலுக்கு உலுக்கிவிட்டு உடைந்தது. பொலபொலவென உதிர்ந்த வேலாங்காய்களை அரண்மனைக் காடெங்கும் இறைத்துவிட்டுப் பிறகு தடம் தெரியாமல் ஓடி மறைந்தது.

அரண்மனைக் காட்டுக்குள் காரிச்சியின் சத்தம் கேட்டது. வெள்ளியும் அவளுடன்தான் இருக்க வேண்டுமெனச் சந்தேகித்தவன் பக்கத்திலிருந்த பனைமரமொன்றில் ஏணியைச் சாத்தி எடக்கயிற்றைத் தோளில் போட்டுக்கொண்டு, விடுவிடுவென உச்சிக்கு வந்து அங்கிருந்து அவர்களைக் கண்காணித்தான். இருவருக்கும் சிரிப்புப் பொங்கிக்கொண்டிருந்தது. அவன் அவளை விளையாட்டாகத் துரத்திக் கொண்டிருந்தான். அவள் கொழுக்கட்டிப் புல் அடர்ந்த அரண்மனைக் காட்டின் மேய்ச்சல் நிலத்தில் ஓடித் தொலைவில் நின்றுகொண்டு, அவனுக்குப் பழிப்புக் காட்டினாள். பிறகு இருவரும் அடர்ந்த புதர்கள் மண்டிய நதியின் கரையோர வனத்துக்குள் ஓடி மறைந்தார்கள். மூப்பன் பதற்றமடைந்தான். கையும் களவுமாக அவர்களைப் பிடிக்க வேண்டுமெனத் தீர்மானித்தவன் வனத்துக்குள் நுழைந்து அவர்களைத் தேடினான். எல்லா மூலைகளுக்கும் அலைந்து திரிந்தும் அவர்களை அவனால் கண்டுபிடிக்க முடியவில்லை.

ஆற்றோரம் அடர்ந்துகிடந்த சம்பங்கோரைப் புதர்களுக்குள்ளிருந்து 'கேவ் கேவ்' எனப் பதற்றத்துடன் கூச்சலெழுப்பிக் கொண்டிருந்த கானாங்கோழிகளின் சத்தத்தைக் கேட்டவன், அவர்கள் அங்குதான் போயிருக்க வேண்டுமெனத் தீர்மானித்தான்.

கரையையொட்டி நெடுந்தூரத்துக்குப் பரவிக்கிடந்த கோரைப் புதரைக் கவனமாக ஆராய்ந்தான். புதர் சலசலத்தது. ஐந்தாறு கானாங்கோழிகள் பதற்றத்துடன் அங்கிருந்து கலைந்து செல்வதைக் கவனித்தவன் பதுங்கிப் பதுங்கி சத்தமெழுப்பாமல் புதருக்குள் நுழைந்தான். துப்புக் கிடைத்த இடத்தை அடைந்த போது அவன் பெரும் ஏமாற்றமடைய நேரிட்டது. சம்பங் கோரைக்குள் தழைத்திருந்த ஊணாங்கொடிகளை மேய்ந்துகொண் டிருந்த எருமையொன்று அவனது சத்தத்தைக் கேட்டவுடன் மிரண்டு ஓட்டம் பிடித்தது. அவமானப்படுத்தப்பட்டது போல் உணர்ந்து அதிலிருந்து வெளியேறி அவர்களைத் தேடிக்கொண்டு மூச்சிரைக்க நடந்தான்.

ஆடுகள் தம் போக்கில் மேய்ந்துகொண்டிருந்தன. காளை யொன்று கோபத்துடன் அவனைத் திரும்பிப் பார்த்து உறுமியது. ஆற்றையொட்டிய பாறையொன்றில் காரிச்சி தென்பட்டாள். வெள்ளி ஆற்றுக்குள் இறங்கியிருந்தான். வெள்ளப்பெருக்கில் வெகு லாவகமாக அவன் எதிர்நீச்சல் போட்டுக்கொண்டிருப்பதைப் பார்த்துக் களிதாளாமல் சிரித்துக்கொண்டிருந்தாள் அவள்.

மூப்பனுக்கு ஆத்திரம் பெருகியது. அவன் ஏதாவது செய்ய நினைத்தான்.

சத்தமெழுப்பாமல் அடியெடுத்து வைத்து அவளுக்குப் பின்பக்கமாகப் போய் அவளது கூந்தலைக் கொத்தாகப் பற்றியிழுத்தான். கொஞ்சங்கூட எதிர்பாராத இத்தாக்குதலால் நிலைகுலைந்தாள் காரிச்சி, கூச்சலிட்டாள். தாக்குவது யாரென்று கூட அவளால் பார்க்கமுடியவில்லை. யாரெனத் தெரிந்துகொண்ட போது தாளமுடியாத அதிர்ச்சிக்குள்ளானாள். மூப்பன் நிதான மிழந்திருந்தான். மிக மோசமான வசைச்சொல்லொன்றைப் பிரயோகித்தபடியே ஒரு மிருகம்போல அவளைப் பற்றியிழுத்துக் கொண்டு போனான். ஆற்றுக்குள்ளிருந்து அதைக் கவனித்த வெள்ளி கடுங்கோபம் கொண்டான். மூர்க்கமான அம்மனிதனை அவனால் அடையாளங் காணவும் முடியவில்லை. ஆடுகளைத் திருடுவதற்காக வந்த யாரோ ஒரு கள்ளன் எனக்கருதியவன் பெருங்குரலெடுத்துக் கத்தினான்.

உடலை வளைத்துத் துள்ளி இரண்டே வீச்சில் கரையை எட்டியவன் கையில் கிடைத்த கருங்கல்லொன்றை எடுத்துக் கொண்டு அவனை நோக்கி வேகமாக ஓடினான். மூர்க்கமான அக்கிழவன் அதைப் பொருட்படுத்தவில்லை. காரிச்சி போராடிக் கொண்டிருந்தாள். எப்படியோ மூப்பனின் பிடியிலிருந்து விடுவித்துக் கொண்டவள் துண்டஞ்சேலையை இழுத்துப் போட்டுக் கொண்டு தொக்கடாவை நோக்கி வேகமாக ஓடிக்கொண்டிருந்தாள். அவளைத் துரத்த முற்பட்டிருந்தான் மூப்பன். ஆனால், வெள்ளி தலைக்கு மேலே உயர்த்திப் பிடித்த கருங்கல்லோடு அவனை வழிமறித்தான்.

நொய்யல் உருட்டித் தள்ளியிருந்த கருங்கல் அது.

"தாயோலி, நில்றா" என முன்னெப்போதும் பயன்படுத்தி யிராத வசைச்சொல்லொன்றை அவன் பிரயோகித்ததைக் கேட்ட பிறகே மூப்பன் சுயநினைவுக்கு வந்தான். எந்தப் பதற்றமுமற்ற வனாக அவனது முகத்தை ஏறிட்டவன் பிறகு புன்னகைத்தான். "தேவுலியே, அப்பனுக்குப் புள்ள தப்பாமப் பொறந்திருக்குதே" எனத் தனக்குத் தானே சொல்லிக்கொள்வது போல முணு முணுத்தவன், மிக நிதானமாக அவனிடமிருந்து அந்தக் கருங்கல்லைப் பறித்தான்.

"அப்பறொ தாயொரு கொணமாவு, புள்ளையொரு கொணமாவுமா பொறக்கு?" என மீண்டும் தனக்குத் தானே சொல்லிக் கொண்டவன் மிக நிதானமாக அவனிடமிருந்து அக்கல்லைப் பறித்தவன் அதைத் தூக்கி ஆற்றுக்குள் எறிந்தான். வெள்ளி திகைத்துப் போயிருந்தான். எதையோ சொல்லத்

தவிப்பனைப் போல வாய் திறந்து மூச்சுவிட்டபடி அவனை எதிர்கொள்ள முயன்றான். மூப்பன் மிக நிதானமாக அவனை நோக்கி வந்தான்.

“இப்படித்தே உங்கொப்பங் கொன்னே, கொமரசாமியெ. இங்கியல்லெொ. ஆம்பராந்துல. இப்படித்தே ஒரு கருங்கல்ல எடுத்து மண்டப்போடா போட்டுட்டே. ஒரே போடுதே, மண்ட மூள செதறிப் போச்சு. இழுத்து ஆம்பராந்துக்குள்ள உட்டுப்புட்டு வந்துட்டே. ஆருக்குந் தெரீலெ. கொமரசாமி ஆருன்னு தெரியு மல்லோ? உங்காத்தாள வெச்சிருந்தவெ. மாராங்காட்டுக்காரெ. பெரிய பண்ணையொ. அவுனுக்கப்பறொ வாரிசில்லாததனால பண்ணைய மூடிப்போச்சு” என ஒரு கதைபோல நிதானமாக அவன் சொன்னதையெல்லாம் கேட்டுக்கொண்டு, திகைத்து நின்றான் நொய்யல்கரைவாசி. எல்லாமே ஒரு பயங்கரக் கனவைப் போல் இருந்தது அவனுக்கு.

மூப்பன் அதைப் பொருட்படுத்தாதவனைப் போல் பேசிக் கொண்டிருந்தான்.

“அது செரி, இதெல்லா உனக்காரு சொல்லீருக்கப் போறா. சொல்லீருந்தா இப்பிடி அவ பொறவாளசுத்திக்கிட்டிருந்திப்பியா? ஒரு வகைல அவ உனக்குப் பொறந்தவ மொறெ. நேர் எளசு. தங்கச்சிக்காரின்னு வெச்சுக்குவெ. என்னமோ அப்பஞ் சாயலு மில்லாம ஆயா சாயலுமில்லாம ஒரு தினுசா வந்து பொறந்துருச்சு. இவியாயாளத் தெரியுமல்லொ? உனக்கெங்கத் தெரியப் போவுது? ஆரு சொல்லீருக்கப் போறா? செரி வா, நாஞ் சொல்றெ. அல்லாத்தையுஞ் சொல்றெ. இங்க வேண்டா. அப்பிடி அந்தப் பாறைக்குப் போயிக் கோந்துக்குவொ. மருதங்குழிக்கு மேல ஒரு பாறையிருக்குதல்லொ, அதுல போயி உக்கோந்துக்குவொ. அதுல உக்கோந்துக்குட்டு ஆரும் பொய் சொல்ல முடியாது வெள்ளி. பொய் சொன்னா தல வெடிச்சுப் போயிரு. சுக்கு நூறா வெடிச்சுப் போயிரு. சாபமிருக்குது. நொய்யலோட சாபம்” என ஏதேதோ பேசிக்கொண்டே தன் வற்றிய உடலைச் சுமந்துகொண்டு முன்னால் நடந்தான் மூப்பன்.

எதுவுமே கேட்காமல் அவனைப் பின்தொடர்ந்தான் நொய்யல் கரைவாசி. வெள்ளம் சீறிக்கொண்டிருந்தது. சற்று நேரத்துக்கு முன்புவரை வெறுமனே தவழ்ந்து கொண்டிருந்த நதிக்கு எப்போது இப்படியொரு உக்கிரம் வந்திருக்க முடியும் என யோசித்துக்கொண்டே அவனைப் பின்தொடர்ந்து வெள்ளப் பெருக்கில் கால் வைத்தான். அதன் சீற்றத்தைக் கண்டு தயங்கி

நின்றவனிடம், "அதெல்லா ஒண்ணும் பண்ணாது. எறங்கு. கண்டங் கண்டம்னு இன்னொ எத்தன நாளைக்குத்தேம் பாக்கறது? இனி எனக்கு நேரமில்லெ. இப்ப உட்டா அப்பறொ ஒண்ணையுஞ் சொல்ல முடியாமப் போயிரு. வா வெள்ளி" என அழைத்தான் மூப்பன். அது ஒரு வலியுறுத்தலா, மிரட்டலா எனத் தெரியவில்லை.

பிறகு இருவரும் வெள்ளப் பெருக்கைக் கடந்து பாறையை அடைந்தார்கள். ஈர உடைகளுடன் எதிரெதிரே உட்கார்ந்து கொண்டார்கள்.

ஒரு கதைபோல எல்லாவற்றையும் சொல்லத் தொடங்கினான் மூப்பன்.

நொய்யலைப் பற்றி, அது பெருக்கெடுத்தும் வற்றியுலர்ந்தும் காட்டும் வெவ்வேறு கோலங்களைப் பற்றி, அதன் அடியாழங்களில் வாழும் மீன்களைப் பற்றி, ஆமைகளைப் பற்றி, அதன் கரையோர வனங்களில் வாசம் செய்யும் பறவைகளைப் பற்றி, எண்ணற்ற சிறு பிராணிகளைப் பற்றி, நொய்யல்கரை மனிதர்களைப் பற்றி, தேவனாத்தாளைப் பற்றி, ஒருநாள் அவள் சீற்றம்கொண்டு ஊருக்குள் நுழைந்ததைப் பற்றி, ஆறுமுகப் பண்டாரத்தையும் செலம்பா நாசுவத்தியையும் பற்றி, அவளுடைய ஒரு சொல்லுக்குப் பணிந்து அவள் தன் சீற்றத்தைத் தணித்துக்கொண்டதைப் பற்றி, பிறகு வேம்பன கவுண்டரின் வம்சத்தைப் பற்றி என எல்லாவற்றையும் ஆதியிலிருந்து சொல்லத் தொடங்கியிருந்தான் மூப்பன். வேம்பன கவுண்டர் நொய்யல்கரையை விட்டு, ஈரோட்டுக்குப் போய் ஜவுளிக் கடை வைத்துப் பிழைத்த கதையை, சம்பாதித்ததையெல்லாம் இழந்துவிட்டு வெறும் கோவணத்தோடு நொய்யல்கரைக்குத் திரும்பிய கதையை, உழைத்து மீண்ட கதையை, சாமியாத்தாள் கொண்ட வன்மத்தின் கதையை, அவள் கொண்ட காமத்தின் கதையை, அதற்குப் பலியான குமாரசாமியின் கதையை, புத்திரன் பூபதியின் கதையை, எங்கிருந்தோ வந்து நொய்யல்கரையில் குடியேறிய மாரியின் கதையை, அவளது மகள் காரிச்சியின் கதையை, அந்த வம்சத்தைச் சூழ்ந்துள்ள கொடிய சாபத்தின் கதையை மூச்சு விடாமல் சொல்லிக்கொண்டே போனான் சென்னி மூப்பன்.

இரவு கவியத் தொடங்கியது. மின்னிக்கொண்டிருந்த நதி அவ்விருளுக்குள் புதைந்து இருந்த இடம் தெரியாமல் மறைந்து போயிற்று. நட்சத்திரங்களின் மெலிந்த ஒளியில் தனக்கெதிரே கரிய நிழலாய்த் திரண்டு உட்கார்ந்திருந்தவன் எல்லாவற்றையும் சொல்லி முடித்துவிட்டு மௌனமாயிருந்தான்.

நற்றிணை பதிப்பகம்

நிலைகுலைந்து போயிருந்தான் நொய்யல்கரைவாசி.

மனம் பேதலித்துவிடுமோ என்னும் அச்சம் அவனைச் சூழத் தொடங்கியது. ஒரு கரிய நிழலாய்த் தனக்கெதிரே உட்கார்ந் திருக்கிற அம்மனிதன் யார்? மனிதனா, மிருகமா அல்லது தன் வம்சத்தைச் சூழ்ந்துள்ள சாபத்தின் ஒரு வடிவமேதானா அவன்? மனித வாடையற்ற இவ்விடத்தில் கொடிய இவ்விருளுக்குள் தன்னை உட்கார்த்தி வைத்துக்கொண்டு காலத்தின் கசப்பை யெல்லாம் விவரித்துக்கொண்டிருப்பது எதற்காக?

தவித்தான் நொய்யல்கரைவாசி. கோபம் கொண்டான்."நீ யார்?" எனத் தனக்கெதிரே திரண்டு உட்கார்ந்திருந்த கரிய நிழலை நோக்கி ஆத்திரத்துடன் வினவினான்.

நிழல் சிரித்தது. கரிய சிரிப்பு.

"நானா? சென்னி மூப்பன். அதிலென்ன உனக்குச் சந்தேகம் நொய்யல்கரைவாசியே."

அவன் பெருமூச்செறிந்தான்.

"இல்லை, நீர் சென்னி மூப்பன் அல்ல. ஒருபோதும் இதை என்னால் நம்ப முடியாது" எனக் கோபம் கொண்டு கூச்சலிட் டான் வெள்ளி. ஒரு எதிரொலி போல மறுகரையில் ஆந்தை யொன்று வன்மமாக அலறி ஓய்ந்தது.

"அப்படியானால் நான் யார்?" எனச் சிரித்துக்கொண்டே கேட்டது நிழல்.

"யாரோ, எனக்குத் தெரியவில்லை."

"நொய்யல்கரைவாசிக்கு இன்னும் தெரியாதது என்ன உண்டு?"

"எவ்வளவோ."

சற்று நேரம் அமைதி.

"உன் கேள்விகளை நொய்யலிடம் கேள். அவளுக்குத் தெரியும் எல்லாம். உன் எல்லாக் கேள்விகளுக்கும் அவள் பதில் சொல்வாள். எனக்கு இனி அவகாசமில்லை."

பிறகு இருவரும் மௌனமானார்கள். பெருகும் வெள்ளத்தின் தணியாத பேரோசையைக் கேட்டுக்கொண்டு வெகுநேரம்வரை மௌனமாக உட்கார்ந்திருந்தான் வெள்ளி. பிறகு அழைத்தபோது இருளின் வடிவம் கொண்டவனிடமிருந்து எந்தப் பதிலும் இல்லை. இருளைத் துளைத்துத் தேடிய கண்களுக்கு, இருள் மட்டுமே காணக் கிடைத்தது.

16

வெள்ளி போன பிறகு வாழ்வின் மீதான நம்பிக்கையை முற்றாக இழந்திருந்தார் வேம்பன கவுண்டர். அவனைப் பற்றி ஒரு துப்பும் கிடைக்கவில்லை. அவன் தன் நண்பர்கள் யாரையாவது காணச்சென்றிருக்கக் கூடும் என நினைத்தார். சென்னி மூப்பன் இல்லாதது அவருக்குப் பேரிழப்பு. அவன் இருந்திருந்தால் எந்த மூலைக்கும் சென்று அவனை இழுத்து வந்துவிடுவான். காரிச்சி மனம் நொடிந்து போனவளாகத் தென்பட்டாள், ஆடுகளை ஓட்டிக்கொண்டு இருட்டிருக்கவே ஆத்துக்காலுக்குப் போவதை வழக்கமாக்கிக்கொண்டிருந்தாள். வேலங்காய்களை உலுக்கி வைக்கக்கூட மனமில்லாதவள் போல் தென்படுகிறாள். அவளது ஆடுகள்கூட மோனமாகிவிட்டன.

வெள்ளி காணாமல் போனதைவிடச் சென்னி மூப்பனின் சாவுதான் எல்லோரையும் உலுக்கியெடுத்துவிட்டது. யாராலும் நம்ப முடியாததாக இருந்தது அவனுடைய சாவு. எங்கே, எப்படி நடந்தது என்பதை யாராலும் அறிந்துகொண்டிருக்க முடியவில்லை. மரமேறிக்கொண்டிருந்த பழனி மூப்பன் போய்ப் பார்த்தபோது கால்களை நீட்டி மல்லார்ந்து படுத்தவாக்கில் அப்படியே கிடந்திருக்கிறான். அவன் வெறுமனே கால்களை மடக்கி உட்கார்ந்ததாகத்தான் அவனுக்குத் தோன்றியிருக்கிறது. பாளை சீவிக்கொண்டே மரத்திலிருந்து பார்த்திருக்கிறான். ஏதோ சந்தேகம். மரத்திலிருந்து இறங்கி ஆற்றோரம் போய்ப் பார்த்தவனது உடல் சில்லிட்டுக் கிடந்திருக்கிறது. இரண்டு மூன்று சத்தங்களுக்குப் பிறகு உடல் விறைத்துப்போயிருப்பதை உணர்ந்து “கவண்ருங்கோ, கவண்ருங்கோ” என அழைத்துக்கொண்டே சுரைப்புரடையோடு தெக்குவேலியை நோக்கி ஓடியிருக்கிறான்.

“‘ஐயோ, ஐயோ எங்கு மூப்பனுக்கு என்னாச்சுன்னு தெரிலியே” எனப் புலம்பிக்கொண்டே ஆத்துக்காலுக்கு ஓடியவர் அப்படியே மடங்கிச் சரிந்திருக்கிறார். அவரைப் பொருட்படுத்துவதைவிட மற்றவர்களை அழைத்துவருவதே முக்கியம் என முடிவுசெய்தவன் தெக்குவேலியை நோக்கி ஓடினான். சத்தம் கேட்டு அதற்குள் இரண்டு, மூன்று பேர் வந்து சேர்ந்திருந்தனர். சத்தம் பதியைக் கடந்து வந்தபோது பலரும் ஆத்துக்காலை

நெருங்கியிருந்தார்கள். இரண்டுபேர் சேர்ந்து மூப்பனைத் தூக்கிக் கொண்டு போனார்கள். வேம்பன கவுண்டர் தட்டுத்தடுமாறிக் கொண்டு வந்தார். மூப்பனின் சாளை தூர்ந்துபோய்க் கிடந்தது. சடலத்தைக் கிடத்துவதற்கே இடமில்லை. புழுதியும் செத்தையும் மண்டிக்கிடந்த இடத்தை அப்படியே விட்டுவிட்டு தெளுவு காய்ச்சுவதற்காக மூப்பன் பயன்படுத்திவந்த சாளையை எடுத்துக் கொண்டார்கள். பால் கறப்பதற்காகத் தொண்டுப் பட்டிக்குப் போயிருந்த பூபதி, பால் போசியைப் போட்டுவிட்டு எழுந்து அழுகுரல் வந்த திசையைத் தேடிக்கொண்டு போனான்.

திகைத்துப் போய்ப் பார்த்துக்கொண்டிருந்தான் பூபதி. "ஏ, என்னாச்சு மூப்பனுக்கு, காத்தால ஆத்துக்கால்ல பாத்தெ, நல்லாத்தே இருந்தான்" எனக் கேட்டுக்கொண்டு வந்து நின்றான். ஆத்துக்காலிலிருந்து காரிச்சியின் சத்தம் வந்தது. பெருங் குரலெடுத்துக் கதறியவள், "அய்யோ அப்பிச்சீங்கோ, இப்படி என்னய ஆருமில்லாம உட்டுட்டுபோயிட்டீங்களே அப்பிச்சி" எனக் கதறியதைக் கேட்டு எல்லோரும் பரிதவித்துப் போனார்கள். வேலம்மாளின் முகம் இறுகியிருந்தது. கடும் அதிர்ச்சிக்குள்ளா யிருந்தாள். வேறு எதுவும் சொல்லத் தோன்றாமல் அவனையே பார்த்துக்கொண்டு நின்றாள்.

நல்லவேளையாக மூப்பனின் சகோதரிகள் சீக்கிரத்திலேயே வந்து சேர்ந்தார்கள். தெற்கே பனையேறிக்கொண்டிருந்தவர்கள் வந்து சேர்ந்தபோது நேரம் நள்ளிரவைக் கடந்திருந்தது. எல்லோரும் முக்காடு போட்டுக்கொண்டிருந்தார்கள். மூன்று பேருமே கிறித்தவ மதத்தில் சேர்ந்திருந்ததால் எல்லோரும் அவர்களை வினோதமாகப் பார்த்துக் கொண்டிருந்தார்கள். அவர்களுக்கு நொய்யல்கரையின் சடங்குகளோ சம்பிரதாயங்களோ தெரியவில்லை. ஆனால், மூப்பனைக் கண்டதும் கண்ணீர் பெருகியது. பழுத்து உதிர்ந்த மூப்பனைக் கொண்டாட்டங்களுடன் காடு கொண்டு போய்ச்சேர்ப்பதென முடிவுசெய்தது ஊர். சாம்புகர்கள் வந்து கொட்டு முழுக்குப்போட்டுச் சங்குகளை ஊதி கால்களுக்குச் சலங்கை கட்டி ஆடினார்கள். தேர்க்கட்டவும் வாய்க்கரிசி குத்தி வைக்கவும் பின்னால் பூ போடவும் குழிவெட்ட வும் நங்கை கொழுந்திகளுக்குத் துணிமணி எடுக்கவும் பறந்து திரிந்தார்கள். பாட்டுச் சொல்லி அழுது தீர்த்தார்கள். கறுப்புக் கருமாதி பதினாறு நாள்கள் இருந்து மூப்பனை நிரக்க வழியனுப்பி வைத்தார்கள்.

நீண்ட யோசனைகளில் மூழ்கியிருந்தார் வேம்பன கவுண்டர். மூப்பனின் காரியங்கள் முடிந்து ஏறத்தாழப் பதினெட்டு நாள்கள் கழிந்திருந்தன. இனியும் தாமதிப்பது அர்த்தமற்றது என நினைத்தார். வேறுயாரையும் பொருட்படுத்தாமல் அவரே பண்டிதனைத் தேடிப்போனார். அவரைக் கண்டதும் பதறிய பண்டிதன், "சுவாமி நாம எதுக்கு என்னையத் தேடிக்கிட்டு வறோனும்? ஒரு பேச்சுச் சொல்லீருந்தா நானே வந்தரமாட்டங்களா எசமாங்களே" என அவரை வரவேற்றுத் தடுக்கு ஒன்னை விரித்து உட்காரவைத்தான். நேரடியாக விஷயத்துக்கு வந்தார். "நம்ப வெள்ளி போயி, பதினஞ்சு நாள் ஆவிப்போச்சு, இன்னங்காணா" வேம்பன கவுண்டருக்குக் கண்கள் தளும்பி விட்டன. "சாமி எசமாங்க எதுக்கு இல்லாததையும் பொல்லாததையும் நெனச்சு மருவிக்கிட்டு இருக்கறீங்கொ? சின்ன எசமாங்களுக்கு என்ன ஆவீரப்போவுது, சினேகிதங்களக் கூட்டிக்கிட்டு தெக்க வடக்க எங்கியாச்சும் போயிருப்பாங்க, சாமிக மனசுடப்படாது" என எழுந்து பேசிக்கொண்டே யோசனையில் மூழ்கினான். பூவாக்குக் கேட்டான், பாசிகளை உருட்டினான். பண்டிதனின் முகம் இறுகியது. "சாமீ, இந்த நாயி சொல்றதக் குத்தமா எடுத்துக்காதீங்க எசமாங்களே, நம்ப சின்ன எசமாங்க எங்கயோ எட்டப் போயிட்டாங் களாட்ட இருக்குது, வீரய்யே சொல்றதப் பாத்தா அப்பிடித்தேந் தென்னுதுங்க சாமி, நாயி சொல்ற வாக்குல எதாச்சு தப்பு வந்தா சாமிக இந்த நாய மன்னுச்சுப்புடுங்க" என அவரது முகத்தைப் பார்த்தான்.

வேறெதும் பேசாமல் எழுந்தார் வேம்பன கவுண்டர்.

கண்களில் நீர் தத்தளித்தது. முகத்தைத் துடைத்துக்கொண்டு எழுந்து விடுவிடுவென நடந்து வெடத்தலாங்காட்டை அடைந்தார். ஊர் ஊராக அலைந்து அவனைக் கண்டுபிடித்து வர ஆள்களை அனுப்பினார் வேம்பன கவுண்டர்.

வெள்ளி காணாமல் போனதற்கும் சென்னி மூப்பனின் மரணத்துக்கும் ஏதாவது தொடர்பு இருக்க வேண்டுமென நினைத்தார்.

வேலம்மாளின் மௌனம் பெரும் புதிராக அவருக்குத் தோன்றியது. அவள் கலக்கமடைந்திருக்கிறாள். அவளது மனம் பேதலித்துப்போயிருக்கிறது. ஆழ்ந்த யோசனைகளில் மூழ்கிவிடு கிறாள். காரிச்சியைக் கண்டதும் பதற்றத்துடன் பின்வாங்குகிறாள். விடிவதற்கு முன்பாக அதிகாலையில் எழுந்து ஆடுகளை ஓட்டிக்

கொண்டு போய்விடுகிறாள் காரிச்சி. அவளது மனத்தில் துயரம் படர்ந்திருக்கிறது. அதிகாலையில், அதற்கு வெகு முன்பாகவே பழனி மூப்பன் அவனைப் பார்த்திருக்கிறான். நாகம் போலச் சுருண்டு கிடந்திருக்கிறான், நாக்குப் பிளவுபட்டது போல் தென்பட்டதாகச் சொன்னான் பழனி மூப்பன். துக்கத்தைப் பொருட்படுத்தாமல் பாறைக்குப் போய்ப் பார்த்தபோது அதிர்ச்சியால் உறைந்து போனார் வேம்பன கவுண்டர். நாகத்தின் நாக்கில் வரிவரியாக் கீறல் தென்பட்டதை அப்போது பார்த்தார் வேம்பன கவுண்டர். நாகம் வேறு யாருக்கோ, எதையோ சொல்லிவிட்டுப் போயிருக்கிறது. அதன் நாக்கில் இன்னும் உறையாத குருதியின் வடுக்கள். "நாக்கக் கடிச்சுக்கிட்டாங்கலாட்ட இருக்குது" என்றான் பழனி மூப்பன். எவ்வளவோ காலமாக நொய்யலில் வாழ்ந்து வரும் நாகம் அது. அதுதான் சென்னி மூப்பனை அழைத்துப் போயிருக்கிறது. அவனது மரணத்துக்குச் சாட்சியாக இருந்திருக்கிறது. சாட்சியாகவும் காரணமாகவும் இந்த நதிதான் இருந்திருக்க முடியும்.

17

எந்தத் தகவலும் இல்லாமல் போனதும் பதற்றமடைந்தான் பூபதி. "பயன எங்கீலெ ஏழுட்டுநாளாக் காணா" எனக்கேட்டு ஏதாவது பதிலுக்காகக் காத்திருந்தான். அவளுடைய மௌனம் திகைக்க வைத்தது. மீண்டுமொருமுறை கோபமாகக் கேட்டபோது, "உங்க பயெ எங்கபோயிச் சுத்தறானோ எனக்கென்ன தெரியும்? நாம் பாத்துக்கிட்டுத் இருக்கறானாக்கும், நா காங்குல" என வெகு அலட்சியமாகச் சொல்லிவிட்டும் போனாள். தன் நண்பர்கள் யாரையாவது காணப்போயிருக்கலாம் என நினைத்தான் பூபதி. மூப்பனின் காரியங்கள் முடிந்த கையோடு நண்பர்களைத் தேடிப்புறப்பட்டான். மகன் மீது அவன் காட்டும் கரிசனம் வேம்பன கவுண்டருக்கு ஆச்சரியமாக இருந்தது. வழிநெடுகப் பல யோசனைகள் சொன்னார். இரட்டை மாட்டு வண்டியைப் பூட்டி இரண்டு காளைகளைக் கொண்டுபோகச் சொல்லி உத்தரவிட்டார். "தட வழி பாத்துப் போப்பா" என அறிவுறுத்தினார். வெள்ளி காணாமல் போனது பற்றிய கவலை யால் பூபதியைக் கண்ணுக்குள் வைத்துப் போத்திவைத்துக்கொள்ள வேண்டும் என நினைத்தார் வேம்பன கவுண்டர். அவனுக்காகக் கூட்டுவண்டியொன்று தயாரானது. இரண்டு வேளைகளுக்குக் கட்டுச்சோறு கட்டிவைத்தாள் வேலம்மா. எப்படியாவது வெள்ளியை மீட்டுக்கொண்டு வந்துவிடுவான் எனத் திடமாக நம்பினார் வேம்பன கவுண்டர்.

சூடம் கொளுத்திக் கற்பூரம் ஏற்றி, பூசணிக்காய் உடைத்து நான்கு மூலைகளுக்கு எலுமிச்சை அறுத்து வீசி, வண்டியில் ஏற்றி வைத்தார்கள். தடம் வழி நன்றாக இருக்கிறதா என்று பார்த்தார்கள்.

பிறகொரு பெருமூச்சுடன் வண்டியில் உட்கார்ந்தான் பூபதி. வண்டியோட்டிகள் இருவர் மாறிமாறி வண்டியைப் பூட்டினார்கள். இரவும் பகலும் என இரண்டு நாள்கள் தாடிக்கொம்பு வந்து சற்றுநேரம் இளைப்பாறினார்கள். அழகுமீனாவைப் பற்றி நீண்ட யோசனைகளால் மூழ்கினான் பூபதி. அவளைப் பற்றிய கற்பனை கள் சூழ்ந்தன. மாடுகளுக்குத் தண்ணீர் காட்டிவிட்டுப் புறப்பட் டார்கள். எதிர்பார்த்ததுபோல் அழகுமீனா அங்கு இல்லை.

நாடகம் போடுவதற்காக வேறு எங்கோ போயிருப்பதாக நிச்சயமற்ற தகவல் ஒன்று கிடைத்தது. மதுரையிலோ வேறு எங்கோ இருக்கக் கூடும் என நினைத்தான் பூபதி. "நாம போலமுங் சாமி, சின்னக் கவுண்டரு எப்படியும் வந்து சேந்துருவாங்க" எனச் சொல்லிப் பார்த்தான் மூப்பன். ஆனால், பூபதி அதைப் பொருட்படுத்த வில்லை. "ஊட்டுக்குப் போலாமுங்க, இல்லாட்டி பெரியகவுண்டரு என்னையத் தூக்கிக் கட்டிப்புடுவாங்க" என்றான். அதற்குப் பிறகு யாரும் பேசவில்லை. மதுரையை அடைய மேலும் இரண்டு நாள்கள். மீனாட்சி அம்மனைத் தரிசித்துவிட்டுப் போக முடிவெடுத்தான் பூபதி. உண்மையாகவே வெள்ளியின்மீது அக்கறை கொண்டவனாகத் தென்பட்டான். வெள்ளியை நல்லபடியாக வீடு கொண்டுவந்து சேர்த்துவிட வேண்டுமென விரும்பினான். மீனாட்சி அம்மனை நீண்ட நேரம் தொழுது கொண்டிருந்தான்.

மதுரை வீதிகளில் அலைந்து திரிந்துகொண்டிருந்தபோது, எதிர்பாராத வகையில் அழகுமீனாவைப் பார்த்தான். அப்போது யாரோ சிலருடன் எதையோ பேசிக்கொண்டிருந்தவள் அவனைப் பார்த்ததும் யார் என்னவென அறிந்து கொள்வதற்காக எழுந்து வந்தாள். "யாரு" எனக் கேட்டுக்கொண்டே வெளியில் வந்தாள். வந்திருந்தவரின் தோரணையைப் பார்த்தபோது மரியாதைக்குரியவ ராகத் தோன்றியது. "இதோ வர்றேன்" எனச் சொல்லி அரங்குக்குள் நுழைந்தாள். அவசர அவசரமாகப் புடவை மாற்றிக் கொண்டாள். தலைவாரிப் பொட்டுவைத்துக் கொண்டாள், சாந்து, குங்குமம் தீற்றிக்கொண்டு தகதகக்கும் ஜிகினா உடைகளுடன் வந்து நின்றாள். வந்திருப்பவர் ஒரு மிராசுதாரராகவோ, ஜமீன்தார ராகவோ இருக்க வேண்டும் என நினைத்தவள் அவரை நல்லவித மாக வரவேற்கத் தயாரானாள்.

பூபதி கிட்டத்தட்ட அழுக்கு உடையுடன் இருந்தான். அவள் வந்து நின்ற கோலத்தைப் பார்த்து வெட்கப்பட்டான். "இந்தப் பத்து நாளா அலச்சல்" என்றான். எனினும், அவனது கோலம் மோசமானதாக இல்லை. அதில் திருப்தியுற்றவளாகத் தென்பட் டாள். நாற்காலி ஒன்றைப் போட்டு உட்கார வைத்தாள். அவளுடன் வயதான இரண்டு பெண்கள் இருந்தார்கள். இருவரும் அசைவற்று நின்று அவனைப் பார்த்துக் கொண்டிருந்தார்கள். பிறகு அவன் அங்கு வந்திருப்பதற்கான காரணத்தை அறிய விரும்பினாள் அழகுமீனா. பூபதி தன் மகனைப் பற்றிச் சொன்னான்.

“அவுங்க முன்ன அடிக்கடி இங்க வந்துபோய்க்கிட்டு இருந்தாங்க” என்றாள். “தப்பா ஒண்ணுமில்ல, என்னோட நாடகம்னா அவுங்களுக்கு உசுரு” என்றாள். “பத்துப் பன்னண்டு நா கூட இருந்து முழுநாடகத்தையும் பாத்துட்டுத்தான் போவாங்க” என்றாள். “ஆனா இப்பக் கொஞ்ச நாளா அவுங்க வர்றதில்ல, என்ன காரணம்னு தெரியல, ஒரு வேல தூரந்தெலைவு போயிட்டாங்களோ என்னமோன்னு நெனச்சுக்கிவேன்” என்றாள் அழகுமீனா.

பூபதி அவளைக் கண்ணிமைக்காமல் பார்த்துக்கொண் டிருந்தான். தத்தளிக்கும் இமைகள், படபடக்கும் கண்கள், வேரோடிச் சிவந்த அதரங்கள், தாளமுடியாதவனானான் பூபதி. தவிப்புடன் அவள் சொல்வதைக் கேட்டுக்கொண்டிருந்தான். “செரி நா பொறப்படறேன்” என்றான். “இருந்து சாப்புட்டுட்டு போங்க” என்றாள். “இல்ல அதுக்கென்ன இப்போ, நேரமாச்சு” அவசரப்பட்டான். அவளிடமிருந்து தப்பிவிட வேண்டும் என நினைத்தான். காளைகளைப் பூட்டச் சொல்லி உத்தரவிட்டான். அவள் மீண்டும் வற்புறுத்தினாள். சங்கடத்துடன் இதற்கு இசைந் தான். மிகப் பதற்றமடைந்தவனாகத் தென்பட்டான். குளித்து உடை மாற்றிக்கொண்டு வரச்சொல்லி அவனைக் கேட்டுக் கொண்டாள்.

தத்தளித்தான் பூபதி, கிளர்ச்சியுற்றிருந்தான் அவளைப் பார்க்க நேர்ந்தபோது, கண்களைத் தாழ்த்திக்கொண்டான். அவன் தன்னை விழுங்கிவிடுவதைப் போல் பார்த்துக்கொண் டிருந்ததை நினைத்துச் சிரித்துக்கொண்டாள். பளபளக்கும் உடைகளோடு வந்து நின்றபோது அவன் திகைத்துப்போனான். அவனுக்குக் கால்கள் நடுங்கின. இமைகொட்டாமல் பார்த்துக் கொண்டிருந்தான். சடார் சடாரென மாறிக்கொண்டேயிருந்த நாடகக் காட்சிகள் அவனுக்குப் போதையேற்றிக் கொண்டிருந்தன. திடீரென மாயமாக மறைந்தாள், எதிர்பாராத கணத்தில் தோன்றிக் கிறங்கடித்தாள். அவனுக்குக் கண்கள் சிவந்தன. திடுக்கிட்டுப்போனான், வெள்ளியைப் பற்றிய கவலைகளில் மூழ்கினான், குற்ற உணர்வுக்கும் தவிப்புக்கும் உள்ளானான். வியர்த்துக் கொட்டியது. முன்னெப்போதும் அப்படித் தோன்றிய தில்லை. தன் நாட்டியத்தாலும் மனப்பிறழ்வைத் தூண்டும் இசையாலும் எல்லோரையும் திணறச்செய்துகொண்டிருந்தாள் அழகுமீனா.

அருள் கொண்டவனைப் போல எழுந்து வெளியேறினான். காளைகளை வண்டியில் பூட்டச்சொல்லி உத்தரவிட்டான். வேறெங்கும் நிற்காமல் ஊர் போய்ச்சேர்ந்தார்கள். வழிநெடுக அழகுமீனாவைப் பற்றிய கற்பனைகள் அலைக்கழித்தன. மாரியைப் போலவே பேரழகின் வடிவமாக இருந்தாள் அழகு மீனா. அவளுக்காகத்தான் மசையனை வெடத்தலாங்காட்டுக்குக் கூட்டி வந்தான்.

மாரியைப் பற்றி நினைத்தபோது மனதில் இனம்புரியாத சோகம் படர்ந்தது. அவனுக்காக எல்லாவற்றையும் உதறிவிட்டு வந்தவள். வெடத்தலாங்காட்டுக்கு அவளை அழைத்து வந்தபோது இரவாகியிருந்தது. காட்டுச்சாளைக்கு அழைத்துக்கொண்டு போனவன் அந்த இருளுக்குள் அவளைப் புணர்ந்தான். வேறெதுவும் சொல்லாமல் அவளை ஒளித்து வைத்திருந்தான். யாரையும் நெருங்கவிடாமல் சாளையிலேயே பாதுகாத்து வைத்திருந்தவன், சாளையை எப்போதும் தாளிட்டே வைத்திருந் ததால் அவளால் அவனது நடமாட்டங்களைப் பற்றி யாரும் எதுவும் அறிந்துகொள்ள முடியவில்லை. பிறகொரு நாள் அறிந்துகொண்டபோது கடும் அதிர்ச்சிக்குள்ளானாள் வேலம்மா. உடனடியாக ஊரைக் கூட்டினாள். ஆனால், பிறகு எதுவுமே செய்ய முடியாதவளானாள். “ஆமா, அவள வெச்சுக்குட்டுத்தே இருக்கறெ” என ஒரு வார்த்தையில் சொல்லிவிட்டுப் போனான். அவளால் சகித்துக்கொள்ள முடியவில்லை. பிறகு அவளை வெடத்தலாங்காட்டுக்கே அழைத்துப் போனான். சாளை ஒன்றைப் போட்டு, அங்கேயே குடிவைத்தான். வேம்பன கவுண்டரால் எதுவும் பேச முடிவில்லை.

மாரியின் உடல் இற்று விழும் தருணம்வரை அவள் அந்தச் சாளைக்குள்ளேயே இருந்தாள். பிறகு கொண்டான் அவளை அழைத்துக்கொண்டுபோனான். வருடங்களுக்குப் பிறகு காரிச்சி தென்பட்டாள். கரிய அவலட்சணமான உருவம். பார்த்த மாத்திரத்தில் திகைத்துப் போனான் பூபதி. மசையனுக்கே பிறந்திருக்க வேண்டும் என நினைத்தான், மாரிக்கும் காரிச்சிக்கும் என்ன ஒட்டு இருக்க முடியும் எனச் சந்தேகப்பட்டான். இதுபற்றி இருவரும் ஓயாமல் சண்டையிட்டுக் கொண்டிருந்தார்கள். புணர்ந்தார்கள். புணர்ச்சியும் சண்டையும் ஓய்ந்தபோது அவள் புற்றுநோயால் பாதிக்கப்பட்டாள். பதற்றமடைந்தான் பூபதி. அது தொற்றுநோயாக இருக்கலாம் என்றார்கள். சில நாள்கள்

வெளியே நடமாடாமல் இருந்தான். ஏழெட்டு மாதங்கள் யாரும் சாளைப் பக்கம் எட்டிப்பார்க்கவில்லை. நான்கைந்து மாதங்கள் வரை செல்லரித்துக் கிடந்த அந்த உடல் பிறகு என்னவானது என்று தெரியவில்லை என்றார்கள்.

அவளைப் பற்றிய நினைவின் கசப்புகளிலிருந்து விடுபட விரும்பினான். லட்சுமியின் முதிர்ந்த உடலில் சுரந்துகொண்டிருந்த காமத்தின் சுவையிலிருந்து நெடுநாள்கள்வரை விடுபட முடிய வில்லை. அவளோடு சேர்ந்து கூடியிருந்த தருணங்கள் நினைவு களில் தோன்றின. அதில் மூழ்கியிருக்க விரும்பினான். மற்ற யாரையும்விட அவனுக்குக் காமத்தின் போதையை மூட்டியவள் அவள். அவனுக்கு எவ்வளவு பொருத்தமானவளாக இருந்தாள். அவளுடைய பெருத்த முலைகளைப் பற்றி யோசித்தான்.

திடீரெனக் குமாரசாமியின் நினைவு.

குமாரசாமி, நீ இன்னுமா சாகவில்லை? அம்மா இன்னுமா இருக்கிறாய் நீ?

வாய்விட்டு அரற்றினான்.

பழி, தீராத பழி.

ஆனால் வெள்ளி எங்கே? என்ன ஆனான் அவன். மகனே நீ என்னைவிட்டு எங்கே போய்க்கொண்டிக்கிறாய்?

18

வெள்ளி காணாமல் போன பிறகு முற்றாகச் சிதறிப்போனார் வேம்பன கவுண்டர். கால் போனபோக்கில் சுற்றி அலைந்து கொண்டிருந்தார். யாராவது தென்பட்டால் “எங்கு கிரியப் பாத்தீங்களா” என ஒவ்வொருவரிடமும் கேட்டுக்கொண்டிருந்தார். எங்கும் கால்நடையாகவே திரிந்தார். நதிக்கரையில் எப்போதும் யாராவது அவர் தென்படுவதைப் பார்த்தார்கள். நதியின் கரையோரமாகவே நடந்து அதன் தடங்களைப் பற்றிக்கொண்டு போனார். சில சமயங்களில் அப்படியே சரிந்துவிடுவார். அன்றொரு நாள் அப்படிச் சறுக்கி வெகுநேரம்வரை அவர் எழாமல் கிடந்ததை யாரோ ஒரு மூப்பன் பார்த்து அவரைக் கைத்தாங்கலாக அழைத்துவந்திருக்கிறான்.

வேலம்மாளும் பூபதியும் மனம் உடைந்துபோயிருக்கிறார்கள்.

“அய்யோ எங்கப்பங்கதி எப்படியாச்சுன்னு பாத்தையா வீரய்யா?” எனக் கதறி அழுதிருக்கிறான் பூபதி.

குமரப்ப பண்டிதன் வந்து தைலம் காய்ச்சி வைத்துவிட்டுப் போயிருக்கிறான். “சாமி, எசமாங்களே, நா என்ன பண்ணுவே, என்ன பண்ணுவே” என வெகுநேரம் புலம்பிக்கொண்டிருந்தானாம் பண்டிதன். பிறகு நாள்தவறாமல் வந்து பார்த்துவிட்டு வெகுநேரம் வரை அவரோடு இருந்துவிட்டுப் போயிருக்கிறான். சமுதா அருகிலேயே இருந்திருக்கிறாள்.

பாரதத்தையும் ராமாயணத்தையும் உடனிருந்து வாசிக்க வைத்தான் பண்டிதன். அவருக்குச் சத்துள்ள ஆகாரங்களைத் தருவதில் அக்கறை காட்டினார்கள்.

“கிரிக்கவுண்டரு எங்க, எந்த மூலைல இருந்தாலு பறந்துக்குட்டு வந்துருவாங்க சாமி, நீங்க மனசத் தெறமா வெச்சுக்கங்க, ஏழபாளை களுக்கு எசமாங்கள உட்டா ஆரு இருக்கறா, சொல்லுங்க சாமி?” என ஓயாமல் வற்புறுத்திக் கொண்டிருந்தான்.

கொஞ்சம் தேறினார், கொஞ்சம் நடந்தார், சிறிது சாப்பிட் டார். பேசிக்கொண்டே இருந்தார். “நம்ம அப்பு வந்துருவானா? நீ என்ன சொல்றே கொமரு” என அடிக்கொருதரம் கேட்பார்.

“சாதகங்கீதகம் பாக்கலாமா? உம்பட மச்சனெ ஒருத்தெ இருப்பானே, அவனக் கூட்டியாந்து கேட்டுப் பாக்கலாமா?”

என்பார். "மேலல்லா வலி, சரவாங்கியா இருக்குமோன்னு பாக்கரெ" என்பார், "சரவாங்கியா இருந்தா நம்பத் தொந்தரவு கீது பண்ணிப்புடுமோ என்னமோ" எனக் கவலையில் மூழ்குவார். பழனி மூப்பனை வரச்சொல்லி ஆளனுப்பினார். செம்போத்து களையும் கீரிகளையும் கொண்டுவந்தான் மூப்பன். கீரியின் ரத்தத்தைப் பூசிக்கொண்டால் சரியாகிவிடுமென்று யாரோ சொன்னதைக் கேட்டுக் கீரியைக் கொண்டுவந்தான். ஒவ்வொன்றிலும் ஒரு துண்டு சாப்பிட்டார், குமட்டிக்கொண்டு வந்தது. பிறகு, அந்த யோசனையைக் கைவிட்டு ஒதுங்கினார்.

தூக்கத்திலும் விழிப்பிலும் 'வெள்ளி, வெள்ளி' என்னும் புலம்பல்,

இரவுகளில் தானாக எழுந்து நதிக்கரைக்குப் போனார். தான் இழந்த ஒன்றைத் தொலைத்துவிட்டதாகப் புலம்பிக் கொண்டிருந்தார். முன்போலவே நதியைத் தேடினார். அடுத் தடுத்த நாள்களில் உடல்நிலை சீர்கெட்டது. காய்ச்சல் குளிர் அதிகமாகிக் கொண்டே போனது. பக்கவாதமும் தாக்கிற்று. ஒரே நாளில் கால்கள் முடங்கி ஒரு எட்டு வைக்க முடியாதபடி ஆனது. வாய் கோணிற்று, பேசமுடியாதபடி ஆனார் வேம்பன கவுண்டர். தன் காலம் முற்றுப் பெற்றுவிட்டது எனச் சென்னி மூப்பன் உச்சரித்த அதே வார்த்தைகளைத் தானும் உச்சரித்தார். ஆனால், ஏனோ அந்த உயிர் போக மறுத்தது.

அப்போது சாமியாத்தாளை நினைத்துக்கொண்டார். பால்யம் தொட்டு இருந்துவந்த அந்த உயிர் இப்போது போக மறுக்கிறது. அதற்கு விடுதலை என்று ஒன்று உண்டா?

வேம்பன கவுண்டரின் உயிரை விடுவிக்க ஒவ்வொருவரும் தம்மால் ஆனவற்றையெல்லாம் செய்துபார்க்கிறார்கள். இளநீர் கொண்டுவரச் சொல்கிறார்கள்.

"அதெல்லா வேண்டா, சாமியாத்தா குழி மண்ணக் கொண் டாங்கொ, உசுரு பறந்துகிட்டுப் போவுதா இல்லையான்னு தெரியும்."

பேசிக்கொண்டே குழி மேட்டை நோக்கி நடந்தார்கள்.

குழி மேட்டில் சிரிப்பும் கும்மாளமும்.

"ஆமா, இந்தப் பயன எங்க, தட்டுப்படறதையே காணாம்?"

"எந்தப் பய?"

"அட அதுதே பேரன்? அவம்பேரன்ன? வெள்ளியங்கிரியோ என்னமோ."

“நெசமா உனக்குத் திரியாது?”

“பின்னப் பொய்யா சொல்றே?”

“அவம்போயி மாச ஆறாச்சு, நீ இப்ப வந்து சொல்லிக்கிட்டுத் திரிற?”

புகையிலையை அதக்கிக்கொண்டு தொடர்ந்தார்கள்.

“அவெ எவளோ நாடகக்காரியோட சுத்திக்கிட்டு இருக்கறானாமா, ஊட்டுக்கு வந்தே ஆறேழு மாசமாச்சாமா? அது தெரியாதா உனக்கு?”

“நெசமாலுமே தெரியாதுங்கெ?”

அவரவர் கற்பனைகளில் என்னென்ன தோன்றியதோ அவற்றையெல்லாம் பேசினார்கள்.

சாமியாத்தாளின் குழி மேடு தூர்ந்து கிடந்தது. கிடைத்த ஏதோவொரு குழிமேட்டிலிருந்து மண்ணைச் சேகரித்து எடுத்துக் கொண்டு வந்தார்கள். குடிநாவிதன் வந்து சாமியாத்தாளின் குழிமேட்டிலிருந்து சாம்பலைக் கரைத்து எடுத்துக்கொண்டு போனான். மடக்மடக்கென ஒரு சொட்டு மீதம் வைக்காமல் குடித்தார் வேம்பன கவுண்டர்.

“இதுக்கென்ன பண்றது.”

எல்லோரும் பெருமூச்செறிந்தார்கள்.

“இனி அந்த கிரி வந்துதே எடுக்கோணு” எனத் துண்டை உதறித் தோளில் போட்டுக்கொண்டார்கள். கர்கர்ரென இளைப்பு வாங்கியது.

“செரி, எப்போ போய்ச்செர முடியுமோ அப்பபோடுவுட்டு, அவசரப்படுத்த வேண்டா.”

ஒவ்வொருவராகக் கலைந்து செல்லத் தொடங்கினார்கள்.

“செரி இரு நா காட்டுக்குப் போயி மாட்டுக்குத் தட்டுப் போட்டு வாறே” எனக் கிளம்பினான் பூபதி. “இதா வாறே” என வேலம்மாளும் கிளம்பினாள். கொஞ்சநேரம் இருந்து பார்த்து விட்டுப் போனார்கள். அவருக்குச் சுடுதண்ணீர் போட்டு வைத்து விட்டுக் கிளம்பினாள் வேலம்மா, வேறெதையும் அந்த உடம்பு ஏற்காது என நினைத்தாள். “போயிட்டு அஞ்சு சீக்கரத்துல வந்துருவெ” என அவருக்குச் சொல்லிவிட்டுக் கிளம்பினாள். “மாடுவேற கத்திக்கிட்டே இருக்குது” என நடந்தாள்.

வேம்பன கவுண்டர் கோழை இழுபடக் கிடந்தார்.

“வெள்ளி வெள்ளி” என ஆழத்திலிருந்து அவனை அழைத்துப் பார்த்தார்.

“வெள்ளி, வெள்ளி” என மீண்டும் அழைத்தார். புரண்டு படுக்க முயன்றார். ஆனால், கால்களை அசைக்க முடியவில்லை. “எங்க போனெ, வெள்ளி, வாப்பா, வந்து எம்பக்கத்துல உக்காரப்பா, இந்தத் தலகாணியக் கொஞ்சஞ் சாச்சு வெச்சுட்டுப் போ, நா அதுக்கப்புறம் உன்னத் தொந்தரவு பண்ணமாட்டேன். சத்தியமா வெள்ளி, நீ எனக்குப் பேரனிலையாப்பா, கொஞ்ச மனசெலவப்பா, வெள்ளி, வெள்ளி” மனம் இளகினான் பேரன். “இந்நேர வரைக்கு என்னப்பா பண்ணிக்கிருந்தே, எங்க போனெ.”

“நா வெகு தூரத்துல இருந்தென், அடிவானத்துல.”

“தாத்தவ உட்டுட்போயி அங்க என்னப்பா பண்றே?”

“கொஞ்ச வேல, தல போற வேல.”

தாத்தா பெருமூச்செறிந்தார்,

“செரி, நா உனக்குத் தொந்தரவு தர வருலெ, ஆனா இந்தத் தலகாணிய மட்டு எடுத்து வெச்சுட்டுப் போயிரு, எனக்குக் கால அசைக்க முடில.”

“இல்ல, எனக்கு முடியாது தாத்தா. நீங்க போங்க.”

“சரி, உம்பட பிரியம்.”

கைகளை ஊன்றி எழ முயன்றார். கட்டில் காலைப் பற்றினார்; புரண்டார்; பிறகு சரிந்தார்.

அவரது மூக்கிலிருந்தும் வாயிலிருந்தும் பதற்றமில்லாமல் கசிந்து வெளியேறிக் கொண்டிருந்தது குருதி.

அப்போது பூபதியோ வேலம்மாளோ பக்கத்தில் இருந்திருக்க வில்லை. முற்றிலும் தனியானவராக விடைபெற யாருமில்லாமல் போய்ச்சேர்ந்திருக்கிறார் வேம்பன கவுண்டர். எறும்புகள் சாரை சாரையாக ஊர்ந்துகொண்டிருந்தன. மிகத் தனியாக இருந்த ஒரு காகம் மட்டும் வெகுநேரமாகக் கரைந்துகொண்டிருந்திருக்கிறது.

‘கா கா கா’ என வெகுநேரமாக.

பிறகு யாரிடமும் சொல்லாமல் அவரிடமிருந்து விடைபெற்றது அந்தக் காகம்.

போய்ச் சேர்ந்தார் வேம்பன கவுண்டர்.

19

நதியிலிருந்து இறங்கிக் கால்போன போக்கில் நடை, தீராத நடை. போக்கிடம் பற்றிய யோசனைகள் இன்றி எங்கெங்கோ அலைந்து திரிந்து பசி தாளாமல் ஒரு வீட்டின் கூரையை அண்டினான். முற்றாக நினைவிழந்து கிடந்தவனை யாரோ ஒருவன் தண்ணீர் தந்து என்ன ஏதேன்று விசாரித்திருக்கிறான். தோற்றத்தையும் நடத்தையையும் பார்த்து அவன் பிச்சைக் காரனோ, பைத்தியமோ அல்ல என்பதை உணர்ந்து அதுபற்றிக் கேட்டிருக்கிறான். யாருடைய கேள்விக்கும் பதில் சொல்ல விரும்பாதவனாக இருந்ததைக் கண்டவன் செலவுக்குக் கொஞ்சம் சில்லறை நாணயங்களைக் கொடுத்து அனுப்பியிருக்கிறான். மறுக்காமல் வாங்கிக்கொண்டவன் என்றாவது அதைத் திருப்பித் தந்துவிடுவதாக வாக்களித்துவிட்டுப் போயிருக்கிறான். அழுக்கடைந்து போயிருந்த உடைகளில் ஒன்றைக் கொடுத்து அனுப்பிவைக்கக் கூடத் தவறவில்லை.

அவனைப் பிறகு என்றுமே மறக்க முடிந்ததில்லை. வருடங ்களுக்குப் பிறகு ராணுவசேவை முடித்துக்கொண்டு திரும்பியபோது அவனைத் தேடிக்கொண்டு வந்திருக்கிறான். அப்போது அந்த மனிதன் தனது முதுமையை எட்டியிருக்கிறான். கூரைவீடு ஒன்றில் யாருமே இல்லாமல் தனியாக வசித்துக் கொண்டிருந்த அவன், தான் ஒருபோதும் அப்படி ஒரு மனிதனைப் பார்த் திருக்கவோ கேள்விப்பட்டிருக்கவோ இல்லை என அவன் சொன்னதைப் பொருட்படுத்தாமல் அவனுடன் சற்றுநேரம் இருந்திருக்கிறான். அவனுக்குப் போர்வை, துணிமணி எடுத்துக் கொடுத்துப் பணமும் கொடுத்தனுப்பியிருக்கிறான். "ஆருன்னே தெரில, மவராசனா இருப்பா" என அவன் வாழ்த்தி அனுப்பி யதைக் குறித்து வெகுநேரம் யோசித்துக்கொண்டிருந்தான் வெள்ளி. பிறகு சீக்கிரத்திலேயே மறந்துவிட்டான்.

பல வருடங்களுக்குப் பிறகு யாருமற்ற நதியில் யாருமே இல்லாதவனாக நொய்யலின் அந்தப் பாறையில் நின்றுகொண் டிருந்த போது அவன் அந்த மனிதனை நினைத்துக்கொண்டான். வருடங்களுக்குப் பிறகு மீண்டும் அவனைச் சந்திக்க வேண்டும் என நினைத்தான். ஆனால், அதற்கு வாய்க்கவே இல்லை. எல்லா வற்றையும் துறந்துவிட வேண்டும். யாருமற்றவனாக மாறிவிட வேண்டும். யாருமற்றவனாக யாருமே இல்லாதவனாக

அடையாளங்களற்றுப் போய்விட வேண்டும். பாறையில் கால் களை நீட்டிப் படுத்துக்கொண்டான். சுவாசம் இருக்கிறதா என்பதைக்கூட அறிந்துகொள்ள முடியவில்லை. எழுந்தான்.

சலனமற்றுப் பெருகிக்கொண்டிருந்த நதியில் உயிர்கள் தட்டுப்படவில்லை. ஒரு பறவைகூடத் தென்படாமல் உயிர்கள் முடங்கியிருந்தன. ஆறு கொதித்துக் கிடந்தது. தாளமுடியாத வெப்பம். நதியில் இறங்கினான். அதைப் பொருட்படுத்தாமல் நதியில் இறங்கியிருந்தது ஒரு சாரை. நெடுங்காலமாக அந்த நதியில் வசித்துக்கொண்டிருக்கும் சாரை அது. நிலவின் ஒளி பட்டுச் சிதறிக்கொண்டிருந்தது அதன் பிளவுண்ட நாக்கு. தொந்தரவு தராமல் நின்று அதனைப் பார்த்துக்கொண்டிருந்தான் வெள்ளி. பிறகு நதியில் இறங்கி வெள்ளப்பெருக்கில் தாவினான். நதி சுழன்றது. நதியின் போக்கில் சத்தமில்லாமல் பின்தொடர்ந்தது சாரை. 'ஃபுப்'பென்று காற்றை ஊதியது. கரையேறி ஈர உடலைத் துவட்டிக்கொண்டான் கடக்கும்வரை நின்று அவனைப் பார்த்துக்கொண்டிருந்தது அந்தச் சாரை.

மனப்பிறழ்வுக்குள்ளானவனாக அலைந்து திரிந்த நாள்களில் அழகுமீனாவைப் பார்ப்பதற்காக அவளுடைய நாடக அரங்குக்குப் போனான். அப்போது அவளைச் சந்திக்க வாய்க்கவில்லை. அவளைத் தேடிச் செல்லவும் மனம் ஒப்பவில்லை. பிறகு கால் போன போக்கில் அலைந்து திரிந்த ஒரு வாழ்வு. சத்திரங்களும் சாவடிகளும் கிடைத்தன. இலக்கில்லாமலும் வேறு போக்கிடமற்ற வனாகவும் அலைந்து திரிந்துகொண்டிருந்தபோது ராணுவ முகாம் ஒன்றைப் பார்த்தான். வேறு வழியின்றி அங்கேபோய் நின்றவனுக்குப் போக்கிடமாக அமைந்தது ராணுவசேவை. அப்போது யுத்தம். தேவையான பரிசோதனைகளுக்குப் பிறகு அடுத்த ஒன்றரை மாதங்களுக்கு ஜபல்பூர் பயணம். பிறகு மலேயா, பினாங்கு, சுமத்ரா என்று நிற்க நேரமில்லாத வாழ்வு. துப்பாக்கி பிடிக்கக் கூடத் தெரியவில்லை. சிலர் கோவேறு கழுதைகளை ஏற்றிக்கொண்டு பொதி சுமக்கப் போனார்கள். வேறுசிலர் வீரர்களின் தோட்டாக்களுக்கு ரவைகளைச் சேகரித்துக் கொடுத் தார்கள். முகாம்களில் பதுங்கிக்கொண்டு ரொட்டியும் சப்பாத்தி யும் சுட்டுத் தந்தார்கள். விமானங்களிலிருந்து சோற்றுப் பொட்ட லங்களை வீசினார்கள், சோற்றுப்பொட்டலங்களுக்காகச் சண்டை யிட்டுக் கொண்டார்கள், அரைகுறையாகக் கிடந்த உடல்களி லிருந்து கால்ச்சராய்களை உருவிக்கொண்டு போனார்கள், ஓயாமல் புகைபிடித்தார்கள், ஒயின், பியர் குடித்தார்கள், ருஷ்யாவிலிருந்து வந்த சிலருக்கு வோட்கா கிடைத்தது.

அதற்காகச் சண்டை போட்டுக்கொண்டார்கள், கஞ்சா அபின் போன்ற போதை வஸ்துகள்கூடச் சிலருக்குக் கிடைத்தன, வேறு சிலர் செத்து விழுந்தார்கள், சடலங்களை அப்படியே விட்டுச் செல்வதைத் தவிர யாருக்கும் எந்த வழியும் இருந்திருக்கவில்லை. அவற்றுக்கெல்லாம் அவகாசம் இருக்கவில்லை. மரணத்தோடு இடையறாத போராட்டம். ஆனால், எல்லோருக்குமே ராணுவ சேவை பிடித்திருந்தது. போர், கிளர்ச்சியை ஏற்படுத்தியிருந்தது. யாராவதொரு ராணுவ வீரன் கொல்லப்படும்போது அவனைக் கொண்டாடினார்கள். வாய்ப்புக் கிடைத்தபோது ராணுவ அதிகாரிகளும் படை வீரர்களும் மரியாதையோடு அஞ்சலி செலுத்தினார்கள்.

ஏறத்தாழ எட்டு மாதங்கள்வரை வெள்ளி நொய்யல்கரைக்குப் போகவே இல்லை. தன்னைப் பற்றி யாருக்கும் எதுவும் தெரியக் கூடாது என விரும்பினான். சென்னி மூப்பன் சொன்ன எதையும் புரிந்துகொள்ளக்கூட முடியவில்லை. யாராவது வந்து இதெல்லாம் கனவு எனச் சொல்லிவிட்டால் எவ்வளவு நன்றாக இருக்கும் என நினைத்தான். சென்னி மூப்பன் நீர் ததும்பிக் கிடந்த மடையில் வீரமண்டியிட்டு உட்கார்ந்து அவன் சொல்லிச் சென்றவற்றில் எவையெல்லாம் கனவு? சென்னி மூப்பனேகூடக் கனவோ? மூப்பன் நொய்யலின் மடைகளில் தன் வலையை வீசிக் கெழுத்தியும் கெண்டையும் பிடித்துக்கொண்டிருப்பானோ? கனவு மனப்பிறழ்வின் அடையாளமோ? தவிப்புக்கும் அலைக்கழிப்புக்கும் உள்ளான அவனது மனம் பேதலித்துவிட்டது, தகப்பன் கொண்ட பேதலிப்பு இது. வேம்பன கவுண்டரும் சாமியாத்தாளும்கூட அந்தக் கற்பனையால் பேதலித்துப் போன மனத்தின் பிம்பங்களாக இருக்க வேண்டும். எட்டு மாதங்கள் கடந்துவிட்ட பிறகும் யாரிடமிருந்தும் எந்தப் பதிலும் இல்லை. தாத்தாவிடமிருந்துகூடப் பதில் இல்லை. எழுதி அனுப்பிய கடிதங்கள் என்னவாயின?

வெகுநேரம்வரை தூங்காமல் உழன்று கிடந்தவன் பிறகு அவசர அவசரமாக எழுந்தான். நேரம் கடந்துகொண்டிருந்தது. அதிகாலை நடைப்பயிற்சிக்குத் தயாராக வேண்டும். அழைப்பு வந்துவிட்டது. தாமதத்தைப் பொறுத்துக்கொள்ள மாட்டார்கள். நல்ல வேளையாக, “என்ன தூக்கமா” என்னும் ஒரு கேள்வியோடு முடித்துக்கொண்டான் படை அதிகாரி.

யுத்தம் மூர்க்கமடைந்து கொண்டிருந்தது. யாரையும் காப்பாற்ற நேரமில்லை. கையெறிகுண்டுகளிலிருந்து தோட்டாக்கள்

சிதறுகின்றன. பீரங்கிகளும் கவச வாகனங்களின் இடையறாத இரைச்சலும் விண்ணுயர எழுந்த புகையும் போரின் கவிதைகளாக ஒலித்துக்கொண்டிருக்கின்றன. மேற்கிலிருந்து கிழக்குவரையும் வடக்கிலிருந்து தெற்குவரையும் எங்கும் போர்முழக்கங்கள். முதலில் பீரங்கிப் படையில் பணி. இரண்டு மாதங்கள் பீரங்கிப் படையில் பணிபுரிந்த பிறகு உளவுப் பிரிவுக்கு அனுப்பினார்கள். பின்னர் ரப்பர் தோட்டம் ஒன்றில் வேலை.

தனது உறவினர்கள் சிலர் ரப்பர் தோட்டம் ஒன்றில் வேலை செய்வதாகப் பொய் சொன்னான். நான்கு பேர் இருந்தார்கள். அதில் ஒருவர் கையெறி குண்டு ஒன்றைத் தவறாகக் கையாண்ட போது இறந்துபோக, மற்ற இருவரில் ஒருவர் மலையாளி. யுத்தம் அவர் விரும்பித் தேர்வு செய்த ஒன்று. மூன்றாமவர் பீகாரி. மூவரும் தனித்தனியே பிரிந்துசென்றார்கள்.

வெள்ளிக்கு உற்சாகமூட்டும் பணியாக இருந்தது. எல்லா நேரங்களிலும் கையெறி குண்டுகளுடன் இருக்க வேண்டியிருந்தது தான் பிரச்சினை. உளவாளிகள் நெருங்கிக்கொண்டிருந்தார்கள். வெள்ளி அடர்ந்த தாடி வைத்துக்கொண்டான். தம்புராவை மலையாளி மீட்டிக்கொண்டிருந்தான். தம்புராவின் இசை தொடர்ந்து கேட்டுக்கொண்டிருந்தது. இசையைக் கேட்கும் சாக்கில் வெள்ளி அங்கு வந்தான். தம்புராவைவிடப் போரின் மீது வேட்கை கொண்டவன். தம்புராவை இசைத்துக்கொண்டே உளவுப்பணி மீதே அதிக நாட்டம்கொண்டவனாயிருந்தான். உளவாளிகளின் நடமாட்டங்களைக் குறித்துச் சில முக்கியத் தகவல்களை அவர்கள் மூவருக்கும் சொன்னான். பிறகு சத்தமில் லாமல் புறப்பட்டான். குறிப்பிட்ட இலக்கை அடைந்தபோது பீகாரி சரிந்தான். மற்ற இருவரும் அசையாமல் பதுங்கினார்கள். பின்மண்டையில் ஒரு வலுவான தாக்குதல். பிறகு மயக்கம்.

கிட்டத்தட்ட பதினைந்து நாள்கள்வரை மயக்கம் தெளிய வில்லை.

பிறகு விசாரணை. சித்ரவதையின் நுட்பங்கள் பற்றி யாரும் யாருக்கும் பாடம் எடுக்கவேண்டியதில்லை. அவர்கள் யார், யார்? எத்தனை பேர் அவர்களுடன் இருந்தார்கள். தப்பியவர்கள் யார்? கை, கால், முகம், கழுத்து, மண்டை என உடலின் எந்தப் பாகமும் தப்பவில்லை. தன் கையில் அதிகாரத்தை வைத்துக் கொண்டிருக்கும் ஒருவனால் எவையெல்லாம் செய்ய முடியுமோ அவையெல்லாம் செய்தார்கள். பிறகு சலித்துப் போய்விட்டார்கள். அதிகாரம் எல்லோருடைய கைகளுக்கும் பொதுவானது. யார்

 நற்றிணை பதிப்பகம் ❖ 277

வெற்றி பெறுகிறார்களோ அவர்களுடைய கைகளுக்குப் போய்ச் சேர்கிறது. போர் அதன் நியதிகளுக்குக் கட்டுப்பட்டது. நியதிகளை யார் உருவாக்குவது? அதிகாரத்தைக் கைப்பற்றப்போவது யார்?

பெருமூச்செறிந்தான் வெள்ளி.

கண்கள் தீய்ந்துபோயின.

முடிவில் அவன் இழுத்துச் செல்லப்பட்ட இடம் சயாம் மரண ரயில் பாதை. வாழ்வின் சகிப்புத் தன்மைக்கு அதைவிடப் பெரிய சவால் இருக்க முடியாது என நினைத்தான் வெள்ளி. ஒரு கவளம் சோற்றுக்கு அல்லாட வேண்டியிருக்கிறது. வாழ்வு எதைக் கற்றுக்கொடுக்க விரும்புகிறது என யோசித்தான் வெள்ளி. சயாம் மரண ரயில் இன்னும் எத்தனைபேரைக் காவுகொள்ளப் போகிறது?

இரண்டு நாள்களுக்குமுன் ஒருவர் 'சோறு' என்னும் ஒரே வார்த்தையைத் திரும்பத் திரும்ப உச்சரித்துக்கொண்டிருந்தார். சோறு, சோறு, சோறு, சோறு. கங்காணி சத்தம் போட்டான். "வாய மூடிக்கிட்டிரு, சோறு போட இன்ன நேரமிருக்குது" என வேலையைப் பார்க்கச்சொல்லி உத்தரவிட்டான். அவன் அதைப் பொருட்படுத்தவில்லை. சோறு, சோறு என்ற ஒரே வார்த்தை மட்டுமே அவனது வாயிலிருந்து வந்துகொண்டிருந்தது. அதை அவன் பொருட்படுத்தவில்லை.

சோறு, சோறு, சோறு.

கங்காணி பதற்றமடைந்தான். கையில் கிடைத்த விளாறு ஒன்றை உருவினான். "நீ பேசாம இருக்கமாட்டே, கொன்னே புடுவே" என மிரட்டினான். அப்போதும் அவன் பணியவில்லை. சோறு, சோறு, சோறு. பிறகு அவனைப் பணிய வைப்பதற்கான கடைசி முயற்சியாக விளாறை உருவினான்.

சோறு, சோறு, சோறு.

கங்காணி பிறகு தனது படைப்பிரிவுக்குப் போனான்.

"ஹே... அவனுக்கு என்ன?"

"அவனுக்குச் சோறு வேண்டுமாம் மேஜர்."

மேஜர் எழுந்து வந்தான்.

"இங்க பாரு, சோறு இப்பக்கெடையாது, சாயந்தரம்தான், இப்ப போயி வேலயப் பாரு."

அவன் அதையும் பொருட்படுத்தவில்லை.

"சோறு, சோறு, சோறு."

மேஜர் பதற்றமடைந்தான். கங்காணி மீண்டும் விளாறை எடுத்தான். மேஜர் துப்பாக்கியைக் கையிலடுத்தான். "இப்ப நிறுத்தப் போறயா இல்லையா?"

குறி பார்த்தான். மற்றவர்கள் அச்சத்தில் உறைந்துபோனார்கள்.

"யே, வாய மூடிக்கிட்டுச் சும்மா இரு" எனத் தணிந்த குரலில் அவனுக்குச் சொன்னான். மௌனமாகச் சுருட்டுப் புகைத்துக் கொண்டிருந்தான். இப்போது அமைதியாக இருந்தான். பிறகு கைத்துப்பாக்கியால் இரண்டுமுறை சுட்டான்.

ஆனால், யுத்தக் களம் வேறுவிதமாக இருந்தது.

ஹிட்லரின் படைகள் வேகமாகப் பின்வாங்கிக்கொண் டிருந்தன. ஹிட்லர் பின்வாங்கிக்கொண்டிருப்பதாகச் செய்திகள் வந்து கொண்டிருந்தன. மரண ரயில் பாதையைவிட்டுப் பலர் ஓட்டமெடுத்துக்கொண்டிருந்தனர். வானம் கரும்புகையால் சூழப்பட்டது. எங்கும் மரண ஓலம். சிலர் தப்பினார்கள், வேறு சிலர் மரணத்தைத் தழுவினார்கள். பலரும் சங்கிலிகளை அறுத்துக்கொண்டு ஓடித் தப்பமுற்பட்டனர். ஜப்பான் அணு குண்டு வீசிவிட்டதாக யாரோ சொன்னார்கள். அணுகுண்டு பற்றி யாருக்கும் தெரியவில்லை. ராணுவத்தினர்கூட அதைப் பற்றிய சொற்பத் தகவல்களையே அறிந்திருந்தனர். அவை வந்து சேர வெகுநாள்கள் ஆயின.

வெள்ளியின் கால்களில் சங்கிலிகள் பிணைக்கப்பட்டிருந்தன. அதை அப்புறப்படுத்த அவன் மேற்கொண்ட முயற்சிகள் பலன் தரவில்லை. இழுத்துக்கொண்டே நடக்க வேண்டியிருந்தது. எப்படியோ மரண ரயில் பாதையைக் கடந்துவிட்டிருந்தான் வெள்ளி.

பாலை போல் தென்பட்ட இடத்தில் ஜப்பானியன் ஒருவன் தென்பட்டான். பதுங்கிக்கொண்டான். ஏதாவது அரவம் தென்படுகிறதா எனப் பார்த்துக் கொண்டிருந்தான். யாரும் தென்படாததால் அசைந்து அசைந்து அருகில் போனான். அவன் முனகிக் கொண்டிருந்தான். நல்ல அடி, ரத்தம் பீறிட்டுக் கொண்டிருந்தது. "உங்களுக்கு என்ன பிரச்சினை?"

அவன் நிமிர்ந்து பார்த்தான், உலர்ந்த புன்னகை ஒன்று வெளிப்பட்டது.

"என்னுடைய கால்கள் முறிந்துவிட்டன, சுக்கல்சுக்கலாகப் போய்விட்டன, ஒரு அடி வைக்க முடியவில்லை. அநேகமாக

நற்றிணை பதிப்பகம் ❖ 279

இன்னும் சற்று நேரத்துக்குள் நான் இறந்துவிடுவேன். ஆனால் நண்பனே, அப்படி அழைக்கலாம் அல்லவா."

"ஆம், தயவுசெய்து வேறுவிதமாக அழைக்காதீர்கள்."

"நாம் இப்போது எதிரிகள்."

"அதனால் என்ன மேஜர், மேஜர்தானே நீங்கள்?"

"ஆம்" எனத் தலையசைத்தான் மேஜர்.

"சில நாள்களுக்குமுன், எங்களின் ஒரு வீரன், கொஞ்சம் சோறு கேட்டான், ஒரே ஒரு கவளம் சோறு."

"ஆம், நினைவிருக்கிறது, நான் அதை என்றுமே மறக்க வில்லை."

"ஆனால், சரி இப்போது உங்களுக்கு என்ன வேண்டும்."

"எனக்கு இப்போது கொஞ்சம் தண்ணீர் வேண்டும், ஒரே ஒரு குவளைத் தண்ணீர்."

வெள்ளி பெருமூச்செறிந்தான்.

"இதோ வருகிறேன்."

தண்ணீரைத் தேடி அலைந்தான்.

எங்கும் ஒரு சொட்டு நீர் கிடைக்கவில்லை.

நிலம் வறண்டு கிடந்தது.

அணுகுண்டு வீச்சில் பூமி கருகிக்கொண்டிருந்தது. தென்பட்ட எல்லா இடங்களும் நாசமாக்கப்பட்டிருந்தன.

வெகுநேரம் தேடி அலைந்த பிறகு குட்டை ஒன்றில் நீர்க் கசிவு, கலங்களற்றுப் பெருகிக்கொண்டிருந்த நீரூற்றைக் கண்டபோது அவன் தத்தளித்தான். கண்களில் நீர் பெருகியது. அவசர அவசரமாகக் கிடைத்த குவளை ஒன்றில் தண்ணீரைக் கொண்டுசென்றான். நல்ல வேளையாக மேஜருக்கு இன்னும் உயிர் இருக்கிறது.

"நன்றி நண்பனே."

மேஜரின் உதடுகள் வறண்டிருந்தன. கொஞ்சம் கொஞ் சமாகத் தண்ணீரைப் பருகினான். நன்றியுடன் புன்னகைத்தான்.

"இப்போது உங்களால் பேச முடியும் அல்லவா."

"ஆம், இன்னும் கொஞ்சம் உயிர் இருக்கிறது."

"மேஜர் எங்களிடம் ஒரு இதிகாசம் இருக்கிறது. நீங்கள் அதைப் பற்றிக் கேட்டிருப்பீர்கள் என நினைக்கிறேன்."

"சொல்லுங்கள்."

"மகாபாரதம், அதைப் பற்றித்தான் உங்களுக்குச் சொல்ல வேண்டும் என நினைக்கிறேன்."

"....."

"பாரதக் கதையின் நாயகன் பிதாமகர் பீஷ்மர், ஒரு சமயம் அர்ச்சுனனுக்கு நீர் தேவைப்படுகிறது, வெறும் நீர். இப்போது போலவே அப்போதும் நீர் இல்லை. இப்போது நடந்துகொண் டிருந்தது போலவே அப்போதும் யுத்தம் நடந்துகொண்டிருந்தது. தண்ணீருக்காகப் பரிதவித்த பீஷ்மரும் அர்ச்சுனனும் எதிரெதிர் தரப்பில் இருக்கிறார்கள். பீஷ்மரின் தாய் கங்கை ஒரு காரியம் செய்கிறாள், அவள் தன் புத்திரனுக்காக நீர் கொண்டுவருகிறாள். வெறும் நீர். அர்ச்சுனன் என்ன செய்தான் தெரியுமா மேஜர், வில்லை வளைத்து நாணை ஏற்றி அம்பை எய்து பீஷ்மருக்கு நீர்கொண்டுவந்து தருகிறான், கங்கை பிரவாகம் எடுத்துப் பெருகுகிறது."

"நீங்கள் எனக்குக் கொண்டுவந்திருப்பது போல, நன்றி உங்களுக்கு."

மேஜர் கண்களை மூடினான்.

"இனி அவகாசமில்லை, நான் விடைபெற வேண்டும், ஆனால் ஒன்று, இதிகாசங்களும் வேதங்களும் எல்லாச் சமூகங்களிலும் இருந்துகொண்டிருந்திருக்கின்றன. கடவுளை அடைய மனிதன் மேற்கொள்ளும் முயற்சிகளே இவை. ஆனால், இப்போது நமது எல்லாக் கடவுள்களும் தோற்கடிக்கப்பட்டு விட்டார்கள். பூமி பற்றி எரிந்து கொண்டிருக்கிறது. வெந்து கருகிக்கொண்டிருக்கிறது. அணுகுண்டுகளின் சத்தங்கள் ஓயாமல் கேட்டுக்கொண்டே இருக்கின்றன. மனிதர்கள் தம் சொந்த அழிவைத் தாமே தேடிக் கொண்டுவிட்டார்கள். இனி ஒன்று மில்லை, ஒன்றுமே இல்லை. எல்லாமே அழிவு சக்திகளாக மாறியிருக்கும். ஒவ்வொருவரும் மற்றவரைக் கொன்று தீர்க்கும் சக்திகள்."

மூச்சுவாங்கியது மேஜருக்கு,

"உங்கள் கங்கையின் பிரவாகத்திலிருந்து இன்னும் ஒரு மடக்கு நீர்."

ஆசையோடு பருகினான். மேஜர் தளர்ந்துகொண்டிருந்தான். கண்கள் இருளத்தொடங்கி இருந்தன.

"இனி ஒன்றுமில்லை, எஞ்சியிருப்பது பேரழிவு மட்டுமே. ஒருவர் மற்றொருவரை அழிக்கும் யுத்தம். நான் உங்களை, நீங்கள் எங்களை" ஆற்றாமையுடன் எழுந்தான்.

இமைகள் தாழ்ந்து மூடின.

"விடைபெறுகிறேன்."

பெருமூச்சின் வெப்பம்.

சங்கிலியை இழுத்துக்கொண்டு நடந்தான் வெள்ளி. எவ்வளவு நேரம் இந்தப் பயணம்? இன்னும் எத்தனை காலத்துக்கு அதை இழுத்துக்கொண்டு திரியவேண்டும்?

அதிகாலையில் இந்திய ராணுவம் வந்தது. நீண்ட நாள் களுக்குப் பிறகு வயிறாரச் சாப்பிட முடிந்தது. யாராவது வந்து சோற்றைப் பறித்துக்கொண்டு போய்விடுவார்களோ என்னும் அச்சம் எல்லோருக்கும் இருந்தது. சாப்பாட்டுத் தட்டங்களை மறைத்து எடுத்துக்கொண்டு போனார்கள். பத்திரமாக மூடி வைத்துக்கொண்டார்கள். யார் மீதும் யாருக்கும் நம்பிக்கை இல்லாதது போல் நடந்துகொண்டார்கள். அவர்களுக்கு நம்பிக்கை யூட்ட மருத்துவர்கள் போராடினார்கள். சிலர் மனச்சிதைவுக் குள்ளானார்கள். திரும்பவும் மீட்டுக்கொள்ள முடியாத அளவுக்கு நிரந்தர மனச்சிதைவுக்குள்ளானவர்களை மீட்பதற்கு அதிகம் போராட வேண்டியிருந்தது.

ஊர் திரும்ப முடிவெடுத்தான் வெள்ளி. போதும். எஞ்சியுள்ள காலத்தை நொய்யல்கரையில் கழித்துவிட வேண்டும். அங்கே வசித்துக்கொண்டிருக்கும் பறவைகளையும் மீன்களையும் சாரைகளையும் பார்த்துக்கொண்டிருந்தால்கூட போதும். நொய்யலில் இப்போது யார்யாரெல்லாம் எஞ்சியிருப்பார்கள் என யோசித்தான் வெள்ளி. அப்பா, அம்மா, தாத்தா, காரிச்சி என யாரையெல்லாம் நினைவிருக்கும், இந்த நதியாவது நிலைத் திருக்குமா? கடந்துசென்றிருக்கிற காலங்களில் எதையெல்லாம் மீட்டுக்கொள்ள முடியும். அவற்றின் மதிப்பும் நிறையும் என்ன?

எஞ்சியிருக்கும் காலம் எங்குகொண்டு சேர்க்கும்?

ஆழ்ந்த பெருமூச்சொன்று எழுந்து அடங்கியது.

பகுதி 3

1

வண்ணாமடையினுள் ஒரு வாளைமீன் வெங்கரையாம் பாளையத்து மூப்பன்களை மூன்று நாள்களாக அலைக்கழித்துக் கொண்டிருந்தது. பதியிலிருந்த மூப்பன்கள் எல்லோரும் மடைக்குள் இறங்கிச் சல்லடை போட்டுச் சலித்தெடுத்தும் அகப்படாமல் விளையாட்டுக் காட்டிக்கொண்டிருந்தது.

தலைமுதல் பாதம்வரை நொய்யலில் உள்ள மடைகள் எல்லாவற்றினுமுடைய ஆழத்தையும் குணத்தையும் அறிந்த வர்களென வெங்கரையாம்பாளையத்து மூப்பன்களுக்குப் பெயருண்டு. நொய்யலின் சரித்திரத்தையே அறிந்த சென்னி மூப்பன் வசித்திருந்த ஊர் அது.

வெள்ளம் பெருக்கெடுத்துப் பாயும் காலங்களில்கூட நொய்யலின் எந்த மடையிலும் இறங்கி எத்தகைய மீனையும் வலைவீசிப் பிடித்துவிடும் அவ்வூர்க்காரர்களின் சாமர்த்தியம் நொய்யல்கரையெங்கும் பழங்கதைகளைப் போலப் புழங்கிக் கிடந்தன. குத்தீட்டியும் வெட்டரிவாளும் இல்லாத மூப்பனுடைய வீடென ஒன்று வெங்கரையாம்பாளையத்தில் இருக்கவே முடியாது. உடுவலை, வீச்சுவலை மூப்பன்களுடைய வீட்டு எரவானங்களில் வகைக்கிரண்டு செருகப்பட்டிருக்கும். ஆறான், அவுரி, வெறா, உளுவை, வாளை, விலாங்கு, லோகு என எவ்வளவு துண்டிருக்கமான மீன்களாயிருந்தாலும் வெங்கரையாம்பாளை யத்தைத் தாண்டிக் கீழே போக முடியாது. ‘ஒரு குஞ்சுபாக்கி யில்லாம அரிச்செடுத்துப்புட்டு வெறுந்தண்ணியவல்லொ இந்தப் பக்கத்திக்கு அனுப்புவானுக’ என வெங்கரையாம்பாளையத்துக் காரர்களைப் பற்றிச் சொல்வார்கள் கீழ்மடைக் கிராமங்களின் மூப்பன்கள்.

அப்படிப்பட்ட சாமர்த்தியசாலிகள்தாம் அந்த வாளையைப் பிடிக்கக் திணறிக் கொண்டிருந்தார்கள். வண்ணாமடையில் தண்ணீர்கூட அவ்வளவு அதிகமாக இல்லை; மிஞ்சிப்போனால் இரண்டடி கிடக்கும்; நடுமடையில் அதிகம். அங்கு பனை மூழ்கும் ஆழம் என்றார்கள். தண்ணீரைக் காட்டிலும் சேறுதான் அதிகமாக இருக்க வேண்டும். கடந்த இருபது முப்பது வருடங்களில் நொய்யலை யாராலும் இப்படிப் பார்த்திருக்க முடியாது. அதன் ஆழ்நிலத்தில் எவ்வளவு சேறு கிடக்கும் என்பதை ஊகிப்பதும் கஷ்டம். இத்தனை வருஷங்களில் நடுமடையின் ஆழத்தைத் தொட்டுவிட்டு வந்தவர்களென யாரையும் சொல்ல முடியாது. சேற்றில் மாட்டிக்கொள்ள வேண்டியிருக்குமோ என்னும் பயமும் அதற்கொரு காரணம். அப்படிப்பட்ட நடுமடையைவிட வாளைக்குப் பாதுகாப்பான வேறோர் இடம் இருக்க முடியாது.

ஏனோ ஓரவாக்கிலேயே சுற்றிச்சுற்றி வந்துகொண்டிருந்தது. அதன் நீண்ட முதுகுப்பட்டையும் வாலும் நீர்ப்பரப்புக்கு மேல் எழும்பி அலையெழுப்பும் ஒவ்வொரு தருணத்திலும் பெரும் கூச்சலுடன் வெட்டரிவாளை வீசினார்கள் மூப்பன்கள். ஊருக்குள் ஒரு பிராணி கிடையாது. விஷயத்தைக் கேள்விப் பட்டதும், அப்படியப்படியே போட்டுவிட்டு எல்லோரும் வண்ணாமடையில் திரண்டிருந்தார்கள். சின்னஞ்சிறுசுகளுக் கெல்லாம் அளவில்லாத ஆனந்தம். கரையெங்கும் இறைந்து கிடந்த அயிரைக் குஞ்சுகளைப் பொறுக்கி முட்டிகளில் சேகரித்துக் கொண்டிருந்தன. கலங்கிய நீர்ப்பரப்பில் சில வெறாக்களும் ஓரிரு லோகு மீன் கூட்டங்களும் தென்பட்டன. யாரும் அவற்றைச் சீந்தவில்லை. மற்ற நாள்களாக இருந்திருந்தால் அவை பெரும் வேட்டையாய்க் கருதப்பட்டிருக்கும்.

ஆறேழு அடி நீளமும் இரண்டடி அகலமும் கொண்ட பெருத்த உடல் அதற்கு. துடுப்புகள் முறம் மாதிரி விரிந்து கிடந்தன. மீசைகள் இரண்டும் இரண்டடி நீளத்தில் சாரைகளைப் போல அலைந்து கொண்டிருந்தன. மூப்பன்கள் வீசிய எல்லா வலைகளையும் தும்புதும்பாய் அறுத்தெறிந்திருந்தது அந்த மீன். இரண்டு மூன்று நாள்களுக்கு முன்பாகவே கள் மரமேறும் இரண்டு அரண்மனைக் காட்டு மூப்பன்கள், கொக்குப்பாறையினடியில் அதை மடக்கிப் பிடித்திருந்திருக்கிறார்கள். ஆனால், வெகு சாமர்த்தியமாக அவர்களுடைய பிடியிலிருந்து தப்பி விட்டது. வண்ணாமடையின் வடமூலையில் சங்காக்காட்டுப்

பண்ணாடிக்கு ஒரு கிணறு உண்டு. அதற்குள் இரைதேடி அலைந்து கொண்டிருந்திருக்கிறது அந்த வாளை. வெறாக்கள் பதுங்கும் இடம் அது. பெரிய சீவன் ஏதாவது தட்டுப்படுமா என்னும் நப்பாசையோடு நொய்யல்கரை மூப்பன்கள் அந்தக் கிணற்றை எப்போதும் நோட்டம் விட்டுக்கொண்டிருப்பார்கள். அந்தப் பக்கமாகப் போகும்பொழுது கிணற்றை எட்டிப்பார்க்காமல் போக மாட்டார்கள். அப்படி எதேச்சையாகவே இரண்டு பேரும் அந்த வாளையைப் பார்த்திருக்கிறார்கள்.

இரண்டடி ஆழத்தில் ஒரு கரிய நிழலாய்த் தென்பட்டிருந் திருக்கிறது வாளை. முதலில் அதைப் பனை நிழல் என்றே நினைத்தார்களாம். ஆனால், அவர்களுடைய பாதங்களின் அதிர்வில் மிரண்டோடிய ஒரு லோகு மீன் கூட்டத்தை விரட்டிக்கொண்டு பாய்ந்த வாளை அவற்றில் ஒன்றை அறைந்து கவ்விக்கொண்டு நீர்ப்பரப்புக்கு மேல் நாலடி உயரத்துக்கு எம்பித் தாவிப் பின் பெருஞ்சத்தத்துடன் பாய்ந்து நுரையெழுப்பிக் கொண்டு அடியாழத்துக்குள் போய் மறைந்ததைப் பார்த்தவர்கள் அதிர்ந்து போயிருந்திருக்கிறார்கள். பிறகு யாரிடமும் அதைப் பற்றி மூச்சுவிடாமல் வலையையும் குத்தீட்டியையும் எடுத்துக் கொண்டு நள்ளிரவில் வண்ணாமடைக்கு வந்திருக்கிறார்கள்.

பந்தங்களின் ஒளியில் மடையைச் சலித்தெடுத்தும் அது அவர்களுடைய கண்களுக்குத் தட்டுப்படவில்லை. கலங்கிய நீர்ப்பரப்பில் ஓரிரு வெறாக்கள் மட்டும் துள்ளிக்கொண்டிருந் திருக்கின்றன. வந்ததற்குச் சும்மா போகக் கூடாது என வலையை விட்டிருக்கிறார்கள். வெரக்கால் தரத்தில் இரண்டு லோகு மீன் களும் ஒரு அவுரியும் கிடைத்திருக்கின்றன. மற்றவற்றையெல்லாம் விடுவித்து மடையிலேயே விட்டுவிட்டு விடாப்பிடியாகத் தேடியிருக்கிறார்கள். வெகுநேரம் தேடியும் வாளை போன தடம் தெரியவில்லை. ‘கெனாக் கினா கண்டுபுட்டு வந்துபுட்டமோ?’ என ஒருவரையொருவர் கேட்டுச் சிரித்துக்கொண்டார்களாம்.

பிறகு, மிகச் சோர்ந்துபோனவர்களாகக் கொக்குப்பாறைக்கு வந்து ஆளுக்கொரு வாய் புகையிலையை அதக்கிக்கொண்டு, கால்களைத் தண்ணீரில் அலையவிட்டபடி உட்கார்ந்திருந்த பொழுது சத்தமில்லாமல் அருகில் வந்து கால்களை உரசியிருக் கிறது வாளை. வழுவழுப்பான அதன் காது மடல்களின் தீண்டலை உணர்ந்து என்னமோ ஏதோ எனக் கால்களைப் பின்னிக்கிழுக்கவும் ஒரே தாவாகத் தாவிப் பாறையில் வந்து

விழுந்திருக்கிறது. மிரண்டுபோய்ப் பார்த்துக் கொண்டிருந்த மூப்பன்களுக்கு முதலில் என்ன செய்வது என்றுகூடப் புரிய வில்லையாம். சடசடவென்று பாறையில் வாலை அடித்துப் புரண்டு மீண்டும் நீருக்குள் தாவ யத்தனித்தபொழுதுதான் சுதாரித்துக்கொண்டு, இருவரும் ஒரே தாவாகத் தாவி அமுக்கி யிருக்கிறார்கள். வாளை அசரவில்லை; இருவரையும் சேர்த் திழுத்துக்கொண்டு புரண்டிருக்கிறது. ஒரே வீச்சில் நடுமடையை அடைந்து விடுவித்துக்கொள்ளப் போராடியிருக்கிறது. இரண்டு மூப்பன்களும் சேர்ந்து வாளையை மார்போடு சேர்த்துத் திமிர முடியாதவாறு இறுகப் பிடித்துக் கொண்டார்களாம். விடுவித்துக் கொள்ளும் முனைப்புடன் காதுமடல்களை அடித்துக்கொண்டு சரேலென்று ஆழத்துக்குப் போய் சேற்றை உழப்பியிருக்கிறது வாளை. குழம்புபோலப் புரண்டு வந்த சேறு கண்களைச் சுற்றிப் படர்ந்தபொழுதும்கூடப் பிடித்த பிடியை விடாமல் போராடி யிருக்கிறார்கள் இருவரும். தன் அகன்ற வாயைத் திறந்து கூரிய பற்களால் அவர்களைக் கவ்வ முயன்று தோற்ற வாளை பிறகு பெரும் பிரயத்தனப்பட்டு, வாலைச் சுழற்றி அறையவும் பிடியைத் தளரவிட்டிருக்கிறார்கள் இருவரும். விடுபட்ட மீன் வன்மத்தோடு அவர்களை நோக்கிச் சுழன்று திரும்பிற்றாம். மிகப் பயந்து போனவர்களாகத் தப்பித்தால் போதுமென மீண்டு கரையேறி யிருக்கிறார்கள் இருவரும்.

மேலெல்லாம் கண்டம் கண்டமாக வீங்கிப் போயிருந்தது. கண்களைத் திறக்கவே முடியவில்லை. பார்த்தவர்கள் ஏதோ கொடிய விஷப் பாம்புதான் அவர்களைக் கடித்திருக்க வேண்டும் என நினைத்தார்களாம். வாளையைப் பற்றி அவர்கள் சொன்னவையெல்லாம் பயத்தின் விளைவான உளறல்கள் என ஒதுக்கி விட்டிருக்கிறார்கள். பிறகு தெளிந்த நிலையில் அவர்கள் சொன்னதைக் கேட்டு நம்ப முடியாமல் வாயடைபட்டு நின்றது ஊர். இரண்டாம் நாள் பொழுதிறங்கும் தருணத்தில் சங்காங்காட்டுப் பண்ணாடியின் ஆள்காரன் வந்து, தான் அந்த மீனைப் பார்த்ததாகச் சொன்னபொழுதும்கூட யாருக்கும் நம்பிக்கை வரவில்லை.

கேலியும் கிண்டலும் பேசிச் சிரித்தவாறே ஆத்துக்காலுக்குப் போயிருக்கிறார்கள் சிலர். சத்தமெழுப்பாமல் பதுங்கிப் பதுங்கி ஏத்தொலையில் ஏறி நின்று பார்த்திருக்கிறார்கள்.

மூப்பன்கள் சொன்ன அதே இடத்தில் ஒரு கரிய நிழலாய் அசைந்துகொண்டிருந்தது வாளை. காது மடல்களை விசிறி விசிறி மேலெழும்பி வந்து எல்லோரையும் ஒரு பார்வை பார்த்து விட்டுப் பிறகு சலனமேயில்லாமல் மடையின் ஆழத்துக்குள் மூழ்கி மறைந்துகொண்டது.

'அது இங்கத்த சீவனே இல்லெ... எங்கயோ கடல்ல இருந்து தப்பி வந்துட்டாப்பல இருக்குது போங்க' என ஆச்சரியம் கொண்டவர்களாக ஊருக்குள் வந்து சொன்னார்கள்.

பிறகு, வலவிலிருந்த வலைகளையும் குத்தீட்டிகளையும் வெட்டுக்கத்திகளையும் சேகரித்துக்கொண்டு எல்லா மூப்பன்களும் வண்ணாமடைக்கு வந்து சேர்ந்தனர்.

உலர்ந்து பாளம்பாளமாய் வெடித்துக் கிடந்தது நொய்யல் படுகை. வண்ணாமடையைத் தவிர அதன் படுகையில் வேறு எங்குமே ஒரு சொட்டுத் தண்ணீர்கூடத் தென்படவில்லை. பத்துப் பதினைந்து நாள்களுக்கு முன்னதாகவே ஊர் முச்சூடும் சேர்ந்து மடையிலிருந்த மீன்களையெல்லாம் அரித்தெடுத்திருந்தது. தப்பிக் கிடந்த சிறு மீன்களையும் தவளைகளையும் கொண்டுதான் நொய்யலின் நாரைகள் பசியாறிக்கொண்டிருந்தன. பறவைகளில் பெரும்பாலானவை இடம்பெயர்ந்து விட்டிருந்தன. ஒரு வாத்தைக் கூடக் காணமுடியவில்லை. அடலடலாய்த் தென்படும் சம்புச் சிட்டுகள் இருந்த இடம் தெரியவில்லை. அடர்ந்த சம்புக் கூட்டங் களுக்குள் கண்மறைவாய்ப் பதுங்கிக்கொண்டு, 'க்வாக் க்வாக்'கென ஓயாது கத்திக்கொண்டிருக்கும் கானாங்கோழிகளும் கண்காணாது மறைந்து போயிருந்தன. மருந்துக்குக்கூட ஒரு அனலாங்குருவியைப் பார்க்க முடியவில்லை.

ஏதோ வண்ணாமடையில் கொஞ்சம் தண்ணீர் கிடக்கவும் காக்கைகளும் கழுகுகளும் இன்னும் நொய்யல்கரையை விட்டுப் போகாமல் இருக்கின்றன. வண்ணாமடையும் இல்லாமல் போயிருந்தால் ஊரில் இருக்கும் கொஞ்சநஞ்சப் பண்டம் பாடுகளுக்கே சிரமமாகத்தான் போயிருந்திருக்கும். ஏதோ இந்தப் பசண்டைக்குக் கொஞ்சம் புற்கள் மீந்திருக்கின்றன. நாவைச் சுழற்றிச் சுழற்றிப் போரோடு தின்று பழகிய மாடுகளும் எருமை களும் இப்போது இந்த வேகாத வெயிலில் மண்டியைப் போட்டுக்கொண்டு, கரண்டு கரண்டு பசியாற்றிக்கொள்வதைப் பார்த்தால் பரிதாபமாகத்தான் இருக்கிறது. படுகையில் இருந்த ஊற்றுகளில் ஒன்றில்கூடத் தண்ணீர் இல்லை. நாளுக்கொரு

ஊற்றுத் தோண்டி, வாய் நனைத்துக்கொண்டிருந்தார்கள் நொய்யல்கரைவாசிகள்.

படுகையெங்கும் சிதறிக் கிடந்த பொடிமீன்கள் உலர்ந்து நாற்றமெடுத்துக் கிடந்தன. சில காகங்களும் நாரைகளும் அவற்றைக் கொத்திக்கொண்டிருந்தன. தொலைதூர வானில் கழுகுகள் வட்டமிட்டுத் திரிந்தன. வெயில் சுள்ளென்று தீய்த்தது.

வந்தவர்கள் ஆளுக்கொரு கோட்டில் வலையைக் கட்டி வைத்துவிட்டுக் கொஞ்சநேரம் நோட்டம் பார்த்தார்கள். மடையில் எந்த அசைவும் இல்லாமலிருக்கவே ஏழெட்டுப் பேர் மடைக்குள் இறங்கி நிதானமாகச் சேற்றைத் துழாவினார்கள். நொய்யலில் உள்ள மடைகளில் வண்ணாமடைதான் மிகப் பெரியது. கிழ மேற்கில் ஒரு மைல் நீளமாவது இருக்கும். ஆழமும் அதிகம். மடைக்குள் கருவேலமரங்கள் அடர்ந்து கிடந்தன. வாத்துகளும் கொக்குகளும் நீர்க்காகங்களும் வசித்திருப்பது அந்த மரங்களில்தாம். தண்ணீர் உள்ள காலங்களில் யாரும் மடைக்குள் வெகு தூரம் போகமாட்டார்கள்.

பொதுவாகவே வண்ணாமடையைக் குறித்து எல்லோருக்கும் ஒரு பயம் இருந்தது. அதில் முதலைகள் இருப்பதாகவும்கூட ஒரு பேச்சுண்டு. ஆனால், மீன்கள் ஏராளமாகக் கிடைத்தன. அவுரி, வெறா, ஆறான், உளுவை, விலாங்கு மற்றும் லோகு போன்ற உயர்சாதி மீன்கள் அங்குதான் குடியிருந்தன. எனவே, வெங்கரையாம்பாளையத்து மூப்பன்கள் துணிந்து அதற்குள் இறங்கிவிடுவார்கள்.

சென்னி மூப்பன் ஒருவன்தான் வண்ணாமடையின் எல்லா ரகசியங்களையும் அறிந்தவன் என்பார்கள். அதன் ஆழங்களுக்குள் அவன் அறியாத பகுதி என எதுவுமில்லையாம். வாலிபத்தில் அவன் மீன் பிடிப்பது அந்த மடையில்தானாம். கீழ்மடையில் ஒரு பெரும்பாறை உண்டு. கொக்குகள் இளைப்பாறிக் கிடப்பதால் அதற்குக் கொக்குப்பாறை எனப் பெயரிருந்தது. அதன் எண்ணற்ற பொறடுகளில் ஆறான்களும் விலாங்குகளும் வசித்து வந்தன. ஆற்றில் நீர்மட்டம் குறையும்பொழுது அந்தப் பொறடுகள் தென்படும். அப்பொழுது அவற்றுக்குள் குத்தீட்டிகளை விட்டு அலசி மீன்களைப் பிடித்துக்கொண்டு வருவார்கள் மூப்பன்கள். இரவில்தான் மீன் வேட்டை நடக்கும். பெரிய மீன்கள் இரைதேடி மேலே வருவது இரவு நேரங்களில்தாம்.

ராஜாவின் உத்தரவில்லாமல் வண்ணாமடையில் யாரும் மீன் பிடிக்கக்கூடாது என்பது வெகு காலமாக உள்ள நடைமுறை. பிறகு சென்னி மூப்பன் செய்த ஒரு காரியத்தால் வெங்கரையாம் பாளையத்து மூப்பன்களுக்கு மட்டும் வண்ணாமடையில் மீன் பிடித்துக்கொள்ள அனுமதி கிடைத்தது.

வாளையைத் தேடி பத்திருபது மூப்பன்கள் இறங்கி யிருந்தார்கள். வாளை எங்கேயோ போய்ப் பதுங்கிக்கொண்டு விட்டது. முதல் நாள் இருட்டும்வரை நின்று பார்த்தவர்கள் அலுப்புடன் வீடுகளுக்குத் திரும்பிவிட்டார்கள். பழனி மூப்பன் சில துடியான ஆள்களுடன் ஆத்துக்காலிலேயே கிடந்தான். கலங்கிக் கிடந்த நீர்ப்பரப்பில் இறங்கி ஒருவரோடொருவர் சங்கிலி கோத்துக்கொண்டு அங்குலம் அங்குலமாகச் சேற்றை அலைந்தார்கள். மடையின் சில பகுதிகளில் இடுப்பாழத்துக்குச் சேறு நின்றது. குத்தீட்டியால் குத்தியும் அரிவாளால் நீர்ப்பரப்பை அலப்பியும் பதுங்கியிருக்கும் வாளையை எப்படியாவது வெளியே கொண்டுவர முடியுமா என அவர்களுக்கானவரை பிரயாசைப் பட்டார்கள் மூப்பன்கள்.

இரண்டாம் நாள் குஞ்சுகுளுவானெல்லாம் மடைக்குள் இறங்கி விட்டன. நொய்யல்கரையைச் சுற்றியுள்ள ஏழூர்க்காரர் களும் தகவலறிந்து வண்ணாமடைக்கு வந்திருந்தார்கள். பக்கம்படாந்தியெங்கும் அந்த வாளையைப் பற்றிய பேச்சுத் தானாம். பலருக்கு ஒருதடவை அதைக் கண்ணால் பார்த்தால் போதுமென்றிருந்தது. ஆனால், மடைக்குள் அவர்கள் கேள்விப் பட்டதைப் போல் வாளை இருப்பதற்கான எந்த அறிகுறியும் தென்படவில்லை.

கடைசியில் எல்லோரும் கரையேறி, குளிருக்குச் சுருட்டுப் பிடித்துக்கொண்டு உட்கார்ந்துவிட்டார்கள். விடியற்காலைவரை ஒரு தடயமும் இல்லை. விடியற்காலையில் சலவாதிக்குப் போவதற்காக மறைவிடம் தேடிப்போன ஒரு மூப்பனின் கண் களில் தட்டுப்பட்டது வாளை. தெற்கோரமாய் இருந்த ஒரு குறுகிய பாறையிடுக்கில், அடர்ந்து நீருக்குள் விழுந்திருந்த சூரியக் கற்றைகளின் இளஞ்சூட்டில் கிறங்கிப்போய்ப் படுத்திருந்த வாளையின் பேருருவைப் பார்த்த மூப்பனுக்கு வெகு நேரம் மூச்செழும்பவில்லை.

பிறகு சுதாரித்துக்கொண்டு திரும்பிவந்து மற்றவர்களுக்கு விஷயத்தைச் சொன்னான் அந்த மூப்பன். சத்தமெழுப்பாமல்

எல்லோரும் திரண்டு வந்தார்கள். அசைவற்றுக் கிடந்தது வாளை. மிகத் தணிந்த குரலில், அதை நழுவ விடாமல் பிடிப்பதற்கான வியூகங்களைக் குறித்துப் பேசத்தொடங்கினார்கள். இரண்டு பெரும் பாறைகளுக்கிடையில் மூப்பன்களுக்கு வாகாகத்தான் படுத்திருந்தது அந்த மீன். தப்பிச்செல்வதற்கு இடமும் வலமுமாய் இரண்டே வழிகள்தாம் அதற்கு இருந்தன. இரண்டையும் அடைத்த வாக்கில் நாலுபேர் இந்தப் பக்கமும், நாலுபேர் அந்தப் பக்கமுமாய் மடைக்குள் இறங்கினார்கள். வாளையிடம் அசைவே இல்லை. மீசைகளில் மட்டும் நெளிவுகள் தென்பட்டன. மற்றவர்கள் இடுப்பாழத் தண்ணீரில் வேலிகட்டி நின்றுகொள்ளத் திடமான இரண்டு மூப்பன்கள் மட்டும் வெட்டுக்கத்திகளுடன் வெகு கவனமாக வாளையை நெருங்கினார்கள். கைக்கெட்டும் தொலைவில் வாளையின் பெருத்த உடல்.

மற்ற இரண்டு மூப்பன்களுக்கும் பதற்றத்தில் உடலில் லேசான நடுக்கம். மற்றவர்களை எச்சரித்துச் சைகை காட்டிவிட்டுக் கத்தியை ஓங்கிய மூப்பனுக்கு வாளையின் ஆகிருதியில் ஏதோ வித்தியாசம் தென்படவும் சற்றுக் கூர்ந்து பார்த்துவிட்டுக் கத்தியால் லேசாகத் தொட்டுப் பார்த்தான். வாளையிடம் எந்தவொரு அசைவும் தென்படாதது கண்டு மிக ஆச்சரியம் கொண்டவனாய்க் கத்தியால் லேசாக உந்தினான். எவ்விதத் துடிப்புமற்று மல்லார்ந்த வாளையின் பெருத்த வயிற்றில் தென்பட்ட ஒரு ஆழமான வெட்டுக்காயத்திலிருந்து ரத்தம் பெருகிக் கொண்டிருப்பதையும் அதன் குடல் சரிந்து மடையின் கலங்கலான நீர்ப்பரப்பினுள் வழிந்து கிடப்பதையும் பார்த்த மூப்பன் திரும்பி மற்றவர்களைப் பார்த்துப் பெருமூச்செறிந்து சொன்னான், “சோலி முடிஞ்சு போச்சு.”

2

இரண்டு நாள்கள் தீராத கொண்டாட்டம். நாடார்வள விலிருந்த இருபத்தியேழு வீடுகளும் சாமைச் சோறாக்கி, மணக்க மணக்க மீன்குழம்பு வைத்து வயிறாரத் தின்று களித்தன. வாளையின் உடலிலிருந்து எல்லோருக்கும் போதும் போதும் என்னுமளவுக்குப் பங்கு கிடைத்தது. கால் பங்கை அரிந்து வண்ணான், நாவிதன், குயவன் முதலிய தொழிலாளிக் குடும்பங் களுக்குக் கொடுத்தார்கள்.

மாதாரி வளவிலிருந்தவர்கள் வந்து நின்றபொழுது, அவர்களுக்குக் கொடுக்க ஒன்றுமேயில்லை. அவர்களுக்குப் பெரும் ஏமாற்றம். கடைசியில் மனமிளகி ஒவ்வொரு மூப்பனின் வீட்டிலிருந்தும் கொஞ்சம் குழம்பும் மீனும் போட்டனுப்பினார்கள். பல மாதாரிச்சிகள் கொஞ்சமாவது சோறு போடும்படி கெஞ் சினார்கள். மாதாரி வளவிலிருக்கும் எந்த வீட்டிலும் ஒரு தானிய மணிகூட இல்லையென்றார்கள். “வெறுங் கொளம்பக் கொண்டு போயி என்ன பண்றதுங்காத்தா...?” என அவர்கள் கேட்டு நின்ற பொழுது, எந்த மூப்பச்சிக்கும் பதில் சொல்லத் தெரியவில்லை. பல மூப்பன்களுடைய வீடுகளிலும் நிலைமை அப்படித்தான் இருந்தது.

அனலாங்குருவிகளையும் அணில்களையும் வேட்டையாடித் தின்று பசியாற்றிக் கொண்டிருந்தார்கள் மூப்பன்கள். அன்றைய கொண்டாட்டங்களுக்கான சாமை பழனி மூப்பன் கொடுத்தது. கள்மரம் ஏறுவதற்காகப் போயிருந்த அவனுடைய மகன்களில் ஒருவன், தெற்கிலிருந்து சம்பாதித்துக்கொண்டு வந்திருந்த ஏழு மூட்டைகளில் ஒன்றை வளவிலிருந்த ஒவ்வொரு குடும்பத்துக்கும் ஒரு வள்ளமெனப் பங்கிட்டுக் கொடுத்திருந்தான் பழனி மூப்பன். ஆறில், இரண்டைத் தலா ஒன்றெனத் தன் இரண்டு மகள்களுக்கும் ஒன்றைத் தொட்டம்பட்டியிலிருந்த தனது மாமனாரின் குடும்பத் துக்கும் கொடுத்தது போக மீதியிருந்தவற்றைப் பானைகளில் போட்டு மூடி நடுவீட்டில் புதைத்து வைத்திருந்தான்.

புதைத்த இடத்தில் ஒரு கயிற்றுக் கட்டிலைப் போட்டுப் படுத்துக்கொண்டு எந்நேரமும் அதைக் காவல் காப்பதே பழனி மூப்பனின் வேலையாக இருந்தது. எப்போதும் பஞ்சப் பாட்டுத் தான். மேத்திண்ணையில் உள்ள தானிய முட்டியில் அரைப்படிக்கு

மேல் இருக்காது. அன்றன்றைக்குத் தேவையானதைத் தோண்டி எடுத்துக்கொண்டு மறுபடியும் மூடி வைத்து விடுவார்கள். மறுபடியும் தெற்கே போன மகனைப் பற்றி ஏழெட்டு மாதங்களாக ஒரு தகவலும் இல்லை.

"எங்க, ராசு தெக்க போயி ஒண்ணுங் கொண்டாந்து சேத்தக் காணமாட்ட இருக்குதா?" எனப் பேச்சுக் கத்தரிப்பவர்களுக்கு வெகு கவனமாகப் பதில் சொல்வான்,

"எங்க, மேலயும் கீழயும் எறச்சு இப்ப எங்கு வயித்துக்கே தாளம் போடுமாட்ட இருக்குது. பெத்துப் பெறப்பு வந்தா உரிமையா கொண்டு போயிருதுக, வேண்டாமுன்னா சொல்ல முடியுமாஞ் சொல்லுங்கொ?" எனப் புருஷனும் பெண்டாட்டியும் ஒரே குரலில் சொல்வார்கள். அவனுடைய வயதான மனைவிக்குக் கொஞ்சம் இளகிய மனம். யாராவது வந்து கண்ணீர் விட்டு நின்றால் மூப்பனுக்குத் தெரியாமல் பானையிலிருந்து கொஞ்சம் சாமையை எடுத்து ரகசியமாய்க் கொண்டுபோய்ச் சேர்த்துக் கொள்ளும்படி மிகத் தணிந்த குரலில் சொல்லியனுப்புவாள். எப்படியோ இதைத் தெரிந்துகொண்ட மூப்பன் அவளை உட்காரவைத்து, வந்திருக்கிற பஞ்சம் மிகக் கொடியதாக இருக்கப்போகிறது எனச் சொல்லி எச்சரித்தான்.

முப்பது நாற்பது வருடங்களுக்கு முன்னால் வாலிபத்தில் தாங்கள் அனுபவிக்க நேர்ந்த கொடிய பஞ்சத்தின் விளைவுகளை நினைவூட்டினான். கிழவியும் பயந்து போனாள். ஆற்றின் சுனைகள் ஒவ்வொன்றாக வற்றிக்கொண்டு வருவதை அவள் கண்கூடாகப் பார்த்துக்கொண்டிருந்தாள். பாளைகள் சூம்பி தெளுவூற்றம் குறைந்துகொண்டே வந்தது. மூப்பன் சொன்னது போல மிக மோசமான காலம் நெருங்கி வந்துகொண்டிருப்பதற்கான துல்லியமான தடயங்கள் தென்பட்டன. பிறகு அவள் சூதானமாக இருக்கப் பழகிக்கொண்டாள். ஓரம்பரை உற்றார்களைச் சாப்பிடச் சொல்லி உபசரிப்பதைக்கூடக் கட்டுப்படுத்திக்கொண்டாள். கையிருப்பில் உள்ள இரண்டு மூட்டை சாமையும் தீர்ந்துபோய் விட்டால் பிறகு பட்டினி கிடக்க நேருமோ என்னும் பயம் அவளைப் பிடித்துக்கொண்டது.

திருடர்கள் வந்து, இருக்கிற சாமையையும் கொள்ளையடித்துக் கொண்டு போய்விட்டால் என்ன செய்வதென்ற கவலையோடு மூப்பன் இல்லாத தருணங்களில் அவள் அவனுடைய கயிற்றுக் கட்டிலில் படுத்துக்கொள்வாள்.

வாளை பிடிபட்டதும் அதை அரண்மனைக்குக் கொண்டு போவதாகத்தான் திட்டம் இருந்தது. ஆனால், அது செத்து மிதந்த கோலத்தைக் கண்ட பண்ணாடிகள் அதை வளவுக்கே எடுத்துக் கொண்டு போகச் சொல்லிவிட்டார்கள். எல்லோருக்கும் சொல்ல முடியாத சந்தோஷம். வாளையின் பேருருவத்தைப் பார்க்கப் பார்க்க அதிசயமாகத்தான் இருந்தது. ஆத்துக்காலி லிருந்து ஊர் கொண்டுவந்து சேர்ப்பதற்குள் போதும் போதுமென் றாகிவிட்டது. பத்துப் பன்னிரண்டு மூப்பன்கள் சேர்ந்து முயன்றும் அசைக்க முடியவில்லை. கடைசியில் சக்கிலியங்காட்டுப் பண்ணாடியின் பார வண்டியில் சாரம் கட்டி ஏற்ற வேண்டியதாகி விட்டது. அறுத்துக் கூறுகட்டி முடிக்க ஒரு பொழுதாகிவிட்டது. ஆனால், பல வீடுகளில் ஒரு தானிய மணிகூட இல்லை, பழனி மூப்பனின் வீட்டுப் பொடக்காணியில் புகையிலை மென்றபடி வரவிருக்கும் மோசமான காலங்களைப் பற்றிப் பேசித் தீர்த்தார்கள்,

"அப்பிடியே வறுத்துத் தின்னுக்க வேண்டீததுதே, வேற என்ன பண்றது? நம்மூட்டுல எதாச்சு உண்டுமுங்களா மாப்பள?" எனத் தொடங்கினான் சீரங்கன்.

சுத்தமா தொடச்சு வெச்சுருக்குது. பதனஞ்சு நாளா இதுதே அங்க கத. பொழுதுளுந்தா வலையக் கொண்டுகிட்டு ஆத்துக் காலுக்குப் போவ வேண்டீது, கெண்டையோ கொறத்தியோ ரண்டு குஞ்சுகளக் கொண்டாற வேண்டீது, கழுவியோ கழுவாமயோ அப்பிடியே சட்டீல போட்டு வறுத்துத் தின்னுட்டு, ஒரு சொம்புத் தண்ணியக் குடுச்சுப்புட்டுக் குறுக்கிக்க வேண்டீது. இப்பிடியேதாம் பொளப்பு ஓடுது. ஆரூட்டுல மணக்குது?"

"நீயாச்சு வறுத்துத் திங்கறமுங்கறெ, பல பேரு அப்பிடியே ரண்டா வகுந்து அதுல கொஞ்சொ உப்பக்கிப்பத் தடவி, ரண்டு ஓலயப் போட்டுக் கருக்கிச் சுட்டுத் தின்னுக்கிட்டிருக்கறாங்க. தெரீமா உனக்கு?"

"தெரியுந் தெரியு..."

"தெரியாமப் போறதுக்கு அவனென்னச் சீமைலருந்தா வந்து சேந்துருக்கறே?"

"இன்னையோட அந்தப் பொளப்புமில்ல. எதோ இந்த மடையொண்ணு இருந்துது. கருவாட்டுக் குஞ்சுனாலுங் கருவாட்டுக் குஞ்சு புடுச்சுக் கொலய நனச்சுக்கிட்டிருந்தொ. வாளையப் புடிக்கறொ மட்டையப் புடிக்கறமுன்னு பூந்து அலாசிப்புட்டு வந்தாச்சு. சேறு கலங்கிக் கொழம்பாட்டக்

கெடக்குது வண்ணாமட. தப்பிக் கெடந்ததெல்லா வெடியற துக்குள்ள மூச்சுட முடியாமச் செத்து மொதக்கப் போவுது. நாளானைக்கு வலையத் தோள்ல போட்டுக்கிட்டு எங்க போவானுகன்னு தெரீல. தவளைக வேண்னா மொந்த மொந்தையா கெடக்குது. அதப்புடுச்சுச் சுட்டுத் தின்னுக்க வேண்டீயதுதே."

"இப்பிடியே போனா அந்த நெலமையு ஒரு நா வரத்தேம் போவுது பாரே."

"தண்ணியில்லீனா தவளயுங் கெடைக்காதுங்க மாப்பளே..."

"அப்பறக் காக்காயத்தேந் திங்கோணு."

"உனக்கொரு விஷயஞ் சொல்றெ, மாதாரிக இப்பவே காக்காயப் புடுச்சுத் திங்க ஆரம்புச்சுட்டானுக. முந்தாநேத்து வில்லுக் கட்டறதுக்கு வாறு வேணும்னு நம்பு சடையனூட்டுப் பக்கம் போயிருந்தெ, அல்லா சட்டீல போட்டுத் தின்னுக்கிட்டிருந் தானுக. கேட்டதுக்குக் கோழிச்சேவலுனானுக. இந்தப் பஞ் சத்துல கோழிச் சேவலுக்கு எங்க போனானுகன்னு ரோசன பண்ணிக்கிட்டு இந்தப் பக்கமா வாறெ, ஒரே காக்காப் பொங்காக் கெடக்குது."

"தெக்க எங்கயோ ஓடக்காயத் திங்கறானுகளாமா."

"தெக்க வேற என்ன இருக்குது? நல்ல நாள்லயே அங்க பச்சயப் பனமரத்துலதேம் பாக்க முடியு. ஓடக்காயத் திங்காம வேற என்ன பண்ணுவாங்கங்கறே?"

"நம்மூர்ல அதுக்குப் பஞ்சமிருக்காது. வீடு வாசல்லயெல்லா ஊரிக்கிட்டுத் திரியுதுக... அப்பப்பப் புடுச்சு வறுத்துக்கலா."

"அப்ப ஓடக்காக் கறி திங்கறக் காலமொண்ணு வருமுங்கறே?"

"வரு... கட்டாய வரு."

பிறகு வெகுநேரம் ஒன்றும் பேசாமல் புகையிலைமென்றார்கள். கடைசியில் எல்லா முகங்களையும் தன் சுருங்கிய கண்களால் ஏறிட்டுப் பார்த்து ஒரு முதிய மூப்பன் கேட்டான்,

"செரி மொதல்ல இன்னைக்கத்த கதைக்கு வருவெொ, தவசந் தானியமொண்ணுமில்லாம இந்தக் கெரவத்த என்ன பண்றது? தண்ணீல போட்டு வேவிச்சுத் திங்க வேண்டீததுதானா?"

"வேற வழியொண்ணுமில்லையாக்கு?"

"எனக்குத் தெரிஞ்சு ஒண்ணையுங் காணா... பழனிப்பெ மனசௌவோணு."

யார் முகத்தையும் பார்க்க அஞ்சித் தலைகுனிந்து உட்கார்ந் திருந்தான் பழனி மூப்பன். எல்லாக் கண்களும் அவன்மேல் கூர்ந்தன. வெகுநேரம் பேரமைதி. கழிவுகளைக் கொத்திச் சலித்து 'க்ராவ் க்ராவ்' என ஓயாது பிலாக்கணம் வைத்தது காக்கைக் கூட்டம். தொலைதூரப் பனையில் பருந்தொன்று காத்துக் கிடந்தது.

"சொல்லுங்கண்ணா..."

"நானெத்தச் சொல்றதப்பா?"

"நீங்க சொல்ற பதில வெச்சுத்தே அடுப்புப் பத்த வெக்கோணு மண்ணா."

சங்கடத்துடன் மூப்பன் தன் பெண்டாட்டியைப் பார்த்தான். அவள் அவன் பார்வையைச் சந்திக்கத் திராணியற்றவளாகத் தன் மடியில் உட்கார்ந்திருந்த ஒரு சிறு பெண்ணின் உச்சியை வகிர்ந்து பேன் பார்க்கக் குனிந்துகொண்டாள்.

பிறகொரு நெடிய பெருமூச்சுடன் எழுந்து வீட்டுக்குள் போனான் பழனி மூப்பன். அவள் பின் தொடர்ந்து வந்துநின்றாள்.

கட்டிலை நகர்த்திவிட்டுத் தரையைக் கிளறினான் மூப்பன். சாமைகள் நிரம்பிய பானைகளில் இரண்டை வெளியிலெடுத்து வைத்துவிட்டுப் பெண்டாட்டியின் சலனமற்ற முகத்தைப் பார்த்தான்,

"குடுங்கொ... மண்ணுக்குள்ள வெச்சிருந்து என்ன பண்ணப் போறெ? அல்லாருத்துக்கு ஆனது நம்முளுக்குமாவுட்டு. பகவானிருக்கறே."

இருவருமாகச் சேர்ந்து பானைகளைக் கொண்டுவந்து வாசலில் வைத்தபொழுது, எல்லோரும் திணறிப் போனார்கள். புகையிலையைத் துப்பிவிட்டு ஓடிவந்து அவன் கைகளைப் பற்றிக்கொண்டான் சீரங்கன். "அண்ணா" என்றொரு ஒற்றை வார்த்தையைச் சொல்லிவிட்டு வெகுநேரம் தேம்பித்தேம்பி அழுதுகொண்டிருந்தான். பழனி மூப்பனுக்குச் சிரிப்புத் தாங்க வில்லை. "எதுக்கடா இந்த அழுவாச்சழுகறே? மத்தியானம் போட்டது இன்னங் கொறைலீயாக்கு? எந்துருச்சுப் போயி வேலயப் பாரு போ" எனச் சொல்லிவிட்டு எழுந்து போனான். பசி வயிற்றைக் கிள்ளியது அவனுக்கு.

3

காரிச்சியின் ஆட்டுப்பட்டியிலிருந்த கழுநீர்ப்பானையிலிருந்து இரண்டு கெண்டைகளையும் ஒரு வெறாக்குட்டியையும் பிடித்து விட்டது அந்தச் சாரை. அவற்றைத் தொண்டைக்குள் அதக்கிக் கொண்டு மற்ற மீன்களைத் தேடும்பொழுது காரிச்சி வந்து விட்டாள். அவள் வந்து பார்த்தபொழுது காற்று நிரம்பிய வயிற்றைப் பானையின்மேல் கிடத்தி, நோட்டம் பார்த்துக் கொண்டிருந்தது. ஒரு மார் நீளம் சேரும். தலையும், கழுத்தும், நடுக்கண்டத்தில் ஒரு பாதியும் பானைக்குள் இருந்தன. வால் தரையில் வழிந்து கிடந்தது. அவளுடைய அரவம் கேட்டதும் சரேலெனத் திரும்பி ஒரு பார்வை பார்த்துவிட்டுத் தப்ப முயன்றது அது.

தடித்த செம்மங்குச்சியொன்றை ஓங்கியிருந்தாள் அவள். காற்றை ஊதிப் பயம் காட்டிவிட்டு, எதிர்ப்புறம் திரும்பிச் சரசரவென வேலியை நோக்கித் தாவியது. தீராத ஆத்திரத்துடன் அதைப் பின்தொடர்ந்து போனாள் காரிச்சி. இரை விழுங்கிய வயிற்றைத் தூக்கிக்கொண்டு அவ்வளவு வேகமாகப் போக முடியவில்லை அதற்கு. இல்லையென்றால் எந்தக் கொம்பனாலும் அது ஓடி மறைந்த தடத்தைக்கூடக் கண்டுபிடிக்க முடியாது. அவ்வளவு லாவகமாகத் தப்பிச் செல்லும் திறன் பெற்ற சாரை அது. அப்படியில்லாவிட்டால் அத்தனை மூப்பன்கள் உலவும் ஓரிடத்தில் அதனால் இவ்வளவு காலமாகத் தாக்குப்பிடித்திருக்க முடியுமா?

முன்பு தரை தட்டுப்படாத அளவுக்கு நொய்யல்கரையின் நிலங்களைப் புதர்கள் மூடிக் கிடந்தன.

நெருஞ்சியும், தும்பையும், ஆவரையும், ஊமத்தையும் முழங் காலளவு அடர்ந்து கிடக்கும். பல காலமாக வனம்போல் நிற்கும் சங்கம் புதர்களுக்குள்ளும் எருக்கம் புற்றுகளுக்குள்ளும்தான் அது வசித்திருந்தது. அதன் எண்ணற்ற குட்டிகள் வளர்ந்து ஊக்கம் பெறும்வரை ஊணாங்கொடிகள் படர்ந்த வேலிகளுக்குள் வேட்டையாடித் திரிந்துகொண்டிருக்கும். பிரண்டை, புளிச்சான், சூரி, உரிக்காய்க் கொடி, கோவைக்கொடி, சங்கங்கொடி, தூதுவளை, துத்தி, நொச்சி என எத்தனையோ செடிகொடிகள்

அடர்ந்துகிடந்த நொய்யல்கரையின் வேலிகள் இப்பொழுது உலர்ந்த கிளுவங்கட்டைகளுடன் மூளியாய் நின்றுகொண்டிருக் கின்றன. ஓணான், தவளை, அணில், எலி, அரணை, பல்லி என நிறைந்துகிடந்த இடத்தில் இப்பொழுது மருந்துக்குக்கூட ஒரு உயிர் இல்லை. சாரைகளும், நாகங்களும், விரியன்களும், கண் கொத்தும் பச்சைப்பாம்புகளும், வில்லரணைகளும் ஆத்துக்காலில் இருக்கும் கற்றாழைப் புதர்களிலும், கள்ளிப்புற்றுகளிலும்தாம் அடைக்கலம் தேடியிருக்கின்றன.

நதி உலர்ந்துபோன பிறகு இரை கிடைப்பது பெரும்பாடாகப் போய்விட்டது. அதற்கென ஊருக்குள் புகுந்து எல்லோரும் அசந்து தூங்கும் அதிகாலை நேரங்களில் திருடர்களைப் போல ஒவ்வொரு வீட்டுக்குள்ளும் நுழைய வேண்டியிருக்கிறது. பதுங்கிப் பதுங்கிக் காத்திருந்தால் ஓரிரு மூஞ்செயெலியாவது அகப்படும். சில சமயம் பெருச்சாளிகள்கூடக் கிடைப்பதுண்டு. தீண்டி தன் விஷத்தைக்கொண்டு நொடிக்குள் அவற்றை மயக்கமுறச் செய்து இழுத்துக்கொண்டுபோய்ப் பானைச்சந்திலோ, உரலடியிலோ ஒளித்து வைத்துக்கொண்டு நிதானமாக விழுங்கி வயிற்றை நிரப்பிக்கொண்டு மெதுவாக ஊர்ந்து, விடிவதற்குள் தன் இருப்பிடத்துக்குத் திரும்பிவிடும்.

வழியில் யார் கண்ணிலாவது பட்டுவிட்டால் அவ்வளவுதான். துளிகூடப் பயமேயில்லாமல் அடித்துக் கொன்றுவிடுகிறார்கள். சாரைதானே என்னும் இளக்காரம். இப்படி, தான்கடந்து செல்லும் வழியில் ஏராளமான பாம்புகளின் உலர்ந்த உடல்களைப் பார்த்திருந்தது அந்தச் சாரை, மதுரை வீரன் கோயிலுக்கு மேற்கே யிருந்த ஒரு பெரிய கல் குட்டில் சில காலம்வரை வசித்திருந்தது. வடக்கு நோக்கி வந்து ஆற்றோடு கலக்கும் ஓடையில் பசண்டை இருந்தவரை கவலையே இல்லாமல் ஒரு நாகத்தோடு கூடிக் களித்துக் கிடந்தது. கருவுற்று முட்டைகள் முதிரும் தருணத்தில் இடம் பெயர்ந்து வண்ணாமடைக்கு வரவேண்டியதாயிற்று. அங்கிருந்து வீசிய கவுச்சி வாடையைக் கொண்டு இரண்டும் புறப்பட்டன. பௌர்ணமி முடிந்து ஏழெட்டு நாள்கள் கழிந் திருந்தன. வெளிச்சம் பரவும் முன் போய்ச் சேர்ந்துவிட வேண்டும் என்றுதான் நிச்சயித்திருந்தன.

பெருத்த வயிற்றைச் சுமந்துகொண்டு அதனால் வேகமாக நகர முடியவில்லை. நின்று, இளைப்பாறி, மெதுவாக நகர்ந்து அரண்மனைக் காட்டின் உலர்ந்த கொழுக்கட்டிப் புற்களின்

வழியே சரசரத்து அசைந்துகொண்டிருந்தபொழுது, படுகையின் வறண்ட பரப்புக்கு மேலாகச் சூரியக்கதிர்கள் தென்படத் தொடங்கியிருந்தன. முயல் வேட்டைக்குப் போய்விட்டு வெறுங் கையுடன் திரும்பிக்கொண்டிருந்த மூப்பன்களின் கண்களுக்குத் தட்டுப்பட்ட ஒரு கௌதாரிக் குஞ்சுதான் அத்தருணத்தில் நாகத்தின் உயிர் பறிக்கப் புறப்பட்டு வந்த தூது. தன் இணைக்குக் காவலாக புதர்களை அலசி அலசி தடம் காட்டிப் போய்க்கொண் டிருந்தது அது. நல்ல வேட்டை. தென்பட்ட எல்லா உயிர்களையும் தப்பவிடாமல் பிடித்து, மிகக் களைத்துப்போனதாய் அந்தச் செம்மண் புழுதிக்குள் வயிற்றை இழுத்து இழுத்து வந்து கொண்டிருந்த சாரைக்கு உண்ணக் கொடுத்தது. ஐந்தாறு சுண்டெலிகளும் இரண்டு மூன்று காடைகளும் சிக்கின.

வழியெங்கும் தென்பட்ட சுண்டெலிகளையும் காடை களையும் பார்த்த அப்பாம்புகள் இரண்டுக்கும் சில காலம் அரண்மனைக் காட்டிலேயே வசித்திருக்கலாமா என்னும் யோசனைகூடத் தோன்றிற்று. ஆனால், உலர்ந்த கொழுக்கட்டி வேர்களைத் தவிர பதுங்கிக்கொள்ளத் தோதான வேறு ஒன்றுமே அங்கு தென்படவில்லை.

தாள முடியாத ஏமாற்றத்துக்கு உள்ளாகியிருந்தார்கள் மூப்பன்கள். ஏழெட்டு மூப்பன்களையும் இரண்டு வேட்டை நாய்களையும் கொண்ட மூப்பன்களின் அப்பெரும்படை முயல் வேட்டைக்காகக் காலையிலேயே புறப்பட்டு அரண்மனைக் காடுகளுக்கு வந்திருந்தது. மத்தியானம்வரை அலைந்தும் அவர்களுடைய கண்களுக்கு எதுவும் தட்டுப்படவில்லை. ஆளொன்றும் தடியொன்றும்கொண்டு உலர்ந்த புதர்களை அலசிக்கொண்டு வந்த மூப்பன்களைப் பார்த்ததும் நாகமும் சாரையும் அதனதன் இடத்தில் தனித்தனியே சுருண்டு பதுங்கிக் கொண்டன. வேட்டைக்கு வரும் மூப்பன்கள் எப்பொழுதுமே பாம்புகளைப் பற்றி வெகு கவனமாகவே இருப்பார்கள். சரக்கெனச் சிறு சத்தம் கேட்டால்கூடப் போதும், யோசித்துப் பார்க்காமல் தடியை வீசிவிடுவார்கள். அதற்குக்கூடத் தப்பி விடலாம்தான். அவர்களுடைய குத்தீட்டிகள்தாம் மிகக் கொடியவை. பாம்புகளைக் கொல்வதற்கென்றே ஆசாரிகள் அவற்றைச் செய்து தருகிறார்கள் போலிருக்கிறது. தசையைக் கவ்விக்கொள்ள ஏதுவாக அவற்றின் முனை கொக்கிவைத்துச் செதுக்கப்பட்டிருக்கும். நடு முண்டத்தைக் குறி வைத்து

ஏற்றுவார்கள். உயிர் போய்விடும். ஒரே குத்தில் முதுகெலும்பு முறிந்துவிடும். பிறகு என்ன திமிறினாலும் விடுபட முடியாது.

மூப்பனொருவன் நாகத்தை அப்படித்தான் கொன்றான்.

சருகுகளுக்குள் சுருண்டு பதுங்கியிருந்த அந்நாகம், மூப்பன்கள் நெருங்கிய தருணத்தில் "உஷ்" என வன்மத்துடன் சீறிப் படமெடுத்து நின்றது. எல்லோருக்கும் முன்னால் வந்துகொண்டிருந்த இரண்டு மூப்பன்களுக்கும் பயத்தில் குருதி வற்றிவிட்டது. ஒருகணம் தடுமாறியவர்கள் பின்பு சுதாரித்துக்கொண்டு சத்தமிட்டார்கள். ஒருவன் தன் கையிலிருந்த தடியை வன்மமாகச் சுழற்றிக் காற்றில் நின்றசையும் அதன் சிரசைக் குறி வைத்து வீசினான். சரேலெனத் துள்ளித் தப்பிய நாகம் பிறகென்ன நினைத்ததோ அப்படியே சுருண்டு பின்வாங்கியது. மூப்பன்களின் அசைவைக் கண்காணித்தவாறே தனது இட வலப்புறங்களை நோட்டம் பார்த்தது.

பிறகு சட்டென்று எகிறிப் பாய்ந்து சாரை பதுங்கியிருக்கும் திசைக்கு எதிர்த்திசையில் தேவனாத்தா கோயில் குதிரைத் திட்டை நோக்கி விர்ரெனப் பாய்ந்தது. மூப்பன்களோடு வந்திருந்த வேட்டை நாய்களிரண்டும் இடமொன்றும் வலமொன்றுமாகப் பிரிந்து முன்னால் வந்து நாகத்தை மறித்து நின்றன. சாவுக்குத் துணிந்து நின்ற அந்த மூர்க்கமான மிருகங்களைக் கண்டு ஒரு கணம் தடுமாறிப் போனது நாகம். பிறகு சிரசைச் சாய்த்து வீசிக் கொடிய விஷமுள்ள தன் பற்களால் ஒரு கொத்துக்கொத்தியது. தாளமுடியாத வலியுடன் ஓலமிட்டவாறே சில அடிகள் பின்வாங்கி ஓடிப் பின் தலைகுப்புறச் சரிந்தது அந்த நாய். உறுமி நின்ற மற்றொன்றைக் கொத்துவதற்கு வாட்டம் பார்த்து நின்ற அந்தத் தருணத்தைச் சரியாகப் பயன்படுத்திக் கொண்டான் கையில் குத்தீட்டி வைத்திருந்த மற்றொரு மூப்பன். ஒரே ஏத்துதான், நாகத்தால் ஒரு அங்குலம்கூட நகர முடியவில்லை. உயிர் பிடுங்கப்படும் வேதனையில் படீர்படீரெனத் தரையை அறைந்ததோடு அதன் ஆவேசம் அடங்கிவிட்டது. தொலைவிலிருந்து எல்லாவற்றையும் பார்த்துக்கொண்டிருந்த சாரை, தீராத துக்கத்துடன் சில நாள்கள்வரை அரண்மனைக் காட்டின் உலர்ந்த புற்களினிடையே சுருண்டு கிடந்தது. இரையெடுக்கக்கூட மனம் இல்லை. நாகத்தின் கருவைத் தாங்கிய அதன் வயிறு திகுதிகுவெனப் பற்றியெரிந்துகொண்டிருந்தது. அதன் கண்களுக்குள் அசைவற்று நின்றுகொண்டிருந்தது, குத்தீட்டியை ஓங்கி நின்ற மூப்பனின் உருவம்.

பழி தீர்க்க வேண்டும்.

பிறகு சத்தமில்லாமல் பதுங்கித் தப்பி, மெல்ல நகர்ந்து அரண்மனைக் காட்டை விட்டு வெளியேறி, நாடார்வளவுக்கு வந்தது சாரை.

அதன் இணையைக் கொன்றவன் அங்குதான் இருக்கிறான். அவனைத் தேடிப்பிடித்துப் பழி தீர்க்க வேண்டும். சாரைக்கடி ஆளைக்கொன்றுவிடாது என்பது அந்தச் சாரைக்கும் தெரிந்த விஷயம்தான்.

எத்தகைய கொடிய விஷத்தையும் தன் மந்திரங்களாலும் வேர்களாலும் இறக்கிவிடும் வல்லமை பெற்ற பழனி மூப்பன் அந்த வளவில் இருக்கிறான். விஷம் தீண்டிய ஆள்களைத் தொலை தூரங்களிலிருந்தெல்லாம் அவனிடம் கொண்டுவருவார்கள். வாயில் நுரை தள்ளிக்கொண்டு கிடக்கும்; விஷம் தலைக்கேறி உடல் நீலம் பாரித்துப் போயிருக்கும்; தலை தொங்கும். இன்ன நேரமென்றிருக்காது. ஆளைப் பார்த்தவுடன் சம்பந்தப்பட்டவனின் நிலையைக் கணித்துவிடுவான்.

"பூச்சி தொட்டுப் புடுச்சு பழனி... சித்த என்னுனு பாரு" எனக் கொண்டுவந்து திண்ணையில் கிடத்துவார்கள். வெகுநிதான மாய் நோயாளியைப் பரிசோதித்துப் பார்ப்பான்.

"பூச்சி தொட்டுதுன்னா சொன்னீங்கொ?"

"பூச்சிதேம் பூச்சிதே... இல்லாட்டி கை காலெல்லா இப்பிடி யேம் பழனி வீங்குது?"

"இல்லெ எனக்கென்னமோ குறியப் பாத்தா பெருக்காங் கடிச்சாப்பலதேந் தெரியுது. ஒருவேள மருந்து குடுத்தா செரியா போகு"

பிறகு சில வேர்களை அரைத்து மோரில் கலந்து குடிக்கச் சொல்வான். வேப்பங்கொத்துகளைக் கொண்டுவரச் சொல்லி விடிய விடியப் பாடம் போட்டுக்கொண்டிருப்பான். தேறியெழ இரண்டு மூன்று நாள்களாகிவிடும். அதுவரை யாராவது பக்கத்திலிருந்துகொண்டு நோயாளியைத் தூங்கவிடாமல் பார்த் துக்கொள்ள வேண்டும். பயமே ஆளைக்கொல்லும் விஷம். பயம் தெளிந்தால் பாதி விஷம் இறங்கிவிடுமென்பது மூப்பன் சொல்லும் பாடம். பாம்பென்றால் படையும் நடுங்குமாமே? நாடார்வளவை நடுக்கமுறச் செய்ய வேண்டும்.

சென்னி மூப்பனுக்குச் சொந்தமான பாழடைந்த குடிசை யினுள் ஒரு பெருச்சாளி வளைக்குள் புகுந்து வசிக்கத் தொடங்கி யது அச்சாரை. ஒரு மூப்பனின் வீட்டில் பதினாறு முட்டைகளை அடைகாத்துக்கொண்டிருந்தது ஒரு பொரிக்கோழி. கண் வைத் திருந்து குஞ்சுகள் பொரிக்கும்வரை காத்திருந்து ஓரிரவில் அடைக்குள் புகுந்தது சாரை. பயம் கொண்ட தாய்க்கோழி கத்த முற்பட்டது. தாவி ஒரே வீச்சில் அதன் குரல்வளையைக் கவ்வித் தரதரவென இழுத்துக்கொண்டுபோய்ப் பொடக்காணிக்குள் வைத்துக்கொண்டு மிக நிதானமாக விழுங்கியது. வெகுநேரம் அசைய முடியவில்லை. விடியற்காலைவரை கிறங்கிக் கிடந்தது. பிறகு நேரே சங்காங்காட்டுக்குப் போய்க் கிணற்றடியில் கிடந்த கருங்கல் குட்டுக்குள் பதுங்கிக்கொண்டது.

காலையில் மூப்பன் வீட்டிலிருந்து பெருங்கூச்சல் கேட்டது. யாரோ கோழியைத் திருடிக்கொண்டு போய்விட்டதாக நினைத் தாள் மூப்பச்சி. சந்தேகத்துக்குரிய ஆள்களைக் குறித்துச் சாடை பேசிக்கொண்டே தெருவில் இறங்கியிருந்தார்கள் மூப்பனும் அவன் பெண்டாட்டியும்,

“வேவரசி, அப்பிடித் திருடிக்கொண்டு போயித் திங்காட்டி யென்ன? கேட்டுருந்தா நானே குடுத்துருப்பனே. பதனாறுக்குப் பதனாறு அப்பிடியே பொரிச்சுதே, ஒரு நாக்கோட ஆவாம அந்தக் குஞ்சுக எப்பிடி உசுரத் தக்காத்திக்கு? கொண்டு போனவங் களுக்கு ஒணத்தி வேண்டா? பசிச்சா இப்பிடீமா செய்யச் சொல்லு? சோத்துக்குப் பெறத்தியா பீயத் தின்னுபுடுவாளுகளா? நாந்தெரியாமத்தேங் கேக்கறெ...”

“என்னக்கா?”

“அட எந்த முண்டையோ கோழியப் புடுச்சுக்கிட்டுப் போயிட்டாளுங்கறெ.”

“அடப்படுத்துருந்துதே அந்தக் கோழியவாக்கா?”

“அந்தக் கோழியத்தே, வேற இங்க எந்தக் கோழியிருந்துது?”

“குஞ்சுகொ?”

“ஏனோ அதப் புடிக்கக் காணா. மறுக்காப் புடிச்சுக்கலாம்ணு உட்டுட்டாளுகளாட்ட இருக்குது.”

“அநியாயமக்கா, இப்பிடி எளங்குஞ்சுகளத் தவிக்க உட்டுப் புட்டுக் கோழியக் கொண்டு போயிருக்கறாங்களே, பாவஞ் சுத்தாது?”

“சுத்து, சுத்தாம என்ன?” மொதல்லியே பாவஞ்சுத்தித்தே பொறக்கறதெல்லா பூடைத்துப் போவுது.”

பேச்சு ஒரு குறிப்பிட்ட மூப்பச்சியைக் குறி வைத்து வந்தது. பொறுத்துப் பார்த்துவிட்டு அவளும் அவளுடைய மூப்பனும் தெருவில் இறங்கினார்கள்,

“வார்த்தய அளந்து பேசு... அறுத்துப்புடுவெ.”

“அறுப்பையா? அறுத்துப்புடுவயாடா நீ? வாடா வந்து எனத்த அறுக்கோணுமோ அறு. அறுத்துப் பாத்தரடா பாக்கறெ...”

நேரம் செல்லச்செல்ல மேலும் பல மூப்பன்கள் சண்டையில் இறங்கினார்கள். ஆளுக்கொரு பக்கம் சேர்ந்து கூச்சல் போட்டார் கள். வாய்த்தகராறு முற்றிக் கைகலப்பில் கொண்டுபோய் விட்டது. இரண்டு தரப்பிலும் பலருக்குக் காயம். எந்தத் தொந்த ரவுமின்றி அப்பாழடைந்த வீட்டின் குட்டிச்சுவரிலிருந்து எல்லா வற்றையும் பார்த்துக்கொண்டிருந்தது அந்தச் சாரை. அதன் இணையைத் தன் குத்தீட்டியால் குத்திக்கொன்றானே ஒரு மூப்பன், அவனுக்கு அன்றைய சண்டையில் மண்டை கிழிந்து ரத்தம் சொட்டியது. சுவரோரம் கிடந்த கல்லின்மேல் உறைந்து கிடந்த அந்த ரத்தத்தை அன்றைய இரவில் நக்கிச்சுவைத்த சாரை பிறகு தன் முட்டைகளை அடைகாத்துக்கொண்டு பெருச்சாளி வளையிலேயே பதுங்கிக் கொண்டது.

முட்டைகள் பொரிந்து குட்டிகள் வெளியில் வரும்வரை தலைகாட்டவில்லை. காணாமல் போன கோழியின் பொங்குகள் தன் வீட்டுப் பொடக்காணியில் சிதறிக் கிடப்பதைப் பார்த்த மூப்பச்சி தன் மூப்பனிடம் அவற்றைக் காட்டினாள். பார்த்தவுடன் சாரை புரண்டு கிடந்த தடத்தை அடையாளம் கண்டு கொண்ட மூப்பன், “பாம்பு புடிச்சுருக்குதுங்கறெ” எனச் சொன்னபொழுது அவள் பேரதிர்ச்சியடைந்தாள்.

“பாம்பா? அட கெரவத்தெ, நல்லா பாத்துத்தேஞ் சொல்றீங் களா? அத்தச்சோட்டுக் கோழியப் புடுச்சுருக்குதுனா அது எவ்ளொவு பெரிய சீவனா இருக்கோணு? சித்தச் சந்து பொந்துல யெல்லா நல்லா பாருங்கொ, கொளந்த குட்டி இருக்கற எடொ” எனப் பதற்றம் கொண்டாள்.

குத்தீட்டியை எடுத்துக்கொண்டு வழியெல்லாம் தேடினான் மூப்பன். சாரை அண்டியிருக்கிற பெருக்கான் வங்குள்ள சென்னி

மூப்பனின் பாழடைந்த குடிசைக்குள்ளும் வந்தான். வங்குக்குள் குத்தீட்டியை விட்டு அலசினான். பிறகு, "அதுதெக்கு இங்க இத்தச்சோட்டு வங்கு? இங்க வந்து அண்டுனாலு அண்டிக்கு, அந்த மமுட்டியக் கொண்டா" என மூப்பச்சியை அனுப்பிவிட்டு, ஒரு புகையிலையை அதக்கிக்கொண்டு காத்திருந்தான். தனித்திருக்கிறான் மூப்பன். சீறி வெளியே வந்து மூப்பனை அச்சுறுத்தலாமா என நினைத்தது சாரை. ஆனால், இன்னும் சில நாள்களுக்குள் வெளியில் வரவிருக்கும் தன் குட்டிகளை நினைத்துப் பொறுமையுடன் நகர்ந்து வங்கின் வெகு ஆழத்திலுள்ள ஒரு மொடக்கில் மூச்சுவிடாமல் பதுங்கிக் கொண்டது. பிறகு ஒரு மண்வெட்டியுடன் அங்கு வந்தாள் மூப்பச்சி. இருவரும் சேர்ந்து துளையின்மேல் மண்ணைப் போட்டு மூடினார்கள்.

பொடத்திகள் இரண்டைக் கண்டறிந்து, அவற்றையும் சிதைத்து விட்டு வெகு திருப்தியுடன் தலையாட்டினான் மூப்பன். "இனி எத்தச்சோட்டுச் சீவனாருந்தாலு வெளிய வர முடியாது. இப்பிடியே சமாதியாக வேண்டீதுதே" எனச் சொல்லிப் பெருமிதம் பொங்கும் தன் கண்களால் மூப்பச்சியைப் பார்த்தான். அவளைப் பின் தொடர்ந்த மூப்பனை நினைத்துச் சாரை தனக்குள் சிரித்துக் கொண்டது.

4

வெளியேறிச் செல்வதற்கு ஆறேழு பொடத்திகள் இருந்தன. அந்த ரகசியம் புரியாமல் கூடிக்களித்துக் கிடக்கிறான் அம்மூப்பன்.

பின்பு சில நாள்களில் அதன் முட்டைகளிலிருந்து எண்ணற்ற குட்டிகள் வெளிவந்தன. மிக ஆவலுடன் தன் குட்டிகளைப் பார்த்தது சாரை. மொத்தம் இருபத்தியாறு குட்டிகள் சரிபாதி நாகங்கள். அதனோடுகூடிக் கர்ப்பத்தை அளித்துவிட்டு, மூப்பனின் குத்தீட்டிக்குப் பலியான அதன் இணையின் சாயலோடும் அது கொண்டிருந்த மூர்க்கத்தோடும் பிறந்திருக்கிற பதின்மூன்று ஆண்பிள்ளைகள். சாரைக்குப் பெருமிதம். மூப்பனைப் பழி தீர்க்க இவற்றில் ஒன்று தப்பியிருந்தால்கூடப் போதும். மிகக் கவனமாகத் தன் குட்டிகளைப் பார்த்துக்கொண்டது சாரை. ஆனால், மூன்று நாள்களுக்குள் நான்கைப் பறிகொடுத்திருந்தது. ஏதோ விஷ ஜுரம். அவற்றில் இரண்டு சாரைகள், இரண்டு நாகங்கள். ஏழாம் நாள் மற்றுமொரு நாகக்குட்டியைப் பருந் தொன்று கொத்திக்கொண்டு போயிற்று. நாற்பது நாள்களுக்குள் மேலும் ஏழு குட்டிகளைக் காணவில்லை. இரைதேடிச் சென்றவை எங்காவது பதுங்கியிருக்கலாம் எனச் சில இரவுகள் தேடிச் சலித்த சாரை, பிறகு எஞ்சியிருந்த இரண்டு நாகங்களையும் அழைத்துக்கொண்டு வெடத்தலாங்காட்டுக்குப் போனது. சாரைகள் தன் போக்கில் பிரிந்து போயின.

வெடத்தலாங்காட்டின் உலர்ந்த கிணறொன்றின் பாறைப் பிளவில் தன் குட்டிகளோடு பதுங்கியிருந்து, சரியான தருணத்துக் காகக் காத்திருந்தது. நாள்தோறும் அந்தக் கிணற்றுக்குள் இறங்கி ஏறிக்கொண்டிருந்தார்கள் மூப்பன்கள். தமது தகப்பனின் உடலைக் குத்தீட்டியால் பிளந்து இரக்கமேயில்லாமல் கொன்று போட்ட மூப்பன்கள் இருவரையும் பார்த்துத் தம் பிளவுபட்ட நாக்குகளைச் சுழற்றிக்கொண்டு, காத்திருந்த நாகத்தின் குட்டி களைப் பார்த்து அந்தச் சாரைக்குத் தாளாத சந்தோஷம். ஆனால், இரண்டுக்கும் இரைதேடிக் கொடுப்பதென்பது பெரும்பாடாய் இருந்தது சாரைக்கு. வெட்டுக்கிளிகளையும் சுக்குட்டிகளையும் விழுங்கி வயிறு வளர்க்க வேண்டிய கட்டாயம். சுண்டெலிகள் நிரம்பிய அரண்மனைக் காடு வெகுதூரத்திலிருந்தது. தனது இணையின் குருதியால் நனைந்த அந்தக் காட்டை நினைத் தாலே சாரைக்கு உடல் பதறியது. ஊற்றம் கிடைத்து வெடத்தலாங் காட்டில் பண்ணையம் செழித்தாலாவது அவற்றுக்கு வயிறார இரை கிடைக்கும். வழி வட்டாரமெல்லாம் ஓய்வில்லாமல்

சுற்றியலைந்து, கிடைத்த இரையைப் பிடித்து அதக்கிக்கொண்டு திரும்பும்வரை குட்டிகள் தவித்துக் கிடக்கும்.

கிணற்றை ஆழப்படுத்திக்கொண்டே போனார்கள். இப்படியே போனால் மூப்பன்கள் வசமாகச் சிக்குவது கஷ்டம். கீழே கடப்பாரை போட்டுக்கொண்டிருக்கிற தருணத்தில் சரே லென்று மேலே பாய்ந்து பிடுங்கலாம். ஆனால், அதற்குப் பிறகு மூப்பன்களிடமிருந்து தப்புவது எளிதன்று. கயிறு பற்றி மேலேறும் தருணமே சரியானது. ஏத்தொலை மேட்டிலிருந்து தொங்கும் வடக்கயிற்றைப் பற்றிக்கொண்டு சுவரை உதைத்து, உந்தி உந்தி இறங்கி ஏறிக் கொண்டிருந்தார்கள் மூப்பன்கள். கிடைக்கும் ஒரு நொடியைப் பயன்படுத்திக்கொள்ள வேண்டும். பாறை வெடிப்பின் இரு விளிம்புகளினூடாகவும் ஓயாது ஊர்ந்துகொண் டிருந்த குட்டிகள் வன்மம் தீராமல் சீறிக்கொண்டிருந்தன.

விளையாடிக்கொண்டிருந்த ஒரு தருணத்தில் அவற்றுடைய பற்களைக் கவனித்தது தாய்ச்சாரை. முற்றி விளைந்து நின்றன அவை. அவற்றின் விஷப்பைகளிலிருந்து கனிந்துகொண்டிருந்த கொடிய விஷத்தைக் கண்டு குதூகலமுற்றுத் தானும் சீறி விளை யாடிற்று. பிறகு சில நாள்களாக ஆளரவமற்றுக் கிடந்தது கிணறு. யாரும் அந்தப் பக்கம் எட்டிப் பார்க்கவில்லை. நம்பிக்கையிழந்து கிணற்றை ஆழப்படுத்தும் முயற்சிகளைக் கைவிட்டுவிட்டுப் போய்விட்டார்களோ? வெகு கவனமாக வெளியில் வந்து எட்டிப் பார்த்தது. கண்ணுக்கெட்டிய தொலைவுக்கு ஆளரவமே இல்லை. பிறகு தைரியமாக வெளியே வந்து தேடிற்று. வெடத்தலாங்காட்டின் உலர்ந்த நிலங்களில் வெட்டுக்கிளிகளைத் தேடி ஊர்ந்து திரிந்த தருணத்தில், தொலைவிலெங்கோ மீன் வாடை வீசிற்று. சாரைக்கு ஆச்சரியம் தாளவில்லை. ஒருவேளை நொய்யலில் வெள்ளம் வந்திருக்குமோ?

வெகு வேகமாகத் துள்ளி நதிக்கரையை நோக்கிப் போயிற்று. ஒரு ஈ, எறும்புகூட இல்லாமல் பாலையாய்க் கிடந்தது நதிப் படுகை. ஆனால், வாடை வீசுகிறதே? அதிலும் உயிருள்ள மீன் கள். தரையில் வால் நுனியை ஊன்றி நிமிர்ந்து மூன்றடி உயரத்தில் சிரசை உயர்த்தி நின்று காற்றை ஆராய்ந்தது.

வாடை வந்த திசையை உணர்ந்தபொழுது அதற்கு ஆச்சரியம் தாளவில்லை. காரிச்சியினுடைய ஆட்டுப்பட்டி உள்ள திசையே! அது. நாலே வீச்சில் பட்டியின் சுற்றுப்படலை அடைந்தது. மிக மெதுவாக ஊர்ந்து வந்து, கழுநீர்ப் பானையொன்றைச் சுருமாடு சுற்றிப் படுத்துக்கொண்டு காற்றை உள்ளிழுத்து முகர்ந்தது. மிக அருகில் மீன்கள் துள்ளும் ‘சளப் சளப்’ என்னும் சத்தம். தீராத ஆவலுடன் பட்டியைச் சுற்றி அலைந்தது. உலர்ந்துபோன கழு

நீர்ப்பானைகள் தலைகீழாக உருண்டு கிடந்தன. காய்ந்துபோன கொழுக்கட்டிப் புற்களின் வேர்களிலிருந்தும் முன்னெப்பொழுதோ கழித்துப்போடப்பட்ட சாணத்திலிருந்தும் புழுக்கைகளிலிருந்தும் மட்கிய மூத்திர நெடி வீசிக்கொண்டிருந்தது. ஒரு பனங்கருக்கின் நிழலில் தென்பட்ட கழுநீர்ப் பானையொன்றின் அடிப்பரப்பைச் சுற்றிப் பசிய புற்கள்.

பிறகு, அதற்குச் சந்தேகமே வரவில்லை. ஒரே தாவாகத் தாவிப் பானைக்குள் சிரசை வீசியது. கண்ணிமைக்கும் நேரத் துக்குள் பானையிலுள்ள சிறிதளவு கலங்கிய நீரில் துள்ளிக்கொண் டிருந்த கெண்டைகளில் இரண்டையும் ஓரிரு வெறாக்குட்டி களையும் பற்றி விழுங்கிக்கொண்டு அடுத்ததைக் கவ்வ நோட்டம் பார்த்துக் கொண்டிருந்த தருணத்தில்தான் காரிச்சி வந்து விட்டிருந்தாள்.

தப்பியோடிய சாரைக்கு ஒளிந்துகொள்ள ஒரு தோதான இடம் கிடைக்கவில்லை. வேலிக்காலுக்குள் உலர்ந்துகிடந்த கிளுவங் கட்டைகளுக்குள் பதுங்க முற்பட்ட பொழுது காரிச்சி தடியை வீசினாள். மிரண்டு தானும் தனது குட்டிகளும் பதுங்கியிருந்த கிணற்றை நோக்கி ஊர்ந்தது. அதற்குள் காரிச்சியின் சத்தம் கேட்டு, மூப்பன்களும் நாய்க்கர்களும் அதைத் துரத்தத் தொடங்கினார்கள். அந்தத் தருணத்தில் கிணற்றுக்குப் போவது ஆபத்தானது. பழிதீர்க்கவென வந்து பிறந்திருக்கிற தனது குட்டிகளைத் தானே காட்டிக்கொடுத்ததாகிவிடும். அவற்றை இழந்துவிட்டால் பிறகு உயிர் தரித்திருக்க அந்தச் சாரைக்கு ஒரு நியாயமும் இல்லை.

வளைந்து திரும்பிச் சரசரவென்று வேம்பன கவுண்டரின் வீட்டு வாசலில் குவித்து வைக்கப்பட்டிருந்த தேங்காய் மட்டைகளை நோக்கி ஊர்ந்தது. மூப்பன்கள் அதை மறித்துத் திசை மாற்றித் துரத்த முற்பட்டார்கள். வேறு வழியில்லாமல் காரவாசலுக்கு வரவேண்டியதாயிற்று. வேம்பன கவுண்டருடைய பெரிய மச்சு வீட்டை விட்டால் இனிப் பதுங்குவதற்கு வேறு இடமில்லை. அதன் எண்ணற்ற அறைகளுக்குள் குவிந்து கிடக்கும் பாத்திரம் பண்டங்களிலோ மூட்டைச் சந்துகளிலோ ஒளிந்து கொண்டு கொஞ்ச நேரம் விளையாட்டுக் காட்டலாம். அதிருஷ்டம் இருந்தால் தப்பித்துப் போகவும்கூட வாய்ப்பிருக்கிறது.

படியேறிச் சரசரவென உள்ளே போன சாரை, பல இடங் களையும் தேடிப் பிறகு ஒரு மரப்பெட்டியினுள் புகுந்து அதனுள் ளிருந்த சாமியாத்தாளின் கூறைப்புடவையின் மடிப்புகளுக்குள் சுருண்டு பதுங்கிக்கொண்டது. “குத்தீட்டியெடுத்தாங்கப்பா... போயி மூப்பன வரச்சொல்லு” என யாரோ குரல் எழுப்பியது

கேட்டது. அதே மூப்பன்தான் வருவானாயிருக்கும். உயிர் பறிக்கப் படும் கடைசித் தருணத்திலேனும் அவனுக்கு ஒரு மிரட்சியை ஏற்படுத்திவிட வேண்டும். ஆள்கள் வருவதற்குள் வெளியேறி உப்புப்பானைக்குள் சுருமாடு சுற்றிப் படுத்துக் கொண்டது. பெரும் படையாய்த் திரண்டு வந்து ஒரு இண்டு இடுக்கு விடாமல் அலசினார்கள். மூச்சுவிடாமல் படுத்திருந்தது சாரை. கடைசியில் ஒருவன் பானையின் அசைவைக் கவனித்து விட்டான்.

“ஓடியாங்கொ, இங்க உப்புப்பானைக்குள்ள கெடக்குது” என அவன் பெருங்கூச்சல் எழுப்பிய அதே கணத்தில் பாய்ந்து வந்து, அவனுடைய வெரக்கால்களைச் சுற்றிக்கொண்டது. பிறகு தன் அகன்ற வாய் பிளந்து மூப்பனின் மயிரடர்ந்த வெரக்காலைக் கவ்விக்கொண்டது. மிகப் பயந்துபோனவனாகக் கத்தினான் அந்த மூப்பன். மற்றவனொருவன் வந்து, “அட, சாரெ... இந்தக் கெரவத்துக்கெதுக்குக் குத்தீட்டியுங் கித்தீட்டியும்... தள்ளுங்கடா” என ஏளனமாகச் சொல்லிக்கொண்டே அதன் வாலைப் பற்றினான். சிக்கிக்கொண்டிருந்த மூப்பனோ பெருங் குரலெடுத்துக் கத்தினான்.

“இதுக்கெதுக்கடா இப்பிடிக் கத்தறே? இது கடிச்சா எலி கடிச்சாப்பல. பாடங்கோடப் போட வேண்டீதில்லெ. ஒரு வெங்காயத்தத் தேச்சாச் செரியா போகு” என வெகு அலட்சிய மாய்ச் சொல்லிக்கொண்டே தன் பலமனைத்தையும் திரட்டி இழுத்தான். வேறொருவனும் துணைக்கு வந்தான். என்ன ஆனாலும் சரி விடக்கூடாது என மல்லுக்கட்டியது சாரை, பிழைத்துக் கொள்வான். பழனி மூப்பன் ஒருவேளை பாடம் போட்டாலே போதும். கடிவாயின் வீக்கம்கூட இரண்டே நாள்களில் வற்றிப் போய்விடும். ஆனால், வெடத்தலாங்காட்டின் ஒரு கிணற்றுக்குள் காத்திருக்கிறது மூப்பனைத் துரத்திக்கொண் டிருக்கும் மரணம். யாரையும் தீண்டாத நாகங்கள் அவை. அவற்றின் விஷத்துக்குப் பாடமே கிடையாது, குணப்படுத்த எந்த வேரும் கிடையாது.

பிறகு, சாரையைக் கண்டம் கண்டமாய்க் கூறுபோட்டு வெட்டியெடுத்தே அவனை விடுவிக்க முடிந்தது. சிரித்துக் கொண்டே வந்து பாடம் போட்டான் பழனி மூப்பன். “இந்தக் கெரவந்தானா? அது தன்னப்போலச் செரியா போவு. பாட மெதுக்குப் பண்டுதமெதுக்கு?” என வேப்பமாரால் இரண்டு மூன்று முறை விசிறினான். பிறகு அதன் இலைகளையே ஒரு கைப் பிடி கொடுத்து, மென்று விழுங்கச் சொன்னான், “ஒரு ரண்டு நா உப்புக் காரத்த மட்டுப்படுத்திக்கொ, அது போதும்.” அவன் சொன்னபோது யாரோ பெருங்குரலெடுத்துச் சிரித்தார்கள்.

“பழைய சோத்துக்கே வழியக் காணமா, உப்புக்காரத்துக்கு எங்க போறது? இந்தெட்டுக்கு அல்லாருத்துக்குமே பத்தியச் சோறுதே. கேட்டாக்கோட வேற கெடைக்காது.”

“வேணும்னா அந்தச் சாரைய உரி, தின்னுதேம் பாத்தறலாமே. கறியத் தின்னாக் கொன்னுபுடவா போவுது?”

“தின்னா நல்லதாமா, ஆனயாட்டப் பெலம் வருமாமா.”

“உனக்காரடா சொன்னா? தின்னுகின்னு பாத்துருக்கறயோ என்னமோ?”

“இவெந் தின்னுருப்பே, ஆத்துக்கால்ல அடுப்ப மூட்டி வெடிய வெடியத் தின்னானுகளாப்பறொ, அதெல்லா மீனுன்னு காங்கறதா? பாம்புன்னு காங்கறதா?”

பெருங்குரலில் எல்லோரும் சிரித்தடங்கினார்கள்,

“சீனாக்காரனெல்லா இதயெல்லா கோழியத் திங்கறாப்பல திம்பானுகளாமா.”

“நீ சீனாவுக்கு எப்படா போயிட்டு வந்தே? ஏராப்பிளான்ல போனயா? கப்பல்ல போனயா?”

“இல்ல வெசாளத்தன்னைக்குச் சந்தைக்குப் போயிருந்தெ, அங்க ரண்டு பேரு பேசிக்கிட்டாங்கொ, மத்தபடி நா கப்பலயும் பாத்ததில்லெ, ஏராப்பிளானயும் பாத்ததில்லெ. சும்மா பொய் சொல்வானே?”

“பட்டாளத்துலகோடக் கறிக்கு வெறியெடுத்தா, பாம்பத்தேம் புடுச்சுத் திம்பாங்களாமா.”

“அதாரடா சொன்னா?”

“அது வெள்ளிக்கெழமச் சந்தைலெ ஆராச்சுஞ் சொல்லீருப் பாங்கொ.”

“அது செரியே, அவெ எட்டுக்கொருக்கா சந்தைக்காச்சும் போயிச் சுத்திப்புட்டு வாறே, நம்புளுக்கு அதுக்குமு விதியில்லெ.” கடைசியில் சாரையை ஒரு சாக்குப் பையில் கட்டிக்கொண்டு போய் நதியின் உலர்ந்த படுகையில் ஒரு பாறையின்மேல் வீசிவிட்டு வந்தார்கள். இரண்டு நாள்கள் கழித்து அந்தப் பக்கம் போன மூப்பன்களுக்குத் துளி நாற்றம்கூட வரவில்லையாம். நாய் நரி ஏதாவது கொண்டுபோயிருக்குமோ எனத் தேடியவர் களுக்கு வெறும் சாக்குதான் தென்பட்டதாம். சற்றுத் தள்ளி ஒரு மூணுகல்லடுப்பும் பக்கத்திலேயே சாரையின் தடித்த முதுகெலும்புத் துண்டுகளும் தட்டுப்பட்டனவாம். எல்லா வற்றையும் குழி தோண்டிப் புதைத்து, அடுப்புகூட்டப் பயன்படுத்தப்பட்ட கற்களையும் கலைத்துப் போட்டுவிட்டு வீடு திரும்பினார்களாம் அந்த மூப்பன்கள்.

5

தனது பட்டியிலுள்ள கழுநீர்ப் பானையொன்றினுள் நிறைய மீன் குஞ்சுகளை விட்டு வைத்திருந்தாள் காரிச்சி. நொய்யலின் உலர்ந்த படுகையிலிருந்து மீட்டெடுத்து வரப்பட்டவை அவை. அப்போது நொய்யல்கரையின் நாய்க்கர்களும், மூப்பன்களும், மாதாரிகளும் சேர்ந்து வெடத்தலாங்காட்டின் கிணற்றை ஆழப் படுத்தும் முயற்சிகளை மேற்கொண்டிருந்தார்கள். ஊற்றம் கிடைத்துக் கிணற்றில் தண்ணீர் வந்துவிட்டால், அதில் விடுவதற்கு வேண்டுமே என முன்யோசனையுடன் செய்திருந்த காரியம் அது.

இரண்டு நாள்கள் பார்க்காமல் போயிருந்தால் அந்த உயிர் களை மீட்டிருக்க முடியாது. படுகையில் தண்ணீரின் வாடையே இல்லை. தீய்ந்து கிடந்த கொக்குப்பாறைக்குக் கீழே சேற்றில் புதையுண்டு கிடந்த ஒரு சுரைப்புரடையினுள் எஞ்சியிருந்த சிறிதளவு நீருக்குள் அத்தனை மீன்களும் அடைக்கலம் கொண் டிருந்தன. முன்பொருநாள் சென்னி மூப்பனால் தவறவிடப் பட்டிருந்த சுரைப்புரடை அது. அப்பொழுது அவனுடைய எருமைக் கெடாய் வண்ணாமடையின் புதை சேற்றுக்குள் சிக்கியிருந்தது.

அவள்தான் அதைப் பார்த்துச் சொன்னாள்.

கரையோரப் பனையொன்றின் உச்சியில் நின்றுகொண் டிருந்தான் சென்னி மூப்பன். தகவலைக் கேட்டவுடன் சரசரவென மரத்திலிருந்து இறங்கியவன் இடுப்பில் தொங்கிய சுரைப்புரடை யுடன் மடைக்குள் குதித்துவிட்டான். கிட்டத்தட்ட மூழ்கிப் போயிருந்தது எருமை. நீர்ப்பரப்புக்கு மேல் சிரசை உதறி மூச்சுக்குத் தவித்துக் கொண்டிருந்த தருணம். அதன் நாசித் துவாரங்களிலிருந்து பெரும் சத்தத்துடன் தண்ணீர் பீய்ச்சியடித்துக் கொண்டிருந்ததைப் பார்த்தபோது, அவளுக்கு வேடிக்கையாக இருந்தது. பட்டை பட்டையான அதன் வளைந்த கொம்புகள் தண்ணீரை அறைந்து கொண்டிருந்ததைப் பார்த்து அவள் மிகப் பயந்து போனாள். அது மடையின் தண்ணீருக்குள் விளையாடுவ தாகவே நினைத்தாள். பிறகு, சந்தேகப்பட்டுப்போய் மூப்பனிடம் தகவல் சொல்ல ஓடினாள். கீழிருந்து அவள் போட்ட சத்தத்தை முதலில் அவன் பொருட்படுத்தவே இல்லை. அந்தித் தெளுவு கேட்டே அவள் அப்படி வந்து நின்று சத்தம் போடுவதாக நினைத்தான். அது குறித்து அவனுக்குக் கோபம்கூட.

எல்லோருக்கும் அந்தித் தெளுவு இறக்கித்தர முடியாது. அப்பொழுது முட்டிகளில் சிறிதளவே தெளுவு இருக்கும். காலை வேளைகளில் முட்டிகள் வழிந்து கிடக்கும். கிழக்கு வெளுக்கும் பொழுது, தோப்பில் இருப்பார்கள் மூப்பன்கள். இரவு முழுக்க ஊறிவருவதை வடித்துச் சுரைப்புரடையில் நிரப்பிக்கொண்டு கீழிறங்குவார்கள். தெளுவு குடிக்க ஆசைப்பட்டு மரங்களுக்குக் கீழே காத்திருப்பவர்களுக்குக் கோட்டை கட்டிக் கொடுத்து வேண்டிய மட்டும் ஊற்றிக் குடிக்கச் சொல்லி உபசரிப்பார்கள். ஒரு கோட்டை குடித்தால் வயிறு நிரம்பிவிடும். சிலர் இரண்டு மூன்று கோட்டை குடித்துவிட்டுப் பொழுதிறங்கும்வரை அக்கடா வென்று கிடப்பார்கள்.

அந்தியில் தெளுவு இறக்க மாட்டார்கள்; பாளை சீவுவதற் காகவே மரமேறுவார்கள். இரண்டு வேளையும் பாளை சீவி விட வேண்டும். இல்லாவிட்டால் ஆடை கட்டிப்போய்ப் பாளை யின் துளைகள் அடைபட்டுவிடும். தொடர்ந்து இரண்டு மூன்று நாள்கள் சீவாமல் விட்டுவிட்டால், தெளுவூற்றம் வற்றிப்போய் விடும். மரமேறும் காலங்களில் ஊர், சேரியென எங்கும் போக மாட்டார்கள் மரமேறும் மூப்பன்கள். அவசரம் ஆக்காடென்றால் கூட மரமேற்றத்தை முடித்துக்கொண்டுதான் போக வேண்டும். போன இடத்தில் உட்காரவும் முடியாது. சாயந்திரம் பாளை சீவ வந்துவிட வேண்டும். அவ்வப்போது பண்ணாடிகளுக்காக மட்டும் கொஞ்சம் அந்தித் தெளுவு இறக்குவதுண்டு. புளிப்போ, காரமோ அற்ற அதன் ருசிக்காகப் பலரும் அதை விரும்புவார்கள். ஆனால், எல்லோருக்கும் இறக்கிக்கொடுத்துவிட முடியாது.

பல நாள்கள் விடாமல் நச்சரித்துக்கொண்டிருந்தால் ஒருநாள் கொஞ்சம் கிடைக்கும். வெடத்தலாங்காட்டுக்கு வரும் எல்லா மூப்பன்களிடத்திலும் அந்தித் தெளுவு கேட்டு நிற்பாள் காரிச்சி. ஒவ்வொரு மூப்பனிடத்திலிருந்தும் ஒருதடவையென எப்படியும் வாரத்துக்கிரண்டு மூன்றுமுறை கிடைத்துவிடும் அவளுக்கு.

மடையில் சிக்கிக்கொண்டுவிட்ட அவனுடைய எருமைக் கெடாயைப் பற்றிச் சொல்வதற்காகப் பனையடியில் வந்து நின்று அவள் சத்தம்போட்டுக் கொண்டிருந்ததைப் பார்த்த மூப்பனுக்குச் சொல்ல முடியாத ஆத்திரம்.

"முண்டக் கெரவத்தெ, எதுக்கு இப்பிடிக் கத்தறே? அந்தித் தெளுவு கேக்குதா உனக்கு? வெடியாள வா போ" என அவன் பாட்டுக்குப் பாளை சீவிக்கொண்டே தன் போக்கில் பேசிக்கொண் டிருந்தான். பிறகு குனிந்து பார்த்தபொழுதுதான் அவள் கைகள்

இரண்டையும் மார்பிலறைந்துகொண்டு ஏதோ சொல்வது தெரிந்தது. காற்றில் திணறித்திணறி மேலேறி வந்த அவளுடைய சொற்களுக்குப் பொருள் புரிந்தபொழுது அவன் பதறிவிட்டான். வந்த வேகத்தில் இரண்டும் பார்க்காமல் பாளைக்கத்தியைக் கீழே எறிந்துவிட்டுத் தாண்டினான்.

எப்படியும் அதைக் காப்பாற்றியாக வேண்டும். அந்த வழி வட்டாரத்தில் எருமைகளுக்கென இருக்கிற ஒரே கெடாய் அது. அப்பொழுது ஊரிலிருந்த எல்லா எருமைகளுமே அதன் ஈத்துகள் தாம். அதன் விந்திலிருந்து எத்தனையோ கெடாய்க்கன்றுகள் பிறந்தன. ஆனால், ஒன்றையும் வைத்துக் காப்பாற்றவில்லை நொய்யல்கரை விவசாயிகள். மாடு காளைக் கன்று ஈன்றாலும் கிடாரிக் கன்று ஈன்றாலும் குடியானவர்களுக்கு லாபம்தான். அப்படிச் செல்லம் கொஞ்சுவார்கள். எருமைகளுக்கு அது கிடையாது. கிடாரியென்றால் மட்டும் வைத்துக்கொள்வார்கள். எருமையின் பால் அவ்வளவு திடமாக இருக்கும்; தயிர் மணந்து கிடக்கும்; கத்தி போட்டுத்தான் அறுக்க வேண்டியிருக்கும், அவ்வளவு கெட்டி. எருமைக் கிடாய்போடும் கடாக் கன்றுகளை சில வாரங்கள் மட்டுமே வைத்துக்கொண்டிருப்பார்கள். பிறகு யாரிடத்திலாவது பிடித்துக் கொடுத்துவிடுவார்கள். தெற்கிலிருந்து இதற்கென்றே யாராவது வருவார்கள். ஒவ்வொரு தொண்டுப் பட்டிக்கும் போய் எருமைகளின் கெடாய்க் கன்று ஏதேனுமிருக் கிறதா எனக்கேட்டுப் பிடித்துக்கொண்டு போவார்கள். பதிலுக்குக் கொஞ்சம் உப்பையோ மிளகையோ தந்தால் போதும். அங்கெல் லாம் எருமைக் கன்றுகளினுடைய இறைச்சிக்கு அவ்வளவு கிராக்கியாம். பயிர் சேர்த்தும் தருணத்தில்தான் கெடாயின் ஞாபகம் வரும். அப்போது எருமையை இழுத்துக் கொண்டு பச்சாபாளையத்துக்கும் கீரனூருக்கும் அலைந்து திரிவதைப் பார்க்க வேண்டுமே. போனவுடன் வேலையாகாது. சில சமயங்களில் இரண்டு மூன்று நாள்கள்கூடக் காத்துக் கொண் டிருக்க வேண்டும். கட்டுச்சோறு கட்டிக்கொண்டுதான் போக வேண்டியிருக்கும்.

கொண்டுபோய்த் தொண்டுப்பட்டியில் கட்டிவிட்டுக் காத்துக் கிடப்பார்கள். கெடாய் பெரிய கிராக்கி பண்ணும். புழையில் கோழை வடிய "ங்ஙை ங்ஙை" என வாலைத் தூக்கிக் கொண்டு ஓயாது கத்திக்கொண்டிருக்கும். கிடாரியைச் சீண்டவே சீண்டாது. கெடாய்க்குச் சொந்தக்காரன் என்னென்னவோ செய்து பார்ப்பான். பருத்திக் கொட்டை, புண்ணாக்கு, தவிடு என ஓயாது கலக்கிக்கொடுத்துச் சீராட்டினால் பிறகு, ஏறி ஒரு

மிதி மிதிக்கும். கரு ஒட்டாமல் போய்விடுமோ என மேற்கொண்டும் இரண்டு மூன்றுமுறை ஏற விடுவார்கள். காமம் தணிந்து கிறங்கிக் கிடக்கும் கிடாரியைத் திரும்பக்கொண்டுவந்து சேர்ப்பதற்குள் நாலைந்து நாள் வேலை கெட்டுப்போயிருக்கும் அந்தக் குடியானவனுக்கு.

பண்ணாடியிடமிருந்து எருமையின் கெடாய்க் கன்றொன்றை வாங்கிவந்து வளர்த்தான் சென்னி மூப்பன். மிகச் சிறிய கன்று. பால்குடிகூட மறக்கவில்லை. அப்பொழுது வெடத்தலாங்காட்டில் ஐந்தாறு கிடாரிகள் இருந்தன. பாலுக்குப் பஞ்சமேயில்லை. அவனும் காரிச்சியும் சேர்ந்து அதைச் சீராட்டி வளர்த்தார்கள். குழந்தை, குட்டி என எதுவுமில்லாமல் தனி மனுஷனாய்க் கிடந்த சென்னி மூப்பனுக்கு அந்த எருமைக்கன்று ஒரு குழந்தை மாதிரிதான் ஆயிற்று. அதற்குக் கொடுக்கப் பால் வேண்டுமென்று அவன் தூக்குப் போகணியை எடுத்துக்கொண்டு வந்து வெடத் தலாங்காட்டில் நின்றபொழுது வேலம்மாளுக்குச் சிரிப்புத் தாளவில்லை.

“எந்தப் புள்ளையழுவுது உம்பட ஊட்டுல? அல்லாருத் தாட்டவும் பாலுக்கு வந்து நிக்கறே?”

“புள்ள அழுவற சத்தொ உனக்குக் கேக்குலியா வேலாயா? அதுதே நைநைன்னு ஒண்ணு பொறவாலயே சுத்திக்கிட்டிருக்குதே” என்று அவன் பிட்டத்தை உரசிக்கொண்டு நிற்கும் கன்றுக் குட்டியைக் காட்டுவார் வேம்பன கவுண்டர்.

“ஆமாமா பாத்து வளத்துடு சென்னி, வெதைக்கிருக்கற... பாவெ” எனப் பின்னும் ஏதாவது சொல்லிக்கொண்டே பாலை ஊற்றுவாள். காரிச்சியை இழுத்துவைத்து அதைப் பிடித்துக் கொள்ளச் சொல்லிவிட்டு அதற்குப் பாலை ஊட்டும்பொழுது அவன் முகத்தில் தாய்மையின் குதூகலம் ததும்பும். அந்தக் கன்றைக் குறித்து அவனுக்கு ஒரே பெருமை. அவன் புகட்டிய பாலுக்கும், வெடத்தலாங்காட்டின் புற்களுக்கும் அப்படிச் செழித்து வளர்ந்தது. ஒரு வருடம்கூட ஆகாமல் கொம்புகள் வளர்ந்து, விதைப்பை முதிர்ந்து முழு எருமையாய் நின்றது.

ஒரு வருடத்திய கன்று என்பதை யாராலும் நம்பவே முடியவில்லை. துண்டிருக்கம் சொல்லி மாளாது. கிழக்கும் மேற்குமாய்த் துள்ளிக்கொண்டு திரியும். எதிர்ப்பட்ட எல்லா மரங்களையும் முட்டி முட்டிச் சாய்க்க முற்பட்டது அந்தக் கன்று. அதைப் பார்த்தாலே மற்ற மாடுகளும் எருமைகளும் பயந்து சிதறியோடின. அண்ணாங்கால் போட்டுப் பார்த்தும் பயனில்லை. எவ்வளவு

வலுவான கயிற்றையும் அறுத்தெறிந்துவிட்டு ஆற்றுக்காலுக்கு ஓடிவிடும். ஆற்றில் இறங்கிவிட்டால் பிறகு அதைப் பிடிக்கவே முடியாது. ஒரே வாங்கில் நடு ஆற்றுக்குப் போய்விடும். புரண்டு புரண்டு சேற்றைக் கலக்கித் தண்ணீரைக் குழம்பாக்கிவிட்டுத்தான் ஓயும்.

“காயடிச்சுட்டுப்புடு சென்னி, வெதறு முத்திக்கிச்சு. அடங்காது” எனச் சொன்னதற்கு மறுத்துவிட்டான்.

“வெடத்தலாங்காட்டுச் சின்னக் கவுண்ச்சி சொன்னாப்பல அது வெதைக்கிருக்கறது, இன்னொ ஆறு மாசம் போவுட்டு, அப்பறொம் பாருங்கொ, கெடா சேத்தறதுக்கு இந்தப் பக்கம் படாந்தியிலருந்து ஒரு எருமெ மேக்க போவாது. நம்பு சிட்டாளு வந்துருவே. எட்டாளு வேலய இந்தச் சிட்டாளே செஞ்சுருவே” எனச் சிரிப்பான்.

வெகு சீக்கிரத்திலேயே கிடாரிகளைத் துரத்தத் தொடங்கியது அந்த எருமை. வெடத்தலங்காட்டுத் தொண்டுப்பட்டியில் இருந்த கிடாரிக் கன்றுகளோடுதான் சுற்றித் திரியும். அவை எங்கு போனாலும் கூடவே போய்க்கொண்டிருந்தது. ஆத்துக்காலில் அவற்றுக்குக் காவலே அதுதான். நாய், நரி என எதையும் பக்கத்தில் விடாது. நொய்யல்கரை வனங்களுக்குள் நரிகள் அதிகம். முன்பு சில ஓநாய்களும் கழுதைப்புலிகளும்கூட இருந்தன. பட்டி தொட்டிகளுக்குள் புகுந்து ஆடுகளை உயிரோடு இழுத்துக் கொண்டு போய்விடும். ஐந்தாறு ஓநாய்கள் சேர்ந்தால் எருமைகளையும் மாடுகளையும்கூட அடித்துவிடுமாம்.

நாய்களால் ஓநாய்க்கூட்டத்தை ஒன்றும் செய்ய முடியாது. சில நாய்கள் குரைக்கக்கூட முடியாமல் தொடையிடுக்கில் வாலைச் செருகிக்கொண்டு முடங்கிவிடும். தவிர, திருடர்களும் பட்டிகளுக்குள் புகுந்துவிடுவார்கள். எனவே, பட்டிக்கொரு ஆள் காவல் காத்தே தீர வேண்டியிருந்தது. திருடர் பயம் அதிகமாகும் பொழுது ஐந்தாறு பேர் தடிகளோடும் குத்தீட்டிகளோடும் இரவெல்லாம் காடுகாடாய் அலைந்து திரிய வேண்டியிருக்கும். காவல் பலமாக இருந்தால் அலுங்காமல் ஊருக்குள் புகுந்து விடுவார்கள். எல்லோரும் அசந்து தூங்கும் அதிகாலை நேரங்களில் துளி சத்தம்கூட எழுப்பாமல் பதுங்கிப் பதுங்கி நுழைந்து அகப்பட்டவற்றைச் சுருட்டிக்கொண்டு போய்விடுவார்கள். எப்படித்தான் கண் தெரியுமோ? மையிருட்டுப் பரவியுள்ள நாள்களிலேயே அவர்களுடைய நடமாட்டம் அதிகமாக இருக்கும். தோட்டம் துரவுகளில் தனித்திருக்கும் வீடுகள்தாம் பாதுகாப்

பற்றவை. நகை நட்டு, பத்திரம் பண்டம் என வந்தவர்களுக்கும் ஏதாவது தேறும். குறுவாள், பிச்சுவா கத்தி, சுருள் கத்தி, மடக்குக் கத்தி, பாதாள சோதி என மிகப் பயங்கரமான ஆயுதங்களை வைத்திருப்பார்களாம். பெரும் சுவர்களில் ஏறுவதற்கு உடும்பு வைத்திருப்பார்களாம். அவர்களுடைய ஆகிருதியையும் மீசை யையும் பார்த்தாலே பயந்துவிட வேண்டுமாம். குறுக்கிடுபவர்களை ஈவிரக்கமே இல்லாமல் கொன்று போட்டுவிடுவார்களாம். தெற்கத்திக்காரர்களாம்.

அங்கெல்லாம் மழையே பெய்யாதாம். ஆறு, குளம், கிணறு, குட்டை எனப் பாசனத்துக்கு எதுவுமே இல்லையாம் அந்த மக்களுக்கு. திருட்டே தொழிலாகக் கொண்டு, அங்கு ஒரு இனமே வாழ்ந்துவருவதாகவும் சொன்னார்கள். தெற்கத்தித் திருடர்களைப் பற்றி இவ்விதம் வந்த தகவல்களைக் கேட்டுப் பீதியுற்றுப் போயிருந்தார்கள் மக்கள். காவலுக்கு இருப்பவர்களும்கூட அப்பசுப்பமானவர்களல்ல. நொய்யல்கரை மூப்பன்களிடமுள்ள பாளைக்கத்திக்கும் குத்தீட்டிக்கும் திருடர்களும் பயந்துதான் கிடப்பார்கள். சிக்கினால் ஈவிரக்கமே இல்லாமல் நையப் புடைத் தெடுத்து விடுவார்கள். அடி தாளாமல் ரத்தம் கக்கிச் செத்துப் போய் விடுவதுமுண்டு.

சென்னி மூப்பனின் எருமைக் கிடாய் ஒரு திருடனைத் தனது வளைந்த கொம்புகளால் குத்தித் தூக்கிவிட்டது. ஒரே குத்துதான், குடல் சரிந்து போய்விட்டது அவனுக்கு. சக்கிலியங் காட்டுப் பண்ணாடியின் வீட்டுக்குள் நுழைந்திருந்த இரண்டு பேரில் அவன் ஒருவன். ஒருவனை வீட்டுக்குள்ளேயே அமுக்கிப் பிடித்துவிட்டார்கள். உப்புச காலமென்பதால் எல்லோருக்கும் வாசலில்தான் படுக்கை. இரண்டு திருடர்களும் பின்பக்கமாய் வீட்டுக்குள் நுழைந்திருக்கிறார்கள். திருமங்கலத்திலிருந்து வந்திருந்த செட்டிதான் திருடனை முதலில் பார்த்தவனாம். விளக்கெண்ணெய்ச் செட்டி. ஆமணக்கு வாங்க வந்தவன் பொழுதாகிவிட்டது எனப் பண்ணாடியின் தோட்டத்திலேயே தங்கல் போட்டுவிட்டானாம். நள்ளிரவிலேயே அவனுக்குத் தூக்கம் தெளிந்துவிட்டது. ஆனால், புறப்பட மனம் இல்லை. வெளுப்புத் தென்படுகிறதா என வானத்தைப் பார்த்துக்கொண்டே கிடந்திருக் கிறான். ரெட்டி மீன் தோன்றியதும் புறப்பட யத்தனித்தவன் அந்த நட்சத்திரத்தைப் பற்றி உள்ள பழமொழி ஞாபகத்துக்கு வரவும் அப்படியே படுத்துவிட்டான். செட்டியைக் கெடுத்த மீன் அது.

நன்றாக விடியட்டும் பிறகு பார்க்கலாம் எனப் புரண்டு கொண்டிருந்தவன் பண்ணாடியின் வீட்டுக்குள் ஏதோ சத்தம் கேட்கவே எட்டிப் பார்த்திருக்கிறான். உள்ளே ஆள் நடமாட்டம் தென்பட்டிருக்கிறது. எல்லோரும் வாசலில் படுத்திருக்கும்போது உள்ளே யார் நடமாடுவது எனச் சந்தேகம் தட்டியிருக்கிறது செட்டிக்கு. ஆழ்ந்த உறக்கத்திலிருந்த பண்ணாடியை எழுப்பி விஷயத்தைச் சொல்லியிருக்கிறான் செட்டி. அவரும் சத்தமில் லாமல் எழுந்துபோய்ப் பார்த்திருக்கிறார். நிச்சயம் திருடர்கள்தாம். உடனே ஆள்காரனை எழுப்பி ஊருக்குள் போய் விஷயத்தைச் சொல்லி எல்லோரையும் கூட்டிக்கொண்டு வரச் சொன்னாராம்.

கேள்விப்பட்டதும் பந்தங்களைக் கொளுத்திக்கொண்டு ஊரே திரண்டுவந்திருக்கிறது.

மூப்பன்களில் நான்கைந்து பேர் மட்டும் சத்தமெழுப்பாமல் வீட்டுக்குள் நுழைந்து தேடியிருக்கிறார்கள். சோறாக்கும் வீட்டுக்குள்ளிருந்து பாத்திரங்கள் உருளும் சன்னமான ஓசை. வெகு கவனமாக நெருங்கிச்சென்று பார்த்தவர்களுக்கு அதிர்ச்சி. மிகப் பலவீனமாய்த் தென்பட்ட இரண்டு திருடர்கள் சட்டியி லிருந்து சோற்றை அள்ளிச் சாப்பிட்டுக் கொண்டிருந்தார்களாம். கையில் ஆயுதமெல்லாம் ஒன்றும் கொண்டுவந்திருந்தது போல் தெரியவில்லை. ஒரு முழம் நீளமுடைய இரண்டு மொளக் குச்சிகள் அவர்களுக்குப் பக்கத்தில் கிடந்தன. காலியாகக் கிடக்கும் கட்டுத்துறையிலிருந்து பிடுங்கிக் கொண்டு வந்திருப்பார் கள் போலிருக்கிறது. அவுதி அவுதியாய்ச் சோற்றை விழுங்கிக் கொண்டிருந்த அத்திருடர்களின் கோலத்தைப் பார்த்துச் சிரிப்புப் பொங்கிற்றாம் மூப்பன்களுக்கு.

“அடப்பாவத்தெ, சோத்துக்கு வீங்கி வந்துருப்பானு களாட்டருக்குதா, இதுக்குச் செவுரேறிக் குதுச்சு வரோனுமாக்கு? பசிக்குதுங்காத்தான்னு வாசல்ல வந்து கவுண்ச்சிகிட்டக் கேட்டுருந்தா என்னாரம்னாலுஞ் செரி வவுறு நம்பப்போட்டுருப் பாங்களாப்பறொ” என வெளியில் வந்து தீராத ஆச்சரியத்துடன் மற்றவர்களிடம் சொல்லியிருக்கிறார்கள்.

அவர்களை என்ன செய்வதெனக் கொஞ்சநேரம் ஆலோசித்துக் கொண்டிருந்திருக்கிறார்கள். பிறகு எல்லோரும் உள்ளே போன பொழுது எச்சரிக்கையடைந்த திருடர்கள் இருவரும் தப்பியோட முற்பட்டிருக்கிறார்கள். அதுதான் எல்லோருக்கும் கோபம். இருவரில் ஒருவன் மாட்டிக்கொள்ள மற்றவனோ கண்ணிமைக்கும் நேரத்துக்குள் நழுவித் தப்பி இருளுக்குள் மறைந்திருந்தான். காடு

முழுக்கச் சல்லடை போட்டுத் தேடினார்கள். எங்கு தேடியும் கிடைக்கவில்லை.

பிறகு, வெடத்தலாங்காட்டுக் கட்டுத்துறையிலிருந்து வந்த ஓலத்தைக் கேட்டு எல்லோரும் ஓடியிருக்கிறார்கள். வெகு அமைதி யாக நின்றுகொண்டிருந்த சென்னி மூப்பனுடைய எருமைக் கிடாயின் காலடியில் குடல் சரிந்து கிடந்தானாம் அத்திருடன். யாருக்கும் பேச்செழும்பவில்லையாம். சூழ்ந்து நின்றவர்களில் மிகப்பெருமிதம் கொண்டவனாய் நின்றுகொண்டிருந்த சென்னி மூப்பனைப் பார்த்துத் தனது குருதிதோய்ந்த கொம்புகளை ஆட்டியதாம் அக்கிடாய். அப்படிப்பட்ட அந்த எருமைக் கிடாய் தான் பிறகு, மடையிலிருந்த புதைசேற்றுக்குள் சிக்கிக் கொண்டு உயிரை விட்டிருக்கிறது.

அதை மீட்பதற்குத் தனி ஆளாய் வெகுநேரம்வரை போராடிப் பார்த்தானாம் சென்னி மூப்பன். கடைசியில் அது தடம் தெரியாமல் மூழ்கிப்போயிற்று. தாளமுடியாத சோகத்துடன் நீந்திக் கரை சேர்ந்தான். அவனது இடுப்பிலிருந்த பெட்டியும் புரடையும் நழுவி மடைக்குள் மூழ்கியிருந்தன. எருமையைப் பறிகொடுத்தவனுக்கு அவையெல்லாம் பொருட்டாகத் தென்பட வில்லை.

இரண்டு மூன்று நாள்கள் கழித்து அவனும் காரிச்சியும் சேர்ந்து தென்னம்பாளைகளைக் கொண்டு வேறொரு பெட்டி யைத் தயார் செய்தார்கள். நாடார்வளவில் சுரைப்புரடைகளுக் கொன்றும் பஞ்சமில்லை,

“ஏனுங் சாமி, ஆத்துக்குள்ற உளுந்துதே சொரப்பொரடெ அது இன்ன அங்கதேங்கெடக்குமா? இல்ல தண்ணி கொண்டு போயிருக்குமா?” என அப்பொழுது சென்னி மூப்பனிடம் ஒரு கேள்வியைக் கேட்டபோது சென்னி மூப்பன் சிரித்தான்,

“அதத் தண்ணி கொண்டுபோவாது புள்ள, அங்கதேங் கெடக்கு.”

“அப்பொ உள்ள குமுளிச்சு எடுத்தாறலாமல்லொ?”

“கெடக்குட்டு என்னைக்காச்சு ஆத்துல தண்ணிவத்துனா எடுத்துக்கலா, நீ வேலயப் பாருல” எனச் சொல்லிவிட்டுத் தன் வேலையில் மூழ்கினான்.

“அதுவரைக்கு அது அங்கயேதாங் கெடக்குமுறீங்களா சாமி?”

“அங்கயேதாங் கெடக்கு, வேறெங்க போவு?”

“தண்ணி கொண்டு போவாது?”

“கொண்டு போவாது, அப்பிடியே இழுத்துக்கிட்டுப் போனாலு கொக்குப்பாறெ வரைக்கும் போகு, அப்பறொ அங்க இருக்கற பொறடுல போயிச் சிக்கிக்கு, மீனெல்லா வங்குல பூதறாப்பல அதுக்குள்ள போயிப் பூந்துக்கு. மொட்டுட்டுக் குஞ்சு பொரிச்சு பாதுகாப்பா வளத்தறதுக்கு அந்தப் பொரடெ ஆகும் புள்ளெ, நீ வேணும்னா தண்ணி வத்துனா போயி எடுத்துப்பாரு, நெறையா மீனுக்கெடைக்கு உனக்கு” என ஒரு கதை போல அவன் சொல்லிக்கொண்டு போனதைக் கேட்டவளுக்குத் தீராத சந்தோஷம்.

“அப்படீன்னா நா அந்த மீனுக்குஞ்சுகளெப் புடுச்சாந்து வளத்துவெ.”

“வளத்தி என்ன பண்ணப்போறெ? வறுத்துத் திங்கப் போறயாக்கு?”

“வளத்திக் கெணத்துல உடுவெ, அப்பறொ கிரிக்கவண்டரு கிட்டக் காட்டுவெ, மீனுன்னா கிரிக்கவண்டருக்கு உசுரு.”

“அடக் கேனக் குப்பச்சி” எனப் பெருங்குரலெடுத்துச் சிரித்தான் மூப்பன். பிறகு அவன் குரல் முறுக்கேறியது, பார்வை தீவிரம் கொண்டு, அவளுடைய கண்களை ஊடுருவியது,

“ஆத்துல இப்பத்திக்குத் தண்ணி வத்தாது. அதுக்குக் காலங் கெடக்குது. ஒரு சொட்டுத் தண்ணியில்லாம நறுவுசா வத்தாம நீ பொரடையக் காங்க முடியாது. சொல்றெங் கேட்டுக்கொ, அப்பொ ஆத்துல ஒரு சொட்டுத் தண்ணியிருக்காது; ஒரு உசுரு மிஞ்சாது. அப்ப நீ போயித் தேடு, கொக்குப்பாறைக்குங் கீழ கம்மறைவா ஒரு பொறடிருக்குது, அதுல போயித் தேடு, சொரப் பொரட உனக்குக் கெடக்கும். அத ஆருக்குந் தெரியாமப் பத்தரமா கொண்டாந்து வெச்சுக்கொ புள்ள, அதுல இந்த ஆத்தோட உசுரு இருக்குமாக்கு. இந்த ஆத்துக்குள்ள குடியிருக்கற மீனுகளோட குஞ்செல்லா ஆணொன்னு பொண்ணொன்னு வகைக்கு ரண்டு கெடைக்கு. புடுச்சுக்கொண்டுபோயி பத்தரமா வெச்சுரு” என அருள் கொண்டவனைப் போல அவளுக்கு ஏதேதோ சொல்லிக்கொண்டு போனான் சென்னி மூப்பன்.

ஒன்றுமே புரியாமல் அவள் நிமிர்ந்தபொழுது அவனுக்குக் கண்கள் சிவந்திருந்தன. வெற்றுடம்பில் முத்துமுத்தாய் வியர்வை.

“ஆனா அதையெல்லா நம்பு கிரிக்கவண்டங்கிட்டக் காட்டலா முன்னு ஆசய வெச்சுக்காத புள்ள, இன்ன காலங் கெடக்குது. இப்ப இருக்கற வெளையாட்டுப் பித்தி அப்ப

அவுனுக்கு இருக்குமுன்னு சொல்ல முடியாது. ஏ அப்ப அவெ ஊருல இருக்கறானோ இல்லையோன்னுகோடச் சொல்ல முடியாது. நாஞ்சொன்னதுக்கெல்லா காலங்கெடக்குது...” எனச் சொல்லிவிட்டுப் பிறகு பெருங்குரலெடுத்துச் சிரித்தான்.

அவன் சொன்ன காலத்தை அவள் கற்பனை செய்ய முயன்றாள். ஒன்றுமே தோன்றவில்லை. அந்தத் தருணமேகூட ஒரு கனவு போல்தான் அவளுக்குத் தென்பட்டது. அவனுடைய முறுக்கேறிய குரலையும் குத்தித் துளைத்த கண்களையும் வெகுகாலம் நினைவில் வைத்திருந்தாள். பிறகு எல்லாம் தானா மறந்துபோயின.

எவ்வளவோ காலத்துக்குப் பிறகு, ஒரு உயிரும் இல்லாமல் நதி உலர்ந்துகிடந்த தருணத்தில், ஒருநாள் அவளுக்குச் சென்னி மூப்பனின் வாக்கியங்கள் நினைவுக்கு வந்தன.

அப்போது தாளாத வெப்பத்தால் கொதித்துக்கிடந்த அந்தப் பாறையின் மேல்தான் அவள் நின்றுகொண்டிருந்தாள். ஐந்தாறு வருடங்களுக்கு முன்னால் அவனுடைய அங்கங்களைப் பொறுக்கி, அங்குதான் கரைத்திருந்தார்கள் மூப்பன்கள். பாறையிடுக்கில் பாசி பிடித்துக் கிடந்த ஒரு எலும்புத் துண்டு அவனுடையதாய் இருக்குமோ என யோசித்துக்கொண்டிருந்த தருணம் அது. பிறகு அவளுக்கும்கூட அருள்வந்தது போலிருந்தது. கைகால்களெல்லாம் வசமிழந்து நடுங்கத்தொடங்கின; கண்கள் தீயாய் எரிந்தன; சிறுநீர் பெருகித் தொடையிடுக்கை நனைத்து வழிந்தது. ஒரு அனிச்சைச் செயல் போல விடுவிடுவென இறங்கி, அந்தப் பாறைக்குக் கீழிருந்த பொறடைத் தேடி நடந்தாள்.

படுகை அனலாய்க் கொதித்துக்கொண்டிருந்தது. பாறைக்குக் கீழ் அடிக்கும் தலைக்குமாய் நீண்டு கிடந்த பொறடைத் தேடி மிகச் சுலபமாக அந்தச் சுரைப்புரடையைக் கண்டுபிடித்தாள் அவள். பொறடின் மிகக் குறுகலான பிளவுக்குள் தவழ்ந்துபோய் அதைத் தொட்டதுமே அதற்குள் மீன்கள் துள்ளும் சத்தம் கேட்டது அவளுக்கு.

மிகக் கவனமாக அவள் அந்தச் சுரைப்புரடையை வெளியே கொண்டுவந்தாள். கழுத்துவரை நதியின் கலங்கலான தண்ணீர் தேங்கியிருந்தது. புறடைக்குள் கையைவிட்டுத் தேடியபொழுது தலைதூக்கிப் பார்த்த ஒரு சாரைக்குட்டி சட்டெனக் குதித்து வெளியேறி வெப்பம் மிகுந்த படுகையின் வழியே ஊர்ந்து மறைந்தது. தீராத சந்தோஷத்துடன் புறடையினுள் துள்ளிக் கொண்டிருந்த மீன் குஞ்சுகளைப் பார்த்தாள். எல்லாமும் மிகச்

சிறியவை. கெண்டைகளும், வெறாக்குட்டிகளும், மீசைக் கெழுத்திகளும், அவுரிக்குஞ்சுகளும், ஆறாக்குட்டிகளும், உளுவைகளும் என நொய்யலில் வசித்திருந்த ஒவ்வொரு மீனினத்திலும் வகைக்கிரண்டு இருந்தன.

ஒரு யுகத்தின் முடிவில் நொய்யல் விட்டுச்சென்றிருந்த உயிர்கள் அவை. இனி அந்த நதி என்றென்றைக்குமாய் உலர்ந்து போனாலும் அதன் ரத்தத்தின் வாசனையோடு அந்த மீன்கள் உயிர்த்திருக்கும். அவள் அவற்றை, பூமியின் அடியாழத்திலிருந்து புத்தம் புதிதாய்க் குமிழியிட்டுப் பெருகி வரும் மிகப் பரிசுத்தமான தண்ணீருக்குள் வசித்திருக்கும்படி விட்டு வைப்பாள். பல்கிப் பெருகும் அவை. அதிலிருந்து நொய்யல்கரையின் மற்ற கிணறுகளுக்குப் பரவும். மீண்டுமொரு பெருமழைக்காலத்தில் பெருகி வரும் நதிக்கு அவள் அந்த மீன்களைப் பரிசாகத் தருவாள். அவளைக் கொண்டு தன்னுடைய வம்சத்தின் வேர்களை மீட்டுக்கொள்ளும் அந்த நதி.

பெரும் கனவுகளோடு அவள் அந்த மீன்களைத் தனது பட்டிக்கு எடுத்துச் சென்றாள்.

பட்டியில் ஒன்றுமே இல்லை.

ஆடுகளுக்காக வைத்திருந்த கழுநீர்ப்பானைகள் திசைக்கொன்றென உருண்டு கிடந்தன. அவற்றில் ஒன்றைக் கழுவி தொலைதூர ஊற்றிலிருந்து கொண்டுவந்திருந்த தண்ணீரால் நிரப்பி அந்த மீன்களை விட்டிருந்தாள். மிக ரகசியமாக அவற்றைப் பாதுகாக்க வேண்டியிருந்தது. மூப்பன்களுக்கோ மாதாரிகளுக்கோ தெரிந்தால் சத்தமில்லாமல் பிடித்துக்கொண்டு போய்விடுவார்கள்.

தனக்கெனக் கிடைக்கும் பழையசோற்றிலிருந்து நாள்தோறும் அவற்றுக்குச் சிறிதளவு இரை கொடுத்தும், பானையின் நீரளவு குறையாதபடி தீரத்தீர நிரப்பியும் பாதுகாத்து வந்தாள். நாய், நரி வந்து உருட்டி விடாமல், பாம்பு புகுந்துவிடாமல் அவற்றைக் காப்பாற்ற வேண்டுமே என்னும் கவலை அவளைத் தீராமல் அரித்துக்கொண்டிருந்தது. மழையும் வந்தபாடில்லை, கிணற்றிலும் தண்ணீர் தட்டுப்படக் காணோம். மிகப் பதற்றம் கொண்டவளாக வறண்ட கிணற்றுக்கும் ஆடுகளே இல்லாத பட்டிக்கும் ஓயாது அலைந்துகொண்டிருந்தாள்.

மீன்களைக் கண்ணுக்குள்ளேயே வைத்திருக்க வேண்டியிருந்தது. படுக்கைகூட அங்கேதான்.

6

பிறகொருநாள் நதியின் எதிர்காலத்தைக் குறித்து அறிந்து வருவதற்காக அவள் குமரப்ப பண்டிதனைத் தேடிக்கொண்டு போனாள். நெடுஞ்சாண் கிடையாக அவனுடைய கால்களில் விழுந்து சேவித்தவளிடம் ஒரு சிறு புன்னகையோடு கேட்டான் குமரப்ப பண்டிதன்,

“காணிக்கையென்ன கொண்டாந்துருக்கறே பொடுசு?”

அவனுக்குக் காணிக்கையாய் கொடுக்க அவளிடம் ஒன்று மேயில்லை.

“சாமி நா வெறுங்கையோட வந்துருக்கறேன், தயவு பண்ணோனுமுங்க எசமாங்களே” என அவனிடம் ஜோதிடம் கேட்கப்போகும் மாதாரிகள் சொல்லும் வாக்கியத்தைச் சொன்னாள். அதற்கும் சிரித்தான் பண்டிதன், “காணிக்கையில்லாம நா பாக்கமாட்டனே” எனக் கண்களை மூடி வெகுநேரம் யோசித்துக்கொண்டிருந்தான். அவள் அவனுடைய பழுத்த தேகத்தை வைத்த கண் வாங்காமல் பார்த்துக்கொண்டிருந்தாள்.

“செரி பொடுசு, ஆத்தப்பத்திக் கேக்கறதுக்குத்தான வந்துருக்கறே, நேரா ஆத்துக்குப் போ. மூணு நாளைல எனக்கு ரண்டு கொழுமாங்கல்லெடுத்தாந்து குடு, சொல்றெ” எனப் பரீட்சை செய்பவனைப் போல மிக அழுத்தமான குரலில் சொன்னான். “ப்பூ... கொழுமாங்கல்லுத்தான? அதுக்கெதுக்குங்கொ சாமி மூணு நா? எங்க பாத்தாலுங் கெடக்குமே, நொடில இதா வாறே” என வெகு அலட்சியமாய்ச் சொல்லிவிட்டு நதியின் படுகையைத் தேடி ஓடினாள். இதைப்போய்க் கேட்கிறானே இந்தப் பண்டிதன் என அவளுக்குச் சிரிப்பு வந்தது. குமரப்ப பண்டிதனும் சிரித்தான்.

குமரப்ப பண்டிதன் கேட்கும் கொழுமாங்கற்கள் மருதங் குழிக்குள் ஏராளமாகத் தென்படும். மொழுமொழுவெனச் சுரைப் பிஞ்சுகளைப் போல இருக்கும். எதற்காகவோ அவன் அதுபோன்ற ஏராளமான கொழுமாங்கற்களைச் சேகரித்துக் கொண்டிருந்தான். அவள் நேராக மருதங்குழிக்குத்தான் சென்றாள். ஆனால், அதன் ஆழமான குழி தூர்ந்துபோய்க் கிடந்தது. சரி போகட்டுமென நதியின் படுகையில் தேடிப்பார்த்தாள். ஒரு கொழுமாங்கல்லையும்

காணமுடியவில்லை. சொரசொரப்பான பாறைத் துண்டுகளும் ஓடக்கற்களுமே படுகை முழுவதிலும் இறைந்து கிடந்தன.

என்ன ஆயின? ஒருவேளை இது குமரப்ப பண்டிதனின் சித்து விளையாட்டோ? இரண்டு நாள்களுக்குப் பிறகு மிகச் சோர்ந்துபோனவளாகக் குமரப்ப பண்டிதனிடம் திரும்பி வந்தாள்,

"நாங் கேட்டாப்ல உனக்குக் கொழுமாங்கல்லுக் கெடைக்குலி யாக்கு? இன்னைக்கு ரண்டு நாத்தான ஆவுது? கெடு முடியறதுக்கு இன்னொ ஒரு நாளிருக்குதே. நாளைக்குக் காத்தால போயித் தேடிப்பாரு கெடைக்கு" எனத் திருப்பி அனுப்பிவிட்டான். மூன்றாம் நாள் அதிகாலையிலேயே படுகையில் போய்த் தேடிய பொழுது சொல்லி வைத்தாற்போல் இரண்டு அழகிய கொழுமாங் கற்கள் கிடைத்தன அவளுக்கு. பூரிப்புடன் அவற்றைச் சுமந்து கொண்டுவந்து அவனிடம் கொடுத்தாள். பிறகு, அவன் கால்நீட்டி உட்கார்ந்துகொண்டு, அவளிடம் பேச்சுக்கொடுத்தான். சென்னி மூப்பனின் சுரைப்புரடையைப் பற்றியும் தான் காப்பாற்றி வைத் திருக்கிற மீன்குஞ்சுகளைப் பற்றியும் அவள் சொன்னவற்றை யெல்லாம் வெகு ஆச்சரியமாய்க் கேட்டுக்கொண்டிருந்தவன், நேரே தெக்குக் கிணற்றுக்குப் போனான். கிணற்றின் திசையையும் மண்ணின் சாரத்தையும் வெகுநேரம் ஆராய்ந்துகொண்டிருந்தவன், பிறகொரு பெருமூச்சுடன் அவ்விடம் விட்டகன்றான். மூன்று நாட்கள்வரை உட்கார்ந்த கிடையை விட்டு எழவில்லை. பஞ்சாங்கங்களையும் எண்ணற்ற ஏட்டுச்சுவடிகளையும் சில புத்தகங்களையும் பரப்பி வைத்து ஆராய்ந்துகொண்டிருந்தான். சோறு தண்ணி இல்லை; யாரிடத்திலும் எந்தப் பேச்சுமில்லை. தீராத சிந்தனையில் மூழ்கிக் கிடந்தவனைப் பார்க்க அவளுக்குக் கவலையாக இருந்தது. ஊர்க்காரர்களிடத்திலும் பண்ணாடி களிடத்திலும் அவனுடைய நிலையைப் பற்றி ஓயாமல் புலம்பிக் கொண்டிருந்தாள் காரிச்சி. எல்லோரும் வந்து நின்று ஏழெட்டடி கள் தள்ளி நின்று பார்த்துவிட்டுப் போனார்கள்.

அவனது நடத்தைகளைக் குறித்து எதையும் புரிந்துகொள்ள முடியாமல் குழம்பிக்கிடந்தவர்களுக்குப் பிறகொரு துப்புக் கிடைத்தது. அத்தருணத்தில் உலகை வாட்டிக்கொண்டிருக்கும் பஞ்சத்தைக் குறித்தே அவன் ஆராய்ந்துகொண்டிருக்கிறானாம். பெருங்கூட்டமாகத் திரண்டுவந்து என்ன சொல்லப் போகிறானோ என்னும் தவிப்புடன் அவனுடைய வாசலில் கூடிக்கூடி எதை

யாவது குசுகுசுத்துக் கலைந்து சென்றுகொண்டிருந்தார்கள் எல்லோரும்.

மூன்றாம் நாள், இள மத்தியான நேரம். ஊர் நடுவில் விழுதிறங்கிப் பழுத்து நிற்கும் ஆலமர நிழல் எல்லோருக்கும் அடைக்கலம் தந்திருந்தது. பேரமைதியுடன் வந்து எல்லோரையும் தாழக்குனிந்து வணங்கி நின்றான் பண்டிதன். தீராத பஞ்சத்தால் உருக்குலைந்து ஆலமர வேரில் தலைசாய்த்துப் படுத்திருந்த ஒரு முதிய மனிதனின் குழிந்த கண்கள் நம்பிக்கையுடன் உருண்டு பண்டிதனை நோக்கின.

"என்ன கொமரு...? அல்லாரு நீ கொண்டார சேதி யென்னுன்னு தெரிஞ்சுக்குத்தே இங்க கெடக்கறொ. பஞ்சாங்கங் கிங்காமெல்லாம் பாத்துருப்பே? என்ன சொல்லுது? எதாச்சு விடிவுகாலமுண்டுமா? இல்ல இன்னொம் பத்து வருத்திக்கு மழையில்லாம அல்லாரு மூடிப்போயிருவமா? சொல்லு பாக்கலா."

மறுபடியும் குனிந்து வணங்கினான் பண்டிதன்.

"நானெத்தச் சொல்லுட்டுங்கொ எசமாங்களே, சாஸ்திர சம்பிரதாயங்களையும், பல வருஷத்துப் பஞ்சாங்கங்களையும் வெச்சுக் கணிச்சுப் பாத்ததுல இன்னொ மூணுவருத்திக்கு மழயிருக்கச் சந்தர்ப்பமேயில்லீனுதானுங்கொ சாமி தெரியுது."

"மூணு வருத்திக்கா? செனொ உசுரோட இருக்கறதா, இல்லச் சாவறதா?"

"செருத்தே."

"மூணு வருஷமுனா அதென்ன கொஞ்சத்த காலமா?"

"சனொ என்னதே ஆவும்னு தெரீலியே."

"என்னாவு? ஒவ்வொருத்தரயா கொண்டுகிட்டுப் போயி ஆத்துக்கால்ல வெக்கறதத் தவுத்து வேற என்ன வழியிருக்குது? இப்பவே ஒண்ணு ரண்டுன்னு கழிஞ்சுக்கிட்டிருக்குது. வடக்க எங்கயோ ஒரு மொதலியாரு குடும்பத்தோட நாணுக்கிட்டானாமா, முந்தா நேத்துச் செட்டி சொன்னே, பதனஞ்சு உருப்படியா சின்னஞ் சிறிசெல்லா பசீபசீன்னு பரிதவுச்சா பெத்தவெ என்ன பண்ணுவேம் பாவொ, மனச இறுக்கிப்புடுச்சுக்கிட்டுத் தூக்கிக் கட்டூட்டுத் தானும் போட்டுக்கிட்டாப்பல இருக்குது."

"ஆமாமா அவுனுக்குப் பத்துருப்பபடியா, புருஷும் பொண் டாட்டி, கெழடு கட்டெ எல்லாஞ்சேந்து மொத்தொ பதிமூணு உருப்பபடியா. நாணுக்குட்டுச் சாவுலியா, எனத்தையோ ஊத்திக் குடுத்தட்டானாமா. பாட்டுக்காரேஞ் சொன்னே."

"ஆமாமா பதிமூணுருப்படிதே, அதுமு எப்பிடீன்னு கேளு புருஷனும் பொண்டாட்டியுஞ் சேந்து பச்சமாவுக்குள்ள வெஷத்த வெச்சு அல்லாருத்துக்குங் குடுத்துட்டாங்களா. தின்னுபுட்டு ஒவ்வொண்ணா மயங்குனதுக்கப்பறொ அவிய ரண்டுபேருந் தின்னாங்களாமா. சொந்த பந்தத்துக்கெல்லா காயதமெழுதி வெச்சுருந்தானாமா அந்தக் கக்காளெ, கொண்டுபோயி பொட்டிக் குள்ள போட்டுட்டு வாற, அப்பறொ நாம ரண்டு பேரு ஒண்ணாத் தின்னுக்கலாமுன்னு பொண்டாட்டிகிட்டச் சொல்லிப்புட்டுப் போனானாமா, பொட்டியெங்கயோ தூரத்துல இருந்துருக்குமாட்ட இருக்குது. திலும்பி வாரதுக்குள்ளெ அல்லாரும் போயிச் சேந்துட்டாங்களாமா. கக்காலச்சி வெஷத்தக் கைலகோடத் தொடுலியா. தாம் பெத்த பத்துமு துடிதுடிச்சுச் சாவறதப் பாத்துக்கிட்டிருந்தவளுக்கு நெஞ்சு வெடிச்சுப் போச்சா. வந்து பாத்தப்பொ வாயி மூக்கெல்லா நத்தொ ஒழுவிக்கெடந்துதா..."

"பாவத்தெ, பாவத்தெ."

"அதோட போவாட்டியென்ன? பூவு பொட்டு, ஊதுவத்தி சந்தனொ, மாலெ துண்டு, பட்டு கோடின்னு அல்லாங்கொண் டாந்து கைகட்டுக் கட்டி, பன்னண்டு சவத்துக்குமு வாக்கட்டுக் கைகட்டுக் கட்டி மசுரு செரச்சு, குளுப்பாட்டி, வாக்கரிசி குத்தி வெச்சு, செய்ய வேண்டிய சீருமொறையெல்லாஞ் செஞ்சு ஒரு மூச்சமுழுதுபுட்டு அப்பொறொந்தே தா நாணுக்கிட்டானாமா. வெஷத்தத் தின்னாச் சாவமோ இல்லியோன்னு அவுனுக்குச் சந்தேகந் தட்டிக்கிட்டாப்பல இருக்குது."

தாளமுடியாத துக்கத்தில் எல்லோரும் சில நேரம் உறைந்து கிடந்தார்கள்.

"ஆமா ஆரு இதெல்லா பக்கத்துல இருந்து பாத்ததாமா?"

"ஆரு பாப்பா? பாத்தா உடுவாங்களா? கோபிக்காரெ ஒருத்த வெச்சுப் பாட்டுக் கட்டீருக்கறானாமா, அதக் கேட்டுட்டு வந்துருக் கறே நம்பு பாட்டுக்காரெ."

"கட்டுக்கதெ கட்டீருக்கறானுகளாட்ட இருக்குது."

“நடந்தது நெசந்தே, வேண்ணா கேக்கற செனொ அழுவுட்டுன்னு கொஞ்சத்திக்குக் கொஞ்சொ உப்பந்தி பண்ணிச் சொல்லீருப்பே.”

“அதப்பிடித்தே...”

ஆளுக்கொரு சொல் சொல்லிப் பிறகு மௌனமானார்கள் எல்லோரும். யார் முகத்தையும் யாராலும் நேர்கொண்டு பார்க்க முடியவில்லை. சாரைகளைப் போலப் பெருமூச்சுவிட்டு நெளிந்து கொண்டிருந்த எல்லா உடல்களையும் பார்த்துத் தவித்த குமரப்ப பண்டிதன் கடைசியில் ஒரு உபாயம் சொன்னான்,

“ஒரு வழி தென்படுதுங்கொ சாமி, நம்பு வெடத்தலாங்காட்டு எசமாங்க கெணத்துல ஒரு சலமிருக்குது. அது ஊரையே காப்பாத்துஞ்சாமி, சயனம் போட்டுப் பாத்ததுல எனக்குத் தெரிஞ்ச வழிங்கொ சாமி இது. ஊரெல்லா மனசு வெச்சுச் செஞ்சு பாத்தா என்னுங்கொ சாமி?”

“அதெப்படி கொமரு, நெலொ இப்பிடிச் சுக்காட்ட வறண்டு கெடக்குது. பக்கம்படாந்தீலெ பசண்டையே இல்லெ, செலொ எங்கருந்து வருஞ்சொல்லு பாப்பொ? நாமுளூ ஆன மட்டு வெட்டிப் பாத்துப்புட்டொ, கொடஞ்சு கொடஞ்சு கொண்டு போயிப் பாறைல முட்டவெச்சு நின்னு கெடக்குது. நானுமு பத்திருவது செலவு பண்ணித் தாராபொரத்துலருந்து வேட்டு வெக்கற நாய்க்கங்கூட்டத்தக் கூட்டியாறலாமான்னுகோட யோசிச்செ, ஆனா என்னதே வேட்டு வெச்சாலு சலமிருந்தா வல்லொ வரு? சொல்லு பாப்பொ” என்றான் பூபதி.

“நீ ஒரச்சுச் சொல்லு கொமரே, அதையுந்தேஞ் செஞ்சு பாத்துருவொ. வாய் நனைக்கக்கோட விதியில்லாம என்ன பண்றது? ஆனதாவுட்டு” என முன்வந்து நின்றாள் எல்லா வற்றையும் கேட்டுக்கொண்டிருந்த வேலம்மா. எல்லாக் கண்களும் பண்டிதனின் மூப்புற்றுச் சுருங்கிய முகத்தைத் துளைத்து நின்றன. வெகுநேரம் கழித்து மிகத் தணிந்த குரலில் சொன்னான், “செஞ்சு பாத்துருவமுங்கொ சாமி. எத்தன நாளானாலுஞ்செரி சலங்கெடைக்காம மேல வரக்கூடாதுன்னு உள்ள எறங்கீருவொ. எசமாங்க நாளைக்கே தாராபுரத்துக்குச் சொல்லியுட்டுப்புடுங்கொ சாமி.”

மறுபேச்சில்லாமல் எல்லோரும் கலைந்து சென்றார்கள். அப்பொழுதே இரண்டு நாய்க்கர்களைக் கூப்பிட்டுத் தாராபுரத்

துக்குப் போய் வெடிவைக்கத் தோதான ஆள்களைக் கண்டறிந்து அழைத்துவருமாறு சொல்லியனுப்பிவிட்டுப் போனான் பூபதி. மிகக் களைத்துப் போனவனாகத் தென்பட்ட பண்டிதனைத் தேடிவந்து நின்ற காரிச்சியின் முகத்தில் அளவற்ற பூரிப்பு.

“சலொங் கெடச்சுதுன்னா ஊருக்கே நீங்க சாமியாயிரு வீங்கொ...” என மிக வெட்கமுற்று, அவனிடம் சொன்னாள் காரிச்சி. பண்டிதன் சிரித்தான்,

“கெடைக்குலீனா வெட்டிப் பொதச்சுப்புடுவாங்கொ.”

“போயி எதாச்சுக் கஞ்சி குடீங்கொ சாமி, மூணுநாளா பச்சத் தண்ணி வாயில ஊத்துலீங்களே.”

“போறெம் போறெ” என வீட்டை நோக்கி நடந்தவன், பிறகு நின்று திரும்பி அவளை அழைத்தான். “உம்பட மீன் குஞ்சு களயெல்லா பத்தரம் பண்ணி வெய்யி புள்ளெ, இந்த அமாவா சைக்குள்ள கெணத்துல ஊத்தங்கெடச்சுரு, அல்லாத்தையு அதுக்குள்ள உட்டுப்புடு. மழ பேஞ்சு ஆத்துல தண்ணி வந்தா அல்லா வாணி வழியா ஆத்துல எறங்கீரு... அதுவரைக்கு அந்தக் கெணத்துக்குள்ள இருக்குட்டு” எனச் சொல்லிக்கொண்டு திரும்பினான் குமரப்ப பண்டிதன்.

7

தாராபுரத்திலிருந்து வெடிமருந்துகளோடு வந்து சேர்ந்தார்கள் நாய்க்கர்கள். வெடிமருந்துகள் நிரம்பிய சாக்குப் பைகளைப் பத்திரமாகச் சாளைக்குள் வைத்துவிட்டு அரைவேலையோடு கிடந்த கிணற்றுக்குள் இறங்கி வெகுநேரம் சோதித்துப் பார்த்தார்கள். பிறகு, அவர்களுடைய பதிலை எதிர்பார்த்துப் பதற்றத்தோடு காத்துக்கொண்டிருந்த ஊர்க்காரர்களிடத்தில் பாறையைப் பிளப்பதில் ஏதும் சிக்கல் இல்லையெனவும் ஆனால், அதற்குப் பிறகு கிணற்றில் ஊற்றம் கிடைக்கும் என்பதற்குத் தங்களால் எந்த உத்தரவாதமும் தரமுடியாதெனவும் சொன்னார்கள்.

"கட்டாயமா ஊத்தங்கெடைக்குமுங்கறே கொமரே, மறிச்சு மறிச்சுக் கேட்டாலு அதையேதேஞ் சொல்றே, நாய்க்கங்கூட்டொ வேற மாதிரி சொல்றானுகொ. செரி, ஆனதாவுட்டு வெட்டித்தேம் பாத்துப்புடுவொ" என எல்லோரும் ஒன்றுபோல் சொல்லவும் அப்போதே வேலையைத் தொடங்கச்சொல்லி உத்தரவிட்டான் பூபதி.

வெடத்தலாங்காட்டு முறைக்கொன்றும் மண்ணாங்காட்டு முறைக்கொன்றுமென அந்தக் கிணற்றுக்கு இரண்டு ஏத்தொளைகள் இருந்தன. அவை போதாதென்றார்கள் நாய்க்கர்கள். பிளந்த பாறையை மேலே கொண்டுவருவதற்கும் ஆள்கள் ஏறி இறங்குவதற்குமென மேலும் மூன்று ஏத்தொளைகளை வைத்தார்கள். ஊரிலிருந்த குடியானவர்கள் எல்லோருடைய காடுகளிலுமிருந்தும் வடக்கயிறுகளும் கொரக்கூடைகளும் மண்வெட்டிகளும் கடப்பாரைகளும் பறிகளும் எனக் கிணறுவெட்டுக்குத் தேவையான எல்லாக் கருவிகளும் வெடத்தலாங்காட்டுக்கு வந்து சேர்ந்தன.

எவ்வளவோ அலைந்தும் ஒரு எருதும் தட்டுப்படவில்லை. பக்கம் படாந்தியில் உள்ள எல்லாக் குடியானவர்களுடைய வீடுகளுக்கும் ஒரு நடை நடந்து பார்த்தாயிற்று. கடைசியில் யாரோ சொன்ன யோசனையைக் கேட்டு எல்லோருமாய்ச் சேர்ந்து, அரண்மனைக்குப் போய் ராஜாவையே நேரில் சந்தித்து முறையிட்டும் பயனில்லை. "தாறதப் பத்தி ஒண்ணுமில்லீப்பா, உங்கு புத்திய நெனச்சாத்தே சிரிப்பா இருக்குது" எனச் சிரித்தார் ராஜா. "மானொ வறண்டு நாலு வருஷமிருக்குமா? பூமீலெ

பசண்டையே இல்லெ, அப்பறொ வேட்டுவெச்சுப் பொளந் தாமுட்டு எங்கருந்தடா ஊத்து வருமுன்னு நெனைக்கறீங்கொ?" என அவர் குத்திக்குத்திக் கேட்ட கேள்விகளுக்கு யாருக்குமே பதில் தெரிந்திருக்கவில்லை. எல்லோரும் மிகச் சோர்ந்துபோய்த் திரும்பியிருந்தார்கள்.

"எருதில்லாம எப்பிடீப்பா சேத்தயுங் கல்லயு மேல கொண் டாந்து சேத்தறது? கெணறென்னக் கொஞ்சசத்த ஆழமா? அல்லாத்தையு கெணத்துக்குள்ளயே ஒதுக்கிவெக்கவு முடியாது."

"ஆனைக்கு வராத பஞ்சொ அங்குசத்துக்கு வந்தாப்பல அங்கியு இங்கியுஞ் சுத்தி மருந்தக் கொண்டாந்து சேத்தீட்டொ. இப்ப எருதில்லாம வேல நின்னு போயிருமாட்ட இருக்குதே" எனக் கிணற்றுமேட்டில் உட்கார்ந்து எல்லோரும் மூஞ்சியை மூஞ்சியைப் பார்த்துக்கொண்டிருந்த தருணத்தில் மாதாரிகள் கைகொடுக்க முன்வந்தார்கள்.

"இதுக்கேனுங்கொ எசமாங்களே மறுவரீங்கொ? எங்குவளவு ஆம்பளைக முப்பது பேரு இருக்கறொ, நாங்க நாலாளுச் சேந்தா ஒரு எருதுக்குச் சமமுங்கொ சாமி, எனத்த வெட்டிப் போட் டாலுஞ்செரி, கூடைக்குள்ள போட்டுக் கவுத்துல கட்டியுடுங்கொ, இழுத்து மேல தள்றதுக்கு நாங்களாச்சுங்கொ எசமாங்களே, எருதப்பத்தி யோசிக்காம வேலய ஆரம்பிக்கற வழியப் பாருங்கொ சாமி" என அவ்வளவு திடமாய்ச் சொன்னார்கள். பிறகுதான் மற்ற எல்லோருக்கும் தைரியம் வந்தது. நான் நீ என வெடத்தலாங் காட்டுக்கு வந்து நின்றவர்களைப் பார்த்துப் பூரித்துப் போய் விட்டாள் வேலம்மா.

லெட்சுமிகூட வந்து கிணற்றை எட்டிப் பார்த்துக்கொண்டு நின்றாள். ஒரு பொழுதுக்குள் ஊரே திரண்டு நின்றது. "அப் பறமென்ன, இத்தன சனமு ஒண்ணாச்சேந்து ஏறி முதிச்சாக் கோடப் போதுமாப்பறொ, பாறெ பொளந்துக்கு, மருந்துமு வேண்டீதில்லெ, வேட்டுமு வேண்டீதில்லெ" என யாரோ சொன்னதற்கு எல்லோரும் அப்படிச் சிரித்தார்கள். நாய்க்கர் களுக்கும் தெம்பு, சுறுசுறுப்பாகக் கிணற்றுக்குள் இறங்கினார்கள். இரண்டிலொரு முடிவு தெரியவரும்வரை யாருமே வெடத் தலாங்காட்டைவிட்டுப் போகக்கூடாதென முடிவாயிற்று குமரப்ப பண்டிதன் வந்து சயனம் பார்த்துக் கிணற்றிலிறங்க நேரம் குறித்துக் கொடுத்தான்.

8

பாறையில் மருந்தை வைத்துக் கெட்டிக்க ஏழு துளைகள் போட வேண்டியிருந்தது. கணீர் கணீரெனக் கடப்பாரைகள் அடிவாங்கும் சத்தம் இரண்டு நாள்களுக்குக் கேட்டுக்கொண் டிருந்தது. வேலை முடியும்வரை எல்லோருக்கும் வெடத்தலாங்காட் டில்தான் ஆகாரம். கிணற்றடியிலேயே ஒரு சாளை போட்டார்கள். ஐந்தாறு மூணுகல்லடுப்புகளைக் கூட்டி வைத்து, இருந்த எல்லாச் தவச தானியங்களையும் கொண்டுவந்து கொட்டிப் பண்டாரங் களைக் கொண்டு சமைக்க உத்தரவிட்டிருந்தான் பூபதி. எல்லாவற்றையும் நின்று கவனித்துக்கொண்டிருந்தான் குமரப்ப பண்டிதன். "கெணத்துல தண்ணி வருலீனா நானுங் கவண்டரும் பரதேசந்தே போவோணுங் கொமரே, உம்பட பேச்ச நம்பித்தே எறங்கீருக்கறெ, என்ன சொல்றே?" எனக் கடைசியாய் ஒருதரம் அவனைக் கேட்டுக்கொண்டாள் வேலம்மா.

வெகு நம்பிக்கையோடு இருந்தான் அவன்.

"நாமேனுங்காத்தா கவலப் படோணு? இத்தன தெய்வ மிருக்குது, இத்தன சனமிருக்குது, அதெல்லா அந்தக் கங்காதேவியே பொத்துக்கிட்டு மேல வரப்போறாளா இல்லியான்னு பாருங்கொ? பாரதக் கதைலெ ஒரு கட்டமுண்டு, பீஷ்ம மகாராஜா அம்புப் படுக்கைல கெடப்பாரு, ஓடம்புல ஓரெடம் பாக்கியில்லாம அம்பு. அர்ச்சுன மகாராஜா போட்ட அம்பு, உசுரு போவாமத் தவிச்சுக் கிட்டிருக்கறப்பொ தண்ணி தவிக்குதப்பான்னு அதே அர்ச்சுன மகாராஜாகிட்டத்தேங் கேப்பாரு பீஷ்மர், வேற ஆரு, பேரந்தான? அப்பாரய்யெ அப்பிடிக் கேட்டதீமு அர்ச்சுன மகாராஜா அம்பெடுத்து வில்லுல ஏத்தி பூமிக்குள்ள எறக்குவாரு, கண்மூடிக் கண் தெறக்குறதுக்குள்ள பூமி பொத்துப்போயி வெள்ளம் மேல வரு. அந்தக் கங்காதேவியே பொங்கி வந்ததா சொல்லும் சாஸ்திரம். பீஷ்மர் அந்தக் கங்காதேவி பெத்த புள்ளை யல்லவுங்கொ? அந்தப் பாசம். நாமெல்லா நொய்யலாத்தாளுக்குப் புள்ளையல்லவுங்காத்தா? அவ பெத்தது.

அவ இல்லீனா நம்முளுக்கு இந்தக் காடுமில்லெ, கரையு மில்லெ. இப்பிடி அடுத்த சனொம் பாத்துப் பொறாமப்படறாப்பல பொங்கித்திங்கற பொளப்புமில்லெ. தைரியமா எறங்குவுமுங்

காத்தா. அதெல்லா கங்காதேவியாட்ட அவளே வருவா வெடிச் சத்தங் கேட்டதீமு பாதாளத்துலருந்து தன்னால பொறப்புட்டு வாறாளா இல்லையான்னு பாருங்கொ...”

கேட்கக் கேட்க எல்லோருக்கும் கண்கள் தளும்பின.

“அதப்பிடித்தேங் கொமரே, பாரதத்துக்கேம் போவாட்டி? நம்பு குன்னடையா கவண்டெங் கதலீயே வருமாப்பறொ? அண்ணமார நெனச்சு தவிச்சழுத தங்காளுக்குக் கூவண்டாம் பள்ளத்துலருந்து தன்னால ஊத்துப் பொங்கிவந்து தாவத்தத் தீத்த கதயக் கேட்டுக்குட்டுத்தான இருக்கறொ? அதெல்லா வெறுங்கதையாருந்திருந்தா இத்தன வருஷமா அந்தப் பாட்டப் பாடிக்கிட்டு இருந்துருப்பாங்களா? இல்லெ சனந்தேங் கேட்டுக் கிட்டிருந்துருக்குமா?”

“கதையா ஏம் போவாட்டி? இன்னைக்குமு ஆராச்சு அனாதரவா அந்தப் பள்ளத்துக்குப் போயி நின்னு அண்ணான்னு சொன்னா தண்ணி வருமாமல்லொ? எத்தனதே வேடையாருந் தாலு ஒருசேரத் தண்ணியாவுது இல்லாமப் போவாதுங்கறாங்கொ, வெறுங்கதைக்குச் சொல்லீருந்தா அப்பிடி நடக்குமா?”

“கதையல்லொ, நீ வேணும்னா மாசி மாசத்திக்கு வீரப்பூரு போயிப்பாரு, வீரமல அடிவாரத்துலருக்குது கூவண்டாம்பள்ளொ, கூவுனாத் தண்ணி வருமாங் கூவண்டாம்பள்ளம்னு சொல்லு வாங்கொ, நெசமோ பொய்யோன்னு பாக்கறதுக்காகவே நா ஒருக்கா வீரப்பூருக்குப் போயிட்டு வந்தெ, கரூருக்குந் தெக்க அம்பது அறுவது மைலுச் சேரு, மூணு நா நடக்கோணு சனம்னாச் செனொ அத்தன செனோ. வரக்காடு. ஊஞ்சமரத்தயுங் கருவேலா மரத்தையுந் தவுத்து அந்தக் காட்டுக்குள்ள வேற ஒண்ணுமில்லெ. குடிக்கத் தண்ணி கெடைக்காது. பெரிய காண்டியம்மங் கோயல்ல ஒரு கெணறுண்டு. அத உட்டாக்காக் கூவண்டாம் பள்ளத்துக்குத் தேம் போவோணு.”

“அது போவோணு பொன்னாண்டவரு கோயலத்தாண்டி எவ்வளவு தூரொ, தடங்கெடொ ஒண்ணுங்கெடையாது. வீரப்பூர் மலையடிவாரத்துல கெடக்குது, வெறு இண்ட முள்ளாக் கெடக்கு. பாம்பு பல்லி, நாயி நரீன்னு ஆபத்தான வழி. மாயவரு கோயக்கோட அங்கதே இருக்குது. அதத்தாண்டி மேல போனா தவசுக் கம்பொ, பெரிய காண்டியம்மெ தவசு பண்ணுன எடமா.”

“பள்ளம்னுதேம்பேரு அது வெறு ஊத்துத்தே, ஒரு பெரிய மரமிருக்குது, அதும்பட வேருலருந்துதே ஊத்துவரு.”

“அத்தன சனமும் போயிக் கொடங்கொடமா எறச்சுக்குட்டு வரு, ஆனா பத்தாக்கொறையே இல்லாம வந்துகிட்டே இருக்கு மாக்கு.”

“ஆமா, வார சனமெல்லா மூணு நாளு நாளைக்கு அந்தக் காட்டுக்குள்ளயே கெடக்குமாப்பறொ, எத்தன கெடா வெட்டு வாங்கொ? எத்தன பொங்க வெப்பாங்கொ? அத்தனைக்குமு அங்கருந்துதேந் தண்ணி கொண்டாருவாங்களாமா.”

“உனக்கொன்னு தெரீமா? நீ போயிருக்கறயா? அத்தன கெடா வெட்டி, அத்தன பொங்க வெச்சுப் படச்சு அந்தக் காட்டுக்குள்ளயே கோந்து தின்னுவுட்டுத்தே வருவாங்கொ, மிச்ச மீதிய ஊட்டுக்குக் கொண்டாரக் கூடாதுங்கறதுனால ஆரு வந்து நின்னாலு வவுறு நம்பப்போட்டுத்தே அனுப்புவாங்கொ. ஆனா ஒரு ஈ காக்கா தட்டுப்படாது அந்தக் காட்டுக்குள்ள, அத்தன கறிக்குமு அத்தன சோத்துக்குமு எத்தன காக்கா வரோணு? ஆனா ஒரு குஞ்சு தட்டுப்படாதாக்கு, அத்தன எதுக்கு? தின்னுகழிச்ச எலைலெ ஒரு எறும்பேறாதாக்கு. சும்மா சொல்லுலெ, அஞ்சாறு மட்டொ நேருல கண்டு சொல்றதாக்கு.”

“அதென்னமோ தெய்வ வாக்காட்டொ.”

“தெய்வ வாக்குத்தே, வேறென்ன?”

“இல்லாட்டி போர்க்களத்துல பொன்னாண்டவருஞ் சங்கருஞ் சிந்துன நத்தமெல்லா ஆயர வருஷமா அந்தக் காட்டுக்குள்ள அழியாம அப்பிடிக் கட்டிகட்டியா கெடக்குமா? அதொரு அதிசயந்தானக்கா.”

“ஆமா அதச் சொல்லாம உட்டுப்புட்டையே? பொன்னாண்ட வரு சந்நதிக்குக் கீழ, அந்தக் கரட்டுல அப்பிடியே தெவஞ்சது தெவஞ்சாப்பல கெடக்குது. பாக்கக் கல்லாட்டத்தே இருக்கு ஆனா நத்தந்தே, நம்ப நாளாவங்காட்டி அப்பிடிக் கட்டிப்புடுச்சுப் போச்சாட்ட இருக்குது. கனமே இருக்காது. கல்லுன்னாக் கணக்கு மல்லோ? கை கால் முட்டி வீங்கிக் கஷ்டப்பட்டுக்கிட்டிருக்கற செனொ அந்தக் கட்டியக் குத்துக்குத்தா அள்ளி மேல பரப்பி வெச்சுக்கிட்டுப்படுத்துக்கிட்டிருக்கு. ஒரு அரநாழி அப்பிடிப் படுத்துருந்தா எப்பிடியாப்பட்ட வீக்கமாருந்தாலும் சுக்காட்ட வத்திப்போயிருமாமா.”

“பொன்னருஞ் சங்கரும் பன்னி குத்திப் பலகூறு போட்டதாக் கத படிக்கறாங்கள்ளொ? அதுக்குக்கோட அங்க ஆதார மிருக்குதாக்கு.”

“ஆமா, பதனாறு கூறு, ஒவ்வொண்ணுமு ஒவ்வொரு குத்தா அப்பிடியப்பிடியே கெடக்குமாக்கு, அப்பிடியே பன்னிக்கறி யாட்டவே இருக்கும்போ, கொளந்தகோடக் கனமில்லாமத் தூக்கி மடீலெ வெச்சுக்கலா. அப்பிடிப்படுகளத்துல வெட்டி வீசுன தலையெல்லாங்கோட இன்னங்கெடக்குதாமா, நாம் பாத்ததில்லெ.”

“சத்தியவாக்குத்தே.”

“அப்பறொ அந்தப் பொன்னாண்டவரு கோயப் பூசாரி அருளு வந்து ஆடறதப் பாத்துருக்கறயா? அருவா மேல ஏறி நின்னு ஆடுவாங்கொ. சும்மா நம்மளப் பாத்தவியொ அப்பிடி ஏறி நின்னா வவுந்துபுடு, அப்பிடிப் பளப்பளன்னு இருக்கு. அதுல ஏறிக்குட்டுச் சங்குச்சங்குன்னு குதிப்பாங்கொ.”

“அதுக்கு அப்பிடிக் கட்டுப்பாடா இருக்கோணு. தண்ணி கிண்ணி, சுருட்டுக்கிருட்டு, பொம்பளகிம்பள ஒண்ணையுந் தொடாம நாப்பத்தெட்டு நா விரதமிருக்கோணுமா, அப்பிடி யிருந்து பண்ணுனாத்தே மனசனுக்கு அருள் வரு. நம்பு பாட்டுக் காரங் கூட்டங்கோட கதபடிக்கறபோது அப்பிடி விரதமிருந்துதேம் படிப்பாங்களா, இப்ப நம்பு கொமரனே சோசியஞ் சொல்றே, சாதீல அவெ நாசுவனாருந்தாலு கறிகிறி எதாச்சுந் தொடறானா? தண்ணி வாத்துக்காமப் பச்சத்தண்ணி வாயுல ஊத்தறானா? அடுத்தவிய ஊட்டுக்குப் போனா தெரவியமே குடுத்தாக்கோடத் திங்கமாட்டே, அது எசமாங்க அரமனையா இருந்தாலுஞ்செரி, அரிசி பருப்புக் குடுத்துருங்கொ சாமி, நானே ஆக்கித் தின்னுக் குறம்பானே. அப்பிடியில்லீனா அவுனுக்கு அந்தச் சோசியொ ஒட்டுமா?”

“ஆனா பொண்டாட்டியத் தொடாமத்தே இருக்கறானா கொமரே? பொம்பளைன்னா அல்லாம் பொம்பளதானொ? அதயுந் தொடாமயல்லொ இருக்கோணு? வதவதன்னு நாலஞ் சப் பெத்துப் போட்டுருக்கறானப்பறொ.”

“அது வேற கணக்கு.”

“நம்பு பாட்டுக்கார வடியானையே எடுத்துக்குங்களே, அவெ தண்ணீந்தேம் போடறே அல்லாந்தேம் பண்றே, பாட்டுப்படிக்கப் போனான்னா பல ஊடு பூந்துட்டுத்தே வாரான்னு சொல்றாங்கொ,

அவுனுக்கு அந்தப் பாட்டு ஒட்டாமயா போயிருச்சு? இன்னைக்கு உடுக்கடீல அவன மிஞ்ச ஆளுண்டுமா? உடுக்கை எடுத்துக் கைல புடுச்சுக்கிட்டான்னா அப்பறொ அதக்கொண்டு தேம் பேசுவே, வாயில பேசமாட்டே."

"ஆமா, அன்னைக்கு அவுனுமு, கோவாலுமு அப்பிடித்தேம் பேசிக்கறாங்கங்கறே, இவெ உடுக்கையத் தட்டிப் போலாமாங்கறே, அவெ பொறு இன்னஞ்சித்த நேரமாவுட்டுங்கறே, அதுக்குத் தகுந்தாப்பல அடிக்கற அடி வித்தியாசப்படுது. நல்லாக் கெவுனிச்சுப் பாத்தமுன்னா நம்முளுக்கே கொஞ்சொங் கொஞ் சொம் புரியு. அப்பிடியே மாருல அணச்சுப் புடுச்சுக்கிட்டு ஒரு வெதமாத் தட்டறே, வாவான்னு சத்தங்கேக்குது உடுக்கைலருந்து. பாட்டு முடிஞ்சதுக்கப்பறொ சாவிடிக்குப் போயி நா அதக்கேட்டு வாங்கி அடிச்சுப் பாத்தெ, சும்மா டுமுக்கு டுமுக்குன்னு சத்தொ வருது."

"டுமுக்கு டுமுக்குன்னு வருதா, புடுக்குப் புடுக்குன்னு வருதா?"

"ஏனுங்கண்ணா, சித்த பேசாம இருக்கமாட்டீங்களாக்கு? பொம்பளப் புள்ளையெல்லா இருக்கற எடத்துல பேச்சப் பாருங்கொ, வயுசு முத்துனளவுக்கு இன்னொ மண்டெ முத்துலெ உங்குளுக்கு."

"இல்லெ, அவந்தட்டுனான்னா அப்பிடித்தான வரும் பின்ன?"

"நாமுளு அப்பிடிப் பத்தியமா இருந்து வெட்டுனம்னா கட்டாயமாக் கெணத்துல தண்ணி வரு, அதுக்குத்தேஞ் சொல்றெ."

"இருந்துதேம் பாக்கலாமே."

"பஞ்சத்துல அன்னாடும் பத்தியந்தே இருக்கறம் பின்ன, கறிகிறி திங்கறதுக்குமு கள்ளுச்சாராயங் குடிக்கறதுக்குமு எங்க போறது?"

9

கிணற்றிலிருந்து ஒரு நாய்க்கர் மேலேறி வந்து எல்லோரையும் தொலைதூரம் தள்ளிப் போய் நின்று காத்திருக்குமாறு சொல்லி விட்டுப் போனார். துளைகளுக்குள் வெடிமருந்தை வைத்துக் கெட்டித்துவிட்டார்களாம். ஒவ்வொரு துளையையும் ஒரு மஞ்சிக் கயிற்றால் பிணைத்து மேலே கொண்டுவந்துவிட்டார்களாம். கயிற்று நுனிகளில் தீ வைத்து விட்டுவிட்டால் அந்தக் கங்கு புகைந்து கொண்டேபோய், மருந்தில் பற்றியவுடன் பாறை வெடித்துச் சிதறுமாம். அப்போது அங்கே இருப்பது ஆபத்தான தாம். பாறைத் துகள்கள் வெகுதூரம் பறந்து வருமாம்; பட்டால் கண் காதெல்லாம் போய்விடுமாம். மருந்தின் வீரியம் ஆளையே கூடக் கொன்றுவிடும் என்றார்கள் நாய்க்கர்கள்.

ஊர்ச்சனம் முச்சூடும் ஆற்றைத் தாண்டி தேவனாத்தா கிடை கொண்டிருக்கிற ஊஞ்சமரக் காட்டுக்குப் போய் அண்டிக் கொண்டது. வெடிகள் வெடித்தடங்கும்வரை காட்டைவிட்டு வெளியில் வந்துவிடக் கூடாது என எல்லோரும் எச்சரிக்கப்பட் டிருந்தார்கள். அந்த வறட்சிக்குக் காடு முற்றாக அழிந்து போய் இருந்தது. வறண்ட ஊஞ்சக்கொம்புகள் மட்டும் மீந்திருந்தன. திக்காலுக்கொன்றெனச் சில வேப்பமரங்கள். அவற்றுக்குக் கீழேயும் நடுக்காட்டிலிருந்த கருப்பராயன் கோயில் ஆலமர மொன்றினடியிலும் மட்டுமே நிழல்கள் தென்பட்டன. அச்சத்தாலும் ஓட்டமும் நடையுமாய்த் தப்பித்து வந்திருந்த களைப்பாலும் பண்ணாடிகளும் கொத்துக்காரர்களும் அவ்வால மரத்தினடியில் கிடைகொண்டுவிட்டார்கள். மீதமிருந்தவர்கள் தனித்தனிக் குழுக்களாகப் பிரிந்து கிடைத்த நிழல்களை அடைக்கலம் கொண்டு சாய்ந்தார்கள்.

சின்னஞ் சிறுசுகள் வெயிலைப் பொருட்படுத்தாமல் காட்டுக் குள் குதியாட்டம் போட்டன. உலர்ந்துகிடந்த கள்ளிப்புத ரொன்றிலிருந்து ஓணானொன்றைப் பிடித்துக்கொண்டுவந்து பிரண்டைகளைக்கொண்டு பாடைகட்டி வைத்து இழவு கொண் டாடினார்கள். பெண்பிள்ளைகளெல்லாம் ஒன்றையொன்று கட்டிக்கொண்டு ஒப்பாரி வைத்துக்கிடந்தன. சிறு பையன்கள் ஒருவர் முகத்தோடு ஒருவர் முகத்தைப் புதைத்துக்கொண்டு

தேம்பினார்கள். ஒருவன் ஓட்டுச்சில்லொன்றை வைத்துக்கொண்டு தட்டினான். 'டம்புச்சுக்கு டம்புச்சுக்கு' என ஒரே சத்தமாய்க் கிடந்தது.

பெண்கள் அடுப்புக்கூட்டியிருந்தார்கள். ஒரு பொழுதாகுமோ இரு பொழுதாகுமோ எனப் பயந்துபோய்க் கிடைத்தவற்றைக் கையோடு கொண்டு வந்திருந்தார்கள். மாதாரிகளின் ஒரு கூட்டம் சீனிக்கிழங்குக்காகக் குரங்குப்பள்ளத்தின் வறண்ட மண்ணைக் கிளறிக்கொண்டிருந்தது. குறுந்தடிகளை வீசிக்கொண்டு தமது நாய்களுடன் முயல்களைத் தேடி வெகுதூரம் போயிருந்தார்கள் மூப்பன்கள். சாய்ந்த பனையொன்றின் சோற்றைப் பங்கிட்டுத் தின்றுகொண்டிருந்த ஒரு கூட்டத்தின் நடுவில் உட்கார்ந்து கதை படித்துக்கொண்டிருந்தான் பொங்கா நாவிதன்:

வீசினாரப்போது வேட்டுவர்கள் தன் படையை
முன்வீச்சுக்காயிரமாம் பின்வீச்சுக்காயிரமாம்
வெள்ளரிக்காய்போலே வீசினாரப்போது
வாழைத்தண்டைப்போலே வாட்டினாரப்போது
பட்டுவிழுவாரும் பறந்து தவிப்பாரும்
வேல்பட்டுருவி வீழ்ந்துகிடப்பாரும்
காலற்று விழுவாரும் கண்டதுண்டமாவாரும்
கைகால்களற்றுக் கனக்கமடிவாரும்
மார்பிளந்தேங்கி மடிந்து கிடப்பாரும்
வெட்டிக்குவித்தாரே மேனாட்டு வேட்டுவரை
வீரமலையைப்போல் வெட்டிக்குவித்தாரே
கருமலையைப்போல் கட்டிக்குவித்தாரே
கொல்லிமலையைப்போல் கொன்றுகுவித்தாரே!

அதற்குள் நல்லமங்கபாளையத்துப் பெரிய கவுண்ச்சிக்குச் சாமி வந்துவிட்டது. கைகளிரண்டையும் தலைக்கு மேலுயர்த்திக் கோத்து முறுக்கிச் சுழன்றாடியவாறே கூட்டத்தின் நடுவில் வந்து நின்று, "டேய்" எனச் சத்தமிட்டாள்.

ஊரில் கதை நடக்கும் ஒவ்வொரு தருணத்திலும் அவளுக்கு இதுபோல் அருள் வரும். பெரியகாண்டிதான் வருவாள். உடனே கதையை நிறுத்திவிட்டு, ஓடிப்போய் அவளைப் பிடித்துச் சிரசுக்குத் தண்ணீர் ஊற்றிச் சாந்தம்கொள்ள வைப்பார்கள். புசுபுசுவெனப் பேரிரைச்சலுடன் மூச்சுவிட்டவாறே எழுந்து நின்று "எம்பட பெரம்பெங்கடா?" என ஆக்ரோஷமாய்ச் சத்தமிடு

வாள். யாராவது ஒரு கவையை நீட்டுவார்கள். அதை வாங்கிக் கவட்டியில் கையூன்றி நின்றபடி எல்லோருக்கும் வாக்குச் சொல்லுவாள், நெடுஞ்சாண்கிடையாக விழுந்து கும்பிட்டெழுந்து ஆத்தாவின் பார்வை விழும் கோணத்தில் உடல் பதற நிற்பார்கள்.

"என்னாயா?"

"ஆத்தா."

"எம்பட பட்டீலெ ரண்டு ஆட்டுக்குட்டியெ வளத்திக் கிட்டிருக்கெறெ, ஒண்ணு மூடு மத்தது பிரவெ, ரண்டுமு ரண்டுவாக்குல போவுது. மூடு முட்டிக்கிட்டுத் திரியுது, பிரவெ பொறங்கால்ல நிக்குது. ரண்டையு மேச்சுப் பட்டிக்குக் கொண்டாந்து சேத்துவமா இல்ல அப்பிடியே அத்துக்கிட்டுப் போயிருமான்னு கேட்டு நிக்கறே, அதுதானாயா உம்பட கேள்வி?"

"ஆமாமாத்தா, ஏழெட்டு மாசமா அந்தக் கவலதே எங்கு ரண்டு பேருத்தயுந் தூங்குடாமப் பண்ணுது."

ஆத்தா பின்னும் கொஞ்சம் பெருமூச்சு விடுவாள். உடல் படபடப்புற்று அதிரும். பிறகு நிமிர்ந்து வாக்குக் கேட்டு நிற்பவளைப் பார்த்துவிட்டுக் கண்களை மூடிக்கொண்டு தொடர்வாள்,

"செரியாயா, நீ பயப்படறாப்பல ஒண்ணு நடக்காம நாங் காப்பாத்தித்தாறெ, அப்பறொ நீ எனக்கு என்ன செய்வே?"

"நீ என்ன கேக்கறையோ அதச் செய்யறனாத்தா."

"நீ எனக்கு எனத்தச் செஞ்சுபுடுவே? அதுக்குனக்குச் சத்தி யிருக்குதா? அந்த வீரமலைல நா கோட்டக்கட்டிக் குடியிருக்கறவ, உம்பட பட்டீலருக்கற மூட்டுக்குட்டியெக் குடுப்பியா, பிரவக் குட்டியெக் குடுப்பியா?"

"ஆத்தா வேறயக் கேக்கோணு. அதுகளக் குடுக்கறது எப்பிடீன்னு எனக்கு ஆத்தாதே வழி சொல்லோணு" என மிகப் பணிவாக ஆத்தாளைத் தொழுது கேட்பாள், வாக்குக் கேட்டு நிற்பவள். அவளுடைய பெரிய காண்டியாத்தா குறிப்பிட்ட மூட்டுக் குட்டியும் பிரவைக்குட்டியும் அவளுடைய இரண்டு பெண்பிள்ளை களைக் குறிப்பவை. கல்யாண வயதிலிருக்கும் அவ்விரண்டு பேருமே தாய் தகப்பனை மீறி யாராவது வேற்றுச்சாதி ஆண் களுடன் ஓடிவிடுவார்களோ என்னும் பயம் அவளுக்கிருந்தது.

"ஆயா நாங்கேட்டத நீ தப்பாப் புரிஞ்சுக்கிட்டே, நா அதுகள வெச்சுக்கிட்டு என்ன பண்ணப்போறெ? அதுகளப் பத்தரமாப்

பட்டிக்குக் கொண்டாந்து சேத்தீட்டா கூட்டிக்கிட்டு எம்பட கோயலுக்கு வருவயாங்கறதுதே கேள்வி.”

“அப்பிடியே செய்யறனாத்தா.”

“கண்டிசனா, ஏமாத்த மாட்டயே?”

“கண்டிசனாச் சொல்றனாத்தா, இதுல ஏமாத்த என்ன இருக்குது?”

ஆத்தா கண்களை மூடி யோசிப்பாள்.

“அப்பச் செரி, நீ நிம்மதியாப் போ... வாற ஐப்பிசிக்குள்ள அதுகளப் பட்டிக்குக் கொண்டாந்து சேத்தறெ.”

அவள் பெரும் நிம்மதியுடன் கதை கேட்க உட்காருவாள். அருள் நீங்கிப் பக்கத்தில் வந்து உட்காரும் நல்லமங்கபாளையத்துக் கவுண்ச்சி வெகு அப்பாவித்தனமாக அவளிடம் கேட்பாள், “ஏயா, ஆத்தா என்ன சொல்லுச்சு...?”

ஆனால், அந்தப் பாங்காட்டில் ஆத்தாளின் சிரசுக்கு ஊற்றத் தண்ணீரில்லை, கவையுமில்லை, ஒரு வறண்ட ஊஞ்ச விளாறை ஒடித்துப் பிரம்பென நீட்டினார்கள். ஆத்தாளுக்குக் கொஞ்சம் அதிருப்திதான். பிறகு எல்லோரும் ஆத்தாளிடம் வந்திருக்கிற பஞ்சம் எப்பொழுது நீங்கும் என்பதைப் பற்றியும், வெடத்தலாங் காட்டுக் கிணற்றில் ஊற்றம் கிடைக்குமா என்பதைப் பற்றியும் கேட்கலானார்கள்.

எல்லோரிடத்திலுமே பாறைக்கு வெடிவைக்கிற காரியம் பற்றிய பேச்சுகள் உருவாகியிருந்தன. எவருமே முன்பின் கேள்விப் பட்டிராத விஷயம் இது. கள்மரம் ஏறுவதற்காகத் தெற்கே போய்வந்திருந்த சில மூப்பன்களுக்கு மட்டும் அரைகுறையான தகவல்கள் தெரிந்திருந்தன, அவர்களைக் கூப்பிட்டு உட்கார்த்தி வைத்துக் கொண்டார்கள்.

10

“பாறைல குழியப்பண்ணி அதுக்குள்ள அந்த மருந்த வெச்சு நல்லா கெட்டிச்சுட்டுத் தீயெ வெச்சுப்புட்டு மேல வந்துருவாங்கொ. சித்தங்கோரத்துல மருந்து தீப்பத்தி வெடிக்கு. மான மெடறராப்பல சத்தங்கேக்குமாக்கு. பாறையெல்லா சும்மா தூள் தூளாப்போயிரு. ஒருத்துரும் பக்கத்துல நிக்கறக்காவாது. போருல தீப்பத்துனாப்பல சுத்தியு பொக மண்டலமாப் போயிரு. அன்னைக்குப் பொழுதுக்கு ஆருமு அந்தப் பக்கத்திக்குப் போவ மாட்டாங்கொ. மக்கியா நா வெடியாள போயிப் பாத்தா பாறெ சீம்பாட்டச் சீம்பாட்ட வெடிச்சுக் கெடக்கு, ஊத்துக்கெளம்பிக் கெணறு நம்பிப் போறதுமுண்டு. கொஞ்சொ கெவனக்கொறவா இருந்தா ஆளக்கொன்னுபுடுமாமா...”

“அடயளவெ.”

“இதுனால ஒட்டங்கூட்டத்துல நெறையா பேருத்துக்கு கைகாலெல்லாம் போயிக் கெடக்குது. எனக்குத் தெரிஞ்சு தூத்துக்குடிக்குப் பக்கத்தால ரண்டுபேரு செத்தே போயிட் டாங்கொ. மண்ட வவுறெல்லா பொளந்து கண்ணுல பாக்கறதுக்கில்ல.”

“அப்பறமெதுக்கு இந்தக் கெரவத்தச் செய்யோணு? இருக்கற கெடைல வாறப்பத் தண்ணி வருட்டுமுன்னு உட்டுப்புட்டுப் போலாமல்லவப்பா?”

“இருக்கற கெடைல எங்க வருது? அப்பிடி வாறாப்பலருந் திருந்தா எதுக்கு இந்தப் பாடு படோணுஞ் சொல்லு? அல்லா கால மாறிக்கிச்சு. மின்னையாட்ட தர்மொ நாயத்தோட இருக்கற மனசனுமில்லெ, வெட்டுன கெடைல ஊறிவார ஊத்துமில்லெ.”

“அதப்பிடித்தே, நடக்கற கதயெல்லாங் கேட்டா மாறிக்கிட் டாப்பலதே இருக்குது. நேத்துக்கோடக் கள்ளமடப் பண்டாரஞ் சொல்றே, வள்ளீம்பளத்துல கத நடக்குதுன்னு போயிருந்தெ, பொன்னாண்டவரு போருக்குப் போன கதயச் சொல்லிக்கிட் டிருந்தே, சித்தக்கோந்து கேக்க முடூலெ, ஒலவம்பூராச் சண்டை யாக்கெடக்குதா. ஒவ்வொருத்தனு ஏராப்பெளான்ல போயிக் குண்டு போடறானுகளா. கொளந்த குஞ்செயெல்லா சிட்டுக் குருவியக் கருக்கி வீசறாப்பல கருக்கி வீசறானுகளா, ஒரூரு மிச்சமில்லாம அல்லா ஊரயுந் தீ வெச்சுக்கொளுத்தறானுகளா.

ஆருமு குடியிருக்க முடீலியா. அதிலீமு மேக்க எங்கயோ ஒரு தேசத்துல சட்டலரோ இட்டலரோன்னு எவனோ ஒரு மகாராஜா இருக்கறானாமா, அவெம் பண்ற அலும்பு தாங்க முடீலியா. ஊருச்சனத்தையெல்லாம் புடுச்சுச் சுண்ணாம்புக் களவாயில வெச்சு உசுரோட வேவிக்கறானுகளாமா."

"வரிகிரி கட்டாம இருந்துருப்பானுகொ."

"அதெல்லாமில்லையாமாப்பா, என்னமோ சாதிச் சண்டை யாட்ட இருக்குது. அந்த ராசா ஒரு சாதியாமா, குடியிருக்கற மக்கொ வேறொரு சாதியாமா. ஆரு நெட்ட ஆரு குட்டெங் கறதுதேம் போட்டியாமா, பண்டாரஞ் சொன்னானாப்பறொ."

"சாதி வேறைங்கறதுக்காக ஆராச்சு அப்பிடி அழும்பு பண்ணுவாங்களா?"

"அப்பிடித்தேம் பண்றாங்களுங்களாமா அந்த எசமாங்கொ, பேப்பருலகோடப் போட்டுருக்கறே, கொமரப்ப வாத்தியாரு எங்கியோ டவுனுக்குப் போயிட்டு வாங்கிக்கிட்டு வந்துருந்தாங்கொ, பத்துப் பதனஞ்சு நாளைக்கு மின்னால வெடத்தலாங்காட்டுல கோந்து பண்ணாடிக்குமு அவிய கவுண்ச்சிக்குமு படிச்சுக் காமுச்சுக்கிட்டிருந்தாங்கொ."

"அவிளுக்கெதுக்கப்பா அதயெல்லாம் படிச்சுச் சொல்லிக் கிட்டிருக்கறே அந்தப் பொளையா நாசுவெ? அவீளுக்கு அதுல என்ன கூரு தெரியப் போவுது?"

"சண்டையப் பத்தித் தெரிஞ்சுக்கறதுக்கா இருக்கு. அப்பறொ கிரி பட்டாளத்துலதான இருக்கறெ? சண்ட முடிஞ்சா வாரமுன்னு காயிதம் போட்டுருக்கறானாமா."

"எப்பொ?"

"அது இப்ப ஏழெட்டு மாசமிருக்கு, போன காத்திகைலீனு வெச்சுக்குவே."

"நானொரு சமாச்சாரங்கேட்டெ, அது உம்மையோ பொய்யோ தெரியாது."

"அதென்னடா உம்மெ பொய்யி தெரியாத சமாச்சார?"

"அதெதுக்கு, ஒண்ணச் செரியாத் தெரிஞ்சுக்காம வெளில சொல்லப்படாது."

"அடச் சும்மா சொல்லு."

சொன்னவன் குரலைத் தாழ்த்திக்கொண்டான். எல்லாச் செவிகளும் அவனை நோக்கிக் கூர்ந்தன. அவனுக்கு வியர்த்தது,

“இல்லெ வெள்ளி பட்டாளத்துல செத்துப்போயிட்டானாமா, பர்மாவுலியோ எங்கியோ போயிச் சண்டப்போட்டுக்கிட்டிருந் தானாமா, அப்பொச் சப்பாங்காரெ அவனச் சுட்டுப்புட்டானாமா, சவங்கோடக் கெடைக்குலியா. பட்டாளத்துலருந்து ஒரு காயிதமுமு கருப்புலியோ செவப்புலியோ ஒரு துணியுமு வந்துதா.”

“நீ பொய்யிக்குனே பொறந்தவெ.”

“இல்லீங்கொ மாமா, சத்தீமாளு நாஞ்சொல்றது நெசொ. நா பொய்யிச் சொல்லுவெ, இல்லீங்குலெ. ஆனா இப்பச் சொல்றது நெசொ.”

“செரி, அப்பறொஞ் சொல்லு.”

“ஆமா, துணியெதுக்கு வந்துதாமா? அதுமு கருப்புத் துணி.”

“அது கோடியா இருக்கு.”

“கெவர்மெண்டுல கோடி போத்தித்தே அடக்கம் பண்ணு வானுகளா? கேனக்காத்தானாட்ட நாயம் பேசறானாப்பறொ.”

“அவெங் கெடக்கறே, துணி வந்ததென்னமோ உம்மெதானாமா, நாங்கோடக் கேள்விப்பட்டெ, அவஞ்சொல்றாப்பல கருப்புத் துணியல்லொ, செவப்புத்தே.”

“அப்ப அது பட்டு.”

“ஆம்பளைக்கேதடா பட்டு? கோடீன்னாவுது சொல்லித் தொலெ.”

“நாஞ்சொல்றெங் கேளு, கருப்புமில்ல, செவப்புமில்லெ, வெள்ளெ.”

“செவப்பா இருந்துதுன்னு சொல்றாங்களே.”

“செவப்புத்தே, வெள்ளத்துணிய நத்தத்துல நனச்சு அனுப்புச் சிருப்பாங்கொ.”

“நத்தமா? என்னுங்க மாமா சொல்றீங்கொ?”

“ஆமா, நா இதப்பத்தி ஒரு சேதி கேட்டுருக்கறெ. பட்டாளத்துல ஆராச்சுமு செத்துப்போயிட்டாங்குன்னா செத்தவிய நத்தத்தப் புடுச்சு வெள்ளத் துணீலெ நனச்சு அவியவியூட்டுக்கு அனுப்புச்சு வெச்சுருவாங்களாமா சேனாபிதி கூட்டொ, அவியவியொ கல்லுக் கருமாந்தரம் பண்ணிக்க வேண்டீதுதே. வெச்சு சண்டைல செத்துப் போயிட்டா ஒடம்பு கெடைக்காதல்லொ? அப்பிடியே கெடச்சாலு ஆயரொ ரண்டாயிரொ மைலுக்கந்தப் பக்கத்திக் கிருந்து அத ஒவ்வொருத்துரூட்டுக்குமு அனுப்பி வெக்க முடிமா? பொணமென்ன கொஞ்சத்த கனமா கனக்கு? அதுக்குத் தகுந்த

வண்டி வாகனமெல்லா வேண்டாமா? கெவர்மெண்டே ஆனாலு அதுக்குமு இன்னது முடியு, இன்னது முடியாதுன்னு கொஞ்சொ இருக்குமல்லொ? அதுதே அப்பிடித் துணிய அனுப்பிச்சு வெச்சுருக்கறாங்கொ."

"அப்பொ மேனாட்டுப் பாட்டுக்காரெ வெடத்தலாங்காட்டு வமுசத்துக்குப் படுகளம் போட்டான்னு சொல்லு."

யாரோ பெருங்குரலில் சிரித்தார்கள்.

"படுகளம் போட்டுப் படுகளமெழுப்பியுமாச்சாமா, அது தெரீமா உங்குளுக்கு?"

"இனி இவெ புதுக்கூத்துடுவேம் பாரே."

"கூத்துடறதுக்கு நானென்ன உங்கு மச்சானாட்ட தொண்டுப் பட்டீல கோந்துகிட்டுக் கொடத்தத் தட்டி பண்டாரமாட்ட நாசுவனாட்டக் குன்னடையா கவண்டம் பாட்டப் பாடிக்கிட் டிருக்கறனா? கேள்விப்பட்டதச் சொல்றெ."

"செரி, அதையுந்தேஞ் சொல்லு பாக்கலா, நீ என்னத்தக் கேள்விப்பட்டீங்கறத நாங்குளுந்தேந் தெரிஞ்சுக்கறொ."

சொன்னவனுக்குக் குரல் தணிந்தது.

"கிரி பொளச்சு வந்துட்டானாமா, அவெஞ்சொன்னாப்பல செத்துப்போயிட்டான்னு சொல்லி சேனாதிபிதிகிட்டருந்து துணி வந்ததெல்லா நெசந்தே, புருஷனும் பொண்டாட்டியு பத்து நாளா அழுவாத அழுவாச்சில்லெ, வந்த துணியெ வெச்சுக் கல்லுக்கரு மாந்தரமெல்லாங்கோடப் பண்ணீட்டாங்களாமா. அப்பறொ மூணுமாசஞ்சென்னு சேனாதிபிதிகிட்டருந்து மறுக்கா ஒரு காயிதொ வந்துதா, அதுலெ உங்கு பயெ உசுரோடதே இருக்கறே, சாவுலெ, சண்டைல கைதியா கொண்டுகுட்டுப் போயிருக் கறாங்கொ, எங்குளுக்கு இப்பத்தே சமாச்சாரமே வந்துது, உடச் சொல்லிக் கேட்டுருக்கறொ, அவீளு உடறம்னு சொல்லீருக் கறாங்கொ, வந்தொடன உங்குளுக்குக் காயிதம் போடச் சொல்றெ, அப்பனுமு ஆயாளுமு கவலப்படாம இருங்கொ அப்பிடீன்னு எழுதீருந்தானாமா அந்தச் சேனாதிபிதி."

"ஏன்டா ஒரு சேனாதிபிதி அத்தனய எழுதுவானாடா? இதுலென்னமோ பெரட்டிருக்குது."

"பெரட்டென்ன பெரட்டு? அப்பறொ அவீள நம்பித்தான அனுப்பறொ? ஒண்ணு நடந்தா அவியதான பொறுப்பு?"

"அனுப்புனது இவீளா அனுப்புனாங்கொ? அவெ ஆருகிட்டயுஞ் சொல்லாமயல்லொ ஓடிப்போனே?"

“ஆமா, அதே அப்பிடி ஓடிப்போனே?”

“அதென்னமோ காணா, எதாச்சுமு இருக்கு. ஒண்ணு மில்லாமச் சும்மா ஒருத்தெ ஊட்டட்டுப் போவானா? அதிலீமு அவெ கோயமுத்தூருகட்டிப் போயிப் படிச்சுப்புட்டு வந்தவெ.”

“என்னமோ தப்புப் பண்ணீட்டாப்பல இருக்குது.”

“தப்பென்ன தப்பு? அந்தப் பயனப் பாத்தா அப்பிடித் தெரீல.”

“மூஞ்சில சித்தரம்போட்டு வெச்சுருக்குமாக்கு? இவெ இதச் செய்வே, இதச் செய்யமாட்டே அப்பிடீன்னு ஒவ்வொருத்தம் மூஞ்சீலுமு சித்தரமா போட்டு வெச்சுருக்கறே ஆண்டவெ?

அப்பிடியிருந்தாத்தேந் தேவுலியே. ஆராரு எப்பிடியெப் பிடீன்னு தெரிஞ்சுக்குட்டா அதுக்குத் தகுந்தாப்பல இருந்துக்க லாம்பாரு.” “இல்லெ அந்தக் காரிச்சிக்குமு அவனுக்குமு என்னமோ தொடுப்பிருந்துருக்குமாட்ட இருக்குது.”

“அதாரு சொன்னா உனக்கு?”

“ஆரு சொன்னாங்கங்கறதத் தெரிஞ்சு என்ன பண்ணப் போறே? என்னமோ ஒரு துப்புக் கெடச்சுது, சொல்றெ. அத உட்டுப்புட்டு ஆரு சொன்னா இன்னாரு சொன்னான்னு போட்டுக் கொடையறாப்பல இருந்தா நாஞ்சொல்லுல.”

“அடச் செருத்தேஞ் சொல்லு.”

“அந்தப் பெயெ பாக்கறதுக்குத்தே அப்பிடியிருக்கறானாமா, அவுனுக்குமு அந்தக் காரிச்சிக்குமு சின்ன வயசுலருந்தே தொடுப்பாமா. பயெ அந்த விஷயத்துல அப்பனவிடச் சாமார்த் தியசாலியாமா? வேலைக்கு வாற சக்கிலிச்சிகளச் சோளக்காட்டு உத்தீல போட்டே ஓத்துப்புடுவானாமா. வேணும்னா பொங் கொனெக் கேட்டுப் பாருங்கொ.”

சற்றுத் தொலைவில் ஒரு புளியமர நிழலில் நாய்க்கர்களோடு பேசிக்கொண்டிருந்த பொங்காநாசுவனைச் சாட்சிக்கழைத்தார்கள்.

“இப்பிடி உக்காரடா பொங்கே, உங்கிட்ட ஒரு பழமெ கேக்கோணு.”

“சாமி” எனப் பணிவாக அவர்கள் முன்பு உட்கார்ந்தான் பொங்கா நாசுவன்.

“கேளுங்கொ சாமி, எனக்குத் தெரிஞ்சத நாஞ்சொல்றெ.”

“உள்ளத ஒளிக்காமச் சொல்லோணுமடா.”

“நானெதுக்குங்கொ சாமி ஒளிக்கறெ? கேளுங்கொ” எனச் சிரித்தான் பொங்கா நாசுவன்.

“கேக்குட்டாடா?”

“கேளுங்கொ, வெடத்தலாங்காட்டுக்கு அடிக்கடி போறெவெ அவெந்தே.”

“ஏன்டா பொங்கே அந்தப் பயனெப்பிடி?”

“ஆருங்கொ நம்பு சின்னசமாங்களுங்களா? அவியொ பவுனுட தெய்வத்துக்குச் சமொ.”

“இல்ல ஆளு அடிக்கடி அந்தச் சக்கிலிச்சி பொறவாலயே சுத்திக்கிட்டிருக்கறானேன்னு கேட்டெ.”

“அய்யோ சாமி, அவியொ அப்பிடியெல்லாமில்லீங்கொ எசமாங்களே, அது சின்ன வயுசுலருந்து அவியூட்டுல வாசக் கூட்டிக்கிருக்கற புள்ளெ, பாவொ அவுளுமு அப்பாவி. வெள்ள மனசு. தானுண்டு தம்பட வேலையுண்டுன்னு கேனவாக்குல சுத்திக்கிட்டிருக்கற கெரவொ. தாய் தகப்பனில்லாத கழுதைன்னு எசமாங்க ஆதரிச்சுக்கிட்டிருக்கறாங்கொ” என மேற்கொண்டு என்ன பேசுவதெனத் தெரியாமல் மெளனமானான். வெள்ளிக்கு ஏதாவது தானாவதி வந்திருக்க வேண்டுமெனவும் அதன் பொருட்டே தன்னிடம் பேச்சுக் கத்தரிக்கிறார்கள் எனவும் தோன்றியது அவனுக்கு.

“அடச் சும்மா சொல்லு, இங்க ஆருக்குத் தெரியாமக் கெடக்குது, அதுதே ஊரே நாறிக்கெடக்குது.”

சரியான வம்பில் வந்து மாட்டிக்கொண்டுவிட்டோம் எனத் தோன்றியது பொங்கா நாவிதனுக்கு. பண்ணாடிகளும் கொத்துக் காரர்களும் பெரும் குடியானவர்களும் நிரம்பிய சபை அது. வாய்ச் சலிப்புக்கு எதையாவது பேசிக்கொண்டிருப்பார்கள். கேலியும் குத்தலும் பொறாமையும் பொச்செரிப்பும் கொண்ட இதுபோன்ற பேச்சுக்களின் முடிவில் பெரும் கசப்புகள் மூள்வதுண்டு. பேசிச்சிரித்தவர்கள் கடைசியில் மாமன் மச்சான் என உறவு கொண்டாடி ஒன்று சேர்ந்துவிடுவார்கள். பழி விழுவது பேச்சுக்கு உட்கார்ந்து சிக்கிக்கொள்ளும் அவனைப் போன்ற ஊழியக்குடி ஆள்களின் தலையில்தான். பேச்சுகளால் புண்பட்டவர்கள் எதையும் யோசிக்காமல் கை வைத்துவிடுவார்கள். சிறுவயதிலிருந்து தன் மீதும் தனது அண்ணன் குமரப்ப பண்டிதன் மீதும் காரணமே இல்லாமல் செலுத்தப்பட்ட கொடிய

வன்முறைகள் அவன் நினைவுக்கு வந்தன. ஏதாவது சொல்லி அங்கிருந்து எழுந்துபோய்விடலாமா என நினைத்தான்,

"என்னடா பொங்கே, குடுவிக்கிட்டிருக்கறே? உனக்கென்ன தெரியுமோ அதச் சொல்லிப்புட்டுப் போயி வேலயப் பாரு. ஒருத்தரக் கண்டும் பயந்துக்காத, நம்மள மீறி ஒருத்துனும் வந்து மசரப் புடுங்கிப்புட மாட்டே, சொல்லு. நேரமாவுது" என வற்புறுத்தத் தொடங்கினார் சங்காங்காட்டுப் பெரிய பண்ணாடி.

பிறகு எதையுமே யோசிக்காமல் நெடுஞ்சாண்கிடையாக அவரது காலில் விழுந்து சேவித்தான் நாவிதன்,

"சாமி யெசமாங்களே ராசாங்கமே, இந்த நாயெ உட்டுருங்கொ. நா எங்கியாவுது போயிப் பொளச்சுக்கறெ. நா புள்ள குட்டிக் காரனுங்கொ எசமாங்களே, இந்தப் பஞ்சத்துல அல்லா பரிதவுச் சுக் கெடக்குது. எனக்கெதுக்குங்க எசமாங்களே பெரியெடத்து நாயமெல்லா? நானாருங்க சாமி, நாசுவெ. நாலூடு செரச்சு எட்டூடு எரந்து குடிக்கறவெ. நம்மளப் பாத்தவியொ கால அண்டி எம்பொளப்பு ஓடுதுங்கொ சாமி."

பெருங்குரலெடுத்துச் சிரித்தார் பண்ணாடி,

"அட முண்ட நாசுவா, இப்ப ஆரு உன்னைய என்ன பண்ணுனா எதுக்கு இப்பிடி ஊளையுடறே? எந்திரீடா."

எழுந்து பணிந்தான்.

"செரீடா பொங்கே, ஒரு பாட்டுப் படிக்கறயா? இன்னொ நாக்கெங்கூட்டொ கெணத்த உட்டு மேலவரக் காணா. அது வரைக்கு ஆருமு ஊருக்குள்ள கால் வெக்க முடியாது. ஒரு பாட்டுப் பாடு. பொழுதப் போக்குவொ."

"உத்தரவுங்க எசமாங்களே" எனக் குன்னடையா கவுண்டன் கதையில் அவனுக்குத் தெளிவாகத் தெரிந்த ஒரு கட்டத்தைப் பற்றி யோசிக்கத் தொடங்கினான். அந்தத் தருணத்தில்தான் வெடத்தலாங்காட்டிலிருந்து பாறைகள் வெடிக்கும் சத்தம் வந்தது. எல்லோரும் திடுக்கிட்டுப்போய்ப் பார்த்தார்கள். தொலைதூர வானம் புகை மண்டலமாய்த் தென்பட்டது. தீராத ஆச்சத்துடன் அதைப் பார்த்துக் கொண்டிருந்தபொழுது மேலும் சில சத்தங்கள் கேட்டன. எல்லோருக்கும் காதடைபட்டுப் போய்விட்டது.

11

பாளம் பாளமாய் வெடித்துக் கிடந்த பாறாங்கற்களைக் கிணற்றிலிருந்து பெயர்த்தெடுத்து மேலே கொண்டுவந்து சேர்ப்பதற்குள் போதும் போதுமென்றாகிவிட்டது. கயிறை இழுத்து இழுத்து எல்லோருக்கும் உள்ளங்கைகள் சங்கம் பழங்களைப் போலக் கொப்பளித்துப் போயிருந்தன. அப்படியும் கூட யாரும் சோர்ந்து போகவில்லை. கற்களின் அடிப்புறங்களில் படிந்திருந்த களிமண் சேற்றைக் கண்டு எல்லோருக்கும் குதூகலம்.

"நாஞ்சொல்லுலெ, கொமரங் கணிச்சுச் சொன்னான்னா அது தப்பு வராதுன்னு? களிமண்ணிருந்தா கட்டாயொ அடூலெ ஊத்தமிருக்கு."

"ஆமா கல்லெல்லா சொதசொதன்னு கெடக்குது. பெரிய சலமாட்டத்தே இருக்குது."

"அதெப்பிடி இங்கமுட்டு அப்பிடியொரு ஊத்து?"

"அதுதே ஒரு தெய்வவாக்கு, எசமாங்கொகோட அப்பிடிய பேசுனாங்கொ? வெங்கரையாம்பாளையத்துக்காரனுகளுக்கும் பித்தி கித்தியிருக்குதான்னு எக்காளமாத்தேங் கேட்டாங்கொ, இப்பப் போயிச் சொன்னா என்ன சொல்லுவாங்களோ காணா... விஷயத்தைக் கேள்விப்பட்டுப் பக்கம்படாந்தியே திரண்டுவிட்டது. அவ்வளவு பெரிய பாறை, துண்டு துண்டாகச் சிதறிப்போன மாயத்தைப் பற்றியே நொய்யல்கரையெங்கும் பேச்சு, சும்மா வேடிக்கை பார்த்துக்கொண்டிருக்காமல் வந்தவர்களும் ஆளுக் கொரு கைகொடுத்தார்கள். பாரம் தாங்காமல் ஏத்தொலை களிலிரண்டு முறிந்துவிட்டன. நல்லவேளையாக முன்கூட்டியே அதைப் பார்த்து மிகக் கவனமாக அப்புறப்படுத்திவிட்டார்கள். முறிந்த ஏத்தொலை மரங்கள் கிணற்றுக்குள் விழுந்திருந்தால் பலத்த உயிர்ச்சேதம் ஏற்பட்டிருக்கும். வேலம்மாளுக்கும் பூபதிக்கும் உயிர் போய் உயிர் வந்தது,

"அல்லாருத்துக்குமு ஆனது நம்முளுக்குமாவீட்டுப் போவு துன்னு உட்டுருக்காம வெனயத் தேடிக்கவமாட்ட இருக்குதே."

"உளுந்துருந்தா அஞ்சாறு பேருத்தக் கொன்னுருக்கு ஆரு செஞ்ச புண்ணியமோ காணா, வெடத்தலாங்காட்டுக்குக் கெணறு வெட்டப்போயிக் குடும்பங்கெட்டுதுன்னல்லொ ஆவீருக்கு?"

“எதுக்குமு இன்னொருக்கா கொமரன வரச்சொல்லுங்கொ, எதாச்சுமு வில்லங்கமுண்டுமான்னு ஒருபேச்சுக் கேட்டுக்கலா, நெனச்சாத் தூக்கமே வரமாட்டீங்குது.”

இருட்டிருக்கவே வந்து சேர்ந்தான் குமரப்ப பண்டிதன். “அதெல்லா ஒரழும்புமில்லீங்காத்தா, ஒரச்சுப் பண்ணுங்கொ” எனச் சொல்லிவிட்டுப் பூபதியை அழைத்துக்கொண்டு போய்க் கிணற்றை ஒரு சுற்றுச்சுற்றிப் பார்த்துத் திரும்பினான். அவன் சொன்னது போலவே நான்கைந்து நாள்களுக்குள் பெரும்பகுதி கற்களை மேலே கொண்டுவந்து சேர்த்திருந்தார்கள். ஒரு தீவினையும் இல்லாமல் அந்த வேலை முடிந்தும்கூட ஊற்றம் தென்படவில்லை. வெறும் களிமண். கடப்பாரையால் குத்திப் பார்த்த பொழுது இரண்டு மூன்றடி ஆழம் போயிற்று. குத்திய ஒவ்வொரு இடத்திலும் தண்ணீர் கனிந்து நின்றதைப் பார்த்த பிறகு செய்த வேலை வீண் போகவில்லையெனச் சலிப்போடுச் சலிப்பாக அதைத் தோண்டினார்கள். ஊரின் எல்லா ஆண்களும் நாய்க்கர்களோடு வேலையைப் பங்கிட்டுக்கொண்டார்கள். நான்கைந்து குழுக்களாகப் பிரிந்து நின்று ஒவ்வொரு குழுவினரும் ஒரு நேரமெனக் கிணற்றுக்குள் இறங்கி முறை வைத்துக்கொண்டு வேலையைத் தொடர்ந்தார்கள். சிலர் கிணற்றோரத்துப் பூவரசமர நிழலில் தலைசாய்ந்து கண்மூடினார்கள். இன்னது செய்வதெனத் தெரியாமல் கிணற்றைச் சுற்றிச்சுற்றி வந்துகொண்டிருந்த பெண்களுக்குள் வட்டமிட்டுத் திரிந்தது ஒரு கூட்டம். வேலை செய்யும் ஆள்களுக்கு வயிற்றுக்கு ஏதாவது கொடுப்பதைத் தவிரப் பெரிதாக வேலை எதுவுமில்லை நொய்யல்கரைப் பெண்களுக்கு. கிணற்றுக்குள்ளிருந்து மேலே கொண்டுவந்து கொட்டப்பட்ட கல்லையும் மண்ணையும் பார்த்தால் மலைப்பாக இருந்தது,

“கதைலெ வாறாப்பலயல்லொ இருக்குது?” என ஆச்சரியப் பட்டாள் அருக்காணியக்கா.

“நல்லாச் சொன்னே போ, இதா ஆச்சு அதா ஆச்சுன்னு சொல்றாங்களே தவுத்து இன்னைக்கு ரண்டு மாசமாவிய போயிருச்சு இன்னொரு தண்ணி தட்டுப்படக் காணா.”

“இனி இந்தக் களிமண்ண எப்பொ மேல கொண்டாந்து சேத்தறது? இப்பவே ஆம்பளைகளுக்குக் கைகாலெல்லா ஓஞ்சு போயிட்டுது. ஆன கஞ்சீமில்லெ. என்ன பண்ணுவாங்கொ பாவொ?”

“நம்மளாட்டக் கெழடு கட்டைன்னாத் தேவுலெ, ராசாம்மாளப் பளத்தவளுக்குத்தே கஷ்டம் பாவொ.”

“ஆமா அந்தக் குருட்டு மூப்பெ கண்ணாலமான நாத் தொட்டுக் கெணத்துமேட்டுலயே கெடக்கறே, எளசு என்ன பண்ணும்பாவொ?”

“அவனா குருடு? குருடாருந்தா இப்பிடியாப்பட்ட புள்ளயக் கட்டியாந்துருப்பானா? எந்த மூப்பனூட்டுக்கு இப்பிடியொரு லச்சணமான மருமவ வந்துருக்கறா?”

“ஆமா இந்தப் பஞ்சத்திக்குக் கொஞ்சமாச்சு அவ மூஞ்சி வாடீருக்குதா? எப்பவுஞ் சிரிப்புதே.”

“நெறமுஞ் செவப்பு.”

“செவப்பாருந்தான்னொ? கருப்பராருந்தான்னொ? அவுனுக்குப் பொழுதுழுந்தாக் கண்ணுத் தெரியாதாமா.”

“மாலக்கண்ணுனா அப்பிடித்தேம் பின்னெ.”

“சுத்தமாவே தெரியாதாக்கு?”

“கொஞ்சங்கொஞ்சொந் தெரியு, தடவித்தடவித்தே ஒவ்வொண் ணையும் பண்ணோனு.”

“அப்பறொ அல்லாருத்தூட்டுலீமு அதுதேங் கதெ, ‘ஏ’ல்லே நீயெல்லா வெளக்குப் பத்தி வெச்சுக்கிட்டுத்தே ஒவ்வொண் ணையும் பண்ணுவியாக்கு?”

“ஏனுங் நங்கெ நீங்க சித்த பேசாம இருக்கமாட்டீங்களாக்கு? என்னாரமு இதுதே நாயொ, ஆம்பளைக தேவுலெ.”

“அல்லே இப்ப என்ன சொல்லிப்புட்டாங்கன்னு நீ இந்த ஏறு ஏறரே? என்னமோ வாச்சலிப்புக்கு ரண்டு பழம பேசறொ உனக்கு அது பொறுக்குலெ.”

“வாயி சலிச்சுப் போயிப்பேசறீங்களா, வேறெதாச்சுஞ் சலிச்சுப் போயிப் பேசறீங்களா? சின்னுஞ்சிறுசு இருக்கற எடொ.”

“ஆமா இவுளுக்கெல்லா ஒண்ணுமே தெரியாது பாவொ? நாந்தேஞ் சொல்லிபுட்டெ, நையாண்டி மேளொ, கரவத்தாட்டம் பாக்கறதுனா அல்லா வண்டிகட்டிக்கிட்டுப் போறீங்கொ? அங்க அவுனுக என்ன கத சொல்றான்னு கேக்கப் போறீங்கொ? அதிலீமு இந்தக் கூருருக்காரனுக வந்துட்டானுகன்னா அல்லாம் போயிருவாளுகொ, அவெந்தே பச்சப்பச்சயா கத சொல்லுவே.” “பின்ன அல்லாருமு அருக்காணியக்காளாட்ட குருவிக்கதயுங் காக்காக் கதயுமா சொல்லிக்கிட்டிருப்பாங்கொ?”

“ஏ, அந்தக் கதைக்கெல்லா என்னொ? காக்கா குருவீன்னாலு அதுக கதயக் கேட்டாக் கூறு வரு.”

“பொளச்சு வராத கூறு காக்கா குருவி கதயக் கேட்டா வரு மனசனுக்கு? போங்குலே நீங்குளு உங்கு கதையு.”

“ஏ அதுகுளு நம்பளையாட்டதே, நம்புளுக்கிருக்கற வவுறுதே அதுகுளுக்குமிருக்குது, நம்புளுக்கிருக்கறாப்பலதே அதுகுளு எனத்தும்பேருல பாசத்தோட இருக்குது, கஷ்டொ நஷ்டொ, போட்டி பொறாமெ, சண்டெ சச்சரவு அல்லா நம்பளை யாட்டத்தே, இல்லாட்டி அந்த மொட்டக் காக்கா போயிச் சிட்டுக்குருவிக் கூட்டுல தங்குமா? தங்கிப்புட்டு இருந்த தீனி யெல்லாந் தின்னுபுட்டுப் பீயெப் பேண்டு வெச்சுப்புட்டு வருமா?”

“அருக்கா கதய ஆரம்பிச்சுட்டா.”

“அதெல்லா ஒண்ணுமில்லெ, ஒரு பழமைக்குச் சொன்னெ.”

“அப்பொறொ பழமெ வேற, கத வேறயா? சித்த சொல்லு கேப்பொ.”

“ஆமாஞ் சொல்லுங்கொ நங்கெ, கேப்பொ. என்னாரந்தே மூஞ்சியெ மூஞ்சியப் பாத்துக்குட்டிருக்கறது?”

அருக்காணியக்காவுக்குச் சொல்ல முடியாத வெட்கம். “அல்லெச் சும்மாரு, நாம கெடக்கற கெடைக்குக் கத கேக்குதாக்கு?” என அவளைக் கடிந்து சொல்லிவிட்டுச் சுற்றிலும் ஒருதரம் நோட்டம் விட்டாள். சூழ்ந்திருப்பவர்களிடம் கதை கேட்கும் ஆர்வம் இருக்கிறதா என்பதற்கான நோட்டம் அது. எல்லா உடல்களிலும் தென்பட்ட நிமிர்வைக் காண அவளுக்கு உற்சாகம், “ஒரூர்ல ஒரு சிட்டுக்குருவியிருந்துதா, அதுக்கு அதாட்டவே குஞ்சா” என நாள்தோறும் தன் குழந்தைகளுக்குச் சொல்லும் எண்ணற்ற கதைகளில் ஒன்றைச் சொல்லத் தொடங்கினாள். அத்தருணங்களில் அவள் மல்லார்ந்து கிடப்பாள். அவளுடைய இரண்டு பெண் குழந்தைகளும் மார்பின் மேல் கவிழ்ந்துகொண்டு அவள் சொல்லும் கதைகளைக் கேட்டுக்கொண்டிருப்பார்கள்.

12

ஓயாது "உம்" கொட்டிக்கொண்டிருக்க வேண்டும். இல்லை யென்றால் கதை சொல்வதில் அவளுக்கு ஆர்வமிருக்காது. இடையிடையே அக்குழந்தைகள் பல கேள்விகளை எழுப்பிக் கொண்டிருக்கும். கதையை விரித்துச் செல்லவும் கற்பனையைத் தூண்டவும் கதை சொல்லிகளுக்கு உதவுபவை அவை.

"ஏழுக்கும் ஏழடுக்குத் தனக்கொரு அடுக்கு அப்பறொ சாமாணஞ்செட்டு வெக்கறதுக்கு ஓரடுக்குன்னு மொத்த ஒம்பதடுக்குல ஒரு கூடுகட்டுச்சா அந்தச் சிட்டுக்குருவி."

"எங்கீக்கா?"

"இதாச் சேறெடுக்கறாங்கொ பாரு இதே கெணத்துலதே."

"நாம் பாத்தனா, காணாமா?"

"அது அப்ப, கத நடந்து காலமெத்தனையாச்சு? உனக்கு இன்னொா அந்தக் கூடிருக்குமாக்கு?"

"இவ வேற, ஏல்லே பேசாமக் கதயக் கேக்கமாண்டையா?"

"கேக்குட்டுக் கேக்குட்டு, அதுனால என்னொ?"

"ஒம்பதடுக்கு மாளிகெ கட்டி அப்பறொ என்ன பண்ணுச்சு? சொல்லு."

"செரீக்கா, சிட்டுக்குருவிக்கென்னக்கா சாமானஞ்செட்டு, நாலண்டாவு அஞ்சாறு பொட்டீமா இருக்கு?"

"இவ கத கேக்க உடமாண்டாளாட்ட இருக்குதா, நீ சொல் லருக்கு."

"சிட்டுக்குருவீன்னாலு அதுக்குமொரு பொளப்பு இருக்கு தல்லொ? ஏழப் பெத்து வளத்தி வாலிபம் பண்ண வேண்டாமா? ஒரு மழக்காலொ வெய்யக்காலொ வந்தா தீனிக்கெங்க போவும் பாவொ? அறுப்புக் காலத்துல அங்கங்க எறஞ்சு கெடக்கறதக் கொத்திக் கொண்டாந்து, அதுல முக்காவாசியத் தின்னு தீத்தாலு ஒரு காவாசியச் சேத்தி வெக்க வேண்டாமா? அதுக்கு ரண்டு அடுக்குப்பானையாச்சு இருக்குமல்லொ?"

"அதப்பிடித்தே."

"அப்பிடி ஒவ்வொரு மணியாக் கொத்திக் கொண்டாந்ததை யெல்லா கொழந்தைகளுக்குக் குடுத்துப்புட்டுத் தானுமொரு

மணியக் கொத்தி வவுத்த நப்பிக்கிட்டு மீதிய அந்த அடுக்குப் பானெக்குள்ள போட்டுப் பத்தரமா வெச்சுருந்ததா. பானெ பாதி நம்புச்சு, அதுக்குள்ள அப்பிசி பொறந்துருச்சு, மெழெ, அடமெழெ காத்து மழையு இடியு மின்னலு கலந்து ஊத்தூத் துன்னு ஊத்துது."

"உம்."

"அப்பிசி பொறந்தா என்னொ, காத்திக பொறந்தா என்னொ? அடமழ பேஞ்சா என்ன, இல்லெ ஆறு, கொளம் நெறஞ்சா என்ன? அடுக்குப்பானைக்குள்ள அரிசியிருக்குது, பருப்பிருக்குது. உப்புப் புளி, மொளகா அல்லாமே இருக்குது. அப்பறொ ஏங் கவலப்படோணு அது?"

"பாத்தயா? அதுகளுக்குக்கோட அல்லா இருக்குது, நம்மளச் சொல்லு."

"நாலஞ்சு வருஷமா ஒரு சொட்டு மழயில்லாமப் பூமி காஞ்சு கெடக்குது, தவிச்ச வாயிக்கு ஒரு வா தண்ணியக்காணா, அடமழ பேயுதாமா அவ கதைலெ, காத்தடிக்குதா, இடியிடிக்குதா ஊத்தூத்துனு ஊத்துதா, சொல்லுச் சொல்லு. கதையிலியாச்சு இதையெல்லாங் கேட்டுக்குவொ."

"அப்பொ எங்கிருந்தோ ஒரு மொட்டக்காக்கா வந்துதா, மழயிலெ றெக்கையெல்லா நனஞ்சுபோயி அதுனால பறக்க முடீலியா, எங்குபாத்தாலுமு சமுத்தறமாட்டத் தண்ணி, நகந்து போறதுக்குமு வழியில்லெ, பசி வேற காத அடச்சுதா கண்ணெல்லா இருண்டுக்கிட்டு வந்துதா, அப்பத்தே அதுக்கு அந்தச் சிட்டுக்குருவியோட கூடு தட்டுப்பட்டுச்சா...."

"அந்த ஒம்பதடுக்கு மாளிகெ?"

"செரி ஊடு பெருசாத்தே இருக்குது, சிட்டுக்குருவியோ, கிட்டுக் குருவியோ, எதாருந்தாலுஞ்செரியே, கேட்டு ஒரு ரவக்கெட இருந்துட்டுத்தேம் போலாமே, பசீன்னு கேட்டா மனசெளவி ஒரு வா கஞ்சிகோட ஊத்துனாலு ஊத்துவாங்கொ அப்பிடீன்னு ரோசனப் பண்ணிக்கிட்டே தத்தித்தத்தி அங்க போனா ஊடு உள்ள தாப்பாப்போட்டுக் கெடந்துதா."

"ஏ அருக்கு, சிட்டுக்குருவி கதவெல்லாங்கோட வெச்சுக் கூடு கட்டுமா?"

"ஏ, கட்டாம என்னொ? பாம்பு பல்லி, காக்கா கழுவுன்னு எதாச்சு உள்ள பூந்து தம்பட குஞ்சுகளயெல்லாங் கொண்டுக்கிட்டுப் போயிட்டா என்ன பண்றதுனு அதுக்குனாக் கவலயிருக்காதாக்கு?"

“அப்பறொ அதுதே மச்சூடு கட்டி வெச்சுருக்குதுன்னு மொதல்லயே சொல்லீட்டாளாப்பறொ, மச்சூடு கட்டற குருவிக்குக் கதவு தாப்பா வெக்கறதா ஒரு கஷ்டொ? நீ சொல்லருக்கு.”

“மொட்டக் காக்காய்க்கு அதப் பாத்ததீமு மூச்சே நின்னு போச்சு, சித்தங்கோர அதே கெடைல நின்னு ரோசன பண்ணிக்கிட்டிருந்துது, இந்த மழதே உட்ராதா, நாம நம்ம இருப்பெடத்துக்கே போயர முடியாதான்னு அதுக்கொரு நப்பாசெ, ஆனா மழ உட்டபாடக் காணா, இருக்கிருக்க சாஸ்தியாவுதே தவுத்துக் கொறையற பாட்டக் காணா, அப்ப தெக்கு வடக்கா அடிக்குந் தலைக்குப் பளீர்னு ஒரு மின்னொ, இடி. இப்பொ வேட்டுப் போட்டாங்க பாரு, அப்பிடி. காக்காய்க்குச் சித்தங்கோரத்திக்குக் காதுங்கேக்குலியா, கண்ணுந் தெரீலியா. செரி இப்பிடியே நின்னுக்கிட்டு ரோசனப் பண்ணிக்கிட்டிருந்தா வேலையாவாது, இந்த மழ நம்மளக் கொன்னாலுங் கொன்னுபுடும்னு அதுக்குப் பயொம் புடுச்சுருச்சு.”

“இப்பிடி நம்மூர்ல எப்புலெ மழ பேயறது? நாம எப்புலே மேடேறி வாரது?”

“வரு, அதுக்குமு ஒரு கால வரு. இப்பிடியேவா போயிரும் பின்ன? ஒருக்கா வறண்டா ஒருக்கா மொளைக்கு, அத மாத்த ஆராலயு முடியாது. அல்லா அந்தப் பகவேஞ் செயல்.”

“இப்ப இந்த வேனலுக்கு வெடத்தலாங்காட்டுக் கெணத்துல ஊத்து வருது பாரு, அதுகோட அந்தப் பகவேஞ் செயல்தே, என்ன கஷ்டத்தக் குடுத்தாலு தப்பிச்சுப் போவ ஒரு வழியெ வெச்சுருப்பே ஆண்டவெ. எலிப் பொடத்தியாட்ட, ஒண்ணுல குத்துனா, ஒண்ணுல தப்பிச்சு ஓடிப்போயிருதல்லொ? அல்லாத்தையு நம்பு ஆம்பளைகளால புடிச்சற முடியுதா? பத்துல ஒரெலி ரண்டெலிதே அவியொ கைக்குச் சிக்கு, மத்ததெல்லாம் போயிரு. எலிக்கே அப்பிடீன்னா மனசனுக்கு அதாட்ட எத்தனையோ பொடத்தி. இந்தக் கெணறாட்ட.”

“எங்க நாமுளு ரண்டு மூணு மாசமா சலிக்காம ஒவ்வொண்ணையுஞ் செஞ்சு பாக்கறொ, நம்பு கைல ஒரு சொட்டுத் தண்ணி சேரக்காணா, பசண்டதேந் தட்டுப்படுது. இதா ஆச்சு, அதா ஆச்சுன்னு இழுத்துக்கிட்டே போவுது சேத்தெடுத்தா வரும்னு சேத்த எடுத்தொ, பாறைய பொளந்தா ஊத்தங் கெடைக்கும்னு சுத்தாத பக்கமெல்லாஞ் சுத்தி வேட்டுக்காரனக் கூட்டியாந்து அதப் பொளந்தா இப்பக் களிமண்ணு, இனி இத எடுத்தா என்ன வருதோ?”

“கண்டீப்பா ஊத்தங்கெடைக்கு அதுல மாத்தமில்லீனு சொல்றாங்குளுங்கொ வாத்தியாரய்யெ, நா நேத்துக்கோட அவிலப் பாத்துக் கேட்டெ.”

“எங்கத்த போ.”

“பாத்தீங்களா கத சொல்லச் சொல்லீட்டு, அல்லாரு வேற நாயத்துல பூந்துட்டீங்கொ? குறுக்க பேசாமக் கதயக் கேக்கோணு இல்லாட்டி நாஞ் சொல்லுலெ.”

“இவ வேற, கட்டுன புருஷெ கால நோண்றானா, கள்ளப் புருஷ வந்து அல்லையக் குத்துனானாங்கற கதயா, சும்மா கத கதீன்னு கெடக்கறா.”

“சொல்லு சொல்லு நச்சிப்புட்டு அப்பறொ கதயக் கேக்காம அதயு இதயும் பேசறது. பேசாமப் பொச்ச மூடிக்கிட்டு, நா எம்பட வேலயப் பாத்துக்கிட்டிருந்திருப்பெ.”

“வேற என்ன வேலயிருக்குதுனக்கு? சும்மா சொல்லுலெ.” முட்டியிலிருந்து கொஞ்சம் தண்ணீரைச் சாய்த்துக் குடித்துவிட்டுத் தொடர்ந்தாள் அருக்கு. “ஆமா எதுல உட்டெ?” எனக் கூட்டத்தைக் கேட்டுக்கொண்டு பழைய கிடைக்கு வந்தாள் “எங்க உட்டொ, எதுல உட்டம்னு அவுளுக்கே தெரீல, பொளப்பப் பாத்துக்குவே” என யாரோ சொன்னதற்கு எழுந்த சிரிப்புச் சத்தம் தணிந்தடங்கியதும் தன் கதையைத் தொடர்ந்தாள் அருக்காணியக்கா,

அக்கக்கா கதவத் தொற,
காத்து மழையு இடியு மின்னலு
கலந்தடிக்குது
காச்சலடிக்குது குளுரடிக்குது
அக்கக்கா கதவத் தொற.
கண்ணும் போச்சு
காதும் போச்சு
காத தூரம் பறந்து போக
றெக்கையெல்லா நனஞ்சு போச்சு

அக்கக்கா கதவத் தொறன்னு அப்பிடிக் கூகூன்னு அழுது கிட்டே கதவத் தட்டுச்சா அந்த மொட்டக் காக்கா. சிட்டுக் குருவிக்குனா பெயொ, எங்க ஏமாத்தி உள்ள வந்து, இருக்கற தானியத்தையெல்லாந் தின்னுபுட்டு தம்பட குஞ்சுகளயுங் கொண்டுகிட்டுப் போயிருமோ அந்த மொட்டக் காக்காயின்னு அது பதிலுக்கொரு பழம சொல்லுச்சா,

காத்தடிச்சா என்ன?
இடியிடுச்சா என்ன?
ரண்டு கண்ணும் போனா என்ன?
றக்க நனஞ்சா எனக்கென்ன?
மண்டக்காக்காயக்
கூட்டுக்குள்ள உட்டு
நா எம்பட மக்களத்தேங்
குடுக்க முடீமா?
கருங்காக்காய உள்ளஉட்டு
நா எம்பட கம்பத்தேங்
குடுக்க முடீமா?
செங்காக்காய உள்ளஉட்டு
நா எம்பட சோளத்தத்தேங்
குடுக்க முடீமா?
வெள்ளக் காக்காய உள்ளஉட்டு
நா எம்பட வரகத்தேங்
குடுக்க முடீமா?
பச்சக் காக்காய உள்ளஉட்டு
நா பச்சரிசீ குடுக்க முடீமா?
பாங்காக்காய உள்ள உட்டு
நா எம்பட
புள்ளைகளக் குடுக்க முடீமா?
நா தாப்பாளத் தொறக்க மாட்டெ,
தள்ளுங்கதவ நீக்கமாட்டெ,
ஒத்தக் காக்கா புடுச்சுக்குமுன்னு
ஒண்ணாவது அடுக்குக்குள்ள
நா முந்திப் பொறந்த
எம்பட மொதக்குஞ்ச வெச்சிருக்கெ,
ராயிக்காட்டுக்குள்ள
ஒளிஞ்சிருக்குங் கீரிப்புள்ள
ராத்திரீல புடுச்சுக்குமுன்னு
நா எம்பட ரண்டாமெளங்குஞ்செ
ரண்டாமடுக்குக்குள்ள
ரட்டுக்குள்ள வெச்சிருக்கெ,
மூஞ்சூறு புடுச்சுக்குமுன்னு
மூணாமடுக்குக்குள்ள
எம் மூணாமெளங்குஞ்செ
மூடி வெச்சிருக்கெ,

நாகம் புடுச்சுக்குமுன்னு
எம்பட நாலாமெளங்குஞ்செ
நாலாமடுக்குல
நாழிக்குள்ள வெச்சுருக்கெ,
பச்சோந்தி புடுச்சுக்குமுனு
எம்பட அஞ்சாமெளங்குஞ்செ
அஞ்சாமடுக்குல
பஞ்சு போட்டு வெச்சிருக்கெ,
ஆறாமிளங்கொடிய
அணிலு வந்து புடுச்சுக்குமுன்னு
ஆறாமடுக்குக்குள்ள
நா அடச்சு வெச்சிருக்கெ,
ஏழாமிளங்குருத்த
எறும்பு வந்து கடிக்குமுன்னு
ஏழாவதடுக்குக்குள்ள
ஏடுபோட்டுக் கட்டி
எரவானத்துல வெச்சிருக்கெ,
ஏழு குஞ்சு எளங்குஞ்சு
பறந்துபோகச் சொல்லப்
பொங்கில்ல அதுகளுக்கு
எறங்கிப் போகச்சொல்ல
இன்னம் பலமில்ல அதுகளுக்கு
காத்தடிச்சா என்ன
மழயடிச்சா என்ன
கருங்காக்கா தப்புச்சுக்கு
கண்டபக்கம் படுத்துக்கு
கதவ நா தொறக்க மாட்டெ
காக்காயே நிக்காத

அப்பிடீன்னு சொல்லுச்சா அந்தச் சிட்டுக்குருவி. அதக் கேட்டு அந்தக் மண்டக் காக்காயிக்குக் கோவமுன்னாக் கோவொ அப்பிடியொரு கோவமா, ஆனா. அதக் காட்டிக்குலியா, செரி இருக்குட்டு, மொதல்ல உள்ற போவொ, அதுவரைக்குப் பொறுமையா இருக்கோணும்னு மனசுல நெனச்சுக்குட்டு மறுக்காலு அதயே சொல்லுச்சா,

அக்கா
பசிச்ச வயித்துக்குப்
பாலுஞ்சோறுந் தந்தவங்களுக்குப்

பாதகந்தேஞ் செய்யமாட்டெ,
தவிச்ச வாயிக்குத்
தண்ணி குடுத்தவுங்குளுக்கு
நா துரோகமொண்ணுஞ்
செய்ய மாட்டெ
படுக்க எடங்குடுத்தா
நா இருக்க எடங்கேக்க மாட்டெ
தஞ்சங்குடுத்தவுங்கள
நா தவிக்கவுட்டுப் போகமாட்டெ
மழ நின்னு போனாக்கா
நா மல தாண்டிப் பறந்திடுவெ
காத்து நின்னுபோனா
கடல்தாண்டிப் பறந்திடுவெ
பத்தேருக் காட்டுக்குள்ள
மொட்டப் பனமரத்துல
இருக்குதக்கா எங்கூடு
ஒரு ரவைக்கு உங்கூடு
மறுக்காமக் குடு அக்கா
அந்த எட்டாமடுக்குக்குள்ள
எடஞ்சலொண்ணுங் குடுக்காம
எம்பாட்டுக்குப் படுத்துக்றெ
எளங்கொடியே கதவத்தெற

அப்பிடீன்னு அந்த மொட்டக் காக்கா சொல்லவு அந்தச் சிட்டுக்குருவிக்கு மேலுக் காலெல்லா நடுக்கம் புடுச்சுருச்சா, அய்யோ தீவெனயே பெத்தவிய இல்லாமப் பரிதவிச்சு நிக்கறனே, கட்டுனவனுமில்லாம இப்பிடிக் கண்ணீருட்டு நிக்கறனே, கடுங்காகம் வந்து வாசல்ல நிக்குதே காப்பாத்த ஆருமில்லையான்னு நெனச்சுக்குட்டுத் தெய்வத்த நெனச்சுச் சொல்லுச்சா,

அய்யோ காக்காயே
அடுக்குமா உம்படச் சொல்லு?
எட்டாமடுக்குக்குள்ளெ
பத்தினியா நானிருக்கே
நாலஞ்சு வருஷமா
நாம்பொளச்ச நாளெல்லா
வேறெந்த ஆம்பளையு
வெறச்சு என்னப் பாத்ததில்ல
பொட்டழியற நா வரைக்கு

விட்டவனப் பிரிஞ்சதில்ல
குஞ்சுக பெருசானா
நா கூட்ட உட்டுப் போயிருவெ
ஏழும் பெருசானா
நா எமலோகம் போயிருவெ
ஆருந்தொடாம
அதுவரைக்கு இருந்துக்கறெ
நீ கடல்தாண்டி போனாயானா
கோயக்கட்டிக் கும்புடுவெ
மல தாண்டிப் போனாயானா
மால சாத்திக் கும்புடுவெ
உட்டுட்டுப் போனாயானா
உம்பேருல ஒரு பூசெ
எஞ்சாமிக்குச் செஞ்சுடுவெ
அண்டங் காக்காயே

"நீ அக்கட்டால போகவேணும்னு அப்பிடிக் கெஞ்சுச்சா அந்தச் சிட்டுக்குருவி."

"அடயளவே."

"அப்பறொ, அந்தக் காக்கா போயிருச்சாக்கா?"

"அதங்கெத்த போவுது? விதி அப்பறொச் சும்மா உடுமா?" என எல்லோரையும் பார்த்து மர்மமாகச் சிரித்தாள் அருக்காணியக்கா, "அப்பறொ அது இல்லாத நாயமெல்லாம் பேசுச்சு, பண்ணாத சத்தியமெல்லாம் பண்ணுச்சு, எட்டாமடுக்குமு எனக்கு வேண்டாமக்கா அந்த ஓம்பதாமடுக்கக் குடுத்துரு, எம்பட மூச்சுக்கோட மேல முட்டாம அதுல படுத்துக்கறமுன்னு கேட்டுதாமா அந்தக் காக்கா."

"அதுலதான அடுக்குப் பானெ இருக்குது? காக்காய்க்கு வெவரத்தப் பாத்தயா? பாவொ அந்தச் சிட்டுக்குருவி வம்பாடு பட்டுக் கொண்டாந்து வெச்சுருக்கற தவச தானியத்தையெல்லா தின்னுபுட்டுப் போலாம்னு பாக்குது."

"ஆமாங்கறே."

"அதும்பட பேச்ச நம்பிக் கதவத் தொறந்துட்டுருச்சாக்கு?"

"ஆமா, அது நம்மூருக் குருவியல்லொ? நம்பளாட்டவே எளவுன மனசு."

"அது பண்ணுன சத்தியத்தயெல்லா நம்பிப் படக்குனு கதவத் தொறந்துட்டுருச்சா."

“அய்யய்யோ, அப்பறொமக்கா.”

“நிமுந்துகோடப் பாக்காம நல்ல புள்ளையாட்டப் போயி ஒம்பதாமடுக்குல இருக்கற அடுக்குப்பானைக்குள்ள படுத்துக்குச்சா. அல்லாரு தூங்குட்டுமுன்னு அதுவரைக்கும் பொறுத்துருந்துதா, அப்பறொ அடுக்குப்பானைக்குள்ள அந்தச் சிட்டுக்குருவி தம்பட குஞ்சுகளுக்குன்னு சேத்து வெச்சிருந்த சோளங் கம்பு, நெல்லு ராயி, பயிறு கியிறு ஒண்ணுடுலியா படக்படக்குன்னு அல்லாத் தையுந் தின்னுபுடுச்சா.”

“அடப்பாவத்தெ, குருவிக்கு அந்தச் சத்தொாங் கேக்குலி யாக்கா?”

“கேட்டுதா, கேக்காம இருக்குமா பின்ன? சத்தத்தக் கேட்ட குருவி அதென்னக்கா சத்தொம்னு அந்தக் காக்காகிட்டக் கேட்டுதா அதுக்கு அந்த மொட்டக் காக்கா ஒண்ணுமே தெரியாத தாட்ட ஒண்ணுமில்லீக்கா குளுருக்கொரு கொட்டப்பாக்கெக் கடுச்செ, நீ தூங்குன்னு சொல்லீருச்சா. சிட்டுக்குருவீமு அதும்பட பேச்ச நம்பி தம்பட குஞ்சுக பத்தரமா இருக்குதான்னு ஒரு சுத்துச்சுத்திப் பாத்துட்டு வந்து படுத்து அசதீல தூங்கீருச்சா, காக்காயிக்கு நம்ப வசதியா போச்சு. இருந்த தானியத்தையெல்லா ஒண்ணுடாமத் தின்னுபுட்டுப் பானெ நெறையா பீயப் பேண்டு வெச்சுப்புட்டு வெடியறதுக்கு மின்ன கௌம்பி அலுங்காமப் பறந்து போயிருச்சா.”

“பாத்தயா அந்தக் காக்காய? உண்ட ஊட்டுக்கே ரண்டவம் பண்ணிப்புடுச்சு.”

“அத்தன சத்தியம் பண்ணுச்சு?”

“காத்தால எந்துருச்சுப் பாத்தா காக்காயக் காணம்னு சந்தேகப்பட்டுப் போயி அடுக்குப்பானையத் தொறந்து பாத்துதா அந்தச் சிட்டுக்குருவி.”

“வெறுங் காக்காப் பீயாக் கெடந்துருக்குமாப்பறொ.”

“பாவத்தெ, பாவத்தெ...”

“அதப் பாத்த அந்தக் குருவிக்கு வயிறு பத்தியெருஞ்சுதா.”

“எரியாமருக்கும்பின்ன?”

13

“செரி இத இப்பிடியே உட்ரக்கூடாது, அந்தக் காக்காயத் தேடிப் புடிக்கோணு, அது கடலத் தாண்டிப் போயிருந்தாலுஞ்செரி, மலயத் தாண்டிப் போயிருந்தாலுஞ்செரியேன்னு மறுக்கா போயி நாலெடத்துல அலஞ்சு திரிஞ்சு தம்படக் குஞ்சுகளுக்கு ஏழெட்டு நாளைக்காவறாப்பலத் தீனியத் தேடிக் கொண்டாந்து வெச்சுப் புட்டுத் தம்பட ஒண்ணாமெளங்குஞ்சக் கூப்புட்டு அப்பப்பா நானிப்பிடி அந்த மொட்டக் காக்காயத் தேடிப் போறெ, நீ எனக்குத் தலப்புள்ளெ, நாந் திரும்பி வரவரைக்குமு உம்பட பொறந்தவெம் பொறந்தவளக் கண்ணுக்குள்ள வெச்சுப் பாத்துக் கோணுமடாப்பான்னு சொல்லுச்சா.”

“அப்பறொ ஆம்பளப் பையெங்கிட்டத்தான சொல்லோணு?”

“அதுக்கு அந்தச் சிட்டுக்குருவிக் குஞ்சு சொல்லுச்சா, ‘அம்மம்மா நீ போவாத, நீ கைம்பொம்பள, உன்னயத் தனியா அனுப்பிச்சேன்னு நாளைக்கு ஒலகொ என்னையக் கொற சொல்லு, நானுமு வாரெ என்னையுங்கூட்டிக்கிட்டுப் போ’ன்னு பொறப்பட்டுருச்சா.”

“அடப் பாவத்தெ அப்பறொ மத்த குஞ்சுகொ? பாம்பு பல்லி புடுச்சுக்குட்டுப் போயறாது?”

“அதக்கேட்டு ரண்டாங்குஞ்சுமு அதையேதாஞ் சொல்லுச்சா, அம்மம்மா என்னையுங் கூட்டிக்கிட்டுப் போ. நா பொட்டப் புள்ளைங்கறதுனால உட்டுட்டுப் போயராத, போற எடத்துல சோறு தண்ணி ஆக்கிக் குடுக்கறதுக்குனாலு ஆவெ அப்பிடீன்னு நின்னுதா அந்தக் குஞ்சு. அதக் கேட்டு மூணாங்குஞ்சுகிட்டச் சொல்ல அதுமு அப்பிடியே சொல்லுச்சா. தாயி பாத்துதா, செரி இதுகள உட்டுட்டுப் போறதுமு ஆபத்து. கொஞ்ச நாப் பொறுப்பொ, அல்லாம் பெருசாவுட்டு. போனா ஏழொடொண்ணு எட்டுப் பேராப் போலா, போன காரிய நல்லபடியா முடிஞ்சா எட்டுப்பேரும் பொளச்சு வாறது, இல்லீனா அங்கயே கெணத்துலயோ கொளத்துலயோ உளுந்து செத்துப் போறதுன்னு முடிவு பண்ணி கொஞ்ச நாக் கழிச்சு அதுக பறக்கத் தக்கன ஆனதுக்கப்பறொ ஏழயுங்கூட்டிக்கிட்டு அந்த மொட்டக் காக்காயத் தேடிப் பொறப்புட்டுச்சா அந்தச் சிட்டுக்குருவி.”

“தேடிப் போயி என்ன பண்றது? ஏமாந்தாப்பல கதவத் தொறந்துட்டுப்புட்டு இப்ப எத்தன சீரெழுவு?”

“சீரெழுவுதேஞ் சீரெழுவுதே, இனி அதக் கண்டுபுடுச்சுத்தே என்ன பண்றது? இருந்ததெல்லாந் தின்னு அவத்திக்கே பேண்டு வெச்சுப்புட்டுப் போயிருச்சு. பதிலுக்குப் புடுங்கியாராப்பல அது எனத்தெ வெச்சுருக்கப் போவுது?”

“ஆளாளுக்கு ஒண்ணு சொல்லிக்கிட்டு, கத கேக்கவே உட மாண்டாங்களாட்ட இருக்குது.”

“செரி சொல்லக்கா.”

“அந்தக் காக்கா ஒரு பத்தேருக் காட்டுக்குள்ள இருக்கற ஒரு மொட்டப் புளியாமரத்துலதே இருக்கறன்னு சொல்லீருந்து தல்லொ? அதுனால பத்தேருக்காடு எங்கிருக்குதுன்னு ஏழு குஞ்சுகளுமு தாயோடொண்ணா எட்டும் பொறப்புட்டுப் போச்சா. அந்தப் பக்கத்திக்குப் பத்தேருக்காடு ஒண்ணுமேயில்ல, அல்லா அரையேரு முக்கா ஏருதே. அப்பறொ அந்தக் காக்கா சொன்னாப்பல மலயத் தாண்டி கடலத்தாண்டிப் போச்சா, அங்க போனா ஒரேருக்காரெ ஒருத்தெ இருந்தே. ஏழு கொளந்தைகளக் கூட்டிக்கிட்டு நல்லதங்காளாட்ட அந்தக் குருவி வாறதப் பாத்துப்புட்டு அவங்கேட்டானா, ஆயாயா உன்னையப் பாத்தாப் பாவமா இருக்குது, இப்பிடி ஏழு கொளந்தைகளக் கூட்டிக்கிட்டு இந்த வெயில்ல எங்கயாயா போறன்னு கேட்டதுக்கு அந்தக் குருவி மொட்டக் காக்காயப் பத்தியுமு அது பண்ணுன காரியத்தப் பத்தியுஞ் சொல்லிக்கிட்டு அழுதுதா. அதுக்கு அந்த ஒரேருக்காரெ ஆயாயா நீ ஒருத்தியா ஏழு குஞ்சுகளக் கூட்டிக் கிட்டுப் போயி அந்தக் காக்காய எப்பிடிப் புடிப்பே, வேணும்னா என்னையுங் கூட்டிக்கிட்டுப் போ, நா வந்து காட்டறே, அவெ உனக்கு ரண்டேருக்காரனக் மூணேருக்காரனக் காட்டுவே அப்பிடீன்னானா. பிறத்தியா கேட்டுதா என்ன கேக்கறீங்கொன்னு அவனப் பாத்துக் கேட்டுதா அந்தக் குருவி. அதுக்கு அவெ ஆயாயா எங்கிட்ட இல்லாதத நீயெனத்தக் குடுத்தறப் போறே? எனக்குக் காடிருக்குது, வெள்ளாமையிருக்குது, ஆனா வாரிசுக் கொரு புள்ளையில்லெ, நீ உம்பட மொதப் புள்ளைய எனக்குக் குடுத்தீனா நா உங்கோட வாறெ அப்பிடீன்னா. குருவீமு யோசிச்சுப் பாத்துது, செரி நம்முளுக்குமு வயுசாவிக்கிச்சு, பயனும் பெருசாவிக் கிட்டே, உட்டுட்டுப் போறதுக்கு நம்முகிட்ட ஒண்ணுமில்லெ,

திடீர்னு வராதது வந்து போயிட்டா ஏழுங்கஷ்டப்படறதுக்கு ஒண்ணாவுது நல்லாருக்குட்டுமேன்னு தன்னோட தலக்குஞ்சக் குடுத்துருச்சா. அப்பறொ அவுனுமு அவியளோட சேந்துக் கிட்டானாமா. இப்ப ஒம்பது பேராப் போனாங்கொ."

"அப்பிடிக் கஷ்டப்பட்டு வளத்தி ஒண்ண அங்க தத்துக் குடுக்க வேண்டீதாப் போச்சாக்கு?"

"வேறென்னுங்க நங்கெ பண்றது? நாயங்கெடைக்கோணும்னா எதையாவதொண்ணப் பண்ணித்தான தீரோணு?"

"பெத்த புள்ளய உட்டுக்குடுத்துப்புட்டு அப்பறொ எந்த நாயங்கெடச்சு என்ன பிரயோசனமக்கா?"

"கேளு, அப்பறொ ரண்டேருக்காரனப் போயிப் பாத்தா அவெ எனக்குமு வாரிசொண்ணுமில்ல, நீ உம்பட ரண்டாவது குஞ்சக் குடு நானுமுங்களோட வாறெ அப்பிடீன்னானா, அதென்ன பண்ணும் பாவெொ அவுனுக்கு ரண்டாங்குஞ்சக் குடுத்துதா. அல்லாருமாச் சேந்து மூணேருக்காரனப் போயிப் பாத்தாங்கொ. அவெ பொண்டாட்டியத் தின்னவெ. அவெ நீ உம்பட மூணாவது குஞ்செ எனக்குக் கட்டி வெய்யி, நானுமு உங்கோட வாறெமுன்னு சொன்னானா, குருவிக்குனாப் பாடாப் போச்சா. அப்பிடி வளத்தி அந்தப் புள்ளையப் போயி கெழவ னொருத்தனுக்கு ரண்டாந்தாரமாக் குடுக்கறதான்னு தேம்புச்சா. அப்பறொ ஒரேருக்காரனு ரண்டேருக்காரனுமு அதத் தேத்திச் சம்மதிக்க வெச்சாங்களா. கண்ணாலத்தப் பண்ணிக்கிட்டு அவுனுமு அவியகோடச் சேந்துக்கிட்டானா, இப்பிடி நாலேருக் காரனுக்கொரு தத்து, அஞ்சேருக்காரனுக்கொரு தத்துன்னு மீதியிருந்த ரண்டு ஆங்குஞ்சுகளயுந் தத்துக்குடுத்து, ஆறேழுக்கா ரனுக்குமு ஏழேருக்காரனுக்குமு ஒவ்வொரு பொங் குஞ்சுகளக் கண்ணாலங்கட்டி வெச்சுக் கடசீல எட்டேருக்கா ரெங்கிட்டப் போயி நின்னப்ப அவுனுக்குக் குடுக்கறதுக்கு அதுகிட்ட ஒண்ணு மில்லெ. அவெ ஏழு புள்ளப் பெத்த அந்தச் சிட்டுக்குருவியப் பாத்து செரி நா உனக்குச் செயிச்சுத் தாரெ அப்பிடித் தந்துட்டா நீ எனக்கு வெப்பாட்டியா இருக்கறயான்னு கேட்டானாமா, அழுவழுவுன்னு அழுதுக்கிட்டு, அதுக்குஞ் செரீன்ருச்சு அந்தக் குருவி. ஒம்பதேர்க்காரனுக்கும் பத்தேர்க்காரனுக்குங் குடுக்கறதுக்கு அதுகிட்ட என்ன இருக்குது?

அதுனால அவுனுக ரண்டு பேருமு அவியவ ஆளூ அம்பு படெ பரிவாரத்தையெல்லாங் கூட்டிக்கிட்டுப் போயி பத்தேருக் காட்டு மொட்டப் பனமரத்துல இருந்த மொட்டக் காக்காப் பக்கஞ் சேந்துக்கிட்டாங்களா, சிட்டுக்குருவியுமு எட்டேருங்ககாரங் கூட்டமு ஒரு பக்கொ, ஒம்பதேருக்காரனுமு பத்தேருக்காரனுமு அந்த மொட்டக் காக்கா பக்கொ. ஆளூ அம்பு, கோடாரி கொம்பு எல்லாத்தையுந் தூக்கிக்கிட்டுச் சண்டைக்கு நின்னாங்களா, சண்டெ நடந்துது.

பதனெட்டு நா ஓயாத சண்டெ, ஒருத்தர ஒருத்தரு வெட்டிக் கிராங்கொ, குத்திக்கிறாங்கொ, எங்க பாத்தாலு நத்தொ, ஒரேருக்காரெ பத்தேருக்காரன வெட்டரே, ஏழேருக்காரனெ ஒம்பதேருக்காரெ வெட்ரே இப்பிடிப் பதனெட்டு நாக் கழிச்சுப் பாத்தா இந்தப் பக்கத்துல அந்தச் சிட்டுக்குருவியயு அந்தப் பக்க அந்த மொட்டக் காக்காயயுந் தவுத்து ஒருசுரு மிச்சமில்லெ. பதனெட்டா நாளூ ரண்டு நேருக்கு நேரு நின்னுதா. நீயா நானான்னு ஒத்தைக்கொத்த. சண்டெ. காக்கா செஞ்ச துரோகத்த நெனச்சுக்கிச்சு அந்தக் குருவி. ஆத்தரம் தாக்குப்புடிக்க முடீலெ. பாஞ்சு பாஞ்சு சண்டப் போட்டுது. காக்காயிக்குப் பொங்கெல் லாங் கொட்டிப் போச்சு. கண்ணுக் காதெல்லா பிஞ்சு போச்சு, அது கத முடியப்போற தரணத்துல குருவிக்கு இப்ப எதுக்கு இப்பிடிச் சண்டப்போடறோம்னு ஒரு ரோசன வந்துதா, தம்பட குஞ்செல்லாம் போச்சு, பெத்துப் பெறப்பு மக்க மருமக்க அல்லாம் போச்சு, பாவொ பசி பொறுக்காமத்தான அந்தக் காக்கா அப்பிடித் திருடித் தின்னுது. வேற எதுக்கு ஆசப்பட்டுது? தொணைக்கு வாரமுன்னு சொல்லி இந்த ஆளுகதான பயனக் கேட்டாங்கொ, புள்ளையக் கேட்டாங்கொ, அவியளால இப்ப நா அல்லாத்தையு எழந்துபுட்டு வெறூடா நிக்கறே? அப்பிடியிருக்க இப்ப எதுக்குச் சண்டெப் போடோணும்னு நெனச்சுக்கிட்டு கத்திய ஓங்குனது ஓங்குனாப்பல கண்ண மூடி நின்னுக்கிச்சு. நம்ம மக்க மருமக்க போன எடத்துக்கு நாமுளூம் போயிக்கலாம்னு கழுத்த நீட்டி நின்னுக்கிச்சு. காக்காய்க்கு வாகாப் போச்சு. ஒரே போடாப் போட்ரலாம்னு வாள உருவிக்கிட்டுப் போச்சா.

அப்பத்தே அதுக்குமு அதே ரோசனெ, நாம எதுக்காயா அந்தச் சிட்டுக்குருவியக் கொல்லோணு? நாமதான அதும்பட கூட்டுக்குள்ள போனொ? அதும்பட தவச தானியத்தயெல்லாந் திருடித் தின்னொ? நாம அப்பிடிப் பண்ணாம இருந்துருந்தா

இப்ப எதுக்கு இத்தன சனஞ் சாவோணு? மக்க மருமக்கள எழுந்து நாமுளுந்தே ஏ பரிதவிச்சு நிக்கோணு? நாம பண்ணுன தப்பு, சாவ வேண்டீது நாமதே அப்பிடீன்னு ரோசனப் பண்ணிக்கிட்டு அந்தக் காக்காயு அதே கெடைல கழுத்த நீட்டி நின்னுக்கிச்சா. அது வெட்டும்னு இது நிக்க, இது வெட்டும்னு அது நிக்க அப்பிடியே இன்னொ அதே கெடைல நின்னுக்கிட்டிருக்குது ரண்டும். நாங்கோட இன்னைக்குப் போயிப் பாத்துப்புட்டு நேத்து வந்தெ" என முடித்தாள் அருக்காணியக்கா.

"நெசமாவா? அதெங்கீக்கா? சொல்லு, நானுமு எங்கூட்டுக் காரரக் கூட்டிக்கிட்டுப் போயிப் பாத்துப்புட்டு வாறெ."

"அது போவோணு, மலயத் தாண்டி, கடலத் தாண்டி வெகு தூரொ."

"உனக்கு அருக்கு, உனக்கிந்தக் கதயெல்லா ஆரு சொன்னாங்கொ?"

"வேற ஆரு, எங்கம்மாயிதே, எங்கம்மா செத்துப்போனப்ப எனக்கு மூணு வயுசுகோட இல்லியா, உருக்கா பச்சக் கொளந்தையா, பால்குடிகோட மறக்குலியா. எங்களப் பாத்துக்கறதுக்கு ஆளு வேணும்னு சொல்லித்தே எங்கப்பெ ரண்டாந்தாரங் கட்டிக்கிச்சா, ஆனா தாலிக்கட்டிக்கிட்டு வந்த பதனஞ்சா நாளே பொட்டிச் சாவிய வாங்கி இடுப்புல சொருவிக்கிட்டு எங்கப்பனப் படாதபாடு படுத்துச்சா எங்கு சின்னாயா. ஊட்டுல அத்தன மாடிருந்துமு எங்கு ரண்டு பேருத்துக்குமு ஒரு சொட்டுத் தராதா, வெறும் பழைய சோத்தக் கரச்சூத்திக் குடிக்கச் சொல்லி அடிக்குமா, நாங்கோட வெங்காயத்தக் கடிச்சுக்குட்டுக் குடிச்சுக்குவனா, உருக்காதே பரிதவிச்சுப் போவாளா."

"பாவத்தெ, பாவத்தெ... ஏல்லே நம்பு நாச்சக்காளா அப்பிடியெல்லாம் பண்ணுனவ?"

"அவதே அவதே, பின்ன அவதான இவியப்பனுக்கு ரண்டாந் தாரமா வந்தவ? வேற ஆரு?"

"தெனமு இருட்டிருக்கறவே என்னைய எழுப்பியுட்டுருமா, வாசக்கூட்டச் சொல்லி அடிக்குமா, காலங்காத்தால ஒருவா கருப்பிட்டித் தண்ணிகோடக் குடுக்காம காட்டுக்குக் குப்பெ கொண்டுபோவச் சொல்லி அடிக்குமா, ஒரு கொரக்கூட நம்பக் குப்பய அள்ளி, சும்மாடுகோடக் கூட்டாமத் தலைலெ வெச்சுக்

கொண்டுக்கிட்டுப் போன்னு சொல்லி அடிக்குமா எங்கு சின்னாயா."

"அதெல்லா உனக்கு ஞாபகமில்லையா அருக்கு?"

"அதெப்பிடி ஞாபகமிருக்கு? மூணு வயசுனா செரியா நடக்கக் கோடத் தெரியாது. தத்தக்காப் பித்தக்கான்னு செவத்தக் கிவத்தப் புடுச்சுக்கிட்டுத்தே எட்டு வெக்கோணு. ஏ பேச்சுக்கோடச் செரியா வந்துருக்காது, அப்பறொ இதெல்லா எங்கத்த போயி ஞாபகமிருக்குஞ் சொல்லு?"

"அப்பறொ ஆரு இதெல்லாஞ் சொன்னா?"

"எங்கு மாமெந்தே இதெல்லா எங்குளுக்குச் சொல்லுச்சு. ஒரு நா வெள்ளீம்பளத்துக்கு ஆரயோ பாக்கோணும்னு வந்த வியொ திடுதிப்புன்னு ஊட்டுக்கு வந்துருக்கறாங்கொ, அப்பத்தே நா சாணிக்கூடயத் தலைலெ வெச்சு நடக்கமாண்டாம நடந்து போயிக் கிட்டிருந்தனா, எதுத்தாப்பல நடந்து வந்துக்கிட்டிருந் தவீளுக்கு மொதல்ல என்னய அடையாளந் தெரீலியா, தாரு கொளந்தையோ காணா இப்பிடி வங்கொடும பண்றாங்களேன்னு ரோசனப் பண்ணிக்கிட்டுத் தாண்டி ரண்டெட்டுப் போனதுக்கப் பறந்தே தாரு நம்பு அருக்காக்குட்டியாட்ட இருக்குதேன்னு அவீளுக்குப் பட்டுச்சா, அப்பறந் திரும்பி வந்து எடுத்து மாருல சாத்திக்கிட்டு இப்படியாபட்ட நெலமைல உங்கொளந்தையப் பாத்துப்புட்டு இன்னொ நாஞ் சாகாம இருக்கறனே சாமீன்னு எங்கம்மாள நெனச்சுக்குட்டு அப்பிடித் தேம்பித் தேம்பி அழுதாங்களா, சாணிக்கூடயத் தூக்கிக் குப்பைல போட்டுட்டு அவ்வளவு ஆங்காரமா ஊட்டுக்கு வந்தவியொ எங்கப்பனப் பாத்துப் பெத்த புள்ளையச் சாணி சொமக்கப் போட்டுப்புட்டு அப்பிடியென்னடா உனக்குக் கூதி கேக்குதுன்னு எக்காளமாக் கேட்டுப்புட்டுக் கீழ தள்ளி ஒதையொதைன்னு ஒதச்சுப் புட்டாங்களா, சனமே கூடிருச்சா. எங்கு ரண்டு பேருத்து நெலமையையும் பாத்துப்புட்டு அப்பிடி நெஞ்சு நெஞ்சா அடிச்சுக்குட்டு அழுதாங்களா. அப்பறொ வந்த வேலயக்கோடப் பாக்காம எங்கு ரண்டு பேருத்தையுங்கூட்டிக்கிட்டு நேராச் சிலுவம்பளத்துக்கு வந்து எங்கம்மாயிகிட்ட வெவரத்தச் சொன்னாங்களா."

" 'ஏ'ல்லே அருக்கு இதெல்லா கதயோ, நெசமோ? மத்ததாட்ட இதயு உப்பந்தி பண்ணிச் சொல்றயோ என்னமோ."

"உப்பந்தி பண்ணி நா எதுக்குச் சொல்லோணு? இதெல்லா நாம்பட்ட கெதெ. உங்குளுக்குச் சொல்றதெல்லா படாத கதெ."

"கதைல கோடப் பட்ட கதெ, படாத கதென்னு உண்டுமா அருக்கு?"

"ஆமா எங்கம்மாயிகிட்டக் கத சொல்லச் சொல்லிக் கேட்டா அது மொதல்ல கேக்கற கேள்வியே அதுதே, பட்ட கத சொல்லுட்டா, படாத கதெ சொல்லுட்டான்னு கேக்கு. பட்ட கத சொல்லுன்னு கேட்டா ஒரு மூச்சழுதுபுடு. அதெதுக்காயா உங்குளுக்குப் பொறந்த நாக் கண்டுப் படாத கஷ்டமில்லெ, வராத துக்கமில்லெ, பொறந்துங் கஷ்டொ, இருந்துங் கஷ்டொ, வாழ்ந்துங் கஷ்டொ, கெட்டுங் கஷ்டொ அப்பிடீங்கு. இப்ப என்னம்மாயி உனக்குக் கஷ்டொ? அப்பிச்சி நல்லாத்தான வெச்சுருக்குதுன்னு கேட்டா அதுக்குமு மூக்கச் சிந்து. அப்பிச்சி நல்லாத்தே வெச்சுருக்கறாங்கொ, எனக்கென்ன சோத்துக்குக் கஷ்டமா? சாத்துக்குக் கஷ்டமா? இப்பிடி ரண்டு எளங்குருத்தக் கொண்டாந்து புடுச்சு வளறதுக்கு மண்ணில்லாத இந்த மொட்டப்பாறைம் பேருல உட்டுப்புட்டு வேடிக்க பாக்குதே அந்த ஆண்டவெ, அதுதே எனக்குக் கொறெ அப்பிடீன்னு எங்கு ரண்டு பேருத்தயு மாரும்பேருல போட்டுக்கிட்டுத் தேம்பித் தேம்பியழுவு. அப்பவெல்லா அது என்ன சொல்லுது எதுக்கப்பிடி அழுவுதுன்னு எனக்குத் தெரியாது. எங்கம்மா இல்லாத கொறெகோட எனக்குத் தெரீல, அப்பிடி வளத்துச்சு எங்கம்மாயி அப்பிடி அழுவறதப் பாத்துப்புட்டு நாங்க படாத கத சொல்லச் சொல்லிக் கேப்பொ. அதச் சொல்றதுனா அதுக்கு அத்தன பிரியொ, சிட்டுக்குருவிக் கதெ, அட மூக்கங் கதெ. மாலக் கண்ணங் கதெ, நரியண்ணம் பொண்டாட்டி கொசுவாயி ஆவி புடுச்சுச் செத்துப்போன கதெ, அது தெரியுமல்லொ?

நல்லாருக்குமாக்கு, ஒரு ஊருல ஒரு நரியா, நம்பத் துண்டிருக்கம் புடுச்சதா, அதுக்கு ஆருமே பொண்ணுக் குடுக்க மாண்டீன்னுட்டாங்களா, அதுனால அந்த நரிக்கு ஒரு கொசுவெ ஏமாத்தி அதுக்குச் சீல துணிமணியெல்லாங் கட்டியுட்டுக் கண்ணாலம் பண்ணி வெச்சுப்புடுவாங்கொ, ஒரு நா அந்த நரி பக்கத்தூருப் பட்டீலருந்து ஒரு செம்பிலிக் கெடாயப் புடுச்சாந்து ஆக்கித் தரச்சொல்லு. கறிய அறிஞ்சு அடுப்புல வெச்சு மூடிவெச்சுப்புட்டு நா வரவரைக்குந் தொறக்கப்புடாதுன்னு

கொசுவாயிகிட்டச் சொல்லீட்டு வேட்டைக்குப் போயிரு, கொசு வாயி புருஷம் பேச்சக் கேக்காம மூடியத் தெறந்து பாக்கு, அப் பத்தே ஆவி புடுச்சுச் செத்துப்போயிரு, கேட்டுருக்கறீங்கள்ளொ? நானே எத்தன மட்டஞ் சொல்லீருக்கறானப்பறொ, அப்பறொ அதும்பட அங்கத்தக் கொண்டுகிட்டுப் போயி ஒரு மொட்டப் பாறைம்பேருல ஊத்துவாங்க, அப்பவே அந்தப் பாற குழியாப் போயுறு, அப்ப அந்தப் பாறைக்கு ஒரு பொறா வரு, தெனமும் பாக்கற பாறெ இப்பிடிக் குழியாக் கெடக்கறதப் பாத்துப்புட்டு, பாறெ பாறெ நீயேங் குழியாபோனேன்னு கேக்கு, சொல்லீருக் கறனல்லொ? அதுக்கந்தப் பாறெ சொல்லுமா, அதேங்கேக்கற பெறாவே, நரியண்ணம் பொண்டாட்டி கொசுவாயி ஆவி புடுச்சுச் செத்துப் போயி அதக்கொண்டாந்து இங்க ஊத்தி பாறெ நாங்குழியாப் போனெ, பெறா நீ பொங்குதித்துக் கொங்கு, அதக்கேட்டு அந்தப் பெறாப் பொங்குதித்துக்கு, அப்பறொ அந்தப் பெறா ஒரு ஆலமரத்துல போயி உக்காரு, பெறாவே பெறாவே நீயேம் பொங்குதுத்திக்கிட்டேன்னு ஆலமரங் கேக்கு, பெறா தாம் பொங்குதுத்துன கதயச் சொல்லி, ஆலமரமே நீ தலையுதிக்கனுன்னு சொல்லு, அதக்கேட்டு ஆலமரந் தலையுதித்திக்கு, அப்பறொ அந்த ஆலமரத்துக்கு நெழலுக் கொதுங்க ஒரு ஆனெ வரு ஆனெ கேட்டதுக்கு ஆலமர தாந்தலையுதுத்துன கதயச் சொல்லி தும்பச்சாங்கையெ ஓடுச்சுக்கச் சொல்லி அந்த ஆனைக்குச் சொல்லு, கேட்டுருப்பீங் கள்ளொ? அப்பறொ அந்த ஆனெ தண்ணி குடிக்க ஆத்துக்குப் போகு, ஆறு கேக்கு ஆனெ ஆனெ நீயே தும்பச்சாங்கையெ ஒடுச்சுக்கிட்டடீன்னு, ஆனெ அதுகிட்டத் தாந் தும்பச்சாங்கையெ ஒடுச்சுக்கிட்ட கதயச் சொல்லிப்புட்டு இப்பிடி ஆனெ நாந் தும்பச்சாங்கையெ ஒடுச்சுக்கிட்டெ, நீ தண்ணிவத்திக்கொங்கு, அதக்கேட்டு ஆறு தண்ணி வத்திப் போயிரு, அப்பொ அந்த ஆத்துக்குத் தண்ணியெடுக்க ஒரு மொட்டப் பாப்பா வருவா, அவ கேட்டதுக்கு ஆறு தாந் தண்ணி வத்திப்போன கதயச் சொல்லி அவ கொண்டாந்த கொடத்த ஒடைக்கச் சொல்லீரு, இவ கொடத்த ஒடச்சுப்புடுவா, கொடத்த ஏம்புள்ளெ ஒடச்சீன்னு அவியாயா கேப்பா, மவ கொடத்த ஒடச்ச கதயச் சொல்லி அம்மாகிட்ட அடுக்குப்பானைய ஒடைக்கச் சொல்லுவா, அப்பறோ அவளாலெ காட்டுலருக்கற அப்பனுக்கு சோறாக்க முடியாமப் போயிரு, வெறுங்கையோட காட்டுக்குப் போவா,

புருஷ சோறெென்னாச்சுன்னு கேட்டதுக்குத் தா அடுக்குப்பானைய ஒடச்ச கதயச் சொல்லிப் புருஷங்கிட்ட கலப்பைய முறிச்சுப் போடச் சொல்லீருவா, அப்பறொ மெகெ வருவே, அப்பெ அவங்கிட்ட தாங் கலப்பய ஒடச்ச கதயச் சொல்லுவே, அதேங் கேக்கறீப்பா, நரியண்ணம் பொண்டாட்டி கொசுவாயி ஆவி புடுச்சுச் செத்துப் போயி, அதக்கொண்டாந்து மொட்டப்பாறைல ஊத்த, பாறெ குழியாப்போச்சு, அப்பறொப் பெறாப் பொங்குதுத்தி, ஆலமரந்தலையுதுத்தி, ஆனெ தும்பச்சாங்கையெ ஒடுச்சு, ஆறு தண்ணி வத்தி, மொட்டப் பாப்பா செப்புக்கொடத்த ஒடச்சு, அம்மா அடுக்குப்பானையக் கீழ தள்ளியுட அப்பெ நா கலப்பய ஒடச்சுப்புட்டெ, மவனே நீ நம்பு போருக்குத் தீ வெச்சுருன்னானா, மகம்போயி தொண்டுப்பட்டீலருந்த வைக்கப் போருக்குத் தீ வெச்சுப்புட்டானா, அந்தத் தீ மத்த போருலயெல்லாம் புடுச்சு, போருத் தீ ஒரு கூரைல பத்திக் கூரத் தீயி ஒரு ஊட்டுல புடுச்சு, ஊட்டுத் தீயி ஊரையே புடுச்சு ஊரே வெந்து போச்சா, இப்பிடி ஒரு கொசுவுனால ஒரு ஊரே எருஞ்சு போச்சா, நாங்கோட எழவுக்குப் போயிட்டு வந்தன்னு கதய முடிக்கு எங்காத்தா, கேக்கக் கேக்கச் சிரிப்பா வரு, அப்பறொ இந்தக் கத தெரியு மல்லொ?

எட்டாளும் பாட்டுக்காரெ, ஒராளுஞ் சோத்துக்காரெ போறனே போறனே ஆத்தோட போறனேன்னு வருமே? அது, அதச் சொன்னா சிரி சிரீன்னு சிரிப்பா எங்கு உருக்காயா.

இப்பிடி எங்கம்மாயி சொன்ன கத ஒரு நூறு இருக்குமாக்கு நெறையா உப்பந்தி பண்ணிச் சொல்லு. அதுக்குத் தெரிஞ்ச தென்னமோ பத்துப் பதனஞ்சு கததே, ஆனா அதுகளையே பலவெதமாத் திருச்சுத் திருச்சு வெவ்வேற கதயாச் சொல்லு. அது எங்களோட இருந்தது ஒரு பத்து வருத்திக்குத்தே. பத்து வருத்துல எங்குளுக்குக் கத சொல்லாமத் தூங்குன நா ஒண்ணு மில்லெ.

வாம் பாட்டாளி. அப்பிச்சியூட்டுக் காடு வரக்காடு. ராயி, கம்பு, சோளம்னு மழ கண்டா எதாச்சுமு வெளயு. ஒரு முக்காப் படி நரிப்பயித்தச் சோளத்துல கலந்து எறச்சுட்டுப்புடுவாங்கொ, கருது முத்தி மேல வாரதுக்குள்ள நரிப்பயிறு முத்திக்கு. முக்காப்பிடி வெதைக்கு ரண்டு வள்ளங் கெடைக்கு. அதுதே சாத்துக்கு கெணத்துல. தண்ணியிருந்துதுனா ராயி வெதைப்

பாங்கொ, அப்பொ ஒரு பாத்தீல தட்டுப்பயித்தைமு இன்னொரு பாத்தீல கத்திரிச்செடி, வெண்டச்செடி, மொளகாச்செடி, தக்கோளிச் செடீன்னு எதையாவது ரண்டப் பயிரு பண்ணி வெச்சுருப்பாங்கொ. அம்மாயி காட்டுக்குள்ளயே கெடக்கு. நானுமு உருக்காலுமு வெகுநா அதும்பட பொறவாலயே முந்தானியப் புடுச்சுக்கிட்டுத் திரீவொ. அம்மாயி எங்குளுக்கு எதாச்சுங் கத சொல்லுன்னு சொல்லி நச்சிக்கிட்டே இருப்பொ. அதுக்கு பொழுதாவரைக்குஞ் சித்த நிக்க முடியாது, அத்தன வேல. ஒரு எருமயிருந்துது, எங்கு ரண்டு பேருத்துக்குமு பாலுக்கெங்க போறதுன்னு கன்னபொரஞ் சந்தைக்குப் போயி வாங்கியாந்துருந்தாங்க எங்கு அப்பிச்சி. அத மேக்கோணு, அதில்லாம நாலு வெள்ளாட்டுக்குட்டி. அதுகள வளத்தி ஒரு பண ரண்டு பணத்துக்கு வித்துத்தேக் கைச்செலவத் தாட்டோணு. எங்குளுக்குச் சோறாக்கி வெச்சுப்புட்டு காலங்காத்தாலயே காட்டுக்குப் போயிரு. அங்கத்த வேலய முடிச்சுக்குட்டுப் பண்டம் பாட்ட ஓட்டிக்கிட்டுக் கொரங்காட்டுக்குப் போயிரு.

ஆட்டுக்குட்டிகளயெல்லா அண்ணாங்காலப் போட்டு முடுக்கியுட்டுப்புட்டு எருமையக் கண்ணுக்குள்ள வெச்சுக்கிட்டே ஆருகிட்டயாச்சும் பழம பேசிக்கிட்டிருக்கு. அது காலோஞ்சு போயி உக்காந்துதுனா நாங்க கத சொல்லச்சொல்லி நச்சுவொ. அது என்னென்னமோ தகுமானஞ்சொல்லி பொழுதாவரைக்கு இழுத்தடிச்சுப்புடு, பொழுதோடச் சோறாக்கறப்பக்கோட உட மாண்டொ, நச்சிக்கிட்டே இருப்பொ. அதிலீமு இந்த உருக்கா இருக்கறாளே நைநைன்னு கெடப்பா. அம்மாயி பொறு பொறுங்கு, இப்பத்தே உப்பந்தியாவிக்கிட்டிருக்குதுங்கு, அப்படியே படுக்கறவரைக்கு எதாவது தகுமானஞ்சொல்லிச் சமாளிச்சுப்புடு.

சோறாக்கி மொதல்ல எங்குளுக்குத்தேம் போடு. அப்பறொ அப்பிச்சி திம்மபாங்கொ, கடசியாத்தே அம்மாயி திங்கு. அப்புச்சி நம்பிப்போச்சான்னு எங்கு வவுத்தத் தடவித்தடவிப் பாப்பாங்கொ, வவுறு முட்டியாட்ட இருக்கோணு, அப்பத்தே அப்பிச்சிக்குத் திருப்தி. அல்ல வயிறு பள்ளமாக் கெடந்தாக்கோட பொறுத்துக்க மாண்டங்கொ, கண்டமண்டலமாத் திட்டிப்புடுவாங்கொ. அப்பறொ அல்லாருமு படுத்துக்குவொ, ரண்டு பேருமே அம்மாயி கிட்டத்தேம் படுத்துக்குவொ, அப்பத்தே அம்மாயி எங்குளுக்குக் கத சொல்லு. மொதல்லயே சொன்ன கதயாத்தே இருக்கு, ஆனா ஒவ்வொருக்காச் சொல்றப்பவு ஒவ்வொரு மாதிரி இருக்கு.

காத்தால இருந்து உப்பந்தி பண்ணி உப்பந்தி பண்ணி எங்குளுக் காகச் சேத்து வெச்சுருந்ததையெல்லா ஒண்ணுடாமச் சொல்லு. மொதநாச் சொல்றப்பொ சிட்டுக்குருவிக்கு நாலு குஞ்சுதே இருக்கு, நாலடுக்குலதே கூடுங்கட்டீருக்கு, மக்காநாளு அஞ் சாயிரு, அதுக்கு மக்காநாளு ஆறாயிரு, அப்பறொ ஒரு நா ஏழு குஞ்சுன்னுது. நாஞ்சொன்ன பாட்டெல்லாங்கோட அம்மாயி பண்ணிச் சொன்னதுதே, கெவுனிச்சுப் பாத்தாத் தெரியு, மத்த உப்பந்திவியொ சொல்றதுக்குமு நாஞ்சொல்றதுக்குமு எத்தனையோ வித்துவேசந் தெரியு.

அல்லா எங்கு அம்மாயி உப்பந்தி பண்ணிச் சொன்னது. அம்மாயிகிட்டக் கத கேட்டுக் கத கேட்டு நானுங்கோட நெறையா உப்பந்தி பண்ணிச் சொல்லப் பழவிக்கிட்டெ, எங்கம்மாயி கத சொல்ற தோரணயப் பாத்துச் சிரி சிரீன்னு சிரிச்சுக் கெடப்பொ, அடமூக்கன்னா அடமூக்கனாட்டவே பேசிக்காட்டுமாக்கு, அப்பிடிச் சிரிச்சுக்கெடக்கங்காட்டி நானுமு எங்கு உருக்காளுமு தாயில்லாத கொறெ தெரியாம வளந்தொ, கேக்கறவியொ மனசெளவற மாதரயுங் கதயிருக்குது, மாமியா கொடுமெ, மாமனா கொடுமெ, சின்னாயா கொடுமெ, நங்கயா கொடுமென்னு எத்தன கொடுமெயப் பாத்துருக்கறொ? அத்தனைக்குங் கதையிருக்குது.

காளாம் பொடச்சதே அப்பிடியொரு கதைலதே, அந்தக் கத நம்பூர்லயே அல்லாருக்குந் தெரியு. அதிலீஞ் சிரிப்புத்தே, அந்த மாமியாக்காரி எத்தன கொடுமெ பண்ணுனா? அத்தனைக்குமு அந்தப் புள்ள கங்கெ பொழ பொறுத்தாப்பல பொறுத்துக் கிட்டுத்தான இருந்துது. அந்தப் புள்ளைக்கு ஒரு நாளைக்காச்சு நல்ல சோறு போட்டுருப்பாளா, நல்ல துணிமணி குடுத்துருப்பாளா, ஒரு நல்ல நா பொல்ல நா உண்டுமா? அந்தப் பழைய சோறுதே, பழைய துணிதே, அவ ஊட்டுல என்ன இல்லாம இருந்துது? பண்டம்பாடே ஏழெட்டுருப்பிடி இருந்துதாப்பறொ, அத்தன சீவனுக்கும் பருத்திக்கொட்டெ ஆட்டியே அந்தப் புள்ளக்குச் சப்பையெல்லாங் கழுண்டு போச்சு. பாவொ பெத்தவிய அவளுக்குப் பாலுந்தேனுமாக் குடுத்து வளத்துனாங்களாமா, இங்க வந்து ஒரு துண்டுகறிக்கு வெறியெடுத்துப்போச்சு, மாமியாக்காரி வாரத்திக்கு ரண்டு மட்டங் கறி ஆக்கிப்புடு வாளாமா, அல்லாத்தையு ஒளிச்சு வெச்சுக்கிட்டே தின்னு தீத்துப் புடுவாளாமா, இந்தப் புள்ள வெக்கத்த உட்டு அப்பிடிக் கெஞ்சுவாளாமா, ஒரு துண்டு கண்ணுல காமிக்க மாண்டாளாமா,

கடசீல இந்தப் புள்ள சட்டி கழுவறப்ப ஒட்டிக்கிட்டிருக்கறதத்தே வழிச்சு நக்குமா, அத்தன கொடுமெ பாத்துக்குங்களே, அத அவ புருஷங்காரனுங் கண்டுக்க மாண்டானாமா, ஆயா சொல்ற பேச்சுக்கு மறுபேச்சுப் பேசமாண்டானாமா, பாவொ இவ என்ன பண்ணுவா? ஆருகிட்டப் போயி மொறயுடுவா? செரி இதுதே நம்பு தலையெழுத்தாட்ட இருக்குதுன்னு நெனச்சுக்குட்டு இருந்துட்டாளா.

ஒரு நா அந்த மாமியாக்காரி எங்கியோ ஊருக்குப் போறம்னு போயிட்டாளா, முந்தானிச்சீலயப் புடுச்சுக்குட்டு அவ புருஷங் காரனுமு பொறவாலயே போயிட்டானாமா, திலும்பி வாறதுக்கு மூணு நா ஆவும்னு சொல்லீருந்தாளா, அப்ப இந்தப் புள்ள ஆருக்குந் தெரியாம ஊட்டுலருந்த கட்டுச்சாவலொண்ணப் புடுச்சு ராத்திரியோட ராத்திரியா ஆக்கி வெடிய வெடியத் தானொருத்தியே தின்னு தீத்துப்புட்டாளாமா, அது எத்தச் சோட்டுச் சாவலுங்கறீங்கொ? எந்துருச்சு நின்னா ஒரு வெள் ளாட்டுக்கெடாயொசரொ இருக்குமாமா, அத்தனையுமு ஒருத்தியே தின்னு தீத்தாச் சும்மாருக்குமா? நடு ராத்திரீல வவுறு வலி புடுச்சுக்குச்சா, பொறுக்க முடீலியா, செரி அளவுக்கு மீறித் தின்னுபுட்டமாட்ட இருக்குது, சலவாதிக்குப் போனாச் செரியாப் போயிருமுனு எந்துருச்சு மந்தக் காட்டுக்குப் போலாமுன்னு போனாளா. வழியெல்லா ஒரே இருட்டு. கருகும்முனு இருந்ததா, இவ பயந்துகிட்டா. வவுறு வலியும் பொறுக்க முடியாம இருந்துருக்குது, அவசரொ, செரி ஆனதாவுட்டு, ஆவத்துக்குப் பாவமில்லீனு ஊரு முச்சந்திலியே கோந்துட்டாளா. பேளப்பேள வந்துகிட்டே இருந்துதா, நிக்கவே இல்லியா, முக்கிமுக்கி வெளிய தள்ளிப்புட்டுத் திரும்பிப் பாத்தா எருமக் கண்ணாட்ட அத்தச் சோடு நின்னுதா அவ பேண்ட பீயி. செரி எப்பிடியு காத்தால ஊருக்காரங்க வந்து பாத்தாங்குன்னா பிரச்சனெ வரு, அதுக் கென்ன பண்றதுன்னு ரோசன பண்ணிக்கிட்டே வந்து, மிச்ச மீதியிருந்த கறி, கொளம்பெல்லா எடுத்துச் சாணிக்குப்பையத் தோண்டி அதுல ஊத்தி மூடிப்புட்டுப்படுத்து அசந்து தூங்கீட்டாளா, அவ நெனச்சபடியே பிரச்சன பெருசாயிருச்சு, நடூருக்குள்ள ஆரு இந்த அசிங்கத்தப் பண்ணி வெச்சதுன்னு ஒரே கொழப்பொ, இன்னாரு செஞ்ச தப்புன்னு ஊகம் பண்ணவு முடீலெ, செரி ஊருச்சனமெல்லா ஒவ்வொருத்தராப் போயி அந்தப் பீயிக்கிட்டயே நானா பேண்டமுன்னு கேக்க வேண்டீது,

பீயி ஆமான்னு ஆரச்சொல்லுதோ அவுங்களச் சுண்ணாம்புக் களவாயில துணிச்சுப்புடறதுன்னு முடுவாச்சா, அதும்படி ஒவ்வொருத்தரா அந்தப் பீயிக்கிட்டப் போயி ஏம்பீயி நானா பேண்டெ அப்பிடீன்னு கேட்டாங்களா, ஒவ்வொருத்துருங் கேக்கறப்பொ அந்தப் பீயி ம்ஹூம்னு தலையாட்டுச்சா, இவளையும் போயிக் கேக்கச் சொல்லுச்சாச் செனொ, இவுளுக்குப் பயொ, பேண்டது இவதானொ? நல்ல சோறு தண்ணி இல்லாமப் பொங்காட்டத்தேங் கெடப்பா, இவ எங்க போயி இத்தச்சோட்டு விட்டயப் போட்டுருக்கப் போறா, இருந்தாலு ஒரு மொறைக்குக் கேட்டுருன்னு சொன்னாங்களா, இவ என்ன நடக்கப் போவு தோன்னு பயந்துகிட்டே கிட்டப்போயி ஏம் பிய்யி நானா பேண்டன்னு பாவமாக் கேட்டாளா, பீயி ஒருக்கா அவள அண்ணாந்து பாத்துதா, அப்பறொ அல்லாருத்துக்குஞ் சொல்றாப்பல அவுளுக்குமு ம்ஹூம் அப்பிடீன்னு சொல்லுச்சா, ஊர்சனத்துக்கெல்லா ஒரே கொழப்பொ, ஊருல இருக்கற அல்லாருத்துகிட்டயுங் கேட்டாச்சு, ஆருமே இல்லீனா அப்பறொ இந்தக் காரியத்த ஆரு செஞ்சுருப்பான்னு ரோசன பண்ணிக்கிட் டிருக்கறப்பொ மாமியாக்காரி ஊருலருந்து அப்பத்தே வந்தாளாமா, எல்லாத்தையுங் கேள்விப்பட்டு எனக்கென்ன பயொ, நா ஊருக்குப் போயி மூணு நா ஆச்சு, இதா போயிக் கேக்கறெமுன்னு வேகவேகமாப் போயி ஏம் பீயி நானா பேண்டமுன்னு அவுதி புடுச்சாப்பல கேட்டாளா,

பீயி கொஞ்சங்கோட யோசிக்காம 'ம்க்கு'முன்ருச்சா. அப்பறொமென்ன மாமியாக்காரியப் புடுச்சுச் சுண்ணாம்புக் களவாயில திணிச்சுப்புட்டாங்களா, இவ தம்புருஷங்கோட ஒரு தொந்தரவுமில்லாமச் சந்தோஷமா இருந்தாளா. இப்பிடியொரு கத, அவ அந்தக் கோழிச்சாத்தக் கொண்டுபோயிச் சாணிக் குப்பைல ஊத்துனா பாரு அந்த எடத்துல மூணாநாப் போயிப் பாத்தாளாமா அங்க வெள்ளவெள்ளயா மொட்டுமொட்டா என்னமோ மொளச்சுக் கெடந்துதா, என்னமோ காணமான்னு புடுங்கி மோந்து பாக்கங்காட்டி கோழிக்கறி வாசமடிச்சுதா, அதக்கொண்டாந்து ஆக்கித் திங்கங்காட்டி அத்தன ருசியா இருந்துதா, அதுதே காளானா, கோழிச்சாத்துலருந்து மொளச்சு வந்ததுதே இந்தக் காளான்னு சொல்றதுக்குத்தே இந்தக் கத. அதே மாதிரி அந்த ஆறு எப்பிடி உப்பந்தியாவி வருதுங்கறதுக்குமு ஒரு கதயுண்டு. அத எங்கம்மாயி ஒரே ஒருக்காத்தே எங்குளுக்குச்

சொல்லுச்சு. கதைன்னாக் கொஞ்சத்திக்குக் கொஞ்சமாச்சுச் சிரிக்கறாப்பல இருக்கு, இந்தக் கதைல அதுக்கு எடமே இல்லெ, அதுனால ஆருமு இதச் சொல்ல மாண்டாங்கொ, ஆனா கேக்கறவுங்குளுக்கு அது எப்பிடியாப்பட்ட ஆளாருந்தாலுஞ் செரி மனசெளவிப் போயிரு அப்பிடியொரு கதெ, இந்தக் கதய எங்குளுக்குச் சொல்றப்பொ எங்கப்பிச்சீமு கோந்து கேப்பாங்கொ, கத சொல்றப்பொ எங்கம்மாயி அழுவழுவுன்னு அழுவு, கண்ணு லருந்து தாரதாரயாக் கண்ணீரொழுவு, எங்கப்பிச்சீங்கோட அழுவுவாங்கொ, ஒருநாத் தாக்குப்புடிக்க முடியாம எங்கப்பிச்சிக் கத்திப்புட்டாங்கொ, அப்பிடியொரு கதெ. அல்லாக் கதயாட்டத்தே அதுமு ஆரம்பிக்கு,

ஒரு ஊருல ஒரு அப்பனாயாளா, அவீளுக்கு ரண்டு பொட்டப் புள்ளைகளா அப்பிடீன்னுதே அந்தக் கதயு ஆரம்பிக்கு, அப்பொறெ வேற மாதர போயிரு. எங்கம்மாயி அந்தக் கதயச் சொல்றப்பொ எனக்குமு உருக்காலுக்குமு அது நாங்க பட்ட கதயக் கேட்டாப்பலதேந் தெரிஞ்சது, எங்கு கதயாட்டத்தே அந்த ரண்டு பொங்கொளந்தைகளயு உட்டுப்புட்டுப் பாம்பு கடிச்சுச் செத்துப் போயிருவா அதுல வாற ஆயாக்காரி, எங்கப் பனாட்டத்தே அதுல வாற அப்பனுமு ரண்டந்தாரஞ் செஞ்சுக்கு. அதுல வாற சின்னாயாக்காரியாட்டத்தே எங்கு சின்னாயாக்காரியு அவுளுக்குன்னு ஒண்ணு பொறக்கறவரைக்குமு எங்கள நல்லா பாத்துக்குவா, அப்பறொ அந்தக் கொளந்தைகளப் பண்ணாத சித்தரவத பண்ண ஆரம்பிச்சா, அவ பெத்ததுக்குப் பாலுமு நெய்யுமா குடுப்பாளா, மூத்ததாரத்துப் புள்ளைகளுக்கு வெறு சட்டி கழுவுன தண்ணிதானா, ஊடு வாசக்கூட்டறது, சாமானஞ் செட்டுக் கழுவறது, தொண்டுப்பட்டிக்குப் போயிச் சாணி யெடுக்கறது, மாடு கண்ணுக்குப் பருத்திக்கொட்டையாட்டறதுன்னு பொழுதுக்குமு எதாச்சு வேல வாங்கிக்கிட்டே இருப்பாளா, பகலைக்கு எரும மேக்கற வேல. கல்லுக்குள்ளயு முள்ளுக்குள்ளயு அலஞ்சலஞ்சு அந்தப் புள்ளைகளுக்குக் காலெல்லா ஆணியா, நடக்கக்கோடச் சத்தியில்லியா, ஆன கஞ்சி குடுச்சுருந்தாத்தான ஆவு? எங்கு மாமெ வந்து எங்களக் கூட்டிக்கிட்டுப் போனப்பொ நானுமு உருக்காலுமு அப்பிடித்தே இருந்தமா, எங்கம்மாயி சொல்லு. அந்தப் புள்ளைக தெனமுஞ் செத்துப்போன ஆயாள நெனச்சு அப்பிடி அழுவுமா, அம்மம்மா நீயே எங்களத் தனியா

உட்டுபுட்டுச் செத்துப்போனே? போனதுதேம் போனே பேசாமெ எங்களையுங் கூடவே கூட்டிக்கிட்டுப் போயிருக்கலாமல்லவுன்னு அவியாயாளச் சுட்டுப்போட்ட எடத்துல போயி நின்னுக்குட்டு அப்பிடி அழுவுமா. ஒரு மூச்சழுதுபுட்டு விதியேகொறைன்னு பொழுதோட ஊடு வந்து சேருமா, தெனமு அடிதே, ஒததே, பேச்சுத்தே.

அப்பிடியிருக்கறப்பத்தே ஒரு நா அவியாயா கெனாவுல வந்து சொன்னாளா, ஆயாயா, அழுவாதீங்கொ உங்குளுக்கு நானிருக்கறெ, கீலோகத்துல இருந்தாலு மேலோகத்துல இருந்தாலு நா உங்குகோடவேதே இருப்பெ, கவலப்படாதீங்கொ, நம்பு காட்டுக் கெழக்கு வேலீல ஒரு பாலமரமிருக்கும் பாருங்கொ பாலமரத்துக்கு வடவறமா ஒரு சங்கம்பொதரு இருக்கு, அதுக்கு மேவறமா ஒரு பனங்கருக்கு, பனங்கருக்குக்கு நேர் கெழக்கால ஒரு வெள்ரிச்செடி இருக்கு. செடி சிறுசுதே, பூவுமிருக்காது. பிஞ்சுயுமிருக்காது, எலயெல்லாங்கோடச் சுண்டிப் போயி பாத்தாக் குரமத்தஞ் செடியாட்டத்தே இருக்கு, அதுகிட்டப் போயி நின்னு என்னைய நெனச்சுக்குங்கொ, உங்குளுக்கு வேண்டிய மட்டுக்கு வெள்ரிப் பழொங் கெடைக்கு, அழுவாதீங்கா யான்னு சொல்லீட்டு மறஞ்சு போயிட்டாளாமா. இந்தப் புள்ளைகக் காட்டுக்கு எருமைய ஓட்டிக்கிட்டுப் போனப்பொ ஆயாக்காரி சொன்ன அடையாளத்தையெல்லா வெச்சு அந்த வெள்ரிச் செடியத் தேடுச்சா. இப்பத்தே எங்கு பொளப்புக்குமு கதைக்கு வித்துவேசொ வருதுன்னு வெச்சுக்குங்களே, எங்குளுக்கு எங்காயா கெனாவுலயு வருலெ, அப்பிடியொரு வெள்ரிச் செடியக் காட்டவு இல்லெ, எங்கள எங்கு மாமெ வந்துதான கூட்டிக்கிட்டுப் போச்சு? மாமனுமில்லாமப் போயிருந்தா எங்கு கெதி என்னா யிருக்குமோ? அது அந்தப் பகவானுக்குத்தேந் தெரியு. சின்னா யாக்காரி பண்ணுன கொடும பொறுக்கமாண்டாம ஒண்ணு கெணத்துலயோ கொளத்துலயோ உளுந்து செத்துருப்பொ, இல்லெ தன்னரசநாடாப் பொறப்புட்டு எங்கியாச்சும் போயிருப்பொ, அப்பிடிப் போயிருந்தா ஆரு கையில சிக்கி என்ன ஆயிருப்பமோ தெரியாது. விதி போக்குவரத்தில்லாமக் கெடந்த எங்கு மாமன அங்க கூட்டியாந்துது, விதியோ இல்லெ கதைல வாறாப்பல எங்காயாதே மாமன அனுப்புச்சு வெச்சாளோ தெரீல, ஆயா வந்து காப்பாத்துனா என்ன, ஆயாகோடப் பொறந்தது வந்து காப்பாத்துனா என்ன? எல்லா ஒண்ணுதே, இப்ப நெனச்சாலு

எனக்கு மேலுக்காலெல்லா சிலுத்துக்குது போங்கொ, செரி அது கெடக்குட்டு, கதைக்கு வருவொ.

வெள்ரிச் செடியக் கண்டுபுடுச்சு கெனாவுல வந்து சொன்னாப் பல அந்த ரண்டுமு கண்ண மூடி நின்னு ஆயாள மனசுல நெனச்சு அழுதுதா. அந்த மாயத்திக்கு அந்தச் சின்னச் செடீல பொன்னெறத்துல ரண்டு வெள்ரிப்பழந் தெரிஞ்சுதா. அந்த ரண்டு கொளந்தைகளுமு அதப்பாத்து அப்பிடித் தேம்பித் தேம்பி அழுததாம் போங்கொ. அப்பறொ அலுங்காம அதப் பறிச்சுக்குட்டு வந்து பனங்கருக்கு மறப்புல வெச்சுப்புட்டு வாயில வெச்சா அத்தன ருசியா, தேனாட்ட அத்தன தித்திப்பா இருந்துதா. வவுறு நம்ப அதயத் தின்னுப்புட்டு ஒண்ணுந் தெரியாததுகளாட்ட எருமைய மேச்சு ஊடு கொண்டாந்து சேத்துச்சா. அன்னைக் கிருந்து சின்னாயாக்காரி போடற தீவச்சோத்தெ அந்தக் கொளந்தைக ரண்டுமு கைலகோடத் தொடறதில்லெ, இப்பிடி ஒரு ரண்டு மூணு வாரம் போச்சு. அந்த வெள்ரிப் பழத்தத் தின்னுதின்னு அந்தக் கொளந்தைகளுக்கு ஒடம்பெல்லா சும்மா தளத்தளன்னு ஆவிப்போச்சு, நெறங்கோட மாறிக்கிச்சா, மின்ன கண்ணெல்லா குழியுழுந்து, எலும்புந்தோலுமா கருவழிஞ்சு போயிக் கெடக்குமா, அப்பிடியிருந்ததுக எப்பிடியிப்பிடிப் பவுனாட்ட மாறிச்சுன்னு சின்னாயாக்காரிக்கு ஆச்சிரியந் தாங்குல.

நாம நம்பு புள்ளைக்குப் பாலுமு நெய்யுமா ஊத்திக்குடுக்கறொ, தேனுந் தெரவியமுமா ஊட்டியுடறொ அதுகோட இப்பிடி யில்லையே இதென்னாயா அதிசியமா இருக்குது, இந்த ரகசியத்த எப்பிடியுங் கண்டுபுடிக்கோணும்னு ஒரு நா பொறவாலயே போயிப் பாத்தாளாமா, அன்னாடுஞ் செய்யறாப்பல அந்தப் புள்ளைக வெள்ரிப்பழத்தப் பொறுச்சுக்குட்டுப் போயி பனங்கருக்கு மறப்புல வெச்சுத் தின்னுக்கிட்டிருக்கறப்பொ கையுங்களவுமாப் புடுச்சுட்டாளா. அப்பொறொ அந்தப் புள்ளைக கிட்ட ஆதரவா பேச்சுக் குடுத்து அந்த ரகசியத்தையுந் தெரிஞ் சுக்கிட்டாளா, இதுல ஒண்ணு பாத்தீங்கன்னா அதிசயமா இருக்கு, சின்னாயாக்காரி அந்தப் பழத்தக் கொண்டுபோயித் தம்பட புள்ளைக்குக் குடுக்கலாமுன்னு யோசுச்சுத் தந்தரமா பேசி ஒண்ண வாங்கிக்கிட்டு வந்தாளா. செரி நாமுளுங் கொஞ்சொந் தின்னுக்கிட்டு நம்பு புள்ளைக்குங் கொஞ்சொங் குடுப்பமுன்னு புட்டு வாயில போட்டாளா, கசப்புன்னா கசப்பு அப்பிடியொரு

கசப்பா, செரி இது இவியாயா பண்ற தந்தரொ, குழில போயிப் படுத்துக்குட்டு மூத்தா அந்தத் தந்தரொம் பண்ணுனா எளையா எனக்கு ஒண்ணுமா தெரியாதுன்னு கருவிக்கிட்டே படுத்தாளா. பொழுதோடப் புருஷங்காரெ வந்து அல்லையக் கிள்ளுனானா, அவொ அவங் கையத் தட்டியுட்டுப்புட்டு குப்பறக்கப் படுத்துக் குட்டாளா, செரி என்னமோ கொறையிருக்குமாட்ட இருக்குது, என்னுன்னுதேங் கேட்ருவமேன்னு அவள எழுப்பிக் கேட்டானா, அந்தத் தந்தரக்காரி அவுனுக்குப் பதிலுச் சொல்லாமக் கூகூன்னு அழுதாளா. அல்லே ஏ அழுவறே? உனக்கு என்ன கொறெ வெச்சிருக்கறெ? சொல்லு. எதாருந்தாலு நிவர்த்தி பண்ணித்தார முன்னு சத்தியம் பண்ணுனானா. அவ ஒருக்காலுக்கு இருக்கா சத்தியத்த வாங்கிக்கிட்டுத் தனக்குத் தலவலி, அது நல்லா போவோணுமுன்னா நம்பு காட்டுல ஒரு வெள்ரிச் செடியிருக்குது, அத வேரோட புடுங்கிக்கொண்டாந்து எனக்கு அரச்சுப் பத்துப் போட்டுட முடீமான்னு கேட்டு வெள்ரிச்செடியிருக்கற எடத்துக்கு அடையாளமுஞ் சொன்னாளா. புருஷங்காரனுக்கு ப்பூன்னு போச்சு. இந்தக் கெரவத்துக்கு எதுக்கு இத்தன சத்தியொ? இதா நொடிச்ச நொடீல கொண்டாரெ அப்பிடீன்னு சொல்லீட்டு பந்தத்தக் கொளுத்தி எடுத்துக்குட்டு அப்பவே பொறப்புட்டுப் போனானா. சொன்னாப்பலயே செடிய அடையாளங்கண்டுபுடுச்சு, அத வேரோட புடுங்குனானா. மேனாட்டுலருந்து அதப் பாத்துக் கிட்டிருந்த மூத்தாளுக்கு ஆத்தரமா வந்துதா. ஒரே போடா போட்டறலாமுன்னுகோட நெனச்சாளா, ஆனா என்னருந்தாலு தொட்டுத் தாலி கட்டுன புருஷனா போனான்னு பொறுத்துக் குட்டுப் பேசாம இருந்துக்குட்டாளா. இப்பிடியொரு ஆவத்து வருமுன்னு தெரிஞ்சுதே எளையா அதத் தாஞ்செய்யாமப் புருஷன உட்டும் பண்ணச் சொன்னது. சொன்னபடியே புருஷங்கார அந்தச் செடியக் கொண்டாந்து அம்மிக்கல்லுல வெச்சு அரச்சுப் பத்துப் போட்டுட்ட மாயத்திக்கு எனக்குத் தலவலி நல்லாப்போச்சுன்னு மல்லாந்துக்கிட்டாளா.

தம்பட புள்ளைக இப்பிடி ஏமாந்த பொளப்புப் பொளைக்கு தேன்னு ஆயாளுக்கு வருத்தொ அன்னைக்கே தம்பட கொளந் தைக கெனவுல வந்து, ஆயாயா உங்குளுக்குச் சொன்னாலும் புத்தியில்லெச் சொல்லாட்டியும் புத்தியில்லெ, அவளப் பத்தி நல்லாத் தெரிஞ்சுமு அந்த வெள்ரிக்கொடியக் காட்டிக்குடுப் பீங்களா? செரி போனது போவுட்டு, காத்தால காட்டுக்குப்

போனதீமு நம்பு காராம் பசுகிட்ட எம்பேரச் சொல்லுங்கொ, மடி நெறையா பால் குடுக்கு. அதக்குடுச்சா அமுர்தத்தக் குடிச்சாப்பல தெடமா இருப்பீங்கொன்னு சொன்னாளா அவியாயா. அந்தக் காராம்பசு அவ வளத்துனது. கொளந்தைக பாலுக்குனு அவங்கப்பமூடு சீதனமா குடுத்துட்டது. இந்த முண்டப்பாவிக்கு எப்பூமே அதக் கண்டா ஆவாது. பாலுங் கறக்கறதில்லெ, செனையு ஓட்டறதில்லெ, அவ கண்ணாலமாவி அந்த ஊட்டுக்கு வந்த புதுசுல நல்லாத்தேங் கறந்துக்கிட்டிருந்துதா, அவியாயா கெனாவுல சொன்னாப்பல அதும்பட பாலு அத்தன தித்திப்பா இருக்குமாமா. ஆனா இவொ அந்தக் கொளந்தைகளக் கொடுமப்படுத்த ஆரம்பிச்சதீமு அதுக்கு மடியுமு வத்திப்போச்சு, கெர்ப்பப்பையுங் காஞ்சுபோச்சு. இவ அதுக்குத் தவுடுமு வெக்கறதில்ல, பருத்திக்கொட்ட புண்ணாக்குமும் போடறதில்லெ. போருப்பக்கத்திக்குமு அண்ட உடமாண்டா. அது பாட்டுக்கு எதையாவுது ரண்டு பச்சயக் கரண்டு தின்னுவுட்டு வந்து படுத்துக்கு. மத்த பண்டம்பாடுகளோட சேந்து கொஞ்ச நா தொண்டுப்பட்டிக்கு வந்துக்குட்டிருந்துது, அப்பறொ வாரத நிறுத்திக்கிட்டுது. எங்கியாவுதுஞ் சுத்து, எதோரெடத்துல மொடக்கு. அந்தப் புள்ளைக எருமைய ஓட்டிக்கிட்டுப் போனா பொறத்தாலயே திரியு. அதும்பட மடீலெ போயிப் பாலுக்குடிக்கச் சொல்றாளே ஆயாக்காரீன்னு அந்தக் கொளந்தைகளுக்கு மொதல்ல ஆச்சிரியெொ.

அப்பறொ அம்மா கெனவுல வந்து சொன்னா அது பொய்யா போவாதுன்னு மக்கா நா காத்தால காட்டுக்குப் போனதீமு அந்தக் காராம்பசுவத் தேடிப் போச்சுதுகளா, அந்த மாடுமு இவீளத் தேடிக்கிட்டுக் காட்டுக்கு வருது. அதப் பாத்ததீமு அந்தக் கொளந்தைகொ ரண்டும் பக்கத்துல போயி அப்பத்தே புதுசா பாக்கறாப்பலச் சித்த நேரம் பாத்துக்குட்டு நின்னுதா, அந்த மாடுமு அந்தக் கொளந்தைகள ஒரு அதிசியமாட்ட அப்பிடி வெறச்சு வெறச்சுப் பாத்துதா, அவியாயாதே தம்பட கொளந்தை களப் பாக்கலாமுன்னு அந்த மாட்டு ரூவமெடுத்து வந்துட்டாளோ என்னமோ, ஆரு கண்டா? பக்கத்துல வந்து அந்த ரண்டையு அணச்சாப்பல நின்னுக்குச்சா. நாக்க நீட்டிக் கன்னுக்குட்டிய நக்கறாப்பல நக்கிநக்கிக் குடுத்துதா, அந்த மாட்டுக்கிருக்கற பாசங்கோட மனசனுக்கில்லெ, அப்பறொ நாய்க்கிருக்கற நன்னி மனசனுக்கிருக்குதா? அப்பிடித்தே. மனச நரியாட்ட ஓநாயாட்ட

வஞ்சன பழவிக்கிட்டே, சூது பழவிக்கிட்டே, திருட்டுப் பெரட்டுப் பண்ணிப் பழவிக்கிட்டே. அதுதே மழ பேய மாட்டீங்குது, சனத்துக்குக் குடிக்கத் தண்ணி சிக்க மாண்டீங்குது, செரி அது கெடக்குட்டு, நாம கதயப் பாப்பொ. கெனவுல சொன்னாப்பல அந்தக் கொளந்தைக அந்த மாட்டப் பாத்து அம்மான்னுகோடச் சொல்லுலெ, அதுகளப் பாத்ததீமு மடி பூரிச்சுக்குச்சா, வத்திப் போன அதும்பட நாலு காம்புலீமு தானா பாலுச் சொட்டுச்சா, குடீங்காயா ஏ தயங்கி நின்னு பாத்துக்கிட்டிருக்கறீங்கொங்கறாப்பல அதுகள அப்பிடிக் கண்ணு நெறையா பாத்துதா. அந்தப் பாலுக்கு அப்பிடியொரு ருசி. கன்னுக்குட்டிகளாட்டக் காலுக்கடீல போயி நின்னுக்குட்டு வவுறு நம்பக் குடிச்சுப்புட்டு வாயத் தொடச்சுக் குட்டுப் போயி ஒண்ணுந்தெரியாததுகளாட்ட பண்டம்பாடுகளப் தம்பாட்டுக்குப் பாத்துக்கிட்டிருந்துதா, அந்த மாடுமு நெனச்சாப் பல காட்டுக்கு வாறதில்லெ, அந்தப் புள்ளைகளுக்குப் பசிச்சா இதுக்கு மடி சொரந்துக்குமா, அப்பத்தே அதுகளத் தேடிப் போகுமா.

எப்பிடியோ அந்த வெள்ரிச்செடியப் புடுங்கியெறிஞ் சுபுட்டொ, இனியெனத்தத் தின்னு அவுளுக மினுக்குவாளுகளோ பாக்கலா, நானூத்தற புளிச்ச தண்ணியையுந் தீவச்சோத்தையு முட்டா அவுளுகளுக்கு வேற கெதியில்லீனு நெனச்சுச் சந்தோஷப் பட்டுக்குட்டுக் கெடந்தாளா அவியாயா. ஒரு நா போச்சு, இரு நா போச்சு, ஒரு வாரஞ்சென்னுது, இருவாரஞ் சென்னுது, நாளாவ நாளாவ அந்தப் புள்ளைகளுக்கு மினுமினுப்பு அதிகரிச் சுக்கிட்டே போனதே தவுத்துக் கொஞ்சங்கோட மங்கக்காணா. இதென்னடாது அதிசியமாருக்குது? வெறுங் கம்மஞ்சோத்துத் தண்ணிக்குமுந் தீவச்சோத்துக்குமு இப்பிடிப் பூரிக்குமா? இதுல இன்னொ என்னமோ இருக்குதாட்டருக்குது, அதக் கெவினிக் கோணும்னு மறுக்காளுமு அதுக பொறவால போயிக் கம்மறவா நின்னுக்குட்டுப் பாத்தாளாமா, அதுகளப் பாத்ததீமு அந்த வறட்டு மாடு நாக்கச் சொலட்டிக்கிட்டு ஓடியாறதீமு, தாயக் கண்டாப்பல அதுக ரண்டு குதுகலமா கிட்டப் போறதையுமு, அந்த வறட்டுமாடு மடி பூரிச்சு நிக்கறதையுமு அதுக ரண்டுமு ரண்டு பக்கத்திக்கு நின்னுக்குட்டுக் காம்பச் சப்பறதையும் பாத்தவளுக்கு வயித்தாலயே போயிருச்சா. பொறுக்க மாட்டாம ஊடு வந்தவொ ஆருகிட்டயு ஒண்ணும் பேசாம முக்காட்டப் போட்டுப் படுத்துக்குட்டாளா, புருஷங் காரெமந்து கால

நோண்டவு குறுக்கிப் படுத்துக்குட்டா, அவுனுக்கு ஒண்ணும் புடிபடுலெ. கேட்டதுக்குத் தனக்கு வயித்துவலீன்னுருக்கறா, செரிப் போயி வைத்தியரக் கூட்டியாரமுன்னு பொறப்புட்டவனத் தடுத்து, இது சும்மா வந்துருக்கற வயித்துவலியில்லெ, செய்வென, காத்துக் கருப்புத்தே வந்து அண்டீருக்குமாட்ட இருக்குது, நா மின்னயே சோசியகாரங்கிட்டக் கேட்டுட்டெ, அவெ அதுக்கொரு பரிகாரமுஞ் சொல்லீருக்கறே, ஒரே மனசா அதப் பண்ணித் தருவீங்களோ மாண்டீங்களோன்னு மின்னையாட்டவே அவங்கிட்டச் சத்தியஞ் செஞ்சுதரச் சொல்லிக் கேட்டாளா. அவுனுமு செரி என்னமாருந்தாலும் பண்ணித்தாரெ, நீ விஷயத்தச் சொல்லுன்னானா. அதுக்கவ கள்ளச்சிருப்புச் சிருச்சுக்கிட்டே மூத்தாளூட்டுச் சீதனமா கொண்டாந்த அந்தக் காராம்பசுவ வெட்டிப் பலி குடுத்தாத்தே எம்பட வயித்துவலி நல்லாவும்னு சோசியகாரெஞ் சொல்லீருக்கறே, அதும்படி செய்யோணும்னாளா, அவுனுக்கு மனசே இல்லியா, என்னதே வறடாருந்தாலு அது ஒரு பசுவல்லொ? அதப் போயிப் பலி குடுக்க முடீமா, அதுமு அது மூத்த தாரத்தோட சீதனமா வேற போச்சு, இருந்த அஞ் சாறு வருஷத்துல எத்தன பாலக் குடுத்துருக்கு, எத்தன சாணியப் போட்டுருக்கு, ஊருல பாதிப் பேரு பெருசானதே அது குடுத்த பாலுலெதேன்னு வெகு நேரொ ரோசன பண்ணிக்குட்டிருந்தானா. அவுளுக்குக் கோவொ, செரி நீங்க நா நல்லாருக்கறதவுட மூத்தா கொண்டாந்த சீதனத்தத்தே பெருசாப் பாப்பீங்களாட்டருக்குது, நா எங்கு அப்பனூட்டுக்கே போறெ, நெட்டையோ குட்டையோ அவிய சொல்றபடி கேக்கறெ, என்னக்கிருந்தாலு அவியதே எனக்காவாங்கொ, உங்குளுக்கு எம்பேருலருந்த ஆசையெல்லாம் போயிருச்சு, அனுபவிக்கறவரைலு அனுபவிச்சுப்புட்டு, இப்பச் சீக்கு வந்து படுக்கங்காட்டி எச்சலயெத் தூக்கியெறியறாப்பல தூக்கியெறிஞ்சு புட்டீங்கொ, நீங்கள்லா நல்லாருப்பீங்களான்னு கண்டபடி வார்த்த பேசிக்கிட்டு ஒரு மூச்சமுழுதாளா.

அவுந்தே என்ன பண்ணுவேம் பாவொ, எதுக்கெடுத்தாலு இப்பிடியே பண்றாளே இவொ, செரி இந்த ஒரு தரக்கா அவ சொன்னாப்பல செஞ்சுதேம் பாத்தரலாமேன்னு ஆளுக்காரனுகளக் கூப்புட்டு அந்த மாட்டப் புடிச்சுக் கொண்டாந்து கட்டுத்தொறைல கட்டுன்னு சொன்னானா. ஆளுக்காரங்கூட்டமு அவஞ் சொன்னாப்பல காடு கரையெல்லாஞ் சுத்தி, கட்டுமாறு கட்டி அதப் புடிச்சுக் கொண்டாந்துட்டானுகளா. அப்பறமென்ன

ஒரு மூணே நாளுக்குள்ள அத ஊரு முச்சந்தில வெச்சு வெட்டிப் பலி குடுத்துட்டானா அவெ. மக்கா நாளே தேறியெந்துருச்சுப் புருஷனுக்குச் சந்தோஷமா முந்தானய விரிச்சாளா அந்த வேவரசி. அந்தப் புள்ளைகதே சோந்து போச்சு, மாடு செத்துப் போயி ஏழெட்டு நாச்சென்னுமு ஆயா கெனாவுல வரக்காணா, மறுக்கா அதே தீவச்சோறுதே, கம்மஞ்சோத்துத் தண்ணிதே. நாலே நாளுக்குள்ள அதுகளுக்கு நெறம் மங்கிப் போச்சு. அதே அடி, அதே ஒதெ, அதே பேச்சு. அந்தப் புள்ளைக மறுக்கா அவியாயா குழி மேட்டுக்குப் போயி ஒரு மூச்சழுது நின்னுதுகளா. அன்னைக்குப் பொழுதோடவே கெனாவுல வந்து நின்னுருக்கறா அந்தப் பாவஞ்செஞ்ச முண்டப்புள்ள. ஆயாயா உங்குளுக்கும் புத்தியில்லெ எனக்கும் புத்தியில்ல, கம்மறவாருந்து காரியஞ் சாதிக்கறதுக்குப் பதலா நாமளே காட்டிக் குடுத்து இப்பப் பறிகொடுத்து நிக்கறொ, மேனாடு போனதீமு நா உங்குளுக்காக அந்தப் பகவாங்கிட்டக் கேட்டு வாங்குனது மூணு வரொ, அதுல ரண்டு வீணாப் போச்சு, இனி மிச்சமிருக்கறது ஒண்ணுதே, அதும்படி நா மானடத் திரேகமெடுத்து வருவெ. தெனமு நீங்க நம்பு காட்டுலருக்கற மேக்கோட்டுக் கெணத்துக்கு வந்துருங்கொ, அதுல ஒரு பாம்பேறியிருக்குது பாருங்கொ அதுல நா உங்குளுக் காகக் காத்துக்கிட்டிருப்பெ, வாங்கொ. அப்பிடி வந்தீங்கனா நா உங்குளுக்கு மொலப்பாலுந் தருவெ முட்டாயிந் தருவெ, வாங்கடா கண்ணுகளான்னு சொல்லீட்டு மறஞ்சுட்டாளாமா.

மக்கா நா காத்தால அந்தப் புள்ளைக ரண்டுமு ஆயா சொன் னாப்பல அந்தக் கெணத்துக்குப் போயிப் பாத்துருக்கறாங்கொ, பாம்பேறிலெ மசத்த விரிச்சுப் போட்டுக்குட்டு அப்பிடி உக்காந்துருந்தாளா அவியாயா. அவுளுக்கு ஆறடிக் கூந்தலாமா, அவுத்துட்டா தலவு மசுரு நெலம்பொரளுமா, அத்தன நீளொ, உசுரோட இருக்கறப்பொ அமாவாசெ மதியங்கண்டா தலைக்கு அரப்புத் தேச்சுத் தண்ணிவாத்துக்கிட்டு நடூட்ல எப்பிடி உக்காந்து அத்தன மசத்தையு விரிச்சுப்போட்டுக் காய வெப்பாளோ அப்பிடித்தே அப்ப அந்தக் கொளந்தைகளுக்குந் தெம்பட்டா ளாமா. தாயப் பாத்ததீமு அதுகுளுக்குக் கண்ணெல்லாந் தளும்பிக் கிச்சா, ஆயாளுக்குந் தாங்குலே, பாத்து நாலஞ்சு வருஷமிருக்கு மல்லொ? உட்டுட்டுப் போறபோது மூத்தவ ஒருத்திதே நடக்கத் தக்கனெ இருந்தா. எளையவொ அப்பத்தே தவுந்து பழவீருந் தாளாமா. இப்பொ ரண்டுமு இடுப்பத் தொட்டுக்குட்டு நிக்குது.

அதிலீமு பெரியவ வயுசுக்கு வாறாப்பலயல்லொ இருந்தா? பாத்ததீமு மூணு பேருமு ஒருத்தரயொருத்துரு கட்டிப்புடுச்சுக் குட்டு அப்பிடிக் கூகூன்னு கதறுனாங்களா. அந்தக் கெணறு ஒரு பாங்கெணறு. தண்ணி தளும்பி வாணிபோயிக் கெடந்துதா. பாம்பேறீல ஒரு இத்தனூன்டு எடந்தே இருந்துதா, செரியா கோரக்கோட முடீலியா. அதிலீமு செடி செத்தெ. அப்பொற ஆயாக்காரி அவிய ரண்டு பேருத்தயு நடுக்கெணத்துக்குக் கூட்டிக் கிட்டுப் போயி அப்பிடியே தண்ணி மேல கோரச் சொல்லிச் சொன்னாளா. அதுக ரண்டு ஆயா பேச்சக் கேட்டு அப்பிடியே சம்மணங்காலப் போட்டுக் கோந்துக்கிச்சா. தண்ணிதே, ஆனா அப்பொ அது அதுகளுக்குப் பஞ்சு மெத்தையாட்டத்தே இருந்துதா, நாம அப்பிடி நிக்க முடீமா, கோர முடீமா? அதெல்லா ஒரு சத்தியவாக்கு. ஆயா வாங்கிவந்த வரொ. ஆயாக்காரிமு அது களாட்டவே அந்தத் தண்ணி மேல கால நீட்டிக் கோந்துக்குட்டு அதுகுளுக்கு ஆளுக்கொரு மாருல பால் குடுத்தாளா. மேனாட்டுலருந்து அதுகுளுக்குன்னு சீனி முட்டாயி, கல்கண்டு, பச்சமாவு, பணியாரொ, சீதாப்பழொ அப்பறொ அதுகுளுக்கு வேண்டிய நகெ நட்டு, புதுத்துணி, புதுச்செருப்பு, சோறாக்கறதுக்கு அரிசி பருப்பு, மொளகா புளி, நல்லெண்ணெ, தேங்காண்ணெ, அப்பறொ சோறாக்கறதுக்கு வேண்டிய பாத்தரம்பண்டமெல்லாங் கோடக் கொண்டாந்துருந்தாளா. புள்ளைக அத அப்பிடி ஆயிஆயின்னு தின்னதப் பாத்துப்புட்டு அப்பிடி அழுதாளா. அப்பொறொ ஆயாயா நா வாங்கி வந்துருக்கற வரத்துப்படி நீங்க ரண்டு பேருமு பெருசாவிப் புருஷமுடு போற வரைக்குங்கூட இருப்பெ. உங்குளுக்கு வேண்டிதெல்லா நாங்கொண்டாந்து தாரெ, கவலப்படாதீங்கொ. பொறுமையா கோந்து பொழுதா வரைக்குமுந் தின்னுங்கொ, ஆராச்சுமு வந்து இங்க என்னாயா பண்றீங்கொன்னு கேட்டாத் தண்ணி வாத்துக்கறமுன்னு சொல்லிப்புடுங்கொ, நா உங்கு ரண்டு பேருத்து கண்ணுக்குந் தவுத்து மத்தவிய ஆரு கண்ணுக்குந் தட்டுப்பட மாண்டெ, நாங்கொண்டார பண்டம் பாத்தரங்களுமு ஆரு கண்ணுக்குந் தட்டுப்படாதுன்னு சொல்லி அதுகுளுக்குத் தலைக்கு நல்லெண்ண வெச்சு அரப்புப் போட்டுத் தண்ணிவாத்துட்டுத் தல சீவி, கருவேலங்காய ஒரச்சுச் சாந்து பண்ணிப் பொட்டு வெச்சு, அவிய காட்டுக்குள்ள இருந்த மல்லீக்கொடிலெ போயி பூப்பறிச் சாந்து தலெ நெறையா வெச்சுட்டு அழகு பண்ணிப் பாத்தாளாமா.

பொழுதாவரைக்கு ஆயாலும் புள்ளைகளு ஒரு வெநாடி பிரீலியா. பொழுதுழுந்த பிற்பாடு புதுத்துணியெல்லா அவுத்து வெச்சுப்புட்டு மறுக்கா பழய துணியப் போட்டுக்குட்டு, நகெ நட்டையெல்லாங் கழுட்டி ஆயாகிட்டக் குடுத்துட்டுத் தலையப் பழயபடிப் பரட்டையாக் கலச்சுட்டுக்கிட்டு நல்லா இருட்டுக் கட்டுனதுக்கப்பறொ ஊடு போயிச் சேந்தாங்களா. சின்னாயாக் காரி கண்ணுலயே தட்டுப்படக்கூடாதுங்கறதுக்காக அந்த ரண்டுமு நல்ல புள்ளைகளாட்ட இருட்டிருக்கவே எந்துருச்சு ஆக வேண்டிய வேலையெல்லா முடிச்சுப்புட்டு பொழுது கெளம்பறதுக்கு மின்னயே காட்டுக்குப் போயிருவாங்களா. சின்னாயாக்காரி போட்டுக் குடுக்கற தீவச் சோத்தையுமு புளிதண்ணியமுங் கொண்டாந்து மாட்டுத்தாழிக்குள்ள கொட்டீருவாங்களா. இப்பிடி ரண்டு வருஷம் போச்சு. புள்ளைக நல்லா கொழுகொழுன்னு கண்ணுப்படறாப்பல வளந்துது. இனி அதுகள ஆரு கையிலாவுது புடுச்சுக் குடுக்கோணுமேங்கற கவல பெத்தவுளுக்கு வந்துருச்சு. மானடத் திரேகத்துக்கு அவ வாங்கி வந்திருந்த வரமு முடியற காலொ நெருங்கிக்கிட்டிருக்குது. மேனாட்டுக்குப் போயிச் சேரோணுமல்லொ?

செத்தவ பின்ன இங்கயேவா இருந்துக்க முடியு? அதுனால அதுக்கென்ன பண்லாமுன்னு ரோசன பண்ணிக்கிட்டிருந்துது. அப்பறொ ஒரு நா திடீர்னு அவ புருஷங்காரெங் கெனாவுல போயி மசத்த விருச்சுப் போட்டுக்குட்டுப் பல்ல வெறுவிப் பயங் காட்டிக்கிட்டு நின்னாளா. அவுனுக்குப் பயத்துல மூத்தரமெல்லா வந்துருச்சா. ஈர வேட்டியோட எந்துருச்சுப் பாக்கங்காட்டி ஒண்ணுந்தட்டுப்படுலியா. செரி எதோ கெட்ட கெனான்னு நெனச்சுக்குட்டுச் சாமியக் கும்புட்டுட்டுப் படுத்துக்கிட்டானா. அப்பொற மக்கா நாளு அந்தச் சக்களத்தி கெனாவுல போயி நின்னுருக்கறா. அவுளுமு பயந்து போயி ஒளறு ஒளறுன்னு ஒளறிருக்கறா, இப்பிடியே ரண்டு மூணு மட்டங் கண்ணுக்குக் காட்டிப்புட்டு, ஒரு நா ராத்திரி அவிய ரண்டுபேருமு ஒண்ணா கட்டல்ல கெடக்கறப்பொ தம்பட சக்களத்தி முதுகுல பளாருன்னு ஒரு அற அறஞ்சாளா. என்னமோ ஏதோ காணமேன்னு அடிச்சுப் புடுச்சு எழுந்து அவுசர அவுசரமா சீலயச் சுத்திக்கிட்டு எந்துருச்சு வெளக்கத் தூண்டியுட்டுப் பாக்கங்காட்டி அஞ்சு வெரலும் பதுஞ்சு முதுகு நத்தங்கன்னிப்போயிக் கெடந்துதா. புருஷம் பொண்டாட்டி ரண்டு பேருத்துக்குமு காச்சக் குளுரு புடுச்சுக்

குச்சு. எட்டு நா கெடய உட்டு எந்திரிக்க முடீலியா. அந்த எட்டு நாளைக்குமு கெனாவுல வந்து பயப்படுத்திக்கிட்டே இருந்தா ளாமா மூத்த தாரத்துக்காரி. ஒருநா ஒரு கெழவியாட்ட வந்து நிப்பாளா, மக்கா நா பூனையாட்ட வந்து நிப்பாளா, அதுக்கு மக்கா நா சின்னக் கொளந்தையாட்ட வந்து நிப்பாளா, ஆரு, என்னுனு கேட்டா அப்பிடியே காத்தோட காத்தா போயிருவாளா. அவ வந்து நின்னா ஊதுவத்தி மணக்குமா, சாம்பராணி வாசொ குமுகுமுன்னு வருமா. ஒரு நா சலவாதிக்குப் போலாமுன்னு அப்பிடி எந்துருச்சு நடக்க முடியாம நடந்து ஊட்டுக்குப் பொறவால போயிருக்கறா, அப்பொ தம்பட சக்களத்தி முன்னால பன மரமாட்ட அடிக்குந் தலைக்கு எந்துருச்சு நின்னாளா மூத்த தாரத்துக்காரி, அவளுக்கு அங்கயே கண்ணெல்லா நட்டுக்குச்சு, நின்ன கெடைலியே சலவாதிக்குப் போயிருச்சு. அப்பறொ ரண்டு பேருமு எங்கயோ தூரந்தொலைவுக்குப் போயி ஒரு பூசாரியப் பாத்து இதுக்குப் பரிகாரமென்னன்னு கேட்டுருக்கறாங்கொ. வெவரமெல்லாங் கேட்டுப்புட்டுச் சுத்தி வளைக்காம நேரடியா புட்டு வெச்சுப்புட்டானாமா அந்தப் பூசாரி. தம்பட கொளந்தை களச் செரியா கெவுனிக்காம, அதுகளுக்குச் சோறு தண்ணி ஊத்தாம, அடிச்சு ஒதச்சுக் கொடுமெ பண்ணுனதுனால மூத்த தாரத்துக்காரிதே பேயா வந்து இப்பிடிக் கஷ்டப்படுத்தறா, அதுனால அதுகளுக்கு நல்ல மொறையா கண்ணாலங்காச்சி நடத்தி வெக்கறதுக்கு வழியப்பாருங்கொ சாமி, இல்லாட்டி இது இப்பிடித்தே தொந்தரவு பண்ணிக்கிட்டிருக்குமுன்னானா அப்பங்காரனுக்கு அப்பத்தே அந்தப் புள்ளைக நெனப்பே வந்துதா. அதுகளப் பாத்துக்கறதுக்குனுதே நா உன்னயக் கட்டிக் கூட்டியாந்தெ, அதுகுளுக்குச் சோறும் போடாம தண்ணீயுங் குடுக்காம அடிச்சு ஒதச்சுக் கொடும பண்ணிக்கிட்டிருக்கறாயலெ நீன்னு கோவமா கேட்டானா, அதுக்கவொ அய்யய்யோ இந்தப் பூசாரி பொய் சொல்றே, அவன நம்பாதீங்கொன்னு சொல்லி மாலமாலயா பொய்க் கண்ணீருட்டுக்குட்டு அப்பிடி அழுதா ளாமா. அப்பறொ அப்பங்காரெ நா எம்பட கொளந்தைகளப் பாக்கோணும்னு போய்க் கூட்டியாரச் சொல்லி காட்டுக்கு ஆளுக்காரனுகளெ அனுப்புச்சானா. அவுனுகளும் போயி அந்தப் புள்ளைகளத் தேடிக் கண்டுபுடிச்சுக் கொண்டாந்து முன்னால நிறுத்துனானுகளா. புள்ளைக சும்மா தளத்தளன்னு தக்காளி நாத்துகளாட்ட நின்னதப் பாத்துப்புட்டு அவெ செரி, இந்தப்

பூசாரி பொய்தேஞ் சொல்றே, நல்லாப் பாத்துக்குலீனா இந்தப் புள்ளைக இப்பிடியிருக்குமான்னு நெனச்சுக்குட்டுப் பொண்டாட்டியப் பாத்து செரி இதுகளுக்கு ஒரு கண்ணாலத்தப் பண்ணி வெச்சுப்புடலா, இல்லாட்டி ஊரொலகோ உன்னைய இப்பிடித்தேங் கொற சொல்லிக்கிட்டிருக்கு, அதுனால நாம்போயி எம்பட பொறந்தவக்காரிகிட்டப் பேசிப்புட்டு வாரமுன்னு கௌம்புனானா, அதுக்கவ வேண்டாமுன்னு தடுத்துப்புட்டு நீங்க ஏ அவ்வளவு தூரத்திக்கு அலஞ்சு கஷ்டப்பட்டுக்கிட்டு, ஊருல எங்கு சொந்தக்காரமூட்டுல ரண்டு பசங்க இருக்கறாங்கொ, நல்ல பசங்கொ, கட்டற மொறெதே, சொத்துங்கெடக்குது, நாஞ் சொன்னாச் செரீம்பாங்கொ நாம்போயிப் பாத்துப்புட்டு வாறெ, நீங்க ஆக வேண்டிய காரியத்தையெல்லாம் பாருங்கொன்னு அப்பிடித் திருத்தமாப் பேசி அவனச் சமாதானப்படுத்துனாளா, அந்தப் பல்லிக்கெருவி அவ பேச்ச நம்பிக் காரியத்த ஆரம்பிச்சுப் புட்டே, அவுளுக்கு அந்தப் புள்ளைகளப் பாக்கப் பாக்க வவுறு வாயெல்லா எரிஞ்சுதா, எப்பிடியாச்சு அதுக பொழப்பக் கூடப் போட்ரோணும்னு திட்டம்போட்டாளா, அவ சொன்னாப்பல ரண்டு பசங்க இருந்தது நெசந்தே, நல்ல வசதிதே, கட்டற மொறையுந்தே, ஆனா அதுலருந்த சூழ்ச்சிதென்னுனா, ரண்டு பேருத்துல ஒருத்தனுக்குக் குட்ட வெசாதி மத்தவனுக்குக் காசநோயி. அதுனாலயே ரண்டு பேருத்துக்குமு பொண்ணுக் குடுக்கறதுக்கு ஆருமருலெ. மக்காநாளே பொறப்புட்டுப் போனவ பண்ணாத சூழ்ச்சி பண்ணி கண்ணாலத்த உறுதிப்படுத்திக்குட்டு வந்து புருஷங்கிட்டச் சொல்லிப்புட்டா. அவ சொன்ன ரோசனப் படி பொண்ணுப் பாக்க வந்தவனுகொ சீக்கு வெளிய தெரியாத படிக்கு மறச்சுக்குட்டு வந்தானுகளா. குட்ட வெசாதி புடுச்சவெ தழும்பு கண்ணுக்குத் தெரியாதபடிக்குக் களிமண்ணக் கொளச்சுப் பூசிக்கிட்டானா, காசநோய் புடுச்சவெ நெஞ்சுக்கு மேல பஞ்ச வெச்சு அடச்சு அதுக்கு மேல ஒரு அங்கராக்கப் போட்டுக்குட்டு வந்தானா. இவிய காத்தாலருந்து காத்துக்கிட்டிருந்தாங்களா, ஆனா மாப்பளயூடு வாறதுக்கு இருட்டாவிப் போச்சா. கேட்டதுக்குத் தடம்வழி செரியில்லெ அதுதே இவ்வளவு தாமுசொமுன்னு சொல்லீட்டானுகளா மாப்பளயூட்டுக்காரனுகொ. அப்பங்காரனுமு அத நம்பிக்கிட்டே, இருட்டுல எரிஞ்சது ஒரே வெளக்கு. அதுக்குமு எண்ணெயில்லாமப் பாதீல கெட்டுப்போச்சு. அல்லா அவ ஏற்பாடுதே. வந்தவியொ ஆரயுமுஞ் செரியாப் பாக்கவு

முடீலெ. மாப்பளக்காரனுக ஆரு, கூடவந்தவியொ ஆருன்னு ஒண்ணுந் தெரீலெ. பேசி முடிச்சாச்சு. எட்டா நேத்தே கண்ணால முன்னு முடிவும் பண்ணியாச்சு. அந்தப் பாவஞ்செஞ்ச முண்டப்புள்ளைகளுக்குமு ஒண்ணுந் தெரீலெ. ஊட்ட உட்டு வெளில போறதுக்கில்லாமக் காவப் போட்டிருந்துருக்கறா சின்னாயாக்காரி. தவிச்சுக் கெடந்துருக்குது அந்த ரண்டும். கண்ணாலத்துக்கு ஒரு ரண்டு நா இருக்கறப்பொ எப்பிடியோ அல்லாருத்தயு ஏமாத்திப்புட்டு ரண்டு புள்ளைகளுமு முட்டிக் கிட்டுப் போயிருச்சா. போனது ஒரே வாங்குல காட்டுக்குத்தேம் போயிருக்குது. அதுக்குள்ள சின்னாயாக்காரிக்கு விஷயந்தெரிஞ்சு போச்சா. இவுளுக எதுக்குக் காட்டுக்குப் போறாளுக, மின்ன மாதரி எதாச்சுமு மர்மமிருந்தாலுமிருக்குமுன்னு நெனச்சுக்குட்டு ரண்டாளுகளக் கூட்டிக்கிட்டு அவுளுமு பொறவாலயே போனாளா. ரண்டுமு நேரா அந்தக் கெணத்துக்குத்தேம் போயிருக்குது. அங்க போயி பாம்பேறீல உக்கோந்து அம்மாம்மா இந்த மாதரி சின்னாயாக்காரி எங்கு ரண்டு பேருத்தயு சீக்குக் காரனுகளுக்குக் கட்டிக் குடுக்கத் திட்டம் போட்டுருக்குது, இதுலருந்து நாங்க மீண்டுவர முடியாதாட்ட இருக்குது. நீ பேசாம வந்து ஒங்கோடவே கூட்டிக்கிட்டுப் போயிருன்னு சொல்லி அழுதுக்கிட்டுருந்துதா. அப்பப் பாத்து சின்னாயாக்காரி வந்து கெணத்த எட்டிப் பாத்தாளாமா, அவ கண்ணுக்கு அந்தப் புள்ளைகதேந் தெருஞ்சுருக்குது, தாய் தெரீலெ. இதெதுக்கு இந்த ரண்டு பேருமு இப்பிடி இந்தப் பாங்கெணத்துப் பாம்பேறீல கோந்துக்குட்டிருக்கறாளுகொ? இதுல சூதென்னாச்சுமிருக்கு மோன்னு ரோசனோ பண்ணுனாளாமா. அவ ரோசனைக்கு ஒண்ணுஞ் சிக்குலெ. செரி இதயேம் போயி வெட்டியா ரோசன பண்ணிப் பொழுதப் போக்குவானே, இவளுக இங்க வந்துருக்கறதுமு நல்லதுக்குத்தே, பேசாம ரண்டு பேருத்துத் தலமேலையுமுங் கல்லத் தூக்கிப் போட்டுக் கெணத்துக்குள்ள தள்ளியுட்டுப்புடலா, புருஷங்காரெரங் கேட்டா காத்தவறி உளுந்துட்டாங்களாட்ட இருக்குதுன்னு சமாளிச்சுக் கலாமுன்னு கல்லத் தேடுனாளா.

ஆயாக்காரிக்கு அவ சூழ்ச்சி புருஞ்சு போச்சு. இனி நம்பு கொளந்தைகள இந்தச் சண்டாளிகிட்ட உட்டுட்டுப் போவக் கூடாதுன்னு முடிவு பண்ணி, ஆயாயா இனிமேலேமு நீங்க இங்க இருக்க வேண்டா பேசாம ரண்டுபேருமு எங்கோடக்

கெணத்துல குதுச்சு முழுவிக்குங்கொ, ஆழத்துக்குப் போயிரலா. அங்க வந்து எந்தக் கொம்பியு ஒண்ணும் பண்ணீர முடியாது, நாம்பாத்துக்கறமுன்னு சொல்லீட்டு மொதல்ல தாங்குதுச்சாளா, தாயத் தொட்டுப் புள்ளைக ரண்டுமு பொறவாலயே குதுச்சுதா. குதிச்ச மாயத்துல தாய்க்காரி அதுக ரண்டையு ரண்டு கையில புடுச்சு உள்ள இழுத்துக்குட்டுப் போயிட்டாளா. கல்லக் கொண் டாந்து வெச்சுக்குட்டுத் தலைல போடறதுக்குத் தரணம்பாத்து நின்னுக்கிட்டிருந்தாளா அந்தச் சக்களத்தி. முழுவுனது ரண்டுமு அப்பறொ மேல வரவேயில்லெ. செரி கத முடிஞ்சுதாட்ட இருக்குது, அதுமு நல்லதுக்குத்தே அப்பிடீன்னு நெனச்சவளுக்கு அந்தப் புள்ளைக கழுத்துல கெடந்த நகெ ஞாபகத்துக்கு வந்துதா. செரி எப்பிடியாருந்தாலு ரண்டயு மேல கொண்டாந்துதான தீரோணும்னு புருஷங்காரனுக்குத் தகவச் சொல்லியுட்டாளா. வாயிலீமு வயித்துலீமு அடிச்சுக்குட்டு அவெ ஓடியாந்தே. ஊருச்சனமெல்லா வந்துச்சு. கண்ணாலத்துக்கு வந்திருந்த சனமு வந்து கெணத்து மேட்டுல கூடி நின்னுக்குச்சு. மொதல்ல பாதாள சோதி போட்டு நறுவுசா தேடிப் பாத்தாங்களாமா, ஒண்ணுந் தட்டுப்படக்காணமா, நல்லா மூச்சுப் புடுச்சுக் குமுளிக்கத் தெரிஞ்ச நாலாம்பளைகள எறக்கியுட்டுத் தேடிக் கொண்டாரச் சொன்னாங்களாமா, அவீளுமு உள்ள குமுளுச்சு அடியாளத்துக்குப் போயி ஓரிண்டிடுக்குடாமச் சல்லட போட்டுத் தேடிப்பாத்துப்புட்டு வந்து ஒண்ணுந்தட்டுப்படக் காணாமுன்னு ஒதட்டப் பிதுக்குனாங்களாமா, அப்பறோ எங்கதேம் போயிருப்பாளு கொன்னு அவுளுக்குங் கொழப்பொ அவ புருஷனுக்குங் கொழப்பொ ஊருச்சனத்துக்குங் கொழப்பொ. அல்லாருங்கூடி ரோசன பண்ணி ஆனதாவுட்டு, கெணத்துல இருக்கற தண்ணி யெல்லா எறச்சுப் பாத்துப்புடறதுன்னு முடிவு கட்டுனாங்களா.

அத்தா பெரிய கெணத்த என்னைக்கு எறச்சு முடிக்கறது, செத்துருந்தா ரண்டு நாள்ள செவொ மேல வருமல்லொன்னு சொன்னதுக்கு அந்தச் சக்களத்தி ஒத்துக்க மாண்டமுன்னு சொல்லீட்டாளா, அதுல என்னமோ ரகசியமிருக்குது, அதத் தெரிஞ்சுக்கோணுமுங்கறதுதே அவ ஆசெ, அத மறச்சுக்குட்டுப் புள்ளைக மேல பாசமிருக்கறாப்பல குய்யோமொறையோன்னு கீழ உழுந்து பொரண்டாளாமா. புருஷங்காரனுமு, செரி பொண்டாட்டிக்காரி சொன்னபடியே ஆவுட்டும்னு கெணத்த எறைக்கச் சொல்லி உத்தரவு போட்டானா. ஊருச்சனமெல்

லாங்கூடி ஒரு நாப்பொழுதுக்குமு எறச்சுது, ஒரு வெரக்கடத் தண்ணி கொறஞ்சுது, ரண்டு நாப்பொழுதுக்கு எறச்சுது, ரண்டு வெரக்கடத் தண்ணி கொறஞ்சுது. இப்பிடி நாளுக்கொரு வெரக்கட தண்ணீன்னு கணக்கு வெச்சு அல்லாருமு மொறெ போட்டுக்குட்டுத் தண்ணியச் சேந்தி ஊத்துனாங்கொ, அப்பவு அதுல தண்ணி கொறையிலெ, இப்பிடி ஒரு நா போச்சு, ரண்டு நா போச்சு அப்பறொ ஒரு வாரம் போச்சு, ரண்டு வாரம் போச்சு அப்பறொ ஒரு மாசமாச்சு, மாசமும்போயி வருஷமு மாச்சு, ஒரு வருஷம் பல வருஷமாச்சு, இன்னஞ் சலிக்காம எறக்கிறாங்கொ எறக்கிறாங்கொ எறச்சுக்குட்டேருக்கறாங்கொ. எத்தன காலமாச்சோ, கத நடந்து போயிக் காலமென்ன ஆச்சோ, விதி முடிஞ்சு போயி வருஷமென்ன ஆச்சோ? அப்பிடி அவியெல்லா ஓய்வில்லாம எறச்சு எறச்சு வெளில ஊத்தற தண்ணிதே நம்முளுக்கெல்லா ஒரு ஆறா ஓடியாறுதாமா. நொய்யலாறு, காவேரி, அமராவதி அப்பிடீன்னு பல பேருல நாம் பாத்துக்கிட்டிருக்கற தண்ணி அந்தக் கெணத்துத் தண்ணி தானாமா. எறச்சுக்குட்டிருக்கறவீளுக்குக் கையோஞ்சு போயிருமா, அப்ப எறக்கறதச் சித்த நிறுத்திப்புட்டு நெழலொணத்தியாக் கோந்து வெத்தல பாக்குப் போட்டுக்கிட்டிருப்பாங்களா, அப்பத்தே ஆறு வத்துமாமா. அப்பிடித்தே அவீளுக்குக் கையோஞ்சு போச்சாட்ட இருக்குது. இப்ப ஆறு வத்திக் கெடக்குது.

14

மண்ணும் கல்லும் ஒரு சிறு குன்றாகக் கிணற்றடியில் கிடந்தன.

எவ்வளவு மண்ணையும் கல்லையும் வெளியே இழுத்துப் போட்டிருக்கிறது இந்த ஊர். இதற்கு எவ்வளவு உழைப்புத் தேவைப்பட்டிருக்கும். குமரப்ப பண்டிதன் சொன்ன ஒரு சொல்லின்மேல் வைத்த நம்பிக்கை எவ்வளவு பெரிய காரியத்தைச் சாதித்திருக்கிறார்கள். இந்தப் பண்டிதன் யார்? கடவுளா?

அல்லாவிட்டால் எந்தத் தடயமுமே இல்லாமல் எப்படி அவனால் அவ்வளவு ஆழத்துக்குள் மிக ரகசியமாக அசைந்து கொண்டிருந்த ஒரு நதியைக் கண்டுபிடிக்க முடிந்தது? வெறும் ஊற்று அல்ல, ஆறுதான் அது; பாதாள கங்கை களிமண் படிவை முற்றாக அகற்றிவிட்டுப் பார்த்தபொழுது எல்லாருக்கும் பெருத்த ஏமாற்றம். ஊற்றின் ஒரு கண்கூடத் தென்படவில்லை. திட்டுத் திட்டாக வெறும் சரளை. களிமண் படிவுகளில் தென்பட்ட ஈரம்கூட அதில் தட்டுப்படவில்லை. கடப்பாரையால் குத்திப் பார்த்தபொழுது கணீர் கணீரெனப் பாறையின் சத்தமே வந்தது. பட்ட பாடெல்லாம் வீண்.

குமரப்ப பண்டிதனின் சொல் கேட்டு ஊரே திரண்டு நின்று செலுத்திய அத்தனை உழைப்பும் வீண். மூன்று மாதங்களாய் எவ்வளவு உழைப்பைத் தின்றிருக்கிறது இந்தப் பூமி. துளைத்துத் துளைத்து அதன் அடிவாரத்தையே தொட்டாயிற்று. சேற்றை அகற்ற பாறை, பாறையை அகற்றிய பின்பு களிமண், வாம்பாடு பட்டு அதனையும் அகற்றிப் பார்த்தால் இப்பொழுது மறுபடியும் எழும்பி நின்றுகொண்டிருக்கிறது ஒரு சரளைத் திட்டு.

இனி, யாரால் என்ன செய்ய முடியும்? சரியாக ஏமாற்றி விட்டான் குமரப்ப பண்டிதன். தீராத ஆத்திரத்துடன் தனது கடப்பாரையை நிலத்தில் குத்தி ஊன்றி நிறுத்திவிட்டுத் தொங்கிய கயிற்றைப் பற்றிச் சுவரைக் கால்களால் உந்தி உதைத்து மேலேறி வந்தான் நாய்க்கன், சினம் பொங்கிற்று அவனுக்கு. "ஊத்திருக்கு தாமா ஊத்து, ஒரு மசுருமில்லெ, கொடஞ்சு கொடஞ்சு பூமியே ஓட்டையா போயிருமாட்ட இருக்குது."

இன்னொ எனத்தக் கொடையறது? இதா வந்துரு அதா வந்துரும்னு தோண்டிக்கிட்டே போனா மறுக்காலும் பாறதே வந்து நிக்குது. அந்த நாசுவெ நம்பளயெல்லா நல்லா ஏமாத்தி வேடிக்க பாத்துப்புட்டானுங்கறே, சோசியஞ் சொல்றானா சோசியொ. திருவாத்தேங் கதையாட்டவல்லொ ஆயிப்போச்சு? அப்புவு எசமாங்க சொன்னாங்கொ, நம்பளயெல்லா கேனக் காத்தானுகன்னு அவியொ சொன்னது செரியாத்தேம் போச்சு. போயிக் கூட்டியாங்கொ அந்தக் கெழட்டு நாசுவனெ, கூடக்குள்ள கோர வெச்சு எறக்குங்கொ கீழ. கேக்கறெ, நானே கேக்கறெ, ஊத்துருக்குது வெட்டுங்க சாமீன்னு அத்தன மட்டஞ் சொன்ன யாடா நாசுவா, எங்க காட்டு பாக்கலாமுன்னு கேக்கறெ, காட்டாம இருக்குட்டு அப்பிடியே இந்தக் கெணத்துக்குள்ள போட்டு மூடிபுடறெ, மண்ணுதேங்கெடக்குதல்லொ?"

"திடுதிப்புன்னு அப்பிடியேஞ் சொல்லாட்டி? என்னதே இருந்தாலு வயுசுல பெரீவெ."

"அப்பிடீன்னா அதுக்குத் தவுந்தாப்பல நடந்துருக்கோணு." "எழுவது எம்பது வருஷமா பாத்துக்கிட்டிருக்கறமப்பா, கொமரெ அப்பிடியாபட்ட ஆளில்லெ. அதெத்தச்சோட்டெடமருந்தாலு இருக்கறத ஒடச்சுச் சொல்லிப்புடுவே, அதுனாலு கேக்கறவிய மனசு சங்கடப்பட்டாலுஞ் செரியே சாஸ்தரஞ் சொல்றத மாத்திச் சொல்லமாண்டானுங்கொ சாமீம்பனாப்பறொ. அதிலீமு வெடத் தலாங்காட்டுக்கு ஒண்ணு சொல்றதுனா ஒரு தடவைக்கு நாலு தடவ யோசிக்காம ஒண்ணச் சொல்லீருக்க மாட்டொ." "அதப்பிடித்தே, கொமரன அப்பிடிப் பாக்க முடியாதுதே." "செரி வரச்சொல்லுங்கொ, என்ன ஏதுன்னு கேட்டுருவொ."

"செரி போயிக் கூட்டியாப்பா, என்னதேஞ் சொல்றான்னு கேட்டுத்தேம் பாத்துருவொ."

"கடுஞ்சொண்ணுஞ் சொல்லீராத, மனசுட்டுப்போயறப் போவுது பாவொ."

"என்ன கண்டார கழுதைன்னா பேசப்போறாங்கொ? கூட்டி யாருட்டு."

இரண்டு பேர் குமரப்ப பண்டிதன் கிடைகொண்டிருக்கும் திசை பார்த்து நடந்தார்கள்.

"அட அவுனுக்கு வரவரப் புத்தி மங்கிக்கிச்சு, இத்தனயப் பண்ணி ஒண்ணுந் தட்டுப்படுலீனா அப்பறொ வேறென்னத்தப்

பண்ணி ஊத்து வரப் போவுது? மறுக்காக்காலுங் கேட்டாலு அதையேதேஞ் சொல்லுவே, இல்ல இன்னொ நாலு மொளத்திக்கு வெட்டோணுமுங்க சாமீம்பே. அத நம்பி ஊருச்சனொ இன்னம் பத்துநாளைக்கு வேலயக் கெடத்துக்குட்டுக் கெணத்து மேட்டுல கெடக்க வேண்டீததுதே. மறுக்காலும் பாறைன்னா மறுக்காலு தாராபொரத்து நாய்க்கெங் கூட்டத்தக் கூட்டியாந்து மறுக்காலு மொருக்கா வெடி வெச்சு அதப் பொளக்க வேண்டீததுதே."

"ஆமாமா, கொமரனுக்குப் புத்தி மங்கிக்குச்சாட்டத்தே இருக்குது. அப்பறொ வயுசுமு ஆவுதல்லொ? எனக்குத் தெரிஞ்சு நூறிருக்கு."

"நூறத் தாண்டீருக்குமே தவுத்துக் கம்மியாருக்கறதுக்கு வாய்ப் பில்லெ, தனக்கே தொண்ணூறாவுதுங்கறானப்பறொ பொங்கே, அவெ இவுனுக்குப் பத்துப் பன்னண்டு வருத்திக்கு எளயவனாமா."

"ஆளப் பாத்தா அப்பிடித் தெரீலெ, இன்னொ நட தளரக் காணா, சனோ அறவதானா தடி போட்டுருது, அவெ வலசப் பயனாட்டவல்லொ நிமுந்துக்குட்டு வாறே."

"அதொவ்வருத்துரொடம்பு வாகு."

"இத்தன வருஷத்துல ஒரு நா காச்சத் தலவலீன்னு படுத்துக் கண்டுருக்கறயா நீ? அதெல்லா பச்செல பண்ற வேல, தோட் டங்காட்டுல ஒரு எல தலய உட்டு வெக்கறானா? இந்தெட்டுக்குப் பச்சையெங்கீமில்லாததுனால சும்மாருக்கறெ, இல்லாட்டி என்னாரமு பச்சயத் தேடி வெள்ளாடாட்டச் சொலமாடிக் கிட்டேருப்பானாப்பறொ."

"மூலிகையத் தேடித்தே அப்பிடி அலையறது, ஒருக்கா எதுக்கோ அமுக்கறாங் கெழங்கு வேணும்னு சீமையெல்லாஞ் சுத்தீட்டு வந்தே, கடசீலச் சென்னிமலைல கெடச்சுதாமா."

"அமுக்கறானுக்கென்ன? தடமழி எங்கு பாத்தாலுங் கெடக் குமாப்பறொ, சென்னிமலைக்கேம் போவாட்டி?"

"அமுக்கறாங் கெழங்கோ வேறென்னமோரு கெழங்கோ வழி வட்டாரமே சுத்துனே."

"அதயெல்லாங் கொண்டாந்து செக்குல போட்டு இடுச்சுச் சாறெடுப்பே, அப்பறொ அதக்காச்சி மருந்து சேத்துவே, தெனமுங் காத்தாலையும் பொழுதோடயும் என்னமோ ஒரு லேகியஞ் சாப்புடுவானா, அதுதே அத்தன பலமா."

“இத்தன வயுசாவிப்போச்சு, ஒரு பல்லுளுந்துருக்குதான்னு பாருங்கொ, அப்பொற அந்த நாக்குமு ஒரு துளி பொரளறதில்லெ கண்ணுமு மங்குனாப்பல தெரீல.”

“அப்பறொ ஆகாரமெப்பிடியாப்பட்ட ஆகாரொ, நம்பளை யாட்ட அவெ பச்ச மொளகாயக் கடிச்சுக்குட்டுப் பழைய சோத்தக் குடுச்சுக்குட்டா இருக்கறானுங்கறெ? நெய்யில்லாம ஒரு நாக்கோடத் திங்கமாண்டானாமா, சமுதா சொல்றாளப்பறொ, வெங்கலக் குண்டாவொண்ணிருக்கும் பாத்துருக்கறயா? மக்காப்பிடி அரிசிச்சோறு புடிக்கு, அது நெறையா போட்டு வெப்பாளாமா, ஒரு பருக்கெயில்லாம அத்தனையுந் தின்னு புடுவானா.”

“ஆனா ஆளப்பாத்தா ஒல்லியாத்தேந் தெரீரே, வவுறுங்கோட அப்பிடியொண்ணும் பெருசாருக்கறாப்பல காணா, எப்பிடி அத்தனயத் திங்கறே?”

“நீ வேற, அவுனுக்குப் பாம்பு வவுறு, எத்தனயத் தின்னாலு மேல வராது.”

“ஆளு நல்ல ஒசரமொல்லொ? ஆறடிக்கிருப்பானாட்டருக்குது. கூளையாருந்தா ஒடம்பு தெரியு, ஒசரத்துக்கு ஒண்ணுந் தெரியாது.”

“அதப்பிடித்தே.”

“கறி கிறி ஒண்ணுஞ் சேத்துக்கறாப்பல தெரீலெ, ஆளு சைவமுங்கறாங்கொ, நெசமோ பொய்யோ காணா.”

“இல்லெ அது நெசந்தே, ஆட்டுக்கறி கோழிக்கறி ஒண்ணையுந் தொடராப்பல தெரீலெ.”

“அது சோசியம் பாக்கறாப்பலயல்லொ, அதுக்குக் கறி கிறி ஒண்ணுந்தொடப்படாதாமா. பக்தியா இருந்தாத்தே அந்தச் சொல்லொட்டுமா.”

“அதப் பாத்தாளுமப்பிடித்தே, அததுக்கு எப்பிடியிருக் கோணுமோ அப்பிடித்தான இருந்தாகோணும் பின்ன?”

“அப்பறொ சமுதா எப்பிடி இதயெல்லாந் தொடாமருக்கறா? அவியப்பனூட்டுல அதில்லாம ஆருக்குமு ஒரு வா கஞ்சி உள்ள போவாதா, சொல்லீருக்கறாங்கொ”

“அவெ இவனக் கட்டிக்குட்டுப் படாதபாடு பட்டுக்குட்டுருந் துருக்கறா. மொதக் கொஞ்ச நா புருஷனுக்காவாவுது நம்புளுக் கெதுக்குன்னு அதையெல்லா ஒதுக்கி வெச்சுட்டுத்தே இருந்தா

ளாமா, அப்பறொ அவளால முடீலெ, மின்னயெல்லா கொழுந்தனா ஊட்டுல கறியாக்குனா இவளக் கூப்புடாமத் திங்கமாண்டாங்கொ, அப்பறொ ரண்டு குடும்பத்துக்கும் பேச்சு வார்த்தயில்லாமப் போச்சு. ஒவ்வொருக்கா அவ பொறந்தவங் கூட்டெொ தங்கச்சி பொக்குனு கெடப்பான்னு ஊருலருந்தே ஆக்கிக் கொண்டாந்து குடுத்துப்புட்டுப் போவானுகளா, அப்பறோ அது நின்னு போச்சு. எங்கத்த, புள்ள குட்டீன்னு வந்துட்டா அவனவெங் குடும்பத்தக் கெவுனுச்சுக்கறதுக்கே செரியா இருக்குது. ஊரு செய்யற நாசுவனாருந்தா எதுக்குங் கவலையில்லெ, ஊருல ஆரூட்டுல காச்சுனாலு உருமெயோட கேட்டு வாங்கித் தின்னுக்கலா. கொமரெ அதுக்குமு உடமாண்டே, அவ நாக்குச் செத்துப் போயிச் சோத்துக்குடியே இல்லாமக் கெடக்கறதப் பாத்துப்புட்டுக் கொமரனே அவள அதத் திங்கறதுக்கு ஒரு வழி சொன்னானாமா, மாசத்திக்கொருக்கா காட்டுச் சாளைல வெச்சு எந்தக் கெரவத் தையோ ஆக்கித் தின்னுக்கலா, தின்னுபுட்டு ஆத்துக்குப் போயித் தலையோட முழுவீட்டு வந்தரோணும்னானா. நம்பநாளா அப்பிடிக் காட்டுக்குள்ள வெச்சு ஆக்கித்தே அதையெல்லாந் தின்னுக்குட்டுருந்தா, பேரம் பேத்தி வந்தா அவுளுக்கு அதொரு சாக்காப் போயிரு அதுகுளுக்கு வேணும்னு வாரத்திக்கு ரண்டு மட்டொ ஆக்கிப்புடுவா."

"இதொரு கத தெரியுமா உனக்கு? தெம்பறத்தூட்டுல கோழிக் குஞ்சு நெறையா இருக்கு. என்னாரமுங் கொமரனூட்டுப் பொடக்காணீலதேந் திரியு. இவுளுக்குக் கோழி திங்கறதுக்கு ஆசையாருந்தா அதுலொண்ணப் போட்டெறிஞ்சுருவாளா. மூச் சப் புடுச்சுக் கொன்னு, தண்ணிப்பானெக்குள்ற வெச்சமுக்கிப் புட்டு அவீகிட்டயே போயி அய்யய்யோ எங்காத்தா கோழிய காணா, அநியாயமா தண்ணிப்பானக்குள்ற உளுந்து செத்துப் போச்சுங்களே, நம்புளுதான்னுச் சித்த வந்து பாருங்காத்தான்னு நிப்பாளா. அவ வந்து பாத்துப்புட்டுக் கோழி நம்புளுதுதே. இப்பிடியெப்பிடி வந்து உளுந்துதோ காணா, செரி கொமரனுக்குத் தெரியாமக் காட்டுக்குத் தூக்கிக்கிட்டுப் போயி முட்டீல போட்டு வறுத்துத் தின்னுபுட்டு அப்பிடியே ஆத்துக்கொரு நட போயி தலையோட தண்ணியூத்திக்கிட்டு வந்துரும்பாளா, அவுளுக்கு நல்லாவே தெரீமா, இந்தக் காரியத்தப் பண்றது அவளேதான்னு, செரித் தின்னுட்டுப் போறா பாவம்னு ஒண்ணுங்கேக்காம உட்டுப்புடறது."

“சீரெழுவுதே.”

“சீரெழுவுதேம் பின்ன? மக்கொ மருமக்கல்லா ஒரு நல்ல நா பொல்லா நாப் பாத்து வாறதுக்கே ரோசன பண்ணுதுக, மருமக சொல்றா: வந்தா அந்தக் கொளந்தைகள அதப் பண்ணக் குடாது இதப் பண்ணக்குடாதுன்னு சொல்லிச்சொல்லி அதுக இப்ப அப்பாரய்யனூட்டுக்குப் போலாமுன்னா மாண்டீங்குதுக, போயி மந்து ராசனொருத்தந்தே எட்டுக்கொருக்கா அப்பாரய்யனப் பாக்கறதுக்கு வாறே, அவெம் பேருல கொமரனுக்கு நம்பப் பிரியொ, கூடத் தம்பிக்காரனுந்தே வருவே, ரண்டே நாள்ல முட்டிக்கிட்டுப் போயிருவே. அதுகளப் பண்ணாத அதிகாரம் பண்றானாப்பறொ, என்னமோ ஒரு பத்து நா அப்பாரய்யனூட்ல வந்து இருந்துபுட்டுப் போலாம்னு வாற கொளந்தைகளுக்கு ஒண்ணப் பண்ணுவம்னு நெனைக்கறானா, ஒரு பலகாரங் கிலகாரஞ் சுட்டுப் போடச் சொல்றது? ஒரு துணிமணி எடுத்துக் குடுக்கறது? அதுகளச் சித்த உக்கார உடமாண்டே, அன்னைக் கொருநா செரியா வெடியக்கோட இல்லெ, பேரங் கூட்டொ ரண்டு பேருமு ஆளுக்கொரு கூடயத் தலைல வெச்சுக்குட்டு பனங்காட்டத் தாண்டிப் போயிக்குட்டுருக்கறானுக, என்னுன்னு கேட்டாச் சாணிக் குப்பைங்கங்கறே, ஓரம்பரைக்கு வாறாப்பல தான அதுக வருது, அதுகளச் சாணி செமக்கப் போடாட்டி என்னாயா? அப்பொற அதோட போவாது, அந்தப் பத்து நாளைக்குமு அவுனுக்குத் தண்ணி சேந்தி ஊத்தியே அதுக சலிச்சுப் போயிருக்கு, அவெனென்ன தண்ணியூத்திக்கறாப்பலயா ஊத்திக்கறே? ஒவ்வொருதடவைக்கு ஓரொருக் கெணத்துத் தண்ணி வேணுமாட்ட இருக்குது. காத்தால இருட்டிருக்க எந்திரிக்க வேண்டீது, பச்சத் தண்ணி பல்லுல படாமத் தொண்டுப்பட்டி கூட்ட வேண்டீது, அப்பொற அதக் கொண்டுகுட்டுக் காட்டுக்குப் போவ வேண்டீது, மறுக்கா வந்து வாத்தியேனுக்குத் தண்ணி சேந்தி ஊத்த வேண்டீது, ராசெ, மனாகரெ, தவா மூணு பேரு ஆளுக்கு நாலு வள்ளமுன்னு மாத்தி மாத்தி இழுத்து அந்த அண்டாவுல ஊத்திக்கிட்டே இருப்பாங்கொ, இவெ ஒரு ரண்டுபிடி தண்ணி புடிக்கறாப்பல ஒரு பித்தளச் சொம்பிருக்குது, அதுல மோந்து மோந்து சலிக்காமத் தலைலெ ஊத்திக்கிட்டே இருக்கறே, அவெந் தண்ணியூத்தி முடிக்கற வரைக்கு அந்த அண்டா நம்பவே நம்பாது, அதுக மூஞ்சியப் பாத்தா பாவமா இருக்கு, முத்தானுமு முத்தாளுமு அங்க அஞ்சு கொளந்தைகள

வெச்சுச் சமாளிக்க முடியாம வெகு கஷ்டப்படறாளாமா, சோத்துக் குடிக்கே கொஞ்சொ தடுமாட்ட மாட்டத்தே இருக்குது."

"அவுனுமு வாத்தியானாத்தே இருக்கறான்னாங்கொ?"

"வாத்தியாந்தே, வாத்தியாந்தே, அதுலென்ன கெடைக்கப் போவுது? ஒராளுச் சம்பாத்தியத்துல ஏழுசுரு சோறு திங்க வேண்டா? அப்பறொ இந்தக் காலத்துலு வெளியூருக்குப் போயி ஊடுவாசப் புடுச்சுக் குடும்பொந் தாட்டறதுன்னா சும்மாவா? அதிலீமு அதுப் பட்ணக்கரெ, பாலு மோருலருந்து காய் கசம்பு வரைக்கு அல்லாத்துக்குங் காசல்லொ? நம்மளயாட்ட அய்யோ பாவமேன்னு சும்மா ஊத்திக் குடுத்துருவாங்களா?"

"அப்பொற அதெதுக்கு அங்க போயிருக்காட்டி? ஊடுவாசக் கெடக்குது, அப்பனாயாளப் பாத்துக்குட்டு இங்கயே இருக்கலா மல்லொ?"

"நல்லாவே இருக்கலா, மாமியாளுக்குமு மருமவளுக்குமு கொஞ்சொங்கோட ஆவாதாப்பறொ? அவொ, சமுதாகோட ஒருக்காலுக்கில்லீனாலு ஒருக்கா பிரியமாருப்பா, கொமரெ அவ மூஞ்சிலியே முளிக்கமாண்டே."

"அப்பிடியென்ன சண்ட, மாமனா மருமவளுக்கு?"

"முத்தானுக்கே அப்பனக் கண்டா புடிக்காதாமா, நீ மருமவளச் சொல்ல வந்துட்டே?"

"அதென்னமோ மூத்ததாரொ நாணுக்குட்டுச் செத்துப்போன துக்குக் கொமரந்தேங் காரணமுங்கறாங்கொ, சமுதாதேந் தூக்கிக் கட்டீட்டாளா, ரண்டு பேருத்துக்குந் தொடுப்பிருந்துதாமா, அது புடிக்காமச் சமுதாதேங் கொன்னுபுட்டாங்கறாங்கொ."

"பின்ன மருமவளே சக்காளத்தியா வந்தா சும்மாருப்பாளா?"

"கொமர இத்தனயப் படிக்கறே, இத்தனயச் செய்யறே, ஏ எசமாங்க தொட்டு வையகமே அவனப் பெருசாப் பேசுது, அவனே இப்பிடியொரு காரியத்தப் பண்ணுனே? நம்மளப் பாத்தவியளா அதொரு மொறெ."

"அதென்னமோ அப்பிடித்தேம் பேசிக்கறாங்கொ, நாங்கோடச் சமுதாகிட்ட ஒருக்கா கேட்டெ, அது இப்பவல்லொ, பத்துப் பதனஞ்சு இரவது வருஷமே இருக்கு. இப்பிடிச் சொல்றாங்களே பொய்யோ நெசமோன்னு கேட்டெ, அவ அதுக்கு அப்பிடி யெல்லாமில்லீங்காத்தா, வயித்துவலி பொறுக்க மாண்டாமெ

அவளேதே கவத்தப் போட்டுக்குட்டான்னு சத்தியமே பண்ணுனா, இதே கேள்விய ஒருக்காக் கொமரங்கிட்டயுங் கேட்டெ, அவ அதுக்கு ஒண்ணுமே சொல்லுல. எதாச்சுஞ் சொல்லுவானாக்கு முன்னு நானுமு வெகு நேரொ அங்க கோந்துருந்தெ, கடசி வரைக்கு ஒரு வாத்த பேசல.”

“பேசியென்னாவப் போவுது?”

“அது செரி, எங்கங்கயோ என்னென்னமோ நடக்குது, அல்லாத்தையும் பேசிக்கிட்டிருக்க முடீமா?”

“எங்க அப்பங்காரெ இவ மேலயுங் கைய நீட்டீருவானோன்னு பயப்படுவானாட்ட இருக்குது.”

“இருக்குமல்லொ பின்ன?”

“செரி அதுக்கு அந்தச் சிறுசுக என்ன பண்ணு? அதுகளயாச்சு நல்லா வெச்சுருக்கலாமல்லொ? வேற ஆரு? தம்பட நத்தொ?”

“அதெல்லா தம்பட நத்தமே இல்லீனல்லொ சொல்றே, ஆருக்கோ பொறந்துருக்குமுங்கறே. மவெ, மருமவ விஷயத்துல கொமரெ மனசனே அல்லொ, ஆராச்சுமு எதாச்சுமுஞ் சொன்னாக் கேக்கறவனாருக்கோணு நாம சொல்லோணு.”

“அதப்பிடித்தே, நாங்கோடச் சொல்லுவெ. அட, மக்க மருமக்ககிட்டக் கொஞ்சொ அனுசரிச்சுப் போ, கடசி காலத்துல நல்லால்லாமப் படுத்துக்கிட்டீனா பாக்கறதுக்கு ஆளு வேணும்னு. கேக்க மாண்டே.”

“அப்பறொ ஒரு கத தெரீமா, அது நடந்து இப்ப ஏழெட்டுப் பத்து வருஷமிருக்கு. அவெம் மருமகங்கூட்டொம் பண்ணுன அலும்பு? ரண்டு பேருமு நோம்பிக்கு வந்துருக்கறானுக, ஆருன்னு தெரீலியாக்கு? அட அதுதே ரச்சா புருஷனு, கண்ணா புருஷனுந்தே. தை நோம்பிக்கோ ஆடி நோம்பிக்கோ செரியா ஞாவுகமில்லெ. அப்பக் கண்ணாலமாவி ரண்டு வருஷமோ ஒரு வருஷமோதே ஆயிருந்துதா, வந்தவுனுகுளுக்கு வேட்டி துண்டெல்லா எடுத்துத்தேங் குடுத்துருக்கறேம் பாவொ, அதுலொண்ணுங் கொற வெக்குல வாத்தியே, வந்தவுனுகுளுக்குப் பித்தி வேறயா போச்சு, மக்காநாளு எங்கயோ போயி வவுறுநம்பக் கள்ளுத் தண்ணியக் குடுச்சுப்புட்டு அது பத்தாதுன்னு கையிலீமு ஒரு சொப்பு நெறையா வாங்கிக்கிட்டு வந்துருக்கறானுகொ, தம்பராமல சுலியோ எங்கியோ பன்னியடிச்சுருக்கறானுகொ, இவனுகொ அங்கெங்கியோ போயி அதுலொரு கூற வாங்கிக் கோட்ட

கட்டியெடுத்துக்குட்டு வந்து ரச்சாகிட்டக் குடுத்து வறுத்துத்தரச் சொல்லீருக்கறே மூத்த மருமவெ, அட அதே அந்தக் குருக்கத்திக் காரெ, எளையவெ இங்க வளந்தாங் கோட்டெதே, சமுதாளோட பொறந்தவெம் பயந்தே, பாவொ அப்பாவி, கண்ணாளுக்குப் பித்தி பொரண்டதுலருந்து அவெ இங்கச் செரியா வாறதுகோட இல்லெ, சமுதா போயி இப்பிடி எங்கள ஒதுக்கியுட்டுப்புட்டீங் களேன்னு அழுததுக்கு மனசெளவிப் பொண்டாட்டியக் கூட்டிக்கிட்டு வந்துருக்கறே, அவுனுக்கு மொதல்லயே வாத்தி யானக் கண்டா ஆவாது, பித்தி பெரண்ட புள்ளயக் கொண்டாந்து தம்பட தலைலெ கட்டியுட்டுப்புட்டானேன்னு வருத்தமிருக்கு மல்லொ பின்ன, அவளக் கட்டுன நா மொதக்கொண்டு ஒரு நாக்கோட நிம்மதியா பொளப்புத்தனம் பண்ணுனதில்லியாமா, அப்பறொ அளவில்லாத குடி. கண்ணுமண்ணுத் தெரியாமக் குடுச்சுப்புட்டு வந்து அவியப்பனெப் பேசுபேசுனு பேசுவானாமா, தங்கச்சி புள்ளைன்னு சொல்லி அவந்தே அவளக் கட்டி வெச்சுப்புட்டான்னு அத்தன கோவொ அவுனுக்கு. ஒரு நா நெறெ போதைல இங்க வாத்தியாமூட்டுக்கே வந்துபுட்டே, வந்து கொமரனையுஞ் சமுதாளையுங் கெட்ட கெட்ட வார்த்தையா சொல்லித் திட்டறே, நாய் குறுக்கப் போவாது. எனக்கே கோவம் வந்துருச்சு, தடியெடுத்துக்குட்டுப் போயிட்டெ, அதெதுக்கடா பெருசு ரண்டியு வயுசு வித்துவேசமல்லாம அப்பிடிப் பேசறே? ஆளாருன்னு நெனச்சுக்கிட்டே? வாத்தியானுக்கு மருமகன்னும் பாக்கமாண்டெ, மகன்னும் பாக்கமாண்டெ, இட்டன்னா பவடு கிவடெல்லாம் பேந்து போயிரும் பாத்துக்கடான்னு நின்னதுக்கு அத்தன சொல்றே, காத்தால சீல கீலயெல்லா உருவிப் போட்டுப் புட்டு நீரம்மணமாக் குட்டிச் செவுத்தும்பேருல ஏறிக் கோந்துக் கிட்டுப் போறவாற சனத்தையெல்லாம் பாத்து எக்காளமாப் பேசிக்கிட்டிருக்கறாளா, சாமி நா ஊரு செரச்சுப் பொளைக்கவந்த வனுங்கொ சாமி, எங்கு மாமனாட்டப் படிச்சவனில்லெ, அந்தள வுக்கு வசதீங் கெடையாது. ஆனா சம்பேங் குடும்பத்துக்குன்னு ஊருக்குள்ள ஒரு பேருருந்துதுங் சாமி, அவளால இன்னைக்கு வெளீல தல காட்ட முடியாமக் கெடக்கறொ. சாஸ்தரம் படிச்சுப் புட்டாப் போதுமாங் சாமி? இல்ல ஊருக்கெல்லா ஜோசியஞ் சொல்லிப்புட்டாப் போதுமாங் சாமி? மனசனுக்கு நாணயவேணு, நல்ல மனசு வேணு தம்புள்ளைக பொழைக்கறதுக்காக அடுத்தவம் பொளப்பக் கெடுக்கக்கூடாதுங் எசமாங்களே, இந்த மனசனக் கட்டிக்கிட்டு எங்கத்தெபட்ட கஷ்டமெல்லா அடுத்த சனத்துக்குத்

தெரியாதுங்க சாமி, அப்பியாபட்ட பொம்பளைகதே எங்கு பொம்பளைக அப்பிடீன்னு இன்னொ என்னென்னமோ சொல்லிக்கிட்டுப் போறே, அவெ அத்தனைய பேசறே, இவெ ஒண்ணுமே பேசாம அந்தத் திண்ணைல சம்மணம்போட்டுக் கோந்து கேட்டுக்கிட்டிருக்கறே, நாம்போனதுக்கு எந்துருச்சுப் பந்தக்கால்ல சாஞ்சு கண்ண மூடி நின்னுக்கிட்டே, அப்பொற நாந்தே வளந்தாங் கோட்டையானச் சமாதானப்படுத்தி அனுப்பிச்சு வெச்செ, செரி அன்னைக்கு நடந்த கூத்தக் கேளு, பன்னிக்கறியக் கொண்டாந்து கண்ணாகிட்டக் குடுத்து வறுத்துத்தரச் சொல் லீருக்கறே, அவ எங்கப்பஞ் சத்தம் போடு நாமாண்டமுன்னுருக்கறா, ரச்சாலுமு அப்பனுக்குப் பயந்து மாண்டேன்னுருக்கறா, மருமவங் கூட்டொ ரண்டு பேருத்துக்குமு செரி கோவமாயிருச்சா, ஊட்டுக்குள்ள வெச்சுத்தானொ வறுத்துத் தர மாண்டீங்கறீங்கொ? ஊட்டுக்குள்ள வெச்சுத்தான திங்கப்புடாது? சட்டியக் கொண்டா நாங்க இப்பிடி வாசல்ல வெச்சு வறுத்துத் தின்னுக்கறொம்னு கேட்டானுகளா, சட்டீந் தர மாண்டீன்னுட்டாளுகளா, அப்பறொ அவுனுகுளுக்கு நம்பக் கோவ வந்து மூப்பனூட்டுல போயி ஒரு சட்டீமு ரண்டு மொளகாயு வாங்கியாந்து வாசப்பட்டிலியே வெச்சு வறுத்து அவத்திக்கே வெச்சுக்குட்டுக் கள்ளக் குடிச்சுக்கிட்டே தின்னுக்கறானுகொ, அதுமு அந்தக் கறிய எப்பிடி வறுத்துருக் கறானுங்கங்கறே? தண்ணிக்குப் பெறத்தியா கள்ள ஊத்தி வறுத் துருக்கறானுங்கொ."

"கொமரெ ஒண்ணுஞ் சொல்லுலியா?"

15

“என்ன சொல்லுவே? சித்த நேரொங் கோந்துருந்து பாத்துப்புட்டு எந்துருச்சு அக்கட்ட போயிட்டானாமா, சமுதாளக் கூட்டிக்கிட்டு நேரா வெடத்தலாங்காட்டுக்குப் போயி பொழுதுக்குமு அங்கிருந்துருக்கறே, பொழுதாவீமு அவுனுக போகுலெ, நெறக்கக் குடுச்சுப்புட்டுப் பண்ணாத அலும்பு பண்ணிக்கிட்டிருந்துருக்கறானுகொ, வார்த்தீனா வார்த்தெ கொஞ்சத்த வார்த்தையல்லொ ஊட்டுக்குள்ள பூந்து பொட்டீலருந்த சீல துணிமணியெல்லாங் கலச்செறிஞ்சுபுட்டுச் சமுதா ஒரு தோடுமு மூக்குப்பொட்டுமு வெச்சுருந்தாளாமா அதயெடுத் துக்குட்டானுகளா, அதுகோடத் தேவுலெ, ஆரு சொத்த எடுக்கறானுகொ, சொந்த மாமனா மாமியா சொத்தத்தான எடுக்கறானுகொ? கொமரெ பூசைக்குன்னு ஒரு தாருப் பூம்பழொங் கொண்டாந்து ஊட்டுக்குள்ள கட்டித் தொங்குட்டுருந்தானா, அத அவுத்து, திங்கறவரைக்குத் தின்னுபுட்டு மிச்சத்தப் போட்டுப் பெசஞ்சு நாசம்பண்ணி ஊடு பூரா எறச்சு வெச்சுருக்கறானுகொ, அப்பறொ அதென்ன புத்தியோ காணா ஊட்டுக்குள்ள இருந்த சாமி வெக்கரவத்தும் பேருலயெல்லா கொடகொடலா வாந்தியெடுத்துருக்கறானுகொ அந்தப் பொலையா நாசுவங்கூட்டொ, அதப் பாத்துப்புட்டுத்தே ரச்சாளுக்குக் கோவொ, அவ புருஷன அடிக்கறதுக்குச் செருப்பத் தூக்கிக்கிட்டு நின்னாளா, அப்பொறச் சிறு வயுசிலருந்து அவ தானொ அதுக்கெல்லா சேவுகம் பண்ணிக்கிட்டிருந்தா? அன்னாடுமு கொமரனுக்குத் தட்டொ, மணி கழுவிக் குடுக்கறதெல்லா அவதே. கண்ணாலமாவிப் போறவரைக்கு அவதே தொணையாருந்தா. பொட்டப்புள்ளைன்னு பாக்காம முத்தானாட்ட அவளையும் படிக்க வெச்சுருக்கறே. என்னமோ ஒண்ணுல பெயிலா போயிட்டான்னாங்கொ இல்லாட்டி அவளீமு அவனாட்ட உத்தியோகத்துக்கு அனுப்புச் சுருப்பானாமா, அவனாட்ட சோசியமெல்லாங் கோடப் படுச்சவதே, கொமரன மீறுவாளாமா, அவதே எம்பட வாருசுன்னு கோடச் சொல்லிக்கிட்டிருந்தே, அப்பறொ என்னமோ நேரங் கெட்டுக்குச்சு, கெழவரத்தூட்டு மயிலானுக்குமு அவுளுக்குமு தொடுப்பாவிப் போச்சு, ஒருநா நா ரண்டு பேருமு வண்டிச் சாளைக்குள்ள இருந்ததப் பாத்துப்புட்டானாட்டருக்குது,

அதோட அவளத் தல முழுவிப்புட்டே, பேச்சு வார்த்தெகோடக் கெடையாது. இவெங் காட்டுக்குப் போறபோது அவ எருமயப் புடுச்சுக்குட்டு எதுத்தாப்பல வருவா, பாத்ததீமு இவெ தடத்த உட்டு ஒரு அம்பதடி தள்ளி மூஞ்சில முளிக்காமப் போயிருவே. வயுத்துலகோட வாங்கிக்கிட்டாளாமா, ஆருகிட்டயுஞ் சொல் லுலெ, எங்கீங்கொண்டு போயிக் கலைக்கவு முடீலெ, ஏழெட்டு மாசொ ஊட்ட உட்டு வெளிலகோட உடுலெ. ஒண்ணுக்குத் தண்ணிக்குக்கோட வெளீல வரக்காணா எங்க எப்பப் போயிப் பேளுவாளோ அதுந் தெரீல, அத்தன செனொஞ் சோசியத்துக்கு வந்துட்டுப் போவுமல்லொ? ஆருமு ஒரு நா அவளப் பாத்ததில்லெ, ஆராச்சுமு ரச்சாளெங்க வாத்தியே கண்ணுலயே தட்டுப்படக் காணான்னு கேட்டாலு அதுக்கொன்னுஞ் சொல்லமாண்டே, மாமனூட்டுக்குப் போயிருக்கறா, அப்புச்சி யூட்டுக்குப் போயிருக்கறா அப்பிடீன்னு எதாவது ரண்டு பொய்யக்கிய்யச் சொல்லிச் சமாளிச்சுருக்கலா, அதுஞ் செய்யுல, அப்பொற ஆருக்கிங்க தெரியாமக் கெடந்துது? செரி, கேட்டு அவன ஏஞ் சங்கடப்படுத்தாட்டீன்னு ஆருமு அவங்கிட்ட ஒண்ணுங் கேக்கறதுமில்ல, பெரசவத்தன்னைக்குக் கஷ்டமாப் போச்சாமா, நாச்சாதே வந்து பாத்துருக்கறா, வலி புடுச்சு ரண்டு நா ஆவீமு கொளந்தெ பொறக்குலெ, கத்துகத்துன்னு கத்திக்கிட்டிருந்துருக்கறா, எங்கியாச்சுமு கொண்டுபோயிப் பாக்கலா, இல்லாட்டி புள்ள தப்பாதுன்னு நாச்சா சொன்னாளா, சமுதா போயி அழுவழுவுன்னு அழுதுருக்கறா, இவுனுக்கு மனசெளவுலியா, காலப் புடுச்சுக்குட்டுக் கெஞ்சீருக்கறா அதுக்குமு எரங்குலெ, ஊட்டுக்குப் பொறவால ஒரு சாளெ போட்டு அதுக்குள்ளதே இருந்துருக்கறே, எட்டு மாசமாச்சாமா ஊட்டுக் குள்ள போயி, சாமி கும்படக்கோடப் போவுல, அவ மூஞ்சீல முளிக்கப்புடாதுன்னு அப்பிடியொரு வைராக்கியொ, அப்பறொ சத்தங் கேட்டு மனசு கேக்கமாண்டாம கெழவரத்தூட்டுக் கவுண்ச்சி வந்துருக்கறா, வேணும்னா நம்பு வண்டியிருக்குது எங்கியாச்சுங் கொண்டு போலாமான்னு சமுதாகிட்ட வந்து கேட்டுருக்கறா, அவ சந்தங் கேட்டதீமு எந்துருச்சு வந்துட்டா னாமா கொமரெ. வந்து ஒண்ணும் பேசுலெ, கையெடுத்து அவளக் கும்புட்டானாமா, வேண்டாமுங்காத்தா, தயவுசெஞ்சு போயிருங்கொன்னு அப்பிடிச் சொன்னானா, அவ மறுக்காலுமு என்னமோ சொல்லீருக்கறா, அதென்ன வாத்தியே சமயஞ் சந்தர்ப்பந் தெரியாமப் பேசிக்குட்டு, மொதல்ல உசரத் தக்காத்து

வொம்னு சொன்னதுக்கு விசுக்குன்னு அவ கால்ல உளுந்துட்டானாமா, இல்லீங்காத்தா போயிருங்கொன்னு சொல்லிக்குட்டு அப்பிடிக் கூகூன்னு கத்திப்புட்டானாமா, அப்பொற கொளந்தெ செத்துப் பொறந்துது. ஒண்ணுக்கு ரண்டா பொறந்துருக்குது, பொறந்த போதே உசுரில்லியா, வவுத்துக்குள்ளயே செத்துப் போச்சாமா, பொறந்ததெல்லா நல்லாத்தேம் பொறந்துது, சமுதாதே பாலுக்குள்ள நெல்லப் போட்டுக் கொன்னுப் புட்டான்னுஞ் சில சனஞ் சொல்லுது. உம்மெ அந்த நாச்சாளுக்குஞ் சமுதாளுக்குந்தேந் தெரியு. அப்பறந்தே அவுள அந்தக் குருக்கத்திக்காரனுக்கு ரண்டாந்தாரமாக் கட்டி வெச்சுருக்கறே கொமரெ, அவுளுக்குச் சம்மதமே இல்லியா, எனக்குக் கண்ணாலமே வேண்டா நா இப்பிடியே இருந்துக்கறெமுன்னு அவுளுமு அழுவழுவுன்னு அழுதுருக்கறா, இவெங் கேக்குல. இதுல இன்னொன்னையும் பாக்கோணு, பொறந்தவ கெடந்த கெடையப் பாத்துப்புட்டு தாங்கூட்டிப் போயி வெச்சுப் பாத்துக் கறெம்னு சொல்லீருக்கறே முத்தே, ரச்சாளுக்கு அதுல சம்மதந்தே, கொமருனு மொதல்ல வேண்டான்னாலு அப்பொற செரீன்னு தலையாட்டீருக்கறே, செரி போயிப் பொண்டாட்டிகிட்டச் சொல்லி அவளையுங் கூட்டிக்கிட்டு வாறமுனு போனவெ அப்பறம் பதனஞ்சு நா அந்தப் பக்கத்திக்கே வருலியா. பதனஞ்சு நா கழிச்சு வந்தவெ அப்பனப் பாக்கறதுக்குப் பயந்துக்குட்டுச் சோறாக்கற ஊட்டுக்குள்ள போயி அம்மாளுக்குப் பொறவால ஒண்டீருக்கறே, அவெம் பொண்டாட்டி அதுக்கு ஒத்துக்குவே இல்லியா, சொன்னாப்பல புடுச்சுச் சண்டையா, மூணு நாளாச் சோறுகோடத் திங்குல, இப்பிடிக் கஷ்டத்துக்குக் கை குடுக்க முடியாத பாவியாப் போயிட்டனேன்னு அழுதுபுட்டு பொண்டாட்டிக்குத் தெரியாமக் கடனா வாங்கியாந்தனம்மான்னு கொஞ்சொ பணத்தக் குடுத்துருக்கறே, அதுவரைக்கும் பேசாம இருந்த கொமரெ அப்பறந்தே எந்துருச்சு வந்தானாமா, அப்பெ மூஞ்சியப் பாத்து அவுனுக்கு மேலுக் காலெல்லா நடுங்கிப் போயிருச்சா, கொமரெ ஒண்ணுஞ் சொல்லுலியா, ஒரு வெநாடி அவன நேருக்கு நேரா உத்துப் பாத்துப்புட்டுத் திலும்பிச் செவத்தப் பாத்துக்குட்டுப் பொறுமையா சொன்னானா, இங்க பாரப்பா, நடந்ததென்னமோ நடந்துபோச்சு, இந்த ஆறு மாசமா நாம்படாத வேதனையில்லெ, அனுபவிக்காத கஷ்டமில்லெ, என்னமோ எம்பட விதி எங்குடும்பத்த இப்பிடிப் புடுச்சாட்டுது. நீ எனக்காவொ உன்னையக் கஷ்டப்படுத்திக்காதீப்பா, அல்லா

நாம் பாத்துக்கறெ, அவகோடச் சண்டக்கிண்டப் போட்டுக்காதெ போ, போயி உம்புள்ளக் குட்டியெ நல்லாப் பாத்துக்கொ, இங்க வந்தராத, கோவத்துல சொல்லுல, வந்து பாத்தா உனக்குஞ் சங்கடொ, உம் பொண்டாட்டிக்குஞ் சங்கடொ அப்பொற விதி யிருந்தா மறுக்கா வந்துக்கலா, போயிக்கலா, அதுல ஒண்ணுந் தப்பில்லென்னு சொன்னானா. முத்தே தேம்பித் தேம்பியழுதுக் கிட்டே போயிருக்கறே, சொன்னாப்பல அஞ்சாறு மாசமா எட்டியே பாக்குல, அப்பறொ வந்தவெ ரச்சாளுக்கொரு தானா விதி கொண்டாந்துருக்கறே, எவனோ அவங்கோட வேல செஞ்ச வாத்தியானாமா, இவுளுக்கு நடந்ததெல்லா அவுனுக்குத் தெரீமா, அதப்பத்திப் பிரச்சனையில்லீனுட்டானா, பேசாமப் பண்ணி வெச்சுப்புடுவொ, பெயெ நல்ல கொணொ, அரசாங்க உத்தியோகொ, ஆனா ஒரு பெரிய பிரச்சனையிருக்குது, சம்மந்தப் பட்ட ஆளு பறையெ, ஆனா நாம அதப் பாக்கக்கூடாது. இப்ப வெல்லா அப்பிடி நெறையா நடக்குது, கேவலமா பாக்கறதில்லெ, காந்தியே அதப் பெருமையாச் சொல்லீருக்கராருன்னு ஆயாகிட்டச் சொல்லிக்கிட்டிருந்துருக்கறே, இதக் கேட்டுக் கிட்டிருந்த ரச்சா அண்ணங்காரங்கிட்ட வந்து தனக்கு அந்தப் பயனக் கட்டிக்கச் சம்மதம்னு சொல்லீருக்கறா, கொமரனுக்கு இதக் கேட்டு அளவில்லாத கோவமந்துருச்சு, ஊட்டுக்குள்ள தனிச்சுப் போயி உக்கோந்துக்குட்டு அல்லாத்தையுங் கேட்டுக்குட் டிருந்தவெ எந்துருச்சு அத்தன கோவமா வெளில வந்துருக்கறே, வந்த வேகத்துல முத்தான எட்டி ஒரொதெ ஒதச்சுப்புட்டானாமா, முத்தே அப்படியே குப்பறடிச்சுழுந்து புட்டானாமா, போடா, வந்துட்டே எம்புள்ளைக்கு நல்ல மாப்பள கொண்டுகுட்டு, போ, எம் மூஞ்சீல முளிக்காத, போயி உம்பொண்டாட்டி கூதிய நக்கிக்கிட்டு அங்கயே கெட, வேணும்னா உம்புள்ளைக்கு அந்தப் பறையனக் கட்டி வையின்னு சொல்லீட்டு மறுக்கா அஞ் சாறொதெ ஒதச்சுப் புட்டானாமா, முத்தானுக்குச் சில்லி மூக்கெல்லா ஒடஞ்சு போச்சாமா, மொறையேருன்னு தேம்பித் தேம்பி அழுதுக்கிட்டே எந்துருச்சுப் போயிட்டானாமா, போனதீமு ஆத்தரத்துல பொண்டாட்டிக்காரிகிட்ட அல்லாத் தையுஞ் சொல்லீருக்கறே. அவொ ஒடனே பொறப்புட்டு நேரா இங்க வந்துட்டா, சண்டையான சண்டையல்லொ, ஊரே தெரண்டு போச்சு சமுதாதே அவகிட்டக் கட்டுமாறு கட்டிக் கிட்டுக் கெடந்துருக்கறா, அப்பறொம் பாத்துப்புட்டு ரச்சாளு ஆயாளுக்கு ஆதரவா வந்துருக்கறா, முத்தா பேசுன வார்த்தைக்கு

அளவில்லெ. கொமரஞ் சேத்து வெச்சுருந்த நல்ல பேரெல்லா நொடிக்குள்ள பறந்து காத்துல போயிருச்சு. ஏன்டா பொட்டை யனாட்ட ஊட்டுக்குள்ள போயிக் கோந்துக்கிட்டே? எம்புருஷன அத்தன ஓதெ ஓதச்சையே, இப்ப வெளீல வாடா, வந்து எம்மேல கை வெச்சுப் பாரடா நாயே, உனக்கெல்லா எதுக்கடா மீசெ ஊட்டுக்குள்ளயே சாமி வெச்சுக் கும்படறேஞ் சாமி, உனக்கெல்லா சாமியொரு கேடு, கேக்கறவுங்ககிட்டயெல்லா நாஞ் சாமியாருன்னு சொல்லிக்கிட்டுத் திரீறே, பெத்த பயன அத்தன ஓதெ ஓதச்சுருக் கறயாடா, உனக்கெல்லா ஆண்டவெ நல்ல வழியுடுமாடா? மானங்கெட்டவனே உனக்கெல்லா ரோஷமிருந்துருந்தா இத்தனைக்கு நானுக்குட்டுச் செத்துருப்பே, புள்ளப் பெத்து வளத்தி வெச்சுருக்கறாம்பாரு, பொறுக்க மாண்டாம கவண்டனப் போட்டுப் படுத்துருந்து புள்ள பெத்துப்புட்டு இப்ப அவ ஆடற ஆட்டத்தப் பாரு, ஏல்லே கொளந்தெ நெசமா செத்துப் பொறந்துது? நெல்லப் போட்டு நீதான்லெ கொன்னிருப்பேன்னு நாய் குரைக்க போறக்கில்லாமப் பேசுனா. அப்பறொ கெழவரத் தூட்டுப் பொம்பளைகளுக்குக் கோவமந்துருச்சு, அவிய பெய மானங் கப்பலேறுனா அவ பாத்துக்குட்டிருப்பாளா? கடசீல கை வெக்கற நெலமைக்குப் போயிருச்சு, அப்பறந்தே கொமரெ எந்துருச்சு வெளீல வந்தே. மருமவளக் கையெடுத்துக் கும்புட்டு அங்கருந்து போவச் சொல்லி அழுதே. அதப் பாத்துட்டுத்தே ஊருக்காரனுகளுக்குக் கோவொ வந்துருச்சு. அவளப் புடுச்சு இழுத்தாந்து பஞ்சாயத்துல நிறுத்திப்புட்டாங்கொ, என்னென் னமோ நடந்து போச்சு, கடசீல அவொ மண்ணவாரித் தூத்தி ஊருக்கே சாபத்த உட்டுட்டுப் போனா, போறப்பொ பொன்னா ஊட்டுல போயி அவகிட்டப் பசிக்குதுன்னு சொல்லி, ஒரு வா சோறு கேட்டுருக்கறா, அவுளும மனசெளவிக் குடுத்துருக்கறா, அப்பொற அவ செஞ்ச காரியத்த என்னுனு சொல்றது? ரண்டு கையிலுமு அத அள்ளிக்கிட்டுப் போயி கொமரனூட்டுக் குரம் பேருல வீசிப்புட்டு இன்னையோட உனக்குக் கல்லுக் கருமாந்தர மெல்லா பண்ணிப்புட்டம் போன்னு சொல்லீட்டு அப்பொற திலும்பிக்கோடப் பாக்காமப் போயிட்டா. அப்பொற ஒரு ஏழெட்டு வருத்திக்குப் போக்குவரத்தே இல்லெ, சமுதா செத்துப் போனதுக்குக்கோட அவனெல்லா வருலெ. என்னமோ அவ செஞ்ச புண்ணியொ சாகறப்பக் கொமரனிருந்தே, இல்லாட்டிக் கொள்ளி வெக்கறதுக்கு ஆளு வேணும்னு பங்காளிகிட்டப் போயி நின்னுருக்கோணு. அத்தன சண்டைக்கும் பிற்பாடுதே

ரச்சாளுக்கு கண்ணாலமாச்சு, அதே குருக்கித்திக்காரந்தே. அவுனு நல்லவந்தே, குடும்பங்கோட அலும்பில்லாத குடும்பந்தே அவள நல்லாத்தே வெச்சுருந்தே, ஆனா ரச்சாளுக்கு அவனப் புடிக்குலெ, மனசுக்குள்ள கெழக்காலூட்டுக் கவண்டந்தே இருந்துருப்பா னாட்டருக்குது. இல்லாட்டி கொமரனப் பழியெடுத்து அவம் பேரக் கெடுத்து அவுமானப்படுத்தோணும்னுகோட நெனச் சுருக்கலா, அவளால அவம் படாதபாடு பட்டுப்புட்டே, ஒரு பெயெம் பொறந்துது. அது வரைக்குந்தே குருக்கத்திக்காரனோட ஒறவு. அப்பொறக் கண்டமண்டலமாத் திரிறதுக்கு ஆரம்புச்சுட்டா, வெள்ளகோய ஒரக்கடக்காரனிருக்கறானல்லொ? அட அதுதே அந்தப் பழனே, நம்பு வாழக்காட்டுப் பெரிய கவண்டெ மருமவெ, புள்ள குட்டியெல்லா உட்டுப்புட்டு ஒரு கக்காளச்சியக் கூட்டிக் கிட்டுப் போயி இப்ப அவளையுமுட்டுப்புட்டு எவளோ ஒரு மொடவாண்டிச்சியோட இருக்கறானாமா, அவெ வெள்ள கோயல்ல துணிக்கடெ வெச்சுருக்கறே, இந்த ரச்சா குருக்கத்தீ லருந்து அங்கெங்க போனாளோ, இல்ல அவந்தே அங்க வந்து அவளப் புடுச்சானோ தெரீல, ரண்டு பேரு ஒட்டிக்கிட்டாங்கொ, அவெ மசக் குடிகாரெ, மாட்டுத்தாழிலதேங் குடிப்பே, அளவில்லெ. போன வைகாசீலதே கொடலு வெந்து செத்துப் போனானாமா அவெ. அவங்கோடச் சேந்து ரச்சாளுங் குடிக்க ஆரம்புச்சுருக்கறா, கொமரனுக்கு ஆண்டவெங் கொஞ்சத்த சோதனையா குடுத்துருக்கறேம் பாவொ, அத்தனையுந் தாங்கிக் கிட்டுப் பாறையாட்ட இருக்கறானே. அதுதேஞ் சாமார்த்தியொ, நம்முளுக்கெல்லா என்ன கஷ்டொ சோத்துக்குக் கஷ்டமா, சாத்துக்குக் கஷ்டமா? இப்பப் பஞ்சமரங்காட்டித்தே பசின்னா என்னுனு கவண்டங் கூட்டத்துக்குத் தெரியுது, ஒரு கஷ்டந் தெரியுது, ஒருத்துருகிட்டப் போயி ஒரு பொருளில்லீனு கையெ நீட்டறப்பத்தே அவுமானந் தெரியுது, இப்பத்த கஷ்டொ அப்பருந்துருந்தா அவெ ரச்சாளச் சீரழுச்சுருப்பானா, கொமரனுங் காட்டிப் பொறுத்துக்கிட்டே, இந்தப் பதனாறு வருஷத்துக்குள்ள பதனாறெழவுளுந்துருக்குது அந்தூட்டுல, பழசயெல்லா மறந்து புட்டு அல்லாத்துக்குமுந்தேம் போயி நின்னுபுட்டு வந்தேங் கொமரெ. அந்தக் குடும்பத்துல ஒருத்தி பொட்டோட இருக்கறாளா? இன்னைக்குக் கணக்கெடுத்துப் பாரு, ரச்சாளுக்குக் கொழந்தெ பொறந்த மக்காவருஷொ அவுங்கப்பெஞ் செத்துப் போனே? நல்ல சாவா அது? அடுச்சுப் போட்டதுதே அடுச்சுப் போட் டானுகொ, உசுரு போறாப்பல அடுச்சுப் போட்டுருந்தா ஆவாது?

400 ❖ நொய்யல்–தேவிபாரதி

ஆறு மாசம் புழுவுப் புழுத்துக் கெடந்தே, அதுக்குமுங் கொமரந்தே வந்து பண்டுதம் பாத்தே, நாமளாருந்தா கிட்டக்கோடப் போவ மாண்டொ, அவெம் போனே, கவுண்ச்சிதேம் போயி அவங்கிட்ட மடிப்பிச்ச கேட்டு நின்னா, சித்த வா கொமரு, உங்கு கவண்டரக் கண்ணுல பாக்க முடீலெ, எதாச்சுமு மருந்து சேத்திக் குடுன்னு அழுது நின்னவகிட்ட எதாச்சும் பேசுனானா? அன்னைக்கு நானுமுந்தே இருந்தெ, கிட்டப் போவ முடீலெ, அத்தன நாத்தொ, ரண்டு குண்டீமு இத்துப்போச்சு, ஆறுமாசமா அந்தக் கட்டல உட்டு எந்திரிக்காம மல்லாக்கக் கெடந்தா என்ன பண்ணும் பின்ன? தம்பிக்காரெம் பொங்கேங்கோட பத்தடிக்கிந்தப்பக்கந்தே நின்னுக்கிட்டிருந்தே, அண்ணங்காரம் போயிக் கட்டலுக்குப் பக்கத்துல கோந்து அவீளப் பாத்து எப்பிடியிருக்கறீங்க சாமீன்னு கேட்டதுக்கு அப்பிடி அழுதுபுட்டாங்கொ, நாசுவன்னு பாக்காமக் கையெடுத்துக் கும்புட்டுட்டாங்கொ, கும்படலா, அதுலென்ன தப்பு? நாமளாருந்தா மூஞ்சீல முளிச்சுப்புடுவமா? சாவுட்டு முன்னல்ல நெனப்பொ? அவெம் பெய ரச்சா மேல கை நீட்டுனாப்பல நம்பு புள்ளைக மேல எவனாச்சுங் கைய நீட்டீரு வானா? கைய நீட்டுனாச் சும்மாதே உட்டுருவமா? நம்முளுதிலீமு கெட்டலையறது இருக்குது, அதெல்லாக் கொழுப்பெடுத்துப்போயிப் போறது, இல்லெ நம்பு ஆம்பளைக பண்ற கொடும தாங்காமப் பண்றது, பாவஞ் சுத்திப் பட்டழிஞ்சாத்தேக் கொஞ்சொ ரோசன பண்ணத் தோணுது, கெழக்காலூரட்டுப் பயனுக்கு எப்பொ அந்த ரோசன வந்துது? எனக்கொரு வழி சொல்லுங்கோன்னு புள்ளைய வயித்துல வாங்கிக்கிட்டுப் போயி அவனூரட்டு வாசல்ல நின்னதுக்கு ஆயாமக்கல்லா அப்பிடிச் சண்டைக்குப் போனாங் களாமா, பங்கும் பங்காளி, மாமெ மச்சனென்னு அல்லாக் குடும்பமு அவனூரட்டு வாசல்ல போயி நின்னுக்குட்டு அப்பிடிக் கண்டாரக் கழுதைன்னு பேசுனாங்களாப்பறொ, அவெ நங்கையாக்காரி அவ பொழக்கற பொழப்புக்குப் பாவொ அந்தப் புள்ளய அவுசேரின்னு கொமரெ மூஞ்சிக்கு நேரா நின்னு கேக்கறா, மயர அறுக்கோணுமுங்கறாளா ஒருத்தி, எங்கு பெயெ ஓத்துப்புட்டானுங்கறதுக்காக நாசுவித்தியக் கொண்டாந்து மருமவளா ஆக்கிப்புடுவாங்கொ கவண்டமூடுன்னு நெனச்சியாலே தேவிடியான்னு கேட்டானாமா கொளந்தே, கொமர ஒண்ணுமே பேசுல, எல்லாருத்தையுங் கையெடுத்துக் கும்புட்டுட்டுப் புள்ளையக் கூட்டிக்குட்டு ஊட்டுக்குள்ற போயிட்டானா, கூதி அரிப்பெடுத்துப் போயித்தானுலெ எங்கு பயமேல வந்து ஏறுனீனு

கேட்டுருக்கறாங்கொ இவியொ, அவிய புழுவுப் புளுத்துக் கெடந் தப்பொ அருவருப்பில்லாமப் போயி சீயத் தொடுச்சுட்டுப்புட்டு மரந்துபோட்டுக் கட்டுக்கட்டியுட்டுட்டுப் போனது அவெந்தே. ஊருக்குப் பயந்துக்குட்டுத்தே அதச் செஞ்சானுகளா அண்ணனுந் தம்பியு. அப்பொற வருஷ ரண்டு வருஷ ரண்டுன்னு எல்லா பொளைக்கப் பொளைக்கப் போனாங்களாங்கப்பறொ, மனசு வெந்து போயி சாபமுட்டுருப்பானாட்ட இருக்குது, மூணா நேத்தே ஈர வேட்டியோட நடந்து வீரக்குமார கோயலுக்குப் போயி ஒரு நாப்பொழுதுக்குமுக் கஞ்சிகிஞ்சி, தண்ணிகிண்ணி ஒண்ணுந்தொடாமக் கோந்துருந்துபுட்டு வந்தானாப்பறொ, அந்தச் சாமிகிட்ட மொறையிடாமயா இருந்துருப்பே? அந்தக் குடும்போ நாசமாப் போவுட்டுமுனு நெனச்சுக் கண்ணீருடாமயா இருந்திருப்பே? அவெ அந்தப் பயமேல எத்தன பாசத்த வெச்சுருந்துருப்பே, எத்தனைக்கு நம்பிக்கெ வெச்சுருந்துருப்பே? ஒரு வகைக்கு அவெ அவுனுக்குக் குரு. அவங்கிட்டத்தே மூணா மவுப்பு வரைக்கும் படிச்சுருக்கறே, பாதீலெ நின்னுக்கிட்டான்னு ஊட்டுல வெச்சுச் சொல்லிக் குடுத்தே, அந்த ஆண்டவெ அவுனுக்கு வரமாக் குடுத்த வித்தையக்கோட அவுனுக்குச் சொல்லிக் குடுத்துருக்கறானாமா, அவளைமு, ரச்சாளயுமு ஒட்டுக் காக் கோர வெச்சுத்தே பாடஞ் சொல்லுவானா, அவுனுக்கது ஒட்டுலெ, அவன ஏமாத்திப்புட்டு அந்தப் புள்ளைய நோட்டம் பாத்துக்குட்டிருந்துருக்கறே. அப்பொற சும்மாவா அவுனுக்குப் பொறந்ததெல்லா தங்காமப் போவுது? எதாச்சு ஒண்ணு மிச்சமிருக்குது? ஒரு வருஷொ, ரண்டு வருஷொ, பேச்சு வார தரணத்திக்கு மல்லாந்துகுட்டுப் போயிருது. இவனே ஒரு நா கொமரனத் தேடிக்கிட்டுப் போயி வாசல்ல நின்னுருக்கறே, எதுக்குப் போனானோ காணா. கண்டதீமு மூஞ்சீல முளிக்காம எந்துருச்சுச் சாமியூட்டுக்குள்ள போயி உக்காந்தவெ மறுக்கா பொழுதாவரைக்கு வெளீல வருலெ. அவுனுமு சலிக்காம நின்னு பாத்துப்புட்டுப் பொழுதோடத்தே திரும்பீருக்கறே, அப்பறொ ஒருநா ரச்சாளத் தேடிக்குட்டுக் குருக்கத்திக்கே போயிருக்கறே, அவொ நெற போதீல இடுப்புல சீலயில்லாமக் கெடந்தாளா, ஒரக்கடக்காரெ ஒரு நெனப்புமில்லாமக் கண்ணெல்லா நட்டுப் போயிக் கெடந்தானாமா, ஊடு பூரா ரண்டு பேருமு வாந்தி யெடுத்து வெச்சுருந்துருக்கறாங்கொ, நாத்தொ அவத்திக்கு நிக்க முடீலியா, இவனப் பாத்ததீமு சிருச்சாளா, ஏ இப்பத்தே எம்பட

நெனப்பு வந்துதா உங்குளுக்குன்னு கேட்டாளா, பொண்டாட்டிக்குப் புத்துநோயி வருலீனா இப்ப என்னையத் தேடிக்குட்டு வந்துருப்பீங்களான்னு கேட்டாளா, செரி வாறதுனா வேட்டிய அவுத்துப் போட்டுட்டு வந்து சீக்கரஞ் செஞ்சுபுட்டுப் போங்கொ. இவிய எந்துருச்சு வந்தாங்குன்னாச் சத்தம் போடுவாங்கொன்னு ஒரக்கடக்காரனக் கையக் காட்டுனாளா, மூஞ்சி மாரெல்லா கிள்ளிக் கிள்ளி காயமாக் கெடந்துதா, அய்யோ ரச்சு நா அதுக்க வல்லீனு அழுதானா இவெ. பின்ன எதுக்கு வந்தே? எதுக்கடா இங்க வந்து நிக்கறெ எச்சக்கல நாயேன்னு அத்தன எக்காளமாக் கேட்டாளா, எங்குடும்பத்தையே அழிச்சுப்புட்டயே நீ உருப்புடுவியாடான்னு காறி மூஞ்சீலயே துப்பீட்டாளா, அப்பூமு எச்சயத் தொடச்சுக்குட்டு அதே கெடைலதே நின்னுக்குட்டுருந்தானா, என்னையக் கெடுத்து எங்கப்பன உசரோட கொன்னுபுட்டயேடா பாவின்னு அப்பிடிக் கத்துனாளா, எங்கப்பெ தெய்வப்பொறப்புடா, எத்தன பேருத்துக்கு அது எத்தனயப் பண்ணீருக்கு?

எங்கப்பெ நேரங் குறுச்சுக் குடுக்காம நம்மூருல ஒரு கண்ணால நடந்துருக்குமா, இல்ல ஒரு பொணொங் காடு போயிச் சேந்துருக்குமா? ஊருல எத்தன பேருக்கு எத்தன சீக்கு வந்துது, அது தலையோ வேரோ எத்தனய அரச்சுக் குடுத்து எத்தன பேரக் காப்பாத்தியுட்டுருக்கு? அத்தனயு உங்கு கவண்டங் கூட்டத்துக்குத்தான செஞ்சுது? குடும்பத்தப் பாத்துதா புள்ளையப் பாத்துதான்னு அத்தன அழுவாச்சமூதாளாமா, தாங்க முடீலியா இவுனுக்கு. ஊருக்கு வந்து எல்லாத்தையு நடையங்கிட்டச் சொல்லிக்குட்டு அழுதிருக்கறே. சொன்னாப்பல கொமர ஒரு தெய்வப் பெறப்புதே, அவுனுக்குச் செஞ்ச துரோகந்தே அந்தக் குடும்பத்தப் புடுச்சு அப்பிடியாட்டுது. அவுனுஞ் சாவறாப்பலதேங் கெடக்கறே, அந்த ஒடம்புல ஒண்ணுமில்லெ, ஈர்க்குச்சியாட்டப் போயிட்டே. கொமரனாட்ட அவுனுந் தனியாத்தேங் கெடக்கறே, நெட்டையோ குட்டையோ கொமரெ நூறு வருஷத்தத் தாண்டியிருந்துபுட்டே, அன்னைக்குக் கேக்கறெ நூத்திநாலோ அஞ்சோ ஆவுதுனே, எப்பச் சாவு வருமுன்னு தெரிலீங்களே சாமீங்கறே, ஏ உனக்குத் தெரியாம என்னெ? சாதகத்தப் பாத்துத் திருத்தமாக் கணிச்சுப்புடுவியேன்ன துக்குத் தனக்குச் சாதகமெல்லா ஒண்ணுமில்லீங்க சாமீங்கறே, பஞ்சாங்கத்தப் பாத்துக் குறிச்சுத் தாரதுக்கு அப்ப தன்னையாட்ட ஆருமில்லீங்களே சாமீங்கறே. பேச்சுக்கொருக்காச் சாமி போடாட்டியென்ன கொமரு, உம்பட

வயுசென்ன எம்பட வயுசென்ன, நீ எனக்குப் பாடஞ்சொல்லிக் குடுத்தருக்கறே, நாயப்படி நீ என்னெ 'டே' போட்டுக் கூப்புடோணு, சாதி கொஞ்சொ மட்டமாப் போச்சு, அதுதேம் பாக்க வேண்டீதாருக்கு துன்னெ, கேக்க மாண்டீன்னுட்டெ, அல்லாருத்தையுஞ் சாமிதே. இப்ப முடீறதில்லெ, சமுதா செத்துமு ரண்டு வருத்திக்கு அவனே தேங் கஞ்சி காச்சிக் குடுச்சுக்குட்டிருந்தே, இப்பத் தனியாளாப் போச்சா, நம்பக் கஷ்டப்படறே. அந்தக் காரிச்சியக் கூப்புட்டுக் கூப்புட்டுத் தண்ணி வெச்சுத்தரச் சொல்லிக் குடுச்சுக்குட்டிருக்கறே, அது தப்பல்லொ கொமருன்னதுக்கு ஒண்ணும் பேச மாண்டீங்கறே, அவ மொதல்ல மாண்டீண்டுருக்கறா, அப்பறொ வேற ஆருமில்லீனு போயி வெச்சுக் குடுத்துக்குட்டுருக்கறா. என்னமோ பேத்தியாட்டொ, அவுனுக்கு இப்பொ மேச்சாதி கீச்சாதீன்னு எதும்பேருலீமு நம்பிக்கையில்லீங்கறே, அவுளுமு பாவொ அனாதப் புள்ளெ, வேம்பன கவண்டருகோட அவளப் புள்ளையாட்டத்தே வெச்சுருந்தாங்கொ, சென்னி மூப்பனுக்கு அவொ புள்ளையேதே. ரண்டு பேருத்துக்குமு அத்தன ஒட்டு, அவெஞ் செத்தப்பொ இவொ அப்பிடிப் பொரண்டு பொரண்டு அழுவறா. எழவுக்கு வந்த செனோ பேத்தியாட்டருக்குதுன்னு நெனச்சுதாமா. அப்பறொ வேற ஆருருக்கறா அவுனுக்கு? ஒரு அஞ்சாறு மாசத்திக்கு மின்னதே பேரனுமு அவம் பொண்டாட்டீமு வந்து பாத்துப்புட்டுப் போனாங்கொ. பேரனுமு எதோ அரசாங்க உத்தியோகத்துலதே இருக்கறானாமா. அவனப் பாத்ததீமு கொமரெ அழுதுபுட்டே, அப்பொற அவனக் கூட்டிக் கிட்டுக் கோயலுக்குப் போயி சூடம் பத்தி வெச்சு அவியாயா கூரச்சோறு போட்டு ஒறவில்லீனு சொன்னதுக்குப் பரிகாரந் தேடிக்கிட்டு வந்துருக்கறே, அவுனுக்குப் பயொம் புடுச்சுக்குச்சாட்ட இருக்குது, சொன்னாப்பல நூத்தியேழு வயுசாவுதல்லொ? செத்துப் போனா கொள்ளி போடறதுக்கு ஆளில்லீனு நெனச் சுருப்பே. அன்னைக்கொரு நா ராத்திரி அவுனுமு அவம் பேரனுமு எதுத்தெதுத்தாப்பல உக்கோந்து என்னனமோ பேசிக்கறாங்கொ, பாத்தாச் சண்டப் போடறாப்பலதேந் தெரீது. அப்பப்பச் சிரிச்சுக் கறாங்கொ, இல்லாட்டி அத நாஞ் சண்டைன்னுதே நெனச் சுருப்பெ, அவெ அந்த ராசெ எப்பிடிப் பேசறான்னு நெனைக் கறீங்கொ? அப்பாரோட செரி கட்டுக் கட்டறே, இவனவெட

அவுனுக்கு விஷயந் தெரிஞ்சுருக்குமாட்டருக்குது, பாரதம்ங்கறே, பாகவதமுங்கறே, காந்தீங்கறே இன்னொ என்னென்னதேஞ் சொன்னான்னே தெரீல, ஏ தம்பட அப்பனாயாள ஒதுக்கி வெச்சீங்கய்யான்னு கேட்டாப்பலருந்துது, கடசியா அவெ கொமரனைப் பாத்துக் கேட்ட ஒரு கேள்விய மட்டு என்னால மறக்கவே முடீலெ, அதென்னமோ மந்தரமாட்ட எம்மனசுல பதுஞ்சுக்குச்சு, அந்த ராசனுக்கு எத்தன குண்டித் தைரியொ? சிறு வயுசுல கொமரனக் கண்டா காலோட மண்டுபுடுவே, அவங் கேக்கறே அந்த மனசனப் பாத்து, அய்யா உங்குளுக்கு இப்பொ விருத்தாப்பியமான காலொ, பொய் சொல்லோணும்னு ஒண்ணு அவிசியொமில்லெ, நாங்கேக்கற கேள்விக்கு உங்கு மனசுக்குள்ள என்ன இருக்குதோ அத ஒளிக்காமச் சொல்லுங்கொ அப்பிடீன்னு மெரட்ராப்பல சொல்லிப்புட்டுக் கேக்கறே கடவுள் உண்டா இல்லியா? அந்த நம்பிக்கெ உங்குளுக்கு இன்னொ இருக்குதா? சொல்லுங்கொ அப்பிடீன்னு கேட்டுப்புட்டு நேரா மூஞ்சியப் பாக்கறே, அதுக்கு ஒண்ணுஞ் சொல்லாம நம்ப நேரத்திக்குத் தலயக் குனிஞ்சுக்குட்டு உக்காந்துருக்கறே கொமரெ. இவெ மறுக்காலுமு அதே கேள்வியக் கேக்கறே, அப்பறொமு நம்ப நேரத்திக்குப் பேசாமயே இருந்துபுட்டுக் குசுகுசுன்னு சொல்றே, இல்லெ, கடவுள் இருக்கறதா இப்ப எனக்கு நம்பிக்கையில்லெ அப்பிடீன்னு எனக்கு மூச்சே நின்னு போச்சு. ராசனுமு அதுக்கப்பறொ ஒண்ணும் பேசுலெ. கொமரனா பெருமூச்சா உட்டுக்கிட்டு அசையாமக் கோந்துருக்கறே. எந்துருச்சு ஊட்டுக்கு வந்து சோத்தத் தின்னுபுட்டுப் படுத்தா எனக்குத் தூக்கமே வருலெ. ராசெ கொமரன அப்பிடியே உருச்சு வெச்சுருக் கறே, நடெகெட, பேச்சுக்கீச்சு, தோரனகீரன எல்லா அப்பாரே அப்பாரதே. கொமரெ குடும்பத்துக்கு மோசொ, ஆனா ஊருக்கு நல்லவெ, அவஞ்சொன்னாப்பல இந்தக் கெணத்துல தண்ணி வந்துருட்டு, கட்டாய வரு அவெந் தப்பாச் சொல்லமாண்டே, தெய்வ வாக்காட்ட அவங்கிட்ட ஒரு வாக்கிருக்குது. அது பொய்யாப் போவாது. ஆரெப்பிடியோ, சொன்னாப்பல ஊத்தங் கெடச்சுருச்சுனா அவன நா தெய்வமாத்தேம் பாப்பெ. சாவற நெலமைக்குப் போயிட்டொ, தண்ணி குடுத்தொருத்தந் தக்காத்துனானா அவெ நம்முளுக்குத் தெய்வந்தே, காணாங் காணமுன்னீங்களே இதா வந்துட்டாம் பாரு."

16

தனது கழுநீர்ப்பானையிலிருந்த நொய்யலின் அச்சிறு மீன் குஞ்சுகளைப் பீர்க்கம் பிஞ்சுகளைப் போன்ற தனது மெலிந்த விரல்களால் ஒவ்வொன்றாகப் பற்றியெடுத்துக் கிணற்றின் தெளிந்த நீர்ப்பரப்பின்மேல் தவழவிட்டாள் காரிச்சி. பானையினுள் எஞ்சியிருந்த சிறிதளவு கலங்கலான நீருக்குள் எவ்வளவோ நாள்களாக நெரிந்து கிடந்த அம்மீன் குஞ்சுகளுக்கு முதலில் அதை நம்பவே முடியவில்லை. சிறிது நேரம் நீர்ப்பரப்பின் மேல் சலனமேயில்லாமல் மிதந்துகொண்டிருந்தவை பிறகு மிகத் தயக்கத்துடன் அசையத் தொடங்கின. அவற்றின் மிகச் சிறிய கண்கள், தமது உடல்களைச் சூழ்ந்திருந்த அடர்ந்த நீர்ப்பரப்பைத் தீராத ஆச்சரியத்துடன் பார்த்துக்கொண்டிருந்தன. தனது மெலிந்த துடுப்புகளை அசைத்து அசைத்து மூழ்கிக் கொண்டிருந்த ஒரு வெறாக்குட்டி அந்நீர்ப்பரப்பின் வெதுவெதுப்பான நாளங்களுக்குள் துடிக்கும் உயிரின் இருப்பை அடையாளம் கண்டு, தாளாத சந்தோஷத்துடன் மேலே எம்பித் தாவிப் பிறகு விர்ரென அடியாழத்தை நோக்கி நீந்தியது. பிறகு எல்லாக் குஞ்சு களும் தமது புதிய வசிப்பிடமாக அக்கிணற்றை அடையாளம் கண்டுகொண்டு, 'சளப்சளப்'பெனத் துள்ளி அவளுக்கு விடை யளித்துவிட்டுக் கிணற்றின் விரிந்த பரப்பெங்கும் மிகச் சுதந்திர மாக அலைய முற்பட்டன. கிணற்றின் நான்கு கரைகளையும் சுற்றிச்சுற்றி வந்து வெகு நேரம்வரை அவற்றின் அசைவுகளைப் பார்த்துக்கொண்டிருந்தாள் காரிச்சி. இருப்புக் கொள்ளவில்லை; யாரிடமாவது அதைச் சொல்ல வேண்டுமென்னும் வேட்கை மூண்டது அவளுக்கு.

ஆனால், இரண்டு உயிர்களைப் பறிகொடுத்துவிட்டு மீளாத் துயரில் மூழ்கிக் கிடக்கிறது ஊர்.

ததும்பி வழிந்துகொண்டிருந்த வெள்ளம் காடெல்லாம் பரவிக் கால் வைக்க முடியாமல் சொதசொதத்துக் கிடந்தது. கடை போகும் நீரைக் கொண்டுசெல்லும் வாணிகள் தூர்ந்து கிடந்தன. எல்லாவற்றையும் அப்படியப்படியே போட்டுவிட்டுப் போயிருந்தார்கள். பண்டிதனின் சவ அடக்கத்துக்கான ஏற்பாடு களை முசுவாகக் கவனித்துக் கொண்டிருந்தார்கள். அளவில்லாத

சனம். மூன்று நாள்களாகத் தீரவே இல்லை. தொலைதூரங் களிலிருந்து வண்டிகட்டிக்கொண்டு வந்திருந்தவர்கள் எதிர்ப்பட்ட ஒவ்வொருவரிடமும் பண்டிதனின் மரணம் குறித்த நிகழ்வுகளைக் கேட்டுக்கொண்டிருந்தார்கள். அன்றிரவே மூப்பனைக் கொண்டு போய்ச் சுட்டுக் கரைத்துவிட்டுப் பண்டிதனின் காரியத்துக்கு வந்திருந்தார்கள் மூப்பன்கள்.

மூப்பனின் பெண்டு பிள்ளைகள்கூடத் தமது துக்கத்தையும் பொருட்படுத்தாமல் வந்து சிறிது நேரம் பண்டிதனின் உடலருகே நின்றுவிட்டுப் போனார்கள். மாதாரிவளவிலிருந்து வந்திருந்த பெண்கள் ஆலமரத்துக்குக் கிழக்கே தனிக் குழுவாகக்கூடி ஒருவரையொருவர் கட்டி அழுதுகொண்டிருந்தார்கள். ஈத்துப் பேத்தெல்லாம் ஒவ்வொன்றாக வந்து சேர மறுநாள் சாயந்திரமாகி விட்டது. மூன்றுநாள்களுக்குப் பிறகே அவனுடைய சவ அடக்கத்தை வைத்துக்கொள்வதென முடிவாகியிருந்தது. வந்திருந் தவர்கள் எல்லோருக்கும் மூன்று வேளையும் வெடத்தலாங் காட்டில்தான் சாப்பாடு. அரண்மனையின் களஞ்சியத்திலிருந்து வேண்டியமட்டும் எடுத்துக்கொடுக்கச் சொல்லியிருந்தார் ராஜா.

பண்ணாடியிலிருந்து ஊழியக்காரர்கள்வரை ஒருவர் பாக்கியில்லாமல் வந்து பண்டிதனுக்கு மரியாதை செலுத்திவிட்டுப் போனார்கள். எவ்வளவோ காலத்துக்கு முன்பு அவனோடு உத்தியோகம் பார்த்திருந்த வாத்தியார்மார்களும்கூடத் தள்ளா மையைப் பொருட்படுத்தாமல் வந்திருந்தார்கள்.

செய்தியைக் கேள்விப்பட்டவுடனேயே தனது பரிவாரங் களோடு புறப்பட்டு வந்திருந்தார் ராஜா. ஊராருக்குச் சொல்ல முடியாத பெருமை. வந்தவரின் காலில் நெடுஞ்சாண் கிடையாக விழுந்து சேவித்த பண்டிதனின் சொந்தங்களிடம் ஒப்புக்கு ஓரிரு வார்த்தை பேசிவிட்டுக் கிணற்றைப் பார்க்கப் புறப்பட்டார் ராஜா. அடியாழத்திலிருந்து பெருகிவந்த ஊற்றின் விசையால் சுழன்றுகொண்டிருந்தது நீர்ப்பரப்பு,

"உசரத் தக்காத்திக்கறதுக்கு ஆண்டவனாய் பாத்துட்ட வழி, வேறென்ன சொல்றது?" எனப் பெருமூச்சுடன் மூலைக்குமூலை நின்று பார்த்தார்.

"ஒரே ஊத்துத்தானா? பண்ணாடி கூட்டொ அப்பிடித்தே வந்து சொன்னானுகொ."

“ஒரே ஊத்துத்தானுங்க சாமியெசமாங்களே, ராசாங்கமே. மறுக்கா எதாச்சும் பொத்துச்சோ என்னமோ தெரீலீங்கொ சாமி, கீழ எறங்கிச் சுத்தீமித்தீம் பாத்துப்புட்டு வெகு நேரொ ரோசன பண்ணிக்கிட்டே இருந்தே, அப்பொறொ என்ன நெனச்சானோ காணா அந்தக் கடப்பாரயப் புடுங்க மாண்டாமப் புடுங்கித் தூக்க மாண்டாமத் தூக்கி அப்பிடியே பொடத்தி புடிக்கறாப்பல லேசா அங்கீமிங்கீமுங் குத்திப் பாத்தே, அவம் பண்றதப் பாத்துக்குட்டுருந்த நாய்க்கனுக்குக் கோவமுன்னாக் கோவமல்லவுங்க சாமி, எனத்த கொமரே தேடிக்குட்டிருக்கறே, என்னமோ நண்டு புடிக்கறாப்பல குத்திக்குட்டிருக்கறயே, ஊத்தமெங்குருக்குதுனு சொல்லு, மத்ததெல்லா நாங்க பாத்துக்குவொ அப்பிடீன்னு கொஞ்சொ கோவமாத்தேஞ் சொன்னே நாய்க்கெ, அதுக்குக் கொமரனுக்கு வந்துது பாருங்கொ சாமி கோவொ, ஒரு நாளைலெ அவெ அப்பிடிக் கோவப்பட்டு நாம் பாத்ததில்லெ, நிமுந்து நாய்க்கனெ ஒரு தடவ பாத்துப்புட்டு அப்பிடியே மமட்டக் கடுச்சுக்கறே, கை காலெல்லா வெட வெடன்னு அப்பிடி நடுங்குது, அப்பொறொ என்ன நெனச் சானோ காணா அத்தன கோவத்தையு உட்டுப்புட்டுச் சிரிக்கறே, ஆயுசு முடியொ இன்னொ நேரங்கெடக்குதுங்க சாமீங் கறானுங்களாமா, நாய்க்கருக்குக் கொழப்பமா, என்ன கொமரே கெணத்துக்குள்ளெறங்கி ஆருக்கு ஆயுசக் கணிச்சுச் சொல்லிக் குட்டிருக்கறே? நீ சொன்னாப்பல இன்னொ எத்தன தூரத்திக் குத்தே வெட்டோணுமுங்கறே? வெட்டறதுன்னா நீயே வெட்டு, எங்குளுக்குச் சத்தியில்லீனு சொல்லங்காட்டிக் குத்தி வெச்சுருந்த கடப்பாரயக் கொஞ்சங்கோடக் கஷ்டப்படாமப் புடுங்கித் தலைக்குமேல தூக்கிக்கிட்டானுங்களாங்கொ சாமி, மேலருந்து நாங்கள்ளாம் பாத்துக்குட்டுடீருக்கறொ அப்பிடியே அருளு வந்தாப்பல நின்னுக்குட்டிருக்கறே அப்பசுப்பமான ஆளுகளால அந்தக் கடப்பாரய அப்பிடித் தூக்கீற முடியாதுங்கொ எசமாங்களே ராசாங்கமே, அது அத்தன கனொ, அருளில்லாம அப்பிடித் தூக்க முடியாது.”

“அது ஊட்டுலருந்து வந்தப்பவே அருளோடதே வந்துருக்கறே கொமரெ, வந்ததீமு பண்ணாடி கேட்டே, ஏங்கொமரு இவ்வளவு நேரொ? செனொ எவ்வளவு நேரந்தேங் காத்துக்குட்டுருக்கும்னு அதுக்குஞ் சிரிச்சுக்குட்டானுங்கொ சாமி, சாதாரணமாக் கொமரெ அப்பிடியெல்லாஞ் சிரிக்கறவனுமில்லெ, ஒரு பணிவடக்

கத்தோடதே நடந்துக்குவே, அப்பிடியாப்பட்டவெ அன்னைக்கு அத்தன சனத்தப் பாத்து அப்பிடிச் சிரிக்கறே. விருத்தாப்பியமான காலத்துல வெட்டு வெடுக்குனு எங்கீங்கொ சாமி வாறது? குளிச்சுக் கிளிச்சுச் சாமி கும்புட்டுப்புட்டு வாறதுனா எப்பிடியுங் கொஞ்சொ நேரமாவத்தேஞ் செய்யுமுனு என்னைக்கு இல்லாத மாதரக் கொஞ்சொ வெடுக்குனுதேம் பேசுனாப்பல தெருஞ் சுதுங்கொ சாமி எங்குளுக்கு. அதோட பேசாமருக்காமெ, செரி அல்லாரு பேசிக்கிட்டிருப்பீங்கொ பேச்சு முடியுட்டு அப்பொறம் பொறப்புட்டுப் போலாம்னு கோந்துக்கிட்டெ, பட்ட கதெ, படாத கதேன்னு எத்தனையிருக்குது நம்பூர்ல? அப்பொற அதையெல்லாம் பேசறதுக்கு நேரமிருக்குமோ என்னமோ, செரி வேலயாவுட்டு ஆராச்சும் போயி ரண்டெளநி போட்டாங்க பாக்கலாம்னு அப்பிடியொரு அதிகாரமாச் சொல்றாப்பல, பணிவடக்கத்துல, சனத்துக்கு மரியாதி கொடுக்குறதுல கொமரன மிஞ்சுன ஆளில்லீங்கொ சாமியெசமாங்களே ராசாங்கமே, அப்படியாப்பட்டவந்தே அப்பிடி அதிகாரம் பண்றே, ஆரு ஒண்ணுஞ் சொல்லுலெ, அப்ப நடந்த அல்லாமே ஒரு தெய்வச் செயலாட்டத்தானுங்கொ சாமி இருந்துது, அவெ அப்பிடிச் சொன்னதீமு எளநி கொண்டாறதுக்கு ஆளுப் பறந்துக்குட்டுப் போவுது, என்னமோ அந்த ஆண்டவங்கிட்டருந்தே உத்தரவு வந்தாப்பல."

"எளநி கொண்டாந்த ஆளாருன்னு நெனைக்கறீங்கொ சாமி? கெழக்காலூரட்டு மயிலே, பத்துப் பதனஞ்சு வருஷமாச்சு இவெ அவம் மூஞ்சீல முளிச்சு. ரச்சாளக் கெடுத்தவந்தான பின்ன? பேசுவானா? ஆளு சாவறாப்பல கெடந்தே, இவெ எளநி வேணும்னு கேட்டதீமு அல்லாருத்துக்கு முந்தி சின்னப் பயனாட்ட இவந்தே எளநி போட ஓடுனுது. இவெ அவெ ஓடறதையே பாத்துச் சிருச்சுக்குட்டிருந்தே. போனவெ மேக்குக் கோட்டு உத்தீல இருக்குது பாருங்கொ சாமி ஒரு நெட்டத் தென்னமரொ? அதுல மடமடன்னு ஏறிப்புட்டே, கால்ல கயிறு கியிறு ஒண்ணுமில்லெ, ஏறுனவெ அவெஞ் சொன்னாப்பல ரண்டெளநியப் பிச்சுக் கீழ போட்டுப்புட்டு மடமடன்னு அதே வேகத்துல எறங்குனானுங்கொ சாமி, அதுக்குள்ள மரத்தடிக்குப் போயி பிச்சுப்போட்ட எளநிய எடுத்து எளநிதானான்னு நோட்டம் பாக்கறே, இதுலெ இன்னோரதிசயமென்னுங்குன்னா சாமியெச மாங்களே ராசாங்கமே, அந்த மரத்துல இருந்ததே அந்த

ரண்டௌநிதே, அதத் தவுத்து மத்த அல்லா மரமுங் காஞ்சு போச்சு, இந்த வழி வட்டாரத்துல சாமியெசமாங்கொ அரமனையத் தவுத்து வேறெங்கியு உசுரத் தக்காத்தி வெச்சுருக்கற தென்னமரொ ஒண்ணுமில்லெ. நெறையா தென்னெமட்டெகோட இல்லாம மொட்டையா நிக்குது அதுலீந்தேம் பாருங்களே எதாச்சும் பச்செ தட்டுப்படுதான்னு, ரண்டு மூணு காஞ்ச மட்டெ, தப்பிக்கெடந்த அந்த எளநிக்காய்களுக்கு அதுகதே நெழலக்குடுத்துத் தக்காத்தி வெச்சுருந்துது. அந்த எளநிக்காய்க ரண்டுங்கோட இப்பத்த காய்கன்னு சொல்ல முடியாதுங்கொ எசமாங்களே, இந்த மரத்துக்கெல்லா எழுவதெம்பது வயுசுருக்கு, ஒரு நூறு கன்னு ஒட்டுக்கா வெச்சு வளத்துனாங்களா எங்கு மாமெ, அதுல அல்லா மடமடன்னு மேல வந்துருச்சுங்களா, இது ஒண்ணுதே நின்னு நின்னு வளந்துருக்குது. கொஞ்சோ மேல வர வேண்டீது, அப்பறொ அப்பிடியே நின்னுக்க வேண்டீது, ஒரு ஆறு மாசொ ஒரு வருஷங்கிருமிச்சு ஒரு வெரக்கட ரண்டு வெரக்கட மேல வர வேண்டீது, மறுக்காலு ஒரு ஆறு மாசத்திக்கு நின்னுக்க வேண்டீது. அதட்டையிருக்கறதெல்லா மடமடன்னு மேல போயி ரண்டு மூணு மட்டடங் காயி புடுச்சுருச்சு, இதப்பத்தே வெரக்கட வெரக்கடயா வளந்து அதுக இடுப்புக்கு வந்து நிக்குது. அத வெட்டியுருஞ்சரலாமான்னுகோட நெனச்சாங்களா எங்கு மாமெ, கொமரந்தே வந்து பாத்துப்புட்டு வேண்டாங்க சாமி இருக்குட்டு, அதயென்னச் செமந்துக்குட்டாருக்கறொம்னு சொல்லித் தக்காத்துனானா, அப்பறொ இங்க வாற போதெல்லா ஒரு தரக்கா இந்த மரத்த வந்து பாத்துப்புட்டுப் போவானா, இவிய அத மறந்துட்டாங்கொ, செரி சொட்டைக்கிருந்துட்டுப் போவுதுன்னு உட்டுட்டாங்கொ. அப்பறொருநா அரிசியமாப்பால தட்டுப்பட்டுது, ஒரே குருத்து. செரி இனித் தேறிக்குமுன்னு நெனச்சாங்கொ, நாளுப் போச்சு, நாளுப்போயி வாரமும் போச்சு, மாசம் போச்சு மாசம்போயி வருஷமும் போச்சு, வெடுச்சு வந்துது, அப்பறொ வெகு நாளாக் குரம்பையே புடிக்காமக் கருவி உளுந்துருச்சு அந்தப்பாளெ, செரி இது வெட்டிக்குப் பூட்டையுட்டாப்பலருக்குதுன்னு உட்டுட்டுட்டாங்கொ, கொமரெ உடுலெ, அப்ப அவனென்ன பண்ணானுன்னு கேளுங்கொ சாமியெசமாங்களே ராசாங்கமே, பொழுது கௌம்பறதுக்கு மின்னால ஒரு செப்புக் கொடத்த எடுத்துக்குட்டு ஆத்துக்குப் போயி மருதங்குழிலருந்து தெனமு ஒவ்வொரு கொடங் கொண்டாந்து அதுக்கூத்த ஆரமிச்சுட்டே, அல்லாருஞ் சிரிக்

கறாங்கொ, வெடத்தலாங்காட்டுல தண்ணிக்கா பஞ்சமந்துருச்சு, இவெ ஆத்துக்குப் போயிக் கொண்டாந்தூத்திக்குட்டிருக்கறே, மூளெ பெரண்டுக்குச்சாக்குன்னுதே நெனச்சொமுங்க சாமி, அவெ ஒண்ணையும் பாக்காமத் தம்படக் காரியத்தப் பாத்துக் கிட்டிருந்தே, பதனஞ்சு நாக்கோட ஆவுலீங்கொ சாமி, மறுக்கா ஒரு பாள. மொதல்லியாட்ட இல்லாமெ எட்டே நாள்லெ வெடிச்சுது. தேன் பூச்சியாட்ட அத்தன பூவு. எண்ண முடியா துங்கொ சாமி, அத்தன குரம்பெ. அப்பொற எட்டு நாளைக்குள்ள அதுல ரண்டத் தவுத்து மத்ததெல்லா உதுந்து போச்சு, கொண்டாந்து கொண்டாந்து தண்ணியூத்திக்கிட்டே இருக்கறே, ஒரு கொடத்துக்குப் பதலா இருகொடொ, என்ன கொமரேன்னு கேட்டதுக்கு அது மரத்துக்கொரு கொடமுங்கொ, காய்க்கொரு கொடமுங்கொங்கறே, கேட்டவுங்குளுக்குச் சிருப்புன்னாச் சிருப்பல்லவுங்கொ எசமாங்களே, ஒரு கொடொந் தண்ணியூத்துனா ஒரு பூ பூக்குமா, ரண்டு கொடொந் தண்ணியூத்துனா ரண்டு பூ பூக்குமாங்கற கதயாவல்லருக்குதுன்னு சிருச்சுத்தேங் கெடந்தொ, அப்பொரு நா ஆத்துலருந்து ஒரு கல்லக் கொண்டாந்தே, மொழுமொழுன்னு அப்பிடியொரு வடிவான கல்லு, கட்டக்கரை யேருன்னு, சொரப்பிஞ்சாட்டத்தே இருந்துது, அவனால தூக்க முடீலியாட்டருக்குது, ஆத்துக்கால்ருந்து உருட்டிக்கிட்டே வாறே, அல்லாரு அரிசியமாப் பாக்கறொ, அதென்ன கல்லு கொமரே, இத்தனூரண்டிருக்குது ஏ தூக்கிக்கிட்டுத்தே வாறதுதானொ, இப்பிடித் தடமழியெல்லா உருட்டிக்கிட்டே வராட்டியென்னுனு கேட்டதுக்கு, உருட்டறத உட்டுப்புட்டு நிமுந்து நின்னு என்னேல முடீலீங்கொ சாமி, சித்த வந்து இதத் தூக்கியாந்து எம்பட வாசல்லெ வெச்சுப்புட்டு வந்தீங்கன்னா புண்ணியமாப் போகு முங்க சாமீன்னு அவ்வளவு பணிவா கேட்டே, சொரப்பிஞ்சாட் டருக்குது, இந்தக் கல்லத் தூக்கறதுக்கு இத்தன கஷ்டப்படறானே, அட திருவாத்தே அப்பிடீன்னு மனசுக்குள்ள நெனச்சுக்குட்டு நாந்தானுங்க சாமி போனெ போயி மொல்லக் குனுஞ்சு ஒத்தக் கையால அத எடுக்கப் போனெ, சத்தீமாச் சொல்றனுங்கொ எசமாங்களே, இப்ப நெனச்சாலு எனக்கு மேலெல்லா சிலுத்துக்கு, அதப்பிடியாப்பட்ட அனுபவொ, கல்லுச் சிறுசுதே, பத்து வயுசுப் புள்ளகோட அதச் சிரமமில்லாம தூக்கித் தோளும்பேருல வெச்சுக்கலாமுங்கறாப்பல அத்தன சிறுசாத்தேஞ் தெருஞ்சுது, நானுமு அப்பிடி நெனச்சுக்குட்டுத்தே அதத் தூக்கறதுக்கும் போனெ, என்னால முடீலிங்கொ எசமாங்களே, ஒரு வெரக்கட

நகத்த முடீலெ, அப்பிடியெரு கனொ, செரி மத்தவிய முன்னால அவுமானப் பட்டாப்பல ஆவீரக்குடாதுன்னு, மூச்ச இழுத்துப் புடுச்சுத் தூக்கப் பாக்கறெ, அப்பூ முடீலெ, எனக்கு மூச்சு வாங்குது, அப்பறொ வேட்டிய உருட்டி ரட்டக் கோமணம் போட்டுக்குட்டு, தோள்ல கெடந்த துண்ட எடுத்து உருமாலையக் கட்டிக்குட்டுக் காலுரண்டையு நல்லா அகட்டி வெச்சு ஊனி நின்னு மூச்சப்புடுச்சு ரண்டு கையுலயும் தூக்கப் பாக்கறே. பொணமாட்ட அத்தன கனமுங்கொ சாமியெசமாங்களே ராசாங்கமே இதப் பாத்து அல்லா சிரிக்கறாங்கொ, கொமரனுஞ் சிரிக்கறே, எனக்கவுமானமா போச்சு, செரி ஆனமுட்டும் பாத் துப்புட வேண்டீததுதேன்னு மறுக்காலுந் தூக்கறெ, என்னால முடீலெ, கண்ணெல்லாஞ் செவந்து போச்சு, கைகாலெல்லா கிடுகிடுன்னு நடுங்குது, கொடங்கொடமா வேத்துக் கொட்டுது. அப்பறொ அய்யோ கடவளே. இதெல்லா உம்பட மாயமான்னு முப்பாட்டுக் கருப்பணன நெனச்சுக்குட்டுத் தூக்குனெ தூக்கித் தோள்ல வெச்சுக்குட்டு நடக்கறெ காலல்லா மடிஞ்சு மடிஞ்சு போவுது. அந்த எடத்துலருந்து கொமரங் குடியிருக்கற ஊடு சும்மா ஒரு பத்தெட்டுத்தேஞ் சேரு, ஆனா கொண்டு போயிச் சேத்தறதுக்குள்ள உசுரு போயி உசுரு வந்துருச்செனக்கு ஒண்ணை யுங் காட்டிக்காம நடக்கறெ, வாசல்ல கொண்டுபோயி அவங் கையக் காமிச்செடத்துல வெச்சுப்புட்டுப் பாக்கறெ அந்த மாயத்துல கொப்பளம் போட்டுருச்சு, கெண்டபுடுச்சுப்போயி கொஞ்ச நேரத்திக்கு அப்பிடியே அங்கிருந்த ஒரு பூவரசு மரத்தும் பேருல சாஞ்சுக்கிட்டெ, அப்பறொ அவமந்து அந்தக் கல்ல கோழிப் பொங்கத் தூக்கறாப்பல எந்தச் சிரமுமே இல்லாமத் தூக்கி ஊட்டுக்குள்ற கொண்டு போயிட்டே எனக்குனா பிருமித்தி புடுச்சாப்பல ஆயிப்போச்சு, நடந்தது நெசமா இல்லக் கெனாக்கினா கண்டுருக்கறமான்னு நெனச்செ. அப்பறொ எங்க போனானோ தெரீலிங்க சாமி ஒரு பதனஞ்சு நாளைக்காட்ட ஆளையே காணா, சமுதாகிட்டக் கேட்டதுக்கு கோயலுக்குப் போயிருக்கறான்னு சொன்னா, எந்தக் கோயலுன்னு அவளுக்கே தெரீலியாட்டருக்கு துன்னு நெனச்சுக்கிட்டெ, பதனஞ்சு நா கிருமிச்சு ஒரு நா சாமத்துல வந்தே, நாயொலைக்கற சத்தங்கேக்குதுன்னு எந்துருச்சுப் பாக்கறனுங்கொ சாமி, தலைலெ ஒரு செமைய வெச்சுக்குட்டுத் தொக்கடாவத்தாண்டி ஆரோ வந்துக்குட்டிருக்குது. இருட்டு, ஒரு நெதானத்துலதே ஒவ்வொண்ணையும் பாக்கோணு, ஆனா அது கொமரனாத்தே இருக்கோணும்னு எனக்குப் புருஞ்சு

போச்சு, அவந்தலைலருக்கற மூட்டக்குள்ள என்ன இருக்கும்ங் கறதப் பத்தீமு எனக்குச் சந்தேகமொண்ணுமில்லெ, கொஞ்சந் தூரத்திக்கு நடக்க உட்டு நா பொறவாலயே போனெ, அவெ எந்தக் கஷ்டமு இல்லாம நேரா ஊட்டுக்கு நடக்கறே, வெளக்கப் பத்தி வெச்சுக்குட்டு வாசல்லியே நின்னுக்குட்டிருக்கறா அவெம் பொண்டாட்டி, தலையோட தண்ணியூத்திக்குட்டு மண்டக்கட்டுக் கட்டி, ஈரச்சீலயோட நின்னுக்குட்டிருக்கறா, இவெங் கொண்டு போன செமைய எறக்கித் திண்ண மேல வெச்சுப் பிருச்சு ஒவ்வொண்ணா வெளீல எடுக்கறே நா நெனச்சமாதரதானுங்கொ சாமி அதெல்லா சாமி விக்கரகொ, முருகெ, வெநாயகெ, ஈஸ்வர, பார்விதின்னு அத்தனையுஞ் சாமி செலெ, எனக்குனா கொஞ் சொ பயமா போச்சு, இங்க வெவரமில்லாம எதுக்கு வந்து நின்னமுன்னு ஆவிப்போச்சு, சத்தமில்லாமக் கெளம்பி மறுக்கா வெடத்தலாங்காட்டுக்கு வந்து படுத்துக்கிட்டெ, காச்சக்குளுரு வந்துருச்செனக்கு, பாத்துப்புட்டுப் போலாம்னு அவுனு ஒருநா வந்தே, காச்சத்தேங் கொமரு நாலு நாளாச்சுன்னு சொன்னதுக்கு, சாமத்துல எதுக்குங்கொ சாமீ அங்கியு இங்கியு நடப்பீங்கொ? இந்தப் பனிபேயுதல்லவுங்கொங்கறே. அப்பறொ தம்பட ஊட்டுக்குள்ளயே திட்டொண்ணக் கட்டி அந்தச் செலயெல்லா வெச்சு அதுகுளுக்கு ஆராதனெ அவிசேவமெல்லாம் பண்ண ஆரம்பிச்சுப்புட்டே, அவிசேவத்துக்கு வேணும்னு ரண்டெளநி கேட்டு அவெமந்து வெடத்தலாங்காட்டுல நின்னப்பொ எங்கு மாமெ ரண்டெளநி போட்டுக் குடுத்துரு காருன்னு எங்கட்டத் தேஞ் சொன்னாங்குளுங்கொ சாமியெசமாங்களே ராசாங்கமே. நா நேரா அந்தத் தென்னமரத்துக்குத்தேம் போனெ, அதும்பட கொலைல இருந்த அந்த ரண்டெளநிக்காயத்தேப் பொறுச்சு அவங்கிட்டக் குடுத்தெ, அவனுமு வேறொண்ணுஞ் சொல்லாம வாங்கிக்கிட்டுப் போயிட்டே, போறபோது இந்தக் கெணத்து மேட்டுக்குப் போயி தொளசியும் பொறுச்சு மடி நெறையா சேத்திக்கிட்டே, ஆருகிட்டயு ஒண்ணுஞ் சொல்லுலெ, அப்பொறொ நானாத்தேம் போயி ஏங்கொமரு பூசைக்குப் பழமெச்சுருக்கற யான்னு கேட்டெ, அதுக்கொன்னும் பேசாம நேரா எம்பட மூஞ்சியெப் பாத்தே, செரி நீ போ, நா பொறவாலயே வாறம்னு சொல்லீட்டு நேரா எம்பட தோட்டத்துக்குப் போனெ, கெணத் தடீலெ ஒரு அஞ்சாறு வாழமரமிருந்துது, அதுலொரு மரத்துல கொலெ பழுத்துக்கெடந்துச்சு, அதுக்கொரு நாளைக்கு மின்னதே வெளுப்புத் தட்டீருந்துது, அறுத்து ஊட்டுக்குக் கொண்டாந்தர

லாமல்லொ? கிளி கொத்தி நாசம் பண்ணீராதுனு எங்கம்மா கேட்டதுக்கு இருக்குட்டு, பாக்கலாமுன்னு சொல்லி வெச்சுருந்தெ, பதனஞ்சு நாளாவே அது கொமரங் கொண்டாந்து வெச்சுருக்கற சாமிக்குத்தே அப்பிடீன்னு மனசுக்குப் பட்டுக்குட்டிருந்துது. அதயத் தாரோட வெட்டியெடுத்துக்குட்டுப் போயி அவங்கிட்டக் குடுத்ததுக்கு ஒண்ணும் பேசாம வாங்கிக்கிட்டே, அப்ப அவனப் பாக்க எனக்கே கொஞ்சொ கருக்கடையாத்தே இருந்துதுங்கொ சாமி, குடுமிய அவுத்துட்டுருந்தே, பொம்பளைக்காட்ட அந்த மசுரு தோளும் பேருல உளுந்து பொரண்டு கெடக்குது. நெத்தி, நெஞ்சு, கையெல்லா பட்டபட்டயா விபூதி பூசிச் சந்தனம் பொட்டெல்லா வெச்சுருந்தே, வெறு மேலு, இடுப்புல ஒரு கோமணத்தக் கட்டி அதுக்கு மேல ஒரு துண்டக் கட்டீருந்தே, செரி நாம் போவுட்டா கொமருன்னு கேட்டதுக்குச் செரிங்க சாமி, நல்லதுங்கொன்னு சொல்லீட்டே, இருந்து சாமி கும்புட்டுப்புட்டுப் போலாமல்லவுங்க சாமீன்னு சொல்லுவான்னு நெனச்செ, சொல்லுலெ. போயி புள்ளாரு கோயத் திண்ணைல கோந்துக்கிட்டெ அன்னைக்குப் பூரா உட்டுட்டு மணிச்சத்தங் கேட்டுக்கிட்டேருந்துது, ஊரு பூராச் சாம்பராணி வாசொ, ஊதுபித்தி வாசொ, சந்தனொ வாசொ, அப்பறொ அமாவாசைக்க மாவாசெ சாமிக்கு அவிசேவம் பண்ணோனும்னு வந்து கேட்டா அந்தத் தென்ன மரத்துலருந்துதே எளநி போட்டுக் குடுப்பொமுங்க சாமியெசமாங்களே ராசாங்கமே, அதுலொரு அதிசியம் பாருங்கொ சாமி அந்த மரத்துல எத்தன பாளை போட்டாலு எத்தன குரம்பெ வெச்சாலு அதுல ரண்டுதே நிக்கு, அமாவாசையன்னைக்கு அந்த ரண்டுந் தெரண்டு பதத்துக்கு வந்துரு. அதென்னமோ சத்தியவாக்காட்டவுங்க சாமி, அப்பொற உன்னொன்னையுங் கவனிக்கோணுமுங்க சாமி, அவங் கும்படற சாமிய இது நா வரைக்கு ஊருல வேற ஆருங் கையெடுத்துக் கும்புட்டதில்லெ, எப்பிடியிருக்குமுன்னுகோடப் பாத்துருக்க மாண்டாங்கொ, காத்தால பொழுது கெளம்ப எந்துருச்சு பூக்கூடைய எடுத்துக்குட்டு ஆத்துக்குப் போறதப் பாப்பாங்கொ, தண்ணிவாத்துக்குட்டு ஈர வேட்டியோட திலும்பி வாறதப் பாப்பாங்கொ, காடுகரைல பூப்பொறிச்சுக்குட்டிருக்கறதப் பாப்பாங்கொ, காசரளிப் பூவு, கொன்னப் பூவு, தங்கரளிப் பூவுன்னு இங்க கெடைக்கற பூவையெல்லாம் பொறுச்சுக் கூடய நப்பிக்கிட்டுப் போவே, அப்பறொ வெகு நேரங் கழிச்சு மணிச்சத்தொ வரு, நம்ப நேரங் கேட்டுக்கிட்டே இருக்கு. அது நின்னதுக்கப்பறமா தட்டொ

மணியோட ஊட்டுக்கு வெளீல வருவே. கெழக்கு மின்னா நின்டு சூரியனப் பாத்து மணியடிப்பே, அப்பொறொ தட்டத்துல இருக்கற பூவெ எடுத்து மந்திரிக்கறாப்பல எதையோ முணுமுணுத் துக்குட்டுச் சுண்டியுடுவே, தீத்தத்த ஒரு கரண்டீல எடுத்து மொதல்ல கதிரப் பாத்து வீசிப்புட்டு நாலு மூலைக்குமு நாலு கரண்டிய வீசுவே, தட்டத்துல திருநீருமு ரண்டு பூம்பழமு இருக்கு, பழத்த உரிச்சு அதுமேல கொஞ்சொ சக்கரயப் போட்டு வெச் சுருப்பே, அதுதே பிரசாதொ, பூசைய முடிச்சுப்புட்டு அதக் கொஞ் சொம் புட்டு வாயுல போட்டுக்குட்டு மீதிய அவெம் பொண் டாட்டி, புள்ள, ஈத்துப் பேத்துன்னு ஆரிருக்கறாங்களோ அவிய கைல குடுப்பே, ஒருநாளைலெ ஒரு கவண்டப்பெறப்புக்கு இந்தாங் கன்னு அவம்பிரசாதங் குடுத்து நாம் பாத்ததில்லெ, அது மாதரி சக்கிலி பறையனுகளுக்குங் குடுக்க மாண்டே, கொசவமூடு, வண்ணா மூடுன்னு ஆராவது வந்தா ஒரு துளி பெரசாதங் குடுங்கொ வாத்தியாரேன்னு அவுங்குளுங் கேப்பாங்கொ, அவுனுங் குடுப்பே, மூப்பமூடு திருநீறு மட்டு வாங்கிக்குவாங்கொ, சென்னி மூப்பனுமு அவுனுமு அப்பிடி அண்ணந் தம்பியாட்டத்தே இருப்பாங்கொ, ஆனா அவனுங்கோட அந்தப் பழத்த ஒரு துளி வாங்கித் தின்னாப்பல தெரீலீங்கொ எசமாங்களே, சோசியங் கேக்க வாற சனொ அவெ அத்தன பத்தியா சாமி கும்படறதப் பாத்துப்புட்டு ஒரு துளி தின்நீற வாங்கிப் பட்டும்படாமெ நெத்தீல வெச்சுக்கு, அதிலீஞ் செலபேரு கழத்துல மட்டுங் கொஞ் சொ இழுக்கிக்குவாங்கொ, கொமரெ சிருச்சுக்குவே, அவெஞ் சிரிக்கறது ஆருக்குந் தெரியாது, அந்த ஒதட்டுல ஒரு அடை யாளமுந் தெரியாது, கண்ணுக்குள்ளதேஞ் சிரிப்பே, செரி, இவெ இத்தன பத்தியா கும்புட்டுக்குட்டிருக்கறானே இந்தச் சாமி எப்பிடித்தே இருக்குமுன்னு பாக்கலாமேன்னு ஒரு நா அவஞ் சாமி கும்புட்டுக்குட்டிருக்கறப்பொ அலுங்காம உள்ள போறெ, பாத்து எனக்கு மூச்சே நின்னு போச்சுங்கொ சாமியெசமாங்களே ராசாங்கமே, அப்பிடிக் கைலாசமாட்ட இருக்குது. அந்தத் திட்டும்பேருல ஒரு சின்ன லிங்கொ, பட்ட பட்டயா திருநீறு சந்தனொ வெச்சுச் செரசுக்குப் பட்டுத் துண்டுசாத்தித் தகதகன்னு மின்னிக்குட்டிருக்குது, அத்தன தீவொ, வலப்பக்கத்தல்லைலெ சிறுசா ஒரு பார்விதி செல, பச்சப்பட்டுடுத்திக் குங்குமொப் பொட்டு வெச்சு அப்பிடியே நேருல வந்து நின்னாப்பல இருந்து துங்கொ சாமியெனக்கு. செவரெல்லா சாமி பெடொ, அதில்லாம ஒரு அஞ்சாறு கொழுமாங்கல்லு, அல்லா நொய்யல்லருந்து

கொண்டாந்து சேத்துனது, அதுலொண்ணு வீரக்கொமர சாமியாமா, ஒண்ணு தேவனாத்தாளாமா, ஒண்ணு கருப்பராயனா, ஒண்ணு குப்பைண சாமியா, ஒண்ணு நாச்சிமுத்தாண்டவனா, ஒண்ணு சிவமலையாண்டவனா மத்தது சென்னிமலை யாண்டவனா, அதெல்லா ஒரு நா ரச்சா சொன்னா, அதுகளுக்கு மின்னால தெக்குமின்னா சம்மணம்போட்டுக் கோந்துக்குட்டு எனத்தையோ மொனவிக்கிட்டிருந்தேங் கொமரெ குடுமியெ அள்ளி முடிஞ்சு கொண்டெ போட்டிருந்தே, திட்டும்பேருல பொகஞ்சுக்குட்டிருந்த சாம்பராணிப் பொகெ அவெ மேல பாம்பாட்டப் பாம்பாட்ட ஊரிக்கிட்டிருக்குது, அருளு வந்தாப் பலத் திரேகமே ஆடிக்குட்டிருந்துது அவுனுக்கு. தலெ கிடுகிடுன்னு நடுங்குது, வேத்தூத்துது, நடு நெஞ்சுல நாமம் போட்டாப்பல சந்தனத்த இழுத்துட்டு அதும்பேருல குங்குமத்த இழுக்கியுட்டிருந்துருக்கறே, அதெல்லா அந்த வேர்வத் தண்ணீல கரஞ்சு வவுத்துவரைக்கு வழிஞ்சு கெடக்குது, பாத்தா என்னமோ நத்தந்தே நெஞ்சப் பொத்துக்குட்டு வருதாக்குன்னு இருந்தெ. அதுக்கு மேல எனக்கு அங்கிருக்கறதுக்கு முடீலெ, எந்துருச்சு வெளீல வந்து திண்ணைல கோந்துக்கிட்டெ, ஒரே பதறிக்கையா போச்சு. சித்தங்கோரங் கழிச்சு கொமரெ வந்தே, என்னைய ஏற எறங்கப் பாத்துப்புட்டு என்னுங்கொ சாமீன்னே, நா கை காலெல்லா வலி கொமரே, மூட்டு வலி தாங்க முடீலீனெ, நெசமாவே எனக்கு அப்ப வலி தாங்க முடீலெ, மூட்டுக்கு மூட்டு வீங்கி ரண்டு மூணு வருஷமா வதச்செடுத்துக்குட்டிருந்துது. அதுனால அப்ப அவங்கிட்டச் சொன்னது பொய்யின்னு சொல்லறதுக்கில்லெ, நாஞ்சொன்னதக் கேட்டுக்குட்டு ஒண்ணும் பேசாம உள்ள போனே, திலும்பி வாறப்பொ கைல பூசத்தட்ட மிருந்துது. அதுலருந்த திருநீற அள்ளி எம்பட கை கால் மூட்டெல்லா பூசியுட்டே, அப்பறொ அந்தத் தட்டத்துல பூசைக்கு வெச்ச பூம்பழத்துல ஒரு அரப்பழமிருந்துது, அவந்தின்னுபுட்டு வெச்ச மீதியாத்தே இருக்கு, அத எடுத்து இத வாயுல போட்டுக்கறீங்களா சாமி, சாமி தின்னது போவ மீதி, இதச் சாப்புடுங்கொ மறுக்கா உங்குளுக்கு அந்த வலியே வராதுனு நீட்டுனே, நா ஒண்ணுஞ் சொல்லாம அத வாங்கி வாயுல போட்டுக்குட்டெ, அப்பறொஞ் சித்த நேரத்திக்கு ஒண்ணும் பேசாமக் கோந்துருந்துட்டு எந்துருச்சு ஊட்டுக்கு வந்துட்டெ. அவெஞ் சொன்னாப்பல இன்னைக்கு வரைக்கு ஒரு நாளீலெ எனக்கு மறுக்காக் கால்வலியே வந்ததில்லீங்கொ சாமியெச

மாங்களே ராசாங்கமே, அப்பொற அவன எப்பப் பாத்தாலு எனக்கு அன்னைக்கு அந்தச் சாமிக்கு மின்னால தெக்குமின்னா சம்மணம் போட்டுக் கோந்து மொனவிக்கிட்டிருந்தான்னு சொன் னனுங்களே அது ஞாபகத்திக்கு வரு, அப்பறொ எந்துருச்சு வந்து எனக்கு அந்தப் பெரசாதத்தக் குடுத்தானே அது ஞாபகத்திக்கு வரு பழைய கொமரனா அவனப் பாக்க முடியாமயே போச்சு, கொமருன்னு கூப்படக்கோடக் கூச்சமாத்தே இருக்கு, ஆரு நம்பறாங்களோ இல்லியோங்க சாமி, நா நம்பறெ, அவங்கிட்ட ஒரு அருளிருக்குது, எதோரு தெய்வமந்து அந்த ஒடம்புல அண்டீருக்குது. அன்னைக்குக் கெணத்து மேட்டுக்கு அவெ அப்பிடி வந்து நின்னப்பொ அந்த அருளோடதே வந்து நின்னுருக் கறானுங்க சாமி, வந்து நின்ன தோரெண, சிருச்ச தோரெண, அல்லாருத்தையு அதிகாரம் பண்ணுன தோரணெ அப்பிடி எதெடுத்துப் பாத்தாலுமு அதெல்லா பழைய கொமரனாட்டவே தெரீலிங்கொ சாமி, அதும் பாருங்கொ சாமி, அன்னைக்கு நெறஞ்ச அமாவாசெ, எப்பும் போல அந்தத் தென்னமரத்துல அவுனுக்குன்னு ரண்டெளநிக்காயி தெரண்டு நின்னுது, அவங் கேட்ட மாயத்துல மயிலேம் போயி அதப் போட்டுக் கொண்டாந் துட்டே, கொண்டாந்து என்ன பண்றதுன்னு தெரியாம ரண்டையுங் கைலெ வெச்சுக்குட்டு மூஞ்சிய மூஞ்சியப் பாக்கறே, கொமரெச் சிரிக்கறே, அதெனத்துக்கு அப்பிடிப் பாக்கறீங்கொ, அருவாளெடுத்துச் சீவுங்கொ குடிக்கலா அப்பிடீங்கறே, அல்லாரு அதப் பாத்துக்குட்டுருக்கறாங்களே தவுத்து ஒண்ணுஞ் சொல்லுலெ, மயிலானு ஒண்ணும்பேசாம போட்டாந்த எளநிக்கா ரண்டையுஞ் சீவி என்ன பண்றதுங்கறாப்பல அவனப் பாக்கறே, கொமரெ அவங் கைலருந்து ஒண்ண வாங்கி அப்பிடியே அண்ணாந்து வாயில ஊத்திக்கறே, ஒரு சொட்டு வெளீல சிந்துலெ, இவெ அவங் குடிக்கறதையே வெச்ச கண்ணு வாங்காம வெறச்சு வெறச்சுப் பாத்துக்குட்டிருக்கறே, அதக் குடுச்சுப்புட்டு ரண்டாவதையு அவங்கைலிருந்து வாங்கிக்கிட்டே, வாங்கி அதுலீம் பாதியக் குடுச்சுப்புட்டே, அப்பறொ என்ன நெனச் சானோ காணா அவனக் கண்ணெடுக்காமப் பாத்துக்குட்டிருந்த மயிலானப் பாத்து அடடா கெவுனிக்குலெ ஒரு வா குடிக்கறீங் களான்னு கேட்டு அப்பிடியே அத அவங்கிட்ட நீட்டிப்புட்டே, எனக்கதப் பாத்து பதறிக்கையா போச்சு, ஆருக்காச்சு கோவமந்து ஒண்ணுகெடக்க ஒண்ணாவீட்டா என்ன பண்றதுன்னு கவலெ, திலும்பிப் பாக்கறெ, அத்தன சனமு அப்பிடியே உட்டதுட்டாப்பல

அவிய ரண்டு பேருத்தியும் பாத்துக்குட்டிருக்குது, அல்லாமே என்னமோ கெனவுல நடக்கறாப்பல தெரியுது, இப்பக்கோட அதெல்லா கெனவா இல்ல நெசமான்னு தெரீலீங்கொ சாமி எனக்கு. அப்பறங் கேளுங்கொ, கொமரெ எச்ச பண்ணிக் குடுத்த எளநிக்காய வாங்கி அத்தன பத்தியா வாயில ஊத்திக்கறே நம்பு மயிலு. குடிச்சுப்புட்டு அவனப் பாக்கறே, அவெ ஒரு சிருப்புச் சிருச்சுப்புட்டுக் குடிச்சாச்சுங்களா, ஒரு சொட்டு மிச்ச வெக்கிலியேன்னு கேட்டுப்புட்டு இனி ஒடம்புக்கு ஒண்ணுமில்லெ, அல்லா நல்லா போச்சு, வாங்கொ ரண்டு பேருமு இந்தக் கெணத்துக்குள்ள எறங்கலா, போயி ஊத்தக் கண்டுபுடுச்சுக் குடுத்துப்புட்டு போறெ, வேல கெடக்குதுன்னு சொல்லிப்புட்டுக் கெணத்தப் பாத்து நடக்கறே, செனோ நின்னது நின்னாப்பல பாத்துக்குட்டிருக்குது, போயி ஒவ்வொரு ஏத்தொலைலீமு இருக்கற வடக்கவுத்த வலுவா இருக்குதா இல்லையான்னு பாக்கறாப்பல இழுத்திழுத்துப் பாக்கறே, அப்பறொண்ணப் புடுச்சு மயிலாங்கிட்டக் குடுத்து நீங்க இதுல எறங்குங்கொ நா அதுல எறங்கறம்னு சொல்லீட்டு அப்பிடிச் சுத்திக்குட்டு வாறே, அதுக்குள்ற நானுமு, முந்தாநேத்துச் செத்துப் போனாம் பாருங்கொ அந்த மூப்பனுமு அவங்கிட்டப் போறொ, என்ன கொமருன்னு கேக்கறொ, ஊத்தக் கண்டுபுடுச்சு எடுத்துடோனுமல்லவுங்க சாமி, எறங்கித்தான தீரோணும்னு கேட்டுப்புட்டு ஏத்தொலைல தொங்கிக்கிட்டுருந்த கவத்தப் புடுச்சு எறங்கீட்டே, எனக்குனா மூச்சே நின்னுபோச்சுங்கொ சாமியெசமாங்களே, வெடவெடன்னு நடுங்கிக்குட்டுப் போயிக் கெணத்த எட்டிப் பாக்கறொ, வலசப் பையனாட்ட செவத்த உந்தி உந்தி அஞ்சு சீக்கரத்துல கீழ போயிட்டே, அவங்காட்டுன ஏத்தொலக் கவுத்தப் புடுச்சுக்குட்டு மயிலானு அதே மாதரி எறங்கறே, நானுமு செத்துப்போன மூப்பனுமு ஒருத்துரு மூஞ்சிய ஒருத்துரு பாத்துப்புட்டு ஆளுக்கொரு கவத்தப் புடுச்சுக்குட்டு எறங்கிக் கீழ போயிப் பாக்கறொ, எங்கு மூணு பேருத்துக்குமு மூச்சு வாங்குது, கொமரெ கொஞ்சங்கோடக் களப்புத் தட்டாம கெணத்தச் சுத்திச் சுத்திப் பாக்கறே, கீழ குனிஞ்சு தவுந்தாப்பல நடந்து ஒவ்வொரு மூலைக்கும் போயி அதத்தொடறே, இதத் தொடறே, அந்தக் கடப்பாரய எடுத்து அங்க கொஞ்சொங் குத்திப் பாக்கறே, இங்க கொஞ்சொங் குத்திப் பாக்கறே, அவெ என்னதேம் பண்றான்னு எங்குளுக்கொன்னும் புரீலெ. அப்பொறொ கெணத்துக்குள்ள எறங்கீருந்த ஒரு மர வேரொண்ணப் புடுங்கி நெலத்துல மூணெடத்துல வட்டம் போடறே, நாங்க

பாத்துக்குட்டே இருக்கறெொ, அப்பறொ எங்கு மூணு பேருத்துயும் பாத்து, ஆளுக்கொரு எடத்தக் காமுச்சு, கடப்பாரைலெ அதக் குத்தச் சொல்றே, திடுதிப்புனு என்னாச்சுனு தெரீலெ அவுனுக்குக் கைகாலெல்லா நடுங்குது, மூச்செரைக்குது, அப்பிடியே ஒரு கல்லும்பேருல கோந்துக்குட்டுச் சீக்கரங் குத்துங்கொ அப்பி டீங்கறே, நாங்க மூணு பேருமு ஆளுக்கொரு கடப்பாரைய எடுத்துக்கறெொ, அவஞ்சொன்னாப்பல அவியவீளுக்குக் குறிச்சுக் குடுத்த எடத்துல கடப்பாரையக்கொண்டு குத்தறெொ, 'நங்நங்' குன்னு சத்தங் கேக்குது, கொமரெ பாத்துக்கிட்டே இருக்கறே, அவுனுக்கு மயக்கமாட்ட வருது, பெரண்டு பெரண்டு முளிக்கறே, நா இந்தக் கோடு, மயிலே இந்தக்கோடு, நடுவுல மூப்பெ நின்னுக் குட்டிருக்கறே, ஓங்கி ஓங்கிக் குத்தறொ ஒரு வெரக் கடையள வுக்குக்கோட அந்தப் பாறைல விரிசத் தட்டுப்படுலெ, அல்லாரு நம்பக் களச்சுப் போயிட்டொ, சித்த கோரலாமுன்னு பாத்தா கொமரெ என்ன சொல்லுவானோன்னு பயொ, சீக்கிரங் குத்திப் பொத்துடுங்கொ எனக்குத் தாகத்துல உசுரு போவுதுன்னு அவுசரப்படுத்துனே, நாங்குளுமு எங்குளுக்கானவரைக்குமு மூச்சப் புடுச்சுக்குட்டுக் குத்தறெொ, எனக்கு முடீலெ, காலெல்லா மடுஞ்சு போயி அப்பிடியே கோந்துக்கறெ, மறுக்கா சித்த நேரங்கோட ஆவுலெ, மூப்பனுங் கோந்துக்கிட்டே, மயிலே மட்டு ஆரயுஞ் சீண்டாம அவம்பாட்டுக்கு ஒரே சீராக் கடப்பாரையப் போட்டுக்குட்டிருக்கறே, கொமர நெலமெ மோசமாவிக்கிட்டே போவுது, நாக்கு வெட்டி வெட்டி இழுக்குது, எங்கு ரண்டு பேருத்துக்குமு என்ன செய்யறதுன்னு தெரீல, மயிலானுக்கு எங்குருந்துதே அத்தன பலமந்துதோ கடப்பாரைய அப்பிடிப் போடறே, சத்தொ மேல வரைக்குங் கேக்குது, பாறெ துண்டு துண்டா தெறிச்சு நாலாப் பக்கத்திக்குஞ் செதறுது, மேலருக்கறவி யெல்லா ஒட்டுக்கா குனுஞ்சு பாத்துக்குட்டுருக்காங்கொ, அப்பத்தே அப்பிடியொரு சம்பவொ நடந்துதுங்கொ சாமி, தெறுச்சு வந்த ஒரு பாறத் துண்டு செரியா கொமரெ நெஞ்சுல வந்து பட்டுருது, கையவலத்திக்குக் காயொ, நத்தங் கொட்டுது, நாங்கொ அய்யோன்னு கத்திக்கிட்டே அவனத் தூக்கி மடீல வெச்சுக்கறெொ, மேல நின்னு பாத்துக்குட்டுருக்கற சனொ குய்யோ முறையோன்னு கத்துது. கடப்பாரெ போட்டுக்குட்டுருந்த மயிலே அத நிறுத்திப்புட்டுக் கிட்டவாறே, கொமரெ கையாட்டி அவங்கிட்ட என்னமோ சொல்றே, தண்ணீ தண்ணீன்னுதேஞ் சத்தொ வருது. அதக்கேட்டுச் சாமி வந்தாப்பல எந்துருச்சு

மறுக்காலுங் கடப்பாரயத் தூக்கறே மயிலே, அவுனுக்குங்கோட அருளு வந்துட்டாப்பலதே இருந்துச்சு, ஒரே அடீலெ கண்ணுப் பொத்துக்குச்சு, தண்ணி பீச்சியடிக்குது, மேல போயி வளஞ்சு கீழ வந்து கொமரெ நெஞ்சுல உளுவுது. கொமரெ அந்தத் தண்ணிய வாய்க்குள்ள வாங்கி ஆசையா சப்பறே, கண்ணெல்லா மின்னுது அவுனுக்கு, வெச்ச கண்ணு வாங்காம அப்பிடியே மயிலானப் பாக்கறே, அப்பிடிப் பாத்துக்குட்டிருக்கருக்கவே ஊத்துக் கண்ணு பிச்சுக்குது, ஆத்துல பொங்கி வாறாப்பல பெருஞ் சத்தத்தோட ஊத்துலருந்து தண்ணி பொங்கி மேல வருது, கண்மூடிக் கண் தொறக்கற நேரத்துக்குள்ள இடுப்புக்கு வந்துருது தண்ணி. சனமெல்லா சத்தம் போடுது. கடப்பாரெ கூடையெல்லா அப்பிடியப்பிடியே உட்டுப்புட்டு மூணு பேருஞ் சேந்து கொமரனத் தாங்கிப் புடுச்சுக்குட்டு மேல ஏறலாமுன்னு கயித்தத் தேடறொ, தண்ணி சொளட்டியடிக்குது, மளமளன்னு மேல ஏறுது. நா கொமரனத் தூக்கி எம்பட தோளும்பேருல போட்டுக்குட்டு ஒரு கவுத்தப் புடிக்கறெ, புடி கெடைக்காமக் கவுரு நழுவிநழுவிப் போவுது. கொமரனு நழுவறே, மூப்பெ எம்பட இடுப்புல கவத்தக் கட்டியுடறே, மேல நிக்கற செனொ இழுத்து மேல கொண்டு போவுது, மயிலானொரு கவத்தையு மூப்பனொரு கவத்தையும் புடுச்சுக்குட்டு மேல ஏறிக்கிட்டுருக்கறொ, தண்ணியுந் தொரத்திக்குட்டு மேல வருது. கொமரனுமு நானுமு மொதல்ல மேல வாறொ, மயிலே ரண்டாவதா வாறே, ரண்டு பேருமு பாதுகாப்பா மேல ஏறிக்குட்டொ, மூப்பெ எங்குளுக்குப் பொறவால மூணாவதா வாறே, இன்னொ ரண்டே எட்டுல மேட்டுல கால வெச்சுப்புடுவான்னு நெனைக்கறப்பொ ஏத்தொலெச் சடச்சடன்னு முறிஞ்சு கெணத்துக்குள்ள உளுவுது. அத்தன சனமுங் கத்துது. எட்டிப் பாக்கறொ மூப்பெ தண்ணிக் குள்ள நீச்சலடுச்சுக்குட்டிருக்கறே, ஏத்தொலெ ஓரோரமா ஒதுங்கித் தத்தளிச்சுக்குட்டிருக்குது, மூப்பெச் சிரிக்கறே செரி ஒரு சீக்கரத்துல தண்ணியே அவன மேல கொண்டாந்துருமுன்னு நெனச்சுக்குட்டு அல்லாருமு குனிஞ்சு பாத்துக்குட்டுருக்கறாங்கொ, பாதிச்சனொ கொமர என்னானேன்னு பாக்குது, அவுனுக்கு அதுக்குள்ள ஒடம்பு சில்லிட்டுப் போயிருச்சு. அல்லாரு அங்க போறாங்கொ, நாந்தேந் திலும்பி மூப்பனப் பாத்தவெ, இன்னொ நீந்திக்கிட்டிருக்கறே, செவத்தப் புடுச்சுத் தத்தளிச்சுக்குட்டிருக்கறே, தண்ணி வடும்புக்கு ரண்டடி கீழ இருக்கற பொறட்டுக்கு வந்து பூந்துதோ இல்லியோ அதுக்குள்ளருந்து சீறிக்குட்டு வருதுங்க

சாமியெசமாங்களே, ராசாங்கமே ரண்டு நாகப்பாம்பு. ரண்டுமு ரண்டு பக்கமா நின்னு மூப்பனக் குறுக்காட்டிப் படமெடுத்துச் சீறிக்குட்டிருக்குது, நா சத்தம்போட்டு அல்லாருத்தையுங் கூப்படறெ, தடியொருத்துரு தேட, கயித்தொருத்தரு தேடன்னு அல்லாரு பதறிக்கையா அங்கீமிங்கீமு ஓடிக்குட்டிருக்கறாங்கொ, மூப்பெ அசையாம நிக்கறே, அதுகுளு அசையாம நிக்குது, தண்ணிக்குள்ள முழுவித் தப்பலாமுன்னு பாத்தா அதுகுளு முழுகுது. ஓடம்பெல்லா வெடவெடன்னு நடுங்குது, ரண்டுமு வெரக்கட வெரக்கடயா நவுந்து பக்கத்துல வருது, மூப்பெ என்ன பண்றமுன்னே தெரியாம மொரட்டுத்தனமாத் தண்ணிய அடிச்சு அதுகளப் பயங்காட்டலாமுன்னு முயற்சி பண்றே, அந்தச் சமயத் துலதே அதுக ரண்டுமு அவம்பேருல உளுந்து புடுங்கீருச்சுங்க சாமி. அதுக்குள்ள தண்ணி கரதளும்பி மேல வந்துருச்சு, பாம்பு ரண்டும் தாண்டிக்குட்டு மேல போயி ஆளுகள மெரட்டிப்புட்டுக் கல்லுக் குத்தானுக்குள்ள பூந்துக்கலாமுன்னு பாத்துருக்குதுக, முடீலே. மூப்பன மேல கொண்டாந்து போடறதுக்குள்ள ரண்டயு கண்டதுண்டமா வெட்டிப் போட்டுட்டாங்கொ, பழனி மூப்பெங் கிட்டக் கொண்டுபோயி பாடங்கீடமல்லாம் போட்டுப் பாத்துமு ஒண்ணு வேலயாவுலெ, வேரெல்லா அரச்சுக் குடிக்கங்காட்டி தேறுனாப்பலருந்துது, நல்லா பேசிக்கிட்டுத்தே இருந்தே, பொழுதுளுவற நேரத்திக்கு ஒருக்கா வாந்தி பண்ணுனே, அதுக்குள்ள தல தொங்கிப் போச்சு அவுனுக்கு. அந்தப் பாம்புகளோட சேத்துனா மொத்த நாலுசுரக் குடுச்சுருக்குதுங்கொ சாமியெசமாங்களே ராசாங்கமே, நாலுசுரு.”

17

பூபதியைப் பார்ப்பதற்காக நடந்தார் ராஜா. பின்தொடர்ந்து வந்த யாரிடமும் எதுவும் பேசவில்லை. எதையோ தீவிரமாக யோசித்துக்கொண்டிருப்பது போல் தோன்றியது. வேப்பமர நிழலில் ஓய்வாகப் படுத்துக்கொண்டிருந்தான் பூபதி. ராஜா வந்து கொண்டிருப்பதைப் பார்த்துக் கட்டிலிலிருந்து எழுந்து சில எட்டுகள் முன்னகர்ந்து தாழக் குனிந்து வணங்கினான். "எந்திரிக்காட்டியென்னொ? தேவுலியா?" எனக் கேட்டுக் கொண்டே அருகில் வந்தார். அதற்குள் வீட்டுக்குள்ளிருந்து ஓடி வந்தாள் வேலம்மா, "கும்புடறனுங்கொ சாமி" எனக் கை குவித்தாள். யாரோ ஒருவர் வேம்பன கவுண்டருடைய தேக்கி னாலான நாற்காலியைத் துடைத்தெடுத்துக்கொண்டு வந்து ராஜாவின் பிருஷ்டத்துக்குக் கீழே போட்டார்கள். வேலம் மாளுக்குக் கண்கள் தளும்பியிருந்தன.

"எதுக்குத்தே எங்குளுக்கு அந்த ஆண்டவெ இத்தன சோத னையக் குடுக்குதுன்னு தெரீலிங்க சாமி, ஊருக்கே தண்ணி குடுக்கறாப்பல நம்பு கெணத்துல ஒரு ஊத்தமிருக்குதுங்காத்தான்னு கொமரஞ் சொன்னப்பொ அப்பிடிச் சந்தோஷப்பட்டமுங்களே சாமி, ஆனதாவுட்டுன்னு அத்தனையும் பக்கத்துலருந்து பாத்தாங்களே இவியொ, கடசீல அந்தக் கெணத்துக்குள்ளதே அந்த ரண்டுசுரும் போவோணுமா? எங்கு குடும்பத்தச் சுத்துன பாவொ இன்னொ எத்தன உசரப் பலியெடுக்கப் போவுதோ தெரீலீங்களே சாமீ" எனக் கதறினாள். ஒன்றுமே பேசாமல் அமைதி யாக நின்று கொண்டிருந்தான் பூபதி. "சாமி உக்கோருங்கொ, நின்னுக்குட்டிருக்கறீங்களே" என ராஜாவைப் பார்த்து மிகத் தணிந்த குரலில் சொல்லிவிட்டு எதிரில் தளர்ந்து நின்றான்.

"காயொ நம்பப் பலமாக்கு?" என அவனது நெற்றிக்கட்டைப் பார்த்தார், "விதியிலுள்ளபடி என்னமோ நடக்குது, அதுக்கெதுக்கு நீ உன்னையக் கஷ்டப்படுத்திக்கறே? இப்பிடியொரு சம்பவொ நம்மெடத்துல நடந்தா மனசு தும்பப்படு, நா இல்லீங்குலெ,

அதுக்காக மண்டையக் கொண்டுபோயிக் கல்லுல அடிச்சுக்குட்டு அழுவோணும்னு என்னருக்குது? இன்னங் கொஞ்சொம் பலமா பட்டுருந்தா ரண்டுசுரோட மூணுசுரு போயிருக்குமுங்கறாங்கொ, எதோ பகவாம் புண்ணியொ தப்புச்சுக்கிட்டே, செரி ஒடம்பப் பாத்துக்கொ" என மிகச் சுருக்கமாகப் பேசிவிட்டுப் புறப்பட யத்தனித்தவர் பண்ணாடிகளை அழைத்து, "ஏன்டா கொமரெ என்னமோ செலயெல்லா வெச்சுப் பூச பண்ணிக்குட்டிருந்தான்னு சொல்றாங்கொ, அதையெல்லாங் கொண்டுபோயி ஆத்துக் காலுக்குள்ள போட்டுப்புட்டு வந்துருங்கொ, சாஸ்தரஞ் சம்பரதா யத்த மதிக்காம பொண்டு புள்ள பொளங்கற எடத்துல ஒருத்தெ சாமிய வெச்சுக் கும்புட்டுக்குட்டிருந்தா ஊருக்குப் பின்ன எப்பிடி நல்லது நடக்குஞ் சொல்லு? கொமரனக் கொண்டுக்குட்டுப் போயி மண்ணாங்காட்டுல வெச்ச மறு வெநாடி அதச் செய்யோணும் பாக்கலா" என மற்றொன்றும் சொல்லிவிட்டுப் போனார்.

பகுதி 4

1

நொய்யல்கரையை மிதித்தபோது மனம் குமுறிற்று. நதியின் வறண்ட படுகையைப் பார்க்கத் தாளவில்லை. பாறைகள் கொதித்துக் கிடந்தன. பாளம் பாளமாய் வெடித்துக் கிடந்த மடைகளில் துளி பசண்டையைக் காணோம். ஒரு புல் பூண்டு இல்லை, கண்ணுக்கு எட்டிய தொலைவுக்கு ஓர் உயிர் தென்படவில்லை.

சம்புச்சிட்டுக்களும் அனலாங்குருவிகளும் நாரைகளும் நீர்க்காகங்களும் சாரைகளும் வசித்துக்கிடந்த சம்பங்கோரைப் புதர்கள் மணல்திட்டுக்களாய் எஞ்சி நின்றன. பாறையெங்கும் சிதறிக் கிடந்த அச்சிறு உயிர்களின் எலும்புகளைப் பார்த்தபோது மயானம் மாதிரி இருந்தது. ஆற்றாமையுடன் படுகையைவிட்டு மேலேறி ஊரைப் பார்த்து நடந்தான். செழித்துக்கிடந்த வயல்கள் பாலையாகிக் கிடந்தன. அவனது உருவம் தென்பட்டதும் தேவனாத்தா கோயில் ஊஞ்சமரக் கிளையிலிருந்து றெக்கையை அடித்துக்கொண்டு எழும்பிய மொட்டைக்காகமொன்று, “கிராக், கிராக்” எனக் கமறியபடி ஊரை நோக்கிப் பறந்துபோயிற்று. ஆலமரக் கிளைக்குத்தான்போகும். அதில் உட்கார்ந்துகொண்டு கிளைகிளையாய்த் தாவித் தொண்டைத் தண்ணீர் தீரக் கத்தும். “யாரோ ஓர் அந்நியன் வந்திருக்கிறான்” என்று ஊராருக்குச் சொல்லிவிடத் தவிக்கும். வந்திருப்பது யாரெனத் தெரிந்துவிட்டால் சம்மந்தப்பட்டவரது வீட்டுக்கே போய்க் கூரைக்கும் வாசலுக்குமாய்த் தாவித் தாவித் திரியும். ஏதாவதொரு பந்தல் காலில் உட்கார்ந்த வாக்கில் மூக்கைத் தீட்டிக்கொண்டு விடாமல் கத்தித்தீர்க்கும். எவ்வளவு விரட்டினாலும் போகாது. வீட்டிலுள்ளவர்கள் அதன் பாஷையைப் புரிந்துகொள்ள வேண்டும். “ஆரோ ஒரம்பர வருமாட்ட இருக்குது” என யாராவது அதன் காதுபடச் சொல்ல வேண்டும்.

இந்த மொட்டைக்காகத்திற்குத் தான் யாரென்று தெரியுமா என யோசித்தான் வெள்ளி. தெரிந்துகொண்டுதான் இப்படிக் கத்தித் தீர்க்கிறதா? அங்கே போய் யாருக்குச் சொல்லும்? அம்மா விடமா? அப்பாவிடமா? தாத்தாவிடமா? ஆலமரக்கிளைகளைப் பற்றி நின்று தென்படும் ஒவ்வொருவருக்கும் சொல்லிக்கொண் டிருக்குமா? இல்லை, வெடத்தலாங்காட்டில் தன் செம்மறியாடு களை விரட்டிக்கொண்டிருக்கும் காரிச்சிக்குச் சொல்லுமா? அதையெல்லாம் கேட்கக் காரிச்சி இருப்பாளா? ஊர்தான் அப்படியே இருக்குமா?

தவிப்புடன் நடையை எட்டிப் போட்டான்.

ஆள் நடமாட்டமே அற்றுப் போய்விட்டதுபோல் கிடந்தது நொய்யல்கரை, மனிதர்கள் கிடக்கட்டும், அடல் அடலாய்ப் பறந்து திரியும் அனலாங்குருவிகள் எங்கே? ஓய்வொழிச்சலின்றி அவை எழுப்பும் சத்தங்கள் எங்கே? மாதாரி வளவுகூட இல்லை. எரிந்து கருகியதன் அடையாளமாய்ச் சில மண்சுவர்கள் மட்டும் எஞ்சி நின்றன. என்ன ஆனார்கள் நொய்யல்கரை மாதாரிகள்? அவர்கள் இல்லாமல் எப்படித் தரித்திருக்கிறது நொய்யல்கரை? குறுக்குத் தடத்தில் நடந்து தொக்கடாவைத் தாண்டி வெடத்தலாங்காட்டுக்குள் புகுந்து வீட்டை அடையும்வரை ஒருவரும் எதிர்ப்படவில்லை. வேப்பமரநிழலில் கயிற்றுக் கட்டிலில் ஒருக்களித்துப் படுத்திருந்த உருவமொன்று அவன் நிழல் கண்டு புரண்டெழுந்தது, குத்துக்காலில் கால்களைத் தொங்கவிட்டு நிமிர்ந்தது. பிறகு பதற்றத்துடன் எழுந்து நின்றது, நிற்கக்கூட இல்லை, துள்ளியது.

அப்பாதான்.

மூச்சிரைக்க ஓடிவந்து அப்படிப் பார்த்துக்கொண்டு நின்றாரே? கதகதவென கண்களில் திரண்டு வந்த நீரும் உடம்பு முழுக்கப் பரவிய சிலிர்ப்பும் நடுக்கமும் ஒரு வார்த்தை பேசத் தவித்த தவிப்பும், நம்பவே முடியவில்லை. கண்களிரண்டும் விரிந்தது விரிந்தபடி இருக்க அப்படிப் பார்த்துக்கொண்டிருந்தார். பிறகு நெருங்கி கைகளை விரித்துத் தழுவி, நெற்றியிலும் கன்னத்திலும் மாறிமாறி முத்தமிட்டு, முதுகு, கைகள், விரல்கள், நகக்கண்கள் என ஒவ்வொன்றையும் தடவித்தடவிப் பார்த்து விம்மினாரே. குழந்தையைப்போல வாசலுக்கும் திண்ணைக்கும் தாவி மேலெல்லாம் சிலிர்த்துத் துடிக்க, “வேலயா, லே, வேலாயா தாரு வந்திருக்கறதுனு வந்து பாருலெ, வந்து பாரு அப்பெ வந்திருக்கறெ, நம்பு அப்பெ வந்திருக்கறானுலெ” என அப்படிப்

பெருங்குரலெடுத்துக் கத்தினாரே, அப்படியே மடங்கி உட்கார்ந்து திண்ணையிலிருந்த தூண்களில் ஒன்றைக் கட்டிப்பிடித்துக்கொண்டு குலுங்கினாரே, அப்பாதானா என்றிருந்தது. அவர் அப்படித் தவித்து ஒருபோதும் பார்த்ததில்லை. போதையேறிச் சிவந்து உருளும் கண்களும் துள்ளி நிற்கும் மீசையும் கரகரத்த முரட்டுக் குரலுமே அப்பா என்றதும் நினைவுக்கு வருபவை. அவற்றையும் முந்திக்கொண்டு குமாரசாமியின் குருதி தெறித்த உடலுடன் ஆம்பராந்து நதியில் இறங்கி நின்ற பூபதியின் உருவம்தான் மனத்தில் வந்து நிற்கும்.

அசைவேயில்லாமல் நின்று பார்த்துக்கொண்டிருந்தான். அப்படி மாறிப்போனார் அப்பா.

ஆனால் யார் நம்பினார்கள்? ஊர் நம்பியதா? சுற்றமும் சொந்தமும் நம்பியதா? அம்மாதான் நம்பினாளா? அப்பாவைப் பற்றிய கசந்த நினைவுகளிலிருந்து எப்போதும் விடுபட முடிந்த தில்லை. அப்படிப் பொங்கப் பொங்க வந்து நின்றாளே பாரு? அந்த இருளில், விரிந்த கூந்தலுடன் பாறையின்மீது குப்புறக் கவிழ்ந்துகொண்டு, “ஐயோ, மாமெ எனக்கு அப்பனாட்டவுங்கொ, பெத்த அப்பனாட்டவுங்கொ” எனக் குமுறினாளே, அப்போதும் அப்பாவின் மீதான கசப்பிலிருந்து மீள முடியவில்லை அவனுக்கு. அவளுக்கு ஆறுதலளிப்பதற்காகக்கூட ஒரு வார்த்தை சொல்ல மனம் வரவில்லை. வார்த்தைகூட வேண்டியிருந்திருக்காது. கை நீட்டி உச்சியை வருடியிருந்தால் போதும், ஒரு தீண்டலில் இந்த ஜென்மத்தை வாழ்ந்து தீர்த்திருப்பாள். அப்படிக் கருகி, வெடித்து இந்த வம்சத்தைப் பழி தீர்த்துவிட்டுப் போயிருக்கும்படி நேர்ந்திருக் காது. இந்த வம்சத்தில் பிறந்த ஒருவனுக்கு வாழ்க்கைப்பட்டு நொய்யல்கரைக்கு வந்து பலியாகிப்போனாள்.

இப்படி எத்தனை உயிர்களைக் காவு கொடுத்திருக்கிறோம், எத்தனை மரணங்களுக்குக் காரணமாக இருந்திருக்கிறோம், எத்தனை மரணங்களுக்குச் சாட்சியாக இருந்திருக்கிறோம்?

சென்னிமூப்பனின் மரணத்திற்கும் தாத்தாவின் மரணத் திற்கும் சாட்சி, பாரு, அம்மா, அப்பா என எல்லோரது மரணங் களும் அவன் பொருட்டு, அவனைச் சாட்சியாகக் கொண்டு நிகழ்ந்தவை. காரிச்சியின் சாவுக்கு முதலும் முடிவுமான காரணம், முதலும் முடிவுமான சாட்சி அவன். சாவுதானா அது? யாருடைய பிடிக்கும் அகப்படாமல் அப்படிப் பிய்த்துக்கொண்டு ஓடிப் பொங்கி வந்த வெள்ளப்பரப்புக்குள் பாய்ந்தது சாவதற் காகவா? இல்லை, நொய்யலுக்குள் மூழ்கி, நொய்யலாகவே

ஆகிவிடச் சித்தம் கொண்டிருந்தாளா? அந்த இருளில், கொட்டித் தீராமல் பெய்துகொண்டிருந்த மழையைப் பொருட்படுத்தாமல் அவ்வளவு பேரும் திரண்டு ஆளுக்கொரு பந்தத்தை ஏந்திக் கொண்டு கிளம்பினார்களே, காவிரிவரைபோய்ச் சலித்தெடுத்தும் அந்த உடல் கிடைக்கவில்லையே.

“என்ன வேணும்னு ஒடச்சுச்சொல்லு, சும்மா குடுவிக்கிட் டிருக்கப்படாது” என மிரட்டிய பழனிமுப்பனுக்குப் பரிதவிப்புடன் நின்று பார்த்துக்கொண்டிருந்தவனைச் சுட்டிக்காட்டி, “எனக்கு இவியகோட ஒருக்காகப் படுக்கோணு” எனக் கொஞ்சமும் பதற்றமில்லாமல் சொன்னாளே, “ஒருக்கா, ஒரே ஒருக்கா, அது போது” என விடுவிடுவென அருகில் வந்து அப்படி அவனது கண்களைத் துளைத்து நின்றாளே, காரிச்சியல்ல அவள் பாரு. அந்த முகம் பாருவினுடையது. நெற்றி, கண்கள், நாசி, உதடுகள், முகவாய், பளீரென்ற அந்த நிறம் எல்லாமே பாருக்குரியவை. பற்றியெரிந்து கொண்டிருந்த அந்தக் கண்களைப் பிறகு எப்போதுமே அவனுக்கு மறக்க முடிந்ததில்லை. பார்த்துக்கொண் டிருந்தபோதே துயரம் திரண்டுவந்து கவிந்து கொண்டது. பிறகு விம்மினாளே, அது தணியவே இல்லை.

2

நொய்யல்கரையில் வாழ்ந்த இரண்டு வருடங்களில் நேர் நின்று அவளிடம் ஒரு வார்த்தை பேசியதில்லை. நெருங்கி அந்த முகத்தைப் பார்த்ததில்லை, சுவாசம்கூடப் படாமல் கழிந்தது. அந்தப் பழி, அந்தக் கோபம். அதுதான் பற்றியெரிந்திருக்கிறது. நெருப்பாகவே ஆகிவிடச் சித்தம்கொண்டு வெந்து கருகியிருக் கிறாள். பாளம்பாளமாய் வெடித்துக்கிடந்த நிலையிலும் கண்கள் மட்டும் தவித்தன, அலை பாய்ந்தன, தேடின. நாகம்போல அலைந்தது. நாகத்தை அடித்துப் போட்டால் அதன் கண்களும் இப்படிப் பற்றியெரியும். தன்னை அடித்தவன் யாரெனத் தேடி இனம் கண்டு தருணம் பார்த்துக் கொத்திப் பழி தீர்க்கும்.

அதைப்பற்றியெல்லாம் சென்னிமூப்பன் சொல்லியிருக்கிறான்.

நாகத்துக்கு மறு பிறப்புண்டாம், பிறப்பெடுத்துத் தன்னைக் கொன்றவனைத் தேடிப் பிடித்துப் பழி தீர்க்குமாம். எந்தக் கொம்பனாலும் அதன் பழிக்குத் தப்ப முடியாது. வைத்தால் வைத்ததுதான். அதற்காகத்தான் உயிர்போகும் தருவாயில் அப்படிக் கண்கள் விரியப் பார்த்துக்கொண்டிருப்பது. நாகத்தைக் கொன்றுவிட்டால் பாலும் நெய்யும்விட்டு அந்த உடலைச் சுட்டுப் போட்டுவிடுவார்கள். அப்படியும் பயம் தீராமல் ஏதாவது பரிகாரம் செய்வார்கள். குயவனிடம் சொல்லி உருவொன்றைச் செய்து தேவனாத்தா கோயில் புற்றடியில் வைப்பார்கள். “தடிய ஓங்குனாப் படமெடுக்குதல்லொ? அதெதுக்கு? அடிக்கறவனாருனு பாக்கறதுக்குத்தே, போட்டாப் புடிக்கறாப்பல அடிச்சவம் படத்தப் புடுச்சு கண்ணுக்குள்ற வெச்சுக்கறதுக்குத்தே, பாலுமு நெய்யுமு ஊத்திச் சுட்டுப் போட்டுட்டா அதும்பட கண்ணுக்குள்ற இருக்கற பெடொ அழிஞ்சு போயிரு. இல்லாட்டி மறுபொறப்பெடுத்து, எங்க, எந்தச் சீமைல போயி ஒண்டிக்கிட்டிந்தாலுஞ்செரி தேடிக் கண்டுபுடுச்சுக் கொத்திப்புடுமாக்கு, அப்பசுப்பமா நெனச்சுக்கப் படாது.”

பாருவின் அந்தக் கண்களைப் பெற்றுக்கொண்டுவிட்டாளோ காரிச்சி? அந்தக் கண்களை, முகத்தை, பளீரென மின்னும் அந்த நிறத்தை, லட்சணத்தை. காரிச்சி கொண்டிருந்த அவலட்சணத் திற்கும் அதற்கும் என்ன ஒட்டு?

அம்மாவின் கண்ணீருக்குப் பயந்து, பாருவைப் பெண் பார்க்கவென புறப்பட்டபோதே மனம் கலங்கிற்று. விதியின் இன்னுமோர் விளையாட்டுக் கருவியாய்ப் போகிறோமோ என்னும் அச்சம். தானாவதிக்காரரோடு பேசி எல்லா ஏற்பாடு களையும் செய்து முடித்திருந்தாள் அம்மா. அப்பாவுக்குக்கூட பிறகுதான் தெரியுமாம். வண்டி கட்டித் தயாராய் வாசலில் நிறுத்தி வைத்துக் கொண்டுதான் வந்து சொன்னார்கள். எல்லோருக்கும் முன்னால் புறப்பட்டு வாசலுக்குப் போய் வண்டியருகே நின்று கொண்டார் அப்பா. சந்தோஷமான சந்தோஷம் அவருக்கு. தானாவதிக்காரரிடம் பெண்ணைப் பற்றியும் குடும்பத்தைப் பற்றியும் கேட்ட கேள்விகளெத்தனை? அப்புறம் அடையாளம் கண்டு கொண்டு, "அட அந்தப் புள்ளை யாக்கு, நா ஆரோனல்ல நெனச்ச, அந்த மகாலெட்சுமியே நேர்ல வந்து நின்னாப்பல இருக்குமாப்பறொ, எந்தத் தெசைல தேடுனாலுமு நம்பு அப்பனுக்கு இப்படியொரு பொண்ணுக் கெடைக்காது, மொதல்ல அவுங்க நம்முளுக்குப் பொண்ணுக் குடுக்கறதச் சொல்லு" எனத் தானாவதிக்காரரைத் தலையில் தூக்கி வைத்துக்கொண்டாடினார். "வெள்ளி, அப்பா டேய், சீக்கிரமாப் பொறப்புடு, நேரமாச்சு. நல்ல நேரந்தாண்டிப் போயிரு, தட வழி நல்லா இருக்கறப்பவே கௌம்பவேணுமப்பா, பொறப்படு பொறப்புடு" என அப்படித் தவித்தார்.

ஒன்றுமே ஓடாமல் உள்ளே போய் நின்று கொண்டிருந்த வனைத் தேடிக்கொண்டு வந்த அம்மாவுக்கு என்ன சொல்வ தெனத் தெரியவில்லை. "வேண்டா, என்னைய விட்டுருங்கொ, கல்யாணங்காட்சியெல்லா எனக்கு வேண்டா" என உடைந்ததற்கு அப்படி அழுதாளே, "கொலமழிஞ்சு போயிருமப்பா, வேம்பன கவுண்டரு பேரு சொல்றதுக்கு ஒரு வாயில்லாமப் போயிருமப்பா, சித்த வந்து வண்டீல ஏறு, வேண்டாமுனு சொல்லாதீப்பா, அந்த வீரய்யனாப் பாத்துக் கொண்டாந்துட்டுருக்குது, பொறப்புடு சாமி" எனத் தழுதழுத்தாளே, அப்போதும் பிடிவாதம் கொண்டு தான் நின்றான்.

"செரி, உனக்குப் பண்ணிக்க இஷ்டமில்லாட்டிப் போவுது, ஓரெட்டு அங்க வந்து நின்னுட்டு வந்தரப்பா. வாரமுனு சொல்லிப்புட்டொ, அங்க சாதி சனமெல்லா வந்து கோந்துக் கிட்டிருப்பாங்கொ, மூக்கறுத்தாப்பல ஆவிரு. மாட்டமுனு சொல் லிறாத சாமி" என அவள் சொன்ன எதற்கும் அசையவில்லை.

பிறகு, "உம்பட காலப்புடுச்சுனாலுங் கேக்கற, சித்தே மனசௌவி வந்து வண்டீல கோரப்பா" எனக் கண்களில் நீர் திரளத் திரள சொன்னதோடு குனியவும் செய்தாள். ஐய்யோ இதென்ன என்றிருந்தது. பெற்றவளைக் காலில் விழச்செய்து அந்தப் பழியையும் ஏற்க வேண்டுமா என மனம் தவித்துப் போயிற்று. ஒன்றுமே சொல்லாமல் போய் வண்டியில் ஏறி உட்கார்ந்து கொண்டான். அப்போதும் காரிச்சிதான் நினைவில் வந்து நின்றாள். அவளுடைய குரல்தான் கேட்டுக்கொண்டிருந்தது. "இந்த ஒடம்பு கிரிக்கவுண்டருக்குப் படச்ச ஒடம்புங்கொ, வேற ஆருந் தொட முடியாது, தொட உடமாண்டா இந்தக் காரிச்சி" என அவளது சத்தம். வண்டிக்குள், பேச்சும் சிரிப்புமாய்க் கலகலத்துக் கிடந்தாள் அமராவதிபாளையத்துப் பெரியநங்கை. எதிலும் ஒட்டாமல் மனம் சிதறிக் கிடந்தது.

ஆனால், தொப்பளானுக்கு இரண்டாந்தாரமாய் வாழ்க்கைப் பட்டு நின்றுகொண்டிருக்கிறாள் இந்தக் காரிச்சி. ஒரு வாரம்வரை அவளைப் பற்றி ஒன்றுமே தெரியவில்லை, பிறகு அம்மா பேச்சுப் போக்கில் அதைச் சொன்னாள். மனம் பொடிந்து போயிற்று. அவ்வளவுதானா என ஒரு வெறுமை. எப்படியெல்லாம் தவித்துக் கிடந்தவள் அவள்? அதற்கெல்லாம் ஒரு அர்த்தமும் இல்லாமல் போய்விட்டது. என்னவோ அவள் களங்கப்படமாட்டாள் என ஒரு நம்பிக்கை. ஆனால் களங்கமென்ன, களங்கம்? மனிதப் பிறவிகளுக்கு வேறென்ன விதிக்கப்பட்டிருக்கிறது? எதையோ நம்பி எதையோ கற்பிதம் செய்துகொண்டதற்கு யார் எந்தவிதத்தில் பொறுப்பேற்க முடியும்? அப்பத்தா சாமியாத்தாளின் பொடிந்து போன வாழ்வை, தகப்பன் பூபதியின் கைகளிலிருந்து அகலாத குருதியின் வாடையைக் கண்டு பீதியுற்று, மனம் தடுமாறி, பிதற்றிக் கிடந்ததற்கெல்லாம் அவள் எப்படிப் பொறுப்பேற்க முடியும்? அவளுக்கும் ஏதாவது கற்பிதம் இருந்திருக்கலாம்.

ஏதாவதொரு தருணத்தில் அது வெறும் கற்பிதம் என்பது புரிந்து போயிருந்திருக்கலாம். பிறகு கைக்கெட்டியதைப் பற்றிக் கொள்வதைத் தவிர வேறு வழியில்லை.

அம்மாவின் கண்ணீரைச் சாக்காக வைத்துக்கொண்டு சுற்றத்தோடும் சொந்தத்தோடும் வண்டிகட்டிகொண்டு புறப்பட்டாயிற்று. பெண் பார்க்கவெனத் திண்ணையில் போய் உட்கார்ந்திருந்தபோது பதற்றம், நிமிரவே முடியவில்லை. அவள் வந்து

நின்றபோது இன்னும் குனிந்துகொண்டான். தண்ணீர்ச் செம்பை நீட்டிய அவளது கை மனத்தைச் சுண்டிவிட்டுப் போனது. கொலுசுச் சத்தம் பின்வாங்கி மறைந்து பிறகும் வெகுநேரம்வரை அந்தக் கை கண்ணுக்குள் நின்றது. வெண்கலம் மாதிரி அப்படி யொரு வெண்மை, அப்படியொரு திரட்சி, கரணை கரணையாய்த் திரண்ட விரல்களும் நகக்கண்களும். அச்சம் கொண்டு பின்வாங்க முற்பட்டது மனம்.

"எப்படி வெள்ளி? புள்ள நல்லாருக்கறால்லொ? புடிச்சுருக் குதா?" எனக் காதோடு கேட்டாள் நல்லமங்கபாளையத்துப் பெரியநங்கை.

பேச்சு நடந்தது. நிச்சயதார்த்தத்துக்கும் முகூர்த்தத்துக்கும் நாள் பார்த்தார்கள். நகை நட்டு, சீர் செனத்தியென ஆரவாரம், மாமன் மச்சினன் என உறவுகளின் கேலிப்பேச்சு எனக் கெக் கலித்துக்கிடந்தார்கள். எதிலும் மனம் ஒட்டவில்லை. வெறுமனே எல்லாவற்றையும் பார்த்துக்கொண்டு உட்கார்ந்திருந்தான். எதற்காக இதெல்லாம் என்றிருந்தது, தப்பிவிட வேண்டுமெனவும் ஒன்றுமே நடக்கப் போவதில்லையெனவும் விளையாட்டுப் போலவும் தோன்றியது. நொய்யல்கரைக்குத் திரும்பிவிட்டால் எல்லாம் சரியாகிவிடுமென நினைத்துக்கொண்டு உட்கார்ந் திருந்தான்.

வண்டியேறுகையில் சும்மா ஒரு பார்வை பார்க்கத் திரும்பிய போது வாதநாராயண மரத்திற்குக் கீழே, கிளைகளினூடாக சூரியக் கதிர் மாதிரி ஊடுருவி நின்றது அந்த முகம். நெற்றி, புருவம், உதடு, கண்கள் எனப் பார்க்கப் பார்க்கத் தீரவில்லை. கண்களை மூடி, அம்மாவின் தோள்களில் குழந்தைபோலச் சாய்ந்துகொண்டான். காளைகளின் கழுத்து மணிகள் "க்ளுக்"கெனக் குலுங்கிச் சிரித்தன.

பிறகு ஒரு கேள்வியுமில்லை. சவம் மாதிரி எல்லாவற்றையும் பார்த்துக்கொண்டு நின்றான். உயிரும் உணர்வுமற்ற வெற்றுடம்பு, வாழ்க்கையென்பது இனி இந்த வெற்றுடம்புக்குத்தான். தாக மெடுக்கும்போது தண்ணீரும், பசியெடுக்கும்போது சோறும் கொடுத்து, இந்த இதைக் காப்பாற்றிக் கொண்டுபோய் மண்ணுக்குக் கொடுத்துவிட வேண்டும். காமத்தைத் தணித்துக் கொள்ள ஒரு உடல், பாரு. கொண்ட காமத்துக்குக் கூலியாய்க் குழந்தை. நிறை வேறாத கனவுகளை அதன்மேல் திணித்துவிடலாம், ஏதாவது

கற்பிதத்தைப் பற்றிக்கொண்டு அதுவும் கொஞ்ச காலம் பிதற்றித் திரியும்.

"அப்படியே சாமியாத்தாக்காள உரிச்செடுத்தாப்பலயல்ல இருக்கறா மருமவ."

ஏதோவொரு பழகிய குரல்.

தாளமுடியாமல் திரும்பினான். கூடிநின்ற சுற்றம் சிரித்துக் கொண்டிருந்தது.

பாருவுக்கும் சாமியாத்தாளுக்கும் என்ன ஒட்டு? நான் யாரைப் போலிருக்கிறேன்? வேம்பன கவுண்டரைப் போலவா பூபதியைப் போலவா? அம்மா சொன்னதுபோல வேம்பன கவுண்டரின் வம்சப் பெருமைகளைச் சொல்லித் திரிவதற்காக வந்துதித்த குலக்கொழுந்து. வேம்பன கவுண்டரின் வம்சம், பூபதியின் வம்சம், காமுகன் குமாரசாமியின் வம்சமும்கூட. குமாரசாமிக்கும் இந்த வம்சத்துக்கும் என்ன ஒட்டு? இந்த வம்சத்தில் வந்து ஒட்டிக்கொண்டது, உதிரத்தோடு உதிரமாய் நின்று உதிரம் சிந்தியிருக்கிறது, சிந்திய உதிரத்தைப் பூசிக்கொண்டு அவனாகவே ஆகி நிற்கிறார் அப்பா. "நீங்க என்னுங்கொ பண்ணுவீங்கொ கிரிக்கவண்டரே? ஆம்பராந்துக் கரைல தல நசுங்கிச் செத்தாங்களே, கொமரசாமிக் கவண்டரு, அவிய வம்சமாச்சுங்களே, அவிய ஓடம்புல ஓடற அதே நத்தந்தானுங்களே, நம்பொடம்புலீமு ஓடுது? நத்தமொண்ணாவு கொணமொண்ணாவு மாங்க இருக்கு?" எனக் குத்திக்காட்டிச் சிரித்தாளே, கேட்டு வாயடைப்பட்டு நின்றது தவிர என்ன செய்துவிட முடிந்தது?

ஆத்திரம்தான், நிலை கொள்ளாமல் உடம்பு நடுங்கியது. ஏழெட்டு வருஷங்களுக்கு முந்தைய அதே சிரிப்பு. அதே கரிய முகம், அகன்ற கண்கள், பெருத்த நாசி, தடித்த உதடுகள். அந்தக் குத்தல்கூட மாறவில்லை. ஒன்றுமே பேசாமல் அவளையும் நதியையும் மாறி மாறிப் பார்த்துக்கொண்டிருந்தான். எப்படிப் பொங்கி நிற்கிறாள்? எவ்வளவு குமுறல், ஒன்றுமே நடந்து விடாதது மாதிரிதான் வந்து நின்றாள். எவ்வளவோ காலமாகக் கேட்டுப் பழகிய குரல்,

"ஆத்தா நா காரிச்சி வந்திருக்கறனுங்காத்தா."

ஒரே வீச்சில் வெளியே வந்தான். வாசலில் நின்றுகொண்டிருந் தாள். எதிரே பளீரென நின்றுகொண்டிருந்த பாருவை அதிசயம்

போல் பார்த்துக்கொண்டிருந்தாள். அம்மாவிடம் ஏதோ சொல்லிக்கொண்டிருந்தாள். திரும்பி வீட்டுக்குள் புகுந்துகொண்டு விடலாமா எனத் தோன்றியது, நின்று அவளைப் பார்த்துக்கொண் டிருக்கவும் விருப்பமுண்டாயிற்று. தூணில் சாய்ந்து அப்படியே நின்றுவிட்டான். "சின்னக் கவுண்ச்சி நம்பு சின்னக்கவுண்டருக்கு அத்தன பொருத்தமா இருக்கறாங்கொ போங்காத்தா, பவுன உருக்கி ஊத்துனாப்பல, இந்தப் பக்கம் படாந்தில ஆருக்குங்காத்தா இப்பிடியொரு லச்சணொ இருக்குது? சுத்திப் போடுங்காத்தா, கண்ணுக்கிண்ணுப் பட்றப் போவுது."

அவன் வந்து நின்றது தெரியவில்லை, அல்லது அப்படியொரு பாவனை,"ஏல்லே, கண்ணாலத்துக்குக்கோட வராம எங்குலே போனே? தட்டுப்படவே காணமாட்ட இருக்குதா?" என அம்மா கேட்டதற்குச் சிரிப்பு, "இன்னைக்கு வந்துட்டம் பாருங்காத்தா, கூட்டத்தோட கூட்டமா வந்தாக்கா நம்பு கண்ணுலயல்லாந் தட்டுப் படாமப் போயிருவோமோன்னிட்டு, இன்னைக்குத் தனிக்க வந்திருக்கறனுங்காத்தா" என்று விழிகளை வீசி அவனைப் பார்த்துவிட்டு, பார்வையாலேயே ஒரு சிரிப்பையும் உதிர்த்து விட்டுத் தொடர்ந்தாள்,

"அல்லாருத்தாட்டவுமில்லங்காத்தா இந்தக் காரிச்சி, உருமக் காரி. இத்தனூண்டுலருந்து வெடத்தலாங்காட்டு எச்சச் சோத்தத் தின்னு வளந்த கெரவொ, இன்னைக்கு நம்பு சின்னக்கவண்டரு கண்ணாலத்துல மிச்சமான எச்சச் சோத்த வவுறு நெறையாத் தின்னுபுட்டுப் போலாமுனு வந்திருக்கறம் பாத்துக்குங்காத்தா, கொறையில்லாமப் போடுங்கொ" என யாரையும் கேட்காமல் படலில் கவிழ்ந்து கிடந்த தனது கரிச்சட்டியைத் தேடியெடுத்துக் கொண்டு வந்து, "இது நா சோறுன்ன பழகுன சட்டி" எனச் சிரித்தபடி ஏந்தி நின்றாள். நிமிரக்கூட இல்லை. சோற்றை வாங்கிக்கொண்டு போய்க் களத்தில் குத்தவைத்து உட்கார்ந்து கொண்டு கண்களைத் தூக்கி ஒரு நேர் பார்வை. "தாருன்னு தெரீதாப்பா? நம்பு பண்ணையத்துல ஆடு மேச்சுக்கிட்டிருந் தால்லொ காரிச்சி, தொப்பளானக் கட்டிக்கிட்டுச் சத்திரக்காட்டு வலசுக்குப் போயிட்டா, அப்பவே சொன்னனாப்பறொ மறந் துட்டயாட்ட இருக்குது" என வைத்த கண் வாங்காமல் அவளையே பார்த்துக்கொண்டிருந்தவனிடம் சொல்லிவிட்டுப் போனாள் அம்மா.

அம்மாவைத் தொடர்ந்து தானும் உள்ளே நுழைந்து மறைந்தாள் பாரு. நிமிராமல் எச்சில்சோறு தின்றுகொண்டிருந்தாள் காரிச்சி. எப்படி இவ்வளவு சுபாவமாக நடந்துகொள்ள முடிகிறது அவளால்?

சுபாவமா? குத்தலா? இதோ, இங்கொருத்தி இருக்கிறேன் என நினைவூட்டிவிட்டுப் போக வந்திருக்கிறாளா? எச்சில் சோறு தின்ன வந்தாளாமே, எச்சில் சோறு? எவ்வளவு வன்மம்? பார்த்துக் கொண்டிருந்தபோதே சடசடவென மழை பிடித்துக் கொண்டது. எழுந்து கண்ணெல்லாம் விரியச் சிரித்தபடி பட்டிக்குள் ஓடினாள் காரிச்சி. இன்னும் சிரிப்புப் பொங்கிக் கொண்டிருந்தது.

மழை நொய்யல்கரையின் மற்றுமொரு புதிர்.

இத்தனை வருஷங்களாய் எங்கே போயிருந்தது இந்த மழை சற்றுமுன்வரை இந்த மழைக்கு என்ன முகாந்திரமிருந்தது? வறுத் தெடுத்ததே வெயில். மேகம் புரண்டுவரக் காணோமே, எங்கிருந்து வந்தது?

அதற்குமேல் ஓடாமல் மழையையே வெறித்துக்கொண்டு நின்றான். அம்மா வந்து என்னவோ சொல்லிவிட்டுப் போனாள்.

பாரு வந்து கொஞ்சநேரம் வெட்கி நின்று மழையையும் அவனையும் மாறி மாறிப் பார்த்துக்கொண்டிருந்துவிட்டுப் போனாள். அவள் என்னவோ கேட்டது போலிருந்தது. பதிலுக்கு அவனும் என்னவோ சொன்னது போலவுமிருந்தது. எதுவும் நினைவில்லை.

3

மளமளவெனத் திரண்டு வந்து படர்ந்தன மேகங்கள்.

யாரிடமும் சொல்லாமல் திண்ணையைவிட்டு இறங்கி நிலவொளியில் நடந்தான். நொய்யல்கரை வனங்களினூடாக வலை பின்னிக்கிடக்கும் ஆயிரம் ஒற்றையடிப் பாதைகளில் இலக்கின்றி நடந்தான். காலுக்குக் கீழே நிலத்தை அறுத்துப் புரண்டது மழை நீர். பெருங்குரலெடுத்து ஓலமிட்டது காற்று. பளீரென வெட்டிய மின்னலைத் தொடர்ந்து பேரிடியொன்று இறங்கியது. கிரிக் கவுண்டரேஏஏ...

தப்பவே முடியாத அழைப்பு. இந்த அழைப்புக்குப் பயந்து தான் நொய்யல்கரையை விட்டே ஓடியது.

நடந்து நடந்து கடைசியில் வந்து சேர்ந்த இடம் யாராலும் பொய் சொல்லியிருக்க முடியாத நொய்யலின் அந்தப் பாறை. அடைக்கலம் கோருவதுபோல் மடங்கிச் சரிந்து பாறையில் கால்களை நீட்டி மல்லார்ந்தான். ஆற்றில் வெள்ளம் பெருக்கெடுத்திருந்தது. 'க்ளுக்'கென ஒரு சிரிப்பு. புலன்கள் மயங்கத் தொடங்கின.

தெளிந்து பார்த்தபோது மழையில்லை, உயரே அசைவற்று நின்றுகொண்டிருந்த நிலவிலிருந்து உருகி வழிந்துகொண்டிருந்த பாலொளியை இழுத்துப் போர்த்திக்கொண்டு பதற்றத்துடன் நடமாடிக்கொண்டிருந்தது இருள். யாரோ தன்னை மூர்க்கமாகத் தழுவியிருந்ததை அறிந்து உதறியெழ முற்பட்டான். கழுத்தை மூர்க்கமாகப் பற்றி இறுக்கியிருந்தது ஒரு வலிய கரம். செவியருகே பெருமூச்சின் வெப்பம். அவனைத் தழுவிற்று. நெற்றியிலொரு முத்தம். நெற்றி, கன்னம், உதடு எனப் படர்ந்த முத்தங்களின் வெப்பம் தாளாமல் அவன் திணறினான். மேனி சிலிர்த்தது. அவன் தளர்ந்தான். தன்னைத் தழுவிய அவ்வுடலைத் தழுவிக் கொள்ள முற்பட்டான். முத்தமிட முற்பட்டான். அவ்வுடல் மிரண்டது, திமிறியது, உதறிக்கொண்டு தப்பியோட முற்பட்டது. விடாது பற்றி இறுக்கினான். அலையாய் எழுந்தது பெருமூச்சு. "பாரு, பாரு" என முனகினான், செவிட்டில் விழுந்தது ஓர் அறை. சுதாரிக்க முற்பட்டபோது மற்றொரு அடி. அவனுக்குப் பொறி கலங்கியது. அம்மா என வேதனை தாளாமல் முனகினான்.

பற்றிய கரத்தின் பிடி தளர்ந்தது. மல்லார்ந்து சரிந்தான். இருண்டு வந்த கண்களுக்கெதிரே நீர்ச்சாரையொன்றின் பிளவுற்ற நாக்கு. அவனது மார்பின்மீது சுருமாடு சுற்றி ஓரடி உயரத்திற்கு எழுந்து நின்று பெருமூச்சு விட்டுக்கொண்டிருந்தது. முன்பொரு நாள் அதே நதியில் அவனை மறித்து நின்ற முற்றிய சாரை. அப்போது அதன் முகத்தில் தென்பட்ட அதே குறுநகை, அதே குத்தல். தப்ப முற்பட்டுத் துள்ளியெழுந்து நிலவொளி படர்ந்த பாறையை மிதித்துக்கொண்டு மூச்சிரைக்க ஓடினான்.

எங்கிருந்தோ வந்து மறித்துகொண்டு நின்றாள் காரிச்சி. “இதென்னுங்கொ கிரிக்கவுண்டரே இப்படி இந்தச் சாமத்துல இப்பிடி நட்டாத்துக்கு வந்து இந்தப் பாறம்பேருல கோந்துக் கிட்டிருக்கறீங்கொ?” என ஆச்சரியமாய்க் கேட்டவளுக்குப் பதிலொன்றும் சொல்லாமல் வாயடைபட்டு நின்றான். பெருங் குரலெடுத்துச் சிரித்தாள். “செரி வாங்கொ, ஏ இப்பிடி மூச்சு வாங்குது? எப்பிடி வேத்துக் கிடக்குது பாருங்கொ? எனத்தயாச்சுங் கண்டு பயந்துக்கிட்டீங்களாங்கொ கிரிக்கவுண்டரே? காத்துக் கருப்பு அலையற எடமாச்சுங்களே, செரிச்செரி வாங்கொ, இப்பிடிச் சித்த கோந்து எளப்பு வாங்கிக்கிட்டு, அப்பறொம் பேசலா” என வழிகாட்டிக்கொண்டு நடந்தவளின் சொல்லுக்குக் கட்டுப்பட்டுப் பின்தொடர்ந்தான்.

எல்லாம் முன்பே தீர்மானிக்கப்பட்டது போலிருந்தது. நடுநிசியில் அந்தப் பாறைக்கு வந்து அப்படி உட்கார்ந்திருக்க வேண்டுமென்பதும் முற்றிய அந்த நீர்ச்சாரையின் மூர்க்கமான பிடியில் சிக்கித் திணற வேண்டுமென்பதும் உதறிக்கொண்டு தப்ப வேண்டுமென்பதும் கடைசியில் அவள் வந்து மறிக்க வேண்டுமென்பதும் அப்படிக் கேட்க வேண்டுமென்பதும் பெருங் குரலெடுத்துச் சிரிக்க வேண்டுமென்பதும் முன்னெப்போதோ யாராலோ தீர்மானிக்கப்பட்டதாக இருக்க வேண்டும். தீர்மானித் ததுகூட அவளாகவே இருக்கலாம். அவனை அழைத்துச் செல்லும் இடமுங்கூட முன்னெப்போதோ அவள் தேர்ந்தெடுத்து வைத்திருந் ததாக இருக்கக்கூடும். நடையிலும் பேச்சிலும் சொல்ல முடியாத தீர்மானம். இழுத்து வந்து கடைசியில் உட்கார்த்தி வைத்த இடத்தைக் கண்டுதான் அவனுக்கு நெஞ்சு புரண்டு விட்டது. தேவனாத்தா கோயில் வாசல்படியில் அவளது பார்வையின் நேர்கோட்டில், என்னவோ விசாரணைக்காகக் கொண்டு வந்து நிறுத்தியதுபோல, “சித்த அப்பிடிக் கோருங்கொ கிரிக்கவுண்டரே”

என்றது கூட ஓர் உத்தரவு போல்தான் இருந்து. அந்தச் சொல்லுக்குப் பணிந்து அவள் சுட்டிக்காட்டிய இடத்தில் உட்கார்ந்தான். சற்று எதிரேயிருந்த மண்திட்டில் கால்களை நீட்டி உட்கார்ந்து கொண்டாள். “நாங்கெல்லா இப்பிடித் தள்ளித்தேங்கோரோனு, அங்கயெல்லா வரப்படாது” என்று சொல்லிச் சிரித்தாள். காய்ந்து கிடந்த நிலவின் ஒளிச்சிதறல்கள் பட்டு மின்னிக்கொண்டிருந்த எண்ணெய்ப் பிசுக்கேறிய மேனியையுடைய தேவனாத்தாளும் எதிரே கால் நீட்டி உட்கார்ந்துகொண்டிருந்த அவளும் ஒரே அச்சாகத்தான் தென்பட்டார்கள்.

“வேற ஒண்ணுமில்லிங்கொ கிரிக்கவுண்டரே. நீங்க போன துக்கப்பறொ இத்தன வருஷமா ஒரு சொட்டு மழத்துளியில்லாம கெணறு குட்டையெல்லா வத்திப்போயி இந்தப் பெராணியெல்லா ஆளாப் பறந்துக்குட்டுக் கெடந்துது. இப்ப நீங்க திரும்பி வந்த நேரமோ, இல்ல பார்விதிக் கவுண்ச்சி நம்மூருக்கு வந்து சேந்த நேரமோ இப்பிடிப் பொத்துக்கிச்சு மானொ, இந்தக் குட்டியெல்லா எந்நாரமு ஆத்துக்குள்றயே கெடக்கறதாச்சுங்களா, பறவாப்பறந்து போயிருச்சு. தண்ணி மொறையற சத்தத்தக் கேட்டுப் பட்டியத் தாண்டிக்கிட்டுக் குதிக்க ஆரம்பிச்சுட்டுது, மேமேன்று அல்லாஞ் சேந்துக்கிட்டு அத்தன சத்தொ, களத்துள தூங்கிக்கிட்டுருந்தவ என்னமோ நாய் நரிதே வந்து பூந்துக்கிச்சாட்ட இருக்குதுன்னு நெனச்சுக்கிட்டு எந்திரிச்சுப் பட்டிப் பக்கம் போனெ. நம்பாயா போட்ட கண்ணாலச் சோத்த ஒரு சட்டி தின்னுபுட்டுப் படுத்திருந் தனுங்களா, அத்தன தூக்கொ. எந்துருச்சுப் போறப்பக்கோட நல்ல நெனப்பில்ல, போயி படலத் தெறந்தம் பாருங்கொ, ஒரு குட்டி பாக்கியில்லாம அல்லா வெளில முட்டிக்கிட்டு வந்துருச்சு. சித்தங்கோரத்திக்கு ஒண்ணும் புரியாம நின்னுக்கிட்டிருந்தெ. அப்பறொம் பாத்தா அல்லாக் குட்டீமு வெக்குடு வெக்குடுன்னு ஒரே வாங்குல ஆத்துக்காலப் பாத்து ஓடுது. அப்பறந்தானுங்கொ கிரிக்கவுண்டரே எனக்கே தண்ணி மொறையற சத்தங்கேட்டுது. செரி, ஆடெல்லா தண்ணிக்குத்தேம் போவுதுனு நானுமு அதுக வாலைப் புடிச்சிக்கிட்டு வந்தெ. இங்க வந்து பாத்தாக்கா நீங்க இப்பிடி வேத்துப் பூத்துப் போயி ஓடியாறிங்கொ. எனக்கு ஆரோ என்னமோன்னு பயோ, மொட்டப்பாறைக்குப் பொறவால ஒண்டி நின்னு பாக்கங்காட்டித்தே இன்னாருன்னு கண்டுக் கிட்டனுங்கொ கிரிக்கவுண்டரே. அப்பறந்தே என்ன ஏதுன்னு கேட்டுரலாமுன்னு வந்து குறுக்காட்டுனம் பாத்துக்குங்களே”

என ஏழெட்டு வருஷங்களுக்கு முன்பு இதே நதிக்கரையில் ஒரு சிறுமியாய், தன் பிஞ்சு முலைகளைத் துண்டஞ்சேலை ஒன்றால் போர்த்தி மூடிக்கொண்டு, இதேபோல் கால்களை நீட்டி உட்கார்ந்தபடி நொய்யல் தனக்குப் பாட்டுச் சொல்லிக் கொடுத்த கதையைச் சொன்னாளே அப்படி அதே குரலில் பேசிக்கொண்டு போனாள்.

விரல் நீட்டி அவள் சுட்டிக்காட்டிய திசையில் சீறிவரும் வெள்ளப்பெருக்கில் நம்பவே முடியாதபடி மீன்களைப் போலத் துள்ளிக்கிடந்தன அவளுடைய பட்டியாடுகள். மனம் நடுங்க அடைக்கலம் கொள்வது போல் தேவனாத்தாளைத் திரும்பிப் பார்த்தபோது அவள் முகத்திலும் சிரிப்பு. தொடர்ந்து காணச் சத்தியற்றுத் திரும்பிய திசையில் காரிச்சி.

பிறகொரு நாள் வெடத்தலாங்காட்டில் குற்றுயிராய்க் கிடந்த தருணத்தில் அம்மா சொன்னாளே, “அப்பிடி நின்னாளப்பா, அடிக்குந் தலைக்கு ஒரு பனையொயரத்துக்கு.” அப்படி வானத்துக்கும் பூமிக்குமாய்ப் பேருருக்கொண்டு நின்றாள். அந்த நிலையிலும் தாளாத சிரிப்பு. மனம் பொடிந்துபோய் மீண்டும் தேவனாத்தாளைப் பார்த்தான். இல்லை, பிரமை, வெறும் பிரமை. “என்னாச்சுங்கொ கிரிக்கவுண்டரே பிருமத்தி புடுச்சாப்பல அப்படிப் பாத்துக் கிட்டிருக்கறிங்கொ?” என முதுகுக்குப் பின்னாலிருந்து வந்த குரலைக் கேட்டுத் திரும்பியபோது, அங்கே தடித்த உதடுகளுக்கிடையே குறுநகை புரியும் அவளது சிறு உருவம்.

“இதென்னுங்கொ கிரிக்கவுண்டரே கூத்து? கண்ணாலம் முடிஞ்சு இன்னொ ஒரு பொழுதாவக்காணா, அதுக்குள்ற இப்படி இந்த நேரத்துல ஆத்துக்கால்ல வந்து ஓடவும் புடிக்கவுமா இருக்கறீங்கொ? கூத்துதே, ஆராச்சும் பாத்தா சிரிக்க மாட்டாங்களாங்கொ கிரிக்கவுண்டரே? ஆராச்சுமென்ன ஆராச்சுமு எனக்கே சிரிப்புத்தே” என வெகுநேரம் குலுங்கிக் குலுங்கிச் சிரித்துக் கொண்டிருந்தாள். இன்னும் யார் யாரெல்லாமோ அவளோடு சேர்ந்து சிரித்தது போல் இருந்தது. வேம்பன கவுண்டரும் சென்னி மூப்பனும் தேவனாத்தாளும் நரிப்பழனிக் கவுண்டனும், தப்பவே முடியாதா இந்தக் கற்பனைகளிலிருந்து?

“அப்பவேருந்து உங்கள ஒண்ணு கேக்கோணுமின்னு நெனச்சுக்கிட்டிருந்தெ, என்னமோ அன்னைக்கு அப்பிடிச் சொன்னிங்கொ, ஆத்துக்குள்ற அந்தப் பாறைம்பேருல ஈரத்தோட நின்னுகிட்டு, அதெல்லா இன்னொ ஞாபகத்தல இருக்குதுங்

களாங்கொ கிரிக்கவுண்டரே? அந்தப் பாறெதே ஞாபகத்துல இருக்குதுங்களாங்கொ கிரிக்கவுண்டரே, இல்ல தெக்க வடக்க போயிச் சுத்திப்புட்டு வந்ததுல மறந்து போயிருச்சுங்களா? மறந்திருக்கு, பின்ன இன்னமுமா அதயல்லா நெனச்சுக்கிட்டிருக்க முடியுஞ் சொல்லுங்கொ? நாங்கதே விதியத்துப் போயி இங்கயே கெடக்கறொ, செழிச்சுக் கெடந்தாலுமு வறண்டு வீணாப் போனாலுமு எங்களுக்குப் பாக்கறதுக்குமு நெனைக்கறதுக்குமு இந்த ஆத்தத் தவுர வேற என்ன இருக்குது சொல்லுங்கொ?”

விர்ரென மீன்கொத்தியைப் போல் சுழன்று தெறித்தன வார்த்தைகள்.

“நீங்கதானுங்கொ கிரிக்கவுண்டரே சொன்னீங்கொ? என்னமோ ஆரயுந்தொட மாண்டெ, கண்ணாலங்காச்சி கட்டிக்கமாண்டெ, அப்பனாத்தா பண்ணுன பாவத்துக்கெல்லா பரிகாரம் பண்ணப்போறெமின்னு என்னென்னமோ சொன்னிங்கொ, இந்தக் கூறுகெட்ட முண்டப்புள்ளைக்கு என்ன புரியுஞ் சொல்லுங்கொ? இருந்தாலுமு ஒரு பேச்சுக்குக் கேட்டுப் புடலாமுனுதே இந்தப் பதனஞ்சு நாளா தவிச்சுக் கெடந்தெ, ஏனுங்கொ கிரிக்கவுண்டரே, இன்னமேலு அப்பிடித்தே இருக்கப் போறீங்களாக்கு? குத்து வெளக்காட்டக் கட்டிக் கூட்டியாந்திருக் கறீங்களே உங்க சின்னக்கவுண்ச்சி, அவியளக்கோடத் தொட மாண்டீங்களாக்கு? அவியகோடப் பொளங்காமதே இருக்கப் போறீங்களாக்கு?”

“காரிச்சி” எனத் தவித்து முனகியதைப் பொருட்படுத்தாமல் மேனியதிரச் சிரித்துத் தீர்த்தாள்.

“அது செரி, அன்னைக்கு என்னென்னமோ சொன்னீங்கொ, அதையெல்லா திட்டமாப் புரிஞ்சுக்கக்கோட எனக்கு மண்டை யில்லீங்கொ கிரிக்கவுண்டரே, என்னையத் தொடமாண்டாப் பாட்டுக்கு அப்பிடிச் சொல்லியிருப்பீங்கொ, ஆனா என்னமோ ஒரு நம்பிக்க பாத்துக்கங்களே. அதுக்கு ஆரு என்ன பண்ண முடியுஞ்சொல்லுங்கொ? நீங்கதே என்ன பண்ணுவீங்கொ? இல்ல மத்தவியதே என்ன பண்ண முடியு? என்னைய ஆருங்கொ சீந்துவா? நானென்ன நம்பு பார்விதிக் கவுண்ச்சியாட்ட லச்சணமுங்களா? கரிச்சட்டீனுதே எனக்குப் பேரு, தொட்டா ஒட்டிக்குமுன்னு அல்லாரு தள்ளிப் போயி நின்னுக்குவாங்கொ. நானொரு கூறுகெட்டவ, ஒண்ணையும் புரிஞ்சுக்காம போயிட்டே” என அப்படியே அந்த மண்திட்டின் மீது குப்புறக் கவிழ்ந்து குலுங்கினாள்.

சத்தம் ஏதும் வரவில்லை, வெறும் குலுங்கல் மட்டும். பிறகு நிமிர்ந்து அருள்கொண்ட பண்டாரத்தைப் போல வீரமண்டியிட்டு குறுநகை தவழும் முகத்தை உயர்த்தி வாக்குமூலம் போல் தொடர்ந்தாள், "காரிச்சிய இன்னொ ஆருந் தொட்டதில்லிங்கொ கிரிக்கவுண்டரே, அன்னைக்கு அந்தப் பாறைம்பேருல, கெழுக் குமின்னா நின்னு பண்ணுன சத்தியமெல்லா இன்னொ அப்பிடியேதெ இருக்குது, சாதில இவொ மாதாரிச்சீங்கறதுனால சொன்ன சொல்லப் பொரட்டிப் பேசுவான்னு நெனைக்கலா, ஆனா கண்ணாலம் பண்ணுனதோட செரி, எனக்குமு அந்த மாதாரிக்குமு ஒட்டுமில்ல, ஒறவுமில்ல. மாதாரி வெரல்கோட எம்பட மேல பட்டதில்லீங்கொ கிரிக்கவுண்டரே, அப்படித்தேம் பொளப்புத்தனம் பண்ணிக்கிட்டிருக்கறா இந்தக் காரிச்சி, பொய் யக்கீது சொல்றான்னு நெனைக்காதீங்கொ நாஞ்சொல்றது நெசொமுங்க கிரிக்கவுண்டரே, தேவனாத்தா மேல சத்தியொ" என அந்த மண்திட்டின்மீது ஓங்கி அறைந்தாள், நிலம் அதிர்ந்தது. தேவனாத்தாளின் ஈட்டிமணிகள் குலுங்கின. வெள்ளப்பெருக்கில் துள்ளிக்கிடந்த செம்மறியாட்டுக் கூட்டம் அவளுடைய அந்தக் குரலுக்கு மிரண்டு கலைந்து தப்பி வனங்களுக்குள் புகுந்து மறைந்தன. தடதடவென்னும் அவற்றின் குளம்புச் சத்தங்கள் வெகுநேரம்வரை கேட்டுக்கொண்டிருந்தன. பிறகு களைப்புற்று ஓய்ந்தாள், முகம் தெளிந்திருந்தது. சில கணங்கள் பேரமைதி. பிறகு அவளே அதைக் குலைத்தாள், பெருமூச்செரிந்தாள், தணிந்த குரலில் தொடர்ந்தாள். "செரி இனிமே இதையெல்லாம் பேசி எனத்துக்காகப் போவுது சொல்லுங்கொ? இனி அல்லாருத் தாட்டவும் பொளச்சு, அல்லாருத்தாட்டவுஞ் சாக வேண்டீதுதே. வேற என்ன இருக்குது?" என விரிந்து கிடந்த கூந்தலை அள்ளி முடிந்துகொண்டு நேர்பார்வையால் அவனது கண்களை ஊடுரு வினாள். அவளது தடித்த உதடுகளிலிருந்து புன்னகையொன்று அரும்பி உதிர்ந்தது,

"தேவுலிங்கொ கிரிக்கவுண்டரே நம்பு சின்னக்கவுண்ச்சி, பொம்பளைக்குப் பொம்பளையே ஆசப்படறாப்பல அப்பிடி யொரு செவப்புப் போங்கொ, சுண்டுனா ரத்தம் முட்டீருமாட்ட இருக்குது. என்ன லட்சணொ, அன்னைக்குச் சொன்னீங்களே அப்பிடி அவீளத் தொடாமப் பொளங்காமயா இருந்தரப் போறீங்கொ?" எனக் கேட்டுவிட்டு, முன்போலவே அதிர அதிரச் சிரிக்கத் தொடங்கினாள். பதற்றமடைந்த நிலா முகில்களைத்

தேடி ஓடிற்று. பார்த்துக்கொண்டிருந்த போதே அத்தனை வெளிச்சமும் சுருண்டு இருள் சூழத் தொடங்கியது. எதிரே உட்கார்ந்தவளின் உருவம் இருளின் ஒரு துண்டாக மாறிக்கொண் டிருந்தது, எனினும், அந்தச் சிரிப்புச் சத்தம் தணிந்திருக்கவில்லை.

அந்தச் சிரிப்பினூடாகச் சொன்னதுதான் எல்லாம். "உன் உடம்பில் ஓடுவது குமாரசாமியின் ரத்தம்" என்றாளே, "நீ குமாரசாமியின் வம்சம்" என்றாளே அது அப்போது சொன்னது தான். கேட்டு அவனுக்கு மேனி நடுங்கியது. மனம் திகுதிகுவெனப் பற்றியெரிந்தது. அப்படியே அவளது கழுத்தைத் திருகி வெள்ளப் பெருக்கினுள் வீசிவிடத் தோன்றியது. எதையும் பொருட்படுத் தாமல் அவள் சிரித்துக்கொண்டிருந்தாள். வெகுநேரத்திற்குப் பிறகு களைப்புற்றுத் தளர்ந்தாள், கேட்ட கேள்விகளில் வன்மம் தெறித்தது. "அந்தக் கதையெல்லாந் தெரியாதுங்களாங்கொ கிரிக்கவுண்டரே? ஆம்பராந்துக் கரைலெ, கொமரசாமி எசமாங்க தலைலெ கல்லத் தூங்கிப் போட்டுக் கொன்னாங்களே நம்பு பெரியபண்ணாடி, கொன்னு ஆத்துல உட்டுப்புட்டு மேல் காலெல்லா நத்தத்தப் பூசிக்கிட்டு வந்தாங்களே, அந்தக் கதை யெல்லா உங்குளுக்கு ஆருஞ் சொல்லுலீங்களா கிரிக்கவுண்டரே?"

அப்படியே சென்னி மூப்பன்தான். திரண்டு உட்கார்ந்திருந்த விதமும் சிரித்தவிதமும் கேட்டவிதமும் எல்லாம் அப்படியே சென்னி மூப்பன்தான்.

4

சென்னி மூப்பன் சொன்ன எல்லாக் கதைகளையும் சொல்லத் தொடங்கினாள். நொய்யலைப் பற்றி, நொய்யல்கரை மனிதர்களைப் பற்றி, அவர்களது வாழ்வைப் பற்றி, குன்னடையாக் கவுண்டன் கதையைச் சொல்வதற்கென்றே வருஷம் தவறாமல் நொய்யல்கரைக்கு வந்துபோகும் வளந்தாங் கோட்டைப் பாட்டுக்காரனைப் பற்றி, பட்ட கதை, படாத கதை என அவன் சொல்லிச்சென்ற கதைகள் எல்லாவற்றையும் சொல்லிக்கொண்டு போனாள். இருள் அடர்ந்துகொண்டிருந்தது. கருப்புச் சுவராகத் திரண்டெழும்பி எல்லாவற்றையும் மறைத்து நின்றது. கண்ணெதிரே புரண்டுகொண்டிருந்த ஆறு தெரிய வில்லை, சாட்சியமாய் நின்ற தேவனாத்தாளின் உருவம் தெரிய வில்லை, கோயிலும் தென்படவில்லை. எதிரே மண்டியிட்டு உட்கார்ந்து எல்லாவற்றையும் சொல்லிக்கொண்டிருந்த அந்த அவளது சின்னஞ்சிறு உருவமும் தெரியவில்லை. வெறும் குரல். அதுவும் அவளது குரலாக இல்லை.

“இதெல்லா விதிங்கொ கிரிக்கவுண்டரே, விதி. இந்த வமுசத் துக்குன்னு அந்தப் பகவே எழுதி வெச்சிருக்கற விதி, ஆருங்கொ கிரிக்கவுண்டரே அதையெல்லா மாத்தியெழுத முடியு? வெடத் தலாங்காட்டு ஒரு ரத்தமிருக்குதுங்களே, அந்த வமுசத்துக்குன்னு ஒரு கொணமிருக்குதுங்களே, அது சும்மா உட்டுப்புடுமுங்களா கிரிக்கவுண்டரே, சொல்லுங்கொ? அந்த ரத்தமிருக்கற வரைக்கு தின்னு தீத்துக்கறதுக்கு ஒரு ஒடம்பு வேணு, இப்ப சூரியக் கெளம்பி வந்தாப்பல பாருக் கவுண்ச்சி வந்து வாசப்படீல நிக்கறாங்கொ, அவிய ஒடம்பு சலிச்சாக்கா வேற ஒடம்பு, நொய்யல் கரைலெ அதுக்கெல்லா பஞ்சமில்லீங்கொ கிரிக்கவுண்டரே.”

பின்னும் ஏதேதோ சொல்லிக்கொண்டிருந்தாள்.

கேட்கமுடியாமல் நினைவு தப்பிச்சென்றது. எல்லாம் எப்போது, எப்படி முடிவுற்றன?

இந்தக் கணம்வரை முடிவென எதுவும் இல்லாமல்தானே கழிந்து கொண்டிருக்கிறது? மனம். தவித்துக்கிடக்கிறது, அலைந்து திரிகிறது.

மரணமே எல்லாவற்றுக்குமான முடிவோ?

மரணமே முடிவென்றால், அது எங்கே எப்பொழுது யாரால் கைகூடும்? குமாரசாமிக்குப் பூபதியென்றால் எனக்கு யார்? தேடிப்போக வேண்டுமா இல்லை தேடியடையுமா?

பளபளவென விடிந்திருந்தது. கண்களைக் கசக்கிக்கொண்டு தேவனாத்தாளின் உருவத்தைத் தேடினான்.

5

பிரக்ஞை தவறித் தேவனாத்தா கோயில் குதிரைத்திட்டில் கிடந்தவனைத் தேடிக் கண்டுபிடித்து, வெடத்தலாங்காடு கொண்டு வந்து கிடத்தினார்கள். கிடை கொண்ட நிலையில் ஓயாத பிதற்றல். நானா? நானா? நானா?

சாபமா? வரமா?

குமாரசாமியின் கபாலத்தைப் பிளப்பதற்கென்றே பிறப்பெடுத்து வந்தவன் இந்தப் பூபதி. யாருடைய கபாலத்தைப் பிளப்பதற்காக நான் பிறப்பெடுத்திருக்கிறேன்? எனது கபாலத்தைப் பிளக்கப் பிறந்துள்ளது யார்?

தேவனாத்தா சொல்...

அப்பிடியே சாமியாத்தாக்காள உரிச்சு வெச்சாப்பல இருக்கறா மருமவ.

சொன்னது யார்?

நான் அவனைக் கொல்வேன்.

கபாலத்தைப் பிளந்து குருதியை மேனியில் பூசிக்கொள்வேன் உயிரற்ற அந்த உடலை ஆம்பராந்துநதியின் சத்தமின்றிப் பெருகும் வெள்ளத்தில் மிதக்க விடுவேன்.

கூத்துதேம் போங்கொ, கூத்து.

ஆராச்சுங் கேட்டாச் சிரிப்பாங்கொ.

நா மாதாரிச்சிங்கறதுனால என்னயத் தொட மாண்டாப் பாட்டுக்கு அப்பிடிச் சொல்லிருப்பீங்கொ.

உங்களுக்கு இந்த ஒடம்பு வேணுமாங்களாங்கொ கிரிக் கவுண்டரே, இந்த ஒடம்பு? தலைக்கொரு துண்டஞ்சேலையப் போட்டுக்கிட்டு ராத்திரி வாங்கொ, தாறே.

கூடப் பொறந்தவ கோடவே படுக்கப் போறயா வெள்ளீ? இப்பிடித்தே உங்கப்பெங் கொன்னே, கொமரசாமியெ, ஆம்ப ராந்துக் கரைல, அந்த ஆறு உருட்டித் தள்ளீருந்த கருங்கல் ஒண்ண எடுத்து மண்ணடப்போடாப் போட்டுட்டே, ஒரே

போடுதே, மண்ணட மூளையெல்லா செதறிப்போச்சு, அந்தக் கதையெல்லா உனக்கு ஆருஞ் சொல்லுலியா வெள்ளீ?

நீயே கடவுள், நீ அமரன், உனக்கு மரணமில்லை வெள்ளீ. பைத்தியக்காரனே, மனநோயாளியே, உனது கற்பிதங்களை என் மேல் திணிக்காதே.

நீ மனிதன் கடவுளல்ல, புரிந்ததா?

ஹோஹ்ஹ்ஹெஹெஹே...

ஒருவார்த்தை சொல்லாமல் எல்லாவற்றையும் கேட்டுக் கொண்டிருந்தாள் பாரு. பக்கத்திலிருந்து பார்த்துக்கொண் டிருந்தாள். எதைக் கேட்டும் பதற்றமில்லாமல் இருந்தாள். யாரிடமும் ஒரு வார்த்தை கேட்கவில்லை. சாகும்வரை எதுவும் கேட்கவில்லை. ஒரு தண்டனைபோல அந்த வாழ்வை ஏற்றுக் கொண்டுவிட்டாள். ஆனால் என்ன பாவம் செய்தாள் அவள்? அவளுக்கெதற்குத் தண்டனை? இப்படி மொட்டையாகி நிற்க வேண்டுமென்று அவளுக்கென்ன? ஒரு வார்த்தை கேட்டிருக்க லாம், ஏன் இப்படிப் பாழ்படுத்தினாய் எனப் பொங்கித் தீர்த்திருக்கலாம். சாமியாத்தாளைப் போலத் தன் இச்சைக்கு வேறொரு உடலைத் தேடியிருக்கலாம். அல்லது வேண்டாம் என உதறிவிட்டுக் கண்காணாமல் ஓடியிருக்கலாம். தன்னைக் கருக்கிக்கொண்டு எல்லோரையும் தண்டித்திருக்க வேண்டுமா என்ன? ஏதோவொரு சாபத்தால் தீண்டப்பட்டு, இந்த வம்சத்தில் வந்து ஒட்டிக்கொண்டாளோ? சாபம் பெற்று வந்தவளா? சாபமாய் வந்தவளா? தானும் கருகி இந்த வம்சத்தைச் சாம்பலாக் கினாளே? இந்த வம்சத்தில் யாருமே எஞ்சியிருக்கக் கூடாதென யாரோ கொடுத்த சாபத்திற்கு அவள் கருவி.

யாரோ என்ன யாரோ? எல்லாம் நொய்யல்தான். இப்படிப் பழி தீர்க்க அவளைத் தவிர வேறு யாருக்கு வலிமையுண்டு? மாய உருக்களெடுத்து வந்து பூண்டற்றுப் போகச் செய்தது நொய்யலைத் தவிர வேறு யாராக இருக்க முடியும்? அதன் பழிக்கு அம்மாவும் ஓர் கருவி. அவளுக்கு யார் மீது பழி? பூபதியின் மீதா, புத்திரனின் மீதா, பாரு மீதா? தாலி கட்டிய நாள்தொட்டு அவளுக்கு அப்பாவின் மீது பழி. எதையெதை யெல்லாமோ மனத்தில் வைத்துக் கருவிக்கொண்டிருந்தவள் அவர் பழுத்து உதிரத்தொடங்கிய காலத்தில் தெருவில் இழுத்து

போட்டுக் குதறியிருக்கிறாளென்றால், அது பழியல்லாமல் வேறென்ன? ஆனால் பாரு யார்? அவள் மீது என்ன பழி? அந்த இரண்டு வருஷங்களில் யாரையாவது எதிர்த்து ஒரு வார்த்தை பேசியிருப்பாளா? பட்டுப்போன வாழ்க்கையைப் பற்றி ஒரு குறை சொல்லியிருப்பாளா? ஒருநாள் முகம் சுண்டி நின்றதில்லை. தவித்துக்கிடந்ததில்லை, ஒரு கணம் பெருமூச் செரிந்து நின்றதில்லை, எல்லாவற்றையும் ஏதோ ஒருவிதமாய்ப் புரிந்துகொண்டுவிட்டது போல்தான் தோன்றியது.

ஒருநாள் வெடத்தலாங்காட்டில் யாருமேயில்லாத தருணத் தில் வேலாமர நிழலில் கால்களை மடித்து உட்கார்ந்த நிலையில் அப்படி அடிவானத்தை வெறித்துப் பார்த்துக்கொண்டிருந்தாளே, அப்போது அந்தக் கண்கள் எல்லாவற்றையும் சொல்லிவிட்டன. தன் துயரங்களையெல்லாம் யாரிடத்திலோ மௌனமாக முறையிடுவது போல அப்படியொரு வெறித்த பார்வை. வேலியருகே நின்று தற்செயலாய் அவளைப் பார்த்தபோது அய்யோ என்றிருந்தது. சொல்லி ஆறுதல்தேட தாய்கூட இல்லை அவளுக்கு. ஓடிப்போய் அவளைத் தழுவியிருக்கலாம். அந்த முகத்தைக் கைகளில் ஏந்தி நெற்றி, கன்னம், உதடுகள், கண்ணீர் ததும்பும் விழிகள் என்று எல்லாவற்றையும் முத்தமிட்டிருக்கலாம். குழந்தைபோல அவளை மார்பில் புதைத்துக்கொண்டிருக்கலாம். விம்மியிருக்கலாம். விம்ம விம்ம அவளோடு கூடியிருக்கலாம். சென்னிமூப்பன் சொன்ன எல்லாவற்றையும் அவளுக்குச் சொல்லி யிருக்கலாம். ஏன் தயங்கினேன்? தடுத்து நிறுத்தியது எது? அந்தக் கற்பிதமா? கருகி பாளம்பாளமாய் வெடித்துக் கிடந்த மேனியில் அந்தக் கண்கள் மட்டும் தப்பியிருந்தனவே? பழி கொண்டு மின்னிற்றே? அதோடு தீர்ந்துவிடுமா அந்தப் பழி? இல்லைத் தேடித்தேடி நாசம் செய்யுமா? பெயர் சொல்லித் திரிவதற்குக்கூட ஓர் உயிரையும் விட்டு வைக்காமல், பூண்டோடு அழிக்குமா?

வம்சம் என இன்னும் எஞ்சியிருப்பதென்ன?

மனம் பேதலித்து, புத்தி தடுமாறிப் பிதற்றித் திரியுமொரு பிண்டமாக, நான் மட்டும் எஞ்சியிருக்கிறேன். இந்தப் பிண்டத் தால் இனி யாருக்கு என்ன பயன்? யார் வந்து இதற்கெல்லாம் பிராயச்சித்தம் செய்யப்போகிறார்கள்? அப்படி என்ன மிச்ச மிருக்கிறது? அப்படித்தான் பழியைத் தேடிக்கொண்டார் அப்பா. கடைசியாய் வெடத்தலாங்காட்டில் எல்லாவற்றையும்

சொன்னாரே, "அந்தப் புள்ளைக்கொரு தாயா இருக்கோணுமுனு நெனச்சனே தவுத்து, தாரமாக்கிக்கலாமுனு கெனாவுல கோட நெனைக்கிலிப்பா" என்று கைகளைப் பிடித்துக்கொண்டு, கதறினாரே?

தகப்பனாகத்தான் இருந்தார்.

"பாருக்குட்டீ, பாருக்குட்டீ" என்று அப்படித் தவித்ததெல் லாம் ஒரு குழந்தையாய் அவளைப் பாவித்துத்தான். காட்டிலிருந்து திரும்ப இருட்டிவிடும். வாசலேறும் முன்பே, "எங்க பாருக்குட்டியக் காணமாட்ட இருக்குதா?" என்று அவரது குரல் உள்ளே வந்து விடும். நாக்கில் எப்போதும் பாருக்குட்டிதான்,

"பாருக்குட்டி சோறுண்ணாச்சா?"

"பாருக்குட்டி தூங்கியாச்சா?"

"பாருக்குட்டி சோறாக்குனா ஒரு காப்புடி அரிசி சேத்தி உள்ள போவுமாட்ட இருக்குது, வாய் ருசியான்னு கை ருசியான்னு தெரில மாப்ள" என்று வருகிறவர்களிடமெல்லாம்கூடப் பாருவைப் பற்றித்தான் பேச்சு. அவள் கொஞ்சம் வியர்வை சிந்திவிடக் கூடாது, ஒரு கணம் முகம் சுண்டி நின்றுவிடக் கூடாது.

"நீயெனத்துக்காயா இப்பிடி வேனாத வெயில்லெ திரியறே? கெடக்கற வேல கெடக்குட்டு, நீயப்பிடிப் போயி சித்த நெழலொணத்தியாக் கோரு சொல்றெ."

அவள் என்ன செய்தாலும் அது அவருக்கு அதிசயம்தான். பேச்சுக்குப் பேச்சு, "பாருக்குட்டி சாமார்த்தியொ ஆருக்கு வருஞ் சொல்லுங்க" என்று ஆச்சரியம் கொண்டவராய் ஒவ்வொருவரி டத்திலும் சொல்லிக் கிடப்பார். விதைப்பென்றால் கொட்டுக் கூடையைப் பாருவின் கையில்தான் கொடுப்பார். அவள் கை பட்டால் அப்படி விளையுமாம். அறுப்பறுக்க சனம் வந்து காத்திருக்கும். கருக்கரிவாளும் கையுமாகக் காட்டில் குனிந்து நிற்கும் பெண்களை அரிவாள் வைக்கவிட மாட்டார். "பாருக் குட்டி வந்துருட்டுமாயா" என்று தடத்தையே பார்த்துக் கொண்டு நிற்பார். பாரு வந்து நொய்யலையும் தேவனாத்தாளையும் வீரக் குமார் சாமியையும் கும்பிட்டு ஒரு பிடி அறுத்து வைத்ததற்கப் புறமே, சனமெல்லாம் வயலில் கால் வைக்க வேண்டும், "அடடா சும்மா கொணைக்கறாம் போ. மருமவளத் தலைலெ தூக்கி

வெச்சுக்காத கொறெதேம் போ” என்று தாமரைப்பாளையத்து அத்தைகூடக் கேலி சொன்னாரே, “அதெல்லா ஒரு பிராயச்சித்தம் வெள்ளி, செஞ்ச பாவத்துக்கெல்லா பிராயச்சித்தமாக்கு” என்று அவனது விழிகளை ஊடுருவிப்பார்த்தபடி, பேசும்.

“இந்தக் குடும்பத்துக்கு எவெம் பொண்ணுக் குடுத்துருவான்னு அல்லாரும் சாமார்த்தியம் பாத்துக்கட்டிருந்தாங்கப்பா, நத்தத்துல ஒட்டுனதெல்லாங்கோட எனக்கென்னுன்னு ஒதுங்கிப் போச்சு. பொண்ணுப் பாக்க ராசாத்தாவலசுக்குப் போனப்பக் கோட கெணத்து மேட்டுக்குப் போயி, கலங்கித்தே நின்னெ. அப்பொ, நான்ருக்கறெ மாப்பள, நீங்க எதுக்குக் கலங்கி நிக்கறிங்கொன்னு சொன்னிவியொ உங்க மாமெ. அப்பச் சொன்னனப்பா, அவிய கையெக் காலா நெனச்சுப் புடுச்சிக்கிட்டுச் சொன்னெ.” என்று ஒரு மூச்சமுழுதடங்கி பின்பு தொடர்ந்தாரே.

“இனிமேப்பட்டு பார்வதி எனக்கு மருமவ இல்லிங்கொ மாப்பள, மவதே. நானே எம்பட வவுத்துல பத்துமாசொஞ் சொமந்து பெத்தாப்பலதே பாருவெ இங்க இருந்து மருமவளா இல்லெ, மவளாத்தே வெடத்தலாங்காட்டுக்குக் கட்டிக்கிட்டுப் போவப் போறொ அப்பிடீன்னு அன்னைக்கு உங்க மாமெங் கிட்டப் பண்ணுன சத்தியந்தானப்பா” என்று ஆற்றமாட்டாமல் வாய் விட்டுக் கதறினாரே.

“ஆனா ஆரும் நம்புல வெள்ளி. கட்டுன பொண்டாட்டி நம்புல, சாதி செனா நம்புலெ, இந்தப் பாவியால, ஒரு பொட்டப் புள்ளைய தாயாப் பாக்க முடியுமுன்னு ஒருத்துருமே நம்புலெ வெள்ளி.”

பிறகு பேச்சே வரவில்லை, வெறும் அழுகை மட்டும்.

விரீரென்று ஒரு வெளவால் கூட்டம் காற்றையறுத்துக் கொண்டு, மேற்காகப் போயிற்று. வெறுமனே வாயைத் திறந்து திறந்து மூடி, காற்றை இழுத்தார் அப்பா. தவிக்கட்டும், தவித் தடங்கி பிறகு சொல்லட்டும் எல்லாவற்றையும். சொல்வதற்கு இன்னும் எவ்வளவோ இருக்கக் கூடும் அந்த உயிருக்கு. சொல்லி, எல்லாவற்றையும் இறக்கி வைக்காமல் போனால், சாந்தி பெறாமல் அலைந்து திரியும் அந்த உயிர். பிறகு கேட்டாரே, “நீயுமா வெள்ளி உங்கப்பெ கொலைகாரன்னு நெனைக்கறே?” என்று அந்த நிலையிலும் காலூன்றியெழ முற்பட்டாரே, பெருங்குரலெடுத்துக்

கதறினாரே, சத்தியம் வெள்ளி, நான் கொண்டது காமமல்ல, பழி.

வெள்ளீஈஈஈ, வெள்ளீஈஈஈ...

"ஆனா அந்த ஆம்பராந்து ஆத்துக்குத் தெரியு வெள்ளி. நடந்ததுக்கெல்லா சாட்சியா இருந்தது பாரு, அமராவதி அவுளுக்குத் தெரியு. அப்பொறொ அன்னைக்கு, அங்க மேல நின்னு எல்லாத்தையும் பாத்துக்கிட்டிருந்தது பாரு நெலா, அதுக்குத் தெரியு. அன்னைக்கு எங்கோடப் பேசுனா பாரு, தேவனாத்தா அவுளுக்குத் தெரியுமாக்கு எல்லா. அவ சொல்லுவா, அவள் அறியாம என்ன நடந்தற முடியுஞ்சொல்லு?" என்று கேட்டுவிட்டுத் தொடர்ந்தாரே,

"கேளு வெள்ளி, எல்லாத்தையு என்னைக்காச்சு உங்கிட்டச் சொல்லுவா நொய்யல். இந்த ஆறு சொல்லும், இந்த ஆத்துல இருக்கற பாம்பு சொல்லும், இந்த வனத்துல காலங்காலமாச் சாவாம குடியிருக்கற பட்சியெல்லாங்கோடச் சொல்லு, அப்பத் தெரியு, அப்ப எல்லாருத்துக்குந் தெரியுமாக்கு வெள்ளி." எப்படி, இப்படியெல்லாம் அவரால் பேசமுடிகிறதென்று ஆச்சரியமாயிருந்தது. யாரோ சொல்லிக் கொடுத்துப் பேசுகிற மாதிரி, அவருக்குப் பதில், வேறு யாரோ பேசுகிற மாதிரி. பின்பு சொன்னார் எல்லாவற்றையும். சென்னி மூப்பனும், தாத்தாவும் காரிச்சியும் அவனுக்குச் சொன்ன ஒவ்வொன்றையும். ஒன்றுமே பேசாமல் கேட்டுக்கொண்டிருந்தான். கண்களை எடுக்காமல் அவரையே துளைத்துத் துளைத்துப் பார்த்துக்கொண்டிருந்தான்.

கண்களைக்கூடச் சிமிட்டாமல் ஒரு ஒற்றைப் பார்வை. அவரும் பார்த்தார். அவருடைய விழிகளிலும் துளி அசைவில்லை. உதடுகள் மட்டும், அசைந்து அசைந்து சொல்லிக் கொண்டிருந்தன. சொல்லி முடித்தபோதும் அசைவில்லை. முகம்கூட மாறியிருந்தது. முன்னெப்போதுமில்லாத பேரமைதி, தெளிவு, லேசானதொரு முறுவல்கூட.

இவ்வளவு அழகு அந்த முகத்துக்கு எப்படி வந்தது? ஒரு போதும் இப்படித் திகழ்ந்ததில்லையே, முகம் இருண்டு பேயறைந்தது மாதிரியல்லவா கிடக்கும்? பார்க்கப் பார்க்கத் தீரவில்லை. நொடிக்கு நொடி மாறி இன்னும் அழகாகிக் கொண்டே போய்க் கடைசியில் கண்கொண்டு பார்க்க முடியாத பேரெழில் கொண்ட

தாயிற்று, அந்த முகம். அவனுக்கோ அந்தப் பேரெழில் கண்டு அச்சம், அச்சமுற்று, முகமெல்லாம் வெளிற, “அப்பா” என்று கூப்பிட்டான். தணிந்த குரலில் பதிலில்லை, “அப்பா” என்றான் உரக்க. அதற்கும் அந்த விழிகளில் ஒரு அசைவில்லை, “அப்பா” என்றான்.

அந்த உடலோ குளிர்ந்து கிடந்தது.

கூச்சலிட்டுக் கொண்டிருந்தவனோ, கூச்சலிட்டுக் கூச்ச லிட்டுக் களைத்தான். குரல்வளை மரணத்தைத் தழுவிற்று. அப்போதும் கத்தும் முனைப்பைக் கைவிடவில்லை. கடைசியில் சோர்ந்து, ஒரு அடைக்கலம்போல அந்த மேனியைத் தழுவிக் கொண்டான். வெகுநேரம் விலக முற்படவில்லை. பிரக்ஞை கொண்டெழுந்தபோது அந்த உடல் விரைத்துக் கிடந்தது. விரைத்த மேனியிலும் உயிர்க்களை. விரிந்து கிடந்த கண்களில், இன்னும் ஒளிவீச்சு. முகத்திலோ முன்னெப்போதும் கண்டிராத பேரமைதி. அசைவற்ற உதடுகளில், உறைந்து நின்ற குறுநகை.

இற்று விழுந்த தேகத்துக்கு இப்படியொரு வசீகரமா? ஒரு ஜென்மம் முழுக்க துயறுற்று வாடி, வன்மத்தில் இருள் கவிந்து கருத்த அந்த முகம் பார்த்துக் கொண்டிருக்கிறபோதே, பழையதின் தடயங்களே அற்ற வேறொரு முகமாய் மாறிக் கொண்டிருந்தது. மாறிமாறிக் கடைசியில் அந்த முகம்கொண்ட தோற்றத்தைப் பார்த்து மனதில் பீதி.

பாருவின் முகமல்லவா அது?

எல்லாவற்றையும் போல, இதுவும் ஒரு கற்பிதம்தானா? நோயுற்ற மனம் அப்படிக் கற்பனை செய்து கொண்டதாவெனத் தெரியவில்லை, முத்தமிட்டான். நெற்றி, கன்னம், உதடு என்று முத்தமிட்டு நிமிர்ந்தபோது, இமைக்காமல் வெறித்துக் கிடந்த விழிகளைக் கண்டதும் தடுமாறினான். இமைகளை இழுத்து மூட முற்பட்டான். மூட மறுத்து, அவனது விரல்களிலிருந்து திமிறி மறுபடியும் திறந்துகொண்டன, இமைகள். பிறகும் முயன்று தோற்றான். எத்தனை முறை முயன்றும், மடங்காமல், அவனையே துளைத்துத் துளைத்துப் பார்த்துக்கொண்டிருந்தன, விழிகள்.

அந்தக் கண்கள் பாருவுக்கேயுரியவை.

பாருவுக்கு மட்டுமே உரித்தான கண்களும் பாருவுக்கு மட்டுமே உரித்தான பார்வையும். எங்கேயிருந்து அப்படியொரு

பார்வையைப் பெற்றாள், பாரு? அன்று அப்பாவும் அம்மாவும் சுற்றமும் சொந்தமும் வாழ்க்கைப்பட்டு வந்த ஊரும் கூடி நிற்க, நின்றவர்களையும் பொருட்படுத்தாமல், கேட்ட கேள்விகளையும் பொருட்படுத்தாமல் நடையிருளுக்குள்ளிருந்து அப்படிப் பார்த்தாளே? முழு ஆகிருதியும் இருளுக்குள் புதைந்திருக்க அந்தக் கண்கள் மாத்திரம் அப்படி மின்னினவே? எந்தக் குறுக்கீட்டையும் பொருட்படுத்தாமல், சூரியக் கதிர் மாதிரி, நேரே இவனது பார்வையைத் தேடிப்பிடித்துத் துளைத்தனவே, என்ன அர்த்தம் பாரு?

இப்படி எல்லாவற்றையும் பார்த்துக்கொண்டு, எனக்கென்று என்று சொந்தமில்லாததுபோல நிற்கிறாயே என்று முறையிடுகிற பார்வை, தீண்டவில்லையென்பதால் சொந்தமுமில்லையென்றா ஆகிவிடும் என்று கேட்கிற பார்வை.

வெறும் தீண்டலில் என்ன சொந்தம் வந்துவிடும்? தீண்டுவதால், கூடியெழுவதால் சொந்தம் வந்துவிடப் போகிறதா? கூடிக் கூடிப் பிள்ளைகள் பெற்றும் தனித்தனி மனங்களாய்ப் பிரிந்து கிடக்கிற சொந்தங்களெத்தனை? வெறும் புணர்ச்சியால் மாறி விடுமா வன்மம்? அவ்வளவு காலம் வாழ்ந்திருந்து. அப்பாவின் மேல் தான் கொண்ட வன்மத்தைக் கைவிட முடியவில்லையே, அம்மாவாள்.

வன்மம், அவள் கொண்டதும் பழி.

அப்படிக் கூடிக் கூடிப் பிள்ளை பெற்றதால் உண்டான சொந்தத்தை நினைவூட்டத்தான், அப்படிப் பார்த்தாரா, அப்பா? அப்போதேகூட அந்த முகத்துக்குப் பாருவின் சாயல்தான். உள்ளே நடையிருளில் நின்ற கண்களும், வெளியே அத்தனை பேருக்கு மத்தியில், தனது பிடிக்குச் சிக்காமல், தப்ப முயன்று அலைபாய்ந்து கொண்டிருந்த அம்மாவின் கண்களைத் தேடிக் கொண்டிருந்த அப்பாவின் கண்களும் ஒரே சாயலைத்தான் கொண் டிருந்தன. ஒரேயொரு கணம் அந்தக் கண்களைச் சந்தித்திருந்தால், அவ்வளவு காலத்திய வன்மமும் நொடிக்குள் பொடிந்து போயிருந்திருக்கும், பழியும் வன்மமும்கொண்டு, அப்பாவையும் பாருவையும் பலிகொண்டு, கடைசியில் தன்னையும் பலியாக்கிக் கொள்ளும்படியாய் நேர்ந்திருக்காது. பூபதி செய்த பாவத்துக் கெல்லாம் அவளேகூடப் பிராயச்சித்தம் தேடியிருப்பாள். ஏதோ

நற்றிணை பதிப்பகம் ❖ 451

வொரு வகையில் கழுவாய்த் தேடிக்கொண்டு நொய்யல்கரையில் வாழ்ந்து தீர்த்திருக்கும் அந்த வம்சம்.

ஆனால், தான் கொண்ட வன்மமே இந்த வம்சத்தைவிடவும், முக்கியமானதாய் இருந்திருக்கும் போலிருக்கிறது, அம்மாவுக்கு.

திரண்டு நின்ற ஊர்க்காரர்களிடத்தில், அப்படி நாக்கூசாமல் பொய் சொன்னாளே, "ஆண்டவனக்குப் பொதுவா எங்கண்ணால கண்டனாக்கு" என்று நொய்யல் ஓடிக்கொண்டிருக்கிற திசை நோக்கி நின்று சத்தியம் செய்தாளே, எப்படி முடிந்தது அவளுக்கு?

"அல்லே, வேலமா, தாயும் புள்ளையுமா இருக்கவியளப் பாத்து இப்பிடியாலெ சொல்லுவாங்கொ? 'ஏ'லெ ஆயரங்கோவ மிருந்தாலுமு, இப்பிடியுமா ஒரு பழியெப் போடுவாங்கொ? லே, பாவம்புடுச்சுக்குமலெ" என்று கூட்டத்திலிருந்து அதட்டலாய்ச் சொன்னாளே வெள்ளியங்காட்டு சுப்பத்தை, அதற்கு அப்படியுமா சீறுவாள்?

"ஆமா, தாயும் புள்ளையு, நல்ல தாயும் புள்ளையு, தெரியா தெனக்கு? இல்ல இவியொ பூலவாக்கு ஆருக்குத் தெரியாமல் கெடக்குது? ஆடுனவியதான? சக்கிலிச்சி, பறச்சினு சாதி பார்த்துப் போனவியளா? இல்ல அக்கா, தங்கச்சி, சின்னாயா பெரியாயான்னு மொறெ பாத்துப் போனவியளா? அதுதே இந்தப் பக்கம் படாந்தியே சிரிப்பாச் சிரிச்சுக் கெடக்குதே" என்று எல்லாவற்றையும் தோண்டியெடுத்துப் பரப்பினாளே,

"ஏ, எங்கு மாமியாத்தளப் பத்தித்தே இந்தச் சனத்துக்குத் தெரியதாக்கு? பெத்ததுதே வேம்பன கவுண்டருக்கு. அதுகோட நெசமோ பொய்யோ, அந்த ஆண்டவனுக்குத்தேந் தெரியு, பெத்துக் கைலபுடுச்சு இந்தான்னு குடுத்ததாருகிட்டெ? பொறந்தாப்பல புடுச்சுப் பழவுனதாக்கு இந்தக் குடியுங்கூத்தியு. இன்னைக்கு நா புதுசா பழிபோட வந்துட்டெ? என்னய பாவஞ் சுத்திக்குமாக்கு? இல்ல தெரியாமத்தேன் கேக்கறெ, இங்க இருக்கறவியெல்லா நாயந் தெரிஞ்சவியதான? ஊரு, ஓலகத்து மொறெ தெரிஞ்சவியதானெ? சொல்லுங்கொ, நாம் பொய் சொல்றவளான்னு சொல்லுங்கொ?" என்று அவளும்தான் சொல்லத் தொடங்கினாளே, இந்த வம்சத்தின் கதையை,

பழிதான்.

வேம்பன கவுண்டர் மீது, சாமியாத்தா கொண்ட பழி, குமாரசாமி மீது பூபதிகொண்ட பழி. இப்போது இங்கே இப்படி வந்து நின்று தாண்டவமாடுகிறது. அன்றொரு நாள் இதே போன்றதொரு கூட்டத்தில், சுற்றமும், சொந்தமும், ஊரும் கூடி நிற்க, ஒரு மொட்டைக் காகத்தையும் பழுத்துதிர்ந்த ஆலமர இலைகளையும் சாட்சியமாய்க் கொண்டு, பெற்றவர்கள் தலை குனிந்து நிற்க, ஒவ்வொருவரின் கேள்வியையும் அலட்சியப்படுத்தி, அகங்காரம் கொண்டவனாக வண்டிக்காலில் உட்கார்ந்தபடி எல்லாவற்றையும் வேடிக்கை பார்த்துக் கொண்டிருந்தானே, சுட்டுவிரல் நீட்டி தான் புணர்ந்த பெண்களென்று, நொய்யல் கரைப் பெண்களை பெயர் சொல்லி, அடையாளம் காட்டினானே, அந்தப் பூபதி இப்போது அங்கில்லை.

ஓடி ஓடிக் களைத்து விதியின் கைகளில் எடுத்துக்கொள் என்று உயிரை ஒப்புவித்துவிட்டு, கிடைத்த செடி நிழலில் அடைக்கலம் தேடிக் கிடக்கிறதொரு சிறு முயல். துரத்தித் துரத்திச் சங்கடித்துக் கொல்கிறது, விதி. எதுவும் யாருக்கும் புதிதில்லை. கேட்டுக் கேட்டு அலுத்த கதை. கரம்பற்றியவளோ தருணம் பார்த்துச் சொல்லுகிறாள். பழிகொண்ட நாகம் சீறி நிற்கிறது. படம் விரித்து, 'உஷ்ஷென்று சீறி, பிளவுபட்ட நாக்கைச் சுழற்றி, விஷப்பற்களைத் தூக்கிக் கொத்துகிறது. முன்பொரு நாள், நிலவொளி வீசிய இரவில் பெற்றவளை அப்படிக் கொத்திப் பழி தீர்த்தானே அவன்.

கேள் அம்மா, கபாலத்தைப் பிளந்து அவனைக் கொன்றேன், அவனது குருதியையும் மாமிசத்தையும் எனது மேனியில் பூசிக் குளித்தேன்.

“அம்மா” என்று தாள முடியாமல் கூச்சலிட்டான்.

தாரமாயிருந்தவளே அதைச் சற்றும் பொருட்படுத்தாமல் தொடர்ந்தாள், “இதென்னடாது, மூட்டச் சந்துல எலி கொறிக் கறாப்பல இருக்குதுனு எட்டிப் பாக்கறெ, ஒடம்புல ஒரு பொட்டுத் துணியில்லாம அம்மணமா நின்னுக்கிட்டிருக்கறாங்கொ, மாமனாருமு, மருமவளுமு, தாயும் புள்ளையுமா, தாயும் புள்ளையு, கூத்துதே.”

எல்லாவற்றுக்குமான பதில் போல, “அம்மா” என்று மீண்டு மொரு உரத்த கூச்சல்.

அம்மா. அம்மா..

அம்மா.

பிறகு மூர்ச்சையுற்றுக் கீழே சரிந்தான். தலை குப்புற, நெற்றி தரையில் மோதி உடைந்தது. யாரோ கதறினார்கள், யாரோ பேர் சொல்லி அவனைக் கூப்பிட்டார்கள், யாரோ கைகளில் தாங்கினார்கள், யாரோ தோளில் அவனைச் சாத்தினார்கள். இல்லை, ஒன்றுமே அவனுக்கு நினைவில்லை. மறுபடி பிரக்ஞை மீளும் நாள்வரை ஒரே ஒரு வார்த்தையை மட்டுமே சொல்லிப் பிதற்றிக் கிடந்தான்.

போதுமென்று அடங்கவில்லையே, பெற்றவள்.

இவ்வளவு நேரமும் தனக்கொரு பற்றுக்கோட்டைக் கற்பிதம் செய்துகொண்டு, இருளுக்குள் நின்றுகொண்டிருந்த பாரு, பின்பு அப்படியே மடங்கிச் சரிந்து, குமுறிக் குமுறி அழுதாளே, அதைக் கண்டும்கூட மனம் இரங்கவில்லையே, அம்மாவுக்கு. எப்படி, இவ்வளவு தூரம் கல்லாய் இறுகிற்று அந்த மனம்?

எல்லாம் திட்டமிட்ட காரியமாய்த்தான் இருந்திருக்கிறது.

அப்படி அவர்களை உள்ளே வைத்துக் கதவைத் தாளிட்டு, கண்மூடிக் கண் திறப்பதற்குள் ஊரைக் கூட்டிவிட்டாளே. கேட்டு, எப்படியெல்லாம் கதறியிருப்பாள், பாரு? எதையும் பொருட் படுத்தாமல், அம்மா சொன்னவற்றையெல்லாம் கேட்டு மனம் பொடிந்து போய் விட்டாளோ? அதனால்தான் பிறகு, யார் கேட்டும் ஒருவருக்கும் ஒரு வார்த்தை பதில் சொல்லவில்லை போலிருக்கிறது. இப்படியொரு அபாண்டத்தை, இந்த வன்மத்தை எதிர்த்து என்னதான் சொல்லிவிட முடியும்?

“நா எனத்தீனு சொல்லுட்டுங்கொ பெரிப்பா. மாமனாருமு, மருமவளுமு அப்பிடித் தாயும் புள்ளையுமா இருக்கறாங்கொன்னு ஊரொலகமே பேசுச்சே, ஊரொலொகமே பேசுச்சேங்கொ பெரிப்பா, இந்தப் பாவி முண்டெ அதக்கோட நெசம்தானுங்கொ பெரிப்பா நம்பிக்கிட்டிருந்தெ, ஆனா இப்படியொரு பாவத்தச் செய்வான்னு நா கெனாக்கோடக் காங்குலீங்கொ பெரிப்பா, கெனாக்கோடக் காங்குலெ” என்று அப்படி ஒப்பாரி வைத்து அழுதாளே அம்மா, இன்னும் உறங்கிக்கொண்டிருக்கிற, நொய்யல்கரை மனிதர்களையெல்லாம் இங்கே திரட்டிவிடச் சங்கல்பம் செய்தவளைப் போல, உரத்த குரலில் விசிறி விசிறி

அழுதாள். ஒருவர் பாக்கியில்லாமல் எல்லோரும் வந்து திரண்ட பின்பே, "பாருங்கொ, அல்லாரு அவியவிய கண்ணால பாத்துக் குங்கொ, அய்யோ ஊரொலகத்துல இப்பிடியொரு அநியாய முண்டுங்களா? இப்பிடியொரு துரோகமுண்டுமுங்களா, இப்பிடி யொரு துரோகமுமுண்டுங்களா?" என்று பெருங்குரலெடுத்து அழுதபடி கதவை விரியத் திறந்துவிட்டாள். நடையிருளில் அப்போதே ஒரு சவமாகத்தான் நின்று கொண்டிருந்தாள் பாரு. பின்னால் தீயிட்டுக் கொண்டதெல்லாம் உயிரற்ற அந்த வெற்று டம்புக்குத்தான்.

திறந்த கதவுக்குள்ளிருந்து, அவர்களிருவரும் அப்படி வந்து நின்றதைப் பார்த்தும், அவள் சொன்னவற்றைக் கேட்டும், அதிர்ந்து பேச்செழுப்பாமல் மௌனம் கொண்டு நின்றது ஊர். ஊரும் மௌனம், ஊருக்கு முன்னால் குற்றம்சாட்டப்பட்டு செய்வதறியாது நின்றுகொண்டிருந்த அவர்களிருவரும் மௌனம். நட்ட நடுவில் நின்றுகொண்டு அம்மா மட்டும் பேசினாள். என்னென்ன சொல்ல வேண்டும், என்னென்ன கேட்க வேண்டு மென்று திட்டமிட்டு வைத்திருந்தாளோ, அவையெல்லாவற்றையும் ஒரு வார்த்தையைக்கூடத் தவறவிடாமல் அவள் பாட்டுக்கு மூச்சிரைக்கப் பேசிக்கொண்டு போவாள். சுதாரித்து, பின்பு குறுக்கிட முயன்ற ஊர்க்காரர்கள் சிலரின் குரல்களை மட்டும் அடக்க வேண்டியிருந்தது. பின்பு பேசிய ஒவ்வொரு வார்த்தையும் அவளுடையதாகவே இருந்தது.

"பின்ன அவ பொய்யா சொல்லுவா வேலாயா?" என்று தொடங்கிற்று, ஊர்.

"இப்பிடீமு உண்டுமா ஒலகத்து மொறமெ?"

"தெரிஞ்ச பூலவாக்குத்தான?"

"கொஞ்சமாச்சு ஈன ரோஷமிருக்கிற குடும்பமா இருந்தா அதொரு மொறெ."

"அன்னைக்கே வளச்சு முடுக்கிருக்கோணுமப்பா."

"அப்பறொ இன்னொ நடுரூக்குள்ளே வெச்சு, மாமெ, மச்சான்னு தோள்ள கை போட்டுகிட்டுத் திரிஞ்சா அப்பிடித்தே இருக்கு, நம்பளச் சொல்லோணு, அவனச் சொல்றதுக்கென் னருக்குது?"

"எனக்கப்பவே சந்தேகந்தே."

“இருக்கறதுதே அப்பிடீனா இந்தக் குடும்பத்துக்கு வந்து சேர்றதுமப்பிடியே.”

“எனொ எனத்தோடதான் சேரும் பின்ன?”

“நாயக் கொண்டாந்து நடூட்டுல வெச்சாளும் அதுக்குப் பீ திங்கற பித்தி போகாதுன்னு, தெரியாமையா ஒவ்வொண்ணையுஞ் சொல்லிருக்கறாங்க பின்ன?”

“வாயெத் தெறக்கறாளா பாரு?”

“எனத்தப் பேசுவே?”

“கடப்பாரையெ முழுங்குனாப்பல, உண்டு இல்லைன்னு ஒரு வார்த்த பேசுனா என்னொ?”

“அவுளுந்தே நெலவுகால்ல நின்னு அப்பிடி முளிச்சுக்கிட்டிருக் கறாளோ தவுத்து, பேசறாளா?”

“ரண்டுமு ஒண்ணக்கண்டாப்பல.”

“எங்கியோ அவனுக்குத்தேம் பூட்டையுட்டுட்டாளாட்ட இருக்குது.”

“ஏனுங் மச்சே நீங்கொ, ஒரு மொறையோட பேசிப் பழவுங்கொ.”

“அவனெனத்தீடா தப்பாச் சொல்லிப்புட்டே? நீ இந்தத் தாண்டு தாண்டறே.”

“பின்ன எங்கயோ நல்லாப் பொளச்சுப் போய்ச் சேந்த பொம்பளையப் போயி நாக்கூசாம ஒண்ணு சொன்னா?”

“உனக்குத் தெரியுமா, அவ எப்பிடிப் பொளச்சான்னு?”

“இவுனுமு, இவங்கப்பனுமு இந்தப் பக்கம் படாந்திலெ ஒண்ண உட்டுவெக்க மாட்டானுகளே, ராசாத்தாவலசென்ன சீமைலயா இருக்குது? அங்க போயிருக்கமாட்டானா இவெ?”

“போங்க மச்சே நீங்கொ?”

பேசிப்பேசிச் சிரித்தது ஊர். சிரித்துக்கொண்டே கலைந்தும் போயிற்று. எஞ்சியிருந்தவை மூன்று பிரேதங்கள். நடையிருளில் நின்ற பாருவும், வாசலில் நின்ற அப்பாவும், அப்போதுதான் வந்து நடந்தவற்றைப் புரிந்துகொள்ள முடியாமல் ஸ்தம்பித்து நின்ற நொய்யல்கரைவாசியும். அப்புறம் ஊர்விட்டுச் சென்றிருந்த சிரிப்பும். தானுமொரு பிரேதமாய், காற்றில் அசைவற்று

நின்றுகொண்டு ஓயாது ஒலித்துக்கொண்டிருந்தது சிரிப்புச் சப்தம்.

ஹோஹொஹொஹோ...

பழிகொண்டு நின்றவள், தானும் பின்பு பதற்றம் கொண்டாள். யாருக்கோ, எதற்கோ கருவியாகச் செயல்பட்டு, அதிலிருந்து விடுபட்டது போலொரு நடுக்கம் அந்த மேனியில். எதையோ பேச நினைத்து, வார்த்தை வராமல் துடித்தன அந்த உதடுகள். முகம் கை கால்களெல்லாம் குப்பென்று வியர்த்துப் போயின. ஒரு அடி எடுத்து வைக்க முடியவில்லை. சரிந்து அங்கேயே வீழ்ந்தாள். பின்பு தவழ்ந்து, தவழ்ந்து அடுப்படியை நோக்கிப் போனாள். அங்கேயே கிடை கொண்டாள்.

பீதியுற்று, முகம் வெளிறி, அடைக்கலமென்று நொய்யலைத் தேடி ஓடினான். நடையிருளில் நின்றபடி இன்னும் துளைத்து துளைத்துப் பார்த்துக் கொண்டிருந்த கண்களுக்குச் சிக்காமல், அவற்றிடமிருந்து தப்ப முற்பட்டவனைப் போல கால்கள் தடதடக்க ஓடினான்.

6

இரண்டு வருஷங்கள் ஒரு நாளும் இந்த நதிக்கரைக்கு வந்ததில்லை, அவள்.

நதியென்றுகூடச் சொல்லமாட்டாள். அம்மாகூட அப்படித்தான். யாராவது தேடிக்கொண்டு வந்தால்கூட, “எங்க போயிருக்கப் போறெ? அந்தப் பள்ளத்துல போயிக் கோந்துக்கிட்டிருப்பெ” என்று சொல்வாள், அம்மா. பாருவுக்கும், இந்த நதியைப் பற்றிக் குறிப்பிடுகிறபோது, “பள்ளம்” என்றுதான் வாயில் வரும். அவள் அப்படிச் சொல்லிக் கேட்கிறபோது கோபம்கூட வந்துவிடும்.

இந்த நதிக்கரைவாசிகளுக்கே இது நதி.

இந்த நதிக்கரையில் பிறந்து, இதில் பெருகும் தண்ணீரைக் குடித்து, இதன் மூச்சுக் காற்றைச் சுவாசித்து உயிர் தரித்திருகிறவர்களுக்குத்தான், இது நதி. இது பொங்கி வரும் தருணங்களில், கண்டு பயம்கொள்வதுகூட, அந்நிய மண்ணில் பிறந்து இங்கே வாழ்க்கைப்பட்டு வந்திருக்கிற பெண்களே. பாருவின் மனதில் இந்த நதியின்மேல் ஒரு வெறுப்புக்கூட உண்டு. வெறுப்பும் அச்சமும்.

அப்படிப்பட்டவள், அந்த ஒரேயொரு தருணத்தில் மட்டும் இவனைத் தேடிக்கொண்டு நதிக்கரைக்கு வந்தாள்.

வந்து நின்றவள் ஸ்தம்பித்துப் போனாள். வற்றி, வெறும் ஓடையாய் நகர்ந்து திணறித்திணறிப் போய்க்கொண்டிருந்தாள், நொய்யல். நேற்றுவரையில் அப்படிக் கரைபுரண்டோடிய வெள்ளம், ஒரே நாளில் என்ன மாயமாய் எங்குபோய் மறைந்தது? இப்படி மனம் பொடிந்து போய் வந்து நிற்கிற ஒவ்வொரு தருணத்திலும் கரைதளும்ப ஓடிக்கிடக்குமே? நிறைந்த மனசுடன் ஆறுதல் சொல்லுமே? “நானிருக்கிறேன்” என்று அவ்வளவு துயரத்தையும் தாங்கி, ஒரு தூணாய் நிற்குமே, இப்போது என்னவாயிற்று இந்த நதிக்கு?

கோபமா? மறுப்பா?

வீட்டில் நடந்தவையெல்லாம் இங்கேயிருந்து பார்த்துக்கொண்டிருந்ததில், தன்னால் பேசக் கற்றுக்கொண்ட மனிதர்களின் வாயிலிருந்து வந்த கொடிய சொற்களைக் கேட்டதில் உண்டான கோபமா? இனியும் உங்கள் காரியங்களுக்கெல்லாம் நான் சாட்சியமாய் இருக்க மாட்டேன் என்று சொல்கிறாளா? உடல்களைத் தின்று

தின்று அலுத்துவிட்டதோ இந்த நதிக்கு? இல்லை நடந்ததையெல் லாம் கண்டு அவளுக்கும் அச்சமா? அஞ்சி ஓடி ஒளிந்துகொண் டாளா? எப்போதும்போலப் பொங்கித் திரிந்திருந்தால் பாரு கூட, அந்தத் தருணத்தில் இந்த நதியில்தானே குதித்திருப்பாள்? நொய்யலுக்குள் மூழ்கி நொய்யலாகவே ஆகி என்றென்றைக்குமாய் அழியாமலிருக்கும் வரம் அந்த உயிருக்குக் கிடைக்கவில்லை போலும்.

இந்த வம்சத்தின்மேல் வந்து கவிந்த மற்றுமொரு சாபமே அவளது மரணம். நினைத்து நினைத்துத் தேம்பும்படி அப்படி யொரு குரூர மரணம். நினைவில் கற்சுவரில் செதுக்கப்பட்டதொரு கரிய சிற்பமாய், சதா துன்புறுத்திக்கொண்டேயிருக்க வேண்டு மென்றுதான் அப்படியொரு வழியைத் தேர்ந்தெடுத்ததா? அப் படிக் கருகி, வெடித்து நிணம் பொங்கிக் கிடந்த அந்த உடல். கடவுளே, தவிர்த்திருக்க முடியும். அந்த மரணத்தையும், அதன் காலடிச்சுவடுகளைப் பற்றிக்கொண்டு பின்தொடர்ந்த மற்ற மரணங்களுக்கும் யார் பொறுப்பு?

அப்படி வந்து நின்றாளே? இவனிடமிருந்து ஒரு வார்த்தை யாவது வராதா என்று தவித்தாளே? தலை கவிழ்ந்து, மௌன மாய் உட்கார்ந்து கொண்டிருந்தவனின் கண்களைத் தேடித் தேடிப் பார்க்க முயன்றாளே, பின்பு பாறையின்மேல் குப்புறக் கவிழ்ந்துகொண்டு, அன்றொரு இரவில், தேவனாத்தா கோயில் படிக்கட்டில் இதேபோல் விரிந்த கூந்தலுடன், குப்புறக் கவிழ்ந்து கொண்டு, காரிச்சி எப்படிக் குலுங்கினாளோ குமுறினாளோ, அப்படி அவளும் குமுறி குலுங்கித் தீர்த்தாள். கேவினாள், “அப்பிடியெல்லாமில்லிங்கொ, அய்யோ வீரய்யா நா எனத்தச் சொல்லுட்டு?” என்று திரும்பத் திரும்பக் கதறினாளே?

அப்போது சொல்லியிருக்கலாம். ஒரு ஒற்றை வார்த்தையை யேனும் ஆறுதலாய்ச் சொல்லியிருக்கலாம். சொல்ல முடியாமல் போனதேன்? எதற்கும் எனக்கு உரிமையில்லை, உரிமையுமில்லை, தகுதியுமில்லையென்று மனம் குறுகிக் கிடந்ததாலா? அதையாவது அவளுக்குச் சொல்லியிருக்கலாமே? வார்த்தைகள் கூடத் தேவைப்பட்டிருக்காது. குலுங்கும் அவளது மேனியை வெறுமனே தீண்டியிருந்தால்கூடப் போதும். தீண்டி அவளது கூந்தலை, முதுகை, தோள்களை லேசாகத் தடவிக் கொடுத்திருந்தால்கூடப் போதும்.

விதி, பாவத்தையும் பழியையும் இவன் ஒருவனே சுமக்கட்டு மென்று விட்டுச் சென்றிருக்கிறது.

பிறகொரு பார்வை. எதிர்கொண்டு பார்க்க முடியாத உக்கிரம். எழுந்து நின்று, கூந்தலை அள்ளி முடிந்துகொண்டு விடுவிடுவெனக் கரையேறிப் போனவளிடம் ஒரு வார்த்தை இல்லை, ஒரு கணம் தயங்கி நிற்கவில்லை. விர்ரென்று காற்று மாதிரி அப்படியொரு வேகம். கண்டு பதறியெழுந்து அவள் சென்ற திசையைப் பார்த்தான்.

“பாரு, பாரு” என்று கத்தினானே அது அவளுக்குக் கேட்க வில்லை. அவனுக்கேகூடக் கேட்டிருக்க முடியாது. குரலுடைந்து வெறும் காற்று மட்டுமே வந்துகொண்டிருந்தது. என்ன நடக்கப் போகிறது என்பது அப்போதே புரிந்துபோயிற்று. குப்பென்று மனம் வியர்த்து நடுங்கிற்று, நிற்க முடியாமல் கால்கள் தள்ளாடின. அழ வேண்டுமென்று தோன்றியது. வார்த்தை குளறிற்று, சித்தம் கலங்கிக் கொண்டிருக்கிறது அவனுக்கு. சாட்சியமாக ஒருவரும் இல்லை.

ஆறுதலென்று யார் வந்து நிற்கப் போகிறார்கள்? எதையும் பொருட்படுத்தாமல் தானுமொரு சாபமாய்ப் போய்க் கொண் டிருக்கிறதே இந்த நதி.

வெறும் நதி இது. மழை வந்தால் பெருகும், வற்றி உலரும் ஒரு காட்டாறு. பாரு சொன்னதுபோல, அம்மா சொன்னதுபோல வெறும் பள்ளம், ஓடை. எல்லாவற்றையும் கற்பிதம் செய்து கொள்ளும் மனதின் அறியாமைக்கு இந்த நதி எப்படிப் பொறுப் பேற்கும்? இல்லை, தத்தம் போக்கில் வாழ்ந்து திரியும், மீன்களுக்கும் பறவைகளுக்கும் என்ன பொறுப்பு? மனித துக்கம் அவைகளுக்கெப்படிப் புரியும்? அவையெப்படி வந்து ஆறுதல் சொல்லும்? அவற்றின் பாஷையை மனிதன் புரிந்துகொள்கிறானா? அவற்றின் துக்கங்களைப் புரிந்துகொள்கிறானா, மனிதன்? ஆறுதலென்று அவற்றுக்கு ஏதாவது சொல்கிறானா? தேடித்தேடி அழிக்கிறாளே, தின்று தீர்க்கிறானே, மனித அரவம் கேட்டவுடன் அச்சம் கொண்டு ஓடி, பாறையிடுக்குகளுக்குள்ளும், புதர்களுக் குள்ளும் ஒளிந்து கொள்கின்றனவே, அவை எப்படி வந்து மனிதப் பிறவிகளுக்கு ஆறுதல் சொல்ல முடியும்?

மனிதர்களின் பாஷையையே இன்னும் மனிதர்களால் புரிந்து கொள்ள முடியவில்லையே, அப்படிப் புரிந்துகொள்ள முடிந் திருந்தால் பாரு, பலியாகியிருக்க மாட்டாள்.

அப்படி எழுந்து நின்றதில், கூந்தலை அள்ளி முடிந்து கொண்ட அந்த நிதானத்தில், தீர்க்கமான அந்தப் பார்வையில், நடையில் தென்பட்ட அந்த அவசரத்தில் எல்லாவற்றையும்

சொல்லிவிட்டுப் போனது மாதிரிதானே? தீர்மானம் கொண்டு தான் அப்படிப் போனது. திரும்பிக்கூடப் பார்க்காததுக்குக்கூட அதுதான் காரணம். போன வேகத்தில், நின்று ஒரு கணம்கூட யோசிக்காமல்தான் அப்படிக் கருக்கிக்கொண்டது.

இழுத்து, இழுத்து அங்கே போய்ச் சேர்ந்தபோது எல்லாம் முடிந்திருந்தது.

"இப்பிடித் தலைலெ ஓட்ட ஓடச்சுப்புட்டு போயிட்டியேலெ பாரு" என்றெழுந்த ஓலமும் கூக்குரல்களும் கருகல் நெடியும் புகைப்படலமும் எல்லாவற்றையும் சொல்லிவிட்டன. "பாவிப் பய மக்களா இப்பிடி அநியாயமாக் கொன்னுபுட்டீங்களேடா?" என்று முதுகுக்குப் பின்னால் குரல்களெழுந்து துரத்தின.

சுற்றித் திரண்டிருந்த கூட்டத்தைப் பிளந்துகொண்டுபோய்ப் பார்த்தபோது மனம் பாளம் பாளமாய்ச் சிதறிவிட்டது. கருகி, வெடித்து, பாலும் நெய்யும் விட்டுச் சுட்டு வீசப்பட்ட நாகம் போலக் கிடந்தாள், பாரு. வெடித்துக் கிடந்த உதடுகள் மாத்திரம் எதற்கோ தவித்துக் கிடந்தன. கடவுளே, இதென்ன தண்டனை?

"ஆயாலுமு, அப்பனுமுங் சேந்து பண்ணி வெச்சிருக்கற காரியத்தப் பாத்தயாடா வெள்ளீஈஈஈ?"

"வெள்ளீ, வெள்ளீ" என்று குரல்கள் பதறவும், கருகின இமைகள் அப்படி வெடித்துத் திறந்து கொண்டனவே? பளீரென்று மின்னிய கண்களில் பழி. அப்படித் தேடித் தேடிப் பார்த்தனவே அந்தக் கண்கள், பழிகொள்ளத்தானா அப்படிப் பார்த்தது? அந்த மேனியை ஒரு அங்குலம் பாக்கியில்லாமல் தின்று தீர்த்த நெருப்பு, அந்தக் கண்களை மாத்திரம் விட்டு வைத்தது எப்படி? மறுபிறவியென்ன வேண்டிக் கிடக்கிறது, மறுபிறவி? பிறகு எத்தனை நாளாயிற்று அம்மாவைப் பழிகொள்ள?

குழிமேட்டில் நின்று அப்படிச் சபதமிட்டாரே, பாருவின் அப்பா, "சாமீ, அப்பா வீரய்யா, எம்பட மவ குழிமேட்டு மண்ணு காயறதுக்குள்ள, இந்தக் கொலகாரப் பாவியூட்ட வெறூடாக்கிக் காட்டுலெ? வீரய்யா, அப்பறொ வடக்கு மின்னாக் கோந்துக்கிட்டிருக்கிற நீ வெறுங்கல்லுதே, சாமியில்லெ, ஆமா" என்று அந்த வீரய்யன் கொலு வீற்றிருக்கிற தென்திசை நோக்கி, மண்ணைவாரித் தூற்றினாரே, பாருவைப் போலத் தானும் மனம் கருகி நின்றாரே, சாபம்தான்.

7

நடைபிணமாய்த்தான் கிடந்தாள். யாரோடும் உறவென்பதில்லை.

செய்த பாவம் அவளைக் கொஞ்சம் கொஞ்சமாய்த் தின்றுகொண்டிருந்ததுபோலும். இப்படியெல்லாம் நடக்குமென்று எதிர்பார்த்திருக்க மாட்டாளோ? இனி முகத்திலேயே விழிக்க மாட்டேன் என்று வெடத்தலாங்காட்டிலேயே கிடைகொண்டு விட்டாரே அப்பா, அதுகூட அவருக்குத் தண்டனைதான். மூன்று நான்கு நாள்கள்வரை ஒன்றுமே தொடவில்லை. தண்ணீர் கூட இல்லை. உடம்பெல்லாம் குறுக்கிப் பிடிக்கத் தொடங்கி விட்டது. அப்படியே கிடந்து உயிரை விட்டுவிடத் தீர்மானித்தது போல, யார் பேச்சுக்கும் செவி கொடுக்கவில்லை. அம்மாகூட வந்து என்னென்னவோ சொல்லி அழுதுதான் பார்த்தாள், அப்படிக் கெஞ்சினாளே. கால்களிரண்டையும் பற்றிக்கொண்டு கதறினாளே, திரும்பிக்கூடப் பார்க்கவில்லை. அப்புறம் பித்துப் பிடித்தவளைப் போல, கட்டில் குத்துக்காலில் ‘மடேர் மடேர்’ என்று தலையை மோதிக்கொண்டு, ‘வேண்டாம்’ என்று அப்போதும்கூட ஒரு வார்த்தை வரவில்லை அவரிடமிருந்து.

பின்பு வெள்ளிதான் எழுந்துபோய்க் கட்டிலடியில் நின்றுகொண்டு அப்படிக் கேட்டான். “ஏனுங்கப்பா இப்படி எல்லாருமாச் சேந்து என்னெப் பழியெடுக்கறீங்கொ?” என்று கண்ணீர்விட்டு நிற்கவும்தான் சாப்பிட ஒத்துக்கொண்டார்.

பிறகெப்போதும் அம்மாவை ஏறெடுத்துப் பார்க்கவில்லை. சாகும்வரை அவளிடம் ஒரு வார்த்தை பேசவில்லை. சாவுக்கும் வரவில்லை. எவ்வளவு சொல்லியும் வீடு வர மறுத்து, “வேண்டாமப்பா, நா எங்கியும் வருலெ, என்னய உட்டுருங்கொ, இங்க இந்தக் கட்டல்லயே, கெடந்து உசுர உட்டுறனப்பா. செத்தாக்கோட சாங்கியமெல்லா ஒண்ணும் பண்ண வேண்டா, மஞ்சளக் கொட்டியெடுத்து இங்கயே பொதச்சுப்புடுங்கொ” என்று பிடிவாதமாய்க் கிடந்தார்.

சோறு தண்ணீரெல்லாம் அம்மாதான் கொண்டு போவாள்.

சொன்னபடி, முகத்திலேயே விழித்துவிடாதபடிதான் பார்த்துக் கொண்டாள். அவர் கண்ணயர்ந்திருக்கிற நேரம் பார்த்து, ஓசைப்படாமல் சோற்றுக் கூடையைச் சாளையில்

கொண்டு போய் வைத்துவிட்டு வந்துவிடுவாள். பின்னும் மனசடங்காமல் பனங்கருக்குக்குப் பின்னால் பதுங்கி நின்று பார்த்துக்கொண்டிருப்பாள். இரவில் சேர்ந்தாற்போல் ஒரு நேரம் கண்மூடித் தூங்கமாட்டாள். புரண்டு புரண்டு நெளிவாள். எழுந்து கட்டிலில் கால்களைத் தொங்கவிட்டுக்கொண்டு இருளையே வெறித்துக் கொண்டிருப்பாள். திண்ணைக்கும் ஆசாரத்துக்கும் சமையல் கட்டுக்குமாய் அப்படி நடப்பாள். கால்கள் கன்றிச் சோர்கிறவரை நடை. எதற்கு இந்த நடையென்று தெரியாது. ஆனால் பாரு கருகின இடத்தை மிதித்ததும், அந்தக் கால்கள் தானாக நிற்கும். பித்துப் பிடித்த மாதிரி வெகுநேரம் அந்த இடத்தை உற்று உற்றுப் பார்த்துக்கொண்டு நிற்பாள். தரை, சுவர், கூரை என்று ஒவ்வொரு இடத்தையும் அப்படித் துருவித் துருவிப் பார்ப்பாளே.

தூங்குகிற பாவனையில் எல்லாவற்றையும் பார்த்துக் கொண்டேதான் படுத்திருப்பான், வெள்ளி. மனம் தவிக்கும், பாவமே என்றிருக்கும். அவளுக்கேன் இந்தத் தவிப்பு? தெரிந்து, திட்டமிட்டுச் செய்ததுதானே எல்லாமும்? அவ்வளவு துல்லியமாய்த் திட்டமிடத் தெரிந்தவளுக்கு விளைவுகளைப் பற்றிய தீர்மானம் இல்லாமலா இருந்திருக்கும்? எதிர்பார்த்ததைவிடக் குரூரமான தாய்ப் போய்விட்டதோ? அவளுக்கே அது ஒரு தண்டனையாகும் என்பதை அப்போது எதிர்பார்க்கவில்லையோ?

இப்படித் தவிக்கிறாளே?

ஆனால் அதைத் தவிர அவளுக்கு வேறு வழியில்லை. இப்படித் தவித்துத் தவித்துச் சாவது தவிர வேறு வழியில்லை. யாரையோ பழிவாங்க, யாரையோ பழியிட்டு இப்படித் தானும் பழியாகி நிற்கிறாளோ அம்மா? இதென்ன வாழ்வு? யாராலும் யாரும் சந்தோஷப்பட்டிருக்க முடியாதபடியான இந்த வாழ்க்கையினால் யாருக்கு என்ன லாபம்? இப்படிப் பெருமூச்சுவிட்டுத் தானும் தூங்காமல் எல்லாவற்றையும் பார்த்துக்கொண்டிருப்பான் அவன்.

பெற்றவள் அப்படித் தவித்துத் திரிந்ததற்கு, புத்திரன் சாட்சியம். பின்பு அவளது சாவுக்குமல்லவா சாட்சியமாக நேர்ந்து விட்டது.

வெகுநேரம் இப்படித் தவித்துக் கிடந்துவிட்டு, லாந்தர் விளக்கையெடுத்துக் கொண்டு, சாமத்துக்குமேல் வெடத்த லாங்காட்டுக்குப் போவாளே, துளியும் பயப்பட மாட்டாள். சாளையில், கயிற்றுக் கட்டிலில் கிடக்கும் பூபதியின் தலைமாட்டில் போய் மூச்சைப் பிடித்துக்கொண்டு கொஞ்ச நேரம் நிற்பாள்.

சருகாய் உலர்ந்து கிடக்கும், அந்தத் தேகத்தைக் காண, பொங்கிப் பொங்கி வரும். பெருகி வழியும் கண்ணீரைக்கூடத் துடைத்துக் கொள்ளாமல், புருஷனின் நெஞ்சு ஏறியிறங்குவதைப் பார்த்து உயிர் இருக்கிறதே என்று மனதைத் தேற்றிக்கொண்டு வீடு திரும்புவாள். கொஞ்ச நேரம் கண்ணயர்ந்தது போலிருக்கும், பிறகு கனவு கண்டதுபோலத் திடீரென்று விழித்தெழுவாள். லாந்தர் விளக்கையெடுத்துக் கொண்டு, வெடத்தலாங்காட்டுக்கு மறுபடியும் ஒரு நடை.

பாரு பயன்படுத்திக்கொண்டது இந்தத் தருணத்தைத்தான்.

அன்று அப்படிப் போனவள்தான், வெகுநேரமாகியும் திரும்பவில்லை. கிழக்கு வெளுத்து, கோழிகள் கூட அங்கொன்றும் இங்கொன்றுமாய்க் கூவத் தொடங்கியிருந்தன. தேடிக்கொண்டு வெடத்தலாங்காட்டுக்குப் போனான். மண்ணாங்காட்டு வேலி யோரம் ஏதோ முனகல் கேட்டுத் தேடிப்பார்க்கவும், அம்மாதான். அப்படி முனகிக்கிடந்தாள் அம்மா. அவள் கிடந்த கிடையும், பக்கத்தில் உடைந்துகிடந்த லாந்தர் விளக்கும் பதற வைத்து விட்டது. புரட்டி மடியில் கிடத்திப் பார்த்தபோது, வாய் மூக்கெல் லாம் ரத்தக் கசிவு. ஓட்டமாய் ஓடி மாட்டுத்தாழியிலிருந்து ஒரு கோப்பைத் தண்ணீர் கொண்டுவந்து முகத்திலடிக்கவும், பிரக்ஞை கொண்டு, மலங்க மலங்கக் கண்களை உருட்டினாள்,

“சாமமிருக்குமப்பா, ஆரோ கூப்படறாப்பல இருந்தது, கவுண்ச்சீங்கொ கவுண்ச்சீங்கோன்னு அஞ்சாறு சத்தொ, ஆரோ காணமான்னு ராந்தரத் தூண்டியெடுத்துக்கிட்டு வாசலுக்கு வந்து பாத்தனப்பா, நம்பு காரிச்சி. அவதே அப்பிடி வாசல்ல நின்னு கூப்புட்டுக்கிட்டிருந்தா. இந்நாரத்துல இப்பிடி வந்து கூப்படறாளேன்னு பதறிக்கையாப் போச்செனக்கு. மடமடன்னு எறங்கிப்போயி, அல்லே என்னுலெ காரிச்சி, இந்நாரத்துல இப்பிடி வந்து நிக்கறெ அப்பிடீன்னு கேட்டதுக்கு, ‘அய்யோ ஆத்தா நம்பு பெரியெசமாங்கொ அங்க காட்டுல பேச்சு மூச்சில்லாமக் கெடக்றாங்களே, நீங்க இப்பிடிப் படுத்துத் தூங்கிக் கிட்டிருக் கறீங்களே’ன்னு, மாரடிச்சுக்கிட்டு நின்னாளப்பா. நானொரு பொளையா முண்டப்புள்ள, என்ன ஏதுன்னு ஒரு பேச்சுக் கேட்டிருக்கப்படாது? ஒன்னையுங் கேக்காம, நின்னது நிக்கொ, அப்பிடியே அவ பொறத்தால போயிட்டனப்பா. பொறத்தால போயிட்டெ” என அப்படியே ஒரு மூச்சமூதாள். எதுவும் புரியவில்லை. கலவரப்பட்டு நடுங்கத் தொடங்கிற்று மனம்.

பனையுச்சியிலிருந்து அப்போதுதான் விழித்தெழுந்து றெக்கைகளை உதறிக்கொண்டு "க்ராக் க்ராக்"கென கமறத் தொடங்கின, காகங்கள். அந்தச் சப்தம் கேட்டு மிரண்டு, "அதென்னப்பா?" என்று கண்களை உருட்டிக் கேட்டாள். பிறகு கண்களை மூடிக்கொண்டு வெகுநேரம் வரை அப்படியே கிடந்தாள். பின்பு கனவிலிருந்து மீண்டவளைப்போலத் தலையை உதறிக் கொண்டு, நடுங்கும் குரலில் தொடர்ந்தாள்,

"மண்ணாங்காட்டு முக்குத் திரும்பற வரைக்குமு ஒண்ணையுங் கேக்காமத்தே அவ பொறவால போயிக்கிட்டிருந்தெ. எனக்கு அவிய நெனப்புத்தே, என்னாச்சோ ஏதாச்சோ தலைலெ ஓட்ட ஒடச்சுப்புட்டுப் போயிருவாங்களோ அப்பிடீன்னு பல ரோசன. அப்பறந்தே நிறுத்தி என்ன ஏதுன்னு வெவரமாக் கேட்டுப்புடலாமுனு, கெழக்கு வேலிய ஒட்டி மின்னால போயிக்கிட்டிருந்தவளக் கூப்புட்டுக் கேட்டெ, ஏல்லெ, கவண்டரு பேச்சு மூச்சில்லாமக் கெடக்கறதிருக்குட்டு, நீயெங்குலெ அந்நாரத்துல வெடத்தலாங்காட்டுக்குப் போனே? அப்பிடீன்னு கேட்டனப்பா, இம்முன்னு மறுபேச்சில்ல, அவ பாட்டுக்குக் கருகருன்னு மின்னால போயிக்கிட்ருக்கறா. மறுக்காலுங் கேட்டெ. அதுக்குமு ஒண்ணுஞ் சொல்லுலெ, மறுக்காத்தே எனக்குக் கோவம் வந்துருச்சு. ஏல்லெ அதென்னலெ நாம்பாட்டுக்குக் கேட்டுக்கிட்டே இருக்கறெ, நீ பாட்டுக்குத் திரும்பிக்கோடப் பாக்காம சும்மா வெக்குடு, வெக்குடுன்னு போய்க்கிட்டிருக்கறே அப்பிடீன்னு ஒரு அதட்டு அதட்டுனெ" என ஒரு கணம் மௌனம் கொண்டாள், உடல் சிலிர்த்து நடுங்கத் தொடர்ந்தாள்,

"அப்பா நாங்கேட்டு வாயெ மூடுலெ. அப்பிடியே தொக்கடாம் பேருல சாஞ்சு நின்னு சிரிச்சா பாரப்பா ஒரு சிரிப்பு" பேச்சு வராமல் தவித்தாள்,

"ஆமாப்பா நா மோசம் போயிட்டனப்பா, மோசம் போயிட்டெ, காரிச்சியில்லிப்பா, அது காரிச்சியில்லெ. நம்பு பார்வதிதானப்பா அப்பிடி நின்னுக்கிட்டிருந்தா, பார்வதி. மசத்த விரிச்சுப் போட்டுக் கிட்டு, செவச்செவன்னு தீயாட்ட நின்னாப்பா, தீயாட்ட நின்னா, செரி, நம்பு கத முடிஞ்சுது, பலியெடுக்க வந்துட்டா மருமவன்னு முடிவு கட்டிக்கிட்டு, இருந்தாலுமு நாம பயப்பட்டாப்பல காட்டிக்கக் கூடாதுன்னு, ஏல்லெ என்னுலெ கேனமாட்ட நின்னு இந்தச் சிரிப்புச் சிரிச்சுக்கிட்டிருக்கறென்னு கேட்டம் பாரப்பா."

புரண்டெழ முற்பட்டாள். நடுங்கும் கைகள் ஆதரவு தேடி நீண்டன. அந்தக் குளிரிலும் உடம்பெல்லாம் குப்பென்று

வியர்த்துப் போயிற்று. தாய்க்கும் வியர்த்தது, புத்திரனுக்கும் வியர்த்தது. ஒரு சிசுவைப்போல பெற்றவளை இழுத்துத் தோளில் சாய்த்துக்கொண்டு, முதுகைத் தட்டிக்கொடுத்தான். குலுங்கிக் கொஞ்ச நேரம் அழுது தீர்த்தாள்.

“அதுக்குச் சிரிச்சா பாரப்பா, அவ உசுரோட இருந்தப்ப ஒரு நாக்கோட அப்பிடிச் சிரிச்சு நாம் பாத்ததில்லெ, அப்பிடிச் சிரிச்சா, பாத்துக்கிட்டிருக்கறப்பவே, நெடுநெடுன்னு அடிக்குந் தலைக்கு எந்துருச்சு நின்னா பாரப்பா எனக்கப்பிடியே கண்ணக் கப்புனு கட்டிக்கிச்சு, செரி இனி குனிஞ்சா ஒரே போடாப் போட்டுருமுனு, கால நல்ல ஊனி நின்னு, தேவனாத்தா இப்பிடிக் கொண்டாந்துட்டுட்டியே அப்பிடீன்னு, பெருவெரல்லெ மண்ண மெட்டியெடுத்து, அப்பறொ விதிலெ உள்ளபடியாகுட்டுமுனு நெத்திலெ இட்டுகிட்டெ. சடசடன்னு வேலிக்காலத் தாண்டிக் கிட்டுப் போச்சப்பா அப்பிடி, ஆத்துக்காலு வரைக்கு கருகருன்னு மொகுலுப் போறாப்பல தெரிஞ்சுது, பொடணிப்பேருல ஆரோ ஒரு போடு போட்டாப்பல தெரிஞ்சுது. கண்ணுந் தெரீலெ, மண்ணுந் தெரீலெ. காரிச்சியாட்ட வந்து அன்னாரத்திக்கும் கூட்டிக்கிட்டுப் போயி பழியெடுத்துட்டாளப்பா பார்வதி, பழி யெடுத்துட்டா” எனத் தேம்பித் தேம்பி அவள் அழுவதைப் பார்க்கத்தாளவில்லை. அப்படியே தோளில் தூக்கிப்போட்டுக் கொண்டு, வீடு வந்தான். வரவர அவளுக்கு நினைவு தப்பிற்று. அனலாய்க் கொதிக்கத் தொடங்கிற்று மேனி.

சோறு தண்ணி ஒன்றும் இறங்கவில்லை. எதைக் கொடுத் தாலும் வாயிலும் வயிற்றிலும் போயிற்று. பார்வையில்லாத ஊமைக் கண்களை உருட்டி உருட்டி விழித்தாள். ஏதேதோ பிதற்றினாள். திடீரென்று கட்டிலிலிருந்து எழுந்து, பெருங்கூச்ச லெழுப்பிக்கொண்டு, வீதியிலிறங்கி ஓடினாள். போட்டிருந்த, உடைகளைக் கிழித்தெறிந்து விட்டு அம்மணமாக நின்றாள். மேலெல்லாம் புழுதியை வாரியிறைத்துக்கொண்டு சிரித்தாள். ஏதாவது பெண்குரல் கேட்டால், பயம், “லே, போயிரு இங்கிருந்து, போயிருலெ” எனக் கத்தித் தீர்த்தாள்.

“வெள்ளீ, எந்திரீப்பா, அந்தக் கண்டாரோலி, ஊட்டுக்குத் தீயெ வெச்சுப்புட்டாளப்பா” என எழுப்பினாள். “மசத்த விரிச்சுப் போட்டுக்கிட்டு வந்து, சோறாக்கற ஊட்டுக்குள்ள நிக்கறாளப்பா, அந்த முண்டெ. நீ போயி உங்கப்பனக் கூட்டிக்கிட்டு வா, போ” என நள்ளிரவில் வந்து சொன்னாள். பயந்துபோய் கைகளைப் பிடித்துக்கொண்டு பக்கத்திலேயே உட்கார்ந்துகொண்டாள்.

"கிட்ட வராதீலெ, வந்தீன்னா தீயெ வெச்சுப்புடுவெந் தீயெ" என இருளைப் பார்த்து ஓயாமல் மிரட்டிக்கொண்டே கிடந்தாள்.

ஒரு சாட்சியமாய் நின்று எல்லாவற்றையும் பார்த்துக்கொண்டிருந்தான். மனம் இற்றும்போயிற்று. இனி ஒன்றுமேயில்லையென்று தோன்றிற்று. மரணத்தைத் தவிர நல்லதாக இனி இந்த வம்சத்திற்கு என்ன வந்துவிடப் போகிறது? ஆடி ஆடிக் களைத்த வம்சம். எல்லாவற்றுக்கும் பதில் சொல்லியாக வேண்டிய தருணம், அப்படித்தான் ஒவ்வொன்றும் நடந்துகொண்டிருந்தது. எதையும் மனதில் கொள்ளாமல் வந்துபார்த்தது ஊர். ஆறுதலாய் ஏதோ சொல்லிவிட்டுப் போனது, சுற்றம். எல்லாம் எழவு கேட்க வந்துபோனது போல்தான். இவ்வளவுக்கும் அப்பா மட்டும் வரவில்லை. சாகட்டும் என்று தன்னைப் பார்க்க வந்தவர்களிடம் அவ்வளவு வன்மமாகச் சொன்னாராம். வந்த சனமெல்லாம் ஒரு நடை வெடத்தலாங்காட்டுக்குப் போய் அப்பாவைப் பார்த்து விட்டுத்தான் வந்தது. ஆன மட்டும் சொல்லித்தான் பார்த்தார்கள் எல்லோரும், "எங்க சொன்னா எங்குகிட்ட சண்டைக்கு வாரெ" எனச் சலித்துக்கொண்டாள், வெள்ளியங்காட்டு அத்தை.

யார் சொல்லியும் கேட்கவில்லை.

இந்த வம்சத்தைப் பார்த்துக் கேலி பேசிச் சிரித்த சனமெல்லாம் கூட இழவுக்கு வந்துவிட்டுத்தான் போயிற்று. எல்லாச் சத்தங்களையும் கேட்டுக்கொண்டு, சாளைக்குள்ளேயேதான் இருந்தார் அப்பா. வேலியைத் தாண்டி ஓரெட்டு வைக்கவில்லையே, பாடையை இறக்கி வைத்துவிட்டு கொள்ளி போடாவிட்டால் தோஷம் என்று ஊர் முழுக்க திரண்டு போய்க் கூப்பிட்டுப் பார்த்ததே, அதற்கும் தளரவில்லை, "அப்பறொ அவங்கொணந் தெரிஞ்சதுதானெ" என்றார்கள்.

அதுதான் நெஞ்சு வேகவில்லையோ அம்மாவுக்கு?

கொள்ளி வைக்கிறபோது, 'விஷ்ஷெ'ன்று சுழன்று வந்தது காற்று. பொதி பொதியாய்த் திரண்டு வந்தன மேகங்கள். கணத்துக்குள் எல்லாம் இருண்டன. ஓட்டமும் நடையுமாய் வந்து, வீட்டு வாசலில் போட்டிருந்த பந்தலை எட்டுவதற்குள் மழை. காலையிலிருந்து, சாப்பிடாமல் கொள்ளாமல் நின்று கொட்டிற்று. தாக்குப் பிடிக்க முடியாமல், மண்ணாங்காட்டுச் சாளைக்குள் போய் ஒண்டிக்கொண்டார்களாம், சிதையைக் காத்துக்கொண்டிருந்த சாம்புகர்கள்.

அஸ்தி சேகரிப்பதற்காகக் காலையில் போய்ப்பார்த்தபோது, வெந்தும் வேகாமலும் உருக்குலைந்து கிடந்தாள் அம்மா. ரத்தமும் நிணமுமாக, சோறு போல் கிடந்த தேகத்தை அப்படியே கலசத்தில் அள்ளிப் போட்டுக்கொண்டு வந்து ஆற்றில் கொட்டிக் கரைத்தபோது ஆறு கலங்கிற்று. கொச கொசவென்று கெண்டைகள் திரண்டு வந்து மொய்த்தன. பாறையிடுக்குகளுக்குள்ளிருந்து பாய்ந்து வந்த அவரிகளும், வெறாக்களும் வாய்க்குக் கிட்டிய தசைப் பகுதிகளைக் கவ்வியிழுத்துக்கொண்டு நீர்ப்பரப்புக்கு மேலே துள்ளிக் குதித்தன.

வேகாது அப்படியே கிடந்த இதயத்தசை ஒரு கூழாங்கல்லைப் போல, நீர்ப்பரப்பில் உருண்டு கொண்டிருந்தது. சாரிசாரியாய்த் திரண்டு வந்த கெண்டைகள் கொத்திக் கொத்தி இழுக்கவும், அங்கும் இங்குமாய் இழுபட்டது அம்மாவின் கைப்பிடியளவேயான இதயத்தசை.

பார்த்துத் தாளமுடியாமல் “அய்யோ” என்று கூச்சலிட்டான். பிணவாடை பிடித்துக்கொண்டு வந்து மேலே வட்டமிட்டுத் திரிந்த கழுகுகள், அவன் கூச்சலைக் கேட்டு அதிர்ந்து பயம் கொண்டு திசைக்கொன்றாய்த் தப்பிப் பறந்தன. கவ்வின தசையை உதறிவிட்டு, சம்புகளுக்குள் ஓடிச்சென்று பதுங்கிக் கொண்டன, கெண்டைகள்.

“அம்மா, அம்மா” என்று ‘மடேர் மடேரெ’ன்று பாறையின் மேல் முட்டிக்கொண்டு கதறினான். அம்மா என்று அவளை வாய்விட்டழைத்து எவ்வளவோ காலமாயிற்று. பாருவோடு போயிற்று எல்லாம். கிடைகொண்டு, குருடியாய் அவள் தவித்துக் கிடந்தபோதும்கூட மனம் பதறவில்லை. சாவுக்கும் அழவில்லை. எல்லாம் ஒன்றுதான் என மௌனமாகத்தான் நின்று கொண்டிருந்தான். வந்த சனம் கட்டியழுத போதும், தான் அழவில்லை. இதெல்லாம் நடக்கும் என்று எதிர்பார்த்தவைதான். இதைத் தவிர வேறென்ன, எப்படி நடக்கும்? சவம்போல நின்று எல்லாவற்றையும் நின்று கொண்டிருந்தவனைப் பார்த்த சனத்துக்குக்கூட எரிச்சல், “என்னதே அப்பிடியொரு மனசோ, போ எப்பிடித்தே இப்பிடி இருக்கறது?” என்று குட்டக்காட்டு சின்னாயா, அழுது சிவந்த கண்களைத் துடைத்துக்கொண்டு சொன்னாள்.

அப்படிக் கல்லாய் நின்றவன் இங்கே இப்படிக் கதறுவது கண்டு, அதிர்ந்துபோய் நின்றார்கள் எல்லோரும். தடுக்கக்கூடத் தோன்றவில்லை. என்ன நடக்கிறதென்றே பலருக்கும் புரியவில்லை. இவ்வளவு காலமும் பகையாய்க் கிடந்து, கடைசியில் தங்கையின்

சாவுக்குத் தலைகாட்டியிருந்த கொற்றவேல் மாமன் அவனது செயலைக் கண்டு பதறி அப்படி ஓடி வந்தாரே, “வெள்ளீ, என்னடா சாமி, இது?” என வந்த வேகத்தில் அப்படி வாரிக் கொண்டாரே, வாரியெடுத்த கையோடு தோளில் சாத்திக்கொண்டு, ஒரே வீச்சில் மண்ணாங்காட்டுச் சாளைக்குக் கொண்டுவந்தார். அந்த வற்றல் தேகத்துக்கு எங்கிருந்து அப்படியொரு பலம் வந்தது? கயிற்றுக்கட்டிலில் இவனைக் கிடத்தி, கால்மாட்டில், அவன் முகம் பார்த்து உட்கார்ந்துகொண்டு அதட்டலாய்ச் சொன்னாரே, “இதுக்கேப்பா இப்படிப் பொங்கறே? மனசனாப் பொறந்தா அல்லாரு ஒரு நா சாவ வேண்டீதுதானப்பா, அதுக்குப் போயி மண்டைய ஒடச்சுக்குவாங்களா? பைத்தியகாரா” என்று மார்பு, தலை, கை கால்களையெல்லாம் அப்படித் தடவினார்.

கடைசியில், அவரே கட்டில் குத்துக்காலின்மேல் சாய்ந்து கொண்டு அப்படிப் பொங்கினாரே மேல்துண்டைச் சுருட்டி வாய்க்குள் வைத்துக்கொண்டு குலுங்கினாரே, “வேலாயா, எம் பொறப்பே. இப்பிடிப் பாக்கறதுக்காகவா சாமி அப்பிடி வளத்துனொ? பவுனாட்ட வெச்சுப் பாங்கு பாத்தொ?” என்று வீரிட்டாரே.

போதும். என்ன பாவம் செய்திருந்தாலும் இதுபோதும். ஆனால் போதுமென்று என்ன நின்று போயிற்று. பழிகொண்டும் ஆவியடங்கவில்லையே, பாருவுக்கு. இன்னும் மீந்திருக்கிற உயிர்களையும் பழிகொள்ள வேண்டும். இந்த வம்சத்தைத் தழைக்கவிடாமல் அழிக்க வேண்டும். பழிதான். பாரு கொண்ட பழியா? இல்லை அது காரிச்சி கொண்ட பழியா?

8

“உடுக்கையெடுடா மூப்பா...”

“......”

“தீயெ மூட்டுடா மூப்பா...”

“......”

“எருக்கலமார எங்கீடா மூப்பா?”

“......”

“அடீடா மூப்பா...”

“......”

“அடிச்சு நா ஆருன்னு கேளுடா மூப்பா...”

“......”

“காரிச்சியில்லீடா மூப்பா, நா பார்வதி.”

“......”

“இன்னொருக்கா அவ பேரச் சொல்லி என்னய ஆருங் கூப்பிடாதீங்கடா, நா பார்வதியாக்கு.”

பாருதான்.

“நான் காரிச்சியில்லீங்கொ, நான் பார்வதி, உங்க பாரு.'' பாருதான் அது.

தலையை அப்படிச் சிலுப்பிக்கொண்டு நிமிர்ந்தாளே, முகத்தின் மீது புரண்டு பார்வையை மறைத்த கேசங்களை விலக்கி, ஒரு நேர் பார்வை பார்த்தாளே. அந்த நிமிர்வும் அந்தப் பார்வையும் காரிச்சிக்குரியதல்ல, பாருவுக்குரியது. அப்படிக் கருகிக் கிடந்த தருணத்தில், “வெள்ளீ, வெள்ளீ” என்றெழுந்த குரல்களைக் கேட்டு, கருகிச்சுருண்ட இமைகள் அப்படித் திறந்து கொண்டு, இவளைத் துளைத்துத் துளைத்துத் தேடிற்றே, அதே பார்வைதான். உதடு பிரியாமல் இவனைப் பார்த்துச் சிரித்தாளே, சிரிப்பும் அப்படியே, பின்பு கேட்ட கேள்விகள் எவற்றிற்கும் பதில் சொல்லாமல், விர்ரென்று நேராக இவனை நோக்கி வந்து அப்படி வெறிகொண்டு தழுவினாளே, யாரால் அப்போது அவளைத் தடுத்துவிட முடிந்தது?

“இதென்ன காரிச்சி, விடு என்னை.”

“நா காரிச்சியில்லீங்கொ, பாரு உங்கு பார்வதி.”

“விடு காரிச்சி.”

“கண்ணெத் தெறந்து பாருங்கொ, நா காரிச்சியில்ல, பாரு.” கண்களைத் திறந்து பார்த்தபோது, அங்கு பார்வதிதான் நின்று கொண்டிருந்தாள். அம்மா சொன்னாளே, அப்படித் தீ மாதிரி தான் நின்றாள். கைகளிரண்டையும் தோள்களைச் சுற்றிக் கோர்த்து இழுத்துவந்தாள். ஒருபோதும் அவளை அவ்வளவு அருகில் பார்த்ததில்லை. தீண்டி நின்ற அந்தக் கைகளும்கூட தீ மாதிரிதான் தகித்தது. சுவாசத்திலும் கருகல் நெடி. பிறகெதுவும் நினைவில்லை. “பாரு” என்று முனகினது நினைவிருக்கிறது. கூட்டம் பயம் கொண்டு சலசலத்தது கேட்டது. பழனி மூப்பன் கூச்சலிட்டது கேட்டது. ‘விஷ்விஷ்ஷெ’ என்ற பிரம்பின் வீச்சு கேட்டது. அவள் வீரிட்டது கேட்டது. பழனி மூப்பனின் கையிலிருந்த பிரம்பை எட்டி வீசிப் பிடுங்கியதும், பளீர்பளீரென முதுகில் பிரம்பை வீசியதும் அவரது ஓலமும், எல்லாம் கனவு மாதிரிதான் இருந்தது.

பாருதான், பார்வதிதான் அவள்.

ஏழெட்டு மாதங்களிருக்கும், வீட்டுக்குள் ஏதோ வேலையாய் இருந்தவளை வாசலில் வந்து நின்று கூப்பிட்டாளே, காரிச்சி, அது அவளுடைய குரலாகவா இருந்தது? பாரு கூப்பிட்டது மாதிரிதான் இருந்தது. ஒரு கணம் ஒன்றுமே ஓடவில்லை. பிரமையோ என்றுகூடத் தோன்றிற்று. பதற்றம் கொண்டவனாய் நின்ற இடத்தில் அப்படியே நின்றான். பிறகு அவளே பெருங்குர லெடுத்து அழைத்தாள்.

கிரிக்கவுண்டரே...

அது அவனுக்கு விதியின் அழைப்பு. ஒரே வீச்சில் வெளியில் வந்தான், நிழல்கள் நீண்டு கிடக்கும் தென்னைமர வரிசைக்குள் கீழே இவனுக்கு முதுகைக் காட்டி நின்றபடி, தனக்கெதிரே காற்றில் சிலுசிலுத்துக் கொண்டிருக்கிற, கம்மம் பயிர்களை நோட்டமிட்டுக் கொண்டிருக்கிற பாவனை.

பார்த்தவுடன் அது காரிச்சியெனப் புரிந்தாலும், அது காரிச்சி தானா என்றும் ஒரு சந்தேகம். மண்ணாங்காட்டில் இவனது மடியில் ஒரு குருடியாய்ப் படுத்துக்கொண்டு, அன்றைக்கு அம்மா சொன்னதிலெல்லாம் நம்பிக்கையில்லைதான். எல்லாம் அம்மா கொண்ட பிரமை, குற்ற உணர்வுக்குள்ளான மனம் தனக்குத் தானே விதித்துக்கொண்ட தண்டனை என்கிற தீர்மானத்தோடு தான், அவள் சொன்னவற்றையெல்லாம் கேட்டுக்கொண்டிருந்தான்.

இப்போது இந்தச் சாயந்திரத்தில், அவள் இப்படி வந்து கூப்பிட்டு நின்று கொண்டிருப்பதைப் பார்த்தபோது அடி மனதில் லேசான கலக்கம்தான்.

தினமும் ஒரு தடவையாவது வந்து தலை காட்டிவிட்டுப் போவாள். அவளுக்குச் சொல்வதற்கென்றே ஏதாவது வேலையை வைத்துக்கொண்டு, "அந்தக் கெரவம் புடுச்சதவேற இன்னங் காணமே" என்று சலித்துக் கிடப்பாள் அம்மா. வேலையெல்லாம் முடித்தபிறகு, வெகுநேரம் அம்மாவிடம் ஏதாவது பேசிக் கொண்டிருப்பாள். இங்கேயே சாளையில் படுத்துக் கொள்வதுமுண்டு. அம்மா கிடைகொண்ட பிறகு, இந்தப் பக்கமே வராமல் ஒதுங்கிக் கொண்டாள். பாரு, அவளுடைய வடிவம்கொண்டு வந்ததால், அம்மாவை அவள்தான் பழி கொண்டு விட்டாளென்று எல்லோரும் பேசத் தொடங்கியிருந்தார்கள்.

இப்போது, இப்படி வந்து நிற்கிறாள்.

"யாரு, காரிச்சியா?" என்று இயல்பாகக் கேட்டபடி வந்து திண்ணையில் நின்றான். இவனது குரல் கேட்டு, "நல்லா இருக்கறீங்களாங்கொ கிரிக்கவுண்டரே?" என்று கேட்டுத் திரும்பினாளே, அப்போதே அந்த முகத்தைப் பார்க்க முடியவில்லை. அடர்ந்து கருத்த அந்த முகத்தில், நாலு விரற்கடையளவுக்கு ஒரு பெரிய மரப்பல்லி மாதிரி கிடந்த அந்தத் தழும்புதான் எல்லாவற்றையும் முந்திக்கொண்டு வந்து பார்வையில் விழுந்தது. மரப்பல்லி மாதிரிகூட அல்ல, தீப்புண் மாதிரி, எதற்காக இப்படி ஒன்றன்பின் ஒன்றாக விகாரங்களைக் கொண்டு வந்து கண்முன் நிறுத்துகிறாய்?

திரும்பி உள்ளே போய்விடலாமா என்று தோன்றியது.

"என்னுனு தெரிலீங்கொ கிரிக்கவுண்டரே" என்று அவள் பாட்டுக்கு, ஒன்றுமறியாதவளைப் போலச் சொல்லிக்கொண்டே, காற்றைப் போல மெல்ல, அசைந்தசைந்து அருகில் வந்து, எதிரே வாசலில் குத்துக்காலிட்டு இவனது முகம் பார்த்து உட்கார்ந்து கொண்டாள், "நம்பு சின்னக்கவுண்ச்சி வந்தாங்கொ, எம்பட கெனாவுல, இப்ப ஒரு மாசமிருக்கு" ஈர்க்குச்சியால் பற்களைக் குத்திக்கொண்டே சொல்லத் தொடங்கினாள்,

"ஒரு மாசமிருக்கு, அப்பிடியே திகுதிகுன்னு நெருப்பாட்ட வந்து நின்னாங்கொ, காரிச்சி, காரிச்சின்னு ஒரு அஞ்சாறு சத்தமிருக்கு, தூங்கிட்டிருந்தவ, திடுதிப்புனு முளிச்சு, என்னுமோ காணமே, இந்நாரத்துல வந்து கூப்படராங்களே நம்பு சின்னக்

கவுண்ச்சின்னு வெளிய ஓடியாந்தவளக் கூப்புட்டு, அல்லெ இப்பிடி வா, வாய் சலிச்சுக் கெடக்குது, நாலு பழம பேசலா வா, கெடக்கற வேல கெடந்துட்டுப் போவுது வந்து உக்காரு வான்னு, எம்பட வாசல்ல கால நீட்டி உக்கோந்தாங்கொ. நம்பு பொளப்புக்குப் பேசறதுக்குமு, கேக்றதுக்குமு என்னுங்கொ சின்னக்கவுண்ச்சி இருக்குதுன்னு கேட்டுக்கிட்டே, நானுமு அவிய மின்னால போயிக் கோந்துகிட்டு இப்பிடித்தே அவிய மூஞ் சியெப் பாத்தெ."

சொல்லச் சொல்ல பார்வை சுழன்றது. ஒன்றுமே ஓட வில்லை. ஸ்தம்பித்துக் கிடந்த மனதுக்குள் பாருவின் நினைவுவந்து கால்களை நீட்டி உட்கார்ந்துகொண்டது.

"எனக்கென்னமோ கெனக்காங்கறாப்பல இல்லிங்கொ கிரிக் கவுண்டரே கண்ணு மின்னால நடக்கறாப்பலதே. சின்னக் கவுண்ச்சி இன்னொ உசுரோட இருக்கற நெனப்புத்தே. வந்து அப்பிடி அவிய முன்னால கோந்தவ, அவிய பேசறதக் கேட்டுக்கிட்டு, அவிய மூஞ்சியவே பாத்துக்கிட்டிருந்தெ" என்று பெருமூச்சு விட்டு நிறுத்தித் தன் பார்வை கொண்டு இவனை அப்படி ஊடுருவினாள். அந்தப் பார்வைக்குத் தப்ப முற்பட்டுத் தூணில் சாய்ந்து நின்றபடி எதிரே தென்னைகளுக்குள் றெக்கை கோதிக் கிடந்த கிளிகளை நோட்டமிடத் தொடங்கினான். கண்கள் அனிச்சையாக அவளைத் தேடி நின்றன.

"பாக்கப் பாக்க எனக்குப் பேச்சே எழும்புலிங்கொ கிரிக் கவண்டரே, நாக்கெல்லா தடிச்சாப்பல ஆவிப்போச்சு, அவிய கிட்ட ஒரு பேச்சு பேசுல, அவிய சொல்றதீங் கேக்குல, கண்ணெடுக்காம அவிய மூஞ்சியத்தே உத்து உத்துப் பார்த்து கிட்டிருக்கறெ, சித்தே பேசிக்கிட்டிருந்தவியொ, அப்பறொ பேச்ச நிறுத்திப்புட்டு, 'ஏ'ல்லெ காரிச்சி, சொல்றதக் கேக்காம அப்பி யென்னுல வெறச்சு வெறச்சுப் பாத்துக்கிட்டிருக்கறேன்னு ஒரு அதட்டு அதட்டுனாங்கொ, நா முண்டப் புள்ளெ அதுக்குமு ஒண்ணுஞ்சொல்லாமெ இன்னொ அப்பிடியே பாத்துக் கிட்டிருந்தெ. பாக்கப் பாக்கத் தீருலிங்கொ கிரிக்கவுண்டரே, அப்பிடியொரு மொகம் போங்கொ."

உடனே பாருவின் கன்னிமை அழியாத முகம் பளபளவென்று நினைவில் எழுந்து நின்றது. களங்கத்தின் சுவடு படியாத, அவனிடமிருந்து சிறிதளவேனும் அன்பு கிடைக்காதா எனத் தவித்துக் கிடந்த முகம். கடைசியில் பாளம் பாளமாய் வெடித்து

ரத்தமும் நிணமுமாய்க் கரைந்து கிடந்த முகம்தான். அந்த முகத்தை எப்படி நினைத்தாலும் இப்படி வந்து முடிந்துவிடுகிறது.

“அப்பிடியெனத்தில பாக்கறெ, ‘கேனச்சி’ன்னு மறுக்கா ஒரு அதட்டு அதட்டுனாங்கொ. அப்பறந்தே நா ஒரு பெருமூச்சுட்டுப் புட்டு, நம்பு மூஞ்சயெத்தானுங்கொ சின்னக்கவுண்ச்சி பாத்துக் கிட்டிருக்கறெ, பாக்கப் பாக்கக் கண்ணெல்லாங் கூசுதுங்களே எனக்கு, வரமாட்ட இப்பிடியொரு லச்சணத்த எங்கிருந்துங்கொ சின்னக்கவுண்ச்சி வாங்கிக்கிட்டு வந்தீங்கொ? எங்கு சின்னக் கவுண்டரு குடுத்து வெச்சவியதே, இல்லாட்டி இப்பிடியொரு கவுண்ச்சி கெடைப்பாங்களான்னு, கேட்டெனுங்கொ கிரிக் கவுண்டரே, சொல்லி வாய் மூடுல சின்னக்கவுண்ச்சி மூஞ்சி அப்பிடியே மானமாட்டக் கருத்துப் போயிருச்சு.”

பேச்சை எங்கு தொடங்கி எங்கு கொண்டுபோய்க் கொண் டிருக்கிறாள், இந்தக் காரிச்சி? இவ்வளவு நாள்களுக்கப்புறம், இப்போது எதற்காக வந்திருக்கிறாள்? எதன் பொருட்டு இதையெல்லாம் இவனுக்குச் சொல்லிக் கொண்டிருக்கிறாள்?

“லச்சணம் லச்சணம்னு சொல்றயேலெ காரிச்சி. என்ன லச்சணமிருந்து என்னுலெ பிரயோசனம்னு சொல்லிப் பெருமூச் சுட்டாங்கொ நம்பு சின்னக் கவுண்ச்சி, நா அதுக்குமு ஒண்ணும் பேசாமத்தே இருந்தெ, இன்னொாங் கண்ணெடுக்காம அவிய மூஞ்சியத்தேம் பார்த்துக்கிட்டிருந்தெ, ஆத்த மாட்டாமப் பெரு மூச்சுட்டுப்புட்டு, அப்பறொஞ் சொன்னாங்கொ, அல்லே சொல்றெங் கேளு, நீதே இப்பிடி ஆம்பளயாட்ட இந்த மொகத்தப் பாத்துத் தவிச்சுக்கிட்டிருக்கறயே தவுத்து உங்கு சின்னக் கவண்ட நெழல்கோட எம்பட மேல முட்டுலெ, கண்ணாலமான நாள் லருந்து, தனியாத் தின்னு, தனியாப்படுத்துத் தனியாத்தானுலெ படுத்துத் தூங்கிக்கிட்டிருக்கறா இந்தப் பார்வதின்னு ஒரு மூச்சழுதுபுட்டு அப்பறொ, செத்துக் கட்டைல போறவரைக்கு இந்தப்பாவி முண்டைக்குக் கன்னி கழியக் குடுத்து வெக்கிலீலெ, குடுத்து வெக்குலெ, நாஞ்சொல்றது நெசம்ல காரிச்சி, தேவனாத்தா மேல சத்தியொ அப்பிடீன்னு சும்மா அழுஅழுவுன்னு அழுவ றாங்கொ, அப்பிடியழுவறாங்கொ, அப்பறொ, அல்லெ கன்னிக கழிஞ்சு செத்திருந்தா எம்பட ஆவியடங்கியிருக்கு, இப்பிடி ஆத்துக் கால்ல தவியா தவிச்சுக்கிட்டலையறாப்பல இருந்திருக்காதுலேன்னு கத்துப் புடுச்சுட்டாங்களுங்கொ கிரிக்கவுண்டரே, கத்துப்புடுச் சுட்டாங்கொ” என்று ஒரு கணம் மௌனமானாள். மறுபடியும் அதையெல்லாம் நினைத்துக் கொண்டிருந்ததால் பதற்றம் கொண்டாள்,

“அப்பறந்தே, அய்யோ நம்பு சின்னக் கவுண்ச்சி செத்துப் போயி வருஷமாச்சேன்னு ஒரு நெனப்புத் தட்டுச்சு எனக்கு.” அதெல்லாம் காரிச்சியில்லை, பாருதான்.

அந்தக் குரல், பாவனை எல்லாம் அப்படியே பார்வதிதான். தேகம்கூட வெளிறிச் சிவந்த மாதிரி தென்பட்டது. வந்து நின்ற போது அவளது முகத்தில் மட்டும் தென்பட்ட அந்தத் தழும்பு, இப்போது மேனி பூராவும் பரவி, அவளது நிறமே மாறி, பாருவின் நிறம் கொண்டதாயிற்று. சூரியனின் செந்நிற ஒளிக்கற்றைகள் வேறு, தென்னங்கீற்றுக்களினூடாகத் தடம் பார்த்து இறங்கி, அவளைத் தழுவிக் கிடந்தது. அதுதான் அப்படித் தோற்றம் காட்டி மயக்கியதா என்றும் தெரியவில்லை.

பார்வை மருண்டு அவளிடமிருந்து விலக முற்பட்டது.

இனியும் அங்கே இருந்துகொண்டு, அவள் பேசுவதையெல் லாம் கேட்டுக்கொண்டிருக்க வேண்டுமா என்று தோன்றியது. எதுவுமே சொல்லாமல் கதவைப் பார்த்துத் திரும்பினான். அப்போது, “ஏனுங்க கிரிக்கவுண்டரே, எங்க ஓடறீங்கொ? இன்னமிருக்குது, மிச்சத்தையுங் கேட்டுட்டுப் போங்கொ, அதுக்குள்ள ஓடப் பாக்கறீங்களே” என்று குரலை உயர்த்தினாளே, அதொரு மிரட்டல். அந்த மிரட்டலுக்குப் பணிந்துவிட்ட மாதிரிதான், திரும்பின வாக்கில் அப்படியே நின்றான். குரல் திண்ணையேறி வந்திருந்தது, சுவாசம் கூடப் புறங்கழுத்திலடித்தது. மயிர்க்கால்களெல்லாம் சிலிர்க்க, செய்வதறியாது அப்படியே நின்றான். திரும்பி அவள் முகம் பார்க்கத் துணிவில்லை.

“ஒரு மூச்சமுழுதுபுட்டுச் சொன்னாங்கொ, ‘ஏ’ல்லேகாரிச்சி நீ எம்பட ஒடம்ப வாங்கிக்கொ, எம்பட நெறத்த வாங்கிக்கொ, லச்சணொ லச்சணொம்னியே, அதையுந் தார வாங்கிக்கொ, வாங்கிக்கிட்டு எனக்குப் பெறத்தியாப் போயி, உங்கு சின்னக் கவண்டங்கோட ஒருக்காப் படுத்தெந்திரி, படுத்தெந்திரிச்சு, கன்னிகழிஞ்சு எம்பட ஆவியடங்க வழி பண்ணுலெ காரிச்சின்னு எம்பட கையிரண்டையும் புடுச்சுக்கிட்டு, சின்னக் கொளந்தை யாட்ட அப்பிடித் தேம்பித் தேம்பியழுவறாங்கொ, அப்பொறொ, எதுக்குன்னு தெரிலிங்கொ கிரிக்கவுண்டரே, விசுக்குன்னெந்துருச்சு, நின்னது நிக்க என்னைய வந்து கட்டிப் புடிச்சுக்கிட்டு, உசுரு போறாப்பல அப்பிடி இறுக்குனாங்க போங்கொ” என்று சொல்லி விட்டு எதற்கென்று தெரியாமல் அப்படிச் சிரித்தாள். ஒரு அனிச்சைச் செயல்போலத் திரும்பிப் பார்க்கவும், வெகு அருகில் தோள்களை உரசிக்கொண்டு நின்ற அந்த முகத்தில் ஒரு சலனமும்

இல்லை. இறுகிக்கிடந்தது. இன்னமும் ஒலித்துக் கொண்டிருந்த சிரிப்பொலி, எங்கோ காற்றிலிருந்து வருவது போலக் கேட்டது.

எட்டி நடைக்குள் தாவ எத்தனிக்கவும், சரேலென்று கை களை வீசி, அவனைப் பற்றிக்கொண்டாள். திமிறவும் முடிய வில்லை, கூச்சலிடவும் குரலெழும்பவில்லை. எழுந்து தணிந்தது, உரத்த சிரிப்பொலி. பிடரியிலும், புறங்கழுத்திலும் பெருமூச்சின் தகிப்பு. தழுவி, இறுக்கி, முத்தமிடுவதுபோல செவியருகே உதடுகளைக் குவித்து, தணிந்த குரலில் தொடர்ந்தாள்,

“காத்தால எந்தருச்சு பொடக்காணிக்குப் போயி, கண்ட கெனாவ நெனச்சுக்கிட்டு, பானத் தண்ணீல முளிச்சுப் பாத் தாக்கா, மூஞ்சியெல்லா அம்மெ வாத்தாப்பல ஒரே செம் புள்ளியாத் தட்டுப்பட்டுது. அப்பவே கருக்குனு இருந்துது, ஆருகிட்டயுஞ் சொல்லாம தேவனாத்தா கோயப்போயி, ஒரு மூச்சழுதுபுட்டு வந்து பொடக்காணிக்குப் போயி, தண்ணி வாத்துக்கலாம்னு சீலய அவுத்துப்புட்டுப் பாத்தா ஒடம்பெல்லா தின்னீருட்டாப்பல செந்தழும்பா இருந்தது. அப்பற ரண்டு நாக்கோட ஆவுலிங்கொ கிரிக்கவுண்டரே, மேலுக்காலெல்லா கடலக் கொடியாட்டக் கடலக் கொடியாட்டப் படந்து இப்பிடி யாவிப் போச்சு? பாருங்கொ கிரிக்கவுண்டரே.”

பழையபடி குரலை உயர்த்தி, ‘பாருங்கொ, பாருங்கொ’ என்று ஒரு ஏழெட்டுத் தடவை கத்தித் தீர்த்தாள். கத்தியபடி, தோள்களைப் பற்றி, அப்படி உலுக்கியெடுத்தாளே, காரிச்சிதானா அது? அவளுக்கேது அவ்வளவு பலம்? பிறகு திரும்பிப் பார்த்த போது அங்கே நின்று கொண்டிருந்தது பாருவல்லாமல் யார்? பாதி பாருவாகவும், பாதி காரிச்சியாகவும் கலங்கி நின்ற உருவம் அது.

9

பெருநோய் கொண்டவளென்று ஒதுக்கிவைத்தது ஊர்.

ஊஞ்சமரக் காட்டிலிருந்த பாழடைந்துபோன கோயிலில் கொண்டுபோய் விட்டுவிட்டார்கள். இப்போது அதில் யாருமிருக்கவில்லை. முன்பெல்லாம் பெருநோய் கொண்ட பலர் அங்கேயிருப்பார்கள். தொழுநோய் கொண்டவர்கள், வலிப்பு நோயாளிகள், பைத்தியங்கள் என்று தீர்க்க முடியாத நோய் கொண்டவர்களை அங்கே கொண்டுபோய் விட்டிருப்பார்கள். ஒவ்வொரு செவ்வாய்க்கிழமை இரவிலும் இங்கே பேய் பிசாசுகளை ஓட்டுவதற்கென்று மூப்பன்கள் வருவார்கள். பக்கம் படாந்தியே திரண்டு வரும். நோய் கொண்டவர்களைக் கையோடு அழைத்து வருவார்கள். என்ன நோய் கண்டிருக்கிறதென்றே தெரியாத நிலையில்தான் கொண்டு வருவார்கள். பண்டாரம்தான் சாமியாடி இன்னதென்று கண்டுபிடித்துச் சொல்ல வேண்டும். இன்ன பரிகாரம் பண்ண வேண்டும், இத்தனை வாரம் கோயிலுக்கு வர வேண்டும், குணமாகுமா ஆகாதா என்றெல்லாம் சொல்லுவது, அருள் கொண்ட பண்டாரம்தான். தீர்க்க முடியாத பெருநோயாளிகளுக்கும் வருகிற சனத்துக்கும் அங்கேயே சோறு தண்ணியெல்லாம் ஆக்கிப் போடுவார்கள். அதற்கென்று யாரும் கவலைப்பட வேண்டியிருக்காது. இதெல்லாம் ரொம்பக் காலத்திற்கு முன்பு. பிறகு ஏனோ அந்தக் கோயில் பாழடைந்து போய்விட்டது. சாமியோ, பூசாரியோ, நோயாளிகளோ எவரும் அங்கில்லை. இரவில் திருடர்கள் பதுங்கியிருப்பதற்கான இடமாகச் சில குட்டிச் சுவர்களும், வௌவால்கள் குடியிருக்கும் இருண்ட கூரைகள் மட்டும் சில எஞ்சியிருந்தன.

அரண்மனையில் சொல்லிவிட்டு காரிச்சியை அங்கேதான் கொண்டுபோய் விட்டிருந்தார்கள். பாழடைந்த கோயிலுக்குள் சங்கம் புதர்கள் மண்டிக் கிடந்தன. தாலி கட்டிய பாவத்திற்குத் தினமும் ஒரு தடவை, மத்தியான நேரத்தில் அவளுக்குக் கொஞ்சம் சோறு கொண்டுபோய் வைத்துவிட்டு வருவான் தொப்பளான். அவளைப் பார்க்கவெல்லாம் மாட்டானாம். கொண்டுபோய் அங்கே விட்டு விட்டு வந்ததற்கப்புறம் யாரும் அவளைப் பார்த்ததில்லை. எல்லோரும் திரண்டுவந்திருந்தார்கள். தனக்குரிய இடம் அதுதானென்று தீர்மானித்தவளைப் போல

எல்லோருக்கும் வழிகாட்டிக்கொண்டு, முன்னால் ஓடினாளாம் காரிச்சி. யாரும் நெருங்க முடியாதபடி அவளுடைய உடம்பி லிருந்து கவிச்சி நாற்றம் வந்ததாம். போனவர்கள், சடங்குக்குச் சூடம், சாம்பிராணியெல்லாம் போட்டு ஒரு பூஜை செய்ய முற்பட்டார்களாம். எதையுமே பொருட்படுத்தவில்லையாம் அவள். அவள் பாட்டுக்கு விடுவிடுவென்று ஓடி அடர்ந்த சங்கம் புதருக்குள் நுழைந்து பதுங்கிக் கொண்டாளாம். பிறகு, அவளை யாரும் பார்த்ததில்லை.

பிழைத்திருந்த காலத்திலேயே அவளோடு பேச்சுவார்த்தை யெல்லாம் ஒன்றும் கிடையாது. பட்டி நாய்க்குச் சோறு கொண்டு போகிறது மாதிரிதான். ஊரில் நாலு பேரிடம் எதையாவது வாங்கி, தான் கொஞ்சம் சாப்பிட்டுவிட்டு மீந்ததைத்தான் கொண்டு போவான். அவள் இருக்கிறாளா இல்லையா என்று கூடத் தெரியாது. மறுநாள் காலையில் போய்ப் பார்க்கிறபோது, சோற்றுச் சட்டி கழுவியெடுத்துக் கவிழ்த்தப்பட்டிருக்குமாம். அதைக்கொண்டே அவள் இன்னும் சங்கம்புதருக்குள்தான் பதுங்கியிருக்கிறாள் என்று ஊர் நம்பிற்று.

ஓய்ந்து கிடக்கிற நேரங்களில் ஊர்க்காரர்களோடு சேர்ந்து, கேலியும் சிரிப்புமாய்க் கிடந்த தொப்பளான் சோர்ந்துதான் போய்விட்டான்.

"அது ஒட்டுவாரொட்டீங்கொ சாமி, காத்துப்பட்டாக்கோட, ஒட்டிக்குமிங்கறாங்கொ, ஒவ்வொருத்தரு என்ன சொல்றாங்கனா மொண்ணப் பூச்சி தொட்டிருக்குமிங்கறாங்கொ, குட்ட வெசாதி புடுச்சுக்கிச்சுங்கறாங்கொ, காத்தடிச்சுப்புடுச்சுன்னு சொல்றவங் களுமிருக்கறாங்கொ, எனத்தச் சொல்றது போங்க எசமாங்களே, என்னமோ அவ தலைல அப்பிடியெழுதிப்புட்டுது அந்த ஆண்டவெ, நாம வேறெனத்தப் பண்றது? விதியிலுள்ளபடி ஆவுட்டு." என்று பெருமூச்சு விடுவான். பேச்சுக்கிழுத்துக் கொஞ்ச நேரம் சிரித்துக் கிடக்க நினைப்பவர்கள், இடக்காய் ஏதாவது சொல்லும்போதும், பழைய சிரிப்பையும், கிண்டலையும் அவனிடம் பார்க்க முடியவில்லை,

"ஏன்டா தொப்பளே, ஒட்டுவாரொட்டீங்கறே, அப்பற அந்தச் சீக்கு உனக்கு வராதாடா?"

"எனக்கெதுக்குங்கொ சாமி வருது, அந்தக் கெரவம்?"

"ஏன்டா வராது? ஏ வராதுங்கறே? என்னமோ இன்னைக் குத்தே அவளைக் கொண்டுபோயி ஊஞ்சக்காட்டுல உட்டுட்டு

வந்துட்டெ, இதுக்கு மின்ன அவகோடப் பொளங்கிக்கிட் டிருந்திருப்பே?"

"எங்கிங்கொ சாமி, தாலி கட்டுனதுதேங்கோடு, அப்பற அவள ஒருநாக்கோட தொட்டதுமில்லிங்கொ, பொளங்குனது மில்லிங்கொ, அதொரு பொளப்புன்னு கேட்டுக்கிட்டிருக்கறீங்களே, சாமி."

"ஏன்டா முண்டப்பாப்புரு, அநியாயத்துக்கு இப்பிடியொரு பொய்யச் சொல்லிக்கிட்டுத் திரியறெ. பொளங்குலியாமா. பின்ன மணியம் பண்றதுக்கா தாலியக் கட்டி அவள அங்க கூட்டிக்கிட்டுப் போனெ?"

"பொய்யெனத்துக்குங்கொ சாமி சொல்றெ? அதிலிமு மாங்கொ நம்முகிட்டப் போயி நாம் பொய்யச் சொல்லுவனுங் களா?"

"பின்ன என்னடா கண்ணாலமாவி அஞ்சாறு வருஷஞ் சென்டு போச்சு, இப்ப வந்து இப்பிடிச் சொல்றே? பின்ன இத்தன நாளா என்னடா பொலப்புத்தனம் பண்ணுனெ?"

"சாமி, அவ என்னையக் கிட்டயே உட மாட்டாளுங்கொ சாமி."

"புதுசுக்கப்பிடிச் சொல்லியிருப்பா?"

"காலமுட்டு நாளு அப்பிடித்தேனுங்கொ சாமி, கிட்டப் போனா என்னையத் தொடாதீடான்னு பாம்பாட்டச் சீறுவாளுங்கொ சாமி. ஒருநா அருவாமனயத் தூக்கிக்கிட்டுத் தொடறா பாக்கலாமுனு நின்னுக்கிட்டா. ரண்டும் பேசாமப் போயிட்டன்னா, அப்பற எம்பட பொளப்புத்தனமென்னனு பாத்துக்குங்களே."

"இதென்னடா கூத்தா இருக்குது."

"அப்பறொ கெரவங் கெடக்குதுனு உட்டுப்புட்டனுங்கொ சாமி."

கொஞ்ச நேரத்திற்குச் சிரிப்பு.

"வேற எங்கயாச்சு கால் நனச்சுட்டாளோ என்னமோ?"

"அப்பிடீமு ஒண்ணையுங் காணமாங்கொ சாமி."

"காத்துக் கொணந்தே..."

"எவனாச்சு செய்வென வெச்சிருப்பே."

“ஆமா நூறேக்கராப் பண்ணயங் கெடக்குது பாரு, செய்வென வெச்சுப் புடுங்கிக்கலாமுனு எவனோ செய்வென வெச்சிருப்பே, கூறுகெட்ட பழமதான ஆவாதுங்கறது.”

“ஏ, நூறேக்கரா காடிருந்தாத்தே செய்வென வெக்கோணு மாக்கு, இந்தக் காலத்துல கூடப் பொறந்த அண்ணந் தம்பியக் கோட நம்பறதிக்கில்ல.”

“அவனுக்கு ரண்டேக்கரா இருக்கதல்லொ?”

“அந்த மண்ணுமு இல்லாட்டி அவொ இவனக் கட்டிக்கப் போறாளாக்கு. அதிலிமு ரண்டாந்தாரமா.”

“ரண்டக் கட்டிப்பாத்ததுக்கு எதோண்ணொப் பெத்துருந்தா கம்முனு போயிருந்துருக்கு.”

“அதுக்குமு ஒரு வயசு வேண்டா?”

“வயசெனத்துக்கு வயசு, ஏ முடியாதாக்கு?”

“நம்பு நாக்கெம் பெத்துக்குலெ? ஒண்ணுக்கு ரண்டாப் பொறந்து தாப்பறொ? அவுனுக்குமு அறவது அறவத்தஞ் சிருக்காது?”

“மீறுமாப்பறொ?”

“அது பக்கத்தூட்டுகாரந் தெறமாருந்தே...”

“நீயுந்தே அந்தப் பக்கஞ் சொளமாடிக்கிட்டிருந்தயாட்ட இருக்குது. புடிச்சுட்டான்னா வெட்டியுட்டுப்புடுவான்டா நாக்கெ, கொஞ்ச பாத்துப் போ.”

“ஏனுங் மாமா நீங்கொ எதெதுலதே கேலி பேசறதுனே இல்லப் போங்கொ.”

வெயில் தகித்தது. மத்தியானச் சோத்து நேரமானதால் ஒவ் வொருவராகக் கலைந்துகொண்டிருந்தார்கள்.

“நீயெதுக்குமு நாட்ராயங் கோயிலுக்கு ஒருக்காக் கூட்டிக் கிட்டுப் போயிட்டு வந்தரடா தொப்பளே.”

“இன்னமே எங்கீங்கொ சாமி கூட்டிக்கிட்டுப் போறது?”

“கொண்டுபோயி ஊஞ்சக்காட்டுல உட்டுப்புட்டு வந்திருக்குது, அதுக்கு எசமாங்கொ சரீனு சொல்றதுக்குள்ற பொறந்தே நாக் கண்டு போச்சு.”

“சும்மா உட்டுருவாங்களாடா உனக்கு? என்னமோ இன்னைக்குச் சாமியில்லெ, அதுனால போயி இருந்துக்கொன்னுட்

டாங்கொ, அப்பவாட்ட இருந்தா வேலிக்காலத் தாண்டி உள்ள உட மாட்டாங்கொ, உம்பட நல்ல நேரமுனு வெச்சுக்கவே.”

“நீ நாட்ராயன் கோயலுக்கே கூட்டிக்கிட்டுப் போ சொல்றெ.”

“என்னமோ அந்தப் பகவாம் புண்ணியத்துல நல்லாவீராது.”

“நாளைக்குச் சோறு கொண்டு போவீலெ, அப்பிடியே கோளாறாப் பேசிக் கூட்டியாந்து ஒரு நா ஊட்டுல வெச்சிருந் துட்டு, நாளானைக்குச் செவ்வாக் கெளமெ, பூசையாவு. கூட்டிக்கிட்டித்தேம் போயிப்பாரே.”

“நாளைக்கு உனக்குக் கைகால் தளந்துபோனா என்னடா பண்ணுவே? சொன்னாப்பல ரண்டக்கட்டுனதுக்கு ரண்டப் பெத்திருந்தா ஆவு.”

“அதுதே ஒண்ணு அப்பிடிப் போச்சு, இன்னொன்னு இப்பிடிப் போச்சு.”

“நீ மனந்தளராம கூட்டிக்கிட்டுப்போ தொப்பளே, செரியாப் போவு. நீ தட்டாமப் போ.”

அடி மனசில் அவனுக்கும் ஆசைதான் போலும்.

நாட்ராயன் கோயில் பூசாரியிடத்தில் போய், “எங்கொலந் தழைக்கறதுக்கு ஒரு தடங்காட்டுங்கொ சாமீ” என்று, அவர் காலில் நெடுஞ்சாண்கிடையாக விழுந்து அழுதிருக்கிறான்.

பூசாரியும், “செவ்வாய்க் கெளமெ கூட்டிக்கிட்டு வாடா தொப்பளே” என்று சொல்லியிருக்கிறார்.

தொப்பளானின் மனசில் நம்பிக்கை துளிர்த்திருக்கிறது.

மறுநாள் அவளுக்குச் சோறு கொண்டு போனபோது, பெயர் சொல்லி, அவளைக் கூப்பிட்டுக் கூப்பிட்டுப் பார்த்திருக் கிறான். பாழடைந்த கோயிலில் சிதைந்துபோன இடங்களிலும், புதர்களிலும் தேடிப் பார்த்திருக்கிறான். அவளைக் காணவில்லை யாம். பிறகு கொண்டுபோன சோற்றை, எப்போதும் வைக்கிற திட்டின்மேல் வைத்துவிட்டுத் திரும்பிவிட்டானாம். மறுநாள் போனபோது, வழக்கம்போல் கழுவிக் கவிழ்த்தப்பட்டிருந்ததாம், சோற்றுச் சட்டி. இதென்ன மாயமோ? என்ன ஏது என்று பார்த்துவிட வேண்டுமெனத் தீர்மானம் கொண்டு, சோற்றுச் சட்டியைத் திட்டின்மேல் வைத்துவிட்டு, அங்கே சற்றுத் தள்ளியிருந்த பனங்கருக்குக்குப் பின்னால் பதுங்கி நின்று கவனித்தானாம். வெகுநேரம்வரை ஒரு ஈ காக்காய் வரவில் லையாம், அந்தப் பக்கம். சலிக்காமல் காத்திருந்திருக்கிறான்.

சாயங்காலம், சங்கம் புதர் சலசலத்து அசைந்திருக்கிறது. அவனுக்குக் கொஞ்சம் பயம்தான். பல்லி மாதிரி அப்படியே பனங்கருக்கோடு பனங்கருக்காய் ஒட்டிக் கொண்டானாம். ஒரு மிருகம் மாதிரி அதற்குள்ளிருந்து வெளிப்பட்டாளாம், காரிச்சி.

காரிச்சி மாதிரியே இல்லை. நெருப்பு மாதிரி திகுதிகுவென்று வந்தாளாம். அந்த மேனியில் மறைத்தும் மறைக்காமலும் ஒரு பழைய துண்டஞ் சேலை மட்டும். சரிதான் உடம்பில் ஒரு அங்குலம் பாக்கியில்லாமல் எல்லா இடத்திற்கும் நோய் பரவி விட்டது போலிருக்கிறது என்று நினைத்துக் கொண்டானாம். ஆனால், விடுவிடுவென்று இரண்டடி தூரத்தில் இவனைத் தாண்டிக்கொண்டு நடந்தவளின் மேனியைப் பார்த்து வியர்த்து விட்டதாம் அவனுக்கு.

“சீக்கொடம்பாட்டவே இல்லீங்கொ சாமி” என்று ஆலமரத் தடியில் உட்கார்ந்திருந்த ஊர்க்காரர்களுக்குச் சொன்னான், தொப்பளான்.

“தகதகன்னு பவுனாட்ட மின்னுச்சுங்கொ சாமி, அந்த ஒடம்பு... ஒரசப்புக்குப் பாத்தா, நம்பு செத்துப்போன வெடத்த லாங்காட்டுச் சின்னக் கவுண்ச்சியாட்டத்தே இருந்துதுதெனக்கு. ஆனா நட, கிடயெல்லா இந்தக் கெரவமாட்டத்தே இருந்துது. செரி கூப்புட்டுக் கேட்டுப்புடலாம்னு, காரிச்சி, காரிச்சின்னு ஒரு நாலஞ்சு தடவ கூப்புட்டுப் பாத்தனுங்கொ சாமி, திரும்பிக் கோடப் பாக்காம அவ பாட்டுக்குப் போயிக்கிட்டிருந்தா. அஞ் சாவுது சத்தத்துக்குத் திரும்பிப் பாத்தா பாருங்கொ சாமி, மூச்செல்லா நின்னு போச்செனக்கு.”

சொல்லிக் கொண்டிருக்கிறபோதே, குப்பென்று உடம்பெல் லாம் வியர்த்துப் போய்விட்டது தொப்பளானுக்கு. மேல்துண்டால் ஒரு தடவை துடைத்துக்கொண்டு பின்பு தொடர்ந்தான்.

“அந்த ஆண்டவனுக்குப் பொதுவாச் சொல்றனுங்கொ சாமி, எசமாங்கல்லா என்னெய நம்புனாலுஞ்செரியே, நம்பாம சிரிச்சுக்கிட்டுப் போனாலுஞ் செரியே, அது சீக்கொடம்புனெல் லாஞ் சொல்ல முடியாதுங்கொ சாமி. அப்பிடிக் குதரக்குட்டி யாட்டத் துள்ளிக்கிட்டு நின்னாளுங்கொ சாமி, கண்ணல்லா மானத்து மீனாட்ட மின்னுச்சு போங்கொ சாமியெசமாங்களே மனசுக்குள்ளே எனக்குக் கருக்கடதானுங்கொ, இருந்தாலு கண்ணு ரண்டையுமு அக்கிட்ட இக்கட்ட எடுக்க முடியில போங்கொ, எனக்குமு அம்பது அம்பத்திரண்டு வயசாவுது, எங்கு சாமியோட சேந்து இந்த வெட்டாரவெளியே சுத்தி வந்திருக்கறெ, எந்தச்

சீமயிலியுமு இப்படியாட்ட ஒரு அம்சத்தப் பார்த்ததில்லீங்கொ, சும்மா சீரங்கத்து அய்யரூட்டுப் பொம்பளையாட்ட. சாமீ ஆரோ என்னமோ சொல்லிக்கிட்டிருக்குட்டுங்கொ சாமி, அந்தப் பகவானுக்குப் பொதுவாச் சொல்றனுங்கொ, அவ காரிச்சியில்லெ, கட்டக்கரையேருனு, மொழுக்குப் புள்ளையாராட்ட இருப் பாளுங்கொ அவொ."

நிலை குத்தி வெறித்த கண்களுடன் அவன் பாட்டுக்குச் சொல்லிக்கொண்டே போனான். ஆச்சரியமாய்க் கேட்டுக் கொண்டிருந்தார்கள் எல்லோரும்.

"சோறு கொண்டு போறமுனு சொன்னயே, சோத்தச் சட்டீல ஊத்திப்புட்டு வரவேண்டீதான்டா? அந்தப் பாங்காட்டுல அன்னாரவரைக்குமு உனக்கென்னடா வேல."

"பொண்டாட்டியப் பாக்கலாமுனு அவனக்குந்தே ஆசையிருக்கு, பாவொ."

"ஆமா, பின்ன கட்டிக் கூட்டியாந்தாப்பலருந்து, கிட்ட நாட டுலீங்கறானாப்பறொ? செரி அத்துவானக் காட்டுக்குள்ளே ஒரு கை பாத்துரலாமுனு நெனச்சிருப்பே. ஏன்டா தொப்பளே?"

"தகுந்தாப்பல ஆளுமு இப்பச் செவப்பாகிக்கிட்டாளுங்கறெ, அதெப்பிடீங்கொ மாமா?"

"சீக்கு முத்தீருக்கு, வேறென்ன...?"

"மூஞ்சில வந்ததோனெ ஒடம்பெல்லாம் படந்து வந்தா, பின்ன எப்பிடித் தெரிவாளாமா? செவப்பாத்தேந் தெரீவா. அதிலிமு இவெ குருட்டு முண்டொ... அவளத்தேம் பாத்தாளா, இல்ல அரமனக்காட்டுச் செவலக்காள அங்க மேஞ்சுக்கிட் டிருந்துருக்கு அதயப் பாத்தானான்னுந் தெரீலெ."

பேச்சை இன்னும் கொஞ்சம் இழுக்க விரும்பினார், சிக்காம் பாளையத்தார். வீட்டிலெல்லோரும், செட்டாகக் கிளம்பி சிவன் மலைக்குப் போயிருந்தார்கள். அபிஷேக ஆராதனையெல்லாம் முடித்துவிட்டு வர நேரமாகும். அதுவரை கொஞ்சம் பேசிக்கிடக் கலாமே என்று நினைத்தார்,

"அட 'ஏ'ன்டா போங்கடா, நீங்களுமு அவனாட்டக் கிறுக்குப் புடுச்சாப்பலதான பழம பேசறீங்கொ? தோணையெல்லா ஒரு சீக்காடா? தண்ணி சேருலீனாக்கோட அது வருமாக்கு. தெக்க, எங்கு மச்சனனூட்டுப் பயனொருத்தனுக்குக் கோட இப்பிடித்தே, ஒரு நகக்கண்ணு பாக்கியில்லாம ஒடம்பே வெள்ளையாப் போச்சு, ஆளாளுக்கு என்னென்னுமோ சொல்லிக்

கிட்டிருந்தாங்கொ, சோறு தண்ணிகோட இவுளுக்காட்டத்தே தனியா உக்கோர வெச்சுக் குடுத்துக்கிட்டிருகறாங்கொ, ஆனா இவுனகென்னமோ 'சீக்கு சீக்கு'னு சொன்னானுகளெ தவுத்து, அவெ ஆளு நல்லாத்தே இருந்தே, திரும்பியுமு செவப்பாயிட்டெ, ஏவாரமும் கீவாரமும் பண்ணி, நாலு காசு சம்பாரிச்சானா, இல்லாதவனூட்டுலருந்து ஒருத்தியக் கூட்டிக்கிட்டு வந்து இன்னைக்கு நல்லாத்தேம் பொளைக்கறே. நல்லது கெட்டதுக் கெல்லாங்கோட வந்துகிட்டுப் போயிக்கிட்டுத்தே இருக்கறெ, அன்னைக்கொருநா, தேவனம்பாளையத்துல ஒரு கண்ணாலத்துல பாத்தெ, ஆளு வெள்ளக்காரனாட்ட இருக்கறானுங்கறெ" என்று சொல்லிவிட்டு, ஒரு புகையிலைத் துண்டைக் கிள்ளி வாயில் போட்டுக்கொண்டார். கோயிலுக்குப் போயிருந்தவர்கள் வருகிறார்களாவென்று தடத்தையும் ஒரு பார்வை பார்த்துக் கொண்டார்.

"அப்ப இது குட்ட வெசாதியில்லிங்கறாங்களா, மாமெ?"

"குட்ட வெசாதியஞ்சாறு, குட்ட வெசாதி. தோணைங்கறெ."

"அந்தச் சீக்குனுதே அவளக் கொண்டுக்கிட்டுப் போயி ஊஞ்சக் காட்டுல உட்டுப்புட்டு வந்துருக்கறானுவ மாதாரிக."

"பின்ன இங்க எவுனக்கென்ன கூறு தெரியுது."

"அப்பப் போயிக் கூட்டியாந்து வெச்சுப் பொளைடா தொப்பளே, ஆனதாவுட்டு."

"போயிக் கூப்புட்டுருப்பானாட்டத்தே இருக்குது."

"ஏன்டா வாரமுனாளா?"

இந்தக் கேலிக்கும் சிரிப்புக்குமெல்லாம் செவி கொடுக்காமல், முகம் வெளிறிக் கிடந்தவன், தணிந்த குரலில், குனிந்து தரையைப் பார்வையால் துளைத்தபடி தொடர்ந்தான்,

"திரும்பி என்னய ஒரு தடவ பாத்தவ, மாடு மெரண்டாப்பல துள்ளி மறுக்கா சங்கம்பொதரப் பாத்து ஓடுனாளா, சாமி சொன் னாப்பல ஆனதாவுட்டுனு, எட்டி அவ கையெக் கெட்டியாப் புடுச்சுக்கிட்டு, அல்லெ சித்தெ நில்லு, இப்பிடி நாட்ராயங் கோயச்சாமிகிட்டச் சொன்னெ, எதாருந்தாலு நல்லது பண்ணித் தாரெங் கூட்டியான்னு சொல்லிருக்கறாங்கொ, கௌம்புலெ போலாமுனு சொன்னனுங்கொ சாமியெசமாங்களே."

ஒரு கணம் மௌனம் கொண்டான். சிலிர்த்து நடுங்கிற்று அவன் தேகம்.

“கைப்பிடிக்குள்றதான்டா இருந்தா, எட்டிப் புடிக்கறது தான்டா?” “எனத்தெ எட்டிப்புடிக்கறது?”

“எனத்தெப் புடிக்கறதுனு மாப்பளெக்கு நாஞ்சொல்லித்தேந் தெரியோணும் போங்கொ?”

சிரிப்படங்கக் கொஞ்ச நேரமாயிற்று. அதையெல்லாம் பொருட்படுத்தாமல் தொடர்ந்தான், தொப்பளான்,

“அதுக்கு மொறச்சா பாருங்கொ சாமி ஒரு மொறெ, எனக்குக் கை காலெல்லா விறுவிறுன்னு போச்சு. இருந்தாலு வெளிய காட்டிக்குலெ, எதுக்குலெ அந்த மொறெ மொறைக்கெறெ, கண்ணத் தோண்டிப்புடுவனாக்கு தோண்டி அப்பிடீன்னு மெரட்டறாப்பல சொல்லிப்புட்டெ, அதுக்கு அவ எங்க தோண்டறா பாக்கலாமுனு கையெ வெடுக்குனு இழுத்துக்கிட்டு நின்னுட்டாளுங்கொ சாமி.”

“தோண்டீருக்கலாமல்லடா?”

“அவனஞ்சாறு தோண்டறே, தோண்டறதாருந்தா, எப்பவோ தோண்டிருக்கலாமாப்பறொ? அஞ்சாறு வருஷத்திக்கு உட்டு வெக்காட்டியென்னொ?”

“தோண்டறதுக்குக் கடப்பார பெலம் பத்தாது.”

“உன்னெப்பலத்தவனாருந்தா நின்னது நிக்கத் தோண்டிப் புட்டு வந்திருப்பெ. கூடப் போயிருக்கலாமல்லடா சுப்பெ?” தொடர்ந்தெழுந்த சிரிப்பு வெகு நேரத்திற்கு நீடித்தது. ஒவ் வொருவரும் வயிறு குலுங்கச் சிரித்தடங்கினார்கள். “மான வெக்கத்த உட்டுப்புட்டு நம்புகிட்டச் சொல்றனுங்கொ, அவள அப்பிடி, கைக்கெட்றாப்பல பாக்கங்காட்டி, எனக்கு நாக்கெல்லா வறண்டு போச்சுங்கொ. அதுக்குமேல ஒண்ணுஞ் சொல்ல முடியாம சும்மா பாத்துக்கிட்டே நின்னுக்கிட்னுங்கொ சாமி.”

“செரி அவ என்னடா சொன்னா? வாரமுனாளா இல்லையா? அதச் சொல்லு. கசகசன்னு ஏம்பழம பேசிக்கிட்டு” அவுருக்குப் பசியெடுக்கத் தொடங்கியிருந்தது. மலைக்குப் போயிருந்த பெண் டாட்டி பிள்ளையெல்லாம், மேடேறி வந்து கொண்டிருந்ததை வேறு பார்த்துவிட்டாரா, ரொம்ப அவசரப்பட்டார்,

“சொல்றா சீக்கிரொ, தலைக்கு மேல வேல கெடக்குது.”

“இன்னாருத்துக்கு மேல மாமனுக்கு என்ன வேலையோ காணமா.”

“அதாயரமிருக்கு உனக்குமு எனக்குமுஞ் சொல்லிப்புட்டா செய்வே?”

“உனக்குத்தே பாடுபடறதுக்கு பொண்டாட்டியிருக்கறா, ஒண்ணுக்கு ரண்டாக் கெடக்குது, நீ கேக்கமாட்டெ பின்ன?”

“ஏ, நீயுந்தே இன்னொன்னக் கட்டிக் கூட்டயாரது? ஆரு வேண்டாமுனா?”

“கட்டிப் பார்த்தாத் தெரியுஞ் சீரெழவு.”

கிடைத்த மௌனத்தில் தொடர்ந்தான், தொப்பளான், “பாத்துப்புட்டு நிக்க நிக்க வாங்கிக் கன்னத்துல ஒரு அறச்ச அறஞ்சுபுட்டு, குடுகுடுனு மொசக்குட்டியாட்டத் துள்ளிக்கிட்டுப் போயி சங்கம்பொதருக்குள்ள பூந்துக்கிட்டாளுங்கொ சாமி. எனக்குனா கண்ணெல்லா இருட்டுக் கட்டுனாப்பல ஆவிக்கிச்சுங்க எசமாங்களே, நெசமாலுந்தானுங்கொ, பொய்யில்லெ.”

அடங்கியிருந்த சிரிப்பு மீண்டதைப் பொருட்படுத்தாமல், இன்னும் சொன்னான்,

“போறப்போ அவ சொன்னதுதானுங்கொ சாமி வவுத்தக் கலக்கறாப்பல இருந்தது. சொன்னாளுங்கொ சாமி, டேய் நல்லாக் கேட்டுக்கடா, நா மாதாரிச்சியில்லீடா, நா பார்வதியாக்கு. இன்னொருக்கா எம்பட இருப்பெடத்துக்கு வந்து என்னையக் கை நீட்டித் தொட்டுப்புட்டெ, உம்பட உசுரு மிஞ்சாது, ஆமா, கொரவளியெ நசுக்கிக் கொன்னுப்புடுவெ, தெரிஞ்சுக்கடா அப்பிடீன்னு சொன்னாளுங்கொ சாமி, சத்திமாங்கொ சாமி, அந்த மரதவீரஞ்சாமி மேல சத்தீமா நாஞ்சொல்றது நெசொ, பொய்யில்லெ, அப்பறொ நெனப்புத் தப்பித்தே ஊடு வந்து சேந்தனுங்கொ, காச்சக் குளுரு புடுச்சு ஒருவாரமாக் கெடந்துட்டு, இன்னைக்குத்தே எந்திருச்சு இப்பிடி வாரெம் பாத்துக்குங்களே” என்று பதற்றத்துடன் சொல்லி முடித்துவிட்டுப் பெருமூச்சு விட்டான் தொப்பளான்.

கேட்கக் கேட்கவே அருமைக்காரருக்குக் கோபம்.

“அட கூறுகெட்டவனே ‘கெக்கக்கே’ன்னு சிரிச்சுக்கிட்டு அல்லாருத்துக்கிட்டயும் போயி இப்பிடிச் சொல்லிக்கிட்டுத் திரியாதீடா, பூபதி காதுல கேட்டான்னா, வெடத்தலாங்காட்டுல இருந்து எந்துருச்சு வந்து நாக்க அறுத்துப்புடுவே அறுத்து.”

“அவம் வந்தான்னா, நாக்கத்தே அறுப்பானாக்கு.”

“ஏன்டா அவ என்னமோ அப்பிடிச் செத்துத்தேம் போயிட் டாளுமு இப்பிடீமாடா சொல்லுவாங்கொ? சொல்றதுக்கொரு மொறெ வேண்டாமாடா?”

“அவந்தே அத்தன சத்தியம் பண்றானா அப்பறொ?”

“நெசமோ பொய்யோன்னு ஒரு நட போயிப் பாத்துட்டா?”

“எங்க ஊஞ்சங்காட்டுக்கா?”

“பின்ன வேறெங்க.”

“ஏ, அவளப் பாத்தா பார்வதியாட்ட இருக்கறான்னு சொல்லங்காட்டி உனக்குப் போயிப் பாக்கலாமுன்னு ஆசையாப் போச்சாக்கு...?”

“மாப்பள அவ உசுரோட இருக்கறாப்பவே அந்தப் பக்கமா நோட்டமுட்டுக்கிட்டிருந்தவனாச்சே.”

“இன்னொரு ஒரு ஆறு மாசத்திக்கு இருந்துருந்தா மாட்டீருப்பே? ஏ, மாப்பள?”

“அடப்போ அந்தப் புள்ள அப்பிடியல்லொ.”

“நீயெனத்தீடா கண்டுபுட்டே?”

“அந்த வமுசத்துப் புள்ள, அப்பிடியெல்லா இருக்காது.”

“அப்ப சாமியாத்தா எந்த வமுசமடா, தெரியாமத்தேங் கேக்கறெ, சொல்லு.”

“எல்லா அப்பிடியே இருக்குமாங்கொ மாமா?”

“இல்லாமயா பின்ன மாமனாரப் போட்டுப்படுத் திருந்தாளாமா?”

“அட ஏ, மாப்பள, செத்தவளப் போயி ஒண்ணு சொல்லிக் கிட்டு, நல்லாவா இருக்குது?”

யார், எதை, எப்படித் தொடங்கினாலும், கடைசியில் வந்து நிற்பதென்னவோ இந்த வம்சத்தில், இந்த வம்சம் செய்த பாவத்தில்.

பின்னும் கொஞ்ச நேரம் பேசிச் சிரித்தார்கள். சிரித்துச் சிரித்துச் சலித்துப்போய், கடைசியில் அவரவர் வேலையைப் பார்க்க ஒவ்வொருவராய்க் கலைந்தார்கள்.

10

ஊரே திரண்டு அப்படி வந்து நின்றபோது, சங்கம்புதருக் குள்ளிருந்து ஒரு மிருகம் மாதிரி அப்படி, அந்தத் தருணத்திற்காகவே காத்துக்கொண்டிருந்ததுபோல் நின்றாளே, பெருநோய் கொண்ட தேகம் மாதிரிதான் இருந்தது. தோலுரிக்கப்பட்ட சாரை மாதிரி, உடம்பெல்லாம் கொழகொழவென்று நீர் வடிந்துகொண்டிருந்தது. நெருங்கி நிற்க முடியாதபடி கவுச்சி வீசிற்று. ரத்தமும் நிணமும் கருகியெழுந்த துர்நாற்றம். "ஏன்டா இந்த நாத்தம்புடுச்சதுக்கு ஆசப்பட்டுத்தே பண்ணாடி ஆத்துக்கால்ல போயிச் செத்தானக்கு?" என்று இடக்காகக் கேட்டார், கொன்னபாளையத்துக்காரர்.

கட்டுத்தடியும் வீச்சரிவாளும் ஏந்தி வந்திருந்தவர்கள் அருவருப்புடன் ஒதுங்கி நின்றார்கள். "இந்தக் கெரவத்த போயி வெட்டுணம்னா அருவாக் கிருவால்லா ஒண்ணுக்குமாவாமப் போயிருமாட்ட இருக்குதா" என்று மூச்சைப் பிடித்துக்கொண் டார்கள். அவளோ இதற்கெல்லாம் கொஞ்சம்கூடப் பயப்பட்டது போல் தெரியவில்லை. எதையும் பொருட்படுத்தவும் இல்லை. தயாராய்த்தான் இருந்திருப்பாள் போலிருக்கிறது. குதித்துக் கொண்டு முன்னால் நடந்தாள். அவள் வேகத்துக்கு ஈடு கொடுக்க முடியாமல் எல்லோரும் மூச்சிரைக்கப் பின்தொடர்ந்தார்கள். அருமைக்காரருக்கு எரிச்சல். "அவ குசுவக் குடிச்சுக்கிட்டு எல்லா "ஏன்டா பொறத்தாலயே போறீங்கொ?" எனச் சத்தம்போட்டார். "ஒரே சீவாச்சீவி கெரவத்த ஆத்துல தள்றத உட்டுப்புட்டு" என்று யாரிடமிருந்தோ பாளைக்கத்தியொன்றைப் பிடுங்கிக்கொண்டு, முன்னால் பாய்ந்தார்.

"இந்தக் கெரவத்த வெட்டி ஆத்துல உட்டா ஆறு நாறிப் போயிருமாட்ட இருக்குதா" என்று யாரோ சொல்லவும், அதற்குப் பலர் சிரிக்கவும், அப்படிக் காற்று மாதிரி முன்னால் போய்க் கொண்டிருந்தவள், நின்று திரும்பினாளே, சொன்னவர் யாரென்று அறிய முற்பட்டதுபோல, கூட்டத்துக்குள் பார்வையை வீசித் தேடினாளே, "அதார்றாது, சுள்ளப் பெரிக்காபாளையத்துக்காரி கொழுந்தனாரா?" என்று அவ்வளவு கச்சிதமாய் ஆள் அடை யாளத்தைக் கண்டுபிடித்துக் கேட்டாளே, அவனுக்கும் பயம்தான். அப்படியே பின்வாங்கி பழனி நாடாரின் தோள்களுக்குப்

பின்னால் பதுங்கிக்கொண்டான். சொல்லச் சொல்லவே அந்த முகம் மாறிக்கொண்டிருந்தது. அப்படி வற்றிக் கிடந்த தேகம்கூடப் பொலிவுபெறத் தொடங்கியது. முன்பு வீசிய துர்நாற்றமுமில்லை. வீசிய பாளைக்கத்தியுடன் மற்றவர்களைத் தாண்டிக்கொண்டு முன்னால் வந்து நின்ற கொன்னபாளையத்துக்காரருக்கு முகமெல்லாம் வெளிறிவிட்டது. இதையெல்லாம் பார்த்தும், பார்க்காத பாவனையில் உதடு பிரியாமல் சிரித்தபடி பழனி மூப்பனைப் பார்த்துச் சொன்னாளே, “வெரசா நடடா மூப்பா, நேரமாவுது, மத்ததெல்லா அங்க போயிப் பேசிக்கலா” என்று அவ்வளவு தோரணையாய்ச் சொன்னதைக் கேட்டதும், அச்சத்தையும் மீறிக் கோபம்கொண்டார் கொன்னபாளையத்துக்காரர். “ஆனதாவுட்டு இவள வெட்டி ஆத்துல வீசாம உடமாட்டெ” என்று ஓரெட்டு முன்னால் வைத்தார். பழனி மூப்பன்தான், அவரைத் தடுத்தான்.

“காத்தண்டூருக்குதங்கொ சாமி, தெரியாமைங்களா கேட்டுக் கிட்டுச் சும்மா பொறத்தால போறெ? நீங்க வந்து அருவாத் தூக்கற வரைக்கும் பாத்துக்கிட்டிருப்பனுங்கறீங்களா சாமி? போவுட்டு உடுங்கொ, எங்க போவப்போறா? பொட்டுச் சாமி கோயத்தேம் போவு, கூப்புட்டுக் கேட்டாப் போவுது, அழிச் செறியறது பெரிசில்லெ, போனா இந்த ஒரு உசுருதேம் போவு... அண்டுன பேசாது போவுமுங்களா?”

அவனுக்கும்கூட மேனியெல்லாம் வியர்த்துத்தான் கிடந்தது.

“வாடா மூப்பா வெரசா” என்று மறுபடியும் திரும்பி நின்று ஒரு கூச்சல் போட்டுவிட்டு, நேரே பொட்டுச்சாமி கோயிலை நோக்கி அப்படி நடந்தாளே, கொஞ்ச நேரம் உச்சி வெயிலையும் பொருட்படுத்தாமல் எல்லோரும் அப்படியப்படியே நின்று விட்டார்கள். பொட்டுச்சாமி கோயிலின் முன்னால் வீரமண்டி போட்டு அமர்ந்துகொண்டு, உடுக்கைச் சப்தமில்லாமல், சாம்பிராணி புகையாமல், விரிந்த கூந்தலுடன், தரையை மாறி மாறி அறைந்தபடி சுழன்றாடினாளே,

பாரு, பாருதான் அது. காரிச்சியில்லை.

தொப்பளான் சொன்னதையெல்லாம் கேட்டுச் சிரித்தாலும், அவன் சொன்னவற்றில் ஏதாவது உண்மையிருக்குமா என்றும் சிலருக்குச் சந்தேகம். மறுநாள் மத்தியானம் எலி வேட்டைக்குப் போனவர்கள், அவன் குறிப்பிட்ட சங்கம் புதரையெல்லாம் அலசிப் பார்த்திருக்கிறார்கள். அவர்களுக்கு ஒன்றுமே தட்டுப்

படவில்லையாம். “பொய்யச்சொல்லி நம்பள ஏமாத்திப்புட்டாம் பாரு” என்று எல்லோருக்கும் அவன்மேல் கோபம். கூப்பிட்டுக் கேட்டதற்கு, சொன்னதையே திரும்பத் திரும்பச் சொல்லிக் கொண்டிருந்தானாம். “அதையெல்லா எப்ப நெனச்சாலு எம்பட மேலுக்காலெல்லா கெண்ட புடுச்சுக்குதுங்கொ சாமி” என்று அழாக்குறையாகச் சொன்னானாம்.

பிறகொருநாள், நொய்யலுக்கு மீன் பிடிக்கப்போன நாடார் வளவுப் பையன்கள் சிலர் வந்து அவளைப் பார்த்ததாய்ச் சொன்னார்கள், “வாய் சலிச்சுக் கெடக்குதுனு, வலையெடுத்துக் கிட்டு, முந்தாநேத்து சேத்துமடைக்குப் போனமாங்கொ சின்னக் கவுண்டரே” என்று தானுமொரு கதையைக் கொண்டுவந்து சொன்னான் கதிர்வேலு.

‘வலையக் கட்டிப்புட்டு, மீனுழுவற பாட்டக் காணமான்னு, சித்தநேர அப்பிடியந்தக் கருவேல மர நெழல்ல சாஞ்சு கண்ணசந் துட்டெ. காத்து வேற அப்பிடிக் குளுகுளுன்னு வீசுச்சா, நானுந்தே ஒரு கண்ணாலத்தூட்டுக்குப் போயி வெடிய வெடிய பதனஞ் சாங்கரம் வெளையாண்டு தூக்கங்கெட்டுக் கெடந்துது, அப்பிடியே ஒரு தூக்கம் போட்டுட்டெ, அப்பத்தே ஆரோ சத்தம்போட்டுப் பாட்டுப் பாடறாப்பல இருந்துது, செரி, இதாரோ ஆடு மேக்கற பொடுசாட்ட இருக்குதுன்னு, அசதி, மறுக்காலுங் கண்ணெ மூடிக்கிட்டனுங்களா, தூங்கவல்லா இல்லா, என்ன மீனுப்புடிக்க வந்தமுங்கறது மறந்துபோச்சு. ஆத்துல வலய உட்டுருக்கற நெனப்புக்கோட இல்லீனாப் பாத்துக்குங்களே, பாட்டக் கேட்டா ஆடு மேய்க்கற பொடுசு பாடறாப்பல இல்லெ. இன்னஞ் சித்த கேக்கலாமான்னு அப்பிடித் தித்திப்பா இருந்தது. கேக்கக் கேக்க கண்ணெல்லா எப்பிடிச் சொருவிக்கிட்டு வந்துதுங்கறீங்கொ? சொக்குது செரி, இதாருன்னு பாத்தறலாமுன்னு ஆசையாப் போச்சு பாத்துக்குங்களே, மொல்ல எந்துருச்சு, பாட்டுச் சத்தத் தெப் புடுச்சுக்கிட்டே போனெ, போயிப் பாத்தாக்கா, நடாத்துல, சாவு பாறைம்பேருல ஆரோ மல்லாக்கப் படுத்துப் பாடிக்கிட்டிருக் கறாப்பல இருந்துது, பொம்பளையாட்டத் தெரிஞ்சுதா, செரி கிட்டப் போவப்படாதுன்னு, அவத்திக்கே நின்னு ‘அதாரது’ன்னு ஒரு சத்தம் போட்டெ.”

சொல்லச் சொல்லத் தொப்பளானைப் போலவே அவனுக்கும் பதற்றம்.

“ஒரு நாலஞ்சு சத்தத்துக்கு ஒண்ணும் பேசுலீங்கொ சின்னக் கவுண்டரே, அப்பறொ அதாரடாதுன்னு, அப்பிடியே பாறைம் பேருல விசுக்குன்னு எந்துருச்சு நின்னுது, ஏ, சொல்றதுக்கென்னொ, மண்டுபுட்டெம் பாத்துக்குங்களே, வேட்டியெல்லா சொத சொதன்னு நனஞ்ச போச்சு, செவச்செவன்னு சூரியங்கௌம்பி வந்தாப்பல, ஒரு பொட்டுத் துணியக் காணா அந்த ஒடம்புலெ.”

மூச்சிரைத்தது,

“ஏன்டா கதிரே, வேட்டியெல்லா நனஞ்சுபோச்சுனு சொன் னயே நெசமா மண்டுதேம்புட்டயா, இல்ல வேற எப்பிடியாச்சு நனஞ்சுதாடா?” என்று ஆலமர வேரில் தலை சாய்ந்து, கண்ணயர்ந்த வாக்கில் கேட்டுக் கொண்டிருந்த கொற்றவேல் கவுண்டர் கேட்கவும் எல்லோருக்கும் சிரிப்பு. “நீங்க வெளை யாடாதீங்க சித்த” என்று பெருமூச்சு விட்டுத் தொடர்ந்தான் கதிர்வேலு,

“எனக்குப் பயம் பயந்தே.”

“பின்ன மத்தியானத்துல ஒருத்தி, அதுவுமு அந்தப் பாறையம் பேருல அப்பிடி நின்னாக்கா பயம்வராது பின்ன? நீ சொல்றா கதிரே, கவண்டங் கெடக்கறே.”

“பயந்தே, ஆனா பாக்காமயு இருக்க முடீலெ, நின்னது நிக்கப் பாத்துக்கிட்டுத்தே நின்னெ.”

“வயசப்பிடி.”

“பாத்தாக்கா என்னொ? காசு பணங்கேட்டாச் சொல்லலா, அதுதே நடுப்பாறைல அப்பிடி எந்துருச்சு நின்னதுங்கறே, பாக்காமக் கண்ணுரண்டையும் போத்திக்கவா முடியுஞ் சொல்லு?”

“பாக்கப் பாக்கத்தே இது நம்மு தொப்பளாம் பொண்டாட் டியா இருக்குமோன்னு ஒரு நெனப்பு” என்று மறுபடியும் தொடர்ந்தான் கதிர்வேலு.

“அவுளுக்குத்தே என்னமோ சீக்கு வந்து மேலுக்காலெல்லா தோணெ புடுச்சு, இங்கு ஊஞ்சக்காட்டுல கொண்டாந்துட்டுக் கறாங்களே, அவளாத்தே இருக்குமோ என்னமோ, அவ பாட்டுந்தே நல்லாப் பாடுவா, கெரவத்தே எதுக்கு இப்பிடி இடுப்புச் சீலயில்லாம இங்க வந்துபடுத்துக்கிட்டிருக்கறா. நாமுளுந்தேங் கூறுகெட்டுப் போயி இந்தக் கெரவத்தப் பாத்துக்

கிட்டு நிப்பமான்னு திரும்புனெ, அப்பறந்தே இருந்திருந்தாப்பல, அட இது காரிச்சியில்லையாட்டருக்குது, வேறெ எங்கயோ பாத்த மூஞ்சியாட்டருக்குதேன்னு ரோசன பண்ணிக்கிட்டே மறுக்காலுந் திரும்பிப் பார்த்தனுங்கொ, அய்யோ கருப்பராயா இது நம்பு பாருக்கவுண்ச்சி மூஞ்சியாட்டவல்லொ இருக்குதுன்னு பட்டுது, ஆண்டவனுக்குப் பொதுவா அது பாரு கவுண்ச்சியேதே."

எதற்காக இப்படி ஒவ்வொருவருக்கும் முன்னால் வந்து நின்றாள், பாரு? தனது இருப்பைத் தெரிவிக்கவா? இல்லை எல்லோரையும் தன் பக்கம் இழுத்துக் கூட்டிவைத்துத் தான் கொண்ட பழியைத் தீர்த்துக்கொள்ளத்தானா? இப்படி யார் வந்து என்ன சொன்னாலும், நம்பாமல் சிரித்துக் கிடக்கிறதே ஊர் என்று தான், தேவனாத்தாளைப் போல அவளும் அப்படி உக்கிரம் கொண்டாளா?

நொய்யல்கரைக்கு வருகிறபோது, வில்வண்டியில்தான் வருவார். வண்டிச் சப்தம் கேட்டாலே எழுந்துநிற்கும் ஊர்.

கெடா வெட்டுக்கென்று சம்மந்தி வீட்டுக்கு வந்தவர், வெயிலுக்கு ஆத்துக்குப்போய் ஒரு முழுக்குப் போட்டுவர நினைத்துக் கிளம்பினார். அப்போதே வேண்டாமென்றுதான் சொல்லியிருக்கிறார்கள். ஊர்க்காரர்கள் வந்து சொன்ன கதையெல்லாம் சொல்லிப் பார்த்திருக்கிறார், சம்மந்தி. கேட்டுச் சிரித்தாராம் பண்ணாடி. "சொல்லிக்கிட்டிருங்கொ, ஆமா இப்பிடியே இன்னொ நூறு வருஷம்போனாலு நாம திருந்த மாட்டோ. அவனவெ என்னென்னமோ பண்ணிக்கிட்டிருக்கறே, நாம பேய் பெசாதுன்னு, பேசிப் பொழுது ஓட்டிக்கிட்டிருக்கறொ, அப்பற எங்கத்த உருப்படறது? நீ வாடா சின்னே" என்று நாவிதனைத் துணைக்குக் கூட்டிக்கொண்டு கிளம்பிப் போயிருக்கிறார்.

சின்னான் சாட்சியமாயிருந்து வந்து சொல்லியிருக்காவிட்டால், யாரும் நம்பியிருந்திருக்க மாட்டார்கள். யாரோ எதிரிகள் செய்த வேலையென்று அப்போதும் சொல்லிக் கொண்டிருந்தாராம் சம்மந்தி. ஊர்கூட அப்படித்தான் நினைத்தது. காரிச்சி கதையெல்லாம் இந்த அளவுக்குப் போகும் என்று யாரும் நினைக்கவில்லை, "எங்கண்ணால கண்டனுங்கொ சாமி" என்று குளறிக் குளறி எல்லாவற்றையும் சொன்னான் சின்னா நாசுவன்,

"சாமி சத்தியமா அது காரிச்சியில்லீங்கொ எசமாங்களே, நம்பு பாரு கவுண்ச்சிதே, அப்பிடித் தகதகன்னு வந்து நின்னாங்களே, மூக்கு, முளி, பேச்சு, சிரிப்பு அல்லாமு அப்பிடியே நம்பு பாரு கவுண்ச்சி தானுங்கொ எசமாங்களே. அவிய இங்க வந்த நாப்புடுச்சுப் பாத்துக் கிட்டிருந்தவனாச்சுங்களே, தெரி யாமைங்களா போயிரு? வெடத்தலாங்காட்டுப் பக்கம் போனா கை நனைக்காமப் போவப் படாதுடாம்பாங்களே, அப்படியாபட்ட கவுண்ச்சிக்குந்தானுங்களே இந்த மாதற ஒரு நெலம வந்துது?"

நடந்ததெல்லாம், அதே பாறையின்மீதுதான்.

முன்பொருநாள், கதிர்வேலு வந்து சொன்னானே, அப்படியே, காற்றில் கேட்ட பாட்டுச் சத்தமும், குரலைக் கேட்டுத் தடம் பிடித்துக்கொண்டு தேடிப் போனவருக்கெதிரில் அப்படி அம் மணமாய் வந்து நின்றதும், "வேண்டாமுங்கொ சாமி, நம்முளுக்கு இது வேண்டா சொன்னாக் கேளுங்கொ எசமாங்களேன்னு அப்பிடி எசமாங்கொ காலப் புடுச்சுக்கிட்டுக் கெஞ்சுனனுங்கொ சாமி, கேக்க மாண்டீனு எம்பட நெஞ்சுல ஒதச்சுத் தள்ளிப்புட்டுப் போனாங்களே, என்னெய ஒதச்சாலுஞ்செரி, எசமாங்களப் பாக்கறதுக்கில்லாமப் போயிருச்சே இப்பொ" என்று எல்லா வற்றையும் சொல்லிச் சொல்லி அழுதான், சின்னா நாசுவன்.

வெறி, கண்மண் தெரியாத காமம்.

"கிட்ட வராதீடா" என்று எச்சரித்தாளாம். "தொட்டீனா மண்டெ மூளெயெல்லா செதறிப் போயிருமாக்கு" என்று பின்வாங்கித்தான் நின்றாளாம். ஒன்றையும் காதில் வாங்கிக் கொள்ளவில்லையாம், பண்ணாடி. தொட்ட கைகளைப் பற்றித் திருகினாளாம். செரி, இனி இந்தப் பகவானுட்ட வழின்னு பேசாம ஒதுங்கிப் பாறச் சந்துல நின்னுக்கிட்டனுங்கொ சாமி" என்றான் சின்னான்.

எதையும் பொருட்படுத்தாமல் இழுத்துத் தழுவ முற்பட்டாரே, தழுவியவரின் உச்சந்தலை முடியை அப்படியே கொத்தாகப் பிடித்து, பாறையின்மேல் குப்புறக் கவிழ்த்து, 'மடேர் மடேர்' என்று மோதி அடித்து... கபாலம் சுக்கல் சுக்கலாகத் தகர்ந்து குருதி தெறிக்கிற வரை விடவே இல்லை.

பாறையிடுக்கில் ஒரு முயலைப்போலப் பதுங்கிக்கொண்டு, ஈரல் குலை பதற எல்லாவற்றையும் பார்த்துக்கொண்டு நின்றானாம் சின்னா நாசுவன். சலனமேயில்லாமல் பெருகிக் கிடந்த நதியையும்,

பண்ணாடியின் குருதி தெறித்த மேனியுடன் வெறிகொண்டு சிரித்தபடி, அம்மணமாய் ஆற்றிலிறங்கி, தலை மூழ்கியெழுந்த காரிச்சியையும் பார்த்தவன் அங்கேயே பிதற்றத் தொடங்கி விட்டான் சின்னா நாசுவன். திரண்டு வந்த ஊர்க்காரர்களுடன் தானும் போனானே, வெள்ளி. "வா, வந்து பார்" என்று இழுத்துப் போய் எல்லாவற்றையும் காட்டுவதற்குத்தானா இதெல்லாம்?

பண்ணாடி கிடந்த கிடையும் பாறையிடுக்கில் சிதறிக் கிடந்த குருதியும் அப்படி நொறுங்கிக் கிடந்த கபாலமும், கடவுளே, இப்படித்தான் ஆம்பராந்துக் கரையில் குமாரசாமி கிடந்திருப்பான்.

இந்த வம்சம் பழிகொண்ட மற்றுமோர் உயிர்.

பாருவா? காரிச்சியா?

உடுக்கையெ அடீடா மூப்பா...

தீயெ மூட்டுடா மூப்பா...

எருக்கலமாற எடுத்து அடீடா மூப்பா...

பேரக் கேளடா மூப்பா, ஊரக் கேளடா மூப்பா, ஏஞ் செத்தீன்னு கேளுடா மூப்பா, எதுக்கு வந்து இவளப் புடுச்சிருக் கறீன்னு கேளடா மூப்பா, என்ன வேணும்னு கேளடா மூப்பா, அல்லாருத்தையும் கேக்கறாப்பல என்னையுங் கேளடா மூப்பா, மூப்பா, மூப்பா, மூப்பா...

11

மற்றவர்களைப்போல தானும் அப்படி பயம் கொண்டுதான் நின்றான் பழனி மூப்பன்.

இதையெல்லாம் யாராவது அவனுக்குச் சொல்ல வேண்டுமா? எல்லாம் அவனுக்கு விளையாட்டாயிற்றே?

பேயோட்டுவதெல்லாம் அவனுக்கொரு விளையாட்டு போல் தான். பேய் கொண்டுள்ள பெண் அவனுக்கு விளையாட்டுக் கருவி.

பேய்கொண்ட பெண்ணை, பொட்டுச்சாமி கோயிலில் உட்கார்த்தி வைத்துச் செய்ய வேண்டிய செய்முறைகளையெல்லாம் செய்வித்துவிட்டு, ஈரத்துணியோடு அவளெதிரில் உட்காருவானே, அப்போதே சுற்றி நின்று பார்த்துக் கொண்டிருக்கிறவர்களுக்கு, குலை நடுங்கத் தொடங்கிவிடும். நெற்றி, கை, மார்பெல்லாம் கட்டுக்கட்டாய் விபூதி பூசி, நெற்றியில் ரத்தத்தைக் குழைத்து வைத்தாற்போன்று அப்படியொரு சிவப்பில் பெரிய குங்குமப் பொட்டாக வைத்துக்கொண்டு, அவன் வந்து உட்கார்ந்திருக்கிற தோரணையைப் பார்த்தாலே, முதுகுத் தண்டெல்லாம் சிலிர்த்து விடும். இடப்பக்கம் ஒரு உடுக்கை, வலப்பக்கத்தில் எட்டியெடுக்க வாகாய்க் கிடக்கும் எருக்கம் விளாறுகள், "என்னாத்தா, ஆரம்பிச்சுக்கலாமல்லொ? சட்டுப்புட்டுனு கணக்கு வழக்கெல்லாந் தீத்துட்டு அவியவிய சோலியப் பாக்க கௌம்பலாம் பாரு, நம்முளுக்குத்தே வேல வெட்டியொண்ணையுங் காணா, ஊருச்சனொ முச்சூடுமு வந்து நின்னுக்கிட்டிருக்குது பாரு, நம்முனால அவிய வேல கெடக்கூடாது. அதுக்குத்தேஞ் சொல்றெ" என என்னவோ சொந்தத்திடம் பேசுவது போல்தான் துவங்குவான்.

கண்களை மூடி சில கணங்கள் பிரார்த்திக்கிற மாதிரியிருக்கும். அப்புறம், மூடிய கண்கள் மூடியபடியிருக்க இடக்கையை நீட்டி, உடுக்கையை எடுத்து அடிக்கத் தொடங்கினானென்றால் அந்தப் பிராந்தியமே கிடுகிடுக்கும். உடுக்கையைச் சுழற்றிச் சுழற்றி அடித்தபடியே கண்களை அகலத் திறந்து உருட்டி உருட்டிப் பார்ப்பான். அந்தப் பெண்ணின் முகத்தைவிட்டு ஒரு அங்குலம் விலகாது, அப்படி வெறிப்பான். இமைகளைக்கூட ஒருதரம்

சிமிட்டமாட்டான். குலவையிட்டால், அந்தச் சப்தம், உடுக்கைச் சத்தத்தை மீறியெழும். வியர்த்தொழுகும். நெற்றியிலிடப்பட்ட குங்குமப்பொட்டு கரைந்தொழுக ரத்தக்காட்டேறி போல்தான் இருக்கும். சின்னஞ்சிறிசுகளையெல்லாம் விரட்டிவிட்டு, பெரிய சனம் மட்டும் அப்படியே நின்று விடிய விடியப் பார்த்துக் கொண்டிருக்கும்.

பேய் கொண்டவளின் தலை எவ்வளவு சீக்கிரத்தில் ஆடுகிறதோ அவ்வளவுக்கு அது அந்தப் பெண்ணுக்கு நல்லது. இல்லையென்றால், உடுக்கையைச் செல்லப்ப நாடாரிடம் கொடுத்து அடிக்கச் சொல்லி ஜாடை காட்டிவிட்டு, வலக்கையை நீட்டி எருக்கம் விளாறைக் கையிலெடுத்துக்கொள்வான். பளீர் பளீரென இரண்டு தொடைகளிலும் மாறி மாறி அடி விழும். காயம் பட்டு ரத்தம் தெறிக்கும், எப்படி என்ன சொல்லிக் கதறினாலும் செல்லுபடியாகாது. "ஓஹோ" என்று பெருங்குர லெடுத்துக் கத்துவான், குலவையிடுவான். "பாப்பொ, உனக்காச்சு, எனக்காச்சு" எனச் சவால் விடுவான். விளாறு தும்பு தும்பாகப் போய்விடும். மற்றொன்றை எடுத்துக் கொண்டு விளாசுவான். தீரத் தீர விளாறு கொண்டு வந்து குவிக்க நாடார்வலவுச் சிறுவர்கள் தயாராய் இருப்பார்கள்.

பார்த்துக்கொண்டிருக்கிறவர்களுக்குக் குருதி உறைந்துவிடும். பேய்கொண்ட பெண்ணின் சுற்றமோ, அதையெல்லாம் பார்க்கச் சகிக்காமல் துண்டைச் சுருட்டி வாயில் வைத்துக்கொண்டு குலுங்கியழும். கண் மறைவாய்ப் போய் செவிகளைப் பொத்தி நின்றுகொள்வார்கள்.

பேய், சீக்கிரம் வந்து இறங்கிவிட்டால், அதனிடம் அவன் அடிக்கிற கொட்டமென்ன, பேசிக்கிடக்கிற கதைகளென்ன, பேச்சும் சிரிப்பும் உருட்டலும் மிரட்டலும் கூத்துப் பார்க்கிற நினைப்பில் சனமெல்லாம் விடிய விடிய உட்கார்ந்து அப்படிப் பார்த்துக் கொண்டிருப்பார்கள்.

கூத்து மாதிரிதான்.

"பழனி மூப்பெ, நம்பு சரசாத்தாளுக்குப் பேயோட்டறானாமா, சித்த போயிக் கோந்திருக்கலா" என்று சின்னஞ் சிறிசுகளைத் தூங்க வைத்துவிட்டு, ஆளுக்கொரு சாக்குப் பையைச் சுருட்டி யெடுத்துக்கொண்டு வந்து விரித்து அக்கடாவென உட்கார்ந்து விடுவார்கள்.

கூந்தல் ராட்டினம் சுற்ற, இரு கைகளாலும், தரையை அறைந்த படி, சுழன்றாடிக்கொண்டிருக்கும், பேய் கொண்டவளைப் பார்த்தாலே உற்சாகம் துள்ளிவரும் பழனி மூப்பனுக்கு. "ம், ம், ஆடு பாக்கலா, ஆடு பாக்கலா, அப்புடித்தே ஆடு" என்று கூச்சலிட்டவாறே தானும் அவளோடு சேர்ந்து சுழன்றாடுவான். போட்டி போட்டுக்கொண்டு துள்ளுவாள் பேய்கொண்டவள். "அப்பிடியேதெம் புடுச்சுக்கொ, அப்பிடியேதெம் புடுச்சுக்கொ" என்று அவளுக்குச் சுதியேற்றி ஆட வைப்பான். ஆடிக்களைத்து, ஓய்ந்திருக்கிறவளிடம், "ம்... ம்... அப்பறொ, உம்பட ஊரென்ன, பேரென்ன, என்ன சோலியா வந்திருக்கறே, எங்கு புள்ளைய எங்க பாத்தே, எதுக்கு வந்து புடுச்சிருக்கறே, என்ன வேணுனக்கு... அல்லாத்தையு படபடன்னு சொல்லு பாக்கலா" என்று ஆட்டத்தை நிறுத்திவிட்டுக் கேட்பான்.

"ஏ, அவசரமாக்கு மூப்பா? சீக்கரஞ்சொல்லு, சீக்கரஞ்சொல் லுன்னு நச்சியெடுக்கறே?" என்று தானும் ஆட்டத்தை நிறுத்திவிட்டு, குறும்பாய்ப் புன்னகைக்கும் சில பேய்கள்.

"எனக்கென்ன அவசரொ? சோறு தண்ணியில்லாம எட்டு நாளைக்கு வேணும்னாலும் கெடப்பனாக்கு. கெடையுட்டு எந்திரிக்க மாட்டெ, நீ கெடப்பயா?" என்று அவ்வளவு சுபாவமாய்க் கேள்வியொன்றைப் போட்டுவிட்டு, சுற்றி நின்று வேடிக்கை பார்த்துக் கொண்டிருக்கிற சனத்தை ஒரு பார்வை பார்த்துக் கொண்டு தொடர்வான். சனம் அலுப்புத்தட்டாமல் நிற்கிறதா என்பதைத் தெரிந்துகொள்ளத்தான் அப்படியொரு பார்வை. பின்பு பெயர் கேட்பான்.

"பேரத் தெரிஞ்சுக்கிட்டு என்ன பண்ணப் போறே மூப்பா?"

"அப்பறொ நம்முளுக்குள்ள ஒரு அறிமொகம் வேண்டா? பேருந்தெரியாம, ஊருந் தெரியாம சும்மா குருட்டுப் பூனெ விட்டத்துல பாஞ்சாப்பல, ஒருத்தரு மூஞ்சிய ஒருத்தரு பாத்துக் கிட்டுக் கோந்துருக்கறதா?"

கேட்டபடியே வெற்றிலை பாக்குப் போட்டுக்கொள்வான். நிலைமை அவ்வளவு சகஜமாக இருப்பது கண்டு, வேடிக்கை பார்த்துக் கொண்டிருக்கிற சனங்களும் வெற்றிலை பாக்கெல்லாம் போட்டுக்கொண்டு, சுவாரஸ்யமாய்ப் பார்த்துக் கொண்டிருப் பார்கள்.

“வெத்தல பாக்குப் போடறது?” என்று இரண்டு வெற்றிலை யைக் காம்பு கிள்ளி, சுண்ணாம்பு தடவி, அவளுக்கு நீட்டுவான். அவனுடைய இந்தப் பேச்சுக்குச் சொக்கி, அவன் கேட்கிற கேள்விகளுக்கெல்லாம் பதில் சொல்லிவிடும், அந்தப் பேய்கள். பெயரும் ஊரும் வந்துவிட்டால் போதும், மற்ற எல்லா விவரங் களையும் தானே சொல்லிவிடுவான். பிறந்ததிங்கே. இன்னாருக்கு இன்னாருக்குப் பிறந்தது, கல்யாணம் பண்ணினது இங்கே, வாழ்ந்திருந்த விதம் இப்படி, செத்தவிதம் இப்படி என்று எல்லாவற்றையும் தானே கடகடவென்று சொல்லிவிடுவான். சொல்லுக்குச் சொல், “என்ன நாஞ்சொல்றது நெசமோ பொய் யோன்னு சொல்லு” என்று கேட்டுத் தான் சொன்ன விவரங் களைச் சரி பார்த்துக் கொள்வான். “ஆமாமா, அப்பிடித்தே, அப்பிடித்தே...” என்று அவன் சொல்கிறவைகளுக்கெல்லாம் தலையாட்டிக் கொண்டிருப்பார்கள், அந்தப் பெண்கள். நாற்பது ஐம்பது வருடங்களில் சுற்று வட்டாரத்தில் செத்துப்போயிருந் தவர்கள் யாராயிருந்தாலும் அவர்களைப் பற்றிய விவரங்களை யெல்லாம் நுனி நாக்கில் வைத்திருப்பான் பழனி மூப்பன்.

எல்லாவற்றையும் அதிசயமாய்த்தான் பார்த்துக்கொண் டிருக்கும், ஊர், நிற்கிற சனத்தைப் பற்றிக் கவலைப்படாததுபோலக் கதை பேசிச் சிரிப்பான். பேச்சு நீண்டுகொண்டே போகும். அப்புறம் பிரம்பைக் கையிலெடுத்துத் தொடையிலொரு ஒரு வீச்சு வீசுவான். “அப்பறொ பீ தின்ன புத்தீலயா ஒரு புள்ளய வந்து புடுச்சுருக்கறே?” என்று அடித்த கையோடு கேட்பான். சனமெல்லாம் கெக்கெக்கென்று சிரிக்கும்,

“செரி, இப்ப உட்டுட்டுப் போறதுக்கென்ன கேக்கற, சொல்லு? கறி வேணுமா? சாராயம் வேணுமா? சொல்லு. ஆட்டுக்கறி, மாட்டுக்கறி, பன்னிக்கறி, பெருக்காங்கறின்னு என்ன கறியா இருந்தாலுஞ் செஞ்சு தரச் சொல்றெ, சொல்லு, இல்ல சாராயம் வேணும்னாலும் சொல்லு, சீமச் சாராயம் வேணுமா, இல்ல பட்டச் சாராயம் வேணுமா? என்ன வேணுஞ் சொல்லு, கேட்டு வாங்கித் தின்னுபுட்டுக் கிருமமாப் போயிச் சேர்றதுக்கு வழியப்பாரு, கறி நஞ்சு போயிரு ஆமா.”

அப்படி இரண்டு மூன்று நாள்களுக்கு அவளுக்கு வேண்டிய தெல்லாம் கிடைக்கும். துணைக்குத் தானும்தான் குடிப்பான் மூப்பன். கிடைக்கிறதையெல்லாம் கேட்டுக் கேட்டு வாங்கித் தின்றுவிட்டு, இதா போறெ, அதா போறெ என்று போக்குக்

காட்டுகிற பேய்களுமுண்டு. அந்த மாதிரி பேய்களுக்கெல்லாம் கருதூசியைப் பழுக்கக் காய்ச்சி, தொடையில் சூடு போட வேண்டும். ஊசியை நெருப்பில் காய்ச்சுகிறபோதே, பயந்து, அலறி "போயிறெ மூப்பா, போயிறெ மூப்பா" என்று அலறுவார்கள் அந்தப் பெண்கள். உச்சி மயிரை முடிந்து தலையில் கல்லை வைத்து நடத்திக் கூட்டிப்போய் ஊஞ்சமரக்காட்டில் இதற்கென்றிருக்கிற புளியமரத்தில் ஆணியடித்து, இறக்கிவிட்டு வருவார்கள். காடுபோய்ச் சேர்கிற வரை பிரம்படி விழுந்துகொண்டேயிருக்கும்.

பேய் நீங்கியவள் காயமெல்லாம் ஆறி, தேறியெழுவதற்கு ஓரெட்டுப் பிடிக்கும். பழனி மூப்பனை மறுபடி எங்கே கண்டாலும் உடம்பெல்லாம் பதறிவிடும் அந்தப் பெண்களுக்கு.

அப்படிப்பட்ட பழனி மூப்பனும்தான் அந்தத் தருணத்தில், அப்படி நடுக்கம் கொண்டு நின்றான். முகம் வெளிறி ரத்தமெல்லாம் வற்றிப்போய்விட்டது போலல்லவா காடசியளித்தான்? அந்தக் கேலிப் பேச்செல்லாம் எங்கே போயின? அந்த உருட்டலும் மிரட்டலுமெல்லாம் என்னவாயின?

அப்படி எகத்தாளம் பேசிக்கிடந்த கொன்னபாளையத்துக் காரர்கூட அப்போதே மயங்கிச் சரிந்துவிட்டாரே? ஆளாளுக்குத் தப்பியோட முயன்றார்களே?

வந்து உட்கார்ந்திருந்தது பாருதான் என்பதில் யாருக்கு என்ன சந்தேகமிருந்தது?

12

அப்படிக் கால்களை மடித்து உட்கார்ந்திருந்த விதமும், விரிந்து காற்றிலலையும் கூந்தலை விலக்கி நிமிர்ந்து பார்த்த பார்வையும், துளைத்துத் துளைத்து அவனை அந்தக் கூட்டத் துக்குள் தேடிற்றே, அந்தப் பார்வை, பாருவுக்குரியது, காரிச்சிக் குரியதல்ல. அலை பாய்ந்தது, தவித்தது, கூட்டத்தை ஊடுருவி அவனைக் கண்டுபிடித்து முன்னால் நெட்டித் தள்ளியது. பாருவேதான் அவள். அப்படிக் கருகிக் கிடந்த தருணத்தில் பழிகொண்டு தேடினவே, அந்தக் கண்கள்தான். பழிதான், தேடிப்பிடித்து, பிளவுபட்ட நாக்கைச் சுழற்றி, சீறி நிற்கிறது நாகம். படம் விரித்து விஷப்பற்களை நீட்டிப் பழி கொள்ளும் தருணம் இது.

நேர்கொண்டு பார்க்கவும் முடியாமல் விலகித் தப்பவும் முடியாமல் உறைந்து நின்று கொண்டிருந்தான் வெள்ளி.

பார்க்கப் பார்க்க இன்னும் மாறிக்கொண்டிருந்தது அந்த முகம். காரிச்சி கொண்டிருந்த பெருத்த நாசியும், தடித்த உதடு களும், ஒடுங்கிய கன்னங்களும், குவிந்த நெற்றியும் காற்று வீச வீச உருமாறும் மேகங்களைப்போலக் கலைந்தும், மாற்றம் கொண்டும் பாருவின் துல்லியமான சாயலைப் பெற்றுக்கொண் டிருந்தது. முன்பிருந்த தோற்றம் முற்றிலுமாக மறைந்து பாருவாகவே நின்றது. மண்ணால் நெட்டித்தள்ளப்பட்டவனைப் பார்த்துச் சிரித்தாளே, சிரிப்பும் அப்படியே. “பாரு” என்று தன்னை மறந்து சத்தமிட்டான். “எதுக்கு பாரு இப்படி வந்து நிக்கறெ?” என்று உடைந்த குரலில் கேட்டான். கேட்கக் கேட்கவே அவனது கண்களில் நீர் திரண்டு பார்வையை மறைத்தது.

கூட்டம் சலசலத்தது. பயம் கொண்டது கலைந்து தப்பி யோடவும் முற்பட்டது. ஆனால் ஒரு சாபம்போல, தப்ப முற்பட்டவர்களின் கால்கள் முடமாகினவே ஓரெட்டு வைக்க முடியாமல் ஒவ்வொருவரும் நின்ற கிடையில் அப்படியப்படியே நின்றார்கள். சாட்சியமாயிரு, கேளுங்கள் இதை என்று ஒவ்வொருவருக்கும் இட்ட கட்டளை அது.

“அய்யோ இது நம்பு பார்வதியக்கா.”

“தீ வெச்சுக்கிட்டுச் செத்துப்போனாளல்லொ, நம்மு வேலமாக்கா மருமவ, அவதே”

“இது நம்பு சின்னக் கவுண்ச்சீலே இருக்கா.”

“தேவனாத்தா இப்பிடியொரு தீவெனயக் கொண்டாந் துட்டியே.”

“அழிவு காலந்தே”

“இப்பிடி முண்டக்கட்டயா வந்து கோந்துருக்குதே, சொன்னா நம்புமா அடுத்த ஊருச் செனொ.”

“சுட்டுச் சாம்பலக் கொண்டுபோயி நாந்தான கரச்சுட்டு வந்தெ.”

“போவ வேண்டாமுனு தலையால தண்ணி குடிச்சனே, கேட்டீங்களா ஆராச்சுமு, இப்பப் பாருங்கொ தீவெனய.” “அப்புமு அத்தன சத்தியம் பண்ணுனனே தொப்பளெ.”

“அய்யோ வீரய்யா.”

“எதுக்கு வந்துருக்குதுன்னு கேளுங்கோ”

“என்ன வேணும்முன்னு கேளுங்களே.”

“பாவி மக்க, அத்தன கொடும பண்ணுனாங்களே, அப்பற சும்மா உட்டுருமா?”

“இப்பொ ஊருக்கேவல்லொ வெனையா வந்து நிக்குது?”

“ஆரு மேல என்ன கோவமிருந்தாலு, ஆத்திக்காத்தா கோயக் கட்டிக் கும்படறொ”

“ஏன்டா மூப்பனெங்க?”

“இங்கதே இருந்தானே?”

“மூப்பா...”

“மூப்பா...”

அடைக்கலம் கோருவதுபோல எல்லாக் குரல்களும், “மூப்பா, மூப்பா” என்று சத்தமிட்டன. சுவாசிக்கவும் சக்தியற்று, வெறும் சவமாக நின்றுகொண்டிருந்தான் மூப்பன். பிறகு கைகளைத் தட்டி அவனைக் கூப்பிட்டாளே பாரு,

“வாடா மூப்பா இப்பிடி.”

யாரோ பிடரியைப் பிடித்து அவனை முன்னால் தள்ளினார்கள்.

“உடுக்கையெங்கீடா மூப்பா?”

மூப்பனிடம் பதிலில்லை, நின்ற கிடையில் அவன் ஒரு சவம். பேச்சுமில்லை, மூச்சுமில்லை.

"எடுத்தாடா மூப்பா உடுக்கையெ."

"………."

"தீயெ மூட்டுடா மூப்பா."

"………."

"பொங்கல வைடா மூப்பா."

"………."

"சாம்பராணியப் போடுடா மூப்பா?"

"………."

எழுந்து காற்று மாதிரி அவனெதிரில் வந்து நின்று அவன் முகம் பார்த்துக் கேட்டாள் காரிச்சி,

"நா ஆருன்னு கேளடா மூப்பா."

"………."

"எருக்கல மாறக்கொண்டாந்து அடீடா மூப்பா."

"………."

"நா காரிச்சியில்லீடா மூப்பா."

"………."

"பாரடா மூப்பா, நா பார்வதீடா மூப்பா."

"எதுக்கு வந்திருக்கறன்னு கேளடா மூப்பா."

"பன்னிக் கறி கொண்டாடா மூப்பா."

"புளிச்ச கள்ளொரு பான கொண்டாடா மூப்பா."

"கேளடா மூப்பா, அல்லாருத்துகிட்டயும் கேக்கறாப்பல எங்கட்டையுங் கேளடா மூப்பா. பேரக் கேளு, ஊரக் கேளு, எங்க பொறந்தீனு கேளு, எப்பிடிப் பொளச்சீனு கேளு, ஏஞ் செத்தீனு கேளு, எதுக்கு வந்து இவளப் புடுச்சிருக்கறீன்னு கேளு, உம்பட கோரிக்கையென்னுனு கேளு, உட்டுட்டுப் போறதுக்கென்ன கேக்கறேன்னு கேளு, கேளடா மூப்பா, கேளு…"

"மூப்பா, மூப்பா" என்று சடையாய்த் திரிந்து தொங்கிய மூப்பனின் கூந்தலைக் கொத்தாகப் பற்றி உலுக்கினாளே, அவளுக்கும் மூச்சிரைத்தது, அவனுக்கும் மூச்சிரைத்தது. இன்னமும் பிடிவாதம் கொண்டு வாய் பேசாமல்தான் அப்படி அதே கிடையில் நின்றுகொண்டிருந்தான் மூப்பன். பிறகு அவனை

விட்டுவிட்டுத் தரையிலமர்ந்து மண்டியிட்டு, முன்போலவே சுழன்றாடினாள். அக்கினியில்லாமல் உடுக்கைச் சப்தமில்லாமல், பிரம்படியில்லாமல், பேய்கொண்ட ஒவ்வொரு பெண்ணும் எப்படிச் சுழன்று சுழன்று ஆடுவார்களோ அப்படித் தானும் ஆடினாள். கேட்ட கேள்விக்கெல்லாம் தானே பதிலும் சொல்ல முற்பட்டவளாக, பெருங்குரலெடுத்து, அழுதபடி சொல்லத் தொடங்கினாள், தான் பட்ட கதையை,

"கேளடா மூப்பா, பாவி முண்டெ பொறந்த கெதெ...

மண்ணெத் தொட்ட மறு நாழி,
பெத்தவளத் தின்ன கெதெ
தாயெத் தின்னுபுட்டு, தவியாத் தவிச்ச கெதெ
தாயத் தின்னவளுக்குத் தாய்ப்பாலு இல்லீனு
தகப்பனவன் தங்கத்துக்கு
தன்னொடம்பு ரத்தத்தப் பாலாக் குடுத்த கெதெ,
பாலாக குடுத்துப் பைங்கிளியா வளத்த கெதெ,
ஆண்டு அரசாள, பையனொண்ணு இல்லீனு,
வம்சத்துப் பேரு சொல்ல
வாரிசொன்னு இல்லீனு
பொண்ணாப் பொறந்தவள
பவுனாட்ட வளத்த கெதெ,
பவுனாட்ட வளத்தெடுத்துப் பாங்கெணத்துல
போட்ட கெதெ,
பைங்கிளியா வளத்தெடுத்துப்
பூனகிட்டக் குடுத்த கெதெ,
வாக்கெப்பட்டுப் போன கிளி
வாழாமப் போன கெதெ,
தாலி கட்டி வந்த பின்னும்
தனியாத் தவிச்ச கெதெ,
கன்னி கழியாம
கண்ணீரு உட்ட கெதெ,
தவியாத் தவிச்சாலு
நெருங்கி நின்னு பாக்காம
நெருப்பாப் பொளச்ச கெதெ,
தீயாப் பொளச்சவள
தேவிடியாப் பட்டங்கட்டி
தீ மூட்டிக் கொன்ன கெதெ,
பாவி முண்டெ வெந்து வெடிச்ச கெதெ,

ஒரு மூச்சமுது, பின்பு தொடர்ந்தாள் தன் கதையை. தன் கதையை மட்டுமா, தான் வாழ்க்கைப்பட்டு வந்த வம்சத்தின் கதையையுமல்லவா சொன்னாள், அப்படி? வேம்பன கவுண்டரின் கதையை, வேம்பன கவுண்டருக்கு வாழ்க்கைப்பட்ட சாமியாத் தாளின் கதையை, வம்சத்தைக் காப்பாற்ற வந்து பிறந்த புத்திரன் பூபதியின் கதையை, புத்திரனின் கண்ணெதிரே தாயைப் புணர்ந்தானே, காமுகன் குமாரசாமி, அவன் கதையை, காமுகனைக் கொன்று புத்திரன் பழி தீர்த்த கதையை, காமுகனின் வம்சத்தில் வந்துதித்த நொய்யல்கரைவாசியொருவனின் கதையை, மாதாரிச்சியொருத்தியை அவன் நேசித்துப் பரிதவித்த கதையை, காமத்தை வென்று கடவுளாக வரம்பெற்று வந்த கதையை, வரம் பெற்றவன் தன்னைக் கைபிடித்த கதையை, கொண்டவனின் வரமே தனக்கொரு சாபமாய் முடிந்ததை.

வெளிச்சம் மங்கிற்று.

இருளெழுந்து வந்து தானும் கூட்டத்தோடு கூட்டமாய் நின்று கதை கேட்கத் தொடங்கியது. கொஞ்ச நேரம் கழிந்து, தானும் வந்து கதை கேட்கத் தொடங்கியது நிலா. நிலவின் முகம் தென்பட்டதும் அவ்வளவு சுவாரஸ்யமாகக் கதை கேட்டுக் கொண்டிருந்த இருள், மிரண்டு பதுங்க இடம் தேடி விண்வெளிக்குள் புகுந்து மறைந்தது.

இன்னும் அவள் சொல்லிக் கொண்டிருந்தாள்.

சென்னி மூப்பன் சொல்வதையெல்லாம் தானும்தான் சொன்னாள்.

“கடவுளே! இன்னும் எத்தனை பேர் வந்து எத்தனை காலத் திற்கு இதையெல்லாம் சொல்லிக் கொண்டிருக்கப் போகிறார்கள்? எதன் பொருட்டு? என்ன பிராயச்சித்தம் வேண்டி? நீ வேண்டுவ தென்ன பாரு? உனது கோரிக்கையென்ன? மூப்பன் கிடக்கட்டும். பாழுங்கிணறாகி உன்னைப் பாழாக்கியவன் கேட்கிறேன், சொல் பாரு.”

“கன்னிகழியாமச் செத்தவடா இந்தப் பார்வதி, கன்னி கழியாம எம்பட ஆவி அடங்காதடா மூப்பா, கன்னிகழியோணும். ஒரு தடவையாச்சு எம்புருஷங்கோடப் படுத்தெந்திரிக்கோணு, இது நடக்காம நாம் போகமாட்டண்டா மூப்பா” என விரல் நீட்டி, அவனைக் காட்டிச் சொன்னாளே, கேட்டு அப்படி ஸ்தம்பிதம் கொண்டு நின்றது ஊர்.

“உன்னைத் தீண்ட வேண்டுமா பாரு? உனக்கு இந்தத் தேகம் வேண்டுமா பாரு? அது ஒன்றே உனது கோரிக்கையென்றால், இதோ நிற்கிறேன், எடுத்துக்கொள். உனது தாகம் இதோடு தணியட்டும் பாரு. எரிந்து கருகிய உயிர் இனியேனும் சாந்தி பெறட்டும், பாவம் தீரட்டும், பழியெல்லாம் அதோடு போகட்டும் பாரு,”

‘எடுத்துக்கொள்’ என்று உயிரை ஒப்புவித்துவிட்டுக் கிடக்கிறது, சிறு முயல். தடவிப் புரட்டிக் கவ்விக்கொள்கிறது, வேட்டை நாய். தருணம் பார்த்து கயிற்றைச் சுண்டுகிறது விதி.

அத்தனை பேர் சூழ்ந்து நிற்க ஒரு மிருகம் மாதிரி பற்றியிழுத்து தழுவினாளே, சவம் மாதிரிதான் நின்றுகொண்டிருந்தான். சவம், சவமாகவே ஆகிவிட வேண்டும். இனி இந்த உயிர் வேண்டாம். உடம்பு வேண்டாம். எடுத்துக்கொள் பாரு,

பாரு... பாரு...

அப்புறம் தணிந்த குரலில் காதோடு காதாகக் கேட்டாளே, எவ்வளவு வன்மம்? என்ன ஏளனம்? அந்த வன்மமும் பழியும் ஏளனமும் பாருவுக்குரியதல்ல, காரிச்சிக்குரியவை. கேட்டாள்,

“கடவுளாகப் போகிறாயா வெள்ளீ? காமத்தை வென்று கடவுளாகப் போகிறேனென்றா சபதம் கொண்டிருக்கிறாய்? நல்ல வேடிக்கை, நல்ல வேடிக்கை, ஹெஹெஹெ” சிரிப்பினூடாக அவள் கொண்டிருந்த பிடி இறுகியது. மூச்சுத் திணறிற்று, விழி பிதுங்கி பார்வை மங்கிற்று, பழி, கடைசிப் பழி. இனி வம்சத்திற்கென்று எஞ்சி நிற்கப் போகிற உயிர் என்று எதுவும் இருக்கப்போவதில்லை. “பாரு, விடு என்னை” என்று அப்படி அந்தத் தருணத்தில் கெஞ்சினானே, உயிரின் தன்னிச்சையான கோரிக்கை அது. அவளோ அதைக் கேட்டுச் சிரித்தாள். எக்காளச் சிரிப்பு. ஒரு எதிரொலிபோல, தொலைவில் நதியின் பேரிரைச்சல்.

“பாரு, விடு என்னை.”

“நான் பாரு இல்லை.”

“பாரு என்னை விடு, பாரு.”

“பாருவல்ல, நான் காரிச்சி.”

“..........”

“நா காரிச்சீங்கொ கிரிக்கவுண்டரே, உங்கு காரிச்சி.”

பின்பு சிரமப்பட்டுக் கண்களைத் திறந்து பார்த்தானே, அப்போது அவனுக்குத் தென்பட்ட கரிய உதடுகள் யாருடை

யவை? அந்தப் பெருத்த நாசி யாருடையது? அவளது சுவாசத்திலிருந்து வீசிற்றே ஒரு துர்நாற்றம், கருகல் நெடி, யாருடைய மேனியிலிருந்து வீசிய துர்நாற்றம் அது? வெந்து கருகிய பாருவின் மேனியிலிருந்து வீசிய வாடையா? பெருநோய் பீடித்த காரிச்சியின் தேகம்கொண்ட துர்நாற்றமா? பாருவா? காரிச்சியா? பழி யாருடையது? வன்மம் யாருடையது? தீண்ட வேண்டும், தீண்ட வேண்டும் என்று தவித்து நிற்கிறதே இந்தத் தேகம் யாருடையது?

காரிச்சியினுடையதா? பாருவினுடையதா?

பிறகெதுவும் அவனுக்கு நினைவில்லை. எங்கிருக்கிறோமென்பதும் நினைவில்லை, என்ன நடந்து கொண்டிருக்கிறதென்பதும் நினைவில்லை, ஒற்றை இழையில் ஊசலாடிக்கொண்டிருந்தது.

பிரக்ஞை. யார் யாரோ என்னென்னவோ சொல்லிக் கூச்சலிட்டார்கள். பலரது காலடிச் சத்தங்கள் கேட்டன. அவன் எதையும் பார்க்கவில்லை. எதுவும் அவனுக்குக் கேட்கவில்லை. திரண்டு நின்ற நதிக்கரைவாசிகளே, பின்பு நடந்த எல்லாவற்றிற்கும் சாட்சி.

பழனி மூப்பன் சுதாரித்துக்கொண்டதும், ஆத்திரம் கொண்டவனாய்ப் பொட்டுச்சாமி கோயிலிலிருந்து பிரம்பொன்றை எடுத்து அவளை, கண்மண் தெரியாமல் விளாசியதும், தழுவியிருந்தவனை அப்படியே விட்டுவிட்டு அவள் மூப்பனைத் திருப்பித் தாக்கியதும், கருங்கல்லால் அவனை அடித்தே கொன்றதும், எல்லாம் நடந்தது.

தடுத்து நிறுத்த முயன்ற சங்காங்காட்டுப் பண்ணாடியின் குரல்வளையைக் கடித்துக் குதறி ரத்தம் முழுவதையும் உறிஞ்சிக் குடித்துவிட்டு, வெறும் சவமாய் அவரைத் துப்பியதும், எல்லாம் நடந்தது.

கடைவாயெல்லாம் பெருகி வழிந்த ரத்தத்தைத் துடைத்தபடி அதிர அதிரச் சிரித்தாளே, சிரித்தபடி ஓடினாளே, கால்கள் தரையில் பாவிற்றா, இல்லை காற்றின் உருவம் கொண்டு பறந்தாளா என்பது புரியாமல் அதிர்ந்து பார்த்துக்கொண்டிருந்ததே, ஊர். பலர் ஓடித் தப்ப முற்பட சிலர் மட்டும், தீப்பந்தங்களைக் கொளுத்தியெடுத்துக் கொண்டு, வேல் கம்பும், பாளைக்கத்தியும் தூக்கி, அவளைத் தேடிக்கொண்டு தாமும் நொய்யல் வெள்ளத்தைத் தேடிப்போனார்களே, அவையெல்லாம் அவனுக்குத் தெரியாமல் நடந்தவைதாம்.

யாருடைய துணையுமற்று, மூர்ச்சையுற்று, பொட்டுச்சாமி கோயிலில் முன்னால் கிடந்தான், நொய்யல்கரைவாசி. வெகுநேரம்

வரை காற்றிலொரு குரல் கேட்டுக்கொண்டிருந்ததே, அதைக் கேட்பதற்கு அங்கே யாருமில்லை.

வெள்ளீங்கிரிஈஈஈ, உன்னைய உட மாட்டன்டா வெள்ளீங்கிரீஈஈஈ...

கிரிக்கவுண்டரேஏஏஏஏஏஏ.....

இப்படிக் கூப்பிட காரிச்சியுமில்லை, பாருவுமில்லை. சாட்சியமுமில்லை.

• • •

அவனுக்குத் தன் கலையை அர்ப்பணிக்க விரும்பினாள் அழகுமீனா.

முதல் முதலாக அவனைச் சந்தித்த அந்தக் கணம் அப்படித்தான் உருவாகியிருந்தது. நொய்யல்கரைக்கு வந்துசென்ற ஒவ்வொரு முறையும் அவன் தனக்கானவன் என்னும் எண்ணம் வேரூன்றியிருந்தது. அதுபற்றிய கற்பனைகளை வளர்த்துக் கொண்டாள். அப்போதுதான் அவளுக்குக் காதலின் முதல் திவலைகள் அரும்பிக்கொண்டிருந்தன. அப்போதே இசைநாடகக் கலையின் உச்சங்களை எட்டியிருந்தவள் அழகுமீனா. மக்கள் கொண்டாடிக் கொண்டிருந்தார்கள். அவளைக் காண்பதற்காகவும் அவளது நாடகங்களை ரசிப்பதற்காகவும் மாட்டு வண்டிகளிலும் குதிரைகளிலும் பயணித்துக் கொண்டிருந்தவர்களின் எண்ணிக்கை பெருகிக்கொண்டிருந்தது. வழிநெடுகிலும் அலைமோதிக் கொண்டிருந்த கூட்டத்தைக் கட்டுப்படுத்த முடியாமல் நாடக அரங்குகளின் ஏற்பாட்டாளர்கள் திணறிக்கொண்டிருந்தனர். அவள் பட்டுத் துணியால் முகத்தை மறைத்துக்கொண்டிருந்தாள். அப்போது அவளுக்குப் பதினேழு வயதுகூட நிரம்பியிருக்கவில்லை. அவளது முகத்திலிருந்து அத்தர்வாசனை வீசிக்கொண்டிருந்தது. திரையை விலக்கி அவளைக் காண வாய்ப்புக் கிடைத்த தருணங்களில் எல்லோரும் மெய்மறந்தார்கள்.

வெள்ளி தன் சர்வகலாசாலை நண்பர்களை அழைத்துக் கொண்டு அவளைக் காண்பதற்காக வந்துகொண்டிருந்தான். அவனைக் கண்டபோது பரவசங்களில் மூழ்கினாள் அவள். அவன் இல்லாத நாள்களில் வெறுமையில் ஆழ்ந்திருந்தாள். பிறகு நாள்கணக்காகக் காத்திருந்தாள். உடல் இளைத்துப் போயிற்று. ஏழெட்டு மாதங்கள்வரை அவனைச் சந்திக்கவில்லை. முடியவில்லை. தவித்துப் போனாள். அவனைப் பற்றிய கற்பனைகள்

ஓயாது அலைக்கழித்துக் கொண்டிருந்தன. அவன் விட்டுச் சென்ற நாள்கள் தாளமுடியாதவைகளாக இருந்தன. திரைச் சீலைகள் ஓயாது படபடத்துக்கொண்டிருந்தன. அவளது நாடகங் களில் துயரத்தின் முடிவற்ற இசை ஒலித்துக்கொண்டிருந்தது. அவன் நாடகங்களில் மெய்மறந்திருப்பவனாக அவன் மட்டுமே இருக்க முடியும் என அவள் நம்பினாள்.

கலை அவனைப் பைத்தியமாக்கியிருக்கிறது என நினைத் தாள். அவனது பைத்தியநிலைக்குத் தன்னை ஒப்புக்கொடுத்துவிட வேண்டும் என விரும்பினாள். தன்னைப் போலவே அவனும் பரசவங்களில் மூழ்கியிருப்பதாக அவள் கற்பனை செய்து கொண்டாள்.

ஆனால், மிக நீண்டநாள்களாக அவனைக் காணவில்லை. முன்பு போல் தனது நாட்டியங்களுக்கு அவன் வரவில்லை. நீண்ட காத்திருப்புகளுக்கு அவள் தன்னைத் தயார்படுத்திக் கொண்டாள். பிறகு ஒருநாள் அவனது தந்தை தேடிக்கொண்டு வந்தார். அழகுமீனா குழப்பத்தில் ஆழ்ந்தாள். மிக நீண்ட தயக்கங் களுக்குப் பிறகு முதல் முறையாக நொய்யல்கரைக்குப் போனாள். அப்போது அவனது தாத்தா மரணமடைந்திருந்தார். வேறு எதுவும் பேசாமல் நொய்யல்கரையை அடைந்தாள் அழகுமீனா. பிறகே அவள் வெள்ளி ராணுவசேவையில் இணைந்ததுபற்றி அறிந்துகொண்டாள். மனம் உடைந்துபோயிற்று. அழவேண்டு மெனத் தோன்றியது. பரிதவித்துப் போனாள். பிறகு எப்போதும் அவனது நினைவுகளிலிருந்து விடுபட முடியவில்லை. நாடகக் கலைக்குத் தன்னை முழுமையாக அர்ப்பணித்துக்கொள்ள முயன்றாள். அவளது கலை பிடிவாதமும் மூர்க்கமும் கொண்ட தாயிற்று. யாரையும் ஏறெடுத்துப் பார்க்காமலிருக்கக் கற்றுக் கொண்டாள். காட்சி முடிந்ததும் திரைச்சீலைக்குள் புகுந்து மறைந்து விடுவாள். என்றாவது ஒருநாள் தன்னைத் தேடிவருவான் என நினைத்தாள். திடமாக அதை நம்பினாள். அவள் யாருக் காகவோ காத்திருக்கிறாள். ஆனால், யாரென்று தெரியவில்லை என நினைத்தாள் அவளது தாய்.

திருமணத்தை மறுத்தாள். அவளை ஒத்த நாட்டியக்காரிகள் தம் கலையைக் காசாக்க முன்றார்கள். அவளுடைய அம்மா அதில் குறியாக இருந்தாள், நாட்டியக்காரிகளுக்கு நாட்டியம் சோறு போடாது. அதைக் காசாக்கத் தெரிந்திருக்க வேண்டும். அவளுடைய அம்மா அதைத் தெரிந்துவைத்திருந்தாள். ஜமீன்தார் கள் பணத்தை வாரியிறைத்தார்கள்.

வேறு யார் கண்களுக்கும் அகப்படாமல் வெள்ளியைக் கண்காணித்து வந்தாள் அழகுமீனா. பின்தொடர முற்பட்டாள்.

நதி வறண்டது, வற்றி உலர்ந்தது, தவழ்ந்தது. பெருகியது.

அவள் அதன் எல்லாப் பருவங்களையும் கண்காணித்துக் கொண்டிருந்தாள்.

அந்த நதியில் ஒரு சொட்டு நீர் இல்லை. பஞ்சம் தலை விரித்தாடியது. மக்கள் பரிதவித்துப் போனார்கள். அப்போது அவள் அன்னச்சத்திரங்கள் அமைத்துப் பலரின் பசியாற்ற முயன்றாள். அன்றைய இசை நாடகத்துறைக் கலைஞர்களிடம் அது ஒரு அறமாக உருவாகியிருந்தது. பஞ்சம் நீங்கி நொய்யல் கரைக்கு வந்து பார்த்தபோது, அவன் மணக்கோலத்தில் இருந் ததைத் தொலைவிலிருந்து பார்த்தாள்.

சிதறிப்போனாள்.

முழுவாழ்வையும் தொலைத்துவிட்ட ஆற்றாமையின் கசப்பு தாளமுடியாததாக இருந்தது. பிறகு அவள் தன் கலையின் ஊற்றுகளை இழந்தாள். கடவுளர்களைத் தேடிக் கோயில் குளம் என அலைந்து திரிந்தாள். சில சமயங்களில் போதையில் மூழ்கி உருக்குலைந்து போனாள். யாருடைய கண்களுக்கும் அகப்படாத வளாக மிக ரகசியமாக நொய்யல்கரையைத் தேடிப் போனாள். போக்கிடமற்றவளாக நதியின் நிழலில் இளைப்பாறினாள். தன் வாழ்வை உருக்குலைத்தது யார் எனத் தன்னைத் தானே கேட்டுக்கொண்டாள்.

பிறகொருமுறை நொய்யல்கரைக்குப் போனபோது அந்த நதி தூர்ந்துபோய்க் கிடந்ததைப் பார்த்துக் கடும் அதிர்ச்சிக் குள்ளானாள். என்ன ஆனார்கள் நொய்யல்கரை மனிதர்கள்? அவர்களுக்கு என்ன ஆயிற்று? பதிலளிக்க யாருமே இல்லாத வளாகப் பாம்புகளையும் ஓணான்களையும் பூனைகளையும் எலிகளையும் தோக்குருவிகளையும் ஆமைகளையும் செம்போத்து களையும் மீன்கொத்திகளையும் காடைகளையும் கௌதாரி களையும் உடும்புகளையும் கீரிகளையும் பார்த்துக்கொண்டிருந்தாள்.

அவன் உருக்குலைந்து கிடந்தான். புதர் மண்டிக்கிடந்த தாடியும் மீசையும் அச்சுறுத்தலை ஏற்படுத்தியிருந்தது. ஒளியற்ற அவனுடைய கண்கள் தவித்துக் கொண்டிருந்தன. பெயர் சொல்லி அழைக்க முயன்றாள். குரல் எழவில்லை. கண்ணுக் கெட்டிய தொலைவுக்கு ஆள் நடமாட்டமில்லை. அவள் பதற்ற

மடைந்தாள். உடனடியாக அவனை அங்கிருந்து அப்புறப்படுத்தி அங்கிருந்து கொண்டுசெல்ல முடிவு செய்தாள். பணியாளை அழைத்து அவனைக் கொண்டுபோகச் சொல்லிப் பணித்தாள்.

அவளது கண்களில் நீர் பெருகிக்கொண்டிருந்தது. அழத் தொடங்கினாள்.

நான்மாடக் கூடலை அடையும்வரை மனம் ஆறவில்லை. சற்றும் தாமதியாமல் மருத்துவமனைக்கு அழைத்துச்சென்றாள் அழகுமீனா. ஏறத்தாழ இரண்டு மாதங்கள்வரை மருத்துவமனையில் இருந்தான். உடல் நன்றாகத் தேறியிருந்தது. கொஞ்சம் கொஞ் சமாக மீண்டுவந்துகொண்டிருந்தான்.

அவனைக் கண்ணுக்குள் வைத்துப் பார்த்துக்கொண்டாள் அவள்.

வாழ்வு இப்போது நம்பிக்கையூட்டும் ஒரு போர்க்களம். வாழ்க்கையை நேசிக்கத் தொடங்கினாள். சந்திப்புகளை உருவாக் கினாள். புதிய உடைகளை அணிந்தாள். நாடக அரங்குகளுக்கும் இசைக் கச்சேரிக்கும் அவனை அழைத்துச் சென்றாள். இசையும் நாட்டியமும் அவனுக்கானதாக மட்டுமே இருந்தன. வேறு யாரையும் தனது அந்த உலகத்துள் அனுமதிக்கவில்லை.

ஏழு கடல்தாண்டி, ஏழு மலைகளைத் தாண்டி அவனை அழைத்துச்சென்று தன்னுடன் வைத்துக்கொள்ள வேண்டுமென விரும்பினாள். அவளுடைய நாடகங்களில் இடம்பெற்றிருந்த சிந்துபாத்தைப் போல அவனைப் பெட்டிக்குள் வைத்துப் பூட்டி எடுத்துச் சென்றுவிட வேண்டும். அவனுக்குப் பாலும் கனியும் உண்ணத்தர வேண்டும், எஞ்சியிருக்கும் காலம் முழுவதையும் மிச்சமில்லாமல் வாழ்ந்து தீர்த்துவிட வேண்டும் என விரும்பி னாள். தனக்கான இசையை அவன் கேட்டுக்கொண்டிருக்க வேண்டும் என விரும்பினாள் அழகுமீனா.

ஆனால், வெள்ளி துயரம் தாளாதவனாக வெதும்பிக் கிடந்தான். நெடுங்காலமாக ஆற்றமுடியாத துயரம். நரையோடிக் கருத்திருந்தது அவனது தேகம். எதன் மீதும் அக்கறையற்றவனாக இருந்தான். அவளைக் காண நேரும்போது குற்ற உணர்வு மேலோங்கும். அவள் ஆழ்ந்த உறக்கத்தில் மூழ்கியிருக்கும் தருணங் களில் அவன் அவளைப் பார்த்துக்கொண்டிருப்பான். எதற்காக இப்படித் தவித்துக்கிடக்கிறாள். தன்னிடம் அவள் வேண்டுவ தென்ன?

தனக்கு அவள் யார்?

மிகத் தாமதமாக அவன் அதைப் பற்றி யோசிக்க முற்பட்டான். மிகமிகத் தாமதமாக.

பிறகொரு நாள் அவள் ஆழ்ந்த உறக்கத்தில் மூழ்கியிருந்தாள். கேள்விகள் குதறிக்கொண்டிருந்த தருணம் அது. ஒரு நள்ளிரவில் அவளை அழைத்தான்.

“என்னங்க இந்த நேரத்துல.”

அவன் சொல்லத் தொடங்கினான். வெள்ளி தனக்குச் சொன்ன எல்லாவற்றையும் அவன் அவளுக்குச் சொன்னான்.

அவள் கேட்டுக்கொண்டிருந்தாள்.

பெருமூச்செறிந்தாள்.

அந்த இரவிலேயே புறப்பட்டான்.

“என்ன மன்னிச்சுடு.”

பிறகு அவள் கதவைத் தாளிட்டுக்கொண்டாள்.

அவளது கண்களிலிருந்து நீர் பெருகிக்கொண்டிருந்தது.

எவ்வளவு காலம் கழிந்து சென்றிருக்கிறது? கணக்கும் எதுவும் இல்லை.

ஆனால், வாழ்வு முற்றுப்பெற்று விடவில்லை. இன்னும் உயிர்க் களை இருக்கிறது. கால்நடையாகவே நொய்யல்கரையை அடைந்தான். பிச்சைக்காரக் கோலம். ஏதோ ஒரு கொண்டாட்டத்தின் சத்தங்கள் கேட்டுக்கொண்டிருக்கின்றன.

படுக்கையிலிருந்து இறங்கி ஆற்றை நோக்கி நடந்தான் வெள்ளி. குளிர். நடுங்கினான். ஒற்றைத்தட்டு வேட்டியொன்றைச் சுற்றிக் கொண்டிருந்தான். கால்கள் தடுமாறின. நதி அவனை வேறெங்கோ கொண்டுபோய்ச் சேர்த்திருக்கிறது. யாருக்கும் தெரியாமல் திருடர்களைப்போல நொய்யல்கரையிலிருந்து நீங்கிச் சென்று இப்போது மறுபிறப்பெடுத்து மீண்டு வந்திருக்கிறார்கள். அருகே தலையொரு பக்கமும் முண்டமொரு பக்கமுமாகச் சிதறிக்கிடந்த நரிப்பழனிக் கவுண்டனின் குதிரையைப் பொருட்படுத்த இப்போது யாருமில்லை. தூர்ந்துகிடந்த ஊர் சுவடின்றி மறைந்து போயிருக்கிறது. பறவைகள் தொலைதூரங்களில் பதுங்கியிருக்கின்றன. காகங்கள் மட்டும் இரைந்துகொண்டிருக்கின்றன. ஆடுகள் குழை கடித்துக் கொண்டிருக்கின்றன. ‘மே,மே,மே...’ யாரோ ஒரு முதியவள் வேலாங்காய் உலுக்கித் தன் ஆடுகளுக்குக்

கொடுத்துக் கொண்டு இருக்கிறாள். அவளிடமிருந்து "கூவே, கூவே" என்னும் சத்தம். குழந்தைகள் விளையாடிக் கொண்டிருக்கின்றன. பம்பாய் மிட்டாய் வியாபாரிகளும் ராட்டினம் சுற்று பவர்களும் களித்துக் கிடக்கிறார்கள். சர்க்கஸ் கூடாரத்தில் வயதான புலி ஒன்று பசி தாளாமல் உறுமிக்கொண்டிருக்கிறது. பெண்களின் முகங்கள் வெட்கத்தால் சிவந்துகிடக்கின்றன.

ஒரு யுகமே கழிந்திருக்கக்கூடும். காரிச்சி வாழ்ந்து மறைந்த காலத்தின் கணக்கு என்ன? அவள் நொய்யலுக்குள் மூழ்கி நொய்ய லாகவே ஆகிவிடச் சித்தம்கொண்டிருப்பதான கற்பிதத்தின் கணக்கு என்ன?

"சாமியாரே, கொஞ்ச அக்கட தள்ளி நில்லுங்கொ, சோறு போடறதுக்கு இன்னொ டைமிருக்குது" என ஒருவன் அவனை விரட்டிவிட்டுப் போனான்.

வேறெதுவும் சொல்லாமல் எழுந்து படுகையை நோக்கி நடந்தான்.

நதியில் இன்னும்கூட காரிச்சியின் குரல் கேட்டுக்கொண்டிருப் பது போன்ற கற்பனை. அவற்றில் எது கற்பிதம், எது உண்மை?

உண்மைக்கும் கற்பிதத்துக்கும் அப்பால் என்ன?

வாழ்வின் நிறை என்ன?

உறக்கத்தில் ஆழ்ந்தான்.

பிறகு எழுந்து பார்த்தபோது நதி சலனமற்றிருந்தது. நடு ஆற்றில் வெதுவெதுப்புக் குன்றாத காரிச்சியின் சடலம் நீரில் மிதந்து கொண்டிருந்ததைப் பார்த்தான் வெள்ளி. இமைக்காத விழிகளுள் சடலம் உறைந்து நின்றது. அப்படியே கைகளில் அவளை ஏந்தினான். தழுவினான்.

பிறகு அது மூழ்கத் தொடங்கியது.

அடியாழம்வரை சென்றது.

பிறகு என்றென்றைக்குமாக இல்லாமல் போனது.